Ulimwengu Uliochanganyika
Kitabu cha Kwanza

Na

Dolores Cannon

Imetafsiriwa na:

Alima Esmaee Meli

Yaliyomo

Taarifa za Uorodheshaji wa Maktaba ya Congress katika Uchapishaji
Cannon, Dolores, 1931-2014
Ulimwengu Uliochanganyika, Kitabu cha Kwanza, na Dolores Cannon
Muendelezo wa Walinzi unatoa taarifa za kimetafizikia zilizopatikana kupitia wahusika wengi kwa njia ya urejeshaji wa maisha ya zamani kwa hipnosisi.

1. Hipnosisi, 2. Kuzaliwa upya 3. Tiba ya maisha ya zamani, 4 Metafizikia, 5. Atlantisi

I. Cannon, Dolores, 1931-2014, II. Kuzaliwa upya, III. Metafizikia,
IV. Kichwa

Imetafsiriwa na: Alima Esmaee Meli
Muundo wa Jalada: Jeff Ward
Kitabu kimepangwa kwa herufi: Times New Roman,
Muundo wa Kitabu: Nancy Vernon

P.O. Box 754
Huntsville, AR 72740
www.ozarkmt.com
Imechapishwa nchini Marekani

99.9999% YA KILE KINACHOATHIRI UHALISIA WETU KITAKUWA KISICHOWEZA KUGUNDULIKA NA HISIA ZETU. MWANADAMU LAZIMA AJIFUNZE KUFIKIRI KWA AJILI YAKE MWENYEWE, BADALA YA KUFUATA KIPOFU KILE ALICHOFUNDISHWA.

– Buckminster Fuller

MIPAKA YA KINACHOWEZEKANA INAWEZA TU KUFASILIWA KWA KWENDA ZAIDI YAKE HADI KATIKA KISICHOWEZEKANA.

–Arthur C. Clarke

Utangulizi

Inapendekezwa sana usome Walindaaji kwanza kabla ya kushughulikia taarifa zilizomo katika kitabu hiki. Hiki ni mwendelezo au sehemu inayofuata ya kitabu hicho. Walindaaji ilikuwa ripoti ya kazi yangu kuhusu visa vya vitu visivyojulikana angani na utekaji tangu mwaka 1986, na inahusisha maendeleo yangu kutoka yaliyo rahisi hadi yaliyo magumu sana. Nilgundua kwamba utekaji na matukio ya kuonekana vilikuwa tu sehemu ndogo ya jambo kubwa zaidi. Kadiri kazi yangu ilivyoendelea nilipewa taarifa zilizoendelea kuwa tata zaidi na zaidi. Kufikia wakati kitabu hicho kilipokusanywa nilitambua kwamba kilikuwa kikubwa mno, na kilikuwa na taarifa zilizokuwa zikiondoka kwenye mada ya vitu visivyojulikana angani na kuelekea kwenye metafizikia iliyo ngumu sana. Hapo ndipo nilipoamua kuondoa baadhi ya taarifa kutoka kitabu hicho ili ziwekwe katika kitabu kipya kinachohusu nadharia zilizo tata zaidi. Hiki ndicho kitabu kilichozaliwa kutokana na uamuzi huo.

Ninadhania (labda kimakosa) kwamba kufikia hatua hii katika kazi yangu, msomaji atakuwa tayari anafahamu historia yangu kama mchunguzi wa matukio yasiyo ya kawaida kupitia matumizi ya hipnosi. Mizizi yangu katika hipnosi inarudi hadi miaka ya 1960 nilipoanza kufanya kazi kwa kutumia mbinu za zamani. Baada ya kulea familia, nilirejea tena katika hipnosi mwaka 1979. Wakati huo nilitaka kuzingatia zaidi urejeshaji wa kumbukumbu za maisha ya zamani na tiba ya maisha ya zamani, hivyo nikasoma mbinu mpya za kuingiza hali ya hipnosi ambazo zilikuwa za haraka zaidi na zilitegemea taswira na uono wa ndani. Kwa miaka ya tiba na uchunguzi, niliunda mbinu yangu binafsi ambayo hutumia kikamilifu hali ya kina ya transi ya usingizi wa hipnosi. Hii ndiyo njia ninayotumia kuweza kufikia hazina kubwa ya taarifa kwa kuwasiliana moja kwa moja na akili ya ndani ya binadamu.

Kadiri kazi yangu ilivyoendelea, viumbe wengine mara nyingi walitumia fursa ya hali hiyo ya kina ya transi kuwasiliana kupitia washiriki wangu. Hili limeendelea kwa zaidi ya miaka ishirini, na taarifa zaidi bado zinaendelea kujitokeza. Haya yote yatawasilishwa katika vitabu vijavyo. Niliambiwa kwamba nilikuwa nimepita mitihani na ningekubaliwa kupata majibu ya maswali yoyote niliyotaka kuuliza. Hii ilikuwa kwa sababu nilibaki mwaminifu kwa taarifa na sikuzificha wala kuzibadilisha. Najiona kama mwandishi wa ripoti, mchunguzi wa kiakili, na mtafiti wa maarifa "yaliyopotea". Kwa hivyo, utafutaji huu hauna mwisho.

Msomaji atagundua katika kazi yangu kwamba viumbe wengine hutumia msamiati uliopo katika akili ya mshiriki, na hutumia msamiati huo kutoa mifano au vielelezo katika juhudi za kueleza yasiyoelezeka kwa njia ambayo wanadamu wanaweza kuelewa. Kwa sababu hiyo, mara nyingi hutumia maneno ambayo si Kiingereza sahihi. Hutengeneza maneno kwa kutumia nomino na vitenzi vilivyo karibu zaidi vinavyopatikana katika akili ya mshiriki. Kwa njia yoyote inavyofanywa, inafanya kazi, na tunaweza kuelewa kile wanachojaribu kuwasilisha.

~ Dolores Cannon

SEHEMU YA KWANZA

UTAFUTAJI WA MTOTO MWENYE VIPAJI VYA KIPEKEE

Sura ya Kwanza

Linda na Bartholomew Wanaingia Katika Maisha Yangu

Hapo awali nilikusudia kujumuisha hadithi ya Linda katika Walinda Ulimwengu, lakini kitabu hicho kilikua kwa ukubwa mkubwa kiasi kwamba ilinibidi niondoe sehemu hii. Hatima ya kukutana na hatimaye kufanya kazi pamoja na Linda ilikuwa na athari nyingi za ajabu na zisizo za kawaida. Mkutano wetu wa kwanza ulitokea katika mhadhara wangu wa kwanza huko Little Rock, jimbo la Arkansas, katika majira ya joto ya mwaka 1989. Juzuu ya kwanza ya Mazungumzo na Nostradamus ilikuwa tayari imechapishwa, na nilikuwa nimeanza shughuli za utangazaji kwa kutoa mihadhara na kusaini vitabu katika eneo langu mwenyewe, kwa kusema hivyo. Baada ya mhadhara wangu, Linda alikuwa mmoja wa watu wengi waliounuua kitabu na kusimama kwenye mstari ili kupata saini. Nilipokuwa nikisaini nakala yake, alinipatia kadi yake ya biashara na kusema kwamba ikiwa ningewahi kuhitaji mtu wa kufanya naye kazi, angekuwa tayari. Alionekana mwenye aibu kidogo na hakusema zaidi wakati huo. Watu wengine pia walinipa kadi zao, au waliandika majina yao na taarifa za mawasiliano kwenye vipande vya karatasi. Baadhi ya maoni yao yalionyesha kwamba walidhani walikuwa wamewahi kukutana na vitu visivyojulikana vinavyoruka. Niliandika kumbukumbu kwenye kadi hizi nikiahidi kuwasiliana nao kwanza, kwa sababu wakati huo nilikuwa nikifanya uchunguzi wa matukio ya vitu visivyojulikana vinavyoruka pamoja na Lou Farish huko Arkansas. Hivi karibuni nilitambua kwamba haingewezekana kukutana na wengine wote.

Hapo zamani nilijaribu kila mara kufanya kazi na yeyote aliyekuwa akitaka kurejeshwa kumbukumbu za maisha ya zamani kwa njia ya hipnosi, kwa sababu sikuwa najua umuhimu wake ungekuwa upi kwao. Baada ya kitabu changu cha kwanza kuchapishwa, mashambulizi ya maombi yalianza, na hivi karibuni nilitambua kwamba mambo yasingekuwa rahisi tena. Maisha yangu yasingerudi tena katika mtindo ule wa kawaida wa polepole. Hakukuwa na njia ambayo ningeweza kukutana na kuzungumza na watu hawa wote, achilia mbali kuwafanyia urejeshaji wa kumbukumbu. Nilidhani wengi wao walikuwa watu wa udadisi tu, wakitafuta uzoefu kuliko majibu ya matatizo katika maisha yao. Nikiweka kadi na vipande vya karatasi kwenye mkoba wangu, nilikuwa na nia ya dhati ya kufanya jitihada kubwa kuwasiliana nao iwapo ingekuwa inawezekana. Kadi ya Linda ilikuwa miongoni mwa hizo. Hivi karibuni nilijikuta nimezama katika matukio mengi kiasi cha kushindwa kuwasiliana tena na Linda na wengine. Wakati huo hakuwa mtu binafsi kwangu, bali uso uliopotea katika umati, mmoja wa wengi.

Miezi michache baadaye nilirudi Little Rock kwa mhadhara mwingine, na nikafanya kikao changu cha kwanza na Janice. Nilifanya jitihada maalum kumuona kwa sababu alishuku kuwa alikuwa na uzoefu wa kukutana na kitu kisichoelezeka, na hivi karibuni niligundua kwamba kesi yake ilihitaji uchunguzi wa kina zaidi. Nilipanga kufanya kazi naye kila nilipofanya safari ile ndefu ya saa nne kwenda Little Rock. (Hadithi ya mambo ya kushangaza tuliyogundua iliripotiwa katika Walinda Ulimwengu, na katika sehemu ya pili ya kitabu hiki.)

Kwa bahati mbaya niligundua kwamba Linda alikuwa rafiki wa Janice, naye alisema kwamba Linda alikuwa amekata tamaa kwa sababu sikuwa nimewahi kuwasiliana naye tena. Nilimweleza Janice hali ilivyokuwa: kwamba nilikuwa nikifurika maombi, ambayo sasa yalikuwa yakija kwa simu na barua. Nilikuwa nimekuwa makini sana katika kuchagua wale ningeweza kupata muda wa kufanya nao kazi. Kwa sababu Janice alisema Linda alitaka sana kukutana nami, kwa kusitasita nilipanga miadi katika safari yangu inayofuata kwenda Little Rock katika majira ya baridi ya mwaka 1989. Nilikuwa nasita kwa sababu nilijua ningekuwa na shughuli nyingi sana. Nilikuwa nimepanga vikao kadhaa pamoja na mhadhara, na nilijua kutokana na uzoefu wa zamani kwamba kungekuwa pia na watu waliotaka kukesha usiku kucha wakizungumza. Ingawa nilikuwa na wasiwasi kwamba ningejizidisha kwa kukutana na watu wengi wa udadisi, kwa heshima ya Janice nilikubali kumuona Linda. Kwa hakika sikutarajia chochote kitokane na kikao hicho, na hasa sikutarajia uhusiano wa kudumu.

Kila niliposafiri kwenda Little Rock nilikuwa nikikaa kwa rafiki yangu Patsy, naye alinipa ruhusa ya kupanga miadi ya urejeshaji wa kumbukumbu nyumbani kwake. Kulikuwa na faragha kila wakati kwa sababu Patsy alikuwa kazini. Linda alipofika tuliketi sebuleni mwa Patsy na kuzungumza. Alikuwa mwanamke mwenye mvuto, pengine katika miaka yake ya arobaini. Alivaa vizuri, nywele zake zikiwa zimepangwa kwa uzuri, na hakuonekana kuwa mtu ambaye angevutiwa na kuchunguza urejeshaji wa maisha ya zamani. Alikuwa mfanyabiashara aliyeendesha duka lake mwenyewe la wanyama wa kufugwa. Watoto wake wengi walikuwa wamekua na kuondoka nyumbani kufuata maisha yao wenyewe. Alikuwa mtulivu na mwenye sauti laini, si mtu wa kuhimiza ndoto au mawazo yasiyo na msingi, na aliishi maisha yenye shughuli nyingi na yaliyojaa.

Aliposikia kuhusu mhadhara wangu wa kwanza alihisi msukumo mkubwa wa kuhudhuria, ingawa hakuwa na shauku kubwa kuhusu Nostradamus. Alisema kwamba usiku wa mhadhara alikuwa na msisimko mkubwa, akiwa na hali ya matarajio makubwa, ingawa hakuweza kuelewa kwa nini. Alipokuwa ameketi miongoni mwa hadhira wakati wa mhadhara alimwambia mume wake kwamba alikuwa na hamu isiyozuilika ya kuzungumza nami. Ingawa msukumo huo ulikuwa karibu kumzidi nguvu, alisita kunikaribia. Baada ya mhadhara alisimama kwenye mstari wa watu waliokuwa wakisubiri saini, akijadiliana moyoni kama asemacho chochote au la. Aliogopa jinsi ambavyo ingeonekana. Mume wake alimhimiza, akisema kwamba kama alihisi kwa nguvu hivyo basi aendelee. Lakini wakati ulipofika aliweza tu kunipatia kadi yake na kusema kwamba angependa kufanya kazi nami. Bila shaka, wakati huo hakujua ni mara ngapi nilikuwa nimesikia ombi hilo siku hiyo. Mazungumzo yetu yalikuwa mafupi sana, na alipotoka kwenye ukumbi niliweka kadi yake pamoja na zingine kwenye mkoba wangu. Nilisahau tukio hilo hadi hatima ilipotuletea pamoja tena sebuleni mwa Patsy.

Nilipomuuliza Linda kuhusu sababu zake za kutaka kufanya urejeshaji wa kumbukumbu kwa hipnosi, hakuweza kuniambia. Hakuwa akitafuta jibu la tatizo lolote, wala hakuwa na udadisi kuhusu maisha ya zamani. Ilikuwa ni msukumo ambao haukumwacha, na alihisi kwamba kulikuwa na jambo alilopaswa kunipa, lakini hakuwa na wazo lolote ni nini hasa. Kwa sababu kazi yangu ilihusiana na Nostradamus, kwa mawazo yasiyo dhahiri alidhani huenda lilikuwa na uhusiano naye. Tayari nilikuwa nikifanya kazi na watu kadhaa katika kukamilisha mradi huo, uliosababisha juzuu mbili zaidi za Mazungumzo na Nostradamus. Kwa kweli sikuhitaji mtu mpya, hasa mmoja aliyeishi umbali wa saa nne. Hakuwa na ufahamu wa miradi mingine niliyokuwa nikishughulikia, hivyo alikuwa hana wazo kabisa kwa nini alikuwa hapo.

Nilivuta pumzi ndefu, nikifikiri kwamba urejeshaji wa kumbukumbu huenda ungeishia kuwa maisha ya zamani ya kawaida, yasiyo na umuhimu wowote isipokuwa kwake. Nilikuwa nimefanya vikao vingi kama hivyo katika siku chache zilizopita, na kwa kweli sikuwa na hamu ya kufanya kingine. Nilikuwa nikirejea kutoka maumivu ya koo, na nguvu zangu zilikuwa chini katika safari nzima. Ingawa nilikuwa nimechoka, nilijua nilipaswa kufanya kikao hicho kwa ajili yake. Tulipoanza, sikutarajia chochote kabisa, na hivi karibuni nilishangazwa kwa njia ya kupendeza na nikachukuliwa kabisa bila kutarajia. Ilikuwa mfano mwingine wa kuingia katika jambo bila matarajio na kugundua kwamba jukwaa lilikuwa linaandaliwa na nguvu zilizo nje ya uwezo wangu.

Nilitumia mbinu yangu ya kawaida ya kuingiza hipnosi ambayo ingemweka Linda katika maisha ya zamani. Alipoingia katika tukio hilo, sauti yake ilikuwa tulivu na laini kiasi kwamba ilikuwa vigumu kuisikia. Nilijua kutokana na uzoefu kwamba sauti yake ingezidi kuwa wazi kadiri tulivyoendelea kuzungumza. Aliona majani chini na alijua alikuwa msituni, lakini alishangaa kuona kwamba mwili wake ulikuwa wa mwanaume. Alivaa buti zilizofika magotini na shati lenye mikono mirefu. Maelezo yake yalikuwa ya kijana mwenye umri wa miaka ishirini na kitu, mwenye nywele ndefu za kahawia zenye mawimbi, ndevu na masharubu. Macho yake yalikuwa ya buluu yenye kupenya. Alikuwa akichonga kuni msituni karibu na mahali alipokuwa akiishi. Hili lilimshangaza Linda. "Ninapata hisia kwamba kwa kweli sihitaji kufanya hili. Watu wengine wangeweza kunifanyia. Lakini napenda kulifanya, kwa sababu niko peke yangu na napenda hisia na msisimko wa kazi hii."

Nilimpendekeza aone mahali alipokuwa akiishi. "Ni kasri, lenye daraja la kuinuliwa, na bendera zinapepea juu ya kuta. Baba yangu ni mfalme."

D: Basi huhitaji kabisa kuchonga kuni, sivyo?

L: Hapana, lakini ni furaha. Inanifanya nijisikie vizuri. (Kwa sauti ya chini) Watu wanadhani mimi ni kichaa.

D: Kwa nini wanafikiri hivyo?

L: Kwa sababu napenda kufanya kazi. Sipendi maisha ya ikulu. Ni ya juu juu sana. Unapofanya kazi kwa mikono yako unapata hisia ya kutimiza jambo ambayo hakuna kitu kingine kinachoweza kukupa.

Jina lake lilikuwa Bartholomew, na aliishi katika kasri pamoja na familia yake, na watu wengi sana, wakiwemo watumishi. "Ni jamii kubwa sana. Wote wanaishi ndani ya kuta."

D: Angalau huhisi upweke, sivyo?

L: Ndiyo, nahisi. Hawajali kunihusu. Hawajui shauku yangu ya kujifunza. Hawajali maarifa. Mimi nina furaha kwa njia yangu mwenyewe.

Hali katika nchi yake haikuwa ya amani. Kulikuwa na hatari, na walilazimika kukaa karibu na kuta za kasri.

L: Wakulima hawaridhiki. Hawatendewi vizuri. Ndiyo maana huwezi kwenda nje bila ulinzi.

D: Baba yako anafikiria nini kuhusu tabia ya watu?

L: Ni kosa lake. Hana huruma. Hajaribu kuwasaidia. Anawatumia tu kwa manufaa yake mwenyewe.

D: Ulisema una shauku ya maarifa. Je, kuna aina fulani ya maarifa unayopenda kusoma?

L: Ndiyo. Napenda kusoma nyota. Ulimwengu. Na ndiyo maana watu wanadhani mimi ni mwendawazimu.

Kwa hakika nilidhani alikuwa akizungumza kuhusu elimu ya nyota au unajimu.

D: Wengine katika kipindi chako wanaonaje nyota?

L: Kama vipande vidogo vinavyomeremeta vya mwezi.

D: Hakuna wengine katika wakati wako wanaopenda kusoma nyota?

L: Ni mmoja tu. Yeye ni rafiki yangu.

D: Je, ndiye aliyekusaidia kujifunza mambo haya?

L: Ndiyo. Yeye anajua. Hatoki hapa. Lakini ni mzee sana, na karibuni ataniona na kuondoka.

D: Lakini labda anaweza kukupitishia maarifa.

L: Ndiyo, anafanya hivyo sasa. Na ni jukumu kubwa sana nitakalopaswa kubeba atakapoondoka. Ndipo yatakuwa yangu. Lazima nijifunze na kuyapitisha mbele, ili yasife na kupotea. Hayapaswi kupotea.

D: Ni aina gani ya maarifa ya nyota?

L: Ni maarifa ya ulimwengu mzima. Uumbaji wote wa Mungu, si Dunia hii tu. Bali ulimwengu mwingi sana, na nyota zilizo mbali kiasi kwamba sisi wanadamu hatuwezi hata kufikiria zilipo. Mtu huyu ninayejifunza naye amesafiri maeneo mengi, na amekuja hapa kunipa zawadi ya maarifa haya kwa matumaini kwamba akili yangu itayapitisha kwa watu wa baadaye, ili wasiogope.

D: Ulisema mzee huyo alitoka mahali pengine?

L: Ndiyo, alitoka katika kundinyota la Pleiades.

D: Alitoka kweli?

Hapo ndipo shauku yangu ilipochochewa. Huu haukuwa urejeshaji wa kawaida.

D: Hapo ni wapi?

Nilijua ni mkusanyiko wa nyota, lakini nilitaka kusikia angejibu nini.

L: Liko... katika Njia ya Maziwa. Mbali sana na hapa.

D: Je, hilo halionekani kuwa haliwezekani?

L: Hapana. Alikuja hapa kwa mwanga wa nuru... (akiwa amechanganyikiwa) jambo ambalo ni gumu sana kwangu kuelewa.

D: Nafikiri lingekuwa hivyo. Ulipokutana naye mara ya kwanza, je, mawazo haya yalionekana magumu kuamini?

L: Hapana. Nilijua yalikuwa kweli. Kuna mambo mengi yaliyoundwa ambayo sisi wanadamu hatuyaelewi. Tunaweza kuyahisi tu kuwa kweli, mioyoni mwetu.

D: Anaonekanaje mtu huyu?

L: Ni mzee sana. Amepinda mgongo, ana nywele nyeupe na huvaa joho. Mzee wa kawaida sana.

D: Anaishi wapi?

L: Sijui. Anakuja tu kwangu. Popote nilipo, huja kwangu.

D: Anawezaje kufanya hivyo?

L: Sijui. Mwanzoni nilidhani ni uchawi, lakini sidhani ni sahihi. Nafikiri ana nguvu ambazo kwa sasa siwezi kuzifahamu, kwa sababu akili yangu haijakua vya kutosha kuelewa.

D: Uchawi unaonwaje na watu wa kawaida katika wakati wako?

L: Ni sehemu ya maisha hapa. Kuna wachawi, lakini ni wa uongo. Baba yangu anaamini sana watu hawa. Sio kama wanavyojionyesha kuwa.

D: Inaonekana angevutiwa na rafiki yako.

L: Hapana, kwa sababu siwezi kuwaambia kuhusu mtu huyu. Uwepo wake ungekuwa hatarini.

D: Umejifunza na mtu huyu kwa muda mrefu?

L: Nimekuwa nikisoma kwa miaka mitano sasa. Nilikuwa... ishirini.

D: Ulifikiri nini alipokuja kwako mara ya kwanza?

L: Ah! Nilifikiri, "Kwa nini mimi? Ninahitaji amani. Sihitaji hili." Nilikuwa nimekaa msituni chini ya mti, nikitafakari maisha yangu. Nilipofungua macho yangu, alikuwa amesimama moja kwa moja mbele yangu. Nilimuuliza yeye ni nani. Akaniambia, "Nimetoka umbali mkubwa sana kukufundisha mambo ambayo huwezi hata kuyafikiria." Nikamwambia, "Ni nini kinakufanya ufikiri nataka kujifunza mambo hayo?" Akaniambia, "Kwa sababu yamekusudiwa kuwa hivyo. Na kwa sababu hiyo utajifunza."

D: Kana kwamba hukukuwa na chaguo.

L: Hivyo ndivyo nilivyomwambia. "Nitafanya kile ninachotaka." Naye akaniambia, "Ndiyo, na utataka kujifunza."

D: Anaonekana kuwa mtu wa kuvutia. (Alicheka kidogo.) Ilimchukua muda mrefu kukushawishi?

L: Hapana. Nilijua moyoni mwangu kwamba hili lilikuwa kweli.

D: Ingawa lilikuwa jambo la ajabu. Na amekuwa akija kwa takribani miaka mitano sasa, popote ulipo?

L: Ndiyo. Karibu kila siku. Hanipi pumziko mara nyingi, kwa sababu kuna mengi ninayopaswa kujua. Aliniambia kwamba atakapoondoka nitapaswa kumtafuta kipaji cha ajabu kilicho mdogo sana kuliko mimi. Kwa njia hiyo maarifa yataendelea kuishi. Siwezi kuyaandika.

D: Kwa nini siwezi kuyaandika?

L: Kwa sababu ya hatari ya kuharibiwa. Lazima yawe maarifa hai yanayopitishwa kutoka kizazi kimoja hadi kingine. Na ni waliochaguliwa tu wanaoruhusiwa kuwa na maarifa haya. Najihisi mwenye shukrani na mwenye bahati kuwa nimechaguliwa katika wakati wangu.

D: Ni jukumu kubwa.

L: Ni heshima kubwa, lakini nahisi uzito wa heshima hii ukibana sana roho yangu.

D: Basi unapaswa kukumbuka anachosema na usikiandike?

L: Ndiyo, siwezi kukiandika. Kitawekwa katika akili yangu, na nitakapomkuta kipaji changu, yote yatakumbukwa kana kwamba ni kwa uchawi. Yatakuja kwa mpangilio sahihi, ili kipaji hicho kielewe hasa maarifa anayopaswa kuwa nayo. Kisha naye atayahifadhi kama nilivyofanya mimi. Hayaruhusiwi kuandikwa.

D: Hufikiri kuna hatari ya kusahau baadhi yake?

L: Hapana. Akili ni pana sana. Watu hawaielewi akili.

D: Je, hakuna hatari kwamba yanapopitishwa kutoka kizazi kimoja hadi kingine yanaweza kupotoshwa?

L: Hapana, kwa sababu kuna kitu kinachoyahifadhi salama ndani ya akili.

D: Nafikiria jinsi watu walivyo. Hubadilisha taarifa kwa muda mrefu.

L: Lakini haya yanahifadhiwa mahali maalum sana, na yanaweza kutolewa tu katika wakati unaofaa. Siwezi kuyajadili kwa hiari na mtu yeyote. Yanajadiliwa tu katika wakati unaostahili, na ndipo sehemu hiyo ya akili hufunguliwa kwa ajili ya taarifa.

D: Lakini je, ni sawa kuzungumza nami kuhusu mambo haya? (Ndiyo) Kwa sababu mimi si tishio kwako?

L: Ndivyo hivyo.

D: Je, alikuja mahsusi kukuona wewe au amekuwa akiishi Duniani?

L: Alikuja kwa ajili yangu tu. Sidhani wengine wanaweza kumuona. Wengine hunisikia nikizungumza naye, na ndiyo maana wanadhani mimi ni mwendawazimu. Hawamwoni.

D: Hilo lingekuwa lenye kuchanganya, sivyo?

L: Ndiyo, lakini ni sawa. Najua mimi si mwendawazimu. Tunaishi kwa upweke sana mahali nilipo. Hakuna watu wengi katika eneo hili. Tunaishi mbali sana na falme nyingine.

D: Je, umefundishwa aina yoyote ya imani ya kidini?

L: Tunaamini... uchawi tu. Moto. Mungu wa moto ana nguvu sana.

D: Je, hili ni sehemu ya mafundisho ya wachawi? (Ndiyo) Je, ndiyo maana baba yako anaamini mambo haya?

L: Ndiyo. Amepotoshwa sana.

D: Basi taarifa hizi si kwa ajili yake, sivyo?

L: Hapana. Hawezi hata kuyafikiria mambo haya. Hawezi kuyakubali. Lazima nisafiri mbali sana.

D: Umeambiwa hivyo?

L: Ndiyo. Mafundisho yangu yatakapokamilika, italazimu nisafiri mbali sana kutafuta kipaji cha ajabu cha kumpa maarifa haya. Sitarejea tena katika msitu wangu. Ndiyo maana ni lazima niufurahie sasa.

D: Huwezi kupata mtu anayefaa mahali unapoishi? (Hapana) Unahisije kuhusu kuondoka?

L: Ninasikitika sana.

D: Je, wewe ndiye mrithi wa ufalme?

L: Hapana, mimi ni mdogo kabisa. Kama ningekuwa mrithi nisingechaguliwa kufanya kazi hii.

D: Ungekuwa na majukumu mengine.

L: Ndiyo. Na kwa kuwa sina, naweza kuondoka.

D: Ninavutiwa sana na taarifa unazopokea. Lakini sasa acha tukio hilo, na nataka uende mbele kwa wakati hadi siku muhimu—siku ambayo jambo unaloliona kuwa muhimu linatokea.

Yote yaliyotangulia yalikuwa ya ajabu vya kutosha na yalikuwa yamechochea shauku yangu, lakini sikuwa tayari kwa kile kilichofuata.

D: (Baada ya kimya kirefu) Ni nini? Unaona nini?

L: (Kwa msisitizo) Niko katika ulimwengu. Niko safarini. Niko katika safari ya kutazama.

D: Hili linafanyikaje?

L: Niliombwa kwenda kwenye misheni hii, ili niweze kutoa maoni yangu kwa wengine katika nchi iliyo mbali sana.

Ninasafiri kwa kasi kubwa sana, lakini haionekani hivyo. Inaonekana kana kwamba hakuna mwendo wowote.

D: Unasafiri kwa njia gani?

L: Ni kwa lamina... kapsuli.

D: Hiyo ni nini?

L: Ni kitu cha mviringo.

D: Ni kikubwa sana?

L: Hapana. Ni chumba kidogo cha umbo la yai. Hapana, ni sehemu ndogo ya mwanga yenye umbo la yai. Na hakuna mtu mwingine hapa isipokuwa mimi. Mimi si... siendeshi. Inasafiri yenyewe.

D: Umekaa ndani?

L: Nimesimama, lakini ningeweza kukaa kama ningetaka.

D: Basi kina nafasi ya wewe kusimama ndani yake?

L: Ndiyo. Kina dirisha. Ufunguzi fulani, lakini huwezi kupitisha mkono wako ndani yake.

D: Kwa nini?

L: Kwa sababu kuna aina fulani ya kifuniko kisichoruhusu kutoka nje. Lakini kinakuruhusu kuona kilicho upande wa pili.

Hili limetokea mara nyingi nilipomrudisha mtu kwa urejeshaji hadi kipindi cha Enzi za Kati. Hawajui kioo ni nini. Lazima kilikuwa hakitumiki sana wakati huo, kwa sababu huu ni muundo unaojirudia. Maelezo kama haya yanapojirudia yana uzito, kwa sababu mhusika hajui kile ambacho wengine wameripoti. Haya ni baadhi ya mambo madogo niliyojifunza kuyaangalia.

D: Unaona nini kupitia ule ufunguzi?

L: Ninaona kuna giza sana huko nje. Giza kabisa, jeusi sana, na lenye amani. Na mara kwa mara naona vitu vikielea karibu nami. Hakuna rangi nyingi hapa kama zilivyo Duniani. Jeusi sana na kijivu. Hakuna rangi nyingi kabisa.

D: Ni vitu vya aina gani unaona vikielea?

L: Oh, naona maumbo ya... miamba myeusi wakati mwingine.

D: Uliingiaje kwenye mahali hapa kidogo?

L: Nilikuwa nimelala, nikaamshwa na kuulizwa kama ningekuja. Nikasema, "Bila shaka." Kisha nikarudi kulala. Halafu nikajitambua kuwa niko katika chumba hiki kidogo. Sijui nilifikaje hapa. Kitu pekee ninachojua ni kwamba nilikubali kuja, kisha nikajikuta niko hapa.

D: Je, rafiki yako ndiye aliyekuuliza?

L: Hapana. Alisema anamjua rafiki yangu, lakini alitoka mahali pengine katika ulimwengu. Si Pleiades. Upande mwingine wa Pleiades. Alitoka kwenye sayari inayoitwa (kwa matamshi) My-kon, Micon. Micon? Sijawahi kusikia mahali hapo.

D: Mtu huyo alionekanaje?

L: Alikuwa mdogo, mdogo sana. Hakuwa na nywele. Alikuwa na kichwa kikubwa sana cha mviringo.

D: Uliweza kuona uso wake ulivyokuwa?

L: Sikumbuki kama alikuwa na uso. Ninachokumbuka ni kwamba kichwa chake kilikuwa kikubwa sana na cha mviringo, na mwili wake ulikuwa mdogo sana. Nilishangaa wakati huo alivyoweza kudumisha usawaziko, kwa sababu ya ukubwa wa kichwa chake.

D: Bila shaka ilikuwa usiku, na ilikuwa vigumu kuona maumbo yake vizuri. Je, hilo ni sahihi?

L: Hapana. Kwa sababu alikuwa... wa fedha. Ang'avu! Wa rangi ya fedha, na alikuwa ang'avu.

D: (Kwa mshangao) Unamaanisha alikuwa anang'aa?

L: Ndiyo. Ndiyo maana sikuweza kuona uso wake, kwa sababu ulikuwa unang'aa sana. Na nilikuwa na usingizi, sikuweza kuona. (Linda aliangalia chini.) Nimevaa mkanda mkubwa. (Anaashiria kwa mikono.) Mkanda mkubwa kiunoni. Ni mnene sana na una joto, na ni wa fedha pia. Una vyumba vidogo mbele, kama mifuko. Nashangaa kwa nini nimevaa mkanda huu, na unatumika kwa kazi gani. Sio wa ngozi. Ni laini sana, sio mgumu. Hauhisi kama kitu chochote ninachokijua. (Akitumia mikono, alionekana pia kuuchunguza.) Hakuna mwanzo wa mkanda huu, hakuna kifungo. Na sikumbuki nikiuvaa. Hili linanisumbua kidogo.

D: Kuna kitu chochote ndani ya mifuko hiyo?

L: Zinahisi kana kwamba kuna vitu ndani yake, lakini hakuna ufunguzi, hivyo siwezi kuona ndani. (Mkanda ulionekana kumsumbua.) Nafikiri nitaambiwa hivi karibuni kwa nini nina mkanda huu mwilini mwangu.

Sauti katika sehemu hii yote ilionekana kuwa ya mtu mzee zaidi, na ilikuwa na matamshi tofauti kabisa na sauti ya kawaida ya Linda.

D: Hautasumbuliwa. Ni udadisi tu.

L: Ndiyo, ni hivyo. Ni hisia ya ajabu sana. Ninahisi kama tumbo langu linapanuka chini ya mkanda.

D: Lakini si hisia ya kero.

L: Hapana. Ni nyepesi sana, nyepesi sana.

D: Je, umevaa nguo zako za kawaida chini ya mkanda?

L: Hapana, hapana, hapana. Walinifanya niziachie chumbani mwangu. Nimevaa... (Anaonekana kuichunguza.) Inang'aa pia. Sijui hii ni nyenzo gani. Mavazi haya ni mepesi sana, na yanaufunika mwili wangu wote. Nina viatu hivi. Sio buti, ni viatu. Na ni kitu kimoja kizima. Yote ni kitu kimoja. Nimefungwa ndani yake. Sina kofia hata hivyo.

D: Kuna kitu chochote kwenye kuta, au chumba ni tupu?

L: Ngoja nione. (Kimya kirefu) Kuna dirisha kubwa sana.

D: Hili ni tofauti na ule ufunguzi mdogo?

L: Hapana, hili ndilo ufunguzi. Ni refu sana. (Kimya) Nashangaa mlango uko wapi. Sioni mlango.

D: Inazidi kuwa ya kushangaza, sivyo?

L: Ndiyo, kweli. Nashangaa ninaelekea wapi.

Mara tu alipojiuliza hilo, majibu yakaanza kuja. Yalionekana kama yanatoka mahali pengine, kana kwamba alikuwa anarudia kile alichokuwa akikisikia. Ilikuwa taarifa mpya kwake.

L: Wanasema haitachukua muda mrefu. Nitaenda kutembelea mahali pengine ambapo watu wameenda kuanza maisha mapya. Na sababu ninayoenda huko ni... (Kwa mshangao) kumpata kipaji changu! (Kwa furaha) Nitampata kipaji changu. Nimekuwa nikitafuta kwa muda mrefu sana.

D: Hukumpata Duniani?

L: Hapanaaa! Nimetafuta kila mahali, na sasa mimi ni mzee sana. Na niliogopa sana kwamba nisingempata kwa wakati. (Kwa furaha na shangwe) Huko ndiko ninaenda. Ninaenda mahali hapo jipya kumpata kipaji changu.

Ghafla nilipata wazo. Hili lilikuwa fursa nzuri mno kuiacha ipite.

D: Je, ungekuwa tayari kushiriki maarifa uliyofundishwa, si kwa kipaji chako tu, bali pia nami?

L: Italazimu niulize kwanza. Siwezi kufanya hili bila kuuliza.

Niliangalia kinasa sauti na kuona kwamba muda wetu ulikuwa unaisha.

D: Sawa. Nikirudi wakati mwingine na kuzungumza nawe, utakuwa na muda wa kuuliza na kupata ruhusa?

L: Ndiyo, nitauliza.

D: Labda unaweza kuyashiriki na vipaji viwili kwa njia hiyo, kwa sababu mimi pia nina udadisi mkubwa.

L: (Kwa furaha) Oh, hilo lisingekuwa jambo la ajabu sana? (Karibu katika shauku kuu) Oh, lingekuwa mara mbili. Hilo lingekuwa la ajabu sana.

D: Basi ningependa uombe ruhusa, kisha niweze kurudi tena na kuyajadili.

L: Hilo lingekuwa zuri. Nilikuwa na wasiwasi sana kwamba maarifa haya yangepotea. Na nilihisi furaha kubwa kwamba ningempata kipaji changu. Lakini ilinifadhaisha sana kwamba maarifa yangu yangepotea kutoka Duniani. Hilo lingekuwa jambo la kusikitisha, kwa sababu ingawa watu hapa ni wa kimsingi sana na hawajali mambo kama haya, maarifa haya yanapaswa kubaki.

D: Nakubaliana nawe. Nitakuomba uendelee na safari yako. (Ndiyo) Sitah interfere na safari ya Bartholomew. Lakini nataka sehemu nyingine yako ninayozungumza nayo iachane na tukio hilo, na itelekee mbele kwa wakati.

Kisha nilimweka Linda katika hali ya kurejea kwa neno la siri, na nikamrudisha katika hali kamili ya fahamu. Nilihisi kukata tamaa kwa sababu nilikuwa nimeweka tu mkanda wa dakika sitini kwenye kinasa sauti nilipoanza kikao hiki. Lakini sikuwa na njia ya kujua kwamba taarifa za aina hii zingejitokeza. Nilikuwa nikitarajia maisha ya zamani ya kawaida na yasiyo na msisimko, na ndivyo ilivyoanza. Kwa kawaida ninaweza kupitia maisha yote ndani ya kikao cha dakika sitini, kwa sababu hakuna jambo la pekee linalotokea katika maisha rahisi. Bartholomew alipoanza kuzungumza kuhusu mgeni wa ajabu na taarifa aliyokuwa akipata, nilijua kwamba nisingeweza kukamilisha hadithi katika kikao kimoja, hivyo sikujaribu. Nilijua huu ungekuwa mradi mpya ambao ungechukua wiki kadhaa kukamilika iwapo ningekubaliwa kupata taarifa zilizofichwa. Inaonekana nilikuwa naanza tukio jipya kabisa, ingawa mazungumzo yetu ya awali hayakuwa yameonyesha chochote cha thamani hii katika akili ya ndani ya Linda.

Alipoamka, alionekana kuchanganyikiwa na bado alikuwa na hali ya usingizi. Alisema, “Nilikuwa na ujumbe wa kukupa. Nakumbuka hilo. Na ninahisi jukumu kubwa sana. Ni jambo muhimu sana. Sijui ujumbe ni nini. Najua tu kwamba kuna maarifa mengi ambayo hatuna. Yalichukuliwa kutoka kwetu kwa sababu ya hali zetu za kimsingi na hofu zetu. Na sasa ni wakati wa kurudi. Na kwa sababu fulani wewe umechaguliwa na mimi nimechaguliwa kuyarejesha haya kwenye sayari hii. Na ni jukumu kubwa sana. Ninalihisi. Linabana sana roho yangu. Hayo ndiyo ninayokumbuka kuhusu kikao hicho."

Ilikuwa wazi kwamba alikuwa katika hali ya usingizi wa kina wa somnambulistic, kwa sababu alikuwa ameingia kwa kina sana katika transi kiasi kwamba hakuweza kukumbuka chochote kingine kilichosemwa wakati wa kikao.

Sasa nilikuwa na shauku kubwa kabisa ya kuendeleza hadithi hii. Kwangu ilikuwa kama kufungua sanduku la Pandora. Napenda mafumbo. Na mtu anaposema atanieleza mambo yaliyopotea na ambayo ninapaswa kuyajua, hilo linavutia mno kiasi cha kupuuzwa.

Tatizo pekee lilikuwa umbali niliopaswa kusafiri ili kufanya kazi naye. Hivyo nikaamua kuja Little Rock angalau mara moja kwa mwezi, na kujaribu kufanya kazi na Linda na Janice katika wikendi moja.

* * *

Sasa nilikuwa na miradi miwili tofauti inayokua kati ya Janice na Linda. Ili kufanya kazi nao, nilihisi ningelazimika kufanya safari maalum kwenda Little Rock mwezi Januari 1990, na kufanya chochote isipokuwa vikao. Nilikusudia kuutumia safari mzima kufanya kazi juu ya nyenzo zilizokuwa zikitoka kwa wanawake hao wawili. Hili lingekuwa rahisi kwa sababu sikuwa na mhadhara uliopangwa. Marafiki zangu walisema hawangemwambia mtu yeyote kwamba ninakuja ili tuweze kuwazuia wageni. Bila shaka, haikutokea kama tulivyopanga. Mtu anayefahamiana nao aligundua kuwa ninakuja na alitaka urejeshaji wa kumbukumbu. Nilipanga hilo kwa usiku wa Ijumaa niliowasili, ingawa nilikuwa nimechoka kutokana na safari ndefu. Kwa njia hiyo ningeweza kutumia sehemu iliyobaki ya wikendi kufanya kazi na wanawake hao wawili.

Mwanzoni nilifikiria kubadilisha vikao, lakini kisha nikaamua kwamba ingekuwa rahisi zaidi kufuata mfuatano wa hadithi za kila mmoja kama ningezingatia mkondo mmoja kwa wakati mmoja. Pia, kama tungebadilisha, ingemaanisha kwamba mwanamke mmoja angesubiri wakati nilipokuwa nikifanya kikao na mwingine. Tuliamua kufanya kazi na kila mmoja katika siku tofauti. Nilipanga kufanya vikao vitatu na Linda siku ya Jumamosi, na vitatu na Janice siku ya Jumapili. Hii ilikuwa mara ya kwanza kabisa kujaribu jambo kama hili, na sikuwa najua lingewaathiri vipi. Nilitarajia wangekuwa wamechoka, lakini si kama mimi, kwa sababu wao wangekuwa na hisia ya kuchukua usingizi mfupi siku nzima. Ilikuwa ni jaribio, na hatukujua lingefanikiwa vipi. Lakini kama lingewezekana, ningeweza kupata kazi ya mwezi mzima katika siku moja tu.

* * *

Kikao changu cha kwanza na Linda kilipangwa kuanza asubuhi ya Jumamosi. Alipofika kwa mfululizo huu wa vikao niliona kwamba mkono wake wa chini wa kulia ulikuwa kwenye gipsi. Alikuwa ameanguka juu ya barafu kabla ya Krismasi na kuuvunja. Nilikuwa na wasiwasi kidogo kwamba hili lingeweza kumvuruga wakati wa kazi yetu kwa sababu lingekuwa lisilo la kawaida na lisilo na raha. Nilidhani angekuwa na ugumu wa kupumzika vizuri na hili lingeweza kuingilia kuingia katika transi ya kina. Lakini aliweka mto juu ya tumbo lake na akauegesha mkono wenye gipsi juu yake.

Kabla ya kutafuta taarifa ambazo Bartholomew alipaswa kunipa, nilitaka kujua zaidi kuhusu historia yake. Kama kitabu kingeandikwa baadaye, hili lingekuwa muhimu ili kuweka mazingira. Nilipaswa kufichua kile kilichotokea katika maisha yake kati ya mkutano wetu wa kwanza na safari yake katika chombo cha anga ili kumpata kipaji chake. Hilo ndilo lilikuwa jambo la kwanza. Nilitumia neno la siri la Linda na lilifanya kazi mara moja. Gipsi kwenye mkono wake haikuonekana kusababisha tatizo lolote. Aliweza kulipuuza alipoingia katika transi ya kina ya somnambulistic. Kisha nikamhesabu kurudi nyuma hadi wakati wa Bartholomew na nikamuuliza alikuwa akifanya nini.

L: (Alianza tena polepole na kwa sauti laini.) Niko kwenye uwanja. Ndani ya kuta za mji. Kama soko. Kuna shughuli nyingi sana. Kuna mambo mengi yanayotokea leo. Watu wakiwa na bidhaa zao za kuuza. Watu wakitengeneza vitu. Mhunzi yupo. Watoto wanakimbia. Mbwa, wanyama. Kuna shughuli nyingi sana leo. Nipo hapa kwa sababu ni sherehe ya usawa wa mchana na usiku wa vuli ya mavuno. Ndiyo maana kuna shughuli nyingi sana. Ni wakati baada ya mavuno kukamilika na watu wanasherehekea bahati yao njema. Na pia kutoa shukrani kwa miungu kwa neema walizowapa wakati wa msimu wa kilimo. Sherehe hii itadumu kwa siku tatu na usiku tatu, ikihitimishwa na sherehe kubwa sana usiku wa mwisho.

D: Mnaabudu miungu ya aina gani?

L: Kuna mingi. Kuna miungu ya vipengele. Miungu ya ardhi. Mungu wa Jua na mwezi, na wa upepo na mvua.

D: Je, kuna kitu katika nchi yako kinachoitwa "kanisa"? (Kimya, kana kwamba hakuelewa.) Kama kanisa la Kikatoliki?

L: Walikuja hapa mara nyingi kujaribu kuigeuza nchi, lakini haikukubaliwa. Wale waliokuja walipigwa mawe. Sasa wanatuacha peke yetu.

D: Watu hawakupenda wakijaribu kubadilisha imani zao?

L: Hapana, kwa sababu walituita wapagani, na walitutendea vibaya, kana kwamba hatufai.

D: Watu wako bado wanaabudu dini ya kale, sivyo?

L: Hilo ni sahihi.

D: Je, tayari umekutana na mwalimu wako? (Kimya) Unajua ninamaanisha nini?

L: Nimezungumza na mtu hivi karibuni, lakini hajasema kuwa yeye ni mwalimu wangu.

Inaonekana tulikuwa tumeingia katika maisha yake katika wakati wa awali zaidi kuliko pale tulipozungumza katika kikao chetu cha kwanza.

L: Yeye ni mzee sana. Hatoki hapa. Alikuja kunitembelea muda uliopita nilipokuwa msituni. Alikuwa anatembea, nami nilikuwa nimekaa chini ya mti nikitafakari. Kisha akaja moja kwa moja kwangu. Alikuwa na mfuko wa mgongoni, begi mgongoni mwake, kwa hiyo nilidhani alikuwa safarini kwenda mahali fulani. Tukazungumza tu, basi.

D: Alisema anatoka wapi?

L: Hakusema. Alisema tu anatoka mahali pa mbali sana, mahali nisipopajua. Aliniuliza nilikuwa nafikiria nini kwa umakini mkubwa. Nikamwambia nilikuwa natafakari maisha yangu. Tukaanza kuzungumza hili na lile, na kuhusu jinsi watu hawafahamiani.

D: Je, ndivyo unavyojisikia? Kwamba watu hawakuelewi?

L: Ndiyo. Ni kana kwamba wana mtazamo tofauti kabisa wa kile kinachotokea katika maisha yao. Hawaishi maisha yao kwa namna ambavyo ningependa mimi niishi yangu.

D: Je, yule mzee alihisi vivyo hivyo kama wewe?

L: Ndiyo kabisa. Alisema ni nyakati hizi. Na kwamba watu hawatambui.

D: Ilikuwa vizuri kwamba ulipata mtu wa kuzungumza naye.

L: Ndiyo. Nilihuzunika sana kumuona akiondoka. Lakini alisema huenda angerudi njia hii tena hivi karibuni, na labda tungeweza kuzungumza tena.

D: Hilo lingekuwa jambo zuri sana. Je, alikuambia jina lake?

L: Ndiyo. Jina lake lilikuwa la ajabu sana. Jina lake lilikuwa... Kristofa. Sijawahi kusikia jina hilo kabla. Nilihisi ni la ajabu kwa namna fulani.

D: Unamaanisha ni jina la ajabu kwa nchi yako?

L: Sijawahi kulisikia kabla. Alikuwa mzee, na karibu lilionekana kama jina hilo linapaswa kuwa la kijana mdogo sana. Ninapolitamka linanipa hisia ya amani sana.

D: Lakini sasa unajifurahisha pale kwenye sherehe, sivyo?

L: Oh, ndiyo. Chakula kingi kipya na aina zote za bidhaa zilizotengenezwa na wakulima. Kuimba na kucheza kwa wingi.

D: Huo ni siku nzuri. Toka kwenye tukio hilo. Jitenge na tukio hilo. Na nataka uende mbele kwa wakati hadi unapokuwa mkubwa zaidi katika maisha hayo. Unafanya nini sasa? Unaona nini?

L: Niko katika mji ulio mbali sana na nyumbani kwangu. Una barabara za mawe. Ni mchafu sana... kuna watu wengi wanaoomba. Ni mahali pa huzuni sana. Sipendi hapa.

D: Je, mji una jina?

L: Ilinibidi nipande mashua kufika hapa. Uko katika nchi ya Uingereza, na jina la mji ni Liverpooli. Ni pabaya sana hapa.

D: Unafanya nini huko?

L: Nimesafiri mbali sana kuona jinsi watu wanaishi kwenye sayari hii. Kuona jinsi wote walivyo tofauti. Wakati mwingine nakaa muda mrefu, na wakati mwingine naondoka haraka sana. Huenda nitaondoka hapa kesho. Inasikitisha sana. Inaniumiza kuona kiwango ambacho watu wameshuka. Wanatendeana vibaya sana.

D: Lakini ulisema umetembelea miji mingine na nchi nyingine pia?

L: Oh, ndiyo, nyingi. Kwa miaka kumi iliyopita hivi, nimesafiri kutoka sehemu moja hadi nyingine.

D: Ni baadhi ya nchi gani ulizotembelea?

L: Nimetembelea Gauli, na nimetembelea Roma. Nimetembelea maeneo mengi. Nilienda mashariki. Watu wengi hawajawahi kufika huko.

D: Kuna nini mashariki?

L: Oh, ni nchi kubwa sana. Na falsafa yao ya maisha ni tofauti sana na yetu. Wana rangi tofauti za ngozi, na wanafanya kitu kinachoitwa "kutafakari," ambacho kupitia hicho wanawasiliana na... (alipata shida) ...maarifa yao ya ndani. Wao ni wenye hekima sana.

D: Unaposafiri kwenda nchi hizi nyingine, unasafiri kwa njia gani?

L: Ninatembea kwa miguu.

D: Ingekuwa safari ndefu sana, sivyo?

L: Oh, ndiyo. Wakati mwingine kama kuna maji nalazimika kupanda mashua, lakini kwa kawaida natembea.

D: Unajuaje pa kwenda?

L: Oh, naenda tu mahali ninapohisi ninapaswa kwenda. Upande huo, ninaenda tu.

D: Je, unalazimika kuwa na wasiwasi kuhusu pesa au chakula?

L: Wakati mwingine. Kwa kawaida nakutana na mtu njiani, nao huwa wema sana kwangu. Hunichukua kwao kwa muda, na hadi sasa sijalazimika kuwa na wasiwasi. Nimekuwa nikitunzwa.

D: Je, sasa unajua jina la nchi uliyotoka, ulipoishi ulipokuwa mdogo?

L: Wakati mwingine watu huiita kwa majina tofauti. Wengine huiita... (kwa shida) Siton. (Kimya kirefu) Siwezi kukumbuka. Haina jina mahsusi. Ni ufalme wake wenyewe, na hawasafiri kutoka huko kabisa.

D: Basi ilikuwa jambo la ajabu sana kwako kuondoka?

L: Ndiyo. Hakuna mtu anayewahi kuondoka huko.

D: Ilikuwa ujasiri mkubwa kutaka kuondoka.

L: Kwa kweli sikutaka kuondoka, lakini niliambiwa ni lazima. Niliambiwa nione maisha yalivyo katika maeneo mengi sana. Lakini nisiwe na wasiwasi, kwamba ningeangaliwa katika safari zangu. Na ndivyo ilivyokuwa. Na siko peke yangu.

D: Ingekuwa ya kutisha kutoka kwenda maeneo usiyoyajua na kutomjua mtu yeyote.

L: Ilikuwa hivyo mwanzoni. Nilikuwa na hofu kubwa sana.

D: Nani aliyekuambia ufanye hivi?

L: Rafiki yangu anayekuja kwangu mara kwa mara. Alisema ilikuwa muhimu kuona maisha yalivyo hapa. Kwamba ufalme wangu ulikuwa umetengwa sana kiasi kwamba nisingeweza kamwe, hata kwa miaka milioni, kuelewa watu wengine walivyo kama nisingejionea mwenyewe.

D: Umejifunza nini kuhusu watu?

L: Nimejifunza mambo mengi sana kuhusu tamaduni za watu. Na jinsi walivyo tofauti, kwa sababu ya mahali walipo na jinsi wanavyoishi maisha yao. Jinsi hilo linavyoathiri mtazamo wao wa maisha. Jinsi wengine walivyo wema sana, na wengine wabaya sana. Wengine ni wajinga sana, na hawaoni mbali zaidi ya ncha ya pua yao.

D: Kila mtu anaongea lugha tofauti, sivyo?

L: Ndiyo, wanaongea.

D: Unapata shida kuwasiliana nao?

L: Hapana. Rafiki yangu amenifundisha mambo mengi. Mojawapo ni kuelekeza fikra katikati ya paji la uso, na mawasiliano yanaweza kufanyika bila kusema neno. Ni kutoka akili hadi akili. Sio kama mazungumzo, bali ni kubadilishana taarifa.

D: Je, watu wengine unaokutana nao wanahitaji kujikaza akili?

L: Hapana. Mwanzoni hushangaa. Wataanza kuzungumza nami, na ninapowakazia macho yangu, ni kana kwamba utulivu unawashuka na tunawasiliana. Na baada ya mawasiliano yetu kumalizika, wanaendelea kana kwamba tulipoanzia. Ni ajabu sana.

D: Je, wanakumbuka baadaye?

L: Hapana. Ni kama pengo la muda linalotokea. Na hawatambui hata.

D: Kuna sababu ya hilo?

L: Ndiyo. Kwa sababu kama wangejua, wangeogopa sana na huenda wangenifanya niuawa kwa sababu ya hofu yao. Wangedhani mimi ni mwovu.

D: Aina hii ya mawasiliano inakurahisishia, sivyo?

L: Oh, ndiyo sana. Nisingeweza kuzungumza nao vinginevyo. Ni vizuri sana kufanya hivi. Nazungumza na wakulima, na wakuu, na wafalme, na wakulima wa mashamba, na wafanyabiashara. Imekuwa elimu kubwa sana.

D: Umekutana na watu muhimu, kama wafalme?

L: Ndiyo, katika safari zangu nimekutana na wafalme wakati mwingine, na wakati mwingine ni wakuu tu. Nimekutana na makuhani, makuhani wakuu. Falsafa zao hunivutia sana. Lakini daima hujiona kuwa wenye haki kupita kiasi. Hilo hunifanya nicheke wakati mwingine. Siwaambii hilo.

D: Je, wanafikiri falsafa yao ndiyo pekee?

L: Ndiyo, ndiyo, hilo ndilo ninaloliona la kuchekesha.

D: Wakati mmoja uliponizungumza, ulisema pia ulikuwa unamtafuta mtu fulani. Je, hilo ni kweli?

L: Ndiyo. Ninamtafuta kijana ambaye nitaweza kumfundisha yale niliyofundishwa kabla ya wakati wangu kuondoka, ili aendelee na kazi yangu. Na hadi sasa sijampata.

D: Utamjuaje ukimpata?

L: Nitajuwa mara moja. Nitapewa ishara, nami nitajua.

D: Unajua ishara itakuwa nini?

L: Hapana, lakini niliambiwa kwamba tutakapoanza mawasiliano yetu, nitaambiwa.

D: Je, hiyo ndiyo sababu mojawapo ya kusafiri kwako? Hudhani utampata kijana huyo katika ufalme wako mwenyewe?

L: Ndiyo. Lakini pia ninaposafiri, ninajifunza mambo mengi. Na ninaweza kumweleza kijana huyu yale niliyoyaona.

D: Umeona mambo mengi ya ajabu sana, nadhani.

L: Ndiyo. Na pia nimeona mambo mabaya sana. Lakini hayo ndiyo maisha yalivyo. Lazima uyapokee mazuri na mabaya pamoja.

D: Huwezi kutoa hukumu.

L: Hapana. Hilo halingesaidia chochote. Siwezi kubadilisha hali kwa wakati huu. Hii ni hatua ya kukusanya taarifa.

D: Ndiyo, ingekuwa bure kujaribu kuwasaidia watu. Wako wengi mno.

L: Hawangesikiliza. Hawako tayari kubadilisha mtazamo wao kwa wakati huu.

D: Basi wewe ni kama mtazamaji? (Ndiyo) Familia yako ilifikiria nini ulipoamua kuondoka?

L: Walihuzunika. Hata hivyo daima walihisi mimi ni mwendawazimu. Kwa hiyo hili lilikuwa jambo jingine tu.

D: Hukuwahi kuwa kama wao.

L: Hilo ni kweli. Kwa hiyo waliliacha tu. Wakati mwingine ninawakosa.

D: Nafikiri wakati mwingine ungehisi upweke.

L: Ndiyo. Ingawa hawajui mambo ninayojua, familia ni mahali pa faraja sana.

D: Ndiyo, ninaelewa hilo. Lakini sasa uko mahali panapoitwa Liverpooli?

L: Ndiyo. Nitaondoka hapa kesho. Huenda nikaenda Uhispania.

D: Utalazimika kupanda mashua tena? (Ndiyo, ndiyo.) Umewahi kufikiria kusafiri upande mwingine, kuvuka bahari?

L: Kumekuwa na mazungumzo kidogo kuhusu hilo. Hata hivyo, sidhani kwa wakati huu kuna njia iliyothibitishwa. Ni bahari kubwa sana huko nje, na siko tayari kuchukua mradi huo sasa.

D: Unamaanisha watu hawajawa wakisafiri upande huo?

L: Kuna mjadala mwingi kuhusu hilo. Kuna mtu anayeitwa Kolumbo, anayesema Dunia ni ya mviringo. Na watu wanamcheka.

D: Umemwona mtu huyo anayeitwa Kolumbo?

L: Hapana, sijamwona. Nimesikia tu habari zake kutoka kwa watu wa mjini. Walikuwa wakimzungumzia na kucheka. Nikafikiri moyoni mwangu, inasikitisha sana. Kwa hiyo nilisimama pale na kusikiliza kwa muda. Na kwa muda nikafikiri labda ningemsaidia kidogo, lakini niliambiwa nisifanye hivyo. Lakini yeye yuko sahihi. Hajui ni kwa kiasi gani yuko sahihi.

D: Unajuaje hilo?

L: Niliambiwa mambo haya na rafiki yangu. Ningeweza kumsaidia huyu Kolumbo katika safari yake. Lakini niliambiwa nibaki kimya.

D: Rafiki yako alikuambia kuna nini huko nje?

L: Alinionyesha picha. Hazikuwa michoro. Zilikuwa kile alichokiita "picha za mwanga." Sielewi ni nini hicho. Ni picha, lakini si kama chochote nilichowahi kuona. Hazijachorwa wala kupakwa rangi. Ni nzuri sana. Na ananionyesha mambo ya ajabu sana kuhusu Dunia hii, ambayo nisingeweza kamwe kuyawazia.

D: Unaweza kunishirikisha hilo?

L: Ilikuwa kana kwamba nilikuwa mbali sana angani usiku, nikitazama chini, chini sana. Ilikuwa nzuri ajabu. Uliweza kuona umbo la Dunia na maeneo baharini ambayo nisingeweza kamwe kuyajua. Unajua, watu wa leo hufikiria tu kuhusu mahali walipo.

Hawafikirii kabisa kuwa kunaweza kuwa na mahali pengine. Na kuna maeneo mengi sana ambayo hakuna anayejua, wala anayoweza hata kuyawazia. Maeneo makubwa zaidi kuliko tunapoishi sasa. Ardhi kubwa sana, yenye misitu, vilima na milima. Maeneo ya kushangaza. Baadhi kuna watu, na baadhi hakuna watu, ni ardhi inayosubiri. (Haya yote yalisemwa kwa sauti ya huzuni ya kutamani, karibu ya masikitiko.)

D: Watu wa maeneo hayo wakoje?

L: Sijatembelea yote. Nimetembelea sehemu ndogo sana katika eneo langu, kwa sababu kutembea hadi maeneo hayo kungekuwa haiwezekani. Nimeambiwa hata hivyo, kwamba labda siku moja nitaweza kutembelea maeneo hayo ya mbali pia.

D: Ulisema ulionyeshwa picha.

L: Ndiyo, lakini hazikuwa za watu, zilikuwa za Dunia na ardhi kutoka mbali sana. Ningependa sana kuwaona watu walioko huko. Nashangaa kama wanafanana nasi.

D: Je, unadhani huko ndiko Kolumbo anaelekea?

L: Anadhani anaelekea masharıki. Sidhani kama anajua kuhusu maeneo hayo mengine. Hajui kama yapo.

D: Na rafiki yako hataki umwambie.

L: Hapana. Alisema hilo lingekuwa baya sana. Alisema hata hivyo asingeniamini.

D: Hilo ni kweli. Lazima ajigundulie mwenyewe, kama ulivyofanya wewe. Katika wakati wako, watu wa kawaida wanaamini nini kiko huko nje?

L: Wanaamini kwamba ukisafiri mbali sana kwa meli, kuna mambo mengi mabaya sana yatakayokuteka. Na utapotea milele.

D: Je, watu wa wakati wako wanaamini kuna watu wengine huko?

L: Hapana, hawaamini kuna chochote zaidi ya kile wanachokiona.

D: Alipokuonyesha picha za Dunia, ilionekana na umbo gani?

L: Ilionekana ya mviringo kidogo, na kulikuwa na maji mengi sana. (Kwa msisimko) Na unajua nini? Nadhani Dunia inazunguka na kuzunguka na kuzunguka.

D: Ilionekana kama inafanya hivyo?

L: Ndiyo, lakini polepole sana. Na kuna maji na ardhi, vipande vikubwa vya ardhi. Kila mahali maji mengi zaidi.

D: Watu wa wakati wako wanaamini Dunia inaonekana hivyo?

L: Hawajui kuwa nimeona mambo haya. Wanafikiri Dunia ni hapa walipo tu. Na zaidi ya hapo hakuna chochote. Watu wengi wana hofu sana, na wanabaki na kile wanachokijua. Hawathubutu kwenda mbali sana na mahali wanapoishi.

D: Basi umekuwa jasiri sana kufanya mambo haya.

L: Ilibidi niwe na imani kubwa katika maelekezo niliyopokea. Ilikuwa ngumu sana mwanzoni. Lakini baada ya miaka michache haikuwa ngumu tena.

D: Huenda pia ulikuwa na hofu. Hukujua kilichokuwa huko nje.

L: Nilikuwa na hofu kubwa sana. Nilikuwa na woga mwingi. Nilipogundua kwamba nisingeumizwa, kwamba ningetunzwa, basi ikawa rahisi sana.

D: Je, bado unamwona rafiki yako?

L: Ndiyo, mara kwa mara huja na kuzungumza nami. Wakati mwingine hunionyesha mambo mazuri sana. Hunieleza mambo ninayopaswa kujua. Hunionyesha kuhusu Dunia. Na hunieleza jinsi mambo yatakavyokuwa miaka mingi ijayo. Na jinsi watu watakavyoendelea katika mifumo yao ya mawazo na mitindo yao ya maisha. Na jinsi ustaarabu utakavyobadilika sana. Inavutia sana. Wakati mwingine ni vigumu kuamini kuwa mambo haya yatatokea kweli.

D: Ni mambo gani ya ajabu sana aliyokuambia yatatokea?

L: (Kwa msisimko) Aliniambia mara moja — na hili naliona gumu sana kuamini — kwamba kutakuwa na magari yatakayoruka angani. Je, hilo si la kuchekesha?

D: Oh, hilo linaonekana la ajabu sana, sivyo?

L: Na kwamba watu watasafiri nayo kote Duniani. Na kwamba watajua kuhusu maeneo yote haya ambayo hatuyajui sasa.

D: Inasikika kama muujiza kufikiri kwamba mtu anaweza kuruka.

L: Inasisimua sana. Siwezi... (Anapumua kwa kina) akili yangu haiwezi kuelewa jambo kama hilo. Nilimuuliza kama farasi wangekuwa na mabawa. Naye akasema hakutakuwa na farasi. Unaweza kuwazia hilo?

D: Hapana, siwezi kuwazia lingetokeaje.

L: Mimi pia siwezi. Kutakuwa na mambo mengi ya ajabu. Alisema kutakuwa na mashine zitakazofanya kazi ya wanaume kumi. Na kwamba watu watalazimika tu kubonyeza vitufe, na vitu vitatengenezwa.

D: Hilo lingeokoa kazi nyingi, sivyo?

L: Ndiyo, lingeokoa. Alisema watu watawasiliana vizuri zaidi kuliko wanavyofanya sasa. Watakuwa na vitu vya kuzungumzia kupitia kutoka mahali pamoja hadi pengine, na utaweza kuwasikia kwa umbali wa maili nyingi. Alisema hili litafungua mawasiliano kwa ulimwengu mzima, ili sote tuweze kuzungumza na kila mmoja. Na tusiwe wajinga tena.

D: Haya yote ni mambo mazuri, sivyo?

L: Ndiyo. Ingekuwa vizuri sana kama baadhi ya hofu hizi zingetoweka. Na watu wangekuwa wema kwa wenzao.

D: Unadhani hilo lingetokea kama wangekuwa na vitu kama hivyo ili waweze kuzungumza wao kwa wao?

L: Ndiyo. Basi wasingekuwa na hofu sana. Unaona, watu sasa wametengwa sana. Wanaishi ndani ya familia zao katika miji yao midogo. Na wana hofu kubwa ya chochote kilicho nje ya mipaka hiyo. Na kwa sababu ya hofu hii hawawasiliani vizuri. Wangeweza kujifunza mengi kutoka kwa wenzao kama wangeruhusu tu. Ujinga ungeondolewa kwa njia hizi.

D: Kwa hiyo unaona jibu ni kujifunza kuwasiliana?

L: Bila shaka kabisa. Kukosa mawasiliano ni jambo baya sana, kwa sababu huruhusu hofu kuifunika nafsi ya mtu, na kushindwa kuona uhalisia ulioko mbele yake. Hufunika kila kitu kwa giza.

D: Kwa hiyo alikuambia kuhusu vitu ambavyo watu wangezungumzia au kuzungumza kupitia?

L: Ndiyo. Na wangesikia pia. Vilikuwa mashine ndogo. Sijui zinaonekanaje. Aliniambia tu zilikuwa mashine ndogo.

D: Na hilo lingekuwa zuri kwa sababu wangeweza kuwasiliana wao kwa wao.

L: Ndiyo. Unaona, basi wangeweza kutoa mawazo yao kuhusu mambo, na wengine wangeweza kutoa mawazo yao. Na labda wazo bora lingeweza kutumiwa.

D: Hilo linaonekana zuri sana kwangu. Je, alikuambia mambo mengine yaliyokuwa magumu kuamini?

L: Ndiyo, mengi sana. Alisema kuna Dunia nyingine katika ulimwengu. Na kwamba watu huko wameendelea kwa kasi zaidi kuliko sisi. Na wana maarifa zaidi kuliko tuliyo nayo. Lakini dunia yetu inapokua na tunapokuwa na mashine hizi za kutusaidia kuwa na elimu zaidi, watu hawa kutoka maeneo mengine wanaweza kuja kututembelea, na kubadilishana mawazo yao pia.

D: Hayo yote yanaonekana mazuri sana.

L: Nadhani lingekuwa jambo la ajabu sana.

D: Ni vigumu kufikiria watu wanaoishi katika dunia nyingine, sivyo?

L: Ndiyo, ni vigumu sana, ingawa siku zote nimejua hilo. Na kwa sababu fulani, hilo lilikuwa rahisi zaidi kwangu kuelewa kuliko kufikiria kwamba kulikuwa na maeneo mengine katika Dunia hii ambayo sikuyajua. Sijui kwa nini hilo lilinipa ugumu mkubwa.

D: Ilikuwa rahisi kwako kuelewa kuwa kulikuwa na watu katika dunia nyingine?

L: Ndiyo, hilo niliweza kuelewa kwa urahisi zaidi kuliko kufikiria kwamba kulikuwa na maeneo mengine ya ardhi hapa Duniani, na kwamba Dunia haikuwa hapa tu.

D: Lakini si vigumu kwa watu wengine wa wakati wako kufikiria dunia nyingine?

L: Oh, ndiyo. Wanafikiri hilo ni baya na ovu, na wanaogopa sana kufikiria mambo kama hayo. Ni hofu yao inayowazuia. Kila kitu wasichokielewa wanakiita kibaya na ovu, na wanajaribu kukiondoa kwa kukiua au kukichoma. Wana hofu sana.

D: Ulipoenda Roma, hapo ndipo kanisa la Kikatoliki lilipo, sivyo?

L: Ndiyo, wana maeneo mengi mazuri sana huko. Wana makuhani wengi wanaofundisha dini hiyo vijijini. Wao pia wamejaa hofu.

D: Unafikiri hivyo?

L: Oh, ndiyo. Nadhani hivyo. Wanajaribu kuwaweka wakulima chini ya udhibiti kwa falsafa yao ya kidini. Lakini yote ni kifuniko cha hofu.

D: Kwa nini dini ingekuwa na hofu?

L: Sijui. Mungu wao lazima asiwe mzuri sana. Kama angekuwa mzuri, kwa nini wangekuwa na hofu kiasi hicho?

D: Unamaanisha makuhani wenyewe wana hofu?

L: Ndiyo. Wana mfumo huu. Ni kama ufalme. Ni jambo lile lile la zamani, jina tofauti tu, kuwaweka wakulima katika mstari. Mfumo wa walioko juu dhidi ya watu wadogo. Wanaamini kuna

Mungu wao tu, na wengine wote ni waovu. Kwamba kuna njia moja tu ya kuwa mwema, nayo ni ile wanayofundisha. Na kama hufuati maagizo yao utahukumiwa milele. Hilo si sahihi. Kuna njia nyingi sana. Hili ni neno nililojifunza, unajua? Neno "avenyu." Si neno la ajabu hilo?

D: Ni neno la ajabu. Unadhani linamaanisha nini?

L: Avenyu linamaanisha njia au mkondo. Naliona neno hilo linavutia sana. Avenyu.

D: Ndiyo. Lakini unadhani ni kosa wao kufikiri dini yao ndiyo njia pekee?

L: Bila shaka kabisa. Wanawaambia kuwa wao ni watakatifu sana au wenye hekima sana, na kwamba hivyo ndivyo ilivyo. Hilo halimruhusu mtu binafsi kuchunguza ukweli wake wa ndani. Wanamfundisha kwamba yeye ni mdogo sana. Lazima afuate maagizo kwa ukamilifu na kwa njia moja tu. Na hilo ni baya sana. Halimruhusu mtu kufikiri kwa ajili yake mwenyewe. (Anapumua kwa huzuni) Lakini hizi ndizo nyakati. Unaona, hali iko hivyo kila mahali. Sio Roma tu. Sio dini tu. Ni pia siasa za wakati huo. Hauruhusiwi kufikiri kwa ajili yako mwenyewe. Unaambiwa nini cha kufikiri na nini cha kufanya. Nilishangaa kuona kulikuwa na mstari mmoja wa kufanana, muundo, kote ulimwenguni. Wanaweza kuwa na desturi tofauti na kufanya mambo kwa namna tofauti kidogo, lakini kimsingi yote ni yale yale. Hofu ni ile ile. Inaweza kuwa juu ya kitu tofauti, lakini kimsingi ni vazi lile lile ambalo watu huvaa. Na wanaruhusu liathiri tafsiri yao ya maisha, na wanaruhusu liwazuie. Wanaogopa wataadhibiwa.

D: Wanapendelea kubaki na kile wanachokijua. Huko wanajisikia salama.

L: Hilo ni kweli. Na ndipo hakuna hatari ya kupigwa mawe, au kunyongwa, au kuwekwa kwenye sanduku.

D: Unamaanisha nini, kuwekwa kwenye sanduku?

L: Wana vitu hivi. Ni vya kutisha sana. Ni masanduku ya mbao. Na watu huwekwa ndani ya masanduku haya na kuachwa humo kwa siku bila chakula wala maji. Wakati mwingine hufa humo. Ni jambo baya sana.

D: Mambo haya hufanywa kwa watu wasioamini kwa njia ile ile?

L: Ndiyo, au kama wanauliza maswali. Oh, kuna watu wabaya huko nje wanaostahili kuwa katika masanduku hayo. Wanaiba au wanaua, au mambo kama hayo. Lakini kuwekwa humo kwa sababu tu unaamini tofauti ni dhuluma kubwa sana, kwa mtazamo wangu. Inaumiza nani kama unafikiri tofauti kichwani mwako? Huenda ikawa bora zaidi, unajua?

D: Umegundua nini kuhusu afya ya watu unaposafiri?

L: Katika baadhi ya maeneo ni nzuri sana na wanaishi muda mrefu, hasa kama wanaishi nje mashambani. Lakini kama wanaishi mjini, ni mbaya sana. Kama nilivyosema, miji huwa michafu sana, na kuna magonjwa mengi. Watu hawaishi muda mrefu. Kuna vifo vingi mjini.

D: Je, kuna watu ungewaita "waganga" au "madaktari" wanaowahudumia watu hawa?

L: Ndiyo, lakini hawasaidii. Watu hawa hufa hata hivyo. Nadhani hawasaidii kabisa. Wanafikiri wanasaidia, lakini hawasaidii.

D: Basi umekuwa na bahati katika safari zako. Je, umewahi kuugua?

L: Mara chache. Sio ugonjwa mbaya sana. Watu wengi wa mjini hufa kabla ya kufikisha miaka arobaini. Huo ni umri mkubwa mjini. Mimi nina miaka hamsini, na hilo linawashangaza watu kwamba nina afya njema sana. Nywele zangu zinaanza kuwa nyeupe sasa, lakini nina afya nzuri.

D: Huo unachukuliwa kuwa umri mkubwa basi.

L: Mkubwa sana, mkubwa sana.

D: Lakini bado unaweza kutembea na kusafiri.

L: Ndiyo, ndiyo. Nina hali nzuri ya mwili. Sina farasi. Sitaki jukumu la kumtunza mtu yeyote isipokuwa mimi mwenyewe. Ingawa mimi mwenyewe nimetunzwa.

D: Nilikuwa nafikiria kama ungekuwa na farasi ungeweza kusafiri haraka zaidi.

L: Kwa njia hii sihitaji kuwa na wasiwasi kuhusu chakula cha farasi wangu, au malazi. Naweza kwenda kwa mwendo wangu mwenyewe na kukaa muda ninaotaka, kisha kuondoka. Wakati mwingine napata usafiri wa kuambatana na mtu, lakini si mara nyingi.

D: Lakini unasafiri kwa mashua pia.

L: Hilo ni lazima, kwa sababu nisingeweza kuogelea umbali huo. Ni jambo la lazima ili kufika mahali pengine.

D: Je, mashua unazosafiria ni kubwa sana?

L: Wakati mwingine. Nimesafiri kwa meli kubwa yenye matanga mengi. Na wakati mwingine nimeenda tu kwa mashua ndogo. Inategemea ni nani anayenipa nafasi ya kusafiri naye.

D: Hivyo huna wasiwasi kuhusu pesa kwa njia hiyo, sivyo?

L: Hapana, hilo si la ajabu? Sisingedhani kamwe kwamba ningeweza kusafiri kwa muda mrefu bila pesa. Inashangaza.

D: Je, unabeba nguo au kitu chochote pamoja nawe?

L: Hapana. Nguo zangu zinapochakaa, daima mtu huja na kunipa mpya. Na mtu hunilisha. Nina fimbo kubwa ninayobeba. Ni kama gongo. Hunisaidia kupanda na kushuka vilima. Imekuwa rafiki yangu wa zamani.

D: Unadhani utampata huyu kijana unayepaswa kumpa maarifa?

L: Ninaanza kuwa na wasiwasi kidogo sasa, kwa sababu ya umri wangu. Awali sikuwa na wasiwasi. Nilihisi tu kwamba angeonyeshwa kwangu kwa wakati unaofaa. Lakini ninavyozidi kuzeeka, ninaanza kuwa na wasiwasi kwamba sitampata kwa wakati. Unaona, nina mambo mengi sana ya kumwambia. Na si kitu ninachoweza kumwambia kwa siku moja au wiki moja. Nina mambo mengi sana ya kumwambia, na hili litahitaji muda. Nitalazimika kukaa naye. Lazima niweze kumfundisha nikiwa bado na afya yangu. Hili ni jambo linalonitia wasiwasi mkubwa kwa wakati huu. Ingawa nimeambiwa nisiwe na wasiwasi. Tayari limepangwa. Na hadi sasa mambo yote niliyoambiwa yamepangwa. Kwa hiyo labda ninapaswa kuacha kuwa na wasiwasi. Sijihisi mimi mwenyewe kama mzee. Ni pale tu inapokumbushwa.

D: Mwili wako haujihisi mzee basi.

L: Sio kwangu mimi ndani. Lakini kwa wale wa nje mimi ni mzee sana.

D: Lakini unaelekea Uhispania baadaye?

L: Ndiyo. Sijawahi kufika huko. Na ninaelewa ni mahali pazuri sana. Kwa hiyo nilifikiri ningekwenda nijione mwenyewe. Nimekuwa mashariki mwa huko, na kaskazini mwa huko, na magharibi mwa huko. Lakini sijawahi kuwa kusini mwa huko. Labda nitaenda huko safari hii. Kwa kawaida huambiwa asubuhi ninapoamka ni wakati wa kuondoka, na ni mwelekeo gani nichukue. Naambiwa nifuate mashariki au kaskazini-mashariki au barabara yoyote ninayopaswa kuchukua. Naambiwa nichukue barabara hii, nami nafanya hivyo.

D: Huwezi kuuliza maswali yoyote. (Hapana) Sawa. Toka kwenye tukio hilo. Nataka uende mbele kwa wakati hadi utakapokuwa umefika Uhispania, kisha uniambie unalifikiriaje. Je, ulipanda mashua?

L: Ndiyo, nilipanda chombo kikubwa safari hii. Nilimkutana nahodha katika nyumba ya wageni, naye alinipenda sana na akaniruhusu kusafiri katika chombo chake. Nilikaa katika kabini yake. Ilikuwa nzuri sana. Ilikuwa meli kubwa sana yenye milingoti mingi.

D: Unaonaje Uhispania?

L: Bado hakuna watu wengi sana hapa. Ni joto sana. Mabadiliko makubwa. Inapasha mifupa yangu. Kulikuwa na baridi sana kule Liverpooli, unyevunyevu mwingi. Na mwanga wa jua unahisi mzuri sana juu ya mwili wangu. Hewa ni safi sana, na upepo ni kamili kabisa. Hadithi zote nilizosikia ni za kweli.

D: Je, utakaa huko kwa muda?

L: Nadhani nitaweza kukaa. Ningependa kuishi na watu hawa kwa muda, kuona falsafa yao ya maisha ni ipi. Wanaonekana kuwa wa kirafiki sana. Hawana hofu nyingi. Watu hawa wako wazi. Hawajazama sana katika mila. Na wanaonekana kuwa huru zaidi katika fikra zao kuliko nilivyokuwa nikiona.

D: Labda utampata kipaji chako huko.

L: Sidhani hivyo. Nadhani kipaji changu kiko mbali sana na hapa. Sijui kwa nini nafikiri hivyo sasa. Sidhani nitampata. Nadhani yeye ndiye atakayenipata. Nafikiri sasa nitakaa hapa Uhispania kwa muda. Labda watamtuma kwangu. Ni mahali pa kuburudisha sana, na ni mabadiliko makubwa. Huenda nikapumzika hapa kwa muda.

D: Lakini kweli unaamini kwamba siku moja utampata?

L: Nimeambiwa hivyo, na sina sababu ya kuamini vinginevyo.

D: Umejitolea maisha yako yote kufanya hili. Kadiri unavyoamini, lazima kuwe na ukweli fulani ndani yake.

L: Ndiyo. Ni somo kubwa sana nililojifunza zamani sana. Somo la imani.

D: Kwa hiyo kama imekusudiwa iwe hivyo, utampata. (Ndiyo) Sawa basi. Hapo panaonekana kuwa mahali pazuri sana, na unaweza kupumzika kwa muda.

Kisha nikamrudisha Linda katika hali kamili ya fahamu, na nikamwacha Bartolomeo katika ulimwengu wake, nikijua kwamba tungeungana naye tena hivi karibuni na kuendelea na hadithi yetu.

Sura ya Pili

Masomo Yanaanza

Baada ya kikao cha kwanza tulisimama kwa saa chache ili kula chakula cha mchana, kupumzika na kuzungumza. Tulirudi kazini karibu saa nane mchana. Nikitumia tena neno la siri la Linda, nilimrudisha nyuma hadi kwenye maisha yale. Nilikuwa nimekamilisha maelezo ya awali kuhusu Bartholomew, na sasa nilitaka kuendelea kupata taarifa. Udadisi wangu ulikuwa umechochewa kwa hakika, na nilitaka kugundua maarifa ambayo Bartholomew alipaswa kumkabidhi kipaji chake. Nilipanga kumrudisha kwenye chombo na kuendelea na hadithi kuanzia hapo.

D: Ningependa umpate Bartholomew tena alipokuwa katika ile chumba ya ajabu, na alipokuwa anaelekea mahali fulani. Nitahesabu hadi tatu na tutakuwa pale. 1, 2, 3, tumerudi tena kwenye tukio hilo. Ulikuwa umetoka tu chumbani kwako na kujikuta katika mahali hapa pa ajabu huku vitu vikisogea nje. Unafanya nini na unaona nini? Nisimulie kuhusu hilo.

L: Mimi ndiye pekee hapa. (Kwa mshangao mkubwa.) Nimekaa kwenye kiti nikitazama nje katika ulimwengu, nikiangalia nyota na sayari zikisogea. Niliamshwa na kuombwa nianze safari. Na nilipokubali nikaambiwa ni lazima nivae mavazi haya. Kisha mwanga ulionifunika wote, na kitu kinachofuata nilijua nilikuwa nimekaa kwenye kiti hiki peke yangu.

D: Hukusema kuwa sasa wewe ni mzee?

L: Ndiyo. Mimi ni mzee sana. Niko karibu miaka sitini sasa. Mimi ni mzee sana.

D: Je, bado ulikuwa unatafuta kipaji chako?

L: Ndiyo, nilikuwa. Nilihisi kama nilikuwa nimeshindwa katika dhamira yangu katika maisha haya. Nilijaribu kuamini, nikijua kwamba ningepata kipande cha mwisho cha fumbo kwa wakati unaofaa. Lakini nilipozeeka sana, nilianza kutilia shaka na nilianza kuogopa.

D: Je, uliwahi kumpata yeyote katika safari zako zote Duniani ambaye ulifikiri ungeweza kumuamini kwa taarifa hizo?

L: Hapana, hata mmoja. Nilifikiri labda tamaduni za mashariki zilikuwa na uelewa zaidi na zilikuwa wazi na tayari kupokea. Lakini nazo pia zimefunikwa na mila zao na mfumo wao wa imani. Nilivunjika moyo sana. Hapo ndipo nilipoanza kupoteza imani. Ilikuwa usiku huu tu ndipo niliambiwa kwamba hii ingekuwa safari yangu ya mwisho. Na ningepewa kipande cha mwisho — mwisho wa utafutaji wangu.

D: Kipande cha mwisho kilikuwa nini?

L: Kipande cha mwisho ni kushiriki maarifa haya na mtu anayefanana nami, aliye wazi kwa mawazo ambayo hawezi kuyafahamu. Mtu anayeweza kuyachunguza mambo haya bila hofu, bila upendeleo, bila msimamo wa upande mmoja. Kukubali tu ukweli, na kuuchunguza kwa makini. Kushiriki ujuzi wako, na hiyo tu.

D: Je, wanakupeleka kwa kipaji chako?

L: Wananipeleka mahali pengine jipya. Wanaliita "koloni". Ni mahali mapya ya majaribio ambako wanatumaini ukweli mtupu utatawala, bila kupotoshwa kwa namna yoyote. Watu hawa wana moyo na akili safi. Nitakuwa mwalimu wao. Nitawapa maarifa niliyokusanya kwa miaka mingi sana. Watakuwa walinzi wa maarifa haya. Kwa sababu ya usafi wao hawatayatumia vibaya, kuyaficha, wala kuyapaka rangi kwa namna yoyote. Watakuwa walinzi wa maarifa ya ukweli wa ulimwengu wote.

D: Je, hapo ndipo kipaji chako kitakapokuwa?

L: Ndiyo. Kisha kwa wakati unaofaa ataweza kutumwa kuuangazia sayari ya Dunia wakati utakapofika. Hadi wakati huo atabaki mahali hapa pamoja na wengine na kusubiri. Wengine nao wana maeneo yao ya kupeleka ujumbe huu pia kwa wakati unaofaa.

D: Kwa nini usingeweza kumpa mtu fulani Duniani? Hilo ndilo ulilodhani ungefanya.

L: Kwa sababu hakukuwa na mtu mwenye moyo safi ambaye angeweza kuyahifadhi bila kuyapotosha au kuyatumia vibaya. Kwa wakati huu, mageuzi ya sayari hayajafika katika hatua ambayo ubinadamu uko tayari. Wana masomo mengi sana, mengi sana ambayo lazima wajifunze kabla hawajaweza kutumia haya yote kwa manufaa sahihi ya wanadamu. Yangepotoshwa, yangetumiwa vibaya, na hatimaye kuharibu Dunia nzima.

D: Kwa hiyo kwa njia hii hatimaye yataletwa tena Duniani.

L: Hilo ni sahihi. Kipaji hiki kitaishi hapa katika "koloni" hii. Mahali hapa hapajui muda wala nafasi. Hawatazeeka wala kubadilika kwa namna yoyote. Ni mahali pa kuhifadhi. Na nitaondoka hapa kazi yangu itakapokamilika, na kwenda mahali pangu pa kupumzika. Sitakaa hapa, wala sitarudi Duniani kwa muda mrefu sana.

D: Ikiwa unajiona mzee, je, hilo litafanya tofauti kuhusu unapoelekea?

L: Hapana. Lakini siwezi kukaa katika koloni hii. Muundo wa roho yangu ni tofauti na hawa waliopo hapa. Hauendani kwa kukaa kwa muda mrefu usiojulikana. Nisingekuwa na amani hapa. Natamani kwenda kupumzika kazi yangu itakapokamilika. Ninahitaji kupumzika kwa muda. Ninahitaji kuwa pamoja na Yote.

D: Unasema kwamba utarudi Duniani katika mwili huu baada ya kumaliza kutoa ujumbe na maarifa yako kwa watu hawa wengine?

L: Hapana, sitarudi Duniani kwa vizazi vingi sana. Nitaenda kwa Yote kwa ajili ya kupumzika. Nitarudi baadaye sana katika uwezo tofauti.

Kutokana na majibu yake ilionekana kama alikuwa akirejelea kwenda upande wa roho na kuingia mahali pa kupumzika kwa muda kabla ya kuzaliwa tena katika mwili tofauti. Mahali hapa limeelezwa katika kitabu changu Kati ya Kifo na Maisha. Tatizo pekee nililokuwa nalo kuelewa hili lilikuwa kwamba hakutaja kufa. Bado alionekana kuwa katika mwili wake wa kimwili. Na kila mtu anajua huwezi kuubeba mwili wako unapokufa.

D: Ninajaribu kuelewa. Bado una mwili wako wa kimwili. Uko ndani ya chumba hiki umekaa kwenye kiti.

L: Ndiyo, huo ni mwili wangu. Sijawahi kuuliza nini kingetokea kwake. Nadhani nilipaswa. Lakini haikuonekana kuwa muhimu.

D: Sawa. Hebu tusonge mbele hadi chombo hiki au chochote kilicho, mashine hii uliyomo ndani, ifike inakoelekea. Ulisema unasafiri kwenda mahali palipo koloni. Hebu tusonge mbele hadi umefika huko. Niambie kinachotokea unapofika.

L: Ni mahali penye mwanga mkali sana, nami nimekaa kwenye kiti changu nikielea juu ya mahali hapa penye mwanga. Ghafla mwanga mkali sana unaifunika miili yangu. Unaanzia juu ya chumba hiki. Una umbo la silinda, nami niko katikati yake. Mara moja ninakuwa pamoja na roho hawa wengine. Siko tena ndani ya chumba. Nimesafirishwa tu na mwanga huu hadi mbele ya viumbe hawa. Wote wanafurahi sana kuniona. Wanaonekana kama viumbe vya mwanga. Kila mmoja ni tofauti lakini wanafanana. Ni viumbe wenye mwanga mkali sana.

D: Hawana sifa za kimwili?

L: Wana, lakini wana mwanga mkali sana. Ninapojaribu kutazama nyuso zao napofushwa. Ni kama kuangalia Jua. Naona wanatabasamu. Lazima wana mdomo. Ninahisi wanatabasamu kwangu. Lakini wamefunikwa na mwanga mkali kiasi kwamba siwezi kutofautisha maumbo ya miili yao.

D: Je, bado uko katika mwili wako wa kimwili? (Kimya. Labda hakuwa na uhakika.) Inahisije?

L: Inahisi nyepesi sana, nyepesi sana, kana kwamba ninaelea. Kana kwamba hakuna uzito, hakuna nguvu ya aina yoyote. Niko huru tu. Sidhani kama nina mwili. Nadhani mimi ni mimi tu.

D: Unadhani viumbe hawa wengine ni wa kimwili?

L: (Kimya) Labda. Lakini nadhani huenda ni nishati safi. Nawaona, lakini sidhani kama ni miili ya kibinadamu.

Haya yalisemwa kwa hisia ya udadisi na mshangao, kana kwamba alikuwa akijaribu kuelewa jambo geni na tofauti ambalo hakuwa amelitarajia.

L: Nadhani nimefika katika ngazi tofauti ya uwepo. Ilianza kama safari ya kimwili, lakini nadhani nimepita kupitia ngazi ya kimwili na kuingia mahali ambapo siyajui. Hata hivyo nahisi kuwa ningeweza kuondoka hapa kama ningechagua, wakati wowote, na kurudi katika kile chumba.

D: Unadhani ungeweza kuupata mwili wako wa kimwili katika kile chumba? (Ndiyo) Ulisema ungeweza kushiriki maarifa yako na viumbe hawa. Je, hilo ni sahihi? (Ndiyo) Wakati mmoja kabla niliuliza kama ingewezekana kushiriki maarifa yako nami pia. Na ulisema ungelazimika kupata ruhusa. Unadhani nini?

Nilihisi matarajio, nikitumaini ningeruhusiwa kupokea maarifa haya. Udadisi wangu ulikuwa na hamu kubwa ya hili kutokea, lakini yote yangeegemea nguvu zilizo nje yangu — nguvu ambazo sikuwa na ufahamu nazo.

L: Nilimuuliza rafiki yangu, naye akasema labda ungeweza kusikiliza wakati wa vipindi vyangu vya ufundishaji.

Nilihisi msisimko wa furaha.

D: Ingekuwa ya ajabu sana kama ningeruhusiwa kufanya hivyo.

L: Alisema kutakuwa na nyakati ambazo hutaweza kusikia mambo fulani, lakini mengi yatafanywa kupatikana kwako.

D: Kwa nini nisingeweza kusikia mambo fulani?

L: Kwa sababu kuna mambo machache sana yaliyobaki kuwekwa kabla ya mpango kutekelezwa Duniani. Na mambo hayo machache sana lazima yahifadhiwe hadi mpango utekelezwe. Na mara tu utakapotekelezwa utapewa taarifa iliyobaki.

D: Basi nikikaa kwenye vipindi vya ufundishaji nitaweza kushiriki katika maarifa hayo?

L: Hilo ni sahihi. Umepewa fursa hii kwa sababu wewe pia ni mmoja wa wachache sana ambao hawatapaka rangi wala kupotosha. Wewe ni safi moyoni na hutatumia haya kwa manufaa yako binafsi.

Upumuaji wa Linda ulikuwa unaongezeka kasi. Alionyesha dalili za kutokuwa na raha.

D: Ninaona hayo ni masharti muhimu.

L: Ndiyo. Sio kila mtu angeweza kufanya hili. Ni wachache sana, wachache sana.

Katika sentensi chache za mwisho niliona kupumua kwake kulikuwa kusiko sawa, haraka na kwa tabu kidogo. Hii ilifanya iwe vigumu kwake kuzungumza kwa uwazi.

L: Hewa hapa itahitaji kuzoeleka. Inahisi nzito sana kwenye kifua changu. (Bado alikuwa akipumua kwa nguvu.) Itachukua siku chache kabla sijaizoea.

Nilitoa mapendekezo ya kuondoa usumbufu wowote wa kimwili. Wasiwasi wangu mkuu huwa ni faraja ya mhusika.

D: Mwili wa kimwili ninaouzungumzia utaweza kuzoea bila matatizo yoyote kabisa, hata kama chombo kinachozungumza nami kinapata matatizo. Unaelewa?

L: (Upumuaji wake ulikuwa unarudi katika hali ya kawaida.) Ninaelewa.

D: Sawa. Je, utaanza masomo yako?

L: Karibuni. Kuna wakati wa kukaribishwa sasa. Wakati wa kusherehekea. Wakati wa kuwa pamoja.

D: Je, walikuwa wanakutarajia?

L: Ndiyo, walikuwa wakinisubiri, na wanafurahi sana. Wananipigia kelele za furaha. Wananikumbatia. Wanafurahi sana kwa ajili yangu.

D: Inaonekana ni mahali pazuri, mazingira mazuri.

L: Oh, ni pazuri sana. Ni pa joto sana.

D: Je, tunaweza kusonga mbele hadi uanze masomo yako, nami niweze kusikiliza? Je, una mpango au mpangilio wowote wa kuendesha masomo yako?

L: Sikuwa nimefikiria. Wakati mmoja nilikuwa na mpango, lakini umepita muda mrefu sana hata nimesahau. Sasa nimeamua kuanza kwanza na maswali kutoka kwa marafiki zangu. Kisha nitatoa maelezo juu ya maswali yao. Nahisi huu ndio njia bora kwa wakati huu.

D: Nakubaliana. Lakini kwa sababu sitaweza kusikia maswali yao, je, utayakariri? (Ndiyo) Je, umefikia wakati wa kuanza? (Ndiyo) Sawa. Endelea kwa mwendo wako mwenyewe basi.

L: Ninamuashiria ... Artness (kifonetiki, labda Ardness) ameuliza, (Polepole kana kwamba anasikiliza kisha anarudia.) "Ni nini kilitokea katika ngazi ya Dunia kilichowafanya watu kuwa na mitazamo myembamba katika mfumo wao wa imani?" Miaka mingi sana iliyopita watu waliokuja Duniani walikuja wakiwa na maarifa makubwa ya ulimwengu. Kulikuwa na wengine ambao tayari walikuwa wanaishi Duniani, ambao hawakuwa na maarifa mengi kama wale waliokuwa wamewasili hivi karibuni. Na hili liliwafanya wale waliokuwa wakija wachunguze suala la nguvu. Lilikuwa jambo ambalo hawakuwa wamelipitia kabla ya wakati huo. Nao walilipenda hisia hiyo.

Iliwapa msisimko ambao hawakuwa wameujua. Kwa hiyo waliamua kuyahifadhi maarifa yao kwao wenyewe na wasiyashiriki, kama ilivyokusudiwa. Na waliwatumikisha wale waliokuwa hawana maarifa mengi. Waliwaambia mambo yasiyo ya kweli, ili kuwaogopesha wawahudumie. Walionwa kama miungu. Wakawa miungu. Watu wa kawaida, watu wa kawaida kabisa waliokuwa hapa kwanza, waliwafikiria kuwa miungu kwa sababu wangeweza kufanya mambo ya ajabu. Haikukusudiwa hili litokee. Na walipoingia katika nguvu na ulafi huo wote, hawakutaka kuondoka. Walitaka kubaki. Na hivyo ndivyo walivyofanya. Walipopita kutoka maisha haya, hadithi zilisimuliwa kuhusu miungu hii na nguvu zao kubwa. Na hofu ikaanza kutawala. Hofu kwamba kama hawangefanya kama miungu ilivyosema wangeharibiwa. Ilikuwa wakati wa giza sana kwa sayari ya Dunia.

D: Viumbe hawa waliwaambia nini kilichowaogopesha watu, na kuwaruhusu kutiishwa?

L: Waliwaambia kwamba wangeweza kutawala upepo na mwanga, Jua, Mwezi, mvua. Walivitawala, na kama watu hawa wasingefuata sheria zao, wangeharibiwa. Watu wasingekuwa na maji, wasingekuwa na Jua. Walijua walihitaji Jua na maji na upepo, mvua. Walihitaji vitu hivi ili kuishi. Na miungu ilikuwa na udhibiti juu ya yote haya, kwa hiyo walilazimika kutii au wangeharibiwa papo hapo. Hawakujua kwamba uhai wao, roho yao, huishi milele. Wangeweza kuona tu hapa na sasa. Kusudi la awali la viumbe hawa wa mwanga waliokuja Duniani lilikuwa kushiriki taarifa hii, ili hofu iondolewe na watu waweze kuelewa.

D: Je, viumbe hawa walifanya maajabu ili kuwafanya watu waamini kuwa wao ni miungu?

L: Ndiyo, walifanya hivyo. Yote yalikuwa hila. Walifanya kwa kutumia mwanga na uchawi, lakini watu walidhani ni miungu. Nataka kusema kwamba huu ni mfano kamili wa asili ya binadamu, ya mapambano ya mara kwa mara ndani dhidi ya hofu na kujitumikia binafsi. Kujihudumia nafsi. Nguvu.

D: Lakini viumbe waliokuja ndio walioleta tatizo.

L: Ndiyo. Hawakufanya walichoambiwa. Walianguka kwa sababu walikuja kujitumikia wenyewe na si wanadamu.

D: Ulisema huu ni mfano wa wanadamu, lakini tatizo halikusababishwa na wanadamu.

L: Walitumwa kuinua kiwango cha viumbe wa Dunia hadi uwepo wa juu zaidi. Walitumwa kuwafundisha waliokuwepo hapa, si kuwafanya watumwa. Walishindwa katika jukumu lao. Walipaswa kuwafanya wanadamu waelewe na waishi katika mpangilio wa juu zaidi wa mambo. Wakakwama.

D: Unamaanisha nini walikwama?

L: Walijihusisha na nguvu na kupoteza mwanga ambao ulipaswa kupewa kipengele cha kibinadamu Duniani. Dunia ilikuwa mahali pa kupata uzoefu wa mambo mapya. Na wale waliokuja hapa kwa matumaini ya kuinua waliokuwepo tayari hadi kiwango chao, walikwama na wakashushwa hadi kiwango cha chini badala ya kinyume chake.

D: Kwa maneno mengine, hilo liliingizwa katika spishi ya binadamu? (Ndiyo) Je, hiyo ndiyo yote unayotaka kusema kuhusu swali hilo? (Ndiyo) Je, ungependa kuchukua swali lingine kutoka kwa kundi?

L: Badala yake tunaingia katika historia hapa, ili wote waweze kuelewa kile kilichoendelea kwa maelfu ya miaka. Nadhani hii labda ndiyo njia bora ya kueleza. Kuonyesha kilichotokea zamani na kisha kuendelea kutoka hapo. Swali lilikuwa, "Kwa nini hawakutumwa wengi zaidi kusaidia wale waliokwama? Kwa nini hawakutumwa wengine kuwarudisha nyumbani wale waliokuwa wakitumia vibaya uaminifu wao?" Sababu ni hii: katika kipindi hicho tuliogopa kwamba kama wengi zaidi wangetumwa nao pia wangeangukia katika muundo huo. Kwa hiyo uamuzi ukafanywa kwamba tungesubiri kizazi hiki kipite, kisha tutume wimbi jipya kwa matumaini ya kubadilisha mwelekeo wa mradi. Na hivyo ndivyo ilivyotokea. Watu wa kwanza waliokuja Duniani walikuwa kutoka sayari ya Tairantasi (kifonetiki). Inafanana kwa namna fulani na uga wa sumaku wa Dunia. Kwa hiyo haikuwa vigumu kwa watu hawa kukubalika katika mkondo mkuu wa maisha. Hawangeonekana kama ajabu. Walionekana sana kama watu wa Dunia. Kwa bahati mbaya walishindwa.

D: Hao ndio waliotaka nguvu?

L: Ndiyo. Walikuja kwanza. Baadhi yao walizaliana na watu wa Dunia miongoni mwao. Wimbi la pili lililotumwa lilitoka Iraniasi (kifonetiki). Watu hawa walikuwa tofauti. Hawakuonekana kama binadamu, na kwa hiyo walikuja kwa kujificha. Walikuja kama wanyama.

D: Wanyama?

L: Ndiyo. Na kazi yao ilikuwa kufanya kazi kimya kimya na viumbe walioteuliwa ili kubadilisha mwelekeo wa mradi. Kulikuwa na baadhi ya waliochaguliwa waliopokea mafundisho kutoka kwa wanyama hawa, kama walivyodhaniwa. Ilikuwa katika ngazi nyingine; mafundisho haya kutoka kwa viumbe hawa yaliwasilishwa kwao kupitia ndoto zao. Walifundishwa dhana za upendo, kutokufa na ushirikiano kati ya spishi. Ilifanywa kwa utulivu na kwa hila. Kwa bahati mbaya mradi huu pia ulishindwa, kwa sababu kulikuwa na wachache tu walioweza kuingizwa katika mifumo hii mipya ya fikra. Na walidharauliwa na umma. Wao, kwa sababu ya hofu ya watu wengi, waliogopa kukubali kile walichokuwa wakipewa. Na bila shaka, wale waliokuwa madarakani hawakukikubali, kwa sababu basi wangepoteza nguvu zao. Kwa hiyo kufikia wakati huu mwanadamu alikuwa ameshuka hadi kiwango cha chini kabisa, na hali ilikuwa ya kukatisha tamaa sana.

D: Viumbe hawa walikuja kama wanyama ili wasitambuliwe?

L: Ndiyo, kwa sababu hawakuwa na umbo la kibinadamu.

D: Kwa kweli walionekana vipi?

L: Walikuwa wadogo sana, walikuwa na vichwa vikubwa vya mviringo na miili midogo iliyodhoofika. Walikuwa na mikono na miguu, lakini ilikuwa laini sana. Haikuwa kama mikono na miguu ya binadamu. Walifikiri wangeonekana sana, na watu wangeogopa na kuwaua.

D: Kwa hiyo walikuwa na uwezo wa kujifanya waonekane kama wanyama?

L: Sahihi. Walikuwa na uwezo wa kuchukua umbo la mnyama. Walijificha. Waliingia katika uwepo huo.

D: Na kwa njia hii waliweza kuwaathiri watu kupitia ndoto zao, ulisema, kwa namna ya hila.

L: Kupitia ndoto zao. Ndiyo. Ilitarajiwa kwamba kama wangeweza kuwaathiri watu wa kutosha, mradi ungeweza kubadilishwa haraka sana. Lakini inaonekana ulikuwa wa hila sana, wa polepole sana, kwa hiyo nao pia ulishindwa.

Nilipokuwa nikitafiti hadithi za Wahindi kwa ajili ya kitabu changu Hadithi ya Mgongano wa Nyota nilikuta simulizi nyingi za wanyama kuwatokea wanadamu katika nyakati za awali ili kuwapa maarifa. Hili ni sehemu kubwa ya utamaduni wa Wahindi wa Marekani. Tamaduni nyingine kote duniani pia zina hadithi zinazofanana. Inafurahisha kuona kwamba katika nyakati za sasa za kuona vyombo visivyojulikana angani na viumbe wa kigeni, mara nyingi viumbe hao huonekana kama wanyama kama picha ya juu au kumbukumbu ya skrini ili mwanadamu asiogope.

D: Je, unapokea maswali mengine kuhusu hili?

L: Swali lilikuwa, “Kwa nini hawakutumwa Wa-Iraniasi wengi zaidi kwenye sayari ya Dunia? Kwa kuwa wao ni jamii yenye nguvu kubwa ya kiakili, wangeweza kuwashinda wote waliokuwa Duniani wakati huo." Na jibu la hilo, rafiki yangu, ni hili: nguvu kamwe haifanyi kazi. Hilo si suluhisho linalofaa. Wale walioko Duniani lazima wafikie utambuzi kwa chaguo lao wenyewe. Nguvu imetumiwa mara nyingi sana kama suluhisho la matatizo mengi. Hili kamwe halifanyi kazi.

D: Hilo ni jibu zuri. Swali linalofuata ni lipi?

L: "Ni muda gani kipindi hiki cha mpito cha kudorora kilidumu kabla ya wengine kutumwa?" Kilidumu kwa miaka elfu kumi. Uamuzi ulifanywa kuiruhusu Dunia ikue kwa muda kidogo yenyewe, na labda ijipatie jambo fulani. Mambo hayakubadilika kwa muda mrefu sana. Watu walikua, lakini walikua gizani. Kulikuwa na mwanga mdogo sana mioyoni mwao.

D: Watu walikuwa wakifanya nini kilichokuwa cha giza?

L: Walikuwa wa kizamani sana. Na hakukuwa na upendo mwingi. Kulikuwa na mauaji mengi, chuki nyingi, mapambano mengi ya madaraka, ambayo yaliendelea kwa karne nyingi, maelfu ya miaka. Giza lilitawala kwa muda mrefu sana.

D: Je, una swali lingine?

L: Ndiyo. Swali ni, "Vipi kuhusu mabadiliko ya Dunia katika kipindi hiki?" Kulikuwa na mabadiliko mengi juu ya uso wa Dunia. Kulikuwa na wengi sana waliochukuliwa kutoka sayari kwa matumaini ya kukusanya nishati nyepesi zaidi.

D: Ni aina gani ya mabadiliko ya Dunia yalitokea katika kipindi hicho?

L: Kulikuwa na mafuriko. Maji, maji kila mahali. Mabara yaliyokuwa pamoja yalivunjika. Kulikuwa na nyakati za joto kali. Joto kali kiasi kwamba waliokuwepo walikufa. Baadhi walisafiri kwenda maeneo mengine ili kuokoka. Wale waliokoka walianzisha makoloni mapya, wakisali kwa ajili ya mwongozo na maarifa.

D: Ni nini kilisababisha mabara kuvunjika? Na kwa nini kulikuwa na maji mengi sana?

L: Chini ya uso wa Dunia kuna vitu vinavyoitwa "grids" ambavyo hushikilia Dunia pamoja. Na wakati mambo haya yote yalipokuwa yakitokea, vitu hivi vilivyoko ndani ya uso wa Dunia vilibadilisha nafasi zao na kusababisha mabara kugawanyika. Maji yalitokana na joto kuyeyusha maji yaliyoganda. Mabura haya yalipogawanyika, wengi walipotea. Wanadamu, mimea, wanyama, walipotea. Kisha ikafuata kipindi cha kupoa baada ya joto kali hilo. Ilipopoa, uoto mpya mwingi ulianza kuchipuka. Maisha mapya yakaanza kubadilika na kukua, na kulikuwa na matumaini makubwa kwamba Dunia ingerudi kwenye mwanga. Walidhani sasa wamejifunza kwamba upendo na kukubali jirani yako vingestawi. Na vilistawi kwa muda, lakini si kwa muda mrefu. Watu huchoka na uwepo wa amani, na hutafuta kitu cha kusisimua na tofauti. Na hatimaye hilo ndilo lililotokea.

D: Unamaanisha ilikuwa asili ya wanadamu kutoridhika wakati mambo yalipokuwa yanaenda vizuri?

L: Ndiyo. Na hilo ndilo lililotarajiwa kubadilishwa. Lakini halikubadilika.

D: Walifanya nini walipotaka kitu cha kusisimua?

L: Mwanzoni walicheza michezo, kisha michezo ikawa jaribio la nguvu na nia. Na jambo moja likasababisha jingine, na wakarudi tena kwenye suala la nguvu. "Mimi ni muhimu. Mimi ni mwenye nguvu zaidi. Mimi ni bora zaidi." Hili limekuwa gumu sana kwa watu kuelewa na kujifunza kutoka kwake. Wanaendelea kuangukia mtego uleule unaowekwa kwao.

D: Unadhani hilo ni kwa sababu damu ya wale waliokuja hapa imechanganyika ndani ya watu? Je, ndipo ilipotoka, au ni asili ya binadamu?

L: Ni asili ya binadamu iliyokuzwa zaidi katika ngazi ya uwepo kupitia kuchanganyika kwa tamaduni. Watu kutoka ardhi nyingine, maeneo mengine. Walikuja wakitaka kuifanya dunia iwe bora, lakini wakanaswa. Kwa hiyo yale waliyodhani wangeyaangamiza na kuyafanya bora, yalizidishwa kupitia wao hadi katika uwepo wa kidunia.

D: Kwa hiyo jeni zao zilisaidia kuifanya sifa hii iwe na nguvu zaidi? Je, hiyo ni njia ya kusema hivyo?

L: Ndiyo. Na walitumwa kufanya jambo tofauti kwa ajili ya sayari. Ndiyo maana ilichukua muda mrefu kabla ya mtu mwingine yeyote kutumwa, kwa sababu ya hofu ya kuikuza tena mara nyingine.

D: Sawa. Nafikiri huo ndio muda wote tulionao kwa sasa kwa maswali. Lakini naweza kurudi baada ya muda kidogo na kuuliza zaidi.

L: Hilo litakuwa sawa. Nitakuwa hapa.

D: Na tunaweza kuendelea na hadithi kuanzia hapo.

L: Tumegusa tu uso wa mwanzo.

D: Lazima tuanze mahali fulani. Nina maswali mengi sana.

Kisha nikamrudisha Linda katika hali ya kawaida ya ufahamu. Alitaka kuniambia kuhusu taswira iliyokuwa imebaki akilini mwake. Nikawasha tena kinasa sauti ili asimulie.

D: Ulisema uliweza kuona ndani ya dunia?

L: Ilikuwa kana kwamba ilikuwa tupu ndani, na kulikuwa na vitu vilivyoishikilia pamoja. Sijui vilikuwa nini. Vilikuwa vikisogea ndani. Na ilikuwa kama mambo mengi yalikuwa yakitokea juu. (Harakati za mikono.) Yakisogea hivi, juu na chini. Katikati ya Dunia ilionekana kama mpira mtupu. Na vitu hivi pembeni mwa mpira vilikuwa vikisogea juu na chini. Sijui vilikuwa nini. Vilikuwa vitu vilivyoishikilia pamoja.— Watu wale waliokuja mara ya pili walikuwa na vichwa vikubwa vya mviringo, na walikuwa wa rangi ya fedha. Walikuwa na miili, lakini walikuwa na viendelezo vilivyotoka mikononi mwao na katikati ya miili yao na miguu yao.

D: Viendelezo?

L: Umewahi kuona sanamu na michoro kutoka tamaduni za mashariki za baadhi ya miungu yao? Walikuwa na nyuso na miili ya kibinadamu, na mikono inayotoka pande mbalimbali?

D: Nimeona baadhi zilizo na mikono mingi.

L: Ndiyo, sawa. Isipokuwa watu hawa walikuwa wadogo sana, na walikuwa na vichwa vikubwa vya mviringo. Sikumbuki nyuso zao. Hawakuwa na nywele. Kisha walikuwa na mikono na miguu mingi inayotoka sehemu tofauti.

D: Basi hizi zilikuwa viungo halisi, mikono na miguu halisi.

L: Ndiyo. Walikuwa watu wadogo. Uwepo wao wote ulikuwa uking'aa. Sijui kama walivaa mavazi au kama ilikuwa miili yao yenyewe. Ilikuwa fedha kila mahali, rangi moja thabiti kila sehemu.

D: Na walijua hawawezi kujionyesha kwa watu kwa namna hiyo, kwa sababu walionekana tofauti sana. Ingekuwa ya kutisha mno. (Ndiyo) Ulamaanisha wangeweza kuingia ndani ya mnyama au kujifanya waonekane kama mnyama?

L: Nilielewa kwamba walishuka na kwa namna fulani wakaingia ndani ya mnyama. Ndani ya akili yake au kwa njia yoyote waliyoifanya, sijui. Walifanya hivyo ili waweze kuwa karibu sana na mwanadamu.

D: Nilikuwa nikifikiri kama mnyama angeanza kuzungumza na mwanadamu, haijalishi ni zamani kiasi gani, hilo lingewashtua. Lakini haikuwa hivyo.

L: Hapana. Ilifanyika kupitia akili kwa namna fulani, au kupitia ndoto zao. Lakini sababu waliingia ndani ya wanyama hawa ilikuwa ili waweze kuwa na wanadamu katika ukaribu wa kimwili. Nadhani watu hawa lazima walikuwa na wanyama wa kufugwa, kwa sababu niliwaona watu hawa wamelala na wanyama hawa wakiwa karibu sana.

D: Uliweza kuona watu wa kwanza walivyoonekana? Wale waliogeuzwa watumwa?

L: Niliwaona katika umbo la mwanadamu. Walikuwa weusi. Sijui kama ilikuwa katika muktadha wa kuwa upande wa giza au kiwango cha chini cha akili au ukuaji au kitu fulani, lakini ningewaona wakiwa weusi. Na hawa viumbe wa kwanza waliokuja walionekana kama wanadamu sana, lakini walikuwa na ngozi nyepesi. Unajua, katika historia yetu ya kidini tunafundishwa kwamba Adamu na Hawa walikuja na kuzaa watu wengine wote Duniani. Na kutokana na ninachopata hapa, ni tofauti. Kulikuwa na watu wengi hawa Duniani. Lakini ninapowawazia hawa watu weusi ninawaona wakijipendekeza chini. Na tena sijui kama hiyo ilikuwa ishara ya viumbe wa mwanga na viumbe wa giza. Lakini ilikuwa wazi sana kwangu kwamba hawa wa mwanga walikuwa wamesimama wima juu, na kuna umati huu wa giza uliokuwa unajipendekeza chini.

D: Bila shaka lazima walikuwa na mshangao mkubwa au waliwaogopa watu hawa. Nashangaa kama walikuwa wa kizamani sana mwanzoni, na ndiyo maana walikuwa rahisi kutiishwa.

L: Nadhani, kutokana na kile kilichokuwa kikisemwa, kwamba walikuwa na maarifa kidogo sana. Na hawa viumbe wengine walikuwa hapa kuwaangazia na kuwainua hadi kiwango cha juu cha uwepo. Kwa hiyo kutokana na hilo ningetambua kwamba walikuwa wa kizamani sana.

D: Kulikuwa na hofu na mshangao mwingi, nao wakautumia vibaya. Iwe viumbe hawa walikuwa wanadamu, wanadamu-fanana au chochote, hawakuwa wamebadilika hadi kiwango ambacho wasingeweza kushawishika na nguvu watu walipokuwa wanapiga magoti mbele yao. Kwa hiyo inaonyesha kwamba hata mtu aliyeendelea sana anaweza kupotoshwa.

L: Hawakuwa viumbe wakamilifu, lakini walikuwa na maarifa, na nadhani ndiyo maana walikuja, kuleta maarifa yao. Walionekana wa kibinadamu na wa kifalme sana. Warefu sana na wenye kujiamini sana. Na nakumbuka nikisema waliwafanya miungu.

D: Unaweza kuona kwa nini watu wangefanya hivyo.

L: Na wale viumbe wa mwanga katika sayari ile anayowaeleza hadithi. Walikuwa mwanga mkali sana, mweupe. Ilikuwa kama donge. Madonge ya mwanga. Walinikumbusha umbo la yule mhusika wa katuni Casper the Ghost. Isipokuwa ulikuwa mwanga mkali sana, wenye nguvu, na walikuwa watulivu sana, wenye furaha, wenye upendo. Walipenda tu kushiriki upendo.

Linda alionyesha kutokuwa na subira kwamba hatukuwa tunapata taarifa zaidi kwa kasi. Alidhani ingechukua vikao vichache tu. Nilimkumbusha kwamba kulikuwa na taarifa nyingi sana kuweza kumimina yote kwa saa moja na nusu. Pia ilikuwa ikichukua muda mrefu kwa sababu alikuwa akizungumza polepole zaidi. Nilikuwa nimezoea kufanya kazi kwa muda mrefu (miezi kadhaa katika baadhi ya matukio) kukusanya taarifa na kuziweka kwa mpangilio, lakini bila shaka Linda hakuwa. Jukumu langu katika miradi hii lilikuwa kuwa na subira na kujaribu kupanga mlolongo wa matukio.

Tulisitisha ili kula chakula cha jioni, kupumzika na kuzungumza na Patsy. Tulianza kikao chetu cha mwisho baada ya giza kuingia. Tulijua kingemalizika usiku sana lakini hilo halikunisumbua, kwa sababu sikuwa na uhakika ni lini ningeweza kurudi tena Little Rock. Tulitaka kujaribu kumaliza mengi iwezekanavyo katika siku moja. Nilidhani angeweza kulala hadi kuchelewa siku iliyofuata na mimi pia.

Neno la siri lilimweka Linda katika hali ya kina ya transi tena, na tukarudi kwenye tukio lile lile tuliloacha saa chache kabla. Bartholomew aliendelea kana kwamba hakukuwa na kukatizwa.

L: Nimesimama kwenye jukwaa mbele ya wanafunzi wangu. Nachukua maswali kwa wakati huu.

D: Kabla hatujaanza maswali tena, ningependa kufafanua jambo ulilosema awali. Watu wale wa kwanza waliokuwa hapa Duniani wengine walipokuja. Unajua walitoka wapi?

L: Walikuwa hapa. Walikuwa viumbe wa Dunia.

D: Uliambiwa hawa viumbe wa awali walionekana vipi?

L: Nilidhani walikuwa wanadamu kama mimi. Sikuwahi kuuliza.

D: Sawa. Basi tulikuwa tumeifikisha hadithi hadi wakati uliposema kuhusu janga la mabara ya Dunia kugawanyika, na watu kuhamia mahali ambapo wangekuwa salama. Tulikuwa katika hatua hiyo nilipoitwa. Je, ungependa kuchukua maswali zaidi kutoka kwa wanafunzi wako sasa?

L: Ndiyo. Wanafunzi wangu wanataka kujua kwa nini watu hawa hawakuridhika na hali yao? Kwa nini walivuruga amani waliyokuwa wameijua kwa miaka kadhaa? Jibu la hilo linanichanganya sana. Niliambiwa walitaka kupata hali ya kihisia ya kiwango cha juu zaidi. Walichoka na utulivu. Walitaka msisimko katika maisha yao. Na michezo ilipogeuka kuwa vita, hilo liliwapatia njia hiyo. Mioyo yao ikawa ya giza, na kulikuwa na mauaji mengi, majeraha mengi. Lilikuwa jambo walilotamani kulipitia wao wenyewe.

D: Walichoka na amani. Walichoshwa, kwa kusema hivyo?

L: Sio kuchoshwa sana, bali haikuwapa njia kubwa ya kutoa hisia. Walihisi kwamba hali kali za tabia zilitimiza mahitaji yao ya kihisia. Ziliwapa uzoefu waliotaka kuuchunguza wao wenyewe. Bila kutambua kwamba waliporuhusu hisia hizi kutawala, walikuwa wakipoteza mwanga uliokuwa ndani yao.

Haukuondoka, hata hivyo ulififia sana. Na yote kwa sababu ya kutaka kupitia msisimko wa hali za kihisia na kiwewe.

D: Hukusema kwamba viumbe wa angani waliamua kuwaacha peke yao, na kuwaacha wajaribu kujitatua wenyewe?

L: Ndiyo. Katika wakati huo hakukuwa na watu wengi, na hawakuwa hatari kwa mtu yeyote. Kwa hiyo ikaamuliwa kuwaachia rasilimali zao wenyewe. Ama wangekua kupitia uzoefu huo au wangeangamizwa. Kisha sayari ingeweza kutolewa kwa wengine waliotaka kuishi maisha ya wema.

D: Je, viumbe wa angani walikuwa wakitazama watu wakati wote huu katika historia yao?

L: Ndiyo. Walikuwa wakitikisa vichwa vyao kwa mshangao juu ya sanaa nyeusi, wakijiuliza kwa nini.

D: Walikuwa wanatazama kutoka wapi? Mambo haya yote lazima yalichukua muda mrefu sana.

L: Muda wao ni tofauti sana na dhana yetu ya muda. Wangeweza kuingia kupitia makadirio ya kiakili, au wakati mwingine walitembelea sayari kimwili. Hili halikufanywa mara nyingi kwa sababu halikuwa salama. Watu hapa wakati huo walikuwa wabaya sana, na waliwaua wengine bila kufikiri mara mbili. Kulikuwa na mauaji mengi.

D: Kwa nini viumbe hawa wa angani walikuwa na wasiwasi sana? Hawangeweza tu kuondoka na kusahau Dunia?

L: Hapana, kwa sababu kulikuwa na mpango mkuu kwa Dunia hii. Ni sayari nzuri zaidi katika ulimwengu huu. Iliundwa kwa uzuri kama jaribio. Kwa bahati mbaya haikubadilika kwa njia iliyokusudiwa. Ilipaswa kuwa jaribio la hisia na raha za kimwili. Mambo ambayo maeneo mengine mengi hayana. Iliundwa kuwa uzoefu kwa wale waliokuja hapa, kisha waondoke. Watu wangekuja hapa kwa likizo ili kuonja Dunia, raha ambazo ingetoa. Raha za kimwili ambazo viumbe hawa kwa kawaida hawazipati.

D: Unamaanisha walikuja hapa kama kwenye mapumziko na likizo kabla hali haijaharibika?

L: Ilikuwa kabla watu hawajaiishi Dunia hii. Kisha baadhi yao wakajihusisha sana na raha hizi za kimwili, wakazama sana ndani yake, hawakuondoka. Walibaki kuzipitia zaidi. Kadri walivyobaki kwa muda mrefu, ndivyo walivyopoteza uwezo wa kuondoka. Kwa hiyo walikuwa hapa wakati kundi la kwanza la viumbe lilipokuja. Wale waliopaswa kuwasaidia wale waliokwama katika hali ya kimwili ya sayari hii, kuwasaidia kurejesha roho zao za mwanga. Nao pia wakanaswa.

D: Walipaswa kuwasaidia kurejesha kile walichosahau, lakini haikufanya kazi hivyo.

L: Hapana, kwa sababu nao pia walinaswa. Kwa hiyo walibaki pia, na wakachanganyika na wale waliokuwa hapa kwanza.

D: Ulisema ilikuwa sehemu ya mpango mkuu mwanzoni. Unaweza kuniambia chochote kuhusu hilo?

L: Mwanzoni mpango ulikuwa mpango mzuri sana. Mpango ungewaruhusu roho kuja Duniani kutembelea uzuri, kufurahia mambo ya kidunia, kama zawadi kwa mambo waliyokuwa wamefanya katika dunia nyingine. Ilikusudiwa kuwa likizo fupi, uzoefu wa kufurahisha, kisha waondoke na kuendelea na uwepo wao.

D: Huo ndio ulikuwa mpango mkuu?

L: Ndiyo. Ilikuwa kama zawadi kwa kazi iliyofanywa vizuri.

D: Inaonekana kama kila kitu kilienda vibaya, sivyo?

L: Ndiyo. Ilikuwa ya kusikitisha.

Hii haikuwa mara ya kwanza kusikia hili. Katika regresha nyingine zinazohusiana na wahusika wengine, Dunia inatajwa kama mahali pa likizo, mapumziko ya likizo, ambapo viumbe kutoka dunia na vipimo vingi tofauti walikuja katika nyakati za awali kabla dunia haijachafuliwa na wanadamu. Ilisemekana hii ilikuwa kabla roho hazijanasa katika hali ya kimwili ya Dunia.

D: Je, kuna swali lingine?

L: "Mafuriko yalipokuja, na mabara yalipogawanyika. Anataka kujua kama hilo lilikuwa tukio la ghafla au kama lilikuwa jambo la polepole." Katika baadhi ya matukio lilikuwa la ghafla sana. Lakini kupashwa joto kwa sayari lilikuwa jambo la polepole. Kilichokuwa cha ghafla ni pale mafuriko yalipoanza. Yaliharibu mengi sana na yalikuja kwa kasi kubwa. Hakukuwa na karibu sehemu yoyote ya sayari ambayo hayakugusa. Wakazi wengi walinaswa na kupotea. Wachache sana walinusurika. Ilitarajiwa kwamba hili lingewafanya waone kosa walilokuwa wamefanya awali, na wawe na shukrani kwa amani iliyowatembelea sasa. Lakini walichoka nayo upesi.

Nilijiuliza kuhusu hadithi za mafuriko ambazo zinapatikana katika kila utamaduni duniani. Lakini hii huenda ilikuwa wakati wa kale sana na wa awali katika historia ya Dunia. Inaonekana Dunia imebadilika mara kadhaa, na mafuriko makubwa si jambo geni katika historia yetu. Mafuriko ya Biblia na mengine huenda yalitokea baadaye. Ni kana kwamba hakuna kitu kipya kabisa katika historia ya kimwili ya dunia, bali ni marudio ya msururu wa matukio. Baadhi ya mambo haya yameandikwa katika rekodi za kale, na mengine huenda yalitokea kabla ya dhana yetu ya kuhifadhi kumbukumbu.

D: Je, kuna swali lingine? Tunafuatilia historia vizuri sana.

L: "Kwa nini watu waliobaki hawakuondoka sayari ikiwa walikuwa wameelimika vya kutosha kuokolewa?" Jibu ni kwamba hawakuwa viumbe waliopata mwanga. Walikuwa bado ni viumbe wa Dunia, na hawakuwa na hamu ya kuondoka. Hawakujua kuhusu uwepo nje ya maisha yao ya kila siku. Kwa hiyo hawakuwa na ufahamu kwamba kulikuwa na chaguo. Kwa hiyo hawakujua kwamba wangeweza kuondoka. Na pengine ni vyema hawakujua. Swali: "Je, unadhani kama wangeondoka wangechafulia maeneo mengine waliyokwenda?" Hilo ni jambo linalowezekana, kwa sababu nia zao hazikuwa safi kama za wengine. Kama wangetembelea maeneo yaliyokuwa wazi kwa namna yao ya kufikiri, wangeweza kuyaathiri. Hata hivyo, walikuwa wachache sana, nina shaka kama hilo lingekuwa jambo linalowezekana. Swali: "Ni lini uamuzi ulifanywa wa kutuma viumbe wa mwanga zaidi?" Haikuwa hadi miaka mingi baadaye, wakati Dunia ilipotembelewa tena na chombo. Kulikuwa na watu wengi katika chombo hiki, na walikuja, si kukaa, bali kufundisha wengi waliokuwepo hapa. Hawakuruhusiwa kuchanganyika na watu wa Dunia. Walipaswa kuwafundisha tu kiasi cha kuchochea mchakato wao wa kufikiri ili kubadilika kidogo zaidi kuelekea mwanga. Swali:....

D: Lakini kwanza, watu wale waliokuja wakati huu walionekana vipi? Ulisema walikuwa wengi.

L: Walikuwa wengi sana. Walikuwa kama wanadamu kwa namna fulani. Kiasi cha kukubalika. Walikuwa warefu sana, na walikuwa na miguu ya ajabu.

D: Miguu ya ajabu? Unamaanisha nini?

L: Hawakuwa na mikono na miguu kama yetu. Walikuwa wamefunikwa ili wasitambulike. Walivaa viatu na glavu wakati wote, ili wasiwaogope watu. Macho yao yalikuwa makubwa sana, na meusi. Na walikuwa na mashimo tu usoni badala ya pua. Walikuwa na mdomo ingawa hawakuutumia kwa namna tunavyoutumia sisi. Hawakuzungumza lugha wala kula chakula cha Dunia, wala hawakunywa vimiminika.

D: Basi walitumia nini kwa ajili ya uhai?

L: Walikuwa na mfumo ambao ni mgeni kabisa kwa dhana ya binadamu. Ni mfumo wa nishati ya mwanga, unaochochewa, kuimarishwa na kufanywa upya kupitia mfululizo wa mwanga.

D: Unamaanisha mwanga ndio uliwaweka hai?

L: Ndiyo. Bila huo wangekufa. Walileta taa zao pamoja nao ndani ya chombo, na walipaswa kupumzika mara kwa mara katika chumba fulani ili kupata nguvu upya. Walihitaji kutumia muda mfupi tu katika maeneo haya madogo, lakini ilikuwa muhimu sana kwa afya yao kufanya hivyo mara kwa mara.

Dhana kama hii iliripotiwa pia katika Urithi Kutoka kwa Nyota ambapo viumbe walilala ndani ya sanduku la maiti ili kuoga mwanga. Huu pia ulikuwa ndio chakula chao pekee, na walisema mwanga huo ulitoka kwa Chanzo.

D: Je, viumbe hawa wote walikuja katika sehemu moja Duniani?

L: Hapana. Kulikuwa na — satelaiti? (kana kwamba lilikuwa neno lisilofahamika) — vyombo vya satelaiti vilivyoondoka kwenye chombo kikuu na kwenda katika maeneo tofauti ambako kulikuwa na watu. Walikuwa wakiwasiliana na chombo kikuu mara kwa mara, wakilinganisha kumbukumbu za maendeleo yao.

Haya yote yalisemwa kana kwamba alikuwa anarudia taarifa zilizohifadhiwa au kuzisikia kutoka mahali fulani. Kana kwamba zilikuwa za ajabu na zisizofahamika. Usomaji tu wa ukweli.

L: Baadhi walifanikiwa zaidi kuliko wengine. Baadhi walishindwa kabisa. Wengi hata hivyo walifanikiwa. Walifundisha mambo mengi sana kwa watu wa Dunia. Mambo ambayo yangewaboresha katika uwepo wao wa kimwili. Falsafa ambazo zingeboresha mtazamo wao wa kiroho na kifalsafa, wakitumaini kupanda cheche ile ya mwanga ambayo ingeweza kukua.

D: Ni mambo gani waliyofundisha kuwasaidia maisha yao ya kimwili?

L: Waliwapa maarifa ya kilimo: nyakati za kupanda, nyakati za kuvuna, jinsi ya kupanda, ambayo hawakuwa wanajua. Walikuwa wawindaji kabla ya hapo, na walikuwa wanaua sana. Dhamira ilikuwa kuelekeza mawazo yao mbali na kuua kwenda katika mtindo chanya zaidi, kama ukuaji na mavuno, chanzo kingine cha chakula na nishati. Hili pia lingewafanya wakae sehemu moja, badala ya kuishi maisha ya kuhamahama. Wangekuwa na muda zaidi wa kufikiri na kukuza uwezo wao wa hoja kama wangekaa sehemu moja. Pia waliwafundisha jinsi ya kutumia wanyama badala ya kuwaua. Waliwafundisha kuwa wema zaidi kwa wao kwa wao, na kuishi maisha yenye maelewano zaidi. Kwa bahati mbaya watu waliwaona walimu hawa tena kama miungu yao. Lakini safari hii walimu walibaki waaminifu; hawakunaswa na uwepo wa kidunia. Kusudi lao lilikuwa kuja kufundisha. Na kazi yao ilipokamilika, wote waliondoka pamoja. Jaribio hili lilichukuliwa kuwa mafanikio makubwa. Watu wa Dunia walipewa uwepo bora zaidi, na sababu ya kupanua yale waliyopewa. Walifundishwa na walipewa uwepo thabiti zaidi kuliko wowote waliokuwa wameujua kwa muda mrefu. Na fursa ya kutumia akili zao kwa namna ambayo hawakuwa wamewahi kuifikiria kabla.

D: Haya yalikuwa mambo mazuri sana.

L: Ndiyo. Ilikuwa mradi mzuri sana, na wengi walifurahi na kusherehekea kwa muda fulani baada ya kukamilika kwake.

D: Lakini ulisema baadhi ya walimu walienda mahali ambapo ilikuwa kushindwa kabisa.

L: Ndiyo, kwa sababu watu wale walikuwa wamezama sana katika raha zao za kidunia. Hawakuweza wala hawakutaka kukubali msaada wowote, kwa hiyo wakaachwa waamue hatima yao wenyewe, kubadilika kadri wangeweza au kupotea. Kufa, ambako wengi walikufa. Kwa sababu hawakusikiliza, walipotea.

D: Je, kulikuwa na jamii maalumu zilizokufa kwa sababu ya hili? Jamii ambazo hazipo tena Duniani?

L: Katika kipindi hiki viumbe wa Dunia walikuwa wote wanafanana. Ingechukua muda kabla tofauti za rangi na sura kuonekana. Wakati huu wote walikuwa sawa, na hawakuwa wengi sana.

D: Je, ungependa kuendelea na maswali?

L: Swali: "Mabadiliko yalikuja lini yaliyosababisha rangi tofauti na lugha tofauti, lahaja zinazozungumzwa Duniani?" Hili lilitokea baadaye katika maendeleo ya Dunia. Lilihusiana na mbegu nyingine zilizopandwa katika maeneo tofauti. Watu walikuja kutoka kote ulimwenguni. Baadhi walikaa na kuoa viumbe wa Dunia. Huu ulikuwa mchakato mrefu kabla haujageuka kuwa kile tunachokijua leo. Katika maisha yangu ilichukua muda mrefu sana kabla ya kugundua kwamba kulikuwa na rangi nyingine ya ngozi zaidi ya ile niliyokuwa naifahamu. Katika safari zangu niliona rangi nyingine mbili tu, lakini niliambiwa kulikuwa na zaidi ya nilizoona. Niliona wa mashariki, jamii ya njano, na niliona jamii ya kahawia. Niliambiwa kuna jamii ya ngozi nyekundu, ambayo siwezi kufikiria ingeonekanaje kwa mtu. Niliambiwa kuna jamii ya ngozi nyeusi, ambayo naweza kuifikiria. Na niliambiwa kuna rangi nyingine ambayo sijawahi kuiona. Ni kama ngozi yangu lakini tofauti. Ni nyeupe zaidi. Sijawahi kuiona pia.

D: Je, uliambiwa kuhusu rangi zozote ambazo zilikuwepo Duniani zamani lakini hazipo tena? (Hapana) Lakini rangi hizi za ngozi zilitokea kwa sababu ya viumbe wengine kuja kutoka ulimwengu mingine?

L: Ndiyo. Ilikuwa mabadiliko ya polepole.

D: Siku zote nilikuwa nadhani baadhi yake ilisababishwa na hali ya hewa ya joto na baridi. Hilo si sababu pekee?

L: Hapana. Hilo huenda lilitokea baadaye, lakini kabla ya hapo lilisababishwa na kuchanganyika kwa watu. Wakati mmoja sote tulikuwa sawa. Hakukuwa na tofauti. Kisha tukaanza kuoa viumbe kutoka ulimwengu mingine, na hapo ndipo mabadiliko yakaanza kutokea.

D: Tulikuwa vipi wakati sote tulipokuwa sawa?

L: Tulipokuwa wote sawa, tulikuwa na ngozi ya rangi ya kahawia. Hiyo ndiyo ilikuwa rangi. Ilikuwa kahawia yenye joto.

D: Je, tulikuwa na nywele?

L: Hapana. Hakukuwa na nywele.

D: Je, hilo lilitokea kupitia kuchanganyika?

L: Ndiyo. Tulichanganyika na watu kutoka sayari nyingine, na pia na baadhi ya wanyama. Tulitaka kuwa na nguvu za wanyama hawa, na tulifikiri tungeweza kuzipata kwa kuchanganyika nao. Lilikuwa wazo baya sana, kwa sababu kulikuwa na viumbe wengi wenye sura za ajabu waliotokana na miungano hii. Na hilo liliathiri usemi wetu na uwezo wetu wa kufikiri kwa njia ya kimantiki. Kwa hiyo lilikomeshwa, kwa sababu lilikuwa baya sana, sana.

D: Lilisababisha wanadamu kurudi nyuma badala ya kusonga mbele.

L: Ndiyo. Walikuwa wa kinyama zaidi kuliko kibinadamu. Na tayari tulikuwa tumerudi nyuma vya kutosha. Kwa hiyo ilipigwa marufuku kufanya michanganyiko yoyote zaidi na wanyama.

D: Je, kulikuwa na wanyama fulani waliovushwa zaidi kuliko wengine?

L: Ndiyo. Wale waliokuwa na nguvu sana na wakubwa ndio waliokuwa wakichaguliwa mara nyingi, kwa sababu ya nguvu zao za kimwili na ukubwa wa kimo chao.

D: Lakini ulisema iliunda viumbe wenye sura za ajabu sana.

L: Ndiyo, ilifanya hivyo.

D: Je, sifa hizo zilirithishwa? Hawakutoweka wote, sivyo?

L: Hapana. Baadhi walitoweka, lakini baadhi ya nguvu zilibaki.

D: Lakini hazikuwa sifa chanya.

L: Hapana. Isipokuwa kwamba iliwapa wakaaji wa Dunia kimo kikubwa zaidi kuliko walivyokuwa nacho awali. Walikuwa wafupi kwa kimo, na hili lilisababisha mabadiliko ya ukubwa. Na pia liliwapa nguvu za kimwili ambazo hawakuwa nazo hapo awali.

D: Lakini lilikuwa na athari hasi ya kutosha kiasi kwamba lilipigwa marufuku baada ya hapo.

L: Ndiyo, halikuwa jambo jema, kwa sababu watoto wa kwanza waliozaliwa kutokana na hili hawakujali familia zao wala maisha. Walitafuta tu upweke na uwepo wa kimwili, kuendelea kuishi tu.

D: Hilo halikuwa kile ambacho viumbe wa anga walitaka.

L: Hapana. Kusudi walilokuwa nalo ni kuwafundisha wakaaji wa Dunia kuishi pamoja kwa uwepo wa wazi zaidi na wenye upendo. Na viumbe hawa walikuwa wapweke. Hawakuingiliana na viumbe wengine isipokuwa pale ilipohitajika kwa ajili ya kuishi kwao kimwili. Kizazi cha pili kutoka kwa viumbe hawa kilikuwa bora kidogo. Angalau walishiriki katika jamii.

D: Hawa viumbe wa anga waliokuja kutoka sehemu nyingi na kuchanganyika, na hatimaye kuunda jamii tofauti. Je, walikuja wakiwa na nia njema?

L: Baadhi walikuja. Walileta pamoja nao teknolojia na falsafa ya nia njema. Wengine walikuja kuchunguza tu. Hawakuja kufundisha au kusaidia, bali kuangalia tu. Watu hawa kwa bahati mbaya wangeweza kunaswa katika njia za kidunia kwa ajali, na ingekuwa vigumu kwao kutaka kuondoka.

D: Kwa hiyo kulikuwa na sababu tofauti za kuja. Je, kulikuwa na sababu ya wao wote kuja karibu wakati mmoja?

L: Kwa sababu majaribio ya kwanza ya kilimo yalifanikiwa, na viumbe hao waliondoka kwa wingi. Ilifikiriwa kwamba Dunia ingesonga mbele kwa kasi zaidi ikiwa ingepata uzoefu zaidi.

Mpango wa kuzaliana ulikuwa umesimamishwa, na ilihisiwa kwamba sasa ulikuwa wakati wa kuja kusaidia katika kiwango cha juu cha uwepo. Baadhi walikuja kwa dhati kufanya kazi hii. Wengine walikuja kwa sababu ya udadisi. Wengine walikuja kwa nia za ubinafsi; walikuja kuteka. Walikuwa wapiganaji katika uwepo wao wenyewe. Sayari yao ilikuwa ndogo sana, na watu wengine wengi hawakushirikiana nao kwa sababu walikuwa wanajitumikia kupita kiasi. Kwa hivyo walitengwa na wengine. Waliona hili kama fursa ya kujikuza katika ulimwengu. Unaona, kwa muda mrefu hakuna aliyeruhusiwa kuja Duniani. Kisha ruhusa ilitolewa kuja Duniani wakati huu. Watu wa kwanza waliokuja walikuwa kutoka sayari ya Syrus (kifonetiki: Sy-rus). Hao ndio waliokuwa na mafanikio na wakaondoka. Na kwa sababu walifanikiwa, ilihisiwa kwamba labda wengine wangeweza kusaidia pia. Lakini haikuwa hivyo. Baadhi walisaidia, baadhi hawakusaidia.

D: Hao waliokuwa kama wapiganaji, kwa nini hawakupigwa marufuku kuja?

L: Nadhani walikuja bila kuomba ruhusa. Ilikuwa jambo lisilotarajiwa.

D: Nilikuwa nikifikiri kwamba labda kulikuwa na kundi fulani au mtu fulani mwenye mamlaka ya hili, na kuwazuia watu wasiotakiwa kuja hapa. Je, unajua chochote kuhusu kundi kama hilo?

L: Ndiyo. Limekuwepo kwa muda mrefu sana. Hata hivyo, ilihisiwa kwamba Dunia ilikuwa na matatizo mengi kiasi kwamba haingejalisha. Walikuwa hapa, hawakuomba ruhusa. Walikuja tu. Na mara walipokuwa hapa, ilikuwa kana kwamba wangejumuishwa tu. Na haingeweza kuwa mbaya zaidi kuliko ilivyokuwa tayari.

D: Naona. Nilifikiri labda mtu angewapa amri ya kuondoka.

L: Walikuwa na baadhi ya sifa nzuri pamoja na zile hasi. Walikuwa wameendelea sana kiakili. Walielekezwa vibaya na akili yao. Walikuwa viongozi wenye nguvu katika ujuzi wa maendeleo.

D: Je, una swali lingine kutoka kwa kundi?

L: "Ningependa kujua kwa nini watu hawa wa Dunia hawakuweza kufundishwa uwepo bora zaidi kupitia kipengele cha upendo na uboreshaji wa roho?" Jibu ni kwamba wangeweza kufundishwa mambo haya kama wangeyataka. Lakini wakati huo hawakutaka kuwa zaidi ya walivyokuwa. Hii ni sheria ya ulimwengu. Mtu hawezi kuingilia mwingine bila ruhusa. Na watu hawa waliridhika na hali ilivyokuwa, hawakutaka mabadiliko yoyote wakati huo. Ni vigumu sana kwangu kuelewa kwa nini mtu hataki maisha bora ikiwa yangetolewa kwake. Lakini ndivyo ilivyokuwa.

D: Je, hawakuchukulia kama kuingiliwa pale walipoletwa kilimo na teknolojia?

L: Walikubali mambo haya kama zawadi. Walitaka mambo haya kwa ajili yao wenyewe. Hawakutaka falsafa mpya. Walikuwa na nia tu, wakati huo, katika vipengele vya kimwili vya uwepo wao.

D: Vitu vya kimaada vya kusaidia maisha yao?

L: Sahihi. Hawakuwa na nia katika chochote zaidi ya kile walichoweza kuhisi, kuona, au kuwa. Ilitarajiwa tu kwamba kupandwa kwa cheche hiyo ndogo kungeiruhusu ikue, hata polepole sana, lakini angalau ilikuwa mwanzo. Ingechukua enzi nyingi sana kabla ya kuamshwa.

Ilikuwa nimepokea taarifa hii hii kutoka kwa wengine. Inawasilishwa kwa kiasi kikubwa katika Keepers of the Garden. Mwanzoni mwa kazi yangu nilidhani wazo la kupandwa kwa sayari ya Dunia lilikuwa la kupindukia. Lakini limewasilishwa kupitia wahusika wengi, na daima nafikiri kwamba kurudiwa kwa ushahidi kunaongeza uhalali, kwa sababu watu wanaohusika hawana njia ya kujua kile ambacho tayari nimepokea.

Ilikuwa sasa wakati wa mimi kuleta kikao hiki kufikia mwisho tena. "Je, naweza kuja tena na kuuliza maswali zaidi, na kusikiliza mafundisho yenu? Mna mengi ya kunifundisha, pamoja na wengine."

L: Ndiyo, unaweza. Wakati mwingine mambo haya ninayoyajua hunichanganya. Natumaini tu kwamba ninaweza kuyaeleza kwako ili uweze kujua ukweli. Upotoshaji mwingi umetokea kwa miaka mingi, na hivyo tuna taarifa nyingi zisizo sahihi kuhusu mambo haya. Itakuwa furaha yangu kuyafafanua mambo haya na kukuonyesha maendeleo yake, kwa matumaini kwamba nuru itaangaza kwa uwazi na kila mtu ataweza kuyaona kwa macho yake mwenyewe. Kwa njia hii sayari yetu inaweza kubadilika na kuwa sehemu ya kile ilichokusudiwa tangu mwanzo. Tutakuwa viumbe wa nuru pia, ikiwa tu tutaruhusu nafsi zetu kukataa yote yasiyo ya nuru hii. Yote yasiyo ya kiini kamilifu ambacho sisi sote, wakati mmoja, tulitokana nacho. Kurudi mahali hapo katika hatima ya mtu kungekuwa jambo la ajabu sana.

Kisha nikamrudisha Linda katika hali kamili ya ufahamu, na Bartholomew akarudi nyuma tena. Ilikuwa imechelewa sana wakati kikao hiki kilipoisha, karibu saa kumi usiku, na Linda alikuwa waziwazi amechoka. Kuelekea mwisho wa kikao kulikuwa na mapengo marefu kuliko kawaida alipokuwa akizungumza, kana kwamba alikuwa karibu kulala. Mara kadhaa ilinibidi nimchokoze kwa kurudia kile alichokuwa amesema ili aendelee. Lakini ilipoandikwa, yote yaliungana vizuri na kuwa na maana. Sisi sote wawili tulikuwa tumechoka baada ya hayo, ingawa tulikaa na kuzungumza na marafiki zangu hadi baada ya saa kumi na moja. Nilijua ningekuwa na ratiba hiyo hiyo siku iliyofuata pamoja na Janice. Lakini angalau tuliweza kufanya kazi nyingi kwa siku moja.

Nilikuwa na nia ya kujaribu kurudi Little Rock angalau mara moja kwa mwezi ili niweze kuendelea kufanya kazi juu ya hadithi hizi. Lakini hilo halikutimia. Katika miezi iliyofuata nilikuwa na shughuli nyingi na uhariri wa mwisho na kazi ya galley ya mwendelezo wa Nostradamus (Juzuu ya Pili). Pia nilikuwa na vipindi kadhaa vya redio. Sikupata muda wa kwenda popote au kufanya jambo lingine lolote. Fursa yetu iliyofuata ya kufanya kazi ilikuwa miezi kadhaa baadaye.

Sura ya Tatu

Vifaa vya Nishati

Sikumwona Linda tena hadi yeye na mumewe walipokuja katika eneo langu kwa ajili ya Kongamano la Ozark UFO huko Eureka Springs, Arkansas, mnamo Aprili, 1990. Tulitaka kuwa na angalau kikao kimoja wakati alipokuwa pale. Nilikuwa na mambo mengi yanayoendelea na wakati pekee tulioweza kukutana ulikuwa kati ya mwisho wa kongamano na karamu. Kikao kilifanyika katika chumba chake cha moteli, na tulijua hakukuwa na muda wa kuwa na kikao kamili. Niliweka kanda ya saa moja kwenye kinasa sauti na kufikiri tungejaribu kufanya mengi iwezekanavyo. Chochote kilikuwa bora kuliko hakuna kitu. Wakati wote wa kikao hiki niliendelea kuangalia saa, nikijua ilibidi tuache kwa wakati ili tuvae kwa ajili ya karamu. Ningependa kuendelea na hadithi, lakini nafikiri nilipata mengi ya yale aliyotaka kusema bila kuhisi kwamba nilikuwa nikimhangaisha.

Mumewe, John, aliketi katika kikao hiki na alionekana kuunga mkono na kuwa na hamu kubwa. Alisema baadaye kwamba alijua taarifa hii haikutoka kwake, kwa sababu hakuwa mwerevu kiasi hicho. Ilikuwa ni kauli ya mzaha yenye mtazamo wa kiume, lakini ilithibitisha hoja. Alikuwa na uhakika kwamba hangeweza kuwa amebuni yote haya. Kwa maoni yake, hakuwa na mawazo ya kubuni kiasi hicho.

Nilitumia neno la siri na nikamrudisha katika tukio lile lile wakati Bartholomew alipokuwa akifundisha viputo vinavyong'aa vya mwanga.

L: Niko juu ya jukwaa na ninawahutubia viumbe hawa wote wa mwanga ambao wamenisubiri nifike ili kuwapa maarifa yangu.

Aliendelea kana kwamba ilikuwa ni wakati ule ule unaofuata, badala ya miezi kadhaa baadaye. Ilikuwa kana kwamba muda ulikuwa umesimama ukisubiri kurudi kwetu.

L: Ninawaeleza historia ya Dunia. Jinsi ilivyobadilika kwa maelfu ya miaka, na jinsi watu wengi walivyokuja kutoka sayari na ulimwengu mbalimbali ili kusaidia wakaazi wa Dunia kusonga mbele.

D: Je, unawaeleza kuhusu kipindi fulani maalum katika historia?

L: Nimekamilisha tu kuwaeleza kuhusu wakati ambapo walimu wengi walikuja kutoa maarifa yao kwa wale wa Dunia. Hawakukaa kwa muda mrefu, bali walifundisha kilimo na mbinu za ujenzi.

D: Je, hayo ndiyo mambo makuu waliyofundisha?

L: Ndiyo. Walifundisha jinsi ya kupanda nafaka, jinsi ya kumwagilia, jinsi ya kuvuna, lini kupanda, lini kuvuna, jinsi ya kuhifadhi chakula ili kitumike baadaye. Walifundisha baadhi ya mbinu za ujenzi ambazo hazikuwa zikijulikana kwao, ili waweze kujenga mahali pa kuishi, mahali pa kukutana.

D: Walikuwa na aina gani ya majengo kabla ya hapo?

L: Yalikuwa yametengenezwa kwa mbao na ngozi za wanyama. Na walifundishwa jinsi ya kutumia rasilimali za Dunia kutengeneza matofali, kutumia mawe. Jinsi ya kuyaunganisha, ili wawe na mahali pa kudumu zaidi pasipoathiriwa sana na hali ya hewa, na pasipo kuharibiwa kwa urahisi.

D: Je, waliwafundisha kitu kingine chochote?

L: Ni wachache tu waliofundishwa jinsi ya kutumia vipengele vya asili kwa manufaa yao. Jinsi ya kutumia Jua na Mwezi na nyota kwa manufaa ya watu wa sayari hii. Jinsi ya kutumia nishati ya Jua.

D: Ni kwa njia gani waliwafundisha kutumia nishati ya Jua?

L: Waliwafundisha kupitia vifaa fulani. Jinsi ya kunasa nishati wakati wa mchana kwa kutumia vifaa hivi, ili iweze kutumika baadaye kama chanzo cha nishati. Nishati hii ingeweza kufanya mambo mengi. Ingeweza kusogeza vitu. Ingeweza kuwasha mwanga. Ingeweza kuhifadhi vitu, kama vile vyakula. Ilikuwa na matumizi mengi sana ambayo wakaazi wa Dunia hawakuwa wanayafahamu, kwa sababu hawakuwa na vifaa sahihi vya kunasa nishati hii na kuitumia ipasavyo. Kulikuwa na watu fulani tu waliokuwa wakiruhusiwa kuwa na maarifa haya, na waliapishwa kutunza siri. Watu hawa walionekana kama makuhani au miungu, na wao pekee ndio walioruhusiwa kujua mambo haya. Hata hivyo, waliruhusiwa kuchagua wanafunzi ili kuendeleza kazi iliyokuwa ikifanywa.

D: Je, unaweza kuelezea kifaa hiki ambacho kingeweza kufanya mambo haya yote ya ajabu?

L: Kilitengenezwa kwa dutu kutoka mahali pengine, si ya Dunia hii. Kilionekana kama kipande cha shaba, lakini hakikuwa hivyo. Kilikuwa kirefu, na kilikuwa na umbo la pembetatu. Kiliwekwa juu ya uso wa Dunia, na kilipaswa kuendeshwa kwa pembe fulani kati ya Dunia na Jua, katika muda na mahali maalum ambapo Jua lilikuwa angani. Ilipaswa kuwa katika muda maalum wa siku, na ilikuwa muhimu sana kwamba kifaa hiki kiwekwe katika umbali na pembe maalum kati ya Jua na upeo wa Dunia.

D: Hicho ndicho tu, kipande cha chuma?

L: Kilionekana kama chuma na kilikuwa na umbo la pembetatu. Labda kilikuwa na urefu wa futi tano na urefu wa futi tatu, na kilikuwa na umbo la V katikati.

D: Ulisema pia waliwafundisha jinsi ya kutumia nishati kutoka kwa Mwezi na nyota. Hilo liliwezekanaje?

L: Mwezi pia una nishati nyingi. Wanadamu hawajawahi kuelewa hili. Ni aina ya nishati tulivu sana, tofauti kabisa na

Jua ambalo ni hai na lenye nguvu. Hata hivyo, nishati tulivu ya Mwezi ina nguvu sawa na ile ya Jua.

D: Tunaufikiria kama baridi.

L: Ndiyo. Ni aina tofauti kabisa. Na ndiyo sababu wanadamu wanaufikiria kuwa baridi, lakini sivyo.

D: Ni aina gani ya kifaa walitumia kunasa nishati ya Mwezi?

L: Kilikuwa kinang'aa na kung'aa kama kipande cha kioo.

D: Je, ungeweza kuona kupitia hicho kama kioo?

L: Hapana. Kilikuwa cha rangi ya fedha na kinang'aa, na kilikaa juu ya msingi wenye umbo la upinde. Kilikuwa kimejikunja ndani katikati, na kilizunguka katika mwelekeo mingi. Kilikuwa kikubwa zaidi kuliko kifaa kilichotumika kwa Jua, kwa sababu ya asili ya nishati. Kilikuwa na kipenyo cha futi hamsini, na kimo cha futi ishirini. Kilikuwa kikubwa sana.

D: Labda ndiyo maana kilihitaji msingi ili kukizungusha.

L: Ndiyo. Ilihitaji watu wengi kukisogeza.

D: Nishati ya Mwezi ilitumika kwa ajili gani?

L: Nishati ya Mwezi ingeweza kutumika kubadilisha athari za muda juu ya umbo la mwanadamu. Ingeweza kutumika kuponya mwili wa binadamu. Ingeweza kutumika kwa mambo mengi.

D: Ingebadilishaje athari za muda juu ya mwili wa binadamu?

L: Kadiri mtu anavyozeeka, kuna kuvunjika kwa mawasiliano ya seli katika mfumo mzima. Na kwa sababu ya kuvunjika huku, husababisha viungo vya mwili kuzeeka na kutofanya kazi kwa ufanisi, hivyo kunyima mwili kazi muhimu. Kifaa hiki kilirejesha upya muundo wa seli, na kuruhusu kufanya kazi kawaida, kama katika umri mdogo. Ni wale tu waliochaguliwa ndio walioruhusiwa maarifa haya, na walipewa ili waweze kubaki Duniani kwa muda mrefu zaidi ili kuwaongoza wakaazi wa Dunia.

D: Nishati hiyo ilipaswa kuhifadhiwa, sivyo, siyo tu kuelekezwa?

L: Ndiyo. Ilihifadhiwa katika maeneo ya siri. Watu waliambiwa kwamba haya yalikuwa mahekalu ya miungu, na waliogopeshwa ili wayaache na wasichunguze kilichokuwa ndani. Hawakuruhusiwa kuingia katika maeneo haya.

D: Basi nishati ya Jua na ya Mwezi zote zilihifadhiwa katika aina hii ya mahali?

L: Ndiyo. Katika vyumba tofauti, kwa sababu nishati ya Jua ingekuwa yenye uharibifu kwa ile ya Mwezi.

D: Pia ulisema walitumia nishati kutoka kwa nyota. Hilo lilifanywaje?

L: Walinasa vipande vya mwanga kutoka kwa mipangilio fulani ya nyota.

D: Nyota ziko mbali sana. Waliwezaje kufanya hivyo? Nyota hazingekuwa na nguvu nyingi.

L: Hapana, haikuwa sana nishati, bali mpangilio wa nyota angani. Zilichorwa na kufuatiliwa, ili kujifunza zaidi kuhusu unabii. Zaidi kuhusu asili ya kiroho ya mambo.

D: Basi haikuwa sana nishati kutoka kwa nyota, bali ilikuwa ni utafiti wa nyota?

L: Utafiti wa nyota kwa ajili ya makadirio (alipata shida kupata maneno) ya nyakati nyingine na ... Sielewi. Mengine ... makadirio ya unabii. Unabii. Nachanganyikiwa.

D: Ni kitu ambacho hukifahamu? Ndicho unachomaanisha? Hukielewi?

L: Ndiyo. Mpangilio wa nyota angani uliwapa taarifa kuhusu unabii, mambo ambayo yangetokea.

Ilikuwa wazi kwamba alikuwa akijaribu kuelezea unajimu, lakini inaonekana kwamba huluki, Bartholomew, hakuwa na neno kwa ajili yake au hakuuelewa dhana hiyo. Mfano mwingine kwamba tulikuwa tukitumia akili yake na si ya Linda.

D: Inaonekana kama palikuwa mahali na wakati mzuri sana, ikiwa walipewa mambo haya yote mazuri ili kuboresha maisha yao. Nini kilitokea?

L: Ilikuwa nzuri kwa muda fulani. Makuhani hawa walitumia maarifa yao kwa hekima. Waliwasaidia watu wao kusonga mbele. Walikuwa wema. Waliponya miili yao iliyovunjika. Waliwalinda. Waliwafundisha mambo mengi. Na kisha, kama ilivyotokea mara nyingi, hasi hujitokeza na hukua kama magugu mabaya shambani. Hatimaye huzamisha ngano au nafaka. Na mambo haya yakapotea.

D: Ilikuwa ni mchakato wa polepole tu, au kulikuwa na tukio la ghafla lililosababisha hali hasi?

L: Ilikuwa ni kudorora kwa taratibu.

D: Na hili lilisababisha kupotea kwa maarifa?

L: Ndiyo. Mambo haya mazuri yaliyotolewa kwa wakaazi wa Dunia kama zawadi yaliharibiwa kwa sababu kulikuwa na uasi miongoni mwa watu wa kawaida, ambao walitaka kuwa na nishati ya Jua. Waligundua kuwa ilikuwa imehifadhiwa katika hekalu fulani la kile walichodhani ni miungu. Na waliitaka kwa ajili ya umma. Walidhani hili lingewafanya wawe na nguvu. Na waliinua jeshi ili kuliteka hekalu, na makuhani waliuawa. Na walipoingia katika hekalu hawakuweza, bila shaka, kutumia nishati ipasavyo, kwa sababu hawakuwa na maarifa. Na ikaharibiwa. Kulikuwa na uharibifu mkubwa, milipuko, moto, na maangamizi ya watu wengi. Na ikapotea.

D: Hilo lingeiharibu pia nishati nyingine ya Mwezi, sivyo?

L: Ndiyo. Hakukuwa na hatari ya mlipuko kutoka kwa nishati ya Mwezi. Hata hivyo, kwa sababu ilikuwa imehifadhiwa karibu, nayo pia iliharibiwa.

D: Je, vifaa vya awali pia viliharibiwa?

L: Ndiyo, kwa sababu vilikuwa vimehifadhiwa katika mahali hapa.

D: Je, wale watu wa awali waliowapa maarifa haya hawangeweza kurudi na kuwapa tena?

L: Hapana, kwa sababu walikuwa wameondoka Duniani kwa muda mrefu, mamia kadhaa ya miaka. Walikuwa wamerudi nyumbani. Hawakuwa wanajua kilichokuwa kimetokea.

D: Kundi hilo la viumbe lilionekana kuwa chanya. Walikuwa wakijaribu kuwapa wanadamu maarifa ambayo wangeweza kutumia.

L: Ndiyo. Walihuzunika sana walipogundua, lakini ilikuwa muda mrefu baada ya tukio hilo. Na uamuzi ulifanywa kutoyarejesha kwa wakati huo.

D: Lakini lazima kulikuwa na walionusurika wa kundi hilo la watu Duniani.

L: Ndiyo, kulikuwa na wale waliokuwa katika maeneo ya pembezoni, na hawakuhusika katika kuzingirwa halisi kwa hekalu. Walikuwa mbali na kitovu cha machafuko. Walikuwa wazee sana au watoto sana, na walidhani kuwa ilikuwa hasira ya miungu ya hekalu iliyosababisha uharibifu huu. Kwa hiyo hawakuwa wanajua kilichotokea kweli.

D: Nadhani maisha yao yalikuwa tofauti sana baada ya hapo.

L: Ndiyo, yalikuwa, kwa sababu walilazimika kutegemea maarifa machache waliokuwa nayo. Wangeweza kupanda tu walipokumbuka. Hawakuwa na mwelekeo kutoka kwa makuhani. Hata hivyo, waliweza kuendelea. Walifanya vizuri sana kwa rasilimali chache walizokuwa nazo.

D: Labda hawakuweza kamwe kurudi katika hali ile nyingine ambapo walikuwa na nguvu na nishati zote za kuwasaidia.

L: Hapana, hawakuweza. Ilikuwa ni kurudi nyuma kubwa sana. Mambo mengi yalipotea. Teknolojia nyingi na siri nyingi.

D: Je, walionusurika walirudi katika njia za kimsingi?

L: Ndiyo. Hata hivyo, waliendelea kujenga nyumba na kupanda mashamba, na waliendelea kufanya biashara na watu wengine, kama walivyokuwa wakifanya hapo awali.

D: Basi bado walikumbuka jinsi ya kujenga kwa kutumia miamba na mawe.

L: Ndiyo. Hata hivyo, hawakuwa na vifaa walivyokuwa navyo awali vya kusogeza mawe. Ilibidi yafanywe yote kwa mkono. Hakukuwa na nishati ya kuyasogeza.

D: Je, ilikuwa ni nishati ya Jua iliyotumika kusogeza mawe mahali pake? (Ndiyo) Je, baadhi ya haya yalifanywa kwa kuinuliwa? Au unajua ninachomaanisha?

L: Ndiyo, nadhani ungeweza kuiita hivyo. Nishati hii iliingia ndani ya jiwe au chochote kilichokuwa kinapaswa kusogezwa, na ikakivuta kama sumaku hadi kwenye nafasi iliyohesabiwa. Na kilipofika katika kituo hicho kiliachiliwa, na kikabaki hapo.

D: Kwa hiyo baada ya uharibifu wa vyanzo hivi vya nishati ilibidi yafanywe kwa mkono.

L: Sahihi. Kwa sababu hawakujua ilivyokuwa ikifanyika.

D: Walihifadhi maarifa kwa sehemu lakini hayakuwa ya kutosha. Kuna masomo mengi ya kujifunza kutokana na mambo haya.

L: Ndiyo, kuna mambo mengi sana ya kujua. Baadhi yake ni ya kusikitisha sana.

Nilimrudisha Linda mbele. Kikao hiki hakikuweza kuwa kirefu kama kawaida, kwa sababu ilibidi tujiandae kwenda kwenye karamu, na tulikuwa tunasukuma muda kwa kweli.

Linda alipoamka alichora jinsi alivyoviona vifaa hivyo. Kwa upande wa kile cha Jua alichukua kipande cha karatasi na kukikunja katikati ili kuonyesha pembe ya pembetatu.

Kwa sababu ya uhariri wa mwisho na uhakiki wa galley wa mwendelezo wa Nostradamus, sikuweza kufanya kazi na Linda tena hadi nilipokwenda Little Rock mnamo Juni, 1990, kwa ajili ya mkutano wa waandishi.

* * *

Niliendesha gari kwenda Little Rock mnamo Juni, 1990, kuhudhuria Mkutano wa Waandishi. Zaidi ya hayo nilikusudia kufanya kazi na Linda na Janice, ingawa nilikuwa na ratiba kamili. Niliweza kuwa na kikao kimoja tu na Linda.

Nikilitumia neno la siri nilimrudisha katika wakati wa viumbe vinavyong'aa na hadithi inayoendelea ya Bartholomew kwao.

L: Nizunguka na viumbe hawa wa mwanga. Wananishambulia kwa maswali. Kuna mengi ya kujua, na sisi tunafurahi sana kuwa na uwezo wa kumeng'enya maarifa haya yote kwa ajili ya kuhifadhiwa salama, ili yatolewe kwa wengine kwa wakati wake unaofaa. Tunajisikia kuwa wenye baraka sana kuchaguliwa kwa kazi hii. Kuna kelele nyingi. Lazima niwatulize wote ili kazi iendelee. (Kipumziko) Sasa nimefanya hivyo, na tuko tayari kuendelea na dhamira hii.

D: Je, unaweza kurudia maswali ambayo wanayauliza?

L: Kulikuwa na mengi, na kila mtu alikuwa akizungumza kwa wakati mmoja. Tutajiendeleza kutoka mahali ambapo msisimko huu ulianza kusababisha usumbufu mkubwa. Ilikuwa kuhusu vyanzo vya nishati vilivyopokelewa kutoka Jua na Mwezi. (Miezi miwili ilikuwa imepita, lakini waliendelea kutoka tukio la mwisho.) Hili ndilo lililosababisha msisimko wote. Kwa sababu kuna Jua wengi na miezi mingi katika ulimwengu, na vyote vina nguvu na nishati hii. Ni sawa katika sayari nyingi, na nishati hii inaweza kunaswa kama ilivyofanyika kwenye Dunia, kwa matumizi ya wanadamu na safari zote za anga za sayari.

D: Inaweza kutumika kama chanzo cha nguvu, unamaanisha?

L: Ndiyo. Inaweza kutumika kwa mambo mengi. Si tu kama kichocheo na chanzo cha nguvu na nishati, bali pia ina matumizi mengine mengi. Zaidi ya hayo, inaongeza ukuaji wa kiroho wa viumbe wanaoishi katika sayari au eneo fulani. Ina uwezo wa kuponya na pamoja na uponyaji huu huja ukuaji wa kiroho na maarifa. Hili ndilo lililosababisha usumbufu, kwa sababu lilikuwa la kusisimua sana.

D: Je, hawajawahi kusikia kuhusu hilo hapo awali?

L: Baadhi walikuwa wametumia mawazo haya, lakini wengi hawakuwa. Walikuwa wamefikiria kuhusu mambo haya, lakini hawakujua kwa hakika. Kwa wengine hii ilikuwa uthibitisho.

D: Bila shaka, tatizo daima ni jinsi ya kunasa nishati hiyo ili kufanya kazi kwa njia hizi.

L: Hilo ni sahihi, lakini si mchakato mgumu sana. Ni kazi rahisi sana. Hata hivyo, si watu wengi wanaifahamu, kwa sababu ni rahisi sana. Ni mchakato wa kuongeza nguvu, ya kunyonya nishati kupitia kuongeza nguvu kutoka Chanzo. Nishati hukusanywa na kuongezwa mara kumi, kisha inanyonwa ndani ya kifaa cha pamoja ili igawanywe kwa wakati unaofaa. Mchakato wa kuongeza nguvu ndio sehemu muhimu zaidi ya mchakato. Na isipokuwa hii iwekwe sawa na kufanywa kwa usahihi, mchakato hautafanya kazi. Ukusanyaji na ugawaji haviwezi kufanyika isipokuwa kuongeza nguvu limefanyika ipasavyo. Hapa ndipo wengi wamekosa. Wamejaribu kwa bidii sana, lakini wamesahau kipengele rahisi kabisa cha mchakato.

D: Ni kipengele gani rahisi?

L: Kipengele rahisi si ukubwa, bali ubora wa nyenzo zinazotumiwa katika kuongeza nguvu ya nishati. Nyenzo hii haiwezi kupatikana sehemu nyingi katika ulimwengu. Inapatikana tu katika sayari fulani. Dunia ni mojawapo ya maeneo ambapo dutu hii inapatikana kwa urahisi. Na ndiyo sababu agano la ulimwengu na watu wa Dunia lilikuwa muhimu sana kwa kila mtu anayehusika, ingawa wakaazi wa Dunia ni wa kienyeji sana. Na imejaribiwa mara nyingi sana kuwasaidia kukua hadi uelewa wa juu zaidi, ambao pia umeshindwa mara nyingi.

D: Agano gani lilifanywa?

L: Agano lilifanywa na wakaazi wa Dunia mara kadhaa kuruhusu safari za angani za mseto kuja na kufanya biashara ya dutu hii. Mara kwa mara kulikuwa na usumbufu katika biashara hii, kwa sababu ya tabia ya vita ya wakaazi wa Dunia. Mambo yaliharibiwa, watu walienda, na maagano mapya yalilazimika kujadiliana tena. Mara nyingi haya yalifanywa na viongozi wa maeneo maalum duniani. Wakati mwingine yangeweza kujadiliwa na raia binafsi waliokuwa na jukumu la eneo fulani.

D: Nafikiri agano kawaida ni kujadiliana kwa kitu kwa malipo. (Ndiyo) Wakaazi wa Dunia walipata nini kwa malipo?

L: Wakaazi wa Dunia walipata teknolojia ambayo hawakuwa wanajua hapo awali, au msaada katika teknolojia waliokuwa wakiiendeleza katika hatua ya kienyeji sana. Katika makubaliano haya walipewa taarifa zaidi ili kuwasaidia kuendeleza kile walikuwa wakifanya wakati huo. Iliongeza mchakato kwa kiasi kikubwa. Na maarifa zaidi yaliweza kutumika vitendo.

D: Ni dutu gani hii waliitaka sana?

L: Dutu hii ni madini inayopatikana chini ya uso wa Dunia. Ni dutu nyepesi yenye unga ambayo inaweza kuchukuliwa, na mara ikipashwa shinikizo inaundwa katika karatasi nyembamba. Karatasi hizi zinatumika katika mchakato wa kuongeza nguvu, na lazima zabadilishwe mara kwa mara kwani zinachuja nishati, muda mfupi baada ya matumizi. Kwa hiyo lazima ziwekwe mpya mara kwa mara. Kuna kiasi kikubwa cha dutu hii katika sehemu nyingi duniani. Na ni rahisi sana kuipata kwa zana sahihi.

D: Basi ni ya kawaida sana. Dutu yenye unga ina rangi gani?

L: Ni kijivu, rangi tofauti za kijivu. Wakati mwingine inaweza kuchukuliwa kuwa udongo, lakini ni nyepesi sana kwa muundo, karibu kuwa unga.

D: Katika ujenzi wa karatasi hizi, ulisema inashinikizwa. Je, lazima iwekwe joto, au kuna hatua nyingine zozote za mchakato wa kubadilisha unga kuwa karatasi?

L: Hapana, ni shinikizo kubwa tu. Wakati iko ndani ya chumba cha shinikizo, kwa kiwango cha shinikizo, inakuwa moto sana. Hakuna joto linahitaji kuongezwa. Inakuwa moto kutokana na shinikizo linalotumika juu yake.

D: Na kisha inaundwa kuwa karatasi?

L: Ndiyo. Karatasi nyembamba sana, karatasi laini sana.

D: Na kisha hii inatumika katika mchakato wa kuongeza nguvu. (Ndiyo) Na kisha ulisema ilinyonywa ndani ya chumba cha pamoja? (Ndiyo) Ulisema kichocheo kilikuwa matumizi moja. Ikiwa hii ingetumika kwenye aina fulani ya chombo, ingekuwa lazima iwe ndani ya chombo hicho?

L: Ndiyo. Kuna sehemu ya pamoja ndani ya chombo, ndani ya tumbo la chombo. Nishati nyingi huhifadhiwa hapa kwa safari ndefu. Hakuna nafasi kubwa sana inayohitajika kwa kontena hili, kwa sababu nishati ni yenye nguvu sana na inaweza kudumu kwa kipindi kirefu.

D: Basi inaweza kwenda umbali mrefu na kwa muda mrefu bila kuongezewa tena?

L: Ndiyo. Miaka mingi, mingi.

D: Basi chombo lazima hatimaye kirudi kwenye chanzo cha nishati ili kuchajiwa?

L: Ndiyo. Hata hivyo, sasa wanashirikiana kwenye kifaa cha kubebeka ambacho kinaweza kukusanya nishati hii kutoka kwa miezi na Majua tofauti, kwa kuwa na karatasi hizi ndani ya chombo. Hata hivyo, hii haijafanikiwa sana, kwa sababu karatasi hizi ni ... (Kipumziko kirefu) Nadhani neno ni "nyepesi". Na lazima zihifadhiwe kwa njia maalum na udhibiti wa joto. Ikiwa inatofautiana sana kwa upande mmoja au mwingine, inaharibu uwezo wa karatasi kuongeza nishati bila kuichuja. Karatasi hizi hazitengenezwi mapema sana, kwa sababu hupoteza uwezo wao. Dutu ambayo karatasi hizi zinatengenezwa inaweza kuhifadhiwa kwa kipindi kirefu bila kupoteza uwezo wake. Lakini karatasi, mara itakapofanywa, lazima itumike ndani ya muda mfupi.

D: Wakati hizi ziko katika hali za asili, kama duniani, je karatasi ni imara zaidi?

L: Hapana. Tatizo ni sawa. Unga halina tatizo la kuhifadhiwa kwa muda mrefu. Mara inashinikizwa kuwa karatasi, lazima itumike hivi karibuni.

D: Je, ni hatari kwa wanadamu au viumbe wowote kushughulikia dutu hii? (Hapana) Kwa hiyo ni sehemu au kipengele salama kabisa?

L: Ndiyo. Ni kile utakachokiita "haifanyi kazi." Haina mali maalum hadi mchakato wa kushinikizwa uanzishe.

D: Basi hii ndio waliitaka viumbe walipofanya makubaliano na Dunia.

L: Ndiyo. Vinginevyo Dunia ingebaki kwa vifaa vyake pekee, kwa sababu wale wanaoishi humo ni wa tabia isiyotabirika sana na wametumia uvumilivu wa wengi kutoka maeneo mengine.

D: Je, ni kundi moja tu ambalo limejifunza kutumia kipengele hiki kama chanzo cha nguvu?

L: Hapana, kuna wengi wanaojua kuhusu hilo, na wanatembelea mara kwa mara. Hata hivyo, wanaendeshwa na baraza. Kuna wawakilishi kutoka kila mahali ambao hukaa kwenye baraza hili. Na wao hufanya maamuzi: nani anaweza kutembelea na wanachoweza kutoa au kuchukua kutoka Dunia. Yote huamuliwa kabla ya mawasiliano yoyote kufanyika. Hakuna mtu anayeruhusiwa kuja bila idhini kutoka kwa baraza hili.

D: Nimesikia kuhusu baraza hili hapo awali, na nimekuwa na shauku kuhusu wapo wapi. Je, una taarifa hiyo?

L: Baraza hili liko mahali ambapo hakuna mtu anaweza kufika isipokuwa mwanachama wa baraza. Na lazima awe kiumbe anayeheshimiwa sana na wenzao. Hakuna anayejua hasa iko wapi.

D: Lakini ni mahali pa kimwili?

L: Hapana, si mahali pa kimwili. Iko katika ngazi nyingine, na inapatikana tu kwa wale walioendelea vya kutosha kwenda huko.

D: Basi wanatoa idhini ya kuja na kupata dutu hii. Na kubadilishana maarifa na wakaazi wa Dunia.

L: Hilo ni sahihi.

D: Je, nadhani ni sahihi kusema kwamba makundi mengine pia yamekuja kwa sababu nyingine, siyo tu kupata dutu?

L: Ndiyo. Baadhi ya makundi huja kujua kwanini tunafanya tunachofanya. Huja kuangalia tabia zetu. Wengine huja kujaribu kutufundisha jinsi ya kuwa watu wa amani zaidi. Kuna sababu nyingi wanazokuja, si kwa ajili ya biashara tu. Baadhi huja kwa sababu ya udadisi tu, lakini si mara nyingi, kwa sababu idhini ya kuingia angani haitolewa kwa ajili ya udadisi pekee.

D: Lazima wawe na madhumuni basi.

L: Hilo ni sahihi.

D: Je, makundi yoyote haya huja kwa madhumuni mabaya?

L: Sio mara nyingi, kwa sababu baraza ni mwenye busara sana na hawaachi. Wakaazi wa Dunia wana hasi ya kutosha kwa maisha mingi. Hata hivyo, wakati mwingine watu wanaotembelea huingizwa katika hasi iliyo hapa, na hurejea kwa tabia inayofanana na hasi. Wakati wanapotolewa kutoka katika anga hii hawako.

D: Basi hii ni njia moja ya kukusanya nishati na kuunda kichocheo kwa vyombo. Je, kuna njia nyingine?

L: Kuna njia nyingi za kutengeneza vichocheo kwa vyombo kwa ajili ya nishati. Hii ni njia moja tu. Hata hivyo, njia hii, ingawa ni ngumu zaidi katika ukusanyaji, ni ndogo kuharibu mazingira ya sayari nyingi. Ni mbinu yenye nguvu sana na inaweza kuhifadhiwa kwa urahisi katika nafasi ndogo, hivyo inafanya iwe ya kutamaniwa sana.

D: Basi kuna njia nyingine ambazo ni hatari au zinadhuru mazingira?

L: Sana sana, kama unavyojua kutokana na kinachotokea sasa katika wakati wa Dunia unayoishi. Hii inafanyiwa kazi katika wakati wako, na watu wanapoanza kuwa na ufahamu wa kile kinachoweza kufanywa, mambo mengi unayotumia sasa kwa nishati hayatapatikana tena duniani. Lakini itahitaji uamsho. Kuna watu wengi wasiopenda mabadiliko haya.

D: Je, viumbe hawa walitumia aina hizi hatari za nguvu wakati fulani?

L: Hapana, si nguvu unayozungumzia. Nguvu za nyuklia zilichunguzwa, lakini hazikutumika. Zilipigwa chini kwa kuwa ni uchafuzi mkubwa kwa galaksi. Haikuwa chanzo kizuri kwa kuwa ni tete sana.

D: Basi walipata njia salama. Nilikuwa nikifikiria ikiwa kipengele hicho kilikuwa nadra sana na kigumu kupata katika sayari nyingine, wangeweza kuwa wamegundua njia nyingine rahisi kwao.

L: Hii ni kweli. Wamepata sayari nyingine ambapo dutu hii inapatikana kwa urahisi. Hata hivyo, Dunia ni chanzo karibu zaidi kuliko baadhi ya zingine. Na ndiyo sababu imekuwa ikifuatiliwa. Vinginevyo ingebaki peke yake. Ilikuwa rahisi zaidi.

D: Na wakaazi wa Dunia wangeweza kuendeleza hili wenyewe ikiwa wangeelewa mchakato?

L: Ndiyo. Mchakato huu umewapwa baadhi, lakini haujakubaliwa sana, kwa sababu kuna wengi wanaonufaika kiuchumi na njia nyingine. Na njia nyingine zinaonekana kuwa, kwa wakaazi wa Dunia, chanzo bora zaidi. Ni kitu ambacho kimekuwa hapa kwa muda mrefu, wanafikiri. Lakini kwa kweli sivyo. Vyanzo vingine vya nishati vimetumika hapa mara nyingi kabla. Hata hivyo, vilipotea mara nyingi pia.

D: Nilidhani labda ilikuwa kwa sababu ni rahisi sana hawakuamini ingefanya kazi.

L: Hilo ni sehemu ya sababu, lakini linaingia ndani zaidi. Linahusiana na nguvu na tamaa. Kuna swali kutoka kwa wanafunzi wangu. Wanataka kujua jinsi dutu ilivyogunduliwa na wageni. Nawaambia kwamba meli za nyota zilirudi tena Dunia kutembelea. Ilikuwa bahati nasibu walipogundua dutu hii waliyokuwa wakitumia kwa nishati. Ilikuwa ugunduzi mkubwa, na walifurahi sana kuipata, kwa sababu walikuwa wamesafiri mbali katika galaksi nyingine kukusanya madini haya. Kambi hii wakati huu ilikuwa kutoa maarifa ya matibabu kwa madaktari waliokuwa wakitibu kwa njia ya zamani sana, na kuua watu wengi. Walikuja kuwafundisha maarifa ya msingi ya muundo wa kimwili-biolojia wa mwanadamu. Ilikuwa operesheni muhimu sana ili maisha yaendelee katika sayari hii. Wakati walikuwa hapa kulikuwa na tauni kubwa na wengi walikuwa wanaaga kila siku. Walikuwa wakijaribu kuamua nini wafanye na maiti. Ilikuwa katika kipindi hiki ambapo madini yaligunduliwa walipokuwa wakichimba makaburi ya umati.

D: Watu wa anga au watu wa Dunia?

L: Watu wa Dunia. Watu wa anga walikuwa wakiangalia kile kilichokuwa kinaendelea wakati huo. Hawashiriki kwa maisha ya kila siku ya wanadamu. Wanatazama tu na kutoa njia kwa wanadamu kujifunza mbinu yao.

D: Lakini kama hawakuingilia, walikuwa wanawapa vipi madaktari hao taarifa?

L: Kupitia telepathia ya akili. Madaktari waliamini ilikuwa kitu waligundua wenyewe. Walihitaji kujua jinsi magonjwa yanavyosambazwa kutoka kwa mmoja hadi mwingine, na jinsi yalivyoishi katika damu. Damu ni muhimu sana kwa nguvu ya maisha ya mwili wa binadamu.

D: Na wanadamu, madaktari, hawakujua jinsi ugonjwa ulivyokuwa unasambazwa?

L: Hapana, hawakuwa wakijua umuhimu, thamani, ya damu inayotiririka ndani ya mwili wa binadamu. Ilikuwa muhimu sana kwa nguvu ya maisha ya binadamu damu hii iwe ndani ya mwili. Na hawakuishi kwa usafi mzuri.

D: Wakati huo hawakujua kuhusu vijidudu pia, sivyo?

L: Hapana. Hili ndilo walilikuwa wanajaribu kuwafundisha, kuhusu bakteria na kuruhusu damu kutokwa nje ya mwili.

D: Kutokwa?

L: Hawakuzuia damu kutoka mwilini. Hawakujua ilikuwa muhimu. Kwa hivyo ikiwa mtu angepata jeraha na kuvuja damu kwa wingi, hawakufanya chochote kuizuia. Hawakujua kwamba ilikuwa muhimu kwa kuishi, kudumisha kiasi fulani cha damu ndani ya mwili. Hii ilikuwa moja ya makosa waliokuwa wanayofanya. Na ukosefu wa usafi ulisababisha maambukizi ya bakteria. Iliyaruhusu bakteria kuingia mwilini na mzunguko wa damu. Haikuwa inajulikana wakati huo kuhusu kusafisha na kuosha na kuwa safi. Hawakuwa na maarifa ya kemikali. Hatua ya kwanza ilikuwa kuwafundisha kutumia maji kujiosha vizuri. Na kuweka mazingira safi.

D: Je, waliweza kusambaza maarifa haya kupitia daktari mmoja au?

L: Kupitia wengi. Mbegu za maarifa haya ziliwekwa kupitia akili, kutoka kwa akili moja hadi nyingine. Wengi wa madaktari waliamini ilikuwa wazo lao wenyewe. Haikuwatolewa kwa namna ambayo wangehisi walipata maarifa haya kutoka kwa mwingine. Ilikuwa kitu kilichowapata kwa ghafla.

D: Nilikuwa nikifikiria kama wangetolewa kwa mtu mmoja tu, angeweza kuogopwa au kuchukuliwa kuwa wa ajabu.

L: Hapana. Waliwapa wengi. Na walipolinganishwa mawazo, walikubali kuwa ilikuwa wazo zuri.

D: Lakini je, viumbe hawakuhisi hili ni kuingilia?

L: Hapana. Walikupa kama zawadi, na ilikuwa juu ya mtu binafsi kama angependa kuichukua au la. Haichukuliwi kama kuingilia kwa sababu walikuwa na fursa ya kukataa. Kulikuwa na kitu kilipaswa kufanywa. Wengi walikuwa wanaaga.

D: Je, tauni hii ilitokea wakati huo huo walipowamua kuwapa taarifa?

L: Ilikuwa inatokea walipokuja. Ndiyo sababu walikuja. Wengi walikuwa wanaaga. Na kulikuwa na hofu kwamba uwiano wa maisha ungeathiriwa, na hatimaye binadamu angekufa kwenye sayari hii. Na hii haikuwa kile kilichotakikana. Kundi hili lilitumwa hapa kwa dhamira hii. Na kwa sababu walifanya kazi yao vizuri, ilikuwa zawadi kupata chanzo bora cha nishati kuliko walichokijua hapo awali.

D: Basi dutu hii haikuwa kitu walikuwa wanakitumia wakati huo?

L: Walikuwa wameijaribu. Hata hivyo, haikuwepo kwao walipo, na ilikuwa safari ndefu kupata. Kwa hivyo wazo lilipigwa chini kwa sababu ya ukosefu wake.

D: Walikuwa wanatumia nishati gani hadi wakati huo?

L: Walikuwa wanatumia mwanga. Na ilikuwa sawa. Hata hivyo, kuna nyakati ambapo haipatikani na inamalizika.

D: Mwanga ulitoka wapi?

L: Unakusanywa kwenye karatasi. (Polepole kana kwamba hakuelewi kile anachoona.) Kwenye paneli. Karatasi. Hata hivyo, baadhi ya maeneo yaliyotembelewa hayakuwa na mwanga wa kuendeleza paneli zao. Na kwa hivyo walikosa nishati, na ilibidi waukwepe na chombo kingine.

D: Chanzo cha mwanga kilitoka wapi asili?

L: Kutoka kwa Majua katika galaksi mbalimbali.

D: Lakini yangekuwa mbali sana ikiwa wangesafiri angani.

L: Ndiyo. Hii ilikuwa hasara. (Polepole, kana kwamba anasoma kitu.) Baadhi ya paneli hizi zilikuwa na lenzi za kuongeza mwanga ambazo ziliweza kusafirisha mwanga kutoka kwa Majua katika umbali mrefu sana. Lakini ilihitaji mashine kubwa sana kufanya hivyo, na haikuwa ya kufaa kuwa kwenye vyombo. Kwa hivyo waliokuwa na paneli zao tu kwa nishati, na hawawezi kusafiri umbali mrefu bila kuisha mafuta.

D: Je, kuhusu nguvu za kioo? Je, walijaribu hilo?

L: Hapana. Wakati huo hawakufikiria kuchunguza uwezekano huo. Walikuwa wanatafuta mfumo mwingine, kwa sababu walipokuwa wakisafiri umbali mrefu haikuwa nzuri kama wangetoka katika eneo la chanzo cha mwanga.

D: Basi dutu mpya hii ilikuwa na mali kubwa za kuongeza mwanga. Je, hilo ni sahihi?

L: Hapana, dutu yenyewe haina mali hizi. Hata hivyo, walikuwa na uwezo wa kuibadilisha kwa uwezo wa kuongeza ambao tayari walikuwa nayo. Ilikuwa mchakato rahisi sana kubadilisha chembe hizi kupitia mfumo wao, na kuwa na uwezo wa kuhifadhi katika kontena ndogo, ili kusafiri umbali mrefu kutimizwe kwa kifurushi kidogo kabisa.

D: Chanzo cha nguvu bado ilikuwa mwanga?

L: Ndiyo, mwanga ni muhimu na unatumika. Hata hivyo, chembe hizi zilitumika kuhifadhi. Hii ilikuwa mali iliyokosekana katika mfumo wao wote wa nishati. Imewezesha kuhifadhi nishati yao katika kontena ndogo sana, ambapo awali walilazimika kuwa na paneli kubwa ili kuendesha vyombo vyao. Hii ilibadilisha mfumo wao wote wa nishati, na walipata njia mbalimbali za kuitumia. Si kwa vyombo tu, bali kwa operesheni nyingi tofauti. Mwanzoni walikuwa wanachukua tu. Lakini kisha walilazimika kujadiliana nayo, kadri muda ulivyopita. Kilichokuwa wakifanya kiligunduliwa, na walilazimiana kwa ajili yake. Lakini kwa muda mrefu sana hapo awali hakukuwa na haja. Mwanzoni walipogunduliwa walihamia eneo jingine ambalo halikuwa na watu wakati huo. Lakini idadi ya watu ilipoongezeka Dunia kulikuwa na eneo kidogo sana ambalo wangeweza kupata madini haya bila watu. Kwa hivyo makubaliano yalifanywa na serikali kadhaa duniani, sio tu katika eneo hili moja. Kulihofiwa kwamba wangezuiliwa, hivyo waliweka makubaliano katika maeneo tofauti.

D: Je, tunaweza kurudi kwenye historia uliyokuwa unazungumza? Ulisema waliweka makubaliano na watu kuwasaidia kupata dutu hii. Na wangewapa zawadi ya teknolojia fulani, maarifa ambayo wangeweza kutumia katika maisha yao wakati huo.

L: Hilo ni sahihi.

D: Basi nini kingetokea kuvunja agano?

L: Agano lingevunjwa mara kadhaa wakati asili ya kimwili ya mwanadamu ingemruhusu nguvu na tamaa kuchukua nafasi. Kutaka kutumia teknolojia hii kwa madhumuni ya vita, uharibifu, badala ya kusaidia wanadamu. Wakati mambo haya yangetokea, wanadamu wangejaribu kuwatawala viumbe waliokuja. Na wakati hili lingetokea, wale waliokuja kutoka sehemu nyingine wangeondoka kwa muda, hadi kizazi kipya kiweze kuibuka na agano jipya lifanyike.

D: Basi wakaazi wa Dunia wangechukua teknolojia waliyopewa, kwa matumizi yoyote au faida, na kuigeuza kuwa mambo ya kivita. Ndiyo unamaanisha?

L: Ndiyo. Mara nyingi hili lilitokea, mara nyingi.

D: Inaonekana ajabu kwamba wangegeuka dhidi ya wafadhili wao.

L: Walidhani ikiwa wangekuwa na nguvu hii, wangeweza kuwatawala wafadhili na kuwafanya wafanye wanayotaka. Walihisi walikuwa chanzo pekee kilichopatikana kwa viumbe hao wa sayari nyingine, lakini walikosea, kwa sababu kulikuwa na maeneo mengi mengine duniani.

D: Basi viumbe wangetoa?

L: Ndiyo. Wangetoka. Na mara nyingi, kulingana na makosa yaliyofanywa, wangetoa teknolojia yao yote, au wangeiharibu ili isitumike kwa njia mbaya. Kisha watu wangerudi nyuma. Hili limetokea mara nyingi sana katika maisha ya Dunia hii. Inaonekana wanadamu wanapanda hadi hali ya juu, kisha wananaruhusu nguvu na tamaa kuwasumbua kabisa na kile walichojifunza. Kisha wanaharibiwa, na wanachukua hatua nyingi nyuma.

Wakati Bartholomew aliingia ulimwengu wa viumbe wadogo wa mwanga waliong'aa, inaonekana alizidi dhana yetu ya wakati, au badala yake, wakati haukuwepo hapo. Mwanzoni alikuwa akitoa taarifa kutoka kwa akili ya Bartholomew, taarifa iliyotolewa na rafiki yake wa ajabu. Kadri alivyoendelea kutoa ripoti, alianza kupata ufikiaji wa taarifa kutoka nyakati za baadaye ambazo zisingepatikana kwa Bartholomew. Kweli alizidi wakati na alikuwa mahali ambapo zamani, sasa na baadaye vilikuwa moja. Hii ndio njia pekee ninayoweza kuelezea ufikiaji wake wa taarifa zinazohusiana na kipindi chetu cha sasa. Akili yake (kwa kushirikiana na akili ya Linda) ilikuwa imepanuka katika uwezo wa kufikia na kumeng'enya ukweli mgumu na muhimu.

Lakini kusudi la kufundisha viumbe hawa wadogo lilikuwa nini? Wangekuwa na sehemu gani katika wakati wetu?

L: Wanadamu hawajaweza kujifunza vya kutosha kutokana na makosa ya zamani ili kuwaruhusu kuendelea zaidi kwa hatua fulani. Hii imekuwa shida kubwa sana katika maisha mengi. Viumbe wanatarajia wakati fulani kuwasaidia wakaazi wa Dunia katika mabadiliko yao zaidi ya nafasi hii moja. Mara watakapopita nafasi hii, watawaruhusu kuendelea zaidi njiani. Kizuizi hicho kimoja kinaendelea kusababisha kurudi nyuma kubwa katika makosa ya zamani. Hii ndiyo sababu tunakutana sasa, ili kupata njia ya kufunga pengo, ili wanadamu waweze kufanya hatua hiyo ya kusonga mbele katika ukuaji wao. Na tunasaidia kufanya hivyo. Viumbe wote walio hapa leo wanataka kusaidia kufunga mwanya huu mara moja na milele. Ili wanadamu waweze kuendelea kuwa kile ambacho daima kilikuwa kipo kwao. Na kwa ujinga wao hawakuweza kufunga wenyewe.

D: Wanatuwezesha vipi?

L: Wengi, wengi watatumwa hivi karibuni kufanya kazi katika mambo ya kila siku. Kuangaza kwa njia ya upole, kutuma ujumbe wa upendo, ili hili lifungwe mara moja na milele. Wengi watachagua kutokaa Dunia. Lakini wale watakaobaki watafanya kazi kwa bidii sana na watapewa vitu vingi vya ajabu kwa kazi yao.

D: Unamaanisha viumbe hawa wadogo wa nishati wangeja Dunia kusaidia? (Ndiyo) Watafanya hivyo vipi? Wataendelea katika maumbo yao ya nishati ya mwanga?

L: Wengine wataendelea kama walivyo. Wengine watakuwa na uwezo wa kuingia katika miili mingi ya binadamu. Kiumbe mmoja wa mwanga atakuwa na uwezo wa kuingia katika miili kumi ya binadamu kwa wakati mmoja. Na kupunguza uzito wa mwili wa binadamu wenyewe, ili kuruhusu maendeleo ya fikra na ukuaji wa kiroho ambao hadi sasa ulikuwa hauwezekani.

D: Wataingia katika miili ya wale wanaoishi duniani na ambayo tayari ina roho nyingine ndani?

L: Ndiyo. Hawataingilia sheria yoyote ya asili au kuchukua udhibiti wa mwili. Watawahi kuwa tu doa la mwanga litakalowangaza mwili wa kimwili wenyewe, na kumruhusu kukua.

D: Nilidhani ulimaanisha wangeingia kama nafsi na kuishi maisha kuanzia utotoni.

L: Hapana, hapana. Hii haiwezekani. Viumbe hawa wa mwanga ni mwanga sana na wameendelea kiasi kwamba hawahitaji kuingia katika uhai wa kimwili. Hili siyo kile walichoundwa kufanya. Wao wako juu ya dhana yako. Sio nafsi, kama ungeviona. Wao ni viumbe wa mwanga waliotokana na Mungu wa uumbaji wote. Chanzo.

D: Lakini nafsi zetu pia zilikuja kutoka hapo.

L: Ndiyo, hilo ni kweli. Hata hivyo, kuna vyanzo vingi sana vinavyotokana na Mmoja, na viliundwa tofauti kwa madhumuni tofauti. Lakini wote ni sehemu ya kitu kimoja.

D: Lakini kama wanaingia ndani ya mwili wa mwanadamu kwa muda mfupi — ulisema haitawakamata wala kuchukua udhibiti, bali kusaidia — je, hilo linaruhusiwa na sheria za ulimwengu? Ninamuona roho kama mlezi wa mwili. Je, kuna kitu kingine kinachoruhusiwa kuingia?

L: Ndiyo. Inaweza kuingia ikiwa imekubaliwa kabla. Viumbe hawa wa mwanga ni wa safi sana kiasi kwamba hawataweka mapenzi yao kwa mwingine. Kutakuwa na roho nyingi zinazosubiri kwa hamu msaada wao.

D: Je, ruhusa hii kati yao inatolewa kwa uelewa wa akili?

L: Hapana. Inatolewa katika ngazi nyingine.

D: Hivyo basi mtu mwenye uelewa haujui kinachotokea?

L: Hilo ni sahihi. Wanajua kitu kinabadilika, kwa ngazi ya ufahamu. Hata hivyo, hawajui hasa ni nini. Wakati wanakubali hili katika hali yao ya ufahamu na kuruhusu mabadiliko, wataipata jibu na kisha wataelewa kile ninachokuambia. Mwanzoni watakuwa na hisia tu ya mabadiliko ya mifumo ya mawazo. Na watajiuliza kuhusu hili. Lakini itakuwa hisia kali kwamba lazima wabadili, ingawa hawataelewa kwa nini au vipi.

D: Lakini hili haliwezi kutokea kwa kila mtu.

L: Hapana. Ni kwa wachache tu, na hawa watawafikisha wengine kwa njia yao ya kufikiri. Wengine watachagua vingine. Wengine hawataki kubadilika. Wataipinga kwa nguvu, na kusababisha maumivu na matatizo mengi. Lakini hawa waliopo hasi hatimaye watafukuzwa na wengi wanaotaka kufanya mabadiliko. Na watafikishwa kuondoka, kwa sababu watahisi huzuni sana katika mazingira yanayoundwa.

D: Hawa huenda ni watu ambao wangekuwa hawakubali kufanya makubaliano ya kuingia kwa kiumbe.

L: Hapana. Nataka nifafanue kwamba viumbe hawa wa mwanga kwa namna yoyote hawataingilia mwili wa mwanadamu au roho au kusudi la maisha yao ya wakati huu. Wapo tu ili kuwezesha ukuaji fulani kutokee. Hawapo kubadilisha chochote kilichokubaliwa au kuanzishwa hadi sasa.

D: Hilo litaonekana kama uvamizi wa uhuru wa mtu.

L: Hilo ni sahihi. Wao ni cheche tu ili kumwezesha mwanadamu kuvuka pengo na kulifunga mara moja kwa wote, ili kurudi nyuma kwa njia za kizamani kuishwe.

D: Je, hii ndiyo sababu wanakuja kama nafsi au roho, kwa namna fulani? Kwa sababu viumbe vya mwili havikuweza kufanya hivyo wenyewe?

L: Hilo ni sahihi.

D: Viumbe vingine vilijaribu njia nyingi tofauti, na kama ulivyosema, wakati mwingine walizuiliwa na uhalisia wa sayari. Na pia walianguka kwa njia nyingi nyingine.

L: Ndiyo. Na ndio maana viumbe hawa wa mwanga waliundwa.

D: Ili kufanya kazi hii kwa njia tofauti.

L: Ndiyo. Hakuna sababu nyingine ya viumbe hawa kuwepo.

D: Je, ndiyo sababu Bartholomew anapaswa kuwafundisha historia ya Dunia yetu?

L: Ndiyo, wanapaswa kujua ni mara ngapi hili limetokea. Wanapaswa kuelewa kwa kina asili ya binadamu, ili wasivunje sheria yoyote. Kipengele cha binadamu kinapaswa kufanya hili kwa ajili yao wenyewe.

D: Wakati wanafanya kuingia, kwa maana fulani, je, mwanadamu anapaswa kuwa wazi zaidi wakati huo? (Ndiyo) Je, hii inafanyika kwa njia fulani? Ninazingatia mfumo wa kujilinda wa mwanadamu bila kujua.

L: Ndiyo. Hii itakuwa mabadiliko rahisi sana. Kinachohitajika ni tamaa ya kukua. Si kuingia kwa nguvu, si kuchukua udhibiti, bali mchanganyiko, muunganisho, kuongeza, kuunganisha. Kipengele kinaongezwa kinachoongeza lakini hakipungui.

D: Hilo linaeleweka ikiwa haitafanya kazi kwa njia nyingine. Je, kuna roho au viumbe vingine vinapanga kuja duniani kusaidia katika hili?

L: Kwa sasa ni subira na kuona. Inatumainiwa na baraza kwamba mara viumbe wa Dunia watakapokua, kuja na kwenda kwa wengi kutoka maeneo mengine kutafanikiwa. Na mtandao wa biashara utaanzishwa kwa sera ya wazi badala ya siri. Dunia inaweza kuwa mahali wazi zaidi pa kutembelewa.

Nilipopokea taarifa hii mwanzoni mwa kazi yangu nilidhani ilikuwa ngumu, lakini kwa miaka mingi imekuzwa na vikao vingine vingi kutoka sehemu mbalimbali za dunia.

SEHEMU YA PILI

MUENDELEZO KUTOKA "WALINZI"

Sura Ya Nne

Manukuu Yaliyoachwa Nje Ya Janice

Nilipokuwa ninaandika kitabu changu The Custodians nilikuwa nikizingatia utafiti wangu kuhusu UFO na kesi za wizi zinazodhaniwa. Ilielezea jinsi nilivyoanza (kama wanasheria wengi wengine wa uchunguzi) na kesi rahisi za kuona, kutua, na wizi. Ilifuata kazi yangu ikienea kutoka rahisi hadi ngumu. Sehemu ya mwisho ya kitabu ilihusu kazi yangu mwishoni mwa miaka ya 1980 na mapema ya 1990 na mwanamke mmoja mdogo aliyekuwa anaishi Little Rock, Arkansas. Alitoa taarifa nyingi za thamani ambazo zilinifanya kugundua kwamba wageni wa angani hawakuja tu kutoka sayari na galaksi nyingine, bali pia kutoka dimensheni nyingine. Baadhi ya dhana walizonipa zilikuwa za kupanua akili, kwa sababu hazikuwahi kuripotiwa na wengine.

Mojawapo ya mambo ya ajabu ilitokea nilipofanya kazi na Janice. Baada ya tukaanza kikao na yeye akiwa katika hali ya chini kabisa ya ndoto (somnambulistic), tabia yake ilipotea, na viumbe wengine vilizungumza kupitia kwake. Mara nyingi hawa walikuwa viumbe waliokuwa kwenye meli ya angani aliyokuwa amepelekwa. Mambo haya ya kushangaza yalitokea pia na waandishi wengine niliowafanya kazi nao, kana kwamba nilikuwa nimeanzisha njia ya moja kwa moja ya kuwasiliana na viumbe hao. Taarifa zilizoletwa na Janice zilikuwa nyingi sana kiasi kwamba zilichukua sehemu kubwa ya The Custodians. Viumbe hawa wangejibu maswali yangu yoyote na kutoa taarifa juu ya mada nyingi tofauti.

Hali yangu ya wasiwasi ilikuwa kwamba The Custodians ilikuwa ikikua kuwa kitabu kikubwa sana, na nilijua baadhi ya taarifa zitabidi zifutwe. Niligundua kuwa sehemu za vikao,

Janice alikuwa anakimbia mbali na UFO na meli za angani, na kuingia kwenye maeneo mapya ya dhana za kimetafizikia ambazo zilikuwa ngumu zaidi. Sisi hatukuwa tukiongea tena na viumbe vinavyoendesha meli na kufanya majaribio mengi kwenye mradi wa Dunia. Ilionekana kwamba tulikuwa tumewasiliana na viumbe waliostawi zaidi, waliofahamika kwa watu wa anga, lakini wasiojulikana kwetu. Kisha nikamua kufuta sehemu hizo kutoka kitabu hicho, ili kitabaki kuwa kweli kwa dhana yake ya awali na lengo liendelee kuwa juu ya kazi yangu na wageni wa angani.

Nilikuwa nikikusanya taarifa kwa miaka mingi wakati wa kurudisha kumbukumbu zangu za kawaida ambazo zilivuka mpaka na kuingia kwenye eneo la paranormali ambalo sikulijua. Ili kubaki waaminifu kwa lengo la vitabu nilivyokuwa nikiandika wakati huo, sikujumuisha dhana hizi. Pia nilijua siwezi kuharibu taarifa hizo kwa sababu sikuelewa. Niliweka kando, nikiijua kwamba siku moja zitaweza kuwa na thamani kadri ufahamu wangu unavyoongezeka. Sikujua kama na lini umma kwa ujumla utakuwa na uwezo wa kuelewa baadhi ya haya, kwa hivyo nikaamua kuandika kitabu ambacho kingejishughulisha kikamilifu na taarifa hizi, na natarajia kutakuwa na watu wanaopenda akili zao kupanuliwa. Bila shaka ilipanua akili yangu, na kuibadilisha muundo wa kufikiri wangu. Kila wakati nikiwa najiona nikiwa nimekamilisha kupata taarifa zote, na nimepanga jinsi ya kuelewa jinsi ulimwengu unavyofanya kazi, "wao" wangenipatia taarifa kwa ujanja ambayo ilipanua dhana na kuanza akili yangu kuchunguza mwelekeo mwingine. "Wao" wamekuwa wakifanya hivyo kwa upole, wakinipa kidogo kidogo ili nisiogope na niweze kumeng'enya kipande kingine kinachovutia. Ningeweza kukataa, kusema kwamba sitaki imani zangu kupingwa, kwamba nimeridhika na nadharia zangu na sitaki njia yangu ya kufikiri kuvurugika, lakini mimi ni mjuzi sana kwa hilo. Nataka kujua nini kipo nyuma ya mionekano inayofuata katika safari ya kusisimua. Hata kama sikuelewa, labda kutakuwa na watu walioko nje ambao wangeweza kuelewa. Kwa hivyo uchunguzi wangu umekuwa ukielekezwa kwa wale wanaopenda akili zao kugongana kama pretzel. Vitabu vyangu vimeundwa kuwafanya watu wafikirie.

* * *

Vikao na Janice vilitokea mwishoni mwa miaka ya 1980 na mapema ya 1990 wakati nilikuwa nikiwa na shughuli nyingi za kuandika habari za Nostradamus. Mnamo 1986 nilialikwa kuwa mchunguzi wa UFO Arkansas, na hiyo ilikuwa uzoefu wangu wa kwanza wa mada hii ya kuvutia. Haya yote yalisimuliwa katika The Custodians. Nilikuwa nikienda kutoka nyumbani kwangu milimani mwa Northwest Arkansas hadi Little Rock kufanya kazi na wanawake wawili ambao walithibitishwa kuwa waandishi wazuri, na waliotoa taarifa za ajabu. Kwa kuwa ilikuwa safari ya saa nne, nilijaribu kuwa na vikao vingi iwezekanavyo wakati nilikuwa hapo.

Nilikaa nyumbani kwa rafiki yangu Patsy ambapo nilikuwa na faragha ya chumba cha juu kwa vikao. Janice alikuja huko na nilijaribu kuwa na vikao kadhaa na Janice katika siku moja. Katika moja ya safari hizo ilionekana kwamba vikao vitatu kwa siku moja vilikuwa vingi sana kwa sisi wawili kwa sababu vikao vilidumu hadi usiku wa manane. Baada ya hapo tulijaribu kuona ni ngapi tunaweza kufanya bila kuumiza mmoja wetu.

Katika safari hii mwaka 1990 tulikusudia kuchunguza tukio jingine la muda uliopotea ambalo Janice alikuwa ameupata mwezi mmoja kabla. Alialikwa kwa chakula cha mchana cha Jumamosi na marafiki wengi katika nyumba nje ya Little Rock. Alimpigia simu rafiki yake kabla ya kutoka nyumbani kuhakikisha hakuwa na vitu vya mwisho vya kuchukua, kisha akaingia barabara kuu. Alipofika, rafiki yake alikuwa amekasirika sana kwake. Sherehe ilikuwa imeisha na wageni walikuwa wakiondoka. Rafiki yake alisema, "Angalau ungeweza kupiga simu ukaniambia ungechelewa!" Janice hakuwa anajua alikuwa anazungumzia nini, hadi aligundua masaa manne yalikuwa yamepita tangu alipotoka nyumbani.

Hii ilikuwa kama tukio la chakula cha ofisini lililoripotiwa katika The Custodians, ambapo masaa kadhaa yalipotea bila yeye kujua. Ilikuwa ikileta matatizo kwa maisha yake ya kijamii. Janice alikuwa amefika mahali ambapo aliepuka kufanya ahadi za kijamii ili kuepuka kuwekwa katika hali ya aibu ya lazima kuelezea mambo haya ya ajabu kwa marafiki. Ilikuwa ngumu zaidi kwa sababu yeye mwenyewe hakuwa na maelezo, hadi tulipoanza kufanya kazi mwaka 1989, na kugundua alikuwa anachukuliwa (pamoja na gari) kutoka barabara kuu. Baada ya tukio, angewekwa tena barabarani, akiwa mchanganyiko, lakini bila kujua kuwa muda mrefu uliopotea ulikuwa umepotea kutoka maisha yake.

Katika kazi yetu tuligundua kwamba Janice alikuwa anafanya kazi na wageni wa angani maisha yake yote, bila ufahamu wake wa kawaida. Uzoefu wake ulikua kutoka majaribio ya uzazi wa awali hadi kushiriki katika madarasa magumu ndani ya meli kubwa na ya ajabu "ya mama", ambapo angeweza kusoma mada yoyote katika ulimwengu. Bila shaka, mafundisho haya yote hayakuwahi kupatikana kwa ufahamu wake wa kawaida. Yalihifadhiwa katika ufahamu wake wa chini hadi wakati uwe sahihi wa kuachiliwa. Sehemu moja ya nafsi yake ilijua kuwa kuna mambo muhimu yanayotokea kwake katika ngazi nyingine, lakini hilo halikuondoa mkanganyiko uliokuja katika maisha yake ya kawaida ya kuamka.

ULIMWENGU ULIOCHANGANYIKA, KITABU CHA KWANZA

Nilianza kikao kwa kutumia neno la siri ambalo lilimweka papo hapo katika hali ya ndoto ya kina. Kisha nikamrudisha kumbukumbu hadi siku tukio la muda uliopotea lilipotokea.

Alirejea maelezo ya kujiandaa kuondoka nyumbani, lakini alikuwa na hofu fulani, kwa sababu alihisi kitu kitatokea. "Ninaweza kuhisi uwepo wa marafiki zangu. Wamekuwa hapa kwa siku kadhaa. Nilikuwa na utabiri wa ... Nilijua ningeenda kufanya kazi fulani, na sikutaka kuwa kwenye chakula, kwa sababu watu wengine watakuwa pale. Na sitaki kufichuliwa. Ni jambo la faragha, lisiloenezwe na watu wengi wasioelewa. Kwa hivyo sitaki kwenda, kwa sababu najua nitakuwa na uzoefu. Inakuja, lakini sijui lini. Kwa hivyo nilidhani ni bora nikae nyumbani na kuruhusu itokee nikiwa peke yangu."

Hisia hizi lazima zilikuwa kwenye ngazi ya chini ya ufahamu, kwa sababu kwa ufahamu Janice kawaida alikuwa anahisi tu hisia za kutokuwa na utulivu kabla ya tukio, bila kujua zinatoka wapi au zinamaanisha nini. Muunganisho ulikuwa daima hauko wazi, kwa kawaida kwa sababu ilikuwa ikitokea kwenye ngazi nyingine ambayo haikuweza kufikiwa na ufahamu wake wa kuamka. Baadaye tu zingeunganishwa na tukio la muda uliopotea.

Akaondoka nyumbani, lakini hofu zilendelea. "Nilianza kuhisi hisia za ajabu. Na nimejifunza kwamba ni sawa kuendesha gari wakati inapotokea. Sihitaji kuwa na wasiwasi kuhusu kuanguka au kitu chochote. Mwanzoni, nilikuwa naogopa kwamba sitakuwa na uwezo wa kuendesha. Inaonekana ya kutisha kutokujua." Hakuwa amepita mbali sana kwenye barabara kuu alipokuwa akinyamaza, "Ooohh! Wao wako hapo!" Hisura yake ilionyesha kitu kinatokea.

J: (Kwa mshangao.) Meli kubwa! Meli kubwa! Iko mbele yangu, lakini iko juu yangu. Ninaangalia, na nafikiri, "Ni njia gani ya kutoka?" Nilikuwa barabarani kwa dakika moja au mbili tu, na iko hapo.

D: Unaona magari mengine karibu nawe?

J: Najua kuna magari mengine, lakini ni kama mimi ndiye tu. Ni kama niko kwenye korido, kwa kukosekana neno bora zaidi. Ni kama niko katika "nafasi" yangu, lakini ni tofauti na nafasi ya magari mengine.

Mojawapo ya mambo ya kushangaza ya kutengwa na ulimwengu wa nje wakati matukio haya yanapotokea ilichunguzwa katika The Custodians, ambapo hakuna mtu mwingine anaonekana kuona chochote. Nimejifunza kuwa ni uzoefu wa mtu mmoja na hauonekani kwa mtu yeyote asiyehusika.

J: Nimeona meli kubwa, lakini hii ni kubwa sana. Whew! (Alikuwa kwa kweli ameshangazwa.) Ni rangi ya kijivu kama anga inavyoonekana siku yenye mawingu. Kuna mistari tofauti ya madirisha madogo, kwa sababu ni nguzo nyingi. Ni kubwa sana!

D: Kisha kinasimama nini?

J: Nimepunguzwa tu. (Sikuelewa.) Swhooosh! Ni kama kupiga vidole, na ni "blip". Poof! Ni jambo la papo kwa hapo. Ni karibu haraka kama mawazo yanavyoweza kuwa. Dakika moja nilikuwa barabarani, na kisha sikuwepo tena. Niko hapo juu.

D: Gari lako lipo hapo juu pia?

J: Oo, ndiyo.

D: Niambie unaona nini.

J: Ni kama una mji wako huko. Ni kubwa sana. Na tunaacha gari pale, na mimi naenda nao. Unajua wako wakikusubiri, na wanakupeleka mahali unapaswa kwenda. Mahali hapa ni kubwa kiasi kwamba ungepotea. Hungeweza hata kupata njia yako. Ni kubwa sana.

Waliongoza kwa kutumia kifaa cha ajabu. "Umewekwa kwa mwelekeo. Inaonekana kama kiti pekee. Hakuna waya. Nilikuwa nikitafuta waya."

Kisha kulikuwa na pumzi kali, na alionekana kutokuwa na raha. Ningeweza kuona alikuwa akipata hisia isiyokuwa ya kawaida ya kimwili. Ilionekana kumchukua pumzi. "Je, hicho kitu kinaendaje hivyo? Kinatembea haraka sana."

Aliripoti kupata kizunguzungu, hivyo nilimpa maagizo ya kupunguza hisia zozote za kimwili. Kwa sekunde chache alielezea hisia ya kusafiri haraka sana, na kweli alikuwa akijaribu kuendelea kupata pumzi yake. Hii ilifuatiwa na sauti za kushangaa. Hakuweza kuelezea muonekano wa eneo analokuwa akipitia kwa sababu lilikuwa mchanganyiko wa rangi, na hisia zilikuwa muhimu zaidi.

J: Oo, heri! Ooohh! Ilikuwa haraka sana. Sana, sana, sana haraka. Mwili wangu unahisi aje. (Kicheko cha karibu cha histeria.) Oo, inaniuma kila mahali.

Niliendelea kumpa mapendekezo ya ustawi alipokuwa akivuta pumzi kwa kina. Nilikuwa nikijaribu kumpeleka mbele ili afike mahali fulani, na hisia ziweze kupungua. Baada ya sekunde chache pumzi yake ilirudi kawaida. Kisha maneno yake ya pili yalinishangaza.

J: (Kwa kunong'ona) Unavuta sauti sana. Unavuta sauti sana!

Hii ilikuwa ya kushangaza. Sikuwa nimeongeza sauti ya sauti yangu. Hii haifanyiwi kwa sababu inaweza kuvunja hali ya ndoto ikiwa utabadilisha sauti.

J: Ni kama megafoni.

Alikuwa akitetemeka na kunyoosha, waziwazi bado akirejea kutoka safari ya haraka. Niliwaagiza kwamba angeweza kusikia sauti yangu kwa njia ya kawaida.

J: Asante. Ilikuwa kama megafoni kwa dakika moja.

D: Unaona nini inapopungua kasi?

J: Haijapungua kwa akili yangu bado. Kimwili nipo, lakini bado ni haraka. Bado ni haraka.

D: Mambo yanarejea kawaida, kwa sababu hatutaki uwe na aina yoyote ya kutokuwa na raha.

J: Si kutokuwa na raha. Usielewe vibaya. Inaweza kuwa muhimu kuihisi. Nimeshiriki kwa sababu nataka. Si kutokuwa na raha. Ni uzoefu. Huwezi kufanya hivyo hapa. Oo, Mungu wangu, ilikuwa haraka! Angalia, lazima uende haraka ili kupita kasi ya mwanga.

D: Lakini haitakusahau mwili huu wa kimwili.

J: Vizuri, mwili wa kimwili umewekwa. Kiwango chake cha uvumilivu kimepangwa... Kuna neno lingine, mbali na kuwekwa, lakini sijui ni nini.

Alikuwa akivuta pumzi nzito tena. Kisha alihisi moto, na akajizunguka kuondoka chini ya blanketi. Nilimsaidia. Hii wakati mwingine ilitokea na kuonyesha mabadiliko ya nishati. Wakati mwingine mwandishi anaweza kubadilika kutoka moto hadi baridi na kurudi tena. Alipitia sekunde kadhaa za kutofurahi kwa mfululizo kama angekuwa bado anahisi kuongeza kasi. Nilikuwa bado nikijaribu kumpeleka mwisho wa safari yake ili tuendelee na hadithi. Baada ya sekunde chache za mapendekezo alivuta pumzi kubwa, akaridhika, na alianza kufanya harakati za mikono kwa neema.

D: Kwa nini unafanya harakati hizo?

J: (Kwa upole) Ni salamu.

D: Unamsalimia nani?

J: Kiumbe.

Aliendelea na harakati za mikono, karibu kwa heshima, na kuonyesha kwamba kiumbe kilikuwa mbele yake pia kinafanya harakati sawa. Karibu sikujali mimi, alikuwa akizingatia harakati zake. Nililazimika kumfanya aanze kuzungumza tena. Niliomba maelezo ya kiumbe.

J: Kiumbe ni eneo la mwanga, lakini ni mwili. Kama sio wa kimwili bado. Mwanga ni mkali sana. Ni ukosefu wa rangi. Ungeweza kusema ni mwanga mkali zaidi uliowahi kuona.

D: Anazungumza nawe?

J: Ndiyo. Ni kama maagizo ya aina fulani. Maelezo na maagizo.

D: Unaweza kurudia anachosema?

J: Vizuri, sisikii. (Kusinzia kwa kukasirika.) Sio kwa maneno. Ni kama ukiwaona vumbi likikuja, au unalihisi likiingia ndani yako. Namaanisha, ni zaidi ya ubongo wako. Ni zaidi.

Nimepokea barua kutoka kwa wasomaji wengi ambao wamepata uzoefu wa ajabu wa kupokea taarifa kupitia alama ambazo zinaonekana kuingia moja kwa moja kwenye ubongo wao. Hii wakati mwingine hutokea baada au wakati wa kuona UFO. Wakati mwingine hutokea wakati mtu amelala kitandani au kwenye sofa, na alama za jiometri zinaonekana kuingia kwenye ubongo kupitia miale ya mwanga inayokuja kupitia dirisha. Nimepokea ripoti nyingi za aina hii kuweza kuzikataa kama ndoto tu. Hii pia iliripotiwa katika The Custodians kama aliens walivyosema taarifa zinapewa kwa haraka kwenye kiwango cha seli. Walisema taarifa itatokea kwenye ufahamu wa baadaye wakati zitakapohitajika, na mpokeaji hata hatajua taarifa ilitoka wapi.

D: Je, unajua maagizo haya yanahusu nini?

J: (Kusinzia) Ni haraka sana kujua.

D: Labda hiyo ndiyo njia pekee taarifa nyingi zinaweza kupelekwa. Kuingia moja kwa moja kwenye mwili na akili yako.

J: Ziko kila mahali. Najihisi kama sponji.

D: Je, unajisikia uko salama katika uwepo huo?

J: Najihisi mnyenyekevu sana. Niliomba kuiona, na ikageuka kuwa mtu. Mwanga unaweza kuwa mtu ikiwa utakataa. Inaweza kuwa kitu chochote. Wow! Inaweka mbele yangu kama mtu.

(Kwa mshangao.) Inaonekana kama binadamu, lakini ni tofauti. Anaweza kuwa kama mwanga mpole. Unahisi ngozi ni laini. Kama kiumbe cha mwanga... kama balbu ya mwanga iliyofunikwa.

D: Unamaanisha uso na mwili wake unaonekana kama umeundwa kwa mwanga? (Ndiyo) Unang'ara kutoka ndani?

J: Ndiyo. Niliuliza, "Je, wewe ni mwanga tu? Je, hicho ndicho tu wewe? Mwanga tu?" Na mbele ya macho yangu ikatengenezwa. Nilikuwa nimevunjika moyo kuona hilo likitokea. Kutambua kwamba mwanga unaweza kuwa mtu.

D: Je, unaweza kumuuliza ni nani au ni nini?

J: Nimeshangazwa sana kiasi kwamba sisomi. Ni kama unajua utulize. (Alionekana kusikiliza.) Mambo yanatokea kwako. Mambo yanatokea kwako, na kama unasema kitu kitakuwa kelele. Kama huongei. Unazungumza, lakini sio kwa njia yoyote ninayojua. Ninachoruhusu kilichohitajika kitokee, kwa sababu kina uhusiano na kitu kingine.

D: Vizuri, tuende mbele. Unaweza kuharakisha mlolongo huo. Je, hilo ndilo tu lililotokea? Je, ulikaa tu mbele yake, na kupokea taarifa?

J: Hapana. Tulizunguka kwenda mahali tofauti.

D: Je, ulitoka kwenye kiti?

J: Sikuwa kwenye kiti wakati huo. Sijui kilipo. Tulitoka kwenye sayari, au chochote hiki. Sisi hatuko kwenye meli tena.

Inaonekana kiti kilimtoa kwenye meli kwenda mahali pengine. (Dimensheni nyingine?)

J: (Kusinzia kwa nguvu) Kote ni mwangaza sana. Karibu inauma macho kwa mwangaza wake. Ni kimya sana. Tulikuwa kwenye kile tunachofikiria kama ziara ya mji wenu. Njia tuliyosafiri ilikuwa ya kushangaza, kwa sababu hatukuweki miguu. Tulikuwa tukisogea tu. Hakuna waya. Nilikuwa nikitafuta waya. (Kicheko) Sawa tu. Hakuna madoa. Tunatembea hewani.

D: Niambie unaona nini anapokuonyesha mji.

J: Sijui. (Alikuwa na kukasirika wakati mwingine akijaribu kuelezea kile alichokuwa anaona. Hakuna dhana kwa ajili yake.) Ni mwanga. Na unasogea kupitia mwanga. Kisha hubadilika, kwa sababu kuna maeneo ya mwanga. Kisha unasogea ndani yake, na inageuka - sio imara - lakini hubadilika kutoka eneo kuwa kitu. Kisha unasogea kwenda eneo lingine, na ni tofauti.

D: Inabadilika kuwa nini?

J: (Alikuwa na ugumu) Unajua, kama unavyoendesha kwenye sehemu ya makazi, kisha unabadilika na uko kwenye nyingine, isipokuwa ni tofauti.

D: Unamaanisha kama majengo au vitu?

J: Si majengo, lakini ndiyo wanayoishi ndani.

D: Anakupa sehemu wanazoishi, kati ya mwanga huu?

J: Mwanga ni jumla ya... Oo! Siwezi kuelezea hii.

D: Je, unaweza kuniambia moja kati ya hizo?

J: Hakuna njia, kwa sababu sijui chochote wanavyoonekana. Ni kama kitu ambacho sijawahi kuona.

D: Vizuri, mimi nafikiria nyumba au jengo kama chombo chenye kuta au kitu. (Mionekano ya uso wake ilionyesha kutokubaliana) Si kama hicho?

J: Hapana. Unajua hiyo ni nyumba kama mwanga unageuka kuwa mtu. Na kisha unajua mwanga... Siwezi kuelezea.

D: Je, unaweza kumuuliza akusaidie kupata majibu? Nina hakika ana majibu, na labda una msamiati ambao anaweza kusaidia kuelezea. (Kipindi kirefu)

Hii ndiyo njia ilivyotokea katika mazingira mengine yote. Nilipohitaji maelezo ambayo mwandishi hakuweza kutoa, kiumbe mwingine angejitokeza ikiwa ningemuomba msaada wake.

J: Sio wakati wa kuelewa.

D: Je, atakuambia kwa nini anakupa mambo haya?

J: Huu ni hatua ya kwanza.

D: Hatua ya kwanza ya nini?

J: Sijui.

D: Je, anaweza kusema?

J: Sio wakati.

D: Mahali hapa si Dunia, sivyo? (Hapana) Sayari nyingine?

J: Hawaitaji kuitwa sayari.

D: Wanaiita nini?

J: Siwezi kusema sasa.

D: Je, ni kimwili?

J: Unamaanisha nini?

D: Ninauona Dunia yetu kama kitu cha kimwili, imara. Unaweza kugusa. (Kusinzia kwa nguvu) Au ni tofauti?

Sauti ilibadilika. Ilikuwa ya kimwili zaidi, ambapo ya Janice ilikuwa ya kuchanganyikiwa na kutetemeka. Hii ilisikika ya mamlaka. Labda sasa ningeweza kupata majibu. Hii ilikuwa aina ambayo ilikuwa ikitoa majibu hapo awali. Je, ni ufahamu wake wa chini? Au labda ni akili ya kiumbe mwingine?

J: Ni uhalisi tofauti na ni dimensheni tofauti. Na haizingatiwi... (Alichanganyikiwa) imara.

D: Kwa hivyo ni tofauti, lakini bado ni halisi. (Ndiyo) Lakini watu, viumbe wanaoishi hapo, wanahitaji miili? (Hapana) Je, hiyo ilikuwa mwili uliomuonyeshwa Janice?

J: Ndiyo. Ilikuwa mwili uliomuonyeshwa, kama miili yetu inaweza kuonyeshwa. Sio umbo ambalo tunauendeleza wakati wote.

D: Sio mwili wa imara kama wake, mwili wa kimwili? (Hapana) Je, hii ni kwa sababu hamuhitaji mwili?

J: Hilo ni sahihi.

D: Ninajaribu kuelewa. Mahali ulipo, je, ni kama hali ya juu ya maendeleo?

J: Ni hali ya juu sana ya maendeleo.

D: Nimesemwa kuhusu baadhi ya dimensheni. Hali za roho ambapo watu huenda wanapoacha mwili wa kimwili duniani. Je, hii ni kama hiyo, au ni tofauti?

J: Ni kama hiyo.

D: Lakini imeendelea zaidi kuliko kile nilichosikia?

J: Sihitaji kuelewa swali lako.

D: Katika kazi yangu watu wamearifu kwamba wanapoondoka katika dimensheni yetu ya kimwili, wanapokufa, kwa maana fulani, roho yao au kiini chake huelekea viwango tofauti. Na wakati mwingine viwango hivyo ni kama Dunia, tu katika mzunguko tofauti. Kisha wanapopanda juu, mara nyingine vitu hivyo, chochote unataka kuviita, hubadilika. (Alikuwa akitikisa kichwa.) Si kama hiyo?

J: Baadhi ya kazi zinaweza kuitwa sawa, kwa kuwa mali zinazohusika ni zile ambazo zinaweza kuendana na viwango ulivyojulishwa. Hata hivyo, katika hatua isiyo na mwisho ya uwepo, mtu hahitaji nyumba. Mtu hahitaji mwili. Kwa maana ya kuwepo iko katika tofauti kubwa... (Kwa upole) istilahi ni tu...

D: Najua ni ngumu kupata maneno. Tutaone. Mtetemo? Mzunguko?

J: (Kwa uhakika.) Mtetemo! ... Hiyo si sahihi, lakini kama kipengele unachoweza kuhusisha, tutatumia mtetemo. Kwa maana kile unachokielewa ni kinyume kabisa na kile ninajaribu kukuelezea kwa sasa. Na ni tu maendeleo hadi hatua ambayo lazima uweze kuelewa ninachosema. Na lazima niweze kuwasiliana kwa lugha yako. Na hii haiwezi kufanywa kwa maneno.

D: Lugha haitoshi. Nimesemwa hivyo hapo awali.

J: Ningefanya hivi kwa njia nyingine, lakini haitatokea kwa wakati huu, kwa ajili yako.

Walikuwa wameonyesha awali kwamba wanaweza kuwasiliana moja kwa moja kupitia mimi (kama channeling), lakini nilipendelea njia hii ili niwe mwandishi wa habari asiyeathiriwa. Au labda alikuwa akirejea njia ile ile ya kuingiza alama moja kwa moja kwenye akili yangu. Katika hali hiyo ningekuwa na uwezo mdogo wa kuzitoa na kuwasilisha maana kwa wengine. Labda ningeweza kuelewa lakini siwezi kuhamisha maarifa.

J: Lugha ni kikomo sana. Lakini aina ya mawasiliano inayotumiwa na watu wetu ni tofauti sana na lugha.

D: Alisema alikuwa anapata taarifa nyingi, zikimiminika ndani yake kama sponji. Je, hiyo ndiyo njia mnayowasiliana?

J: Hiyo ni moja ya mbinu. Ni mbinu ya nguvu sana, na ya kina sana ya kupata taarifa.

D: Ni mbinu gani nyingine mnayotumia?

J: Ninaamini umemwambia kuhusu ... alama. Lakini hiyo si neno.

Alikuwa akirejea alama ambazo alikuwa akipokea akiwa katika hali ya utulivu wa mawazo.

D: Lakini ni neno tunalofahamu, kwa njia yetu ndogo. Je, tunaweza kujaribu kutafsiri alama hizo?

J: Hiyo itaamuliwa na mtu mwingine ambaye si mimi.

D: Je, unaweza kusema kwa nini unampa taarifa hii?

J: Hiyo haikuruhusiwa kwa wakati huu. Lazima nikujue wewe vizuri zaidi.

D: Hiyo ni sawa kabisa kwangu.

J: Na lazima awe tayari kusikia.

D: Ndiyo, kwa sababu mara nyingi ikiwa unasikia mambo na huto kuwa tayari, inaweza kuwa ya kushtua sana.

J: Sahihi.

Sauti iliendelea kusikika ya kina zaidi na ya kiume zaidi kuliko sauti ya kawaida ya Janice.

D: Je, unampa taarifa hii kwa kiwango cha chini ya fahamu au juu ya fahamu?

J: Hakuna uhusiano na chini ya fahamu, bali yote yana uhusiano na chini ya fahamu. Kwa maana kwamba ninapozungumza nawe kuhusu nafsi, basi tunazungumza kuhusu chini ya fahamu, fahamu, na kimwili, kisicho kimwili, hali yote ya kiumbe.

D: Kwa hivyo ni ngumu zaidi, pana zaidi, zaidi ya kile tunachoweza kuelewa.

J: Labda.

D: Je, hii ni taarifa ambayo atahitaji kujua baadaye?

J: Hakika kabisa.

D: Je, itamsaidia katika maisha yake ya duniani?

J: Hakika kabisa.

D: Je, itamsaidia wengine?

J: Hakika kabisa.

D: Je, tutaruhusiwa kushiriki taarifa hiyo baadaye?

J: Itasonga mbele, na italetwa. Lakini itatokea kwa wakati unaofaa. Baadhi yake itaibuka kwa hali ya kawaida. Baadhi ya hiyo mtaruhusiwa kuifikia. Kwa hivyo jibu la swali lako labda litakuwa "ndiyo", lakini si kwa wakati huu.

D: Sawa. Nina subira nyingi. Ninakusudia kuweka taarifa hii kwa maandishi ili watu wengine waweze kushiriki nayo, na kusaidiwa nayo.

J: Hiyo itaamuliwa na sababu nyingi nyingine. Siwezi kujibu swali lako "ndiyo", kwa sababu hilo litaamuliwa na matokeo ya mwingiliano wa sayari na wa kati ya dimensi.

D: Nilikuwa nikifikiria ikiwa ingesaidia watu wa Dunia, labda tungeweza kuchunguza.

Sauti hiyo haikuonekana tu ya kiume, bali sasa ilionekana kuwa ya mzee na mwenye busara sana. Ufafanuzi wa maneno ulikuwa wa makini sana na sahihi. Kulikuwa na mapumziko ya mara kwa mara na maneno yaliyokuwa yakicheza mdomoni wakati inatafuta neno sahihi. Hiyo ndiyo mara pekee ambapo kulikuwa na kung'ang'ana. Nilihisi kana kwamba nipo mbele ya kiumbe chenye busara kubwa.

J: Kuna, na kutakuwa daima, watu wa Dunia ambao haitamsaidia. Ambaye itaumiza. Kwa kusema "kuumiza", ni kusema, kwa sababu hawatakuwa tayari kamwe kujua au kuchukua taarifa yoyote. Na ndio maana haiwezi kuletwa isipokuwa kupitia watu wachache wa nadra ambao wana uwezo wa kuisawazisha na kuijumuisha ndani ya kiumbe. Na hawa ... hatupati wengi kwenye sayari yako. Kwa hivyo ni muhimu kwamba uelewe ulinzi wa taarifa yoyote unayopata ikiwa utifika kwenye hatua hii ya ukomo siku za usoni.

D: Je, unafikiri nitafika hapo tena wakati mwingine?

J: Hilo litaamuliwa tunapoendelea. Sina uhuru wa kujadili nawe mambo mengi kwa wakati huu wa mwingiliano wetu. Hata hivyo, ni - nina ugumu wa kuwasiliana. Ni tatizo langu. Inaweza kufanywa kwa njia nyingine, lakini unahitaji kubaki kama ulivyo. Kwa hivyo, kuwasiliana nawe mimi ... natumai unaelewa kwamba ninaonekana kukwama na kutapeli, wakati ni vigumu sana kupungua hadi kiwango cha mtetemo kinachounda lugha ya maneno. Na kwa hivyo, ni vigumu kwangu kuingiliana nawe. Kwa hivyo tutakuja kuendeleza aina ya urahisi, labda ikiwa wewe na mimi tutakutana tena.

D: Basi unaona ni busara kwamba hii ndiyo njia pekee ya kuwasiliana nawe, kupitia mtu mwingine.

J: Kwa sasa. Ningeweza kuwasiliana nawe sasa kwa njia tofauti. Ningeweza kufanya hivyo. Lakini sitafanya hivyo, kwa sababu haitakuwa na thamani kwako ikiwa hutaskia maneno.

D: Hiyo ndiyo njia ninayopaswa kuwasiliana basi?

J: Sio njia unayopaswa, lakini ndiyo njia pekee inayofaa kwa madhumuni yako na kuwa na tija kwako.

D: Nadhani hilo ni sahihi. Itakuwa bora kupata maneno kupitia mtu mwingine, chombo kingine, na kazi ninayofanya. Najihisi nikiwa na raha zaidi na njia hiyo. Ninaelewa unamaanisha kwamba baadhi ya watu hawataelewa kamwe, na itawaumiza. Nilielezwa miaka mingi iliyopita kwamba baadhi ya taarifa ni kama dawa, na nyingine ni kama sumu. Inaweza kuelezwa vibaya na kuchukuliwa kwa njia isiyo sahihi.

J: Hakika kabisa.

D: Nilielezwa kwamba baadhi ya taarifa hizi dunia bado haiko tayari kwao. Pia walisema si maswali yangu yote yatatajibiwa, kwa sababu hiyo. Nadhani unaona kwamba ninaelewa, na sitakusudia kusukuma.

J: Ndiyo. Samahani kwamba zaidi hayawezi kutolewa kwa sasa.

D: Jambo muhimu ni kwamba Janice anakubali kile anachohitaji kujua. Atakitumia wakati mwingine, na hahitaji kukijua kwa ufahamu.

J: Na anajua hilo. Ni mtu wa nadra kwenye sayari yako ambaye anaweza kuwa na usalama wa kutosha kufika kwenye hatua hii ya ukomo. Inachukua mtu mwenye usalama mkubwa kufika hapa na kurudi. Na "usalama" ndilo neno. Itakuwa muhimu kwa kiwango cha akili ya kiumbe kueleweka kwetu, kwa sababu aina hii ya mtu anaweza kuwasiliana kwa ngazi nyingi. Hiyo ni sababu moja tu kwamba mwingiliano huu unafanyika kwa wakati huu. Zaidi ya hayo kuna sababu nyingine, kwamba mtu huyo anaaminika sana kwa kuwa mwangalifu kulinda kazi. Haingefaa kwa dunia kuambiwa kuhusu hatua hii ya ukomo, kwa sababu hawatakuwa wakiamini hata mwanzo. Pili, hawangeweza kuelewa. Na tatu, wangeweka Janice kwenye taasisi.

D: Sitakuwa nataka hilo kamwe.

J: Hilo halitafanyika kamwe pia.

D: Lakini kwa uelewa wangu mdogo uko katika kile tunachokiita kiwango cha Mungu? Kiwango cha Muumba?

J: Ni hatua ya ukomo, ndiyo.

D: Nimepeleka watu wengi kwenye ngazi tofauti, na wanazungumza kuhusu wengine walioko juu. Ingawa labda hakuna kitu kama mwelekeo.

J: Ni mwelekeo tu kwa maana ya mwendo wa kiumbe. Kwa kweli "juu" ni nukuu ya sehemu kutoka ambako wamekuja.

D: Ndiyo, kwa njia yetu ya kuelewa kwa mstari.

J: Sahihi.

D: Kwa hivyo hii ingekuwa ngazi ambayo sisi sote tunatumai kufika siku moja?

J: Kuna ngazi zaidi baada ya hapa.

D: Kuna? Basi hii si ya mwisho.

J: Hii haiwezi kujadiliwa kwa wakati huu. Isipokuwa kukuambia kwamba mwingiliano kutoka ngazi hii unahitaji usafi wa mwili, akili na roho. Usafi. Mwingiliano huu haupo sana kwenye sayari yako. Ingawa hutokea, haijulikani. Kwa sababu watu wengi hawawezi kubeba kujua.

D: Alisema kwamba hahitaji kusikiliza rekodi hizi za tape ninazofanya za vikao hivi. Labda ni bora kwamba hajui kinachotokea?

J: Anajua kinachotokea. Na hiyo ilikuwa kauli yangu kwako, kwamba anaweza kubeba kile anachojua. Kwa kuwa kuwa na uwezo wa kubeba ni ufunguo wa kufikia hali nyingine za uhai. Na ni muhimu sana kwamba aendelezwe kwa hatua.—Lazima uelewe kitu kimoja. Mtu huyu amefanya kazi kwa bidii sana na viumbe wengi. Kazi yake na nishati ya UFO ni tu sehemu moja ya kile anafanya. Sio wa dunia yako ya watu wa kawaida, ingawa ni sehemu kubwa ya dunia yako ya watu. Kwa kazi, mali zake ni nje kabisa ya uelewa wa sayansi inayopimika. Kinachopaswa kuelewa ni kwamba mtu huyu anafanya kazi kwenye ngazi ya kimwili, na ni mwanadamu wa kimwili sana. Lakini kwa wakati mmoja anafanya kazi katika dimensi na ngazi nyingi kwa ushirikiano.

D: Umesema kuna ngazi nyingine juu ya hii, lakini bado unaite ngazi ya ukomo.

J: Ni ngazi ya ukomo.

D: Kwangu ukomo ina maana ya milele, kama hakuna chochote baada yake.

J: Kuna hatua ya ukomo, na kisha kuna baada ya hatua ya ukomo.

D: Je, anapaswa kuja mahali hapa mara nyingi?

J: Si suala la lazima kuja. Hii ni mwingiliano unaohitajika kwa .... (Kukosa maneno, kutafuta neno.)

D: Kazi yake au nini?

J: Hmmm. Sababu nyingi. Moja ni faraja kwa mtu.

D: Kwa hivyo anapata faraja anapoenda huko? (Ndiyo) Ingawa anashambuliwa na taarifa, na hisia ya mwendo wa kasi? (Ndiyo) Bado ni faraja.

J: Unaona, kufikia hatua ya ukomo lazima upite kasi ya mwanga. Kupita mwanga. Hivyo kupita mwanga ni haraka kuliko mwanga. Kisha unaingia katika aina nyingine ya uhai.

D: Sawa, nadhani tumefanya hivi kwa muda wa kutosha. Nina ulinzi mkubwa wa muda tunaofanya hivi. Kwa hivyo nataka kukushukuru sana kwa kuniruhusu kuzungumza nawe.

J: Husingekuwa ukiniongea nami isipokuwa ingekuwa imeidhinishwa kabla na mtu mwingine zaidi ya mimi. Nakushukuru kwa kuruhusu mawasiliano yoyote ya kupotoka, kwa sababu ni vigumu. Na nataka kukushukuru kwa uvumilivu wako wakati wa kukwama kwangu.

D: Sawa. Ninathamini kwamba umeniongea nami. Na labda wakati mwingine katika siku zijazo tunaweza kuzungumza tena, ikiwa utakuwa tayari.

J: Labda mambo yangeweza kuwa yameendelea hadi hatua ambapo tunaweza kuwa na mazungumzo ya kina zaidi. Lakini si wakati unaofaa kwa sasa.

D: Sawa. Nina subira. Nitasubiri hadi wakati ufike. Nitachukua chochote ninachoweza kupata kwa wakati huu.

Nilimrudisha Janice na kumleta katika fahamu kamili. Kama kawaida alichukua muda mrefu kuweza kukaa. Daima alikuwa na uwezo wa kuzungumza nami, lakini alikuwa amepumzika sana kwamba ingekuwa haiwezekani kwake kuinuka na kutembea kwa dakika kadhaa. Hata hivyo alikuwa anaelea mpaka alipoamka kabisa. Hii ilionekana kuwa muundo wake wa kawaida, na hakuna cha kuhofu. Wakati alipojirekebisha, tulijadili baadhi ya vikao. Daima alikuwa na ukumbusho wa jumla wa kikao.

* * *

Baada ya kula na kupumzika na Patsy tulirudi chumbani kwa kikao kingine. Ilikubaliwa kwamba viwili vitatosha kwa ziara hii. Tulikuwa na vikao vitatu hapo awali, lakini mara nyingi huwa ni vya kuchosha na vya kukera, zaidi kwangu kuliko kwa mhusika.

Kabla hatujaanza tulijadili kile tulichotaka kujua. Janice bado alikuwa akihoji kuhusu alama alizoziona zikimiminika kwenye akili yake wiki iliyopita. Nilieleza kwamba kiumbe alisema bado si wakati wake kujua, na hatuwezi kupata taarifa hiyo bado. Ingawa alihuzunika, nilijua kutokana na uzoefu wa zamani kwamba huwezi kulazimisha. Wangewaachia taarifa kuja wakati mwafaka. Hakuwezi kusaidia kujaribu kuzizidisha. Nililazimika daima kudumisha uaminifu wao au taarifa zote zingezimwa na utafiti wangu utasimama.

Hatimaye tuliamua kuchunguza tukio la ajabu lililotokea usiku wa kabla. Alikuwa ameingia kwenye uwanja wa maegesho uliokuwa mweusi kuingia kwenye gari lake. Alipoanza motor ghafla aliona kinachofanana na moshi au ukungu ukinuka kuzunguka gari. Akidhani kitu kiko vibaya na gari, alitoka na kutembea kuzunguka kujaribu kuona moshi unakuja wapi. Moshi ulipoelea kwenye eneo mbele ya gari. Kati yake aliweza kuona paka. Kitu cha mwisho alikikumbuka ilikuwa kutembea kuelekea mnyama ndani ya ukungu. Alipokuwa amerejea kuwa mwenye fahamu ndani ya gari akijiandaa kurudi nyumbani, ilikuwa saa kadhaa baadaye. Kwa hivyo tuliamua kuzingatia tukio hili katika kikao hiki.

Baada ya kutumia neno lake la ufunguo aliingia haraka kwenye hali ya kina, na nikamrudisha usiku uliopita alipokuwa anaondoka kwenye mkutano na kuelekea gari lake kwenye uwanja wa maegesho. Alianza kuishi tena tukio hilo.

J: Ninajaribu kuona kama ni moshi unaotoka kwenye hood. Sio hasa rangi ya moshi, lakini niliiona ikinuka. Ilikuwa mbele ya windshield, na juu ya hood ya gari, na kote mbele ya gari. Sio mnene kama moshi, ni kama mvuke. Zaidi kama ukungu. Mwanzoni nilidhani gari lina moto kupita kiasi, lakini nilihisi ni kitu kingine. Nilisimama na kusubiri. Na nikasema, sawa, nitaona kinatokea nini. Kisha nikaona kuna paka pale. Na nikasema, "Nilijua. Nilijua. Nilijua." Kisha niliendelea kuelekea paka, lakini paka hakuwa paka. Moshi na paka vilikuwepo tu ili kuniondoa kwenye gari. Kisha nikaendelea kuelekea paka. Nilijua paka itahamia, na nitapotea. Hivyo ndiko kunavyofanya. Una vitu hivi vinavyotokea, na unajua si kama inavyoonekana.

D: Nini kilitokea ulipotembea kuelekea paka?

J: Nilishikamana. Ni kama unashikamana kwenye mzunguko. Unatazama macho ya paka na unashikamana. Ni kama unahamia kutoka kuwa katika sasa kwenda mzunguko. Ni kama kubadili chaneli kwenye TV, isipokuwa unafanya tofauti. Kisha ni kama uko kwenye miale, au kwenye korido. Lakini unajua unaenda. Sijui kama ninahamia kimwili, au tu kwa akili.

D: Uliposhikamana hapo, je, ulikiona kitu kingine zaidi ya paka?

J: Ndiyo. Iligeuka kuwa kundi la viumbe mbele ya macho yangu. Nilijua niliendelea kuelekea kwake, lakini wakati mwingine niliendelea kuelekea na nikajikuta ndani ya meli. Walikuwa wamesimama pale, na bado hawawezi kuwa wamekaa pale. Hata hivyo niliendelea kuelekea, kama nilivutwa, kama nilikuwa kwenye otomatiki. Kisha nalisikia sauti, na nilijua kinachotokea. Niliaanza kujihisi nikihama, kwa njia nyingine. Unahisi kuwa una mwili laini, na unaenda hivyo. Na walikuwa wakiwasubiri nifike.

D: Nani alikuwa akiwasubiri?

J: Kulikuwa na kundi lote la viumbe pale. Sikuwa na uhakika kuwa niliwatambua kweli. Mtu yule aliyevaa robe ya kijani, namfahamu. Nilikuwa nikijaribu kuangalia kila mtu, lakini nilikuwa nikisogea kwa kasi, hivyo sikuweza kuangalia wote.

D: Umesema ni mtu uliyemfahamu?

J: Nilitambua nguo kutoka wakati mwingine. Nilipokuwa kwenye mkutano mkubwa, na nilikuwa kwenye ukumbi. Mtu huyu yule alikuwa amesimama kwenye jukwaa akitoa mihadhara. Na nilikuwa nimekaa pale, isipokuwa nilikuwa katika hali ya mvuke. Ukitazama kitu, unaona kimwili chake, lakini kisha kinarejea kuwa mvuke. Ni njia tofauti ya kuona. Tulikuwa wote pale katika mahali kubwa, na yeye alikuwa chini pale mbele yetu. Alifanya sehemu yake na akaondoka, kisha mtu mwingine akaja.

D: Na ulidhani ilikuwa salama kuenda nao, kwa sababu ulikumtambua?

J: Kwa sababu nilimwona na nilijua ilikuwa sawa.

D: Umeenda wapi?

J: Sijui nimeenda wapi. Ninalala hewani. Ninalala tu. Sio juu ya meza. Sifahamu, lakini najua si duniani.

D: Unaona kitu chochote karibu nawe?

J: Hapana, kwa sasa siwezi. Unajua jinsi anga la usiku linavyoonekana. Unajua lipo, lakini siwezi kuona nyota. Na sidhani kulikuwa na nyota usiku wa jana.

D: Je, unaweza kuhisi kitu karibu nawe, kama huwezi kuona?

J: Najua wapo. Najua kuwa wao ni awali ya mahali nilipokwenda. Kwa hivyo nilipitia nao kufika mahali nilipo. Walisimama kati yangu na mahali nilipo. Niko salama na niko sawa. Na wananambia najua niko salama. Ni kama nililazimika kulala baada ya kufika.

D: Kuna mtu yuko pamoja nawe?

J: Nahisi kuna, lakini siwaoni. Kuna mwanga mkubwa wa rangi ya zambarau juu ya uso wangu. Unapiga mionzi. Inasogea. Ni kama mapigo ya moyo, isipokuwa si mapigo ya moyo. Ni kubwa. Na wakati mwingine yote nje yake ni kijani. Ni kama kitu kinang'ara, karibu na kitu cha kati cha indigo kinachopenya. Nimekiona mara nyingi, na sijui ni nini. Kisha ndani ya mwanga walikuja maumbo tofauti tena, lakini sijawahi kuyaona yakija ndani ya mwanga huo kabla. Nimeona mwanga huo mara milioni mia, lakini sijawahi kuona hicho. Hii haijawahi kutokea. Mawumbo. Mifumo. Mawumbo. Mifumo. (Alirudia maneno haya kwa kasi inayoongezeka, akionyesha kwamba yalitokea haraka.) Kama nione kile kinachotokea ndani ... kinainakili ndani yangu. Mawumbo, mifumo, maumbo, mifumo. Mifumo, maumbo. Mawumbo ya muundo wa theluji, maumbo ya muundo wa pande sita.

D: Lakini ina hisia nzuri?

J: Oh, inahisi kama unapanga kusoma kwa mtihani au kitu. Unajua unahisi nini unaposoma kwa bidii. Isipokuwa mimi si lazima nisome kweli. Nimekuwa nikikabsorba tu. Lakini kinatokea kwangu. (Kwa mshangao.) Oh, Mungu wangu, angalia ile!

D: Wakati unafanya hivyo, kuna mtu yuko pale anaweza kujibu maswali yetu? Na tunaweza kupata sababu ya hili?

J: Ni kama kundi liko kati yetu.

D: Unataka kumuomba mtu aje na kujibu maswali yetu? Wakati unatazama maumbo wanaweza kuzungumza nasi.

J: Mwanga ulienda. Mawumbo yalienda. Ninasikia mazungumzo. Sijui wanazungumza nini, kwa sababu sielewi mazungumzo hayo.

D: Unaweza kuomba mtu awasaidie kwa taarifa?

J: (Mapumziko) Hawasikilizi.

D: Labda unaweza kufanya kihisia.

J: Ninajaribu. (Kwa sauti ndogo) Sijui kinachotokea. (Alikuwa akimumbua na kuonekana kuwasiliana kimya na mtu.) Wanatoka kama wote wako busy na wanazungumza. (Mapumziko, mumbukizo tena.) Sasa wako tu karibu nami.

D: Wanafanya nini?

J: Kubadilishana taarifa.

D: Na wewe, au kati yao?

J: Zote.

D: Sawa. Unaweza kuomba kihisia mmoja wao kama anaweza kujibu maswali yetu wakati yote haya yanatokea kwako?

J: Ni ngumu kuomba wakati hii inatokea. Kuna mengi yanayotokea sasa. Ni ... kubwa sana .... Ni mengi ya .... (Alichanganyikiwa na kuhisi kuzidiwa.) Mengi yanakuja ndani, ni ngumu hata kuomba. (Alifanya ishara za mikono akielekeza kwa watu tofauti karibu naye.) Huyu ana ubadilishanaji, kisha huyu ana ubadilishanaji, na huyu ana ubadilishanaji, na huyu ana ubadilishanaji. (Alirudia mara kwa mara).

D: Na wote wanafanya hivyo kihisia nawe?

J: Sidhani ni kihisia. Sijui inafanywa vipi, au ni nini. Haionekani kuwa kihisia.

D: Sawa, basi tunaweza kusonga mbele, ili usiwe na mengi kwenye akili yako? Tuelekee wakati hicho kimemalizika.

J: Kichwa changu kinauma!

Nilihisi maumivu hayo yanaweza kuwa kwa sababu ya input nyingi kwenye ubongo wake. Nilitoa mapendekezo kwamba nikipogusa kichwa chake maumivu yatapotea. (Alitoa mkojo wa kupumua wa kupumzika. Niliweza kuona ilihisi vizuri.) Tuendelee mahali ambapo huna input nyingi, na unaweza kujadili mambo na mimi. (Sigh ndefu ya kurahisishwa.) Unaweza kuomba kihisia mtu sasa aje ajibu maswali?

J: Sawa. Sasa wanajadili nani atakayezungumza nawe. Ninajaribu kuona, lakini siwezi kuona. (Gasp ghafla.) Oh, piramidi ilinijia. Kwa ncha chini. Na ina mistari juu yake. Ilikuja tu chini.

D: Ni mwanga au nini?

J: Sijui imetengenezwa kwa nini. Sasa inasogea. Ni zaidi kama moja ya video game unazoziona. Inakuja chini hadi kichwani mwangu. Naona inaingia ndani ya mwili wangu. Ina ngazi tofauti. Imegawanywa, na ina pete kama mti unavyo kuwa na pete, isipokuwa ni piramidi. Na ncha inashuka, na inaingia hadi mahali fulani. Na inasimama. Kisha inakwenda tena na inasimama. Inasogea tena na inasimama, inasogea tena na inasimama. Ni kama mwili wangu mzima uko ndani yake. Inasambaa mwilini mzima. Mikono yangu inahisi ajabu. Inahisi mwili wangu unakwenda mbali. (Nilihisi wasiwasi kwa muda mfupi.) Sawa. Sawa. Haumu. Mwili wangu unakwenda tu. Unatoweka. Ohh, unatatoka.

D: Unaweza daima kusikia sauti yangu popote ulipo. Kuna mtu ndani ya kundi hilo anaweza kujibu maswali yetu, na kuelezea hili kwako?

J: Tafadhali. (Pumzi nzito) Kwa sasa haiwezekani kujibu maswali yako. Watajibu maswali yako, lakini si sasa. Haiwezi kutokea sasa.

D: Sawa. Lakini ina hisia nzuri?

J: Ina hisia nzuri, ndiyo. Ni tu kwamba mwili wangu umeondoka. Umeweza kabisa....

Walitaka nisubiri hivyo nilitumia muda kutoa mapendekezo zaidi ya ustawi.

J: (Mapumziko mrefu) Tunaweza kuelewa kwamba unataka kuwa na mawasiliano ya taarifa. Hata hivyo, tunafanya kazi fulani, na kuchukua nafasi na labda uhuru na kikao chako. Kuendelezwa kunaendelea na kazi ya usiku wa jana. Na unataka kupata taarifa ya jioni ya jana, wakati kinachotokea sasa ni maendeleo mpya kabisa ya taarifa kwa mtu huyu. Kujua zaidi kuhusu matokeo ya ushiriki ambayo anaongozwa kufanya.

Sauti ilikuwa imebadilika kabisa. Ilikuwa rahisi kila wakati kutambua wakati mmoja wa viumbe anapozungumza, kwa sababu mabadiliko yalikuwa ya haraka.

J: Sasa nitakuelezea. Unataka kujua nini?

D: Anataka kujua madhumuni ya maumbo na picha anazoziona.

J: Hii ni lugha nzima ya—siwezi kuzungumza nawe kutoka wapi. Hata hivyo, naweza kukuambia kuna njia ya mawasiliano ambayo ni muhimu kwa wanadamu kuwa nayo. Na bado ni wakati huu haiwezekani kuwasiliana nayo kwako kwa lugha unayoweza kuelewa. Kutakuwa na njia ya kufanya hivyo wakati Janice atakusanya uzoefu zaidi katika kufanya kazi kwa njia hii. Kwa sasa, unaweza kusema, anapokea mwongozo na njia nyingine za mawasiliano, kwa sababu ya kazi fulani ambayo itafanywa siku zijazo. Labda njia bora ya kuelezea ni kusema, unaenda shule na unasoma Kifaransa, ili uweze kwenda Ufaransa na kuzungumza Kifaransa. Anakijifunza kwa maendeleo ya baadaye. Na anakijifunza kwa ajili ya ulinzi wake.

D: Alama hizi zitakuwa njia ya kumlinda yeye mwenyewe?

J: Alama ni njia ya kumlinda mwenyewe kutokana na uwezo wa kuwasiliana mambo ambayo hayapaswi kuwasilishwa kwa ngazi ya binadamu kwa wakati huu. Hata hivyo, ni muhimu ziwe zimepachikwa, ili siku zijazo zitakapoitwa mbele ya fahamu yake, basi chapa itakuwa imekuwa hapo kwa kuamilishwa. Wakati huo atakapohitaji kujua na kuelezea na kufundisha.

D: Wakati wa baadaye ataweza kuchora alama hizi kwangu na kuzifafanua?

J: Labda. Hilo ni uhuru ambao siwezi kutoa ruhusa. Hilo lazima litoke kwenye ngazi ya maendeleo ambayo haipo kwa sasa. Ungeweza kuuliza katika kikao chako cha awali, na kupata jibu lako.

D: Nilifanya, na walisema siwezi kuipata wakati huo.

J: Basi ningekupa jibu lile lile.

D: Alitaka pia kujua madhumuni ya kundi la viumbe mbalimbali waliofanyika hapa.

Sauti ilibadilika tena. Hii ilisikika ya kiongozi na ya kitaaluma. "Nitakujibu. Madhumuni ya kundi la viumbe ni kwamba kila mwanachama wa kundi ana kiwango maalum cha utaalamu. Kwa hivyo! Unacho ni kundi la—ungeweza kusema - "kawaida wa juu" katika nyanja mbalimbali za maendeleo. Kama unavyo kuwa na programu ya mastaa ya walimu wa chuo wanaofundisha katika programu ya mastaa. Sio walimu wale wale ambao wangefundisha wanafunzi wa mwaka wa kwanza katika madarasa yako ya chuo."

D: Alisema hakuwaona wote, lakini walionekana tofauti.

J: Sana.

D: Baadhi yao alitambua. Sawa, kati ya kundi hili, je, wewe ungekuwa mmoja ambaye angeweza kujibu maswali?

J: Ikiwa mimi si mtu wa kujibu maswali yako, mtu wa kujibu maswali yako atajitokeza. Kwa sababu ni sawa na kundi kuingiliana na wewe. Ikiwa kuna yeyote ndani ya kundi ambaye hajihisi ni sahihi kuingiliana kwa sasa, haitafanyika. Ikiwa hilo litafanyika, tunaomba uelewe kwamba ingawa yeyote ndani ya kundi anaweza kujibu, haitafanyika. Ikiwa mamlaka inahisi jibu halipaswi kutolewa, hakuna mwingine atajibu kwa mamlaka.

Hili pia lilitokea nilipokuwa nikifanya kazi na Phil katika Walinzi wa Bustani. Wakati huo kundi la viumbe kumi na wawili waliwasiliana nami na kuniambia hadithi ya kupandwa kwa sayari ya Dunia. Walisema pia waliruhusiwa kutoa taarifa tu zile walizokubaliana wote kwa pamoja.

D: Nimechukua chochote ninachoweza kupata. Ikiwa hutaki kujibu, niambie tu. Kuna siri inatokea duniani kwa sasa ambayo watu wengi wanauliza maswali kuhusu. Hii inahusu mduara wa mazao katika mashamba nchini England. Wanaita Corn Circles, ingawa ni ngano na nafaka nyingine. Zimetokea katika miaka ya hivi karibuni. Je, unaweza kunipa taarifa yoyote kuhusu hilo? Zinakuja wapi, na jinsi gani, na kwa nini?

J: Naweza kukuambia kuna sababu kadhaa za mduara. Na kuna sababu tofauti kwao. Na wakati tofauti sababu tofauti zinatumika. Sasa, unaelewa mizunguko? (Ndiyo) Na unaelewa madirisha? (Ndiyo) Wakati fulani hizi zinatumika na nishati fulani kuingiliana na mzunguko wa Dunia yako, vibration za Dunia yako. Ninajaribu kujibu bila kuwa kiufundi. Siwezi kukupa taarifa zote juu ya hili. Lakini naweza kukuambia kwamba baadhi yao yanatengenezwa na meli zinazoshuka. Na yanatengenezwa kutokana na njia ya propulsion au usafiri inayowasha meli. Na ina uhusiano na nguvu ya mvutano ya sayari yako. Kuna sababu nyingine mbali na anti-gravity.

D: Sio zote zinatengenezwa na meli, sivyo? (Hapana) Baadhi yao inaonekana kuwa katika mifumo. Kuna mizunguko ndani ya mizunguko, na miundo tofauti.

J: Hilo ni sahihi. Unazungumzia uhusiano wao kwa kila mmoja. (Mapumziko marefu) Samahani. Nina majibu yako, lakini katika mkutano wako ujao nitakupa. Siwezi kufanya sasa, kwa sababu ni tatizo la wakati. Kumaanisha ni muhimu kwamba isiweelewe kwa wakati huu. Naweza kukuambia tu kwamba kuna mradi ambao watu fulani wanafanya kazi. Na haya ni sehemu ya mradi huo. Imani tu kwamba hakuna madhara yatakayotokea kutokana na mizunguko hii. Ni kwa kushirikiana na nyanja nyingine za mtiririko wa nishati. Ni muhimu sana kwao kuwepo. Na kama Janice anajifunza alama za lugha, jitihada zote zinatumika kuhusiana na ulinzi wa manteli ya sayari dhaifu ya Dunia. Ikiwa inahitaji kuwa na mzunguko wa mzunguko wa mviringo - mizunguko ni yenye nguvu sana, unajua. Na pia zinatumika kama kitu cha kupeleka mawimbi. Hivyo hicho ndio ninachoweza kukuambia.

D: Je, miundo ina umuhimu?

J: Ina umuhimu.

D: Je, ni muhimu kwamba nyingi zimetumika karibu na mahekalu ya kale kama Stonehenge?

J: Bila shaka. Unapofikiria Stonehenge, unapofikiria mahali zako za kale au maeneo yako ya "maki" kwenye sayari yako, basi lazima ujue kuwa kuwa takatifu hakutokee mara moja. Wakati ni chombo cha nishati. Na tumefanya kazi na maeneo haya maalum kwa karne nyingi.

D: Lakini inaonekana ni jambo jipya na mizunguko.

J: Inaonekana tu. Huwezi kuiona kabla, lakini imekuwa ikionekana. Unaweza kuiona sasa, kwa sababu kumekuwa na mabadiliko ya dimensi ambayo yamefanyika sasa.

D: Basi zilikuwa chini ya uso wa ardhi?

J: Zilikuwa chini ya uso wa ardhi. Zimepanda tu. Dunia inabadilika sana kwamba ... (Sigh kubwa) mabadiliko kwenye sayari yako imekuwa njia nyingine ambayo imesababisha kuja juu.

D: Basi zamani nishati walikuwa wakiunda, au kazi waliyoifanya ilikuwa ikifanywa chini ya uso. (Ndiyo) Na sasa inatumika juu?

J: Ndiyo, kwa sababu mambo yamebadilika.

D: Watu wengi wanafikiri labda ni njia ya mawasiliano.

J: Ni. Nilielezea mapema kwako kwamba zilitumika kama kitu cha kuzingatia kwa vibration ... labda sikusema. Unaona, hilo ndilo linapotokea unapo wasiliana kwa njia tofauti. Unadhani kila mtu anajua unachofikiria. Ninajaribu kukuambia kwamba, ni kitu cha kuzingatia kwa kuingia nishati. Sasa, kuingia nishati kwa muundo, kwa mzunguko, huingia na kusukumwa .... (Chochote kuhusiana na jinsi ya kuisema.)

D: Kutoka sehemu ile ile? (Ndiyo) Kama athari ya kuruka? (Ndiyo) Sawa. Aliambiwa kwamba alikuwa sehemu ya mradi ambapo walikuwa wakitumia nishati.

Katika Walinzi ilielezwa kuwa Janice alikuwa sehemu ya mradi ambapo nishati yake ilikuwa ikitumika kusaidia kusawazisha nishati za Dunia. Kuna watu wengi wanaohusika katika mradi huu, ingawa kwa ufahamu wao wa kawaida wa akili hawajui kabisa jambo hilo. Niliarifiwa kuwa mimi pia nilikuwa sehemu ya hili, na safari zangu zingenipeleka katika sehemu nyingi za dunia, kwa sababu nishati yangu ingehitajika huko. Mradi huu hausababishi upungufu wowote wa nishati kwa mshiriki anayehusika.

J: Ni awamu tofauti ya mradi ule ule.

D: Lakini hii inasikika kama nishati inaruka-ruka au kurukia. Je, hiyo ni sahihi?

J: Kuna tofauti .... Naweza kujibu hilo? (Swali lake lilikuwa laini na kwa uwazi halikuwa limeelekezwa kwangu.) Ndiyo. Niliijibu hiyo? (Hii ilikuwa laini, na sikuelewa kuwa hakuwa anazungumza nami.)

Kulikuwa na kimya kirefu, kisha sauti nyingine, iliyokuwa laini, karibu tamu. Kwa uwazi ya kike.

J: Labda naweza kukujibu. Sasa si wakati wako kuelewa kila kitu kuhusu mradi huu. Ni muhimu kujua baadhi ya maelezo, ambayo yatakupatiwa na wanachama wa kundi. Moja ya mambo unayohitaji kujua ni kuwa kuna mizunguko nchini Peru. Kuna mizunguko katika sehemu nyingine za sayari yako ambazo watu hawatambui. Tunafanya jitihada kuruhusu binadamu kuanza kujua njia nyingine za mawasiliano. Hata hivyo, kuna wale ambao wanaweza kuwasiliana kupitia mizunguko hiyo. Mizunguko ya nishati pia hupitia Dunia, hivyo ni sehemu ya mradi ule ule. Ni awamu tofauti tu. Sasa, jambo lingine la kujua ni kwamba Dunia yako inazunguka angani, sivyo? (Ndiyo) Na inazunguka vipi? Kwa mwelekeo gani?

D: Ningepaswa kufikiri. Inazunguka kinyume cha saa? (Alifanya ishara kwa mikono) Kwa mwelekeo wa saa, sawa. Sikumbuki sehemu hiyo.

J: Kweli, kwa kweli haingeathiri hata ingekuwa inazunguka kichwa kwa kichwa. Lengo la mizunguko ni tu kuunda athari ya kinyume. Na hili ni eneo jingine la usawa. Hilo ndilo lengo moja, na ni moja tu. Lakini zinatumiwa na nishati inazungushwa kupitia nazo. Ikiwa ungeweza kuangalia katika dimensheni nyingine, ungeona mviringo wa spirali. Ungeona athari ya mzunguko huo, kwa sababu uko katika mwendo na harakati. Huwezi kuiona, lakini inasogea. Inasogea kila mara. Kama vile topi inavyosogea. Kwa mwelekeo wa saa.

Mizunguko ya mazao inaelekea kwa mwelekeo gani? Ile niliyoyaona na kuwa ndani yake inaelekea kwa mwelekeo yote miwili.

D: Ninatafakari juu ya topi. Topi inazunguka na kusogea. Na hizi zingekuwa sehemu ambapo inagusa Dunia?

J: Labda unaweza kufikiria kuhusu vortex.

D: Sawa. Ninaiwaza kuwa iko angani, kisha inakuja kuelekea Dunia na kugusa chini.

J: Hiyo ni sahihi. Kwa kweli miale inapelekwa katikati ya mzunguko na inazunguka kutoka hapo. Kumbuka sehemu ya umbo niliyokuambia? Miale inapelekwa katikati ya mzunguko, na inazunguka.

Hili ilikuwa kitu nilichokiona nilipokuwa katika Mizunguko ya Mazao mara kadhaa nchini Uingereza. Kwenye akili yangu ilionekana kana kwamba kulikuwa na sehemu ya umakini ya kati, na mzunguko ulizunguka kutoka hapo. Karibu kama picha ya kuona ya mtu akizingatia bomba la maji yenye shinikizo kubwa, kisha akifungua ili kuzunguka kutoka sehemu hiyo ya kati. Najua haikufanywa na bomba, lakini labda kwa umakini wa nishati, lakini hiyo ilikuwa mfano nilioweza kuutambua.

D: Na hii ni sehemu ya mradi ambayo inasaidia katika kusawazisha harakati za Dunia. Katika tabaka?

J: Ndiyo, ni hivyo.

D: Na inaonekana inaelekezwa kwa maeneo maalum tu, au yanajulikana zaidi huko.

J: Yamejitokeza huko. Ni jaribio la kusababisha binadamu kuuliza. Ni jaribio pia kuruhusu viumbe wale ambao wanaweza kuielewa, kuanza kuijua na kuielewa.

D: Katika baadhi ya kesi kutakuwa na mzunguko ambapo nafaka zote zinaelekea kwa mwelekeo mmoja. Kisha mzunguko wa nje ambapo nafaka zinaelekea kwa mwelekeo wa kinyume.

J: Hii ndio neno langu.

D: Kwa nini iko kwa mwelekeo wa kinyume katika mzunguko wa nje?

J: Kwa sababu ni muhimu kusawazisha ukali wa ndani.

D: Hii lazima itokee haraka sana. Je, ni hivyo?

J: Haraka sana. Huwezi kuiwona.

D: Wanasema inaonekana usiku mmoja. Miale inatoka wapi?

J: Siwezi ... (Kupumua kwa haraka, na sauti ilivurugika na kubadilika. Ilionekana ajabu kwenye tape, karibu ikivurugika katika sehemu hii. Fluksi ya nishati?) ... kukuambia.

D: Huwezi kuniambia?

J: (Kiumbe hicho kilionekana kukasirika.) "Hapana."

D: Sawa. Nilikuwa najiuliza kama inatoka angani, inakuja kutoka kwa chombo, au ....?

Janice alikuwa akijibu kana kwamba hakuwa na starehe. Nilifikiri angeweza kuwa anaanza kupata joto tena, kama kwenye kikao kilichopita. Nilijaribu kumfanya ajisikie vizuri kwa kurekebisha mapazia, na kutoa mapendekezo ya kupoa. Lakini kitu kingine kilionekana kutokea. Alikuwa akipumua kwa haraka sana. Baada ya sekunde kadhaa za mapendekezo, kupumua kwake kulipungua. Alikuwa anapumzika tena, hivyo niliendelea na kuuliza. Kiumbe kilinikatisha.

J: (Kwa upole) Tafadhali ....

D: Ni nini?

J: Mruhusu kiumbe kipindi cha kuzoea.

D: Sawa. Kwa sababu alipata joto sana tu hapo. (Ndiyo) Je, hiyo ilikuwa kwa sababu ya nishati?

J: Ndiyo, ni hivyo. Mwili uligusa nguvu kamili ya awamu ya mradi huo. Unapaswa kuelewa kwamba tunapowasiliana na wewe, mwili ni gari la kufanya hivyo. Hata hivyo, kwa sababu ya kiwango cha ushiriki wa mwili huu katika mradi huu, mara nyingine ni vigumu kuzuia uzoefu kutoka kwa nguvu kamili.

Kiumbe kitapata kazi inayofanywa kiakili. Kiakili. Labda unaweza kuelewa "kiakili," lakini siyo mchakato wa kweli wa kiakili, kwani mwili wa kimwili unaweza kuathiriwa. Na hutokea haraka sana. Maneno uliyotumia kusababisha hilo kutokea ilikuwa, ulisema, "Hii lazima itokee haraka sana." Hivyo neno "haraka" lilikuwa kichocheo. Mawasiliano katika ngazi hii yanakuwa nyeti sana.

Kwa kweli, baada ya kusikiliza tape recorder, nilikuwa nimesema "haraka sana," badala ya haraka, lakini kwa uwazi ilitafsiriwa kwa njia ile ile kupitia matumizi yao ya msamiati wa Janice.

D: Samahani. Sikuwa na njia ya kujua.

J: Ni siwezi kwa ajili yako kujua. Na tunataka kuingiliana na wewe. Tunataka kukupa mwongozo katika kazi yako. Tunataka uendelee kufanya kazi na kiumbe. Na ni muhimu kwako kutambua kwamba kuna nyakati ambapo usawa lazima uathiriwe na sisi na nawe, ili kiumbe aweze kuendelea kushiriki katika kikao chako. Unapaswa kuelewa kwamba kiwango cha nishati ya uendeshaji ni ... (Alichanganyikiwa, akitafuta neno) ... nyeti.

D: Najua alijibu. Ilionekana kama mlipuko wa joto.

J: Hiyo ni kwa sababu wakati mtu huyu yuko katikati ya mojawapo ya mizunguko, nguvu maalum ya mzunguko inaweza kusababisha katika mwili kiasi kikubwa cha joto kuzalishwa mara moja. Tunajaribu kushirikiana na wewe, na kuja hapa kuzungumza nawe, kwa sababu ni muhimu kwamba vitu hivi vizungumzwe. Hata hivyo, tutahitaji kukufundisha baadhi ya mbinu za kumsaidia mtu mara nyingine kuendelea.

D: Ndiyo, kwa sababu sikuwa na njia ya kujua kwamba maneno yangu yoyote yangeweza kuchochea kitu. Na hakika sikutaka hilo litokee.

J: Mwili wa kimwili wa mtu huyo hautateseka. Labda utaamini kwa sababu ya uangalizi wa macho yako wa kimwili kwamba kimwili cha mwili kitateseka. Mtu huyu ame... (Hakujua neno tena.)

D: Neno ni nini? Kupalishwa?

J: Hilo ni karibu. Lakini ni zaidi ya kupalishwa. (Alishikilia.) Kuandaliwa. Ndiyo. Kuna njia ya kuelezea kwako. Kwa miaka mingi, kwa sababu ya ushiriki wake wa muda mrefu katika mradi huu ambao umeendelea kwa maisha yake yote hapa, ameendeleza hadi kiwango cha kustahimili viwango vya nishati vya kimwili ambavyo ni vigumu kueleweka kwa mtu wa kawaida. Na pia haiwezekani kwa mwili wao wa kimwili kuupitia bila athari ya uharibifu.

D: Mradi wa kumudu, kwa sababu sitaki kufanya lolote kumdhuru. Unaona ni busara tukasitisha kuzungumza kuhusu mizunguko?

J: Kuna zaidi ya kuzungumza tu kuhusu mizunguko. Mizunguko ni sehemu muhimu, kwa sababu kile ambacho bado hujapata ni pyramids. Una pyramids zako za kimwili huko Misri. Hata hivyo, kuna pyramids kama mizunguko yako, ambazo bado hujaziwona juu ya uso, ambazo pia zinafanya kazi. Hii ni njia nyingine ya kazi ya nishati. Kazi ya nishati ni muhimu kwa matengenezo ya sayari yako. Na kile unachopaswa pia kujua ni kwamba kuna vyombo vinavyokuja, na vinaporuka chini ya uso, vinaweza kusababisha alama ya kimwili kuundwa kwa njia sawa. Hivyo kuna mizunguko, na kuna mizunguko.

D: Lakini maeneo hayo ya kutua hayana athari ya nishati ile ile. Zinapatikana tu kutokana na propulsion ya chombo.

J: Lakini mara zimetengenezwa zinatumika.

D: Nilikuwa nauliza, je, miale inatoka angani au kutoka kwa chombo? Inatumiwa kutoka wapi?

J: Siwaruhusiwi kukuambia hilo. Tutajadili hilo katika mkutano mwingine. Kuna viumbe ambao hawakukupa maarifa, ambao wako hapa ikiwa unataka kuuliza maswali yako.

D: Sawa. Lakini mimi sijui kama ninagusa mada ambazo sijaidhinishwa kujua.

J: Utajua.

Nilikuwa karibu kuendelea na maswali, nilipopunguzwa ghafla. Kitu kilitokea ambacho kundi lilichukulia kuwa dharura. Kilichukua kipaumbele juu ya kile nilichokuwa nikifanya.

J: (Sauti kali.) Toa pendekezo!

D: Nini?

J: (Ilionekana kutokuwa na subira.) Toa pendekezo!

D: Unamaanisha nini?

J: Kiumbe kiko katika maumivu. Toa pendekezo!

Janice alikuwa akishikilia kichwa chake, hivyo nilianza kutoa mapendekezo yangu ya kawaida ya kupunguza kitu kama hicho, kwa kugusa katikati ya forehead yake. Lakini kiumbe kilikatisha mchakato na kuagiza niweke shinikizo kwa kidole kimoja. Nilijaribu kufanya kama ilivyoagizwa, lakini kilikatisha tena. "Uko katika eneo lisilo sahihi!"

D: Nionyeshe wapi.

J: (Alionyesha eneo.) Kwa upole! Nitakuongoza. (Alichukua kidole changu na kukuongoza hadi sehemu sahihi katikati ya forehead yake.) Nitakuongoza. Endelea kuzungumza na toa pendekezo.

Nilipendelea kutoa mapendekezo bado haikutosha kiumbe.

J: Nipe mkono wako! Usitumia mkono wako! Hii ni muhimu! (Kwa ukali.) Usitumia mkono wako! Niruhusu nipe mkono wako. Hii ni muhimu kwa kiumbe. Pumzisha mkono wako! Nipe kidole chako. (Kwa upole) Nipe kidole chako.

D: Uko nacho.

Kulikuwa na kimya kirefu alipokuwa akielekeza kidole changu hadi sehemu sahihi kwenye forehead yake. Nilipumzisha mkono wangu, na kutoa mapendekezo ya kuondoa usumbufu wakati alipokuwa akinifanya mabadiliko kwa mkono wangu.

J: Nitakuambia nikimaliza. Samahani kuwa mkali sana kwako, lakini kulikuwa na dharura.

D: Unaweza kuniambia kilichosababisha?

J: (Kimya) Usiongei! (Kimya kirefu.)

D: Je, unatumia nishati kutoka kwa mwili wangu? (Hapana)

Kulikuwa na kimya kirefu, kisha Janice alionekana kuwa amepumzika zaidi na kupumua polepole tena.

J: (Kwa kiotomatiki.) Asante. Samahani kuwa mkali sana, lakini kwa sababu ya dharura ilikuwa muhimu kwetu kuwa na mguso wa kimwili na kiumbe. Na kutoka mahali tunapoendeshwa hiyo haiwezekani.

D: Ninafurahi kuwa niliweza kusaidia, kwa sababu ninamjali sana usalama wake pia. Unaweza kuniambia kilichosababisha dharura?

J: Katika dakika. Lazima tusawazishe.

D: Basi si nishati yangu, ni mguso wa kimwili tu.

J: Ndiyo. Hakuna uhusiano na wewe au nishati yako. Na ikiwa unahisi kitu, tutaiondoa.

D: Hapana, sioni.

J: Sikufikiria hivyo.

D: Najaribu tu kupumzika ili uweze kutumia mkono wangu.

J: Hilo ni gumu sana, na nakushukuru. Ni muhimu sana.

Kulikuwa na kimya kingine kirefu alipokuwa akinua kidole changu hadi maeneo mengine kichwani mwake. Alitoa pumzi kadhaa kubwa.

D: Unaweza kuniambia kwa nini unabana maeneo hayo tofauti?

J: Hizi ni pointi za meridian. Hizi ni kama acupressure yako. Kinachotokea ni kwamba mtu anaweza kuungana nami kupitia kugusa kwako, ingawa mwili wako hauhusiki.

D: Nataka kuweka hili kwenye kurekodi. Ulikuwa ukigusa forehead na maeneo kadhaa: macho, eneo mbele ya masikio ....

J: (Alikatishwa) Nipe mkono wako! Shikilia mkono wako imara.

D: Ni njia niliokaa. Sawa. Na ulikuwa ukigusa mbele ya masikio, chini ya kinena, na juu ya taji la kichwa. Kisha juu ya daraja la pua katikati ya forehead.

Vitendo hivi vilirudiwa mara kwa mara. Kisha alitulia na kupunguza mkono wangu. Inaonekana dharura ilikuwa imeisha.

J: Asante.

D: Je, sasa ni bora?

J: (Sauti yake ya kawaida.) Ndiyo, ni bora.

D: Ninafurahi kuwa niliweza kusaidia. Sikujua nilichokuwa nikifanya. Nilikuwa nikiwa nimekaa kwa nafasi yenye mvutano, hivyo ilikuwa ngumu kwangu kupumzika.

J: (Sauti kali ilirudi.) Asante kwa kutumia mkono wako.

D: Dharura ilikuwa nini? Unaweza kuniambia?

J: Ni athari ya mabaki ya mizunguko. Unachopaswa kutambua ni kwamba uko kati ya dimensheni kwa wakati huu. Kiumbe ni kati ya dimensheni. Unapohama haraka kwa njia ya dimensheni basi ikiwa upangaji sahihi hautafikiwa, yaani pointi haifikii kabla ya mabadiliko ya dimensheni, kunaweza kuwa na maumivu au mzunguko mfupi katika kimwili cha kiumbe. Na sisi (tulikuwa na shida kupata neno) ... tulijitangulia, kwa kusema hivyo.

D: Imeenda haraka kidogo?

J: Ni suala la timing. Wakati wa cosmic, wakati wa Dunia, wakati wa kibayolojia. Unapokuwa hauendani katika nyakati hizo vitu hivi vinaweza kutokea kwa kimwili cha kiumbe. Sasa, unachopaswa kuelewa ni kwamba unapozungumzia mizunguko, kiumbe anakiishi.

D: Sikujua hilo.

J: Tunajua. Tulifikiri labda ingekuwa jambo usilohitaji kujua.

D: Lakini ili kuhakikisha usalama wake na uhuru wa maumivu, ningependa kujua vitu hivi.

J: Ilisimamiwa kwa njia ambayo utafundishwa katika siku zijazo. Haitakuwa, isipokuwa ni lazima, kukujulisha mapema siku zijazo. Aina hii ya uhamishaji wa taarifa kwako ni ya ajabu sana kwa kundi hili la viumbe. Unachopaswa kujua ni kwamba .... (Kupumua kwa nguvu, na alionekana kuwa hana starehe tena.)

D: Je, anapata joto tena?

J: Tunajaribu kuona kama hii inawezekana, ili tuweze kuharakisha mchakato wa kuwasiliana nawe. Kutakuwa na marekebisho yanayohitajika, kama tunavyojifunza kwa wakati huu.

D: Sawa. Lakini ikiwa inamsababisha usumbufu wowote, sioni inafaa kwa ajili yangu.

J: Si suala la uchaguzi wako kama inafaa. Kwa kweli, ama unachagua kufanya kazi au haufanyi. Sioni maana ya kuwa mkali. Nataka tu kukuambia kuwa hii ni taarifa muhimu sana. Na ni suala la kupata njia sahihi ya kuikabidhi. Na wakati kundi linavyofanya kazi nawe aina ya usawa itasimama ambayo haipo kwa wakati huu. Hivyo tuna marekebisho madogo ya usawa kati ya kiumbe na kundi, na kundi na wewe, na wewe na kiumbe, na kiumbe na kundi. Tunapohama haraka sana katika mada ya muhimu kama mizunguko, basi mambo yanaweza kutokea haraka sana. Na kuna neno hilo. Lakini tumekamilisha na mtu huyo. Unaona, hatukujua kuwa "haraka" ingesababisha mwitikio ule ule. Hivyo tunajifunza kwa wakati huo huo jinsi mtu huyu anavyojibu.

D: Hilo ndio ninamaanisha. Ninapozungumza, sina njia ya kujua itamwathiri vipi.

J: Tunaweza kuelewa kikamilifu hali yako, na tunahurumia. Na tunakushukuru kwa kuelewa kwamba ikiwa tunakuwa wakali, si kwa sababu tuko warembo na wewe. Ni kwa sababu ya dharura. (Kimya kirefu)

D: Je, unamsikiliza mtu?

J: (Sauti yake ilionekana ya kawaida zaidi.) Ndiyo. Ni mtu anayetaka kuzungumza nawe, lakini hawawezi kuzungumza Kiingereza, na mimi siwezi kuzungumza hiyo. Na tunajaribu kubaini jinsi ya kufanya hivyo.

D: Je, wanaweza kuwa na mtu mwingine anayezungumza kwa niaba yao?

J: Wanaangalia. Wanazungumza. Wanafanya mjadala mdogo. Wamo pembezoni. Ni kama wanajaribu kuamua.

D: Waambie kuwa tuna muda kidogo hapa. Ninahitaji sana kupata ujumbe, kwa sababu walikuwa wananiambia maagizo. (Mchanganyiko) Labda wanaweza kuwasilisha kwa mtu mwingine ambaye anaweza kunipa ujumbe.

J: Hilo ndilo wanalo fanya. (Kwa upole, kana kwamba anazungumza na mtu mwingine.) Sawa. (Kupumua kwa nguvu.)

D: Je, wako tayari sasa?

J: (Sauti nyingine yenye nguvu zaidi.) Labda.

D: Kwa sababu sina njia ya kujua kama ninavunja kanuni yoyote, ikiwa hawatanielekeza.

J: (Alianza kuzungumza, kisha akapiga koo, kana kwamba kiumbe alilazimika kuzoea nyuzi zake za sauti. Sauti inayofuata ilikuwa ya kike kabisa na laini.) Hakuna ukiukaji wa kanuni. Lakini tungependa kukushauri uwe makini sana katika mazungumzo yako ya kawaida kuhusu tukio hili. Lazima uwe mwangalifu na nani unashirikiana habari za kawaida. Kuna maeneo nyeti. Ni muhimu, ninarudia, habari za kawaida na kushirikiana haziruhusiwi. Umefanya vizuri, na tunashukuru. Moja ya matatizo inaweza kuwa ni asili ya taarifa, na wakati wake. Si jambo la kila mtu kujua kila kitu. Wewe ni mzuri sana katika kuamua nani anapaswa kujua nini. Hiyo ni ngazi ya utaalamu wako inayoturuhusu kufanya kazi vizuri nawe. Si suala la kukuamini au kutokuamini, bali ni suala la wakati. Wakati wa kujua, wakati wa kutokujua. Kwa hivyo, kila wakati unapopewa taarifa katika siku zijazo kutakuwa na maagizo ya kutoyafichua, mpaka utakapopewa maagizo zaidi. Labda unaweza kupata njia ikiwa ni muhimu sana kwa jambo ambalo wengine wanatekeleza, kuwashauri. Lakini usifichue chanzo chako. Tutakuwa tukipanga maarifa yao, hivyo kwamba chochote kinachoshirikishwa na wengine kitakuwa tayari kuthibitishwa.

D: Basi nitafuata maagizo yenu.

Nilijifunza hapo zamani kuwa nilihitaji kuwasikiliza, au wangepata njia za kuzuia taarifa isichapishwe. Katika "The Custodians" niliripoti jinsi kaseti nne zilivyopotea kwa miaka minane kwa sababu haikuwa wakati wake kuonekana kwa maandishi. Imekuwa zaidi ya miaka kumi tangu kikao hiki, kwa hivyo naamini sasa ni wakati wa kuleta taarifa hiyo mbele. Walikuwa sahihi kuhusu jambo lingine pia. Mara kadhaa katika miaka ya kazi yangu nilipokea taarifa nyeti na kuambiwa nizungumze siyo kuchapisha, iwe kwa ulinzi wangu au kwa sababu wakati haukuwa sahihi bado. Kwa hivyo nimejifunza kufuata maagizo yao.

D: Nafikiri muda wetu unakaribia kuisha. Na gari limepitia mtihani na hili leo. Lakini nataka kuwashukuru wanachama wote wa kundi waliokuwa wanazungumza nami leo.

J: Kuna wengine watakuzungumza wakati ujao.

D: Na nitajaribu kwa bidii kufanya kile mnataka. Ikiwa nitafanya makosa ni kwa sababu sijaelewa.

J: Oh, tuna ufahamu mzuri wa uwezo wako, na tunakushukuru. Ni kwamba wakati mwingine inabidi kuwepo na haraka kidogo. Na kwa kuwa tuko hivyo, tunaweza kusikika kali sana, na siyo nia yetu.

D: Lakini tafadhali elewa kwamba ninajitahidi sana. Na sitavunja imani yenu, kwa sababu sitaki muunganisho huo uishe kwa kosa lolote la upande wangu.

Nilianza mapendekezo ya kurekebisha ili kumrudisha kwenye dunia hii, lakini alikuwa akifanya ishara kwa mikono badala ya kufuata maagizo yangu.

D: Hiyo ina maana gani?

J: (Kwa upole sana.) Tunakuambia "kwa heri".

D: Sidhani naweza kurudia ishara hizo za mikono, lakini ninashukuru.

Kisha nilimrudisha Janice kwenye uelewa kamili. Hakuwa na kumbukumbu ya chochote kilichotokea, na alionekana asivyo mbaya kiafya wala kiakili kutokana na mtihani aliyetusababisha sisi wawili. Nilijifunza mengi kutoka kwa viumbe katika kikao hiki. Wakati wa kufanya kazi katika uwanja usio wa kawaida mara nyingi nilikuwa na hofu kwamba kunaweza kuwa na hatari kwa mhusika, hasa kwa sababu tulikuwa tunapitia maji mapya na hatukuwa tukijua nini kinatarajiwa. Pia nilifuatilia kwa makini dalili za mwili wa mtu ili ningepata tahadhari ya matatizo yoyote ambayo yanaweza kutokea ghafla. Viumbe viliniambia mapema usiwe na wasiwasi sana juu yake, kwamba wangeniambia kila wakati ikiwa tatizo linatokea. Katika kikao hiki walithibitisha maneno yao. Walinijulisha kuhusu hali ambayo sikuwa na njia ya kujua inaweza kutokea. Nilijifunza somo muhimu, lakini pia nilijifunza kwamba sitahitaji kutegemea utaalamu wangu pekee. Hakika nilikuwa niongozwa katika kazi yangu na nguvu kutoka mahali pengine, wingi wa urefu wa juu.

* * *

Ikiwa nilidhani kile kilichotokea katika kikao kilichopita kilikuwa cha kuchanganya, hakika sikuwa tayari kwa taarifa iliyotoka katika kikao hiki. Natumai msomaji anaweza kufuata dhana ngumu zaidi.

Kuwa na mapungufu ya zaidi ya mwaka tangu kikao chetu kilichopita. Katika tukio moja nilipokuwa Little Rock Janice hakuweza kufanya kazi nami. Alijua alikuwa ameenda mahali usiku wa jana, na ilikuwa imeathiri hadi kiwango kwamba hakuweza kuondoka nyumbani kwake na hakika hakuweza kuendesha gari lake. Zamani alisema kwamba wakati mwingine angeingia gari lake na hata kujua wapi kuweka ufunguo au jinsi ya kuianzisha. Mambo rahisi yangekuwa magumu ghafla, kana kwamba akili yake ingekuwa tupu kabisa na kuchanganyikiwa.

Katika safari hii Septemba 1991 nilikuwa Little Rock kufanya mahojiano ya kesi za UFO kwa Lou Farish, hivyo ningekuwa nikijaribu kufanya kila kitu katika wikendi moja. Kabla ya kufanya kazi, niliendа chakula cha jioni na Patsy, Janice na marafiki wengine. Tulizungumzia zaidi maisha yetu binafsi, na hatukutaja chochote kuhusu UFO au jinsi kazi yangu inavyokwenda. Mada kuu ya mjadala wa chakula cha jioni ya Janice ilikuwa rafiki wa zamani wa mvulana ambaye hivi karibuni alirudi kwenye maisha yake, na mambo yalikuwa yakizidi kuwa ya kweli. Alionekana kuwa na furaha sana, licha ya shughuli za UFO kuendelea kuwa nyuma ya maisha yake. Baada ya chakula cha jioni tulienda nyumbani kwa Patsy na tukafanya kikao hiki. Kumekuwa na uzoefu mwingi wa paranormal katika maisha ya Janice tangu tulipokutana mara ya mwisho, lakini iliamuliwa kutochagua moja maalum kuchunguza. Tulidhani itakuwa bora kuona tu wapi kikao kitatuelekeza. Kila kikao changu na Janice kilikuwa kila mara kizuri cha mshangao usiotarajiwa na mabadiliko na mizunguko.

Baada ya kulala kitandani nilitumia neno lake la ufunguo na kuanza utaratibu, lakini alikatiza na kusema lazima tusubiri hadi wakati fulani kuanza.

J: Saa 11:16 tunaweza kuendelea. Kabisa.

D: Sawa. Kwa mujibu wa saa yangu ni takriban dakika moja tena. Natumai saa yangu iko sahihi.

J: Saa 11:16 tafadhali. Tutajua. Kwa sababu taarifa haitoweza kukamilika ikiwa si hivyo.

Hii ilikuwa mara ya kwanza kiumbe kuwepo hata kabla ya kikao kuanza. Kawaida tulihitaji kuwatafuta. Niliendelea na mapendekezo ya utaratibu huku nikitazama saa yangu.

J: Unahitaji kumpa neno tena.

Nilizima rekoda niliposema neno lake la ufunguo, ili isiwe kwenye kaseti. Nilizima tena nilipoona alipoingia chini.

D: Je, unajua unataka kwenda wapi, au ungependa niikuongoze?

J: Tutaenda kwenye muunganisho wa wakati. Wakati una muunganisho, unajua.

D: Ndiyo, umeniambia hivyo. Kwa nini unataka kwenda kwenye muunganisho wa wakati?

J: Kwa sababu hiyo itakuwa mwanzo wa uzoefu. Itahusu mambo mengi, kwa sababu ni muunganisho wenye sura nyingi.

D: Sawa, tuko wakati uliozungumziwa mapema. 11:16.

J: Mimi niko wakati, wewe uko dakika.

D: Unamaanisha nini?

J: Tunazungumzia uratibu wa aina kadhaa tofauti za wakati. Unaona, unapozungumzia wakati wa mwanadamu unazungumza kwa dakika na saa. Lakini unapozungumzia wakati katika falme nyingine haupimwi kwa dakika na saa. Lakini ili kuleta taarifa kupitia wakati wa vipimo, lazima uwe katika pointi maalum katika wakati wa mwanadamu. Vinginevyo taarifa inayokuja haitakuwa kamili, na haitakuwa imepangwa kwa vipengele.

D: Lakini mara nyingi ni vigumu kujua. Tunapofanya vikao, tunafanya tu tunapoweza.

J: Ndiyo, lakini ukipata mhusika anayefanya kazi ndani ya wakati wa vipimo, basi atajua kuwa hilo ni muhimu. Na kwamba kila kitu lazima kifanyike sio dakika au sekunde kabla au nyuma. Kwa sababu inaweza kukosa.

D: Kama mlango au lango la kuingia? (Ndiyo) Unataka kuipeleka wapi?

J: Tutaiapata tunaposafiri.

D: Mnasafiri vipi?

J: Ninasafiri kama miale. Kama chembe. Mimi ni chembe. Chembe ya mwanga. Ndogo sana, ndogo.

D: Mnasafiri wapi?

J: (Kupumua kwa nguvu.) Miongoni mwa nyota.

D: Unaona nini huko nje?

J: Oh, ni ya ajabu! Ni amani kamili iliyosimama, utulivu. Kugusa velvet.

D: Je, unaona uko wapi unaelekea?

J: Hapana, lakini najua nitaelekea wapi. Sina haja ya kuona. Najua nitahisi nitakapofika.

D: Nilikuwa nikijiuliza kama ilikuwa inaonekana kama kitu.

J: Hapana, kwa sababu sioni kimwili. Ninaangalia katika uwanja wa "kuona". Unaona muundo, na unajua ni mahali. Na ukielekea muundo, uko mahali. Na mahali hunakufanya wewe, na wewe unakuwa mahali. Hivyo hadi, huna haja ya kuona, kwa sababu unakuwa hivyo. Kwa hivyo ikiwa unataka kuona kimwili, unaomba na unaweza kuangalia kimwili. Vinginevyo unakipata kwa namna tofauti kabisa. Kuna rangi, rangi ya rose quartz. Na basi unajua unakaribia zaidi. Na karibu, na karibu, na karibu. Na inasogea kwa kasi sana. Unasafiri haraka sana. Haraka sana. Lakini bado unahisi kiakili kwa kasi tofauti na kimwili ambacho chembe inasafiri, kwa sababu chembe inasafiri kwa kasi sana huwezi kuiona.

D: Unamaanisha kuwa imekuwa isiyoonekana?

J: Ndiyo. Iko hapo, tu swoosh! (Alionekana kukaa na kitu alichokuwa anakiona.) (Kwa upole) Sawa.

D: Nini?

J: Ilikuwa msalaba. (Alichanganyikiwa) Ilikuwa ... sawa. Muunganisho.

D: Kama msongamano wa barabara?

J: Ndiyo. Kama kwenye ramani unapo fika pointi hiyo.

D: Nini kinatokea unapo fika pointi hiyo?

J: Unasimama. Unasimama.

D: Kwa nini unasimama?

J: Kwa sababu tofauti. Inategemea unataka kuishi wapi.

D: Unamaanisha nini?

J: Katika pointi hiyo unaweza kukusanya taarifa, au unaweza kuingia katika urefu tofauti na kuwa katika maisha tofauti kabisa.

D: Unataka kukusanya taarifa?

J: Tumeanza tu, lakini nataka kukusanya taarifa katika pointi hii, kwa sababu ni mlango wa mahali tutakapopata taarifa zetu. Unaona, kinachotokea ni kwamba tumesimama ili wakati wa mwanadamu uwe sambamba na wakati huu. Ninatambua huenda hii haina maana sana, lakini haiwezi kutokea kwa njia nyingine. Unaona, ikiwa wakati wako uko nje ya mpangilio na wakati huu, basi muunganisho hauwezi kufanyika. Kwa hivyo lazima uruhusu kusimama hiyo, kusimama, na utapiga mbele mara itakapolingana. Ukichukua mizunguko miwili na kuiweka karibu, na zinakuja pamoja hadi kufungwa, huwezi kupita kupitia.

D: Lakini ukipita kupitia, je, utaenda mahali ambapo kuna taarifa?

J: Ninaweza kwenda kwa wa zamani. Ninaweza kwenda mahali popote unataka kwenda. Au ninaweza kwenda mahali tunahitaji kwenda. Na ninaweza kwenda kwa Uumbaji. Au ninaweza kwenda kwa chanzo cha Mungu.

Alivuta pumzi nyingi na kuonyesha mwitikio wa kimwili. Kitu kilikuwa kinatokea.

J: Ni mchanganyiko wa habari. Na pia ni mwalimu anayetaka kuzungumza na wewe na Janice. Na kukuambia kwamba mmevuka muda na nafasi. (Sauti ilibadilika.) Kwanza lazima uelewe kanuni za msingi na misingi kuhusu nishati ya chanzo.

D: Mimi daima niko tayari kujifunza.

J: Chembe uliyogundua kwa kweli ilikuwa chembe ya chanzo. Kila kitu huanza na chembe ya mwanga. Kila kitu kilicho hai huanza kama tundu ndogo sana la ngozi yako. Kama unaweza kufikiria molekuli, unaweza kuona nukta ya mwanga. Utafahamu kwamba katika chanzo cha mwisho, ndiyo tu wewe ulivyo. Kwa hivyo ninachokuambia ni kwamba, ndani ya chanzo cha "Kile Kilicho Kote", muunganiko wa chembe huunda nishati ya chanzo. Ukiona aina ya muundo ndani ya chembe, na ukaweka chembe hiyo juu ya chembe nyingine, zitafanana kabisa kwa kila undani mdogo. Sasa, nishati inavyokuwa vitu (materia), kutoka kwenye nishati ya chanzo, husafiri chini kwenye miale - au kutoka kwenye miale - kulingana na dhana yako, au jinsi unavyotaka kuihusisha. Na inapoanguka ndani, ikiruka nje, hugawanyika kama seli inavyogawanyika, ili kuunda watu tofauti. Inaweza kugawanyika mara nyingi. Inaweza kugawanyika mara moja. Inaweza kugawanyika mamilioni ya mara. Inapoendelea kugawanyika inakuwa ya kiume, ya kike, au kiume-kiume, kike-kike, kiume-kike. Inapoendelea kugawanyika na kusafiri kupitia mabadiliko ya vipimo, inakuwa katika kila kipimo kile ambacho ni hatimaye katika chanzo chake. Na huanza kukua. Na inapoenda kupitia ulimwengu na galaksi, kila mahali inapokwenda bado ni ile ile. Unapobringi chembe hiyo kwenye uhalisia wa dunia kwa maneno ya Dunia, unapata wanadamu ambao ni: kama wenzi. Unapata wanadamu ambao ni: kama chembe zilizogawanywa. yaani: Unayo mifano katika wanadamu. Unayo watu wasiojulikana ambao mara moja wanakuwa marafiki wa karibu kabisa, kwa sababu waligawanyika kwenye kiwango cha chanzo. Mara chache watu huungana kabisa. Ni tu wakati kuna kusudi kuu ambapo muungano huo utatokea. Kwa sababu binadamu ana njia ya kubadilisha uhalisia kwa namna ambayo mara chache uhalisia wa juu kabisa unawezekana, katika ngazi hii ya Dunia, unafanikiwa. Kwa hivyo kile unachoona kinategemea malengo ya sayari. Kusudi la kawaida kwa manufaa ya mwisho ya binadamu lazima lifikiriwe na linategemea chaguo. Mwisho unaowezekana wa juu kabisa. Umefungwa ndani ya muundo wa nishati, na hatimaye utarudi kwenye chanzo katika muundo huo huo wa nishati ulikotoka. Ninazungumzia zaidi ya muda na zaidi ya nafasi na zaidi ya uumbaji. Ninakuambia kwamba ninazungumza nawe kutoka nje ya uumbaji. Uumbaji ni mduara niliouzungumza, ambao binadamu anaweza kuingia ndani. Na binadamu anaweza kurudi, akijua jinsi, kwenye chanzo chao. Hata hivyo, kabla ya hapo kutokea una kazi ya kufanya kwenye sayari hiyo, kwa sababu ni wakati. Kama nilivyokuambia kuhusu muda, kama nilivyokuambia kuhusu muda wa binadamu, na kuhusu muda wa vipimo mbalimbali. Ninajaribu kuelezea muda kwako. Lazima uelewe muda. Na hiyo ni kazi yako. Kwa sababu ndiyo unayoshughulika nayo katika vitabu vyako. Unashughulika na muda wa vipimo mbalimbali.

D: Na pia na dhana ngumu sana.

J: Dhana ngumu ambazo ni kazi yako kurahisisha, ili mtu wa kawaida anapojisoma aseme, "Ah!" Ili watu waanze kujifunza kuishi maisha mengi kwa wakati mmoja. Wakielewa kwamba kila kitu wanachofanya hapa katika mwili kwenye sayari hii kinaathiri kila maisha mengine. Mstari wao unaenda mbali. Mfuatano wa nishati kutoka tulipo sasa, kile tunachokisema sasa, kile unachosema kutoka ulipo hadi nilipo, kitasalia daima. Tofauti ni, unaposogea kutoka kipimo hadi kipimo.

D: Nimekuwa nikifikiri kwamba ninaongozwa kwa maarifa yaliyopotea, kwa habari iliyopotea.

J: Iko imepotea.

D: Nahisi lazima niirudishe.

J: Hilo ndilo nililokuwa nikuambia. Hilo ndilo ninachokuambia. Ulipokuwa umeongozwa kwenye unabii wa Nostradamus, hiyo ilikuwa mwanzo tu. Ncha ya barafu tu. Umegusa uso tu. Ulipomzungumza naye, kwake ilikuwa uhalisia, kwa sababu uhalisia wake uko pale alipo. Na uhalisia wake unapo, kama uhalisia wako unavyopo. Hautaisha kuwapo kamwe. Ni mabadiliko tu. Ni mabadiliko madogo tu.—Je, unakumbuka mwanzoni tulianza kuzungumza saa 11:16. Tulizungumza saa 11:16 kwa sababu 11:16 inaunganishwa na .... (Kusimama) Nadhani labda lazima nikuelezee kwa karatasi.

Hii imetokea hapo awali wakati wa vikao, lakini wakati huu sikuwa nimejiandaa kwa ajili yake. Nilimzungumza wakati nilifungua sanduku langu na kutafuta kibao na kalamu ambayo nimejifunza kubeba kwa matukio kama haya. Nilirejesha vifaa kitandani. Alikaa, na nikampa kalamu na kumweka kibao kwa mkono wake mwingine. Alifungua macho kwa shida na kutazama karatasi.

Nimeishuhudia hali hii mara kadhaa siku za mwanzo za kazi yangu. Daima inavutia kuangalia, kwa sababu mhusika anaonekana kuwa na macho ya glasi kama mtu asiyeamka. Daima hawajui mazingira yao na wanaweka umakini wao wote kwenye karatasi, na kile wanachochora au kuandika.

J: (Alianza kuchora.) Huyu ni wewe pale tulipo, pale ulipo, pale nilipo pamoja nawe. Hii ni maji yanayotiririka. Hii inahamia kila wakati. Haikomi kamwe.

D: Hiyo ni nini?

J: Viwango. (Kusimama akiwa anachora.) Nitaelezea muda wa vipimo. (Kusimama kwa muda mrefu akiwa anachora mistari.) Kuna zaidi, zaidi.

D: Mistari hiyo inawakilisha nini?

J: Muda. Vipindi.

D: Vipindi vya muda? (Ndiyo) Miaka tofauti, unamaanisha?

J: Ndiyo, isipokuwa ni ngumu zaidi kuliko miaka, kwa sababu inaweza kuwa ulimwengu na galaksi ndani yake. Kulingana na jinsi unavyokwenda mbali. Unaweza kwenda nje katika mojawapo ya vipindi hivi vya muda hadi sehemu ya ukomo wa milele. (Alichora akiwa anazungumza.) Milele, milele, milele. Wewe, mimi, kila mtu kwenye sayari kwa mwili....

D: Kwa nukta hiyo. Sawa.

J: Kisha ... chanzo cha Mungu.

D: Pale huko ndani ya maji. Sawa.

J: Yote ni maji yanayotiririka. (Alikuwa akiandika tarehe.) Ah, sawa, kwa kweli haijalishi ni miaka gani niliyoandika. Unaanza kusogea. Wakati wote nishati inakwenda upande huu.

D: Mbele?

J: Na upande huu.

D: Pia mbele na nyuma.

J: Na hivyo ndivyo ndivyo muda ulivyo. Na hivyo ndivyo muda ulivyo.

D: Nyuma na mbele kwa wakati mmoja?

J: Wakati huo huo. Ukishauza dematerialization, basi unaweza kuwa chembe ile uliyotoka, wakati uko kwenye mwili. Unaweza kwenda hapa, kwa sababu ulikuwa hapa. Ulipokuja kutoka hapa hadi hapa, ulisogea kupitia kila kitu kinachokuwepo. Na daima unasogea kupitia kila kitu kinachokuwepo. Ni ngumu. Hata hivyo, unachohitaji kujua ni kwamba, unaposogea, kwa umbo la chembe, unaenda hapa ....

D: Hiyo ni mwaka au kipindi cha muda.

J: Na unaweza kusogea hadi maisha yoyote ndani ya kipindi hicho, kwa sababu kuna maisha zaidi ya moja katika kila kipindi. Kwa hivyo, ninachokuambia ni kwamba, inawezekana kabisa, kama chembe, kwenda pale Nostradamus anapo. Kwa sababu yuko nyuma ya muda. Kwa sababu hapa - hii ni Uumbaji - muda unasimama! Vipindi vya muda vilivyotengenezwa na mwanadamu vinasimama.

D: Kwa uumbaji?

J: Kwa uumbaji. Historia ya wanadamu inasema Mungu aliumba mbingu na dunia.

D: Inaonekana kwamba hapo ndipo muda ulianza, badala ya kusimama.

J: Unaanzia kwa wanadamu, lakini unasimama kwa vipimo hivi hapa. Kwa sababu una vipimo sawa katika fremu zote mbili. Una vipimo sawa. Wanadamu wanaanza muda hapa. Muda wote. Muda-muda wote. Lakini aina yetu ya muda - muda wa roho - ni tofauti kabisa, lakini bado inaendana. Mitambo ni tofauti kabisa. Unasema, "Saa moja." Na sisi tunasema, hakuna! Kwa sababu hatuhitaji muda. Kwa sababu sisi ni kila kitu. Tumeweza kuwa kila wakati. Nostradamus yuko hapa akiwa kila kitu alichowahi kuwa, na akiendelea milele yake. Hata ingawa kifo kilimsababisha kuacha kuwa hapa, hakikumsababisha kuacha kuwa hapa. Kwa hivyo kwa kweli, unachofanya ni, unakuja kwenye pointi ya kifo chake. Unazidi kifo chake. Unamunganisha naye akiishi milele yake. Na hiyo ndiyo taarifa na dhana katika uhalisia unayoileta kutoka kwake, kurudi kupitia uumbaji, kurudi chini hapa.

D: Ninaporudisha watu kwenye maisha ya zamani, je, ni chembe hii inayokwenda kwenye maisha hayo na kuyalala tena? (Ndiyo) Kwa sababu ni kama kwamba utu huo katika maisha mengine haukufi kamwe.

J: Haukufi kamwe.

D: Naweza kuwasiliana na utu hizo nyingine wakati wowote.

J: Sahihi. Unachofanya ni kuunganisha kwa mtetemo chembe hii inayokuwepo hapa na chembe hii inayokuwepo hapa. Kama unavyosema, "Oh, nakumbuka kilichotokea Krismasi ya 1964. Tuliketi karibu na mti wa Krismasi. Oh! Nilipata mtoto wa kuchezea." Hiyo iko katika maisha haya. Lakini unazungumzia kiwango hiki cha mtetemo. Hapa hivi. (Akiweka mchoro.) Kiwango hiki cha mtetemo. Tu wewe uliyofunguka kwa sayari ya 1-9-4-5 katika maisha haya. Maisha haya yalianza mwaka 1-9-4-5. Hii ni kipindi cha muda katika dimensheni hii. Lakini wakati wa kifo chembe inasafiri hadi hapa kabisa.

D: Kurudi kwa chanzo, ambacho kilianza.

J: Lakini, jambo tata zaidi ni kwamba, kulingana na kilichotokea hapa, inaweza labda kurudi hapa. (Akionyesha tarehe.)

D: Ikiwa inataka kurudi katika karne ya 1800, inaweza kufanya hivyo.

J: Na kurudi kutoka huko. Kwa hivyo tunaanza kuingia kwenye fizikia kidogo hapa. Kuna zaidi kidogo. Lakini unachohitaji kujua, kuhusu Einsteins na Nostradamuses .... Kuna eneo. (Alikuwa akiandika.)

D: Hiyo ni nini?

J: Ni maarifa yote. Ya kale, maarifa yote. Kilichotokea kwa watu kama Nostradamus na Einstein ni kwamba walianza hapa.

D: Katika eneo hilo la maarifa yote?

J: Ndiyo. Lakini walichukua eneo la utaalamu nao kwenda sayari. Sasa hawajarudi lazima hapa (eneo la maarifa yote), lakini hiyo haijalishi, mara tu unapopita sehemu ya Uumbaji, ambapo uko.

D: Lakini walihifadhi zaidi ya maarifa haya katika kiwango cha chini cha ufahamu? Je, hilo lingekuwa sahihi?

J: Kabisa. Lakini hiyo ilikuwa kusudi lao la kuja, kuleta hilo.

D: Kwa wakati wetu. Sawa. Je, ingekuwa sahihi kuitwa mng'ao mdogo huo "roho yako"?

J: Unaweza kuitwa roho, lakini kwa ukweli wa kweli, unapaswa kuitwa "nishati yako ya chanzo." Roho ni jina la wanadamu kwa nishati hiyo ya chanzo, kwa sababu kila kitu ni nishati. Kila, kila, kila kitu ni nishati. Sasa, hii .... (Alikuwa akiandika tena.)

D: Sehemu ya maji.

J: Chanzo cha Mungu au sehemu ya maji. Mng'ao ni kila kitu ambacho sehemu hii ya maji ni.

D: Je, ingekuwa kama dhana yetu ya Mungu?

J: Inaweza kuwa. Ndiyo, ikiwa unataka, inaweza kuwa Mungu. Inaweza kuwa kile kilicho cha mwisho. Inaweza kuitwa kwa jina lolote. Kweli haina jina. Hatujatumia majina. Kwa kweli, sisi sote ni maji mara tu unapopita sehemu hii. Kwa kweli unapoishi kwa njia hiyo. Na pia unaweza kuungana hapa na hapa na hapa. Na pia unaweza kujua kila kitu, na kutoka. (Akiweka mchoro) Unaona, nasema kwamba haya yanapofanana .... (Akiweka mchoro)

D: Dot ndogo hizi zote. Zote zinapofanana.

J: Na kisha kila molekuli inapofanana, zinajigawanya tena kuwa tatu zao. (Akiweka mchoro) Na wao ni kila kitu ambacho nishati nyingine ilikuwa. Kila kitu.

D: Lakini jambo kuu ni kwamba tumejikita kwenye sehemu hii ya maisha yetu sasa. Je, hiyo ndiyo dhana?

J: Tunapoingia kwenye maisha ya kila mmoja hapa, tunachukua nasi sehemu ya kile walikuwa na sehemu ya kile walivyo. Tunafanya kila kitu hapa kimwili ambacho tunafanya hapa.

D: Katika roho.

J: Hakuna tofauti.

D: Lakini hatujui kuhusu wengine kwa sababu tumejikita katika maisha haya na kile tunachofanya sasa.

J: Kwa sababu ya kiwango chetu cha mtetemo tuko hapa. Kile kinachotokea unapohama ni kwamba, nishati inaongeza kasi. Inaongeza kasi inapopita upande huu (Mbele). Inapungua kasi inapopita upande huu (Nyuma).

Alionekana kuwa amemaliza mchoro, kwa hivyo nikamsaidia alegeze tena chini, na nikamwambia afunge macho tena. Nilitazama karatasi alipokuwa akijizungusha ili apate nafasi vizuri tena. Nilidhani ingekuwa bure kuiweka kwa ajili ya kuweka kwenye kitabu baadaye. Wakati alimaliza nayo, ilikuwa mkanganyiko wa mistari na dot zisizo na maana, zisiwe na maana zaidi kuliko mchoro wa mtoto. Nilijua maelezo muhimu yangerejea kurekodiwa kwenye diktafon.

J: Tumemuweka Janice kwenye aina tofauti za mifumo ya mawasiliano. Ni mwanzo wa dhana tofauti kabisa ya mawasiliano, ambayo Einstein alikuwa akijua vizuri.

D: Alizungumzia wakati alipolala kwenye kochi katika nyumba yake, na taarifa zote hizi zilionekana kuja kupitia dirisha kwa miale ya mwanga na kumfunga. Picha? Alama? Hiyo ilikuwa nini?

J: Mifumo ya nishati.

D: Kusudi ilikuwa nini?

J: Mifumo ya nishati imeandikwa kwa taarifa. Kila mfano una seti tofauti ya maarifa. Dhana tofauti. Na labda labda historia yote ya sayari.

D: Katika michoro na picha hizi?

J: Ndiyo. Kwa sababu uwezo wake wa akili ni mkubwa kiasi kwamba anaweza kubeba maarifa, na ni kama kapsuli ya vitamini inayotolewa kwa muda. Mara tu wakati wa kuunganishwa kwa wakati wa wanadamu na wakati wa interdimensional unafanana, muingiliano wa sayari ... (akitafuta neno) kupitiliza, kama unavyotaka, utaelekeza seti ya hali ili iendelee. Hivyo itarekodiwa, na labda na wewe. Muunganisho wako unaofanya ni kwa sababu unategemewa kurekodi vizuri. Na una nia safi.

D: Ndiyo, niliiambiwa nisizichochee chochote. Ni tu kuripoti jinsi zilivyo kuja.

J: Na hukichochea. (Kwa upole) Isipokuwa katika matukio machache.

D: Wakati mwingine ilikuwa lazima sehemu chache, lakini sehemu kubwa ya mambo imebaki safi.—Hilo ndilo kusudi la mlipuko wote huu.

J: Hapana, hiyo sio kusudi kamili. Hata hivyo, hiyo ilikuwa moja ya madhumuni. Kuna kusudi jingine. Na kusudi jingine ni ili aweze kubeba kiwango maalum cha mtetemo kuhusu mradi niliokuzungumzia awali. Pia ni uamisho kwa taarifa nyingine anazozimiliki tayari. Na pia ni kuingiza nyakati ndani yake, kwa sababu anaelewa umuhimu wa muingiliano. Anapaswa kuwa hai katika kupata ... (akitafuta neno) uamisho wa dhana fulani ambazo tayari zipo ndani yake, kwa sababu - hatutumi neno "kuchonganishwa" - lakini zimewekwa ndani ya benki yake ya kumbukumbu. Ili inapowasilishwa kwake kimwili, inasababisha maarifa kutoka ndani ya akili ya ufahamu, na kuingizwa kwa fremu za wakati kutokea. Na kwa ngazi ya chanzo, kwa ngazi ya mfano wa nishati, kiwango cha mtetemo cha sayari kimeunganishwa interdimensional hadi chanzo. Ndiyo sababu ni muhimu kwa wanadamu wasiharibu sayari yao, unaona. Kwa sababu interdimensional itakuwa na athari hadi chanzo. Sasa, kile sijekueleza ni kwamba, niliposema alikuwa na chaguo, hiyo ilimaanisha tulimwekea taarifa katika njia yake. Na alizipiga mbali. Hiyo ilikuwa chaguo lake. Tulimpeleka kwa vitabu vilivyoundwa kuamsha kumbukumbu fulani. Na hakuisoma, hivyo kumbukumbu hazikuamshwa. Tunampa msukumo wa kimwili kwa dhana zilizowekwa katika benki hiyo ya kumbukumbu. Lakini ikiwa anachagua kupuuza fursa yake, basi lazima tusubiri muingiliano mwingine wa wakati ili kurejeshwa.

D: Kwa hivyo unaona ndiyo sababu alipaswa kufanya kazi nami, kumsaidia kuachilia hili?

J: Ndiyo. Ninachotaka kukuelezea ni kwamba, Janice ni mtu mwenye sura nyingi ambaye ana uwezo wa kuungana na dimensheni tofauti. Anaelewa kikamilifu wakati kuhusiana na muingiliano wa interdimensional. Hata kurekebisha ujuzi huo kuelewa mambo, kama mawingu ya jua, kunaweza kubadilisha historia ya sayari yako. Ikiwa kila mtu anayehusika katika Mradi wa Pembetatu yupo mahali pale kwenye sayari ambapo wanapaswa kuwa wakati fulani, historia itabadilika. Ikiwa mtu mmoja hatapopata mahali pake, basi wakati huo, muingiliano huo, dakika-saa ya wanadamu kuhusiana na wakati wa multidimensional, haitarudi tena. Na lazima uendeleze katika wakati wa wanadamu wa baadaye, wakati wa interdimensional, ili kupata nafasi ya mabadiliko kutokea. Vinginevyo haitatokea.

D: Lakini sisi ni watu wa kawaida. Hatujui kwamba tunapaswa kuwa mahali fulani na kufanya mambo fulani.

J: Ndiyo, unajua. Unajua. Unajua. Yeye anajua. Unapangwa. Janice ana muunganisho na wewe, na wewe naye. Wengine wowote unayefanya kazi nao wana muunganisho. Na utaendelea kujua wakati ni wakati. Utadhani, "Nahitaji kufanya hili. Nahitaji kufanya lile." Na utajaribu. Kumbuka maelezo yangu kuhusu muingiliano. Huwezi kuuiweka. Somo lako haliwezi kuuiweka. Tayari imewekwa. Na unachohitaji kujua ni kwamba itakuwa, si kuhusiana na wakati wako au wakati wa somo.

Itakuwa kuhusiana na umuhimu wa ulimwengu wa sayari, kama taarifa yako ya Nostradamus ilivyokuja.

D: Lakini ilikuja kwa mshangao mkubwa mara ya kwanza.

J: Lakini ilikuwa imewekwa. Ulianza kwenye muingiliano. Hungeweza kufanya hivyo wakati mwingine. Hingeweza isikutokee. Lakini unapaswa kuelewa ni kwamba kazi yako ya UFO sasa hivi ni muhimu zaidi kuliko kazi yako ya Nostradamus. Ninakuambia hili kwa sababu nataka uwe tayari. Na nataka uandike mpangilio. Bado hukamilishi kazi yako juu ya UFO. Na sehemu kubwa ya kazi uliyofanya na Janice kuhusiana na UFO ni kwa uelewa wako mwenyewe. Kwa sababu unapopita katika mawasiliano yako ya UFO, kutakuja wakati katika maisha yako utakapouona muunganisho wako katika picha nzima. Kwa hivyo baadhi ya taarifa sio za kuchapishwa. Utaruhusiwa kutumia baadhi ya taarifa. Lakini kuna sehemu kubwa ambayo haingefaa kwa wakati huu, kwa maana ingesababisha maendeleo ya baadaye kubadilika, kwa sababu ya maarifa na kile kitakachotokea kwa mtetemo zinaposambazwa. Unachokielewa ni, wakati taarifa zako zinaposambazwa, vitabu vyako vinauzwa hapa, pale, hapa, pale, hapa, pale. Nini kinatokea? Je, umewahi kufikiria kimfumo wa nishati kinachotokea?

D: Naam, najua ninaunganishwa na watu wengi.

J: Nini kinatokea katika ngazi ya nishati? Tunazungumzia nishati. Nini kinatokea? Nishati ya Nostradamus inapitia kila mtu anayesoma kitabu hicho.

D: Watu wengi wananitumia barua na kuniambia wanahisi kitu.

J: Ndiyo kwa sababu nakueleza kile wanachosema. Wanakuambia kile ninachokieleza.

Nilikuwa nikikaribia kumaliza kikao tena. Sijawahi kuwa na somo akiwa katika hali ya transi zaidi ya saa moja na nusu. Zaidi ya hapo huleta madhara yasiyotakikana, ikiwa ni pamoja na uvivu na mkanganyiko.

D: Nafikiri ni wakati wetu kuondoka sasa. Kwa hivyo nitaendelea kufanya kazi, na wakati utakapofaa taarifa nyingine zitakuja. Nataka kukushukuru, yeye yeyote wewe uliye, ambaye umekuwa ukinionyesha taarifa.

J: Nakizungumza nawe kutoka nje ya wakati. Nje ya Uumbaji.

D: Nje ya Uumbaji. Zaidi ya mwanzo wa Uumbaji?

J: Ndiyo. Wewe ni kiumbe mzuri. Na tuko karibu nawe mara nyingi. Na tunakuongoza katika mwelekeo wa kukusanya taarifa. Kwa maana kwa kweli wewe ni mkalimani wetu, kama vile wewe ni mkalimani wa Nostradamus, kwa sababu maarifa yake yanatoka kwa ngazi hii ya kujua.

D: Ninajaribu kuviunganisha vyema kadri niwezavyo.

J: Na unafanya kazi nzuri sana.

Kisha niliomba kiumbe hicho kivurugike na ufahamu na utu wa Janice vijaribu kuungana tena kikamilifu na mwili wake. Ilionekana wazi wakati kiumbe mwingine alipoondoka kwa sababu Janice alianza kukohoa na kuzunguka, wakati kabla hakuwa na dalili hizo. Kisha nikamuelekeza na kumrudisha kwa ufahamu kamili.

* * *

Hilo ilikuwa kikao cha mwisho nilichokuwa nacho na Janice. Aliendelea na maisha yake kama mimi niliendelea na yangu. Wasiwasi wake mkubwa ulikuwa kulindwa utambulisho wake, na hili niliufanya kwa kubadilisha jina lake na taaluma katika vitabu vyote viwili. Nitakuwa nashukuru daima kwa taarifa nzuri alizonipa, na dhana alizonifichulia, ambazo zitabadili milele mchakato wangu wa kufikiri na jinsi ninavyoona dunia. Pia itabadilisha milele jinsi ninavyofanya kazi yangu na kukusanya taarifa. Taarifa za Janice zimenipa njia tofauti ya kuona dunia tunayoiishi, na zimenionyesha kwamba kweli tunaishi katika ulimwengu uliochanganyikiwa ambapo chochote kinawezekana.

Sura ya Tano

Sayari ya Hazina ya Maarifa

Sehemu ya kikao hiki ilijumuishwa katika Walinzi. Mwanzoni mwa kazi yangu inayohusu kesi za utekaji, wakati mtu alikuwa na kipindi cha muda kilichopotea, alijikuta akiwa ndani ya chombo akishirikiana na viumbe kutoka sayari nyingine. Kadri kazi yangu ilivyokuwa ikizidi na kuendelea, mambo yalianza kubadilika. Nilipata kesi ambapo, badala ya kwenda ndani ya chombo halisi, waliweza kujikuta katika mazingira ya ulimwengu mwingine. Mfano uliripotiwa katika Sura ya 4. Nimefikia hitimisho kwamba hatuwezi kufanya dhana kuhusu chochote katika aina hii ya kazi. Mara tu nikifikiri kwamba muundo umeanzishwa, napata kesi zinazotofautiana na muundo huo na kuelekeza katika mwelekeo tofauti. Hizi hatimaye zinapanua uelewa wangu wa ulimwengu usiojulikana ambao nimekuwa nikuchunguza. Nilijumuisha sehemu ya kwanza ya kesi hii katika The Custodians kuonyesha hali ya kusisimua ya muda uliopotea, lakini kwa kuwa sehemu iliyobaki haikufuata kawaida, niliamua kuihifadhi kwa kitabu hiki na kuisimulia hadithi yake kwa ukamilifu.

Mnamo 1997 Clara aliandika na kupiga simu mara kadhaa akiomba kikao. Hii imekuwa ikitokea mara nyingi kiasi kwamba siwezi tena kufanya kazi na watu wapya isipokuwa nitakuwa nikitoa hotuba katika jiji wanaloishi, na kwa sharti kwamba nina muda. Siwezi kufanya kazi na kila mtu na bado kuhifadhi nguvu zangu mwenyewe. Mwanzoni mwa kazi yangu mara nyingi nilikuwa nikiendesha umbali mrefu kufika kwa watu na kujaribu kuwasaidia yeyote aliyemuomba, lakini nyakati na hali zimebadilika. Kuna watu wengi sasa wanaotaka vikao kiasi kwamba niliacha kuyafanya nyumbani kwangu, na siku ambayo nitakuwa nikitoa hotuba. Ninagundua kwamba nguvu zangu hugawanywa ikiwa nifanya mambo mengi tofauti katika ziara za mihadhara. Ninafanya vikao tu siku ambazo hakuna mengi yaliyopangwa. Kwa kawaida nawaambia watu kwamba watawekwa kwenye orodha ya kusubiri, na wakati mwingine nitakapokuwa katika jiji lao tunaweza kupanga miadi.

Clara aligundua kwamba nitakuwa Hollywood mwezi Mei 1997 kwa mkutano, hivyo alipiga simu na kuomba miadi. Anaishi karibu na San Francisco, lakini alikuwa tayari kuendesha hadi Hollywood. Katika hali hiyo nilihisi siwezi kumkataa, hasa ikiwa alikuwa tayari kupita taabu hiyo yote.

Mkutano uligeuka kuwa janga. Ukosefu wa matangazo na mipango ndio sababu kuu. Ingawa wazungumzaji wote walikuwepo, hakukuwa na washiriki. Mikutano kadhaa ilibatilishwa kwa sababu hakukuwa na hadhira. Ilikuwa mbaya zaidi niliyowahi kuhudhuria, lakini kwa matokeo nilikuwa na muda zaidi kuliko nilivyotarajia. Phil (rafiki yangu na mhusika katika Walinda Bustani) sasa alikuwa akiishi huko. Aligeuza safari kuwa ziara ya kuona mji na kunionyesha Hollywood niliyokuwa nataka kuiona tangu nilipokuwa kijana nikitamani ndoto katika sinema iliyokuwa gizani. Sijawahi kuwa na muda wa kuiona kweli hapo awali, kwa kuwa nilikuwa nikibakiwa tu hotelini kwangu au kituo cha mkutano. Baada ya mkutano nilikuwa lazima niondoke moja kwa moja kwenda uwanja wa ndege. Tuliamua kufanya bora ya hali mbaya, na nilifurahia sana kuona upande wa kuvutia wa mji huo.

Hivyo basi, Clara alipofika nilikuwa nimepumzika na nilikuwa na muda mwingi wa kumtumia. Alikuja chumbani kwa hotel. Phil angefika baadaye na kusubiri kwenye ukumbi hadi tukiisha ili tuweze kwenda kula chakula cha jioni.

Clara ni mwanamke mrembo mwenye nywele za blonzi katika umri wa miaka arobaini, mwenye shughuli, mwerevu na mwenye afya nzuri. Wakati wa mazungumzo kabla ya kikao, ambapo ninajaribu kubaini tatizo au sababu ya kikao, alisema jambo kuu lililomkera ilikuwa tukio la muda uliopotea lililotokea miaka michache iliyopita. Mara kwa mara huenda Hawaii kwa mikutano inayohusiana na kazi yake. Katika tukio hili alikuwa akiendesha gari kwenye kisiwa cha Maui. Ilikuwa karibu magharibi, lakini bado mwanga, na alikuwa akitafuta hoteli aliyokuwa amewahi kutembelea. Ilikuwa iko ufukweni, na alitaka kula chakula cha jioni huko kufurahia mandhari ya bahari. Alipokuwa akiendesha akitafuta, aligundua kwamba alikuwa amepita lango la kuingia, na akaamua kuendesha kidogo zaidi barabarani kutafuta mahali pa kugeuka na kurudi nyuma. Sehemu hii ya kisiwa ilikuwa na mimea ya kitropiki yenye msitu mnene na mitende ya mpalme ikitulia barabara ya njia mbili. Kulikuwa na nyumba chache, na zilikuwa nyuma ya barabara zikifichwa kutoka mtazamo. Hatimaye alipata njia ya kugeuza gari, ingawa alitambua kiakili kwamba hakuwahi kuiona hapo awali alipokuwa akiendesha njia ile ile. Alipokuwa akiingia alijikuta katika eneo ndogo la makazi lililojengwa kwa nyumba za modular. Zilikaa kati ya miti ya mpalme katika mazingira mazuri sana. Kitu pekee cha ajabu kilikuwa kwamba Clara hakuweza kukumbuka kuiona jamii hii kwenye barabara hiyo hapo awali. Aliweka gari lake kwenye njia ya kuingia na alikuwa akigeuza – na hilo ndilo jambo la mwisho alilokumbuka.

Kipindi kilichofuata alijikuta upande mwingine wa kisiwa akiendesha barabara yenye trafiki ya magari manne. Sasa ilikuwa giza kabisa, na hakuwa na wazo jinsi alivyofika huko.

Mwaka mmoja baadaye aliporudi Maui kwa mkutano mwingine, kwa udadisi aliiendesha barabara ile ile akitafuta njia aliyokuwa ameigeuza, kwa sababu tukio hilo la ajabu halikuondoka katika kumbukumbu yake. Aliendesha katika eneo hilo lote, na ingawa alikuta hoteli tena, hakuwahi kupata eneo la makazi ya nyumba za modular. Hii ilimchanganya tangu wakati huo, na ndiyo ilimfanya apate kikao. Alitaka kugundua kilichotokea usiku huo, na jinsi alivyofika upande mwingine wa kisiwa bila kumbukumbu ya kuendesha hadi huko.

Alionyesha kuwa ni mhusika mzuri sana. Sikuwa na shida kumfanya aingia kwenye hali ya transi kwa haraka. Alikumbuka tarehe ya tukio, hivyo nilimhesabu kurudi Machi 1994 alipokuwa kwenye kisiwa cha Maui huko Hawaii. Alijikuta akisimama mbele ya hoteli yake, Maui Sun, karibu kuingia kupitia milango ya glasi. Alikuwa amewasili tu kwa warsha ya kila mwaka ambapo alipenda kuchanganya kupumzika na kazi. Alivutiwa na rangi angavu za maua yanayozunguka hoteli. Baada ya kujiandikisha, nilimhamisha mbele kwa wakati alipokuwa akiendesha kwenda hoteli nyingine kwa chakula cha jioni.

C: Sijawahi kuwa huko kula kabla. Nimeipita tu. Iko karibu na maji, ambapo hoteli yangu iko juu kidogo mlima. Na nilitaka sana kufurahia kukaa hoteli hiyo na madirisha yote wazi, na kusikia maji yakigonga ufukweni. Nilikuwa nataka kwenda huko kwa muda mrefu, lakini haikutokea.

D: Ni saa ngapi za mchana?

C: Ni karibu magharibi. Sijui ni saa ngapi kwa saa, lakini inazidi kuwa giza. Ni vigumu kuona kwa sababu hakuna taa za barabarani. Na ninapita Astland. Hiyo ni mahali kubwa sana, na nimenikosa njia hiyo ya kuingia. Kuna miti mingi. Na njia ya kuingia inaonekana kama ... sawa, siyo kujificha, lakini mimi tu nimeipoteza. (Akiwa na hasira) Siwezi kuiona. Hivyo naendelea mbele zaidi, kutafuta mahali pa kugeuza na kurudi, kwa sababu ninataka sana kula chakula cha jioni hoteli hiyo.

Wakati wa sehemu hii mara kwa mara alionekana anazungumza na nafsi yake alipokuwa akiendesha, na kisha akajibu maswali yangu pia.

C: Ninaendesha. Na najiona mahali hapa ... Sawa. Hivyo ninaona mahali hapa. Ni mwisho wa barabara (cul-de-sac). Ndio, hii inaonekana kama mahali nzuri pa kugeuza. Hmmm. Sijawahi kuona mahali hapa hapo awali. (Akiwa amechanganyikiwa) Hmmm. Kuna miti ya mpalme nzuri na maua, na kuna uzio, lakini ni mmoja ninaoweza kuona kupitia. Na kuna aina zote za ... (alikuwa na shida kuelezea) nyumba za modular, au nyumba za simu za kifahari sana. Ndio, sawa, mahali hapa ni pazuri sana.

D: Na je, unapata mahali pa kugeuza?

C: Ndio. Ni mwisho wa barabara, na ninageuza gari langu. (Kwa sauti ya chini) Na ninaona taa hizi angavu. (Kipumziko, kisha kuchanganyikiwa.) Ni kama ... taa zinazoangaza sana.

D: Ziko wapi?

C: (Kupumua kwa haraka.) Zinakuja kutoka angani. Na ni kama mtiririko wa mwanga. Mtiririko wa mwanga, sehemu pana iko chini kuelekea kwangu. Ni karibu kama ... kutoka jua, jinsi unavyoona kupitia miti mwanga huu wa kung'aa, kung'aa sana. Na ninahisi nguvu nyingi sana kutoka kwa mwanga huu. (Kupumua kwa kina)

D: Je, ni mwanga imara?

C: Ni kama mwanga unaotiririka. Mito ya mwanga.

Ilionekana kwa sauti yake na kupumua kwake kwamba alikuwa anapitia kitu cha ajabu na kidogo kinachomkera.

D: Je, bado unaendesha gari lako?

C: Hapana! Mimi tu nipo. Mimi tu nipo.

D: Unamaanisha nini?

C: (Kwa kutoamini) Inaonekana kama mimi ni sehemu ya mwanga huu.

D: Je, bado uko ndani ya gari lako?

C: Hapana. Najisikia kama ninaburuka. Na kama mimi ni sehemu ya mwanga. (Kupumua kwa kina.) Mimi ni mwanga tu. Inaonekana kama ni kuvuka muda na mwanga. Kama ninahamia. Ninaenda mahali fulani, lakini sijui ninaenda wapi. Na ni sawa. (Alikuwa ameingizwa kabisa katika uzoefu.) Hisia ya kuburuka. Ya kusogea. Kupitia rangi, kupitia muda, kupitia nafasi, kupitia .... (Kupumua kwa kina.) Ni vizuri sana.

D: Je, hayo ndiyo tu unayoona, ni rangi?

C: (Kwa taratibu) Rangi, na mwanga wa dhahabu. Na ni amani sana. (Aliwachia pumzi kwa njia ya kupumua kwa utulivu.) Hisia ni kwamba mimi ni kila kitu, na kila kitu ni mimi. Kile kilicho, kiko pale. Kile kilicho, kiko hapa. Kile kilicho.

D: Je, una hisia ya kusogea au kwenda mahali fulani?

C: Ndio. Ninamwenda juu. Kupanda. Ya kusogea kwenda mahali pengine na wakati mwingine.

D: Tuone unaenda wapi.

C: (Akichelewa) Ni kama nimeruka kidogo. Inaonekana kama mahali ambapo ... (Kupumua kwa kina.) Ni vigumu sana kuelezea.

Alikuwa na shida kupata maneno kuelezea mazingira yake, lakini alionekana kuwa ameanguka kwenye eneo tambarare ambapo kulikuwa na minara kadhaa. "Ni kama majengo. Nyeusi kama graniti. Ina kung'aa kwa rangi, lakini zaidi ni nyeusi. Kung'aa kama graniti."

D: Je, unataka kwenda huko?

C: Nataka, lakini nahisi kukataa. Hii ni ya kushangaza sana. (Alianza kuwa na hisia na kuanza kulia.) Kuwa hapa! Ni kama ... (Alikuwa akilia wazi.)

Ilikuwa vigumu kuelewa kwa nini kuona mandhari hii ingemfanya kuwa na hisia.

C: Sikuwahi kufikiria ningeona hili tena. (Alikuwa akiomboleza na kulia.)

D: Elezea unamaanisha nini.

C: Ni kama ninarejea nyumbani. (Alikuwa akiomba kwa sauti kubwa.)

D: Na hii ni mahali unayojua?

C: (Akilia) Ndio. Ninajua. Lakini ni kutoka umbali mrefu katika wakati. Na sikuhakikisha ningewahi kuwa hapa tena. (Akilia) Ni hisia nzuri sana.

Nilipojaribu kumtuliza, baridi ilinipita. Ilikuwa kama deja vu. Hii ilisikika kama mandhari ile ile na uzoefu ule ule wa hisia ambao Phil aliona alipokuwa ghafla akifika kwenye Planet of the Three Spires. Hii ilikuwa mahali aliuita "nyumbani", na alijua alikuwa mbali kwa muda mrefu, na alifikiri hangeona tena. Hii iliripotiwa katika Keepers of the Garden. Je, Clara angeweza kuwa amekwenda mahali pale pale?

D: Je, unaona watu wowote?

C: (Akifuta pua) Hapana, sioni mtu yeyote sasa. Nimefika tu ... (Alijaribu kujisawazisha.)

D: Ilikuwa ya mshangao, una maana. Isiyotarajiwa.

C: Nimeshangazwa sana. Mimi ... sikuwahi kufikiria ningekuwa hapa tena. Na inaonekana ghafla sana kuwa hapa. Kama nimekuja umbali mrefu. Na kupitia muda mrefu. (Bado alikuwa na hisia.) Kuwa katika mahali hapa. (Akilia)

D: Inaonekana kama mahali maalum. (Nilijua nilihitaji kumtangazia hisia kabla ya kuendelea na hadithi.) Niambie kinachotokea.

C: Ninaangalia, na ni kama nilikuja kwenye mwanga huu hadi mahali hapa. Na ... (Kipumziko) Niona watu.

D: Watu wako wapi?

C: (Akijitulia.) Ni kundi la watu, na wanakuja kutoka karibu na majengo.

D: Je, wanaona wewe?

C: Ndio. Na naonekana wa ajabu sana kwao. (Akilia tena.)

D: Kwa nini unaonekana wa ajabu kwao?

C: Kwa sababu mimi siyo kijivu kama wao. Mimi ni mwanga. Mimi ni kiumbe wa mwanga. Na wao ni wavuti. Lakini mimi pia ni mdadisi. Kuona hili ni nini.

D: Wanakuwaje?

C: Wana vichwa vya kahawia, na ... (Mikono inafanya ishara) Vichwa vyao vinaonekana hivi.

D: (Nilijaribu kutafsiri ishara zake) Unamaanisha, kama mviringo mrefu?

C: Kama mviringo mrefu. Na mdomo wao unaisha karibu kuwa nukta. Na ni karibu kama ni kichwa tu, na hakuna mwili mwingi. Unaona tu kichwa.

D: Je, unaona sifa za uso?

C: Kwa kawaida niona akili tu. Na ni ...

Alikuwa na shida kuelezea, lakini angalau hakuwa akiomboleza tena.

D: Je, wamevaa kitu chochote, au unaona hilo?

C: Ni kama sare ya mwili. Rangi moja tu, kijivu, inang'aa.

D: Na ulisema kundi hili la watu wanakuona ukiangaza?

C: Mimi ni mwanga tu. Na wanaonekana kuwa na shauku kuhusu kuwa kwangu kwa mwanga. Wako karibu sana. Wanajaribu kunigusa. Na mimi nina hofu kidogo. Sijui kitakachotokea. Wanajaribu kunigusa.

D: Je, unaona mikono yao?

C: Ndio. Ni nyembamba kidogo, tu ... oh, vidole. Naona vitatu, kisha kuna kidole kidogo sana. Karibu hakuna kitu, kama kidole kidogo. Na wanataka tu kunigusa.

D: Je, wanaweza kugusa mwanga?

C: Ndio. Inahisi upendo tu.

D: Ulikuwa na hofu.

C: Ndio. Na wanapokaribia ni .... (Mionekano ya uso wake na sauti zake zilionyesha anafurahia uzoefu.) Wana hamu sana.

D: Lakini sasa hakuumizi tena.

C: Hapana. Ni sawa.

D: Je, wanaelewa wewe ni nani?

C: Inaonekana wanajua mimi ni nani, na mimi ni nani. Na hivyo tunatembea pamoja kurudi kuelekea majengo. Wananieleza kwamba mimi ni mmoja wao. Lakini nilienda kutoka mahali hapa kama mchunguzi kukusanya taarifa. Na ilibidi niende kama kiumbe wa mwanga kwa muda. Na sasa nimekusanya taarifa, na nimekuja kurudisha taarifa hizi kwa nchi hii.

D: Je, ulikuwa umekuwepo kwa muda mrefu?

C: Kwa muda mrefu sana. Muda mrefu sana, sana, sana, sana, sana.

D: Lakini bado wanakutambua?

C: Ilichukua muda. Walisema walikuwa na hamu ya kujua. Hawakuwa na uhakika kwamba ni mimi, yule aliyetumwa kukusanya taarifa. Sasa wanatambua. Wajua kwamba mimi ndiye aliyetumwa.

D: Je, watu wengi hutumwa kufanya mambo haya?

C: Mmoja kila milenia au miwili.

D: Kwa nini walitaka ukoe taarifa hizo?

C: Ili kurejesha maarifa yaliyo nje ya mahali hapa, ili maarifa hayo yahifadhiwe. Yawe yasipotee.

D: Unamaanisha ni maarifa ambayo si sehemu ya historia yao?

C: Ndio. Historia na maarifa ya wakati na nafasi nyingine.

D: Kwa nini wana nia ya kuyarejesha, ikiwa si historia yao?

C: Kwa sababu walikuwa wamesikia kuhusu mahali hapo, na wanaweza kujifunza kutokana na maarifa hayo. Haikutakiwa yapotee.

D: Basi walitaka utafute taarifa mpya ambazo hawakuwa nazo?

C: Taarifa mpya kutoka mahali hapo ambayo hawakuwa wanajua. Ambayo wangeweza kukusanya.

D: Hawakuwa na njia nyingine ya kupata taarifa hizo?

C: Mara kwa mara viumbe hivi huchagua waliochaguliwa. Na huchagua kwenda galaksi nyingine, kwa nyakati na maeneo mengine katika nafasi, kupata taarifa kuhusu muda, nafasi na mahali. Na kuileta nyuma kwa nafasi hii ya kuwepo. Kujifunza. Kukua. Kuenea. Kwa sababu wakati huu na nafasi hii inapojifunza kukua na kuenea, inajitenga. Inakuwa wakati na nafasi nyingine.

D: Unamaanisha inaweza kuenea tu kupitia maarifa?

C: Kupitia maarifa.

D: Je, wana njia za kusafiri kwenda maeneo mengine kupata maarifa?

C: Wanaenda kwa miale ya mwanga. Miale ya mwanga mara nyingine huwa mviringo mrefu, duara. Kutoka dimenson moja zinaonekana za fedha na mviringo mrefu, mviringo. Na kutoka mwelekeo mwingine zinaonekana duara. Na ni kama diski ya fedha. Na unapata tu kupitia hewani.

D: Je, ni ngumu, za kimwili?

C: Ndio, ndio.

D: Kwa sababu pia ulisema ni kama miale ya mwanga.

C: Ndiyo. Zinaweza kuwa ngumu, au zinaweza kuwa nishati safi. Cho chote kinachofaa kwa mahali. Tunaweza kuwa nishati safi, au tunaweza kuwa diski ngumu, ili kufika mahali tunahitaji kuwa.

D: Hawakuweza kutumia aina hii ya "mashine" kukusanya maarifa wenyewe?

C: Wangeweza. Lakini kiumbe aliyechaguliwa kwenda, na kiumbe alichaguliwa kwenda, kwa ajili ya uzoefu.

D: Unamaanisha, kama wangeenda kwa mashine yao hawawezi kupata uzoefu?

C: Hapana. Kiumbe kinaenda na kinaweza kuwa diski, au gari, au kinaweza kuwa kiumbe tu. Kiumbe kinaweza kuwa gari, au gari linaweza kuwa kiumbe.

D: Basi hakihitaji kuwa na umbo la kimwili? (Hapana) Lakini bado unawaona katika umbo la kimwili.

C: Wanakuwa na umbo la kimwili ili niwatambue kama walivyokuwa wakati niliondoka.

D: Basi tangu uliokuwa mbali hawahitaji tena umbo la kimwili? Hiyo ni sahihi?

C: Hawahitaji umbo la kimwili, lakini waliwaumbwa kwa umbo la kimwili, ili niwatambue kwamba wamepanda tangu niliondoka, hadi mahali ambapo wanaweza kuwa nishati safi. Ili niwatambue kama nilivyowatambua wakati niliondoka. Basi nilikuwa kiumbe kama wao.

D: Na tangu umeondoka wamebadilika hadi hawahitaji mwili tena.

C: Ikiwa wanaamua. Ikiwa wanaamua kuwa nishati safi, wanaweza kuwa nishati safi. Au wanaweza kuwa mwili, au diski, gari.

D: Lakini bado wanahitaji kitu cha kusafiria ndani.

C: Si lazima. Nilirejea kwa mwanga kama nishati safi kutoka wakati mwingine na nafasi nyingine. Kitu wanachonionyesha ni ili nikumbuke kurudi kwenye stratosphere hii, hii ... hakuna anga. Ni tu ....

D: Je, dimenson hii, au dunia ambayo wanaishi?

C: Ndio. Dunia hii wanayoishi, ili nikumbuke kwamba tumetumia diski. Tunaweza bado kutumia diski ikiwa tunahitaji kwenda dunia nyingine. Tunaweza kutumia diski, au tunaweza kutumia nishati safi tu. Ni kwa ajili ya kumbukumbu yangu ya wakati uliopita nilipoondoka.

D: Lakini bado njia bora ya kupata maarifa ni kuwa na mtu kama wewe kwenda na kuyachukua? Je, hiyo ni neno nzuri?

C: Ni neno nzuri. Kuyachukua, ndiyo.

D: Na sasa umerejea kuyashiriki nao. Lakini hujarudi hapo kuishi?

C: Hiyo itahukumiwa wakati mwingine, ikiwa nitabaki au nitakwenda kwenye dunia nyingine kupata taarifa zaidi au maarifa.

D: Sawa. Lakini ulisema wanakupeleka mahali.

C: Tunaenda kwenye chumba hiki ambacho ni duara. Tunakaa kwenye meza ya mviringo. Ni kama baraza la viumbe. Na pale nashiriki taarifa zilizokusanywa kutoka dunia hizi nyingine nilizozitembelea.

D: Unashirikaje taarifa nao?

C: Tunakaa ... kama kwa umbo la kimwili. (Alikuwa na shida kuelezea, lakini alikuwa akitabasamu.) Tunaweza kushiriki taarifa kwa ngazi ya telepathic, au tunaweza kuzungumza kwa maneno. Mifumo ya mawazo ... mawasiliano yetu ya mawazo mara nyingine hupunguzwa na mtu akizungumza katika kundi, na kusema kitu ambacho ni ... (akitabasamu) ya kuchekesha. Kichekesho kidogo cha interplanetary pale.

D: Kitu ulicho sema ambacho wanachokiona ni cha kuchekesha?

C: Ndio. Na wao wanasema kitu ambacho ninachokiona ni cha kuchekesha. Hivyo hufanywa kwa njia ya kusikika. Na ni kama kiumbe changu kinacholisha taarifa kwenye benki ya kompyuta. Inatuma kwa telepathic taarifa zilizokusanywa na kujifunza kwenye benki zao za kompyuta, kwenye mifumo yao.

Hii pia ilitokea kwa Bonnie wakati viumbe vilichukua gari lake kutoka barabarani na kumpeleka ndani ya meli kubwa. Kwa msaada wa kifaa walichomweka kichwani mwake waliongeza na kuhamisha kumbukumbu zake kwenye aina ya kompyuta. Hii iliripotiwa katika Walinzi.

D: Je, unaweza kuona mifumo hii? Je, iko ndani ya chumba?

C: Hapana. Iko ndani ya ubongo wao, katika akili yao na katika kiumbe chao.

D: Basi taarifa zinapelekwa kutoka kwa akili yako hadi akili yao. (Ndio) Taarifa za dunia zote ulizotembelea tangu ulipotoka. (Ndio) Maisha yote uliyoyapitia, au ni kutoka kwa dunia tu?

C: Ni kutoka kwa dunia tu.

D: Basi hukuweza kuishi katika dunia zote unazozizungumzia nao?

C: Kuna nyakati nyingine nilizokwenda dunia nyingine. Lakini mara hii nilienda dunia moja tu kukusanya taarifa na maarifa kuhusu utamaduni huo, kuhusu dunia hiyo, na kuhusu mfumo huo. Na kurudisha hapa. Inaonekana kama mahali ambapo taarifa zinakusanywa kutoka kwa dunia zote. Kisha zinaletwa hapa. Ni kama mahali kubwa ambapo maarifa yote yanahifadhiwa kutoka kwa ulimwengu wote, kutoka kwa galaksi zote, kutoka kwa sehemu zote zinazokuwepo. Kama mahali pa kukusanyika. Kama maktaba kubwa ya maarifa kutoka kwa nyakati zote na nafasi zote.

D: Je, nani anaweza kupata taarifa hizi ikiwa zimehifadhiwa hapo?

C: Kila mtu anaweza. Kila mtu katika galaksi zote anaweza, ikiwa wanajua jinsi ya kuifikia. Ni kituo cha rasilimali. Kila mtu anaweza kuifikia. Inahitaji tu ufunguo wa kufanya hivyo.

D: Na wewe ni sehemu ya hilo sasa kwa kupeleka taarifa ulizopata. Lakini ukasema ulizokusanya kwa kwenda dunia moja tu, dunia hiyo ilikuwa ipi?

C: Dunia hiyo ilikuwa Dunia.

D: Je, ulilazimika kuishi maisha hapa duniani ili kupata taarifa hizo? (Ndio) Basi umekuwa mbali kwa muda mrefu sana. (Ndio) Lazima una taarifa nyingi za kushiriki.

C: (Kupumua kwa kina) Zaidi ya nilivyofikiri inawezekana.

D: Lakini inaonekana zinapelekwa kwa haraka sana.

C: Ndio. Ni haraka zaidi ya mwangaza. Kwa sababu ingawa ilichukua muda mrefu na maisha mengi kukusanya taarifa, katika kituo hiki cha rasilimali au mahali nilipo sasa, ni kama inaweza kusambazwa haraka sana. Inaweza kupelekwa. Inaweza kuingia kupitia mfumo wangu hadi mahali inahitaji kwenda, kwa wakati na nafasi fupi, kwa sababu hapa kila kitu ni sasa. Kila kitu hapa hufanyika sasa.

D: Na taarifa iko salama hapo kwa sababu zimehifadhiwa na viumbe hawa?

C: Na viumbe hawa, na ndani ya kila kitu kinachokuwepo hapa. Katika mawe, katika majengo, kila kitu humeza taarifa. Ni kama kila kitu ni benki ya kompyuta. Kila kitu humeza maarifa haya. Kila kitu kinageuka kuwa maarifa haya. Kila kitu kinageuka kuwa kila kitu ninachorejesha.

Kilichomtokea Phil, wakati Phil alipoenda kwenye Sayari ya Minara Mitatu pia alisema kwamba maarifa yote yalikuwepo huko, na yalihifadhiwa ndani ya sayari yenyewe. Taarifa hii ilikuwa katika Walinda Bustani.

D: Ikiwa mtu kama mimi angependa kupata taarifa hiyo, ingeweza kuirudisha vipi?

C: Ni ufunguo maalum. Ufunguo wa kuingia ndani yako mwenyewe, kwa sababu kuingia ndani yako ni ufunguo wa maarifa hayo, na hapa ndipo maarifa yote yanakaa. Na mtu yeyote, kiumbe yeyote kutoka kwa wakati wowote na mahali popote, anaweza kufikia kwa tamaa yake mwenyewe.

D: Unamaanisha lazima watake maarifa kwanza?

C: Ndio, na maarifa yanakuja kupitia upendo. Haufai kwenda hapa nilipo, ambapo viumbe hawa wako. Uliza tu taarifa, na itatolewa.

D: Inaonekana unafanya kazi muhimu sana.

C: Hiyo ndio kusudi langu. Hivyo niliundwa na kuja kufanya.

D: Basi je, unabaki hapo kwa muda mrefu na viumbe hawa wa nishati?

C: Daima.

(Nilihoji) Basi, je, mwili wa Clara ninaongea naye hapa Hollywood uko wapi? Je, sehemu yake inaweza kubaki hapo na pia kuwa hapa wakati mmoja? Niliogopa kuumiza somo, na jibu hili lilikuwa la kushangaza.

D: Je, una maana kwamba unabaki hapo hadi watakapopata maarifa?

C: Hapana. Nitakuwa hapa hadi nitakapopelekwa kwenye kazi nyingine mahali pengine au wakati mwingine. Inaweza kuwa kukusanya taarifa kutoka dunia nyingine kama Dunia, mahali pengine.

D: Lakini nizungumzie mwili ambao ninaongea naye hapa Dunia kwa wakati huu. Mwili wa Clara. Je, nishati hii ninayoongea nayo itarudi kwenye mwili huo? Au ni tofauti? Nina jaribu kuelewa kinachotokea.

C: Ni moja na ile ile.

D: Lakini ulisema nishati itabaki hapo hadi kazi nyingine?

C: Hiyo ni sahihi.

D: Lakini pia ni sehemu ya mwili huu hapa Dunia?

C: Hiyo ni sahihi.

D: Inawezekana kuwa katika sehemu mbili wakati mmoja? Naweza kuelewa hilo?

C: (Kupumua kwa kina) Yeye haielewi.

D: Kuna njia yoyote unaweza kutusaidia kuelewa?

C: (Kwa makusudi) Alitumwa awe ndani ya mwili na kukusanya taarifa. Mimi ni sehemu yake ambaye amekusanya taarifa na sasa analeta hapa kwenye mahali pa maarifa. Kituo hiki cha rasilimali. Maktaba hii. Ana shida kubwa kuelewa na kujifunza kwamba anaweza kuwa huko akikusanya taarifa, na mimi nikiwa hapa nikisambaza taarifa, au kuleta taarifa nyuma.

Na hivyo kuna wakati ambapo kwa ajili yake kuna mgawanyiko wa nishati. Haijui kama yuko mahali mmoja au mwingine.

D: Hii hutokea kwa watu wengine pia?

C: Ndio. Kuna wengine wanaopitia maisha sawa.

D: Hisia ya kuwa mahali mbili wakati mmoja.

C: Ndio, ndio. Kwa sababu kuna viumbe wengi waliotumwa. Ingekuwa jukumu kubwa sana kwa mtu mmoja kukusanya taarifa zote.

D: Ingekuwa karibu haiwezekani, nadhani.

C: Ndio, ndio. Kwa hivyo kuna viumbe wengi. Na kuna viumbe wengine wanaenda dunia nyingine wakati huo huo mimi nikiwa hapa, na Clara akiwa hapo katika umbo hilo. Natumai anakusanya taarifa zaidi katika umbo lake la kimwili ili kuzipeleka kwa sehemu yake ambayo ni mimi, anayetaarifu hapa.

Hili lilikuwa linaenda zaidi ya uelewa wangu, na lingehitaji uchunguzi zaidi. Nilidhani ningepaswa kurudi kwenye tukio tulilokuwa tukichunguza hapo mwanzo.

D: Je, unaweza kuelezea kilichotokea wakati alikuwa akiendesha barabarani Hawaii, wakati uhamisho huu ulitokea? Je, mwili wake wa kimwili bado ulikuwa katika gari wakati huo? (Hakuna jibu) Tunakagua wakati huo, alipokuwa akiendesha barabara, na alipofika katika mbuga hiyo.

C: Alitumwa hapo kwa wakati huo na mahali hapo. Kwa sababu hapo ndio mahali lililotengenezwa kwa faida yake, ili aweze kwenda kwenye nafasi hiyo, ili sehemu yangu iweze kuondoka na kuleta taarifa hapa kwenye kituo cha rasilimali. Na kisha haikuwa sawa wakati taarifa zilipokuwa zinasambazwa hapa, kwamba arudi mahali hapo maalum. Kwa hivyo alichukuliwa kwenda mahali alijua katika barabara hii, Pelanoni (fonetiki). Mahali alijua, ili gari liwe pale, na ajue jinsi ya kufika mahali alikuwa anakwenda, wakati sehemu yangu iliondoka kwa mwili wake wa kimwili.

D: Basi uhamisho ulipaswa kuwa mahali fulani huko Hawaii wakati huo?

C: Sio lazima. Hiyo ilikuwa tu mahali alihisi akiwa salama kwa mwili wa kimwili. Na mahali lililotengenezwa kwake, lilikuwa mahali pazuri sana kwake. Kwa hivyo ilikuwa mahali ambapo angeweza kupumzika kabisa, ili uhamisho wa sehemu yangu ya kwake uondoke mwilini na kuja kuhamisha taarifa.

D: Basi gari na mwili wake wa kimwili katika gari yalihamishwa kimwili kwenda barabara nyingine upande mwingine wa kisiwa?

C: Hiyo ni sahihi. Iliondolewa kimwili na kisha kuwekewa tena mahali pengine.

D: Je, hili ni jambo la kawaida kuhamisha magari na watu kutoka sehemu moja hadi nyingine?

C: Oh, ndio. Oh, ndio.

D: Hutokea mara nyingi?

C: Mara nyingi sana, sana.

D: Wakati hutokea, je, mwili wa kimwili pia huondolewa na kurekebishwa tena? (Ndio) Na hakuna madhara kwa mwili.

C: Hakuna madhara. Inakuwa nishati safi.

D: Na yeye na gari walihamishwa tu kutoka sehemu moja hadi nyingine.

C: Hiyo ni sahihi.

D: Basi alipokuwa tena anafahamu, alikuwa mahali tofauti kwenye kisiwa. Na alikuwa akiendesha wakati huo. (Ndio) Na hakuwa na kumbukumbu hadi sasa ya kilichotokea.

C: Hiyo ni sahihi.

D: Je, hili ni mara pekee ambalo limetokea kwa maisha yake kama Clara?

C: Limekuwa mara nyingi. Lakini mara hii alikuwa katika mahali na wakati wa maisha yake ambapo alikuwa wazi kuchunguza, kuona kilichotokea, na jinsi kilivyoweza kutokea.

Mara nyingine hazikuwa wakati alipokuwa tayari kuelewa, au wakati wa ukuaji katika maisha yake ya kimwili ya Dunia ambapo angeweza kuelewa kilichokuwa kinatokea.

D: Pia huenda haikuonekana sana kwa hivyo hakuikumbuka.

C: Hiyo ni sahihi.

D: Basi ilikuwa wakati ambapo jambo la kawaida halikutokea, na likamfanya ayakumbuke.

C: Hiyo ni sahihi.

D: Je, sasa ni sawa kwake kujua taarifa hizi?

C: Ndio. Anapaswa kujua taarifa. Amekuwa akitamani kujua taarifa. Ataiielewa sasa. Itakuwa faida ya furaha kwake.

D: Hiyo ni muhimu sana. Je, itakuwa sawa ikiwa nitakuja wakati mwingine na kuwasiliana na sehemu hii yake?

C: Oh, ndiyo. Tunapenda kuwasiliana. Hiyo ndiyo kazi yetu, kuwasiliana.

D: Kwa sababu wengine wamenieleza kwamba ikiwa nitataka taarifa, ninaweza kupata chochote ninachohitaji kujua.

C: Hiyo ni sahihi. Una kipaji maalum na zawadi maalum iliyokupatiwa. Kukusanya taarifa ambazo zimekuwa kimya, zilizofichwa, zilizofichwa kwa nyakati nyingi. Na sasa ni wakati, na tunafanya mawasiliano haya kupitia chombo hiki kwako, ili ujue na uwe na ufahamu kwamba unafanya kazi kubwa. Na ni wakati unaofaa duniani, kwamba unasambaza taarifa kwa njia ambayo umechaguliwa kufanya. Na kuruhusu maarifa haya kuja kupitia rasilimali hizi, ili wengine wajue kwamba kila mtu ana uwezo wa kuchimba ndani zaidi katika kile kilicho, kujifunza zaidi kuhusu wao wenyewe. Na kuhusu zamani na baadaye, na yote yanayotokea katika ulimwengu wote. Kwa hivyo, ndio, una ufikiaji wa taarifa zote katika kituo cha rasilimali. Na tunakutambua.

Nilimwomba kiumbe kingine au sehemu yoyote ile ile, au chochote kilichokuwa hicho, kirejee nyuma, na nilifanya tabia ya Clara iungane kikamilifu tena na mwili wake. Uachiliaji au mabadiliko huwa yanaonekana mara moja, kwa sababu mhusika anapumua kwa kina wakati huo. Niliweka kwa wakati wa sasa, na nikamrudisha katika fahamu kamili.

Baada ya Clara kuamka kabisa, nilipiga simu chini hadi mezani na kumwambia Phil aje juu. Nilidhani itakuwa muhimu kwa wao wawili kukutana, kwa sababu uzoefu wao ulikuwa unafanana sana. Phil alishangaa nilipompeleka kwa Clara, kwa sababu alijua mimi ni mwangalifu sana kuhusu kufichua utambulisho wa washiriki wangu, ili kuwalinda kwa faragha yao. Lakini nilipoelezea kile kilichotokea tu, wote wawili waliwahi kuwa wa hisia sana. Ilionekana kama roho mbili zilikutana na mara moja kutambua uhusiano wao. Walizungumza na kuelezea kumbukumbu sawa za sayari hii ya ajabu ya nguzo. Ilikuwa tukio lenye hisia nyingi na kwa mantiki halisi lilikuwa lisilo la kawaida, kwa sababu sote tulijua walirudi "nyumbani" kwa kipindi kifupi, na hisia zilikuwa kubwa mno. Kutakuwa na vikao vingine katika kitabu hiki ambapo washiriki walipata "nyumbani" wao mahali palipotengwa na Dunia (Sura ya 10).

Katika miaka michache ya mwisho, 2000 na 2001, nimegundua visa vingine ambavyo mtu alionekana kuwa mahali pengine mbili kwa wakati mmoja, au kuripoti kutoka mtazamo mwingine. Katika mojawapo ya hizi, mwanamke, badala ya kwenda katika maisha ya zamani, alienda kwenye ulimwengu wa roho ambapo alihudhuria mkutano wa walimu, waongozaji na mabwana. Alisema sehemu yake hiyo ilibaki hapo daima, na sehemu ya kazi yake ilikuwa kuangalia maendeleo yake duniani na kujaribu kutoa ushauri kwa kiwango cha chini cha ufahamu.

Wakati kitabu hiki kilikuwa kinakwenda kwenye wachapishaji niligundua kesi nyingine sawa mwaka 2001. Yeye anayesimamia kipindi hiki kutoka upande mwingine inaonekana ameamua kuwa ni wakati wa kufichua taarifa hizi. Mwanamke alirejeshwa katika maisha ya zamani kama mwanaume katika sehemu ya mbali ya Ugiriki. Hakukuwa anayehusika hapo, lakini alikuwa akitazama na kusikiliza. Nilimchukua nyuma kuiona alikotoka, na alijikuta kwenye sayari ya giza. Ilikuwa ya kijivu kabisa na majengo machache na hakuna miti. Ilionekana kuwa karibu kabisa chini ya ardhi. Alijikuta katika mwili wa ajabu. Alielezea kama mwili wa samaki, lakini ulionekana zaidi kama mamba au kobe, na alikuwa na mdomo mkubwa, macho makubwa, kichwa kilicho na umbo la ajabu na uvimbe nyuma, na mkia. Alisema alikuwa mtazamaji na alitumwa kwenda Dunia katika nyakati mbalimbali za historia. Wakati huo alikuwa akichukua umbo la kiumbe aliyekuwa akipo, na alikuwa mtazamaji na mkusanyaji wa habari. Nilipojaribu kumchukua hadi siku ya mwisho ya maisha yake, alisema hakukuwa na siku ya mwisho. Tabia yake ya sasa bado ilikuwa mtazamaji. Hiyo ilikuwa kazi yake.

Kuna mazungumzo mengi kuhusu "wabadilishaji sura." Ikiwa wapo kweli, nadhani ni viumbe hawa ambao wanaweza kuwepo katika maumbo mbalimbali yanayofaa. (Pia viumbe vya nishati vinaweza kuunda umbo au mwili wowote wanayotaka.) Hitimisho langu ni kwamba wabadilishaji hawa hawangekuwa katika nafasi za nguvu au maamuzi (kama ilivyopendekezwa), kwa sababu wao ni watazamaji, wakusanyaji na waripoti. Hii ni sawa na Bartholomew, hivyo inaonekana imekuwa ikiendelea tangu mwanzo wa wakati.

Kwa hivyo inaonekana kwamba sehemu hii ya sisi ambayo inaishi maisha duniani ni kipande kidogo au kipande cha "mto" wa sisi mkubwa zaidi. Kwamba sisi ni wengi badala ya mmoja, au kwa kweli vipande vya jumla tata zaidi. Tunaweza tu kuzingatia kipande tunachokiita ukamilifu wetu. Hilo ni jambo zuri, kwa sababu kama tungeweza kutambua ugumu wake, hatungeweza kufanya kazi katika dunia hii au uhalisia huu. Tunaweza tu kuona uso wa mbele unaoficha picha kubwa zaidi. Sasa tu tunaruhusiwa kutazama nyuma ya pazia.

* * *

Clara alitaka kuwa na kikao kingine aliposikia nitarejea California. Nilihitaji kurudi wiki iliyofuata kuzungumza kwenye Maonyesho ya Whole Life huko Pasadena. Wakati huu Clara aliruka kutoka San Francisco badala ya kuendesha, na tulifanikiwa kuwa na kikao kimoja. Nilitaka hasa kuzingatia maswali yanayohusiana na mafumbo ya Dunia, kwa sababu tulikuwa tumeambiwa tunaweza kupata taarifa yoyote tunayotaka. Sikumuambia Clara kile nilichokuwa nataka kuchunguza. Bila shaka, zamani nimegundua kwamba walinzi wa maarifa hawakutupa kila kitu tunachokiomba mara zote. Nimejifunza kutokasirika, na kuchukua kile ninachoweza kupata. Mimi daima nina maswali mengi, na daima naweza kuhamia kwenye mada nyingine.

Katika kikao hiki niliuliza kuhusu mada nyingi tofauti zisizoeleweka, na majibu yatajumuishwa katika sehemu kuhusu Mafumbo ya Dunia. Nilipokataa taarifa kuhusu Piramidi kwa sababu wakati haukuwa bado umefika, lakini nilipata taarifa nyingine zinazohusiana na mada hii.

D: Sababu niliyoomba kuhusu Piramidi ni kwa sababu ulisema sayari ya nguzo, sayari nzima, yote, mawe, kila sehemu ya sayari, yaligeuzwa kuwa hifadhi ya maarifa. (Ndiyo) Na duniani hali ni tofauti?

C: Kila kitu duniani kina maarifa. Yote yako ndani ya akili ya mwanadamu, kama mwanadamu atafungua upeo wa akili yake. Mwanadamu au binadamu duniani, kama maendeleo ya akili yake yalivyo sasa, lazima awe na mahali halisi anapoweza kugusa na kuhisi, kama maktaba kwa mfano. Hapo ndipo maarifa yapo. Yamehifadhiwa. Unaweza kwenda hapo. Kwa hivyo ni jambo linalowezekana kwamba maarifa yote ya mwanadamu, na uumbaji wote, maarifa yote ya Dunia na ulimwengu, yangekuwa na hifadhi duniani. Na hiyo iko kwenye Piramidi. Ikiwa mwanadamu angeweza kufungua akili yake kwa uwezo kamili, basi atajua kwamba maarifa yote yapo ndani yake mwenyewe.

D: Ndiyo, hiyo ni kweli. Nimegundua katika kazi yangu, kwamba inaweza kupatikana kwa njia hii. (Ndiyo) Lakini kwa fahamu watu hawajui hivyo kwa makusudi. Ni tu wanapokuwa katika hali ya mtiririko wa chini wa ufahamu na kufanya kazi ya chini ya ufahamu.

C: Hiyo ni kweli. Na ndiyo sababu umechaguliwa kuonyesha binadamu, kuonyesha watu duniani, kwamba hii ni njia ya kupanua akili, kujua kwamba maarifa yote yaliyopo yapo ndani. Ni uwezo wa kupata njia ya kuunganisha na maarifa hayo. Na kwa mbinu zako, unaonyesha kwamba hii inaweza kufanywa. Kuna watu ambao hawataamini hili, lakini unapoanza kuruhusu taarifa zipite kupitia wewe kwa namna uliyoweza kufanya, basi uungwaji mkono utakuwa kwa kiwango kikubwa zaidi. Na hatimaye kwa muda watu wengi zaidi watakubali hii kama njia ya kupata kile kilicho ndani ya wote. Na labda katika wakati wa baadaye – kwa matumaini wakati wa karibu – watu wataweza kupata aina hii ya maarifa kwa kiwango cha ufahamu zaidi.

D: Nimekuwa nikiamini hilo. Kwa kuwa maarifa hayajakufa kwa sababu watu waliaga dunia kwa karne nyingi. Yamebaki kuhifadhiwa ndani ya ufahamu wa chini.

C: Yamehifadhiwa katika kiwango cha seli za DNA. Kwa hivyo ingawa mtu anaweza kuhamia kutoka mwili wa kimwili hadi mwili wa nishati safi – kile ninachokuwa – huwezi kusahau.

D: Kwa hivyo kila wakati yanapatikana mara tu unapopata njia ya kuwasiliana nayo.

C: Ndiyo. Yako ndani ya wote. Taarifa iko hapo.

D: Mara nyingi nimekuwa nikidhani kwamba piramidi na makaburi huko Peru – niliyo tembelea hivi karibuni – yalikuwa ya zamani zaidi.

C: Macchu Picchu?

D: Ndiyo, nimekuwa huko. Niliweza kuona mchanganyiko wa miundo huko ambayo nilidhani ilikuwa kutoka nyakati tofauti.

C: Kuna nyakati tofauti huko Macchu Picchu. Baadhi ni mpya zaidi kuliko nyingine. Ni kama tamaduni mbili zilikuwepo hapo. Na kwa kweli zilikuwepo.

D: Hilo ndio shaman alilotueleza. Kwamba Wainka hawakuweka zile kuu na mawe makubwa.

C: Hilo ni sahihi. Wainka walikuja vizazi vingi, miaka mingi sana baadaye baada ya ustaarabu wa awali – magofu, kama mnayoyajua sasa – miji ilijengwa. Yalijengwa mapema sana kabla ya Wainka. Wainka waliishi huko baada ya ustaarabu mwingine kuondoka kutoka sayari.

D: Hilo ndiyo nilifikiri. Hilo ndilo shaman pia aliamini. Kwamba Wainka walikuja na kutumia tu kile walichokipata.

C: Ndiyo. Walipata makazi mazuri sana. Na hivyo walisema, "Kwa nini tufanye kitu wakati tayari kimeumbwa kwa ajili yetu?"

D: Na baadhi ya majengo waliyoyajenga yalikuwa ya ubora mdogo zaidi.

C: Hilo ni sahihi. Kwa sababu walipoteza maarifa ambayo ustaarabu wa awali ulikuwa umepata.

D: Nini kilitokea kwa wakaazi wa awali? Walionekana tu kupotea na kuacha miji yao. Hakuna aliyefahamu kilichotokea kwao.

C: Walikuwa wameendelea hadi kiwango cha mzunguko ambacho hawakuwa tena wanahitaji umbo la kimwili. Walikuwa wamefikia kiwango cha usafi kiasi kwamba waligeuka kuwa nishati safi. Na kama unavyosema, "walitoweka" kutoka kwenye umati, au unene wa mwili wa binadamu. Au umbo wa kimwili, kama unavyojua. Miji hii ilijengwa na watu waliokaa katika Atlantis na kuhamia Peru. Kwa hivyo tayari walikuwa katika kiwango cha juu cha maendeleo. Walipokuja kwenye sayari hii walikuwa tayari katika kiwango cha juu cha mzunguko. Na wale waliotoka na kuunda jamii nyingine, na ustaarabu mwingine, walipoteza sehemu ya kiwango hicho cha juu cha mzunguko, kwa sababu waliwatenganisha kutoka kwa jumla. Jumla ilikuwa ustaarabu kama ulivyokuwa. Kama ilivyoundwa waliporejea kutoka nyota. Kisha walipotoka na kuunda jamii nyingine na ustaarabu mdogo, kama unavyoweza kusema, walianza kupoteza mzunguko wao wa juu. Mizunguko yao ikawa ya chini, na kwa hivyo ikawa nzito, na nzito na nzito. Mpaka tunapata umbo nzito wa kimwili kama unavyojua leo.

D: Waliobadilika sana waliongeza kiwango chao cha mzunguko hadi walibadilika tu?

C: Walibadilika kabisa. Hakukuwa tena na unene. Walikuwa mwanga.

D: Je, walikuwa bado wapo duniani walipobadilika kuwa mwanga?

C: Bado wapo leo.

D: Kwa nini hatuwaoni?

C: Kwa sababu wanatetemeka katika mzunguko wa juu sana wa nishati kiasi kwamba hawahitaji tena umbo la kimwili kama unavyolijua. Na si umbo linaloonekana.

D: Lakini wanafanya nini? Je, bado wanaishi maisha?

C: Bado wanaishi maisha. Mara nyingi wanaweza kuwa mwongozo wa kiroho, kama unavyojua mwongozo wa kiroho ni nini. Ikiwa kiumbe au nishati itajitokeza kwako, inawezekana sana kuwa ni mmoja wa wale walioufikia kiwango cha juu cha mtetemo kiasi cha kuwa kile mnachokiita "mwalimu aliyepaa." Ustaarabu huu wote, kama kundi, ulikuwa kitu kimoja. Na kama kitu kimoja walibadilika hadi kufikia mahali ambapo hawakuhitaji tena umbo la kimwili.

D: Nini kilitokea kwa miili walipobadilika?

C: Miili ilisambaratika tu.

D: Na mahali walipoenda, palikuwa kama nchi au mji?

C: Ndiyo. Wanaweza kuwa katika mji wowote. Mji wowote, mahali popote panaweza kuwa makazi yao. Pia kuna yale mnayoweza kuyaita "miji ya etheri." Miji kama miji yenu, isipokuwa iko katika kiwango cha mtetemo wa juu zaidi ambacho wanadamu, kama mnavyowajua, hawawezi kuona. Lakini ipo.

D: Na wapo katika umbo la nuru.

C: Katika umbo la nuru, ndiyo. Ikiwa utaweza kuinua ufahamu wako hadi kiwango ambacho hutahitaji tena mwili mzito wa kimwili, basi utaweza kuona miji hiyo. Utaweza kuingia na kutoka na kuendelea na shughuli zako za kila siku kana kwamba ulikuwa katika umbo zito. Lakini kiwango chako cha mtetemo ni cha mawazo safi sana. Mawazo yako ni safi sana. Maisha yako ni safi sana, yote ni chanya. Na unafikia kiwango ambapo unyeti wako na mtetemo wako, kiwango chako cha nishati, kiko juu sana kiasi kwamba huhitaji tena hili. Hivyo unaenda mahali hapo, ambako bado lipo.

D: Lakini mahali hapo, inaonekana hawafi ikiwa ni nuru tupu.

C: Hapana, hufi. Huwahi kufa. Hata katika umbo zito hufi.

D: Najua unabadilisha tu umbo.

C: Ndiyo. Unabadilika tu kwenda kwenye mtetemo tofauti. Na inawezekana kwamba wakati fulani unaweza kwenda kwenye mtetemo huo. Unaweza kupaa. Kwa sababu hata kama unaacha umbo zito la kimwili kama unavyolijua, bado una hatua za kukua na kuendeleza hadi viwango vingine vya mtetemo. Kuna viwango vingi tofauti vya mtetemo.

D: Hata katika kiwango hicho, ikiwa walipaa kwa pamoja, je bado wana karma ya kulipa?

C: Unapofikia kiwango hicho cha mtetemo, hicho kingekuwa mbali sana zaidi ya kile mnachokiita mwelekeo wa tano. Umeshughulikia karma yote iliyohitaji kushughulikiwa. Hivyo unapofika katika kiwango hicho cha mtetemo hakuna karma.

D: Basi wanaweza kubaki hapo milele?

C: Kwa muda wowote wanaotaka.

D: Hata kama hawafi, wanaweza kuamua kufanya jambo lingine?

C: Wanaweza kuamua kurudi katika umbo la kimwili. Wanaweza kusema, "Hiyo ilikuwa ya kufurahisha sana, kwa nini tusijaribu tena?"

D: Lakini wanaweza tena kuingia kwenye karma.

C: Hilo linawezekana, ndiyo.

D: Ninajaribu kuunganisha hili na mambo mengine niliyoyasikia. Ni tofauti na kiwango cha roho ambacho watu huenda wanapokufa Duniani na kuacha mwili wa kimwili. Je, hawa viumbe wako mahali tofauti?

C: Inaweza kuwa mahali pale pale. Inategemea ukuaji wa roho. Ikiwa ni mtu aliyefanya mpito hivi karibuni, anaweza kuwa katika kiwango cha mtetemo ambacho jamii hii ipo. Au inaweza kuhitaji ukuaji zaidi kufika hapo. Inategemea kiwango cha mwangaza wa mtu wakati wa mpito huo.

D: Basi watu wengi Duniani leo wanapokufa na kuacha mwili, wanashughulikia matatizo ya karma, hivyo wanarudi tena na tena. Inaonekana hawa wa Peru walitoka mahali tofauti walipovuka.

C: Ndiyo. Kundi hilo lilikuwa ustaarabu ulioufanya kwa pamoja badala ya kibinafsi.

D: Hivyo labda hilo ndilo tunalojaribu kufikia, kufika kiwango ambapo hatulazimiki kurudi tena.

C: Hilo ndilo lengo la mwisho.

D: Nimesikia lengo la mwisho ni kurudi kwa Muumba, kurudi kwa Mungu.

C: Hiyo ndiyo yote, kwenda kwenye nuru ambayo ni chanzo, kile mnachokiita Mungu.

D: Ndiyo, kuna majina tofauti kwake.

C: Majina mengi tofauti. Ni kile unachochagua kiwe kwako.

D: Basi watu hawa wako karibu sana na Muumba.

C: Karibu sana. Karibu sana. Kwa sababu ustaarabu ulienda kwa pamoja, wakaenda kama kitu kimoja, bila mgawanyiko wowote kati yao na kile mnachoweza kusema ni kifua cha Mungu. Kuwa kitu kimoja na Mungu, kuwa kitu kimoja na yote, kuwa kitu kimoja na kila kitu kilicho. Kwa sababu lengo la mwisho ni kuwa kitu kimoja na Mungu. Na huwi kitu kimoja na Mungu ikiwa unaona kuna mgawanyiko, kwa sababu mwanadamu amejaribu sana kujitenga na Mungu. Lengo la mwisho la roho ni kurudi kwa Mungu, tulikotoka hapo mwanzo.

D: Hilo lina maana kwangu. Je, kuna ustaarabu mwingine ulioufanya mpito huo kwa pamoja?

C: Wengi wamefanya hivyo.

D: Je, kuna wowote tunaowajua katika historia?

C: Si katika historia yenu inayojulikana, hapana.

D: Ilikuwa kabla ya hapo?

C: Ndiyo, kabla ya hapo.

D: Inaonekana watu wa Atlantis walikufa kwa vurugu. Hivyo hiyo ni hali tofauti tunapokuwa na majanga ya pamoja.

C: Nitasema jambo moja kuhusu majanga ya pamoja. Ikiwa ni ustaarabu au kundi la watu, roho hizo zilichagua hilo wakati huo kama njia ya kwenda kiwango kingine au mahali pengine ambapo wangeweza kukua kwa njia tofauti. Ni uchaguzi.

D: Kama unavyoona, nina maswali mengi.

C: Ndiyo, unayo. Na ni maswali mazuri sana. Ndiyo maana umechaguliwa. Ndiyo maana tunataka kushiriki maarifa haya nawe, ili wanadamu, kama unavyowajua leo, wawe na taarifa na siri ambazo zimefungwa. Tunataka kuzungumza nawe zaidi. Clara anafanya jambo linalofanana na lako, lakini kwa namna tofauti. Wewe utaripoti kwa wanadamu. Yeye hukutana na wanadamu, anachukua taarifa na kuzirejesha kwetu. Ndiyo maana umetumiwa watu wengi tofauti kukusanya taarifa zako kupitia wao.

D: Lakini taarifa zinakuwa ngumu zaidi ninapoendelea.

C: Hiyo ni kwa sababu unafungua milango zaidi. Na unapojiwezesha kufungua milango zaidi, unapovuka milango hiyo, milango mingine hufunguka, ili ukweli mwingine na nyenzo ngumu zaidi zipewe kwako. Itakuwa heshima kuichunguza pamoja nawe.

D: Nitajaribu kamwe kutovunja imani yenu.

C: Tunajua hilo, la sivyo tusingekuja kwako.

Nilimwelekeza Clara kurudi katika wakati wa sasa na nikamrejesha katika ufahamu kamili. Alipoamka alielezea hisia zake alipokuwa akizungumza.

C: Nilihisi kama niko sasa. Nilihisi kama niko wakati wa baadaye, wakati wa zamani na sasa kwa wakati mmoja. Ilikuwa kana kwamba muda wote ulikuwa sasa.

D: Ilikuwa imeunganishwa yote? Kana kwamba ulikuwa umegawanyika?

C: Hapana, haikuhisi kugawanyika. Ilikuwa ni umoja kamili, kuwa katika wakati wa baadaye na pia katika wakati wa kale sana. Ustaarabu mwingi sana uliopita. Ilionekana kama kiumbe hiki hakikuwa na mipaka ya muda. Ilikuwa kana kwamba muda wote ulikuwa sasa.

D: Unaona jinsi tunavyoweza kupata taarifa kwa njia hiyo, kwa sababu haina mipaka.

Tukio lisilo la kawaida lilitokea baada ya kikao hicho. Clara alirudi chumbani kwake hotelini. Baada ya dakika chache alinipigia simu na kuniomba niende chumbani kwake. Nilipofika alinionyesha nyuma ya shingo yake. Alipokuwa akichana nywele zake aliona alama nyekundu nyuma ya shingo yake. (Katika bafu la hoteli hiyo kulikuwa na vioo pande zote mbili za ukuta, hivyo Clara aliweza kuona nyuma ya kichwa chake alipoinua nywele zake. Alikuwa amezifunga kwa mkia wa farasi uliokaza.) Alama nyekundu ilipanda hadi kwenye mstari wa nywele angalau inchi mbili, na kisha ikashuka chini ya mstari wa nywele karibu nusu inchi. Ilikuwa nyekundu sana na ilionekana kama mstari. Chini ya mstari wa nywele ilikuwa takriban nusu inchi hadi robo tatu ya inchi kwa upana, ikipanuka hadi takriban inchi moja na nusu katika sehemu pana zaidi ndani ya mstari wa nywele. Nilichukua kamera yangu na kupiga picha. Lakini tayari ilikuwa inaanza kufifia nilipokuwa nikijaribu kupiga picha. Hakuna kitu ambacho kingeweza kusababisha muwasho katika sehemu hiyo ya mwili, kwa sababu alikuwa amelala bila kusogea juu ya mto. Alisema haikuuma wala kuwasha, ilikuwa nyekundu tu na alikuwa na shauku nayo. Hili linaendana na watu wengine niliowafanyia kazi, ambao walikuwa na alama na madoa yanayotokea kwenye miili yao walipokuwa wakifanya kazi na aina za nishati kama hizi. Matukio haya yaliripotiwa katika kitabu Walinzi.

* * *

Mawasiliano haya na sayari inayoshikilia maarifa yote na inayoendelea kuyakusanya yanafanana sana na maelezo ya washiriki wangu wengine ambao wameambiwa wao ni waripoti. Wanadamu wengi wana vipandikizi katika miili yao vinavyofanya kazi kama vipitishaji. Kila kitu wanachokiona, kusikia na kuhisi hutumwa kwenye hifadhi za kompyuta zinazorekodi historia ya sayari yetu ya Dunia. Je, hizi ni miradi miwili tofauti au zimeunganishwa kwa namna fulani? Nimegundua kuwa moja ya kazi kuu za akili fiche, au labda roho yetu yenyewe, ni kukusanya taarifa kutoka katika maisha yote tunayoishi. Lengo letu la mwisho ni kurudi kwenye Chanzo, dhana yetu ya Mungu, Muumba. Tunapokamilisha safari na matukio yote katika aina nyingi za maisha yetu, tunapaswa kurudi kwa Muumba tukiwa na mkusanyiko wetu wa maarifa. Kisha huingizwa. Kwa njia hii tunachukuliwa kama seli katika mwili wa Mungu.

Maarifa na taarifa vinaonekana kuwa kusudi kuu la spishi ya binadamu, na hivyo hakuna lililo sahihi au lisilo sahihi. Kuna chanya na hasi tu. Tunajifunza masomo kutokana na hilo na hutuwezesha kushughulikia karma yoyote ili tukamilishe majukumu yetu na kurudi tulikotoka. Kwa mtazamo huo, katika uchambuzi wa mwisho, yote tuliyo nayo na tulivyo ni jumla ya uzoefu wetu na maarifa yetu.

* * *

Wazo la kutatanisha lilipita akilini mwangu niliposikia kuhusu ustaarabu mzima wa Peru uliopaa kwa pamoja hadi mtetemo wa juu zaidi na hivyo kuwa wasioonekana. Ilisemekana hili pia limetokea kwa ustaarabu mwingine zamani. Sasa kuna mazungumzo mengi kuhusu Dunia yetu ya sasa kubadilisha mtetemo wake na kwenda kwenye mtetemo wa juu na kubadilisha vipimo. Kwamba baadhi wataenda na wengine wataachwa nyuma, na wale watakaobaki hawatajua kilichotokea. Je, ni jambo lile lile lililotokea kwa ustaarabu huo wa zamani?

SEHEMU YA TATU

MAFUMBO YA DUNIA

Sura ya Sita

Atlantisi

Moja ya mafumbo muhimu ambayo yamewafanya wanaume kufikiria kwa miongo mingi ni uwepo wa ustaarabu wa Atlantisi. Wengi wamesema ni hadithi tu, hadithi ya kale, lakini bado inadumu. Mimi nimekuwa nikiamini kuwa hata hadithi ina msingi wa ukweli, na nimeithibitisha mara nyingi katika kazi yangu ya hipnosi.

Wakati wahusika wangu wako katika hali ya mwinuko wa chini kabisa wa sindano, tunaweza kufikia ufahamu wa chini ya akili kwa njia mbalimbali. Nimegundua kuwa maarifa yote yanapatikana mara tu unapofungua hekima ya akili ya chini. Mara nyingi mtu hupata taarifa moja kwa moja kupitia maisha ya zamani, na wakati mwingine huchukuliwa mahali ambapo wanaweza kupata taarifa hizo na kuzitafsiri wenyewe. Hii mara nyingi hufanywa kwa kutembelea Maktaba upande wa roho. Katika jengo hili la ajabu, maarifa yote yaliyowahi kuwepo, na yale yatakayokuwepo, yamehifadhiwa juu ya mada zote zinazowezekana. Hiki ndicho kipendwa changu katika ulimwengu wa roho kwa sababu daima ninatafuta maarifa " yaliyopotea." Mahali hapa kawaida husimamiwa na mlezi ambaye kazi yake ni kuchuja wale wanaotaka kupata ufikiaji, na kuamua kusudi lao. Nimeambiwa kuwa ninaweza kupata chochote ninachotaka, kwa sababu nimejithibitisha kwa kuripoti taarifa kwa uhalisia kadri ya uwezo wangu, bila kuibadilisha au kuichuja. Bila shaka, daima kuna taarifa ambazo haiwezi kutolewa, kwa sababu akili ya mwanadamu haiwezi kuzishughulikia kwa sasa. Ingawa, nimegundua katika zaidi ya miaka ishirini ya kazi ya regression, kwamba taarifa sasa zinaanza kuvuja ambazo zilikuwa zimezuiliwa mwanzoni mwa kazi yangu.

Hii inanipa matumaini kuwa akili ya mwanadamu hatimaye imeendelea hadi kiwango ambacho inaweza kuelewa dhana ngumu.

Kwa miaka mingi, nilipokuwa na mhusika katika hali hii ya mwinuko wa chini kabisa, udadisi wangu ulinitaka kuuliza maswali mengi iwezekanavyo kuhusu mada nyingi sana. Ninapopata ufikiaji wa maarifa, sitawahi kukataa fursa hiyo. Taarifa katika sehemu hii ilitoka kwa zaidi ya miaka kumi na tano. Niliiweka kando na kuendelea kukusanya zaidi hadi sasa ikawa wakati wa kuiweka katika kitabu hiki.

Baadhi ya taarifa kuhusu Atlantisi zinaweza kuonekana kuwa zinapingana kwa mtazamo wa kwanza. Lakini mimi sipingi, kwa sababu nadhani wahusika mbalimbali waliiona katika nyakati tofauti za uwepo wake. Nimegundua kuwa Atlantisi haikuwa bara moja, jiji moja, au mahali moja tu. Ilikuwa jina lililotolewa kwa dunia kwa ujumla wakati huo. Jina limehusishwa na sehemu iliyokuwa na maendeleo zaidi ya ustaarabu. Lakini dunia nzima haikuwa katika kiwango hicho, kama ilivyo sasa. Ustaarabu huu wa ajabu uliendelea kwa maelfu ya miaka, hivyo ulipitia mabadiliko mengi wakati ulipoongezeka hadi mafanikio makubwa zaidi ambayo mwanadamu angeweza kufikia, kisha ukashuka polepole hadi kuanguka. Inatosha tu kuangalia historia ya dunia yetu katika miaka elfu moja hadi mbili kuona mfano sawa. Dunia yetu pia imepitia mabadiliko mengi na maendeleo, baadhi mazuri na baadhi si mazuri.

Nimeambiwa kuwa watu wengi sana wanaoishi leo pia waliishi wakati wa Atlantisi. Tumerejea kwa sasa kwa sababu mwanadamu tena anakaribia kuingia katika mwambaa ambao unaweza kuzamisha dunia yetu katika mtego ule ule uliouua Atlantisi. Kwa kuendeshwa kama spirali, wakati umeleta hali zinazofanana hadi nyakati zetu za sasa, na tunashuka katika njia ile ile. Tumerejea kuhakikisha kwamba mwanadamu hatafanya makosa yale yale tena. Kwa kuishi katika wakati huu wa machafuko tunaweza kulipa karma ambayo kwa kawaida ingehitaji maisha kumi. Kwa hivyo sote tulijiandikisha kuwa hapa wakati huu.

Brenda alitupatia taarifa kuhusu Atlantisi wakati wa enzi zake za utukufu kabla haijaanza kuharibika.

B: Historia ya Atlantisi ilidumu kwa maelfu ya miaka. Tunaweza kuanza kwa kukupa maneno ya jumla ya jinsi mambo yalivyokua. Na kisha baadaye unapotaka maelezo zaidi, tunaweza kuyaandaa na kukupa kwa vipengele mbalimbali vya historia.

D: Je, huu ulikuwa ustaarabu wa kwanza wa juu duniani, au kulikuwa na wengine kabla yake?

B: Ni vigumu kusema, kwa sababu zinarejea sana nyuma. Inaonekana kabla Atlantisi haijazaliwa, ustaarabu mkuu duniani ulikuwa kutoka jamii ya galactic ikisaidia mwanadamu. Walisaidia Atlantisi kuendeleza, ili mwanadamu angeendeleza ustaarabu wao wenyewe. Na hiyo ndiyo mwanadamu alihitaji kufanya ili hatimaye ajiunge na jamii ya galactic. Walikuwa wamesikitishwa kwa sababu Atlantisi ilipoanguka, mwanadamu alikuwa karibu kujiunga na jamii ya galactic. Na ilipoanguka, ilimkuta mwanadamu kwa mshtuko mkubwa kiasi kwamba ilimrudisha nyuma sana, kiasi kwamba hakuweza kujiunga na jamii ya galactic wakati huo.

D: Unataka tuanze wapi? Mimi daima napenda mambo yawe kwa mpangilio. Inafanya iwe rahisi kwangu.

B: Ndiyo. Kama nilivyoeleza, ilikuwa makazi mbalimbali ya jamii ya galactic ambayo yaliwasaidia Atlantisi kuanza. Walikuwa wakiangalia mwanadamu na kujaribu kuwasaidia kuendeleza, lakini waliendelea kwa kawaida kufichwa. Mwanadamu walikuwa wakifanya mambo ya msingi kama kilimo na walikuwa na moto, na walikuwa wakiunda miji rahisi. Na walihisi kwamba mwanadamu alikuwa ameendelea vya kutosha kushughulikia maarifa kwamba kulikuwa wengine ambao si wa mwanadamu. Waliiona kuwa kulikuwa na kundi la watu Atlantisi ambao walikuwa wa juu zaidi. Walikuwa na ustaarabu uliokua zaidi katika uzalishaji wa bidhaa, sanaa, fasihi na mambo kama hayo. Watu wa aina ya kifahari sana. Walianza kuwasaidia watu hawa kuendeleza ustaarabu zaidi. Walikuwa na njia ya kuwachochea watu hawa ili waweze kuja na uvumbuzi kwa kasi zaidi. Walijua aina ya nishati inayofaa kwa mawazo ya ubunifu. Na waliwachochea akili ya watu kwa nishati hii. Walipowaona inafanya kazi, walianza kufanya hivi katika vituo vingine vya ustaarabu duniani, ambayo ilileta kuibuka kwa ustaarabu mwingine. Uliuliza haswa kuhusu Atlantisi, kwa hivyo nitajaribu kubaki na hadithi hiyo.

D: Je, Atlantisi ilikuwa mahali moja tu?

B: Ilianza kuwa mahali moja, lakini kisha ustaarabu ulipoendelea, ushawishi wake ulienea. Na hivyo kile kilichochukuliwa kuwa Atlantisi kilianza kujumuisha zaidi ya bara lililoitwa Atlantisi mwanzoni. Ustaarabu wake ulienea kiasi kwamba yeyote aliye katika mzunguko wa ushawishi huo alichukuliwa kuwa sehemu ya Atlantisi.

D: Je, tuko sahihi kuitwa hivyo?

B: Ni jina zuri. Ni marekebisho ya jina la awali. Kama unavyojua, wakati ustaarabu umeenea katika eneo kubwa, lahaja tofauti za lugha kuu zitaonekana. Na katika lahaja iliyotokea kusini, jina lilikuwa linatamkwa karibu na Atlanta, ambayo imebadilishwa zaidi katika matamshi ya lugha yenu. Lakini ni sahihi vya kutosha hivyo... Ilikuwa mfululizo wa moja kwa moja na haina tatizo kuhusisha jina hilo na ustaarabu ninazungumzia.

D: Kulikuwa na ustaarabu nyingine, lakini unataka kuzingatia huu kwa sasa.

B: Unaonekana unataka taarifa kuhusu huu. Kwa hivyo nitafanya marejeo kwa ustaarabu mwingine. Maendeleo yalikuwa thabiti katika ustaarabu wote. Atlantisi ilikuwa kidogo mbele kwa sababu walianza kuendeleza kwanza. Lakini ustaarabu mwingine pia uliongezeka, hivyo wote waliweza kufanya kazi pamoja. Kwa ajili ya mema ya mwanadamu, ilikuwa muhimu. Hivyo ustaarabu ulendelea kuendelea. Watu walikuwa warembo. Kwa ujumla walikuwa wakiwa na furaha, sura nzuri. Walikuwa na afya ya kihisia pamoja na afya ya kimwili, ambayo iliwasaidia kuwa watu wa haki. Sio maana ya "mwanga" tu, bali haki kama warembo. Lugha yenu ni isiyo sahihi kwa maneno ya maelezo.

D: Najua. Nimesikia hilo hapo awali. Je, walikuwa na rangi au sura za kawaida zilizokuwa za kawaida?

B: Sio kweli kabisa. Mwanzoni, ndiyo, kisha walipoenea walikutana na watu wengine. Ikawa mchanganyiko wa jumla kama ilivyo katika nchi yako. Wangeweza kusema asili ya mtu kwa rangi yake, wakati mwingine. Lakini haikuwa muhimu kwao hivyo hawakuishi kwa hofu. Walianza kwa kuwa na nywele za rangi ya kijivu-kidogo na wachache wenye nywele za kahawia. Rangi ya ngozi ya olive nyepesi, kati ya olive nyepesi na creamy. Na kwa kawaida macho ya kijani au hazel. Kisha baadaye, walikuwa watu wenye nywele za blondo au nyeusi, macho ya kahawia, ngozi nyepesi, ngozi nyeusi, mchanganyiko wa jumla. Na walikuwa wakubwa na wenye mwili mzuri.

D: Nilitaka kupata picha ya akili.

B: Hawakujenga utamaduni wao kwa chuma, kama ya nyinyi. Walikuwa waamini kutumia vifaa karibu na hali ya asili walipovipata. Hivyo walitumia mawe na udongo kwa majengo yao. Na sayansi yao iligeuka moja kwa moja katika udhibiti wa nishati, ili waweze kudhibiti aina zote za nishati, ikiwa ni pamoja na vitu kama mvuto. Kwa hivyo waliweza kuinua majengo kwa kutumia vitambaa vikubwa vya mawe ambavyo vinaonekana haiwezekani kwako kwa msingi na mtazamo wa ustaarabu wenu.

D: Basi hawakutumia mashine au vifaa?

B: Sahihi. Kwa sababu haikuwa muhimu. Walijua jinsi ya kudhibiti nishati hizi kwa kutumia zana rahisi ambazo zinaonekana kuwa haziwezi kufanya hivyo. Lakini walijua jinsi ya kuoanisha mtiririko wa nishati tofauti na kusababisha ziingiliane kwa namna ambayo itafanya mambo yatokee jinsi walivyotaka. Inasikika kuwa dhahiri katika lugha yenu, lakini hiyo ndiyo bora ninavyoweza kuelezea.

D: Je, walihitaji watu wengi kufanya hivyo?

B: Inategemea kile kilichofanywa. Kwa kawaida mtu mmoja angeweza kufanya kwa zana zilizo karibu, lakini ilihitaji ridhaa ya wote, ili nishati iwe inaenda kwa mwelekeo mzuri.

D: Sio kila mtu angekuwa anazingatia au kutuma nishati?

B: Hapana. Lakini walihitaji kutoa ridhaa yao kwa ujumla, ili wasizuie nishati kwa kutokubaliana na kile kinachofanyika. Ni kama dhana yenu ya kufikiri kwa njia chanya. Huwezi kuzingatia sana kwa ajili ya kufikiri chanya. Ni mtazamo wa akili kwa ujumla unajaribu kufikia. Katika mchakato wa kujifunza kuhusu nishati hizi na kuzidhibiti walikuza uwezo wao wa kifalme (psychic) hadi kilele. Hivyo mambo mengi ambayo ustaarabu wetu unategemea hayakuwa muhimu katika ustaarabu wao. Vitu kama simu, taratibu za serikali. Mambo ya utawala yalikuwa moja kwa moja kwa sababu watu wangeweza kuwasiliana kwa telepati. Na kila wakati kitu kilihitajika kufanywa na ridhaa ya wote, wangewauliza kwa telepati na wangeupa ridhaa. Na ingekuwa karibu mara moja na hilo lingeondoa matatizo mengi yaliyopo katika dunia ya kisasa.

D: Je, hii ilikuwa njia pekee ya kuwasiliana, kupitia akili tu?

B: Hapana. Waliwasiliana pia kwa maneno, lakini ilikuwa mchanganyiko wa wote. Na waliichukua kwa kawaida. Hawakutofautisha kama walikuwa wakiongea kwa mdomo au akili, kwa sababu wangekuwa wakifanya wote kwa wakati mmoja.

D: Je, hii ilikuwa kitu walichopaswa kujifunza, au kilikuja kwa asili?

B: Wanadamu wote wana asili ya hii. Ilikuwa imeingizwa katika kabila, lakini ilikuwa suala la kuikuza. Kwa mfano, wanadamu wote kwa kawaida wana mikono yenye vidole vitano. Mikono hii ni zana zenye ujuzi mkubwa na zinaweza kufanya kazi nyeti za ushonaji, lakini tu ikiwa unakuza misuli na kutumia mikono. Ni sawa na uwezo wa kifalme. Wanadamu wote wana uwezo wa kifalme, lakini njia pekee ya kuendeleza ni kutumia.

D: Lakini hii ilikuwa kitu kilichojea kwa watu hawa?

B: Hapana, walihitaji kuikuza. Ilikuwa sehemu ya mchakato wa kukomaa wa kawaida, lakini walikuwa na uelewa zaidi kuliko watu kwa ujumla leo. Waliichukulia kama sehemu ya maendeleo ya mtoto, kukuza ujuzi wa misuli pamoja na ujuzi wa kifalme. Hawakuacha ishara kama zinavyofanywa leo. Ilikuwa imekuwepo ikisubiri kuendelezwa, lakini walihitaji kufanya kazi, kama wangehitaji kufanya kazi kujifunza kutembea. Uwezo huo ulikuwa umekuwa pale daima, lakini ilichukua muda kwao kutambua kuwa ulikuwa mara kwa mara. Watu wa awali waliutegemea kwa ajili ya kuishi, lakini hawakutambua walichokuwa wakifanya. Kisha baadaye watu walipokuwa wamecivilize, mara nyingi wangesahau, lakini bado ulikuwa pale. Na kisha ustaarabu wao ulipoendelea kwa msaada wa jamii ya galactic, walitambua kuwa ilikuwa kitu kinachoweza kuendelezwa. Sayansi yao ilionyesha kuwa walihitaji kuwa muungano wa kimyao wenyewe ili kuwa katika muafaka na ulimwengu kwa ujumla. Na hii ilikuwa sehemu ya wewe mwenyewe. Na ikiwa haikuendelezwa, usingekuwa na usawa na usingekuwa muungano wa kimyao. Wakati wa nadra mtu angeugua, uwezo wao wa kifalme ungewasaidia kupata wapi walikuwa wakiwa nje ya usawa kutoka kwa viwango vya msingi vya nishati ya ulimwengu. Hivyo walitumia uwezo wao wa kifalme kwa njia zisizo na hesabu katika maelezo madogo ya maisha ya kila siku. Ingekuwa haiwezekani kuorodhesha njia zote. Tungekuwa hapa kwa muda mrefu tu kuorodhesha njia mbalimbali ambazo uwezo wao wa kifalme ungeweza kutumika. Nafsi ni yenye ujuzi zaidi kuliko akili tu, ingawa inafanya kazi kupitia akili. Ni sehemu tofauti ya ubongo kuliko akili. Akili na nafsi ni sehemu mbili tofauti zinazofanya kazi kupitia kiungo kinachoitwa ubongo. Moja ni msingi na inashughulikia mahitaji ya maisha, na nyingine inaongeza maelezo na mwisho mzuri. Inaweza kuwa sahihi sana na kufanya mambo ambayo akili haiwezi kufanya, kwa sababu haijazoea kutengeneza kwa ufasaha wa kutosha.

D: Je, watu wengi duniani wakati huo walikuwa wameendelezwa kwa namna hii?

B: Wale waliokuwa katika ustaarabu, ndiyo. Wale waliokuwa katika maeneo ya nyuma hawakuwa na nafsi yao imeendelezwa vizuri. Walitegemea tu karibu kama instinkti.

D: Je, walikuwa na serikali ya aina yoyote?

B: Mwanzoni ndiyo, lakini kisha ilibadilika wakati ustaarabu ulipoendelea, kwa sababu madhumuni ya awali ya serikali yalikuwa hayahitajiki tena, kutokana na nguvu za kifalme. Hivyo serikali ikabadilika polepole na kugeuka kuwa na madhumuni mengine. Walitumia muundo wa shirika kwa matumizi bora mahali pengine, kama kupanga utafiti.

D: Jamii ya kisayansi? Au ilizingatiwa hivyo wakati huo?

B: Haikuonekana hivyo kwa sababu utafiti uliokuwa unafanywa ulikuwa msingi wa mambo ya kichawi na kifalme. Na hivyo ulikuwa unaonekana kama safari za mtu binafsi. Wakati watu walikuwa na mwanga juu ya mambo, wangeiripoti kwa chombo hiki cha shirika, ili waweze kufuatilia ukweli huo na kuona jinsi unavyofaa katika picha nzima, kwa sababu walichukulia kila ukweli kuwa muhimu. Na wangekusanya ukweli huu wote pamoja na kuupanga na kuupanga katika picha nzima, ili kuelewa vizuri asili ya ulimwengu. Hii ilihusisha kila mtu mmoja. Ilikuwa ngumu sana na muundo ulikuwa unaohitajika. Hivyo ndicho kilichotokea kwa muundo wa serikali ya awali.

D: Je, walihifadhi kumbukumbu za aina fulani?

B: Ndiyo, walihitaji kuhifadhi kumbukumbu nyingi sana. Kwa asili ya ustaarabu huu hawakuwa na kompyuta kwa maana ya sasa, lakini walikuwa na njia ya kuhifadhi taarifa kwa kutumia nishati msingi ya ulimwengu, ambayo inaweza kufikiwa kwa uwezo wa kifalme. (Pengine sawa na jinsi tulivyokuwa tukikusanya taarifa.) Hiyo ilikuwa eneo lao kuu la kuhifadhi, na ndiyo sababu wanaakiolojia wenu hawajapata chochote. Taarifa zao bado zimehifadhiwa huko na ziko tayari kufikiwa. Unahitaji tu kuendeleza uwezo sahihi wa kifalme ili uweze kuifikia. Walikuwa na bidhaa za karatasi kwa kufundisha watoto kusoma, na kuonyesha jinsi ya kuendeleza uwezo wao wa kifalme na kadhalika. Na zilimea zamani sana.

D: Nadhani wanasayansi wanatarajia kupata kitu kilichoandikwa au kuchongwa au aina ya kumbukumbu kama hiyo.

B: Ndiyo. Kumbukumbu iko pale, lakini iko katika ngazi za kifalme. Imepangwa sana na imehifadhiwa na iko tayari kutumika. Itakuwa na faida kubwa kwa dunia yenu. Ni karibu kama kumbukumbu za Akashic, lakini sio kabisa, kwa sababu kumbukumbu za Akashic ni sehemu ya ulimwengu. Walichukua dhana hiyo na kugundua inaweza kutumika kuanzisha aina tofauti ya kumbukumbu. Inapatikana katika aina ya nishati.

D: Nilikuwa nikifikiria piramidi au kitu kama hicho. Ikiwa wanaweza kupata maarifa katika mahali pa kimwili.

B: Hapana. Hata hivyo, piramidi na aina nyingine za miundo mikubwa ya mawe ambayo imepangwa kwa miili ya mbinguni - kwa hilo ninamaanisha vitu kama mizunguko ya mawe ya ajabu Ulaya - ni vifaa kusaidia kuzingatia nishati hii, ili mtu aweze kuifikia. Kwa sababu nishati ilikuwa lazima ipangwe na kuzingatiwa ili itumike kwa kusudi hili.

D: Ikiwa mtu angeenda kwenye mojawapo ya maeneo haya ya kale, ingesaidia kupata ufikiaji zaidi?

B: Ndiyo, ingesaidia. Baadhi ya mizunguko ya mawe haitakuwa imepangwa vizuri kama zamani, kwa sababu ya mzunguko wa equinoxes.

D: Unamaanisha anga na Dunia kubadilika?

B: Ndiyo, na hivyo wamepoteza mpangilio kidogo sasa. Lakini wengine waliokuwa na mpangilio wa jua wenye nguvu bado watakuwa wanafanya kazi. Kwa mfano, tangu Atlantisi ilipoanguka, kituo kikuu cha kuzingatia sasa ni piramidi za Misri. Na bado ziko katika mpangilio kamili, jinsi zilivyokuwa zilijengwa, hivyo nguvu zao hazijapungua. Ndiyo sababu watu wamepata uzoefu wa kutokwa na fahamu baada ya kukaa kwa muda mrefu katika sehemu fulani za ndani za piramidi. Ni kwa sababu hicho ndicho kituo cha kuzingatia nguvu. Na ungetakiwa kuwa sikizi, kimya, kipofu na mwenye upungufu wa akili, usigundue mionzi hii. Walikuwa na miundo mikubwa ya mawe kama hiyo Atlantisi. Ikiwa wanakiolojia wenu watapata kitu, itakuwa miundo hii mikubwa ya mawe, na haijapangwa tena. Ilichakachuliwa vibaya wakati Atlantisi ilipoanguka, na kwa kawaida mpangilio wake uliharibika. Wanakiolojia wenu watagundua kuwa ilikuwa imepangwa na Jua wakati fulani, kwa kutumia ushahidi wa miundo mingine mikubwa ya mawe ambayo haijaharibika. Hizi zilikuwa kama kompyuta kubwa ya mawe, ikitumia mtiririko wa nishati wa asili ya Dunia na anga inayozunguka. Na kuizingatia kwa njia fulani ili kutumia viwango tofauti vya nishati ya ulimwengu.

D: Ulisema watu wa Atlantisi hawakutumia chuma?

B: Chuma kidogo sana kwa sababu waligundua kuwa kadri kitu kinavyozalishwa na kubadilishwa kutoka umbo lake la asili, ndivyo kinavyokosa muafaka na ulimwengu, na ndivyo kinavyopoteza mitetemo. Na ikiwa unachukua kitu kutoka Dunia na kukitumia bila kubadilisha sana muundo wake wa molekuli, bado kitakuwa katika mdundo wa nishati, na kinaweza kutumika kwa kusudi hili. Hivyo walitumia mawe mengi katika miundo yao, kwa kuwa ilikuwa vipande thabiti vya Dunia vilivyokatwa na kusogezwa mahali pengine bila kufanyiwa kuyeyushwa, kama mnavyofanya kwa kusafisha chuma fulani.

D: Basi majengo yao yote, hata nyumba binafsi, yalijengwa kwa mawe.

B: Ama mawe au udongo au mbao, na kadhalika. Baadhi ya samani za nyumbani kwao zilitengenezwa kwa mawe. Nilitumie neno "kutoboa," kwa maana hiyo ndiyo neno katika lugha, lakini si maelezo mazuri ya mchakato. Walipotoka mawe ardhini, kulikuwa na njia ya kubadilisha kwa muda uwanja wake wa nishati hadi ukawa laini kama udongo. Na kwa matokeo, wangeweza kuyatengeneza kama udongo, kuwa chochote walichohitaji. Kisha wangeacha uwanja wa nishati urudi kwa hali yake ya kawaida na ukawa mgumu kama mawe tena. Walikuwa na faraja zote za kawaida za maisha unazotarajia katika jamii ya ustaarabu.

D: Vipi kuhusu chakula?

B: Chakula cha kawaida chenye uwiano. Katika mchakato wa kujifunza kuhusu nishati, walijifunza jinsi ya kubaki katika uwiano kwa kula. Ambayo iliondoa matatizo mengi ya matibabu ambayo ustaarabu wenu una matatizo nayo, na magonjwa mbalimbali yanayosababishwa na kula bila uwiano. Kwa hivyo kwa matokeo, watu wengi wange kula hasa mboga, lishe yenye nyuzinyuzi nyingi na nyama kidogo. Hawakuenda kwa mwendo wa wafuasi wa mboga wa baadhi yenu, kwa sababu mwili unahitaji protini na hawakutaka kula mayai kila mara. Na hivyo wangeua nyama wanapohitaji. Baadhi ya wachawi wa hali ya juu hawakuhisi haja ya kula, kwa sababu wangeweza kupata nishati na kunyonya kile miili yao inahitaji moja kwa moja kutoka ulimwenguni, badala ya kupitia chakula. (Hii ndio njia ambayo baadhi ya viumbe wa nje ya dunia wanavyoishi.) Ni mbinu ya juu sana. Na hata kwa ustaarabu wa Atlantisi ambao ulikuwa wa juu kiakili kwa ujumla, ni wachache tu wa hali ya juu waliingiza hii mara kwa mara.

D: Je, wanyama wao walifananishaje na wale waliopo duniani leo?

B: Kwa msingi walikuwa sawa. Kile wanakiolojia wenu wanachokiona kama ustaarabu wa awali, yaani ustaarabu ambao kwanza ulikuwa na kilimo na wanyama waliokuwa wa nyumbani, kwa kweli walikuwa mabaki ya ustaarabu huu wa zamani uliokuwa umeanguka. Walikuwa wakijaribu kujenga upya ustaarabu kutoka mabaki yao yaliyovunjika. Ndiyo chanzo cha wanyama waliokuwa wa nyumbani, ng'ombe, mbuzi, kondoo, ngamia na aina fulani za farasi. Aina zilikuwa tofauti na zilionekana tofauti, lakini hiyo ni kwa sababu mwanadamu daima anafanya ufugaji wa kuchagua kubadilisha muonekano wa wanyama waliokuwa wa nyumbani. Lakini kwa msingi walikuwa wanyama wale wale. Kwa mfano, ni kama tofauti kati ya ng'ombe wa maziwa na ndama wa Brahma.

D: Je, walikuwa na aina yoyote ya usafiri?

B: Oh, ndiyo. Aina ya usafiri waliokuwa nayo imekuja kwenu katika hadithi za zulia la kichawi. (Niliyecheka kwa mshangao.) Kwa msingi, wangeweza kuinuka kwa urahisi kabisa, kwa sababu walijua jinsi ya kudhibiti nishati na mvuto. Na hivyo wangefanya usafiri wao mwingi kwa kuinuka. Sasa, wakati mwingine kama wangependa kuchukua kitu nao lakini hawataki kukibeba, badala ya kutumia nishati ya ziada kuinua kitu hicho kwa tofauti, wangechukua zulia au kitu ambacho wangekaa juu yake na kuinuka wao wenyewe na vitu vingine vilivyo juu ya zulia.

D: Ah-ha, kama Hadithi za Kiarabu.

B: Ndiyo. Walijifunza kudhibiti nishati hii kufanya mambo mengi, na hii ilijumuisha kusafiri juu ya uso wa Dunia. Ikiwa wangependa tu kwenda umbali mfupi na hawataki kutumia nishati, wange tumia mnyama. Lakini kutokana na uwezo wa kupata nishati hii, hakukuwa na haja ya kuendeleza magari au ndege. Na jamii ya galactic ilikuwa na furaha kubwa juu ya hili. Kwa sababu uwezo huu unaonekana, kadri ninavyoweza kuona, kuwa wa kipekee kwa kabila letu. Na ingekuwa moja ya mchango wetu kwa jamii ya galactic. Kwa sababu sayari nyingine zilikuza kupitia matumizi ya mashine na vyombo.

D: Kama tulivyofanya wakati huu.

B: Ndiyo. Na jamii ya galactic ina wasiwasi kidogo kwamba hatukuza uwezo wetu wa kifalme wakati huu, lakini wanajua uwezo huu uko tayari kuendelezwa. Na wanakumbuka jinsi ilivyokuwa na ustaarabu mwingine. Ikiwa hatutafanikiwa kupata taarifa hii ya kifalme wenyewe, bila shaka watatupa msukumo na kutusaidia "kuigundua," kama walivyofanya kwa uvumbuzi mwingine wa zamani. Aina hii ya nishati ilitumiwa hasa kwa usafiri wa kibinafsi kwa umbali mrefu, na kwa usafiri wa vitambaa vya mawe na kadhalika. Kuna wachawi fulani katika ustaarabu wako wa sasa ambao bado wanaweza kufanya hivi, lakini wako katika maeneo yaliyotengwa duniani. Wengine wanaoishi ndani ya misitu ya India. Lakini uwezo ni wa kuonekana zaidi miongoni mwa Lamas katika milima ya juu ya Tibet. Waliweza kuuhifadhi kwa sababu walikuwa wakiwa mbali sana. Walikuwa walioathiriwa kidogo na uharibifu wa Atlantisi.

D: Je, walifanya jambo lolote kwa burudani?

B: Oh, ndiyo, hilo ni hitaji la msingi la asili ya mwanadamu. Ilitegemea ustaarabu gani, na kulingana na tamaduni zao binafsi. Kwa mfano, Atlantisi, kitu kilichokuwa maarufu sana ingekuwa: kundi la watu lingefunga mkusanyiko wa rangi kwa mikono yao au nguo. Kisha wote wangeinuka kwa telekinesis kuzunguka kila mmoja kufanya mifumo nzuri ya rangi na mikusanyiko ya rangi ikifuata nyuma yao. Na watoto wangeipenda kuangalia. Wangefanya chochote wazo lao lingeweza kuja nacho. Walikuwa na drama na michezo na muziki. Walikuwa wakipendelea maonyesho ya moja kwa moja, lakini ikiwa wangehitaji kuona kitu ambacho hakikuwa kinatolewa eneo hilo kwa wakati huo, wangeweza kuunganisha akili yao kwa njia ya kifalme kwa mahali kilikuwa kinatolewa na kukiona kwa uwezo wao wa kifalme. Hivyo ilikuwa kama TV kwa namna fulani.

D: Inaonekana walikuwa wameendelezwa sana kiakili.

B: Ndiyo, lakini uharibifu wa Atlantisi uliwafanya kuwa na hofu sana. Ilipatia mwanadamu mzigo wa kiakili. Kama mtu anapopata mshtuko mkubwa wa kiakili katika maisha yake ya utotoni na unamkuta maisha yake yote, isipokuwa akitambua na kufanya kazi nayo na kuirekebisha. Aina ya mshtuko huu ilipata binadamu wote. Na pia, jinsi Atlantisi ilivyoanguka, na jinsi vituo vya kuzingatia kifalme vilivyoharibiwa, iliwapa kila mtu kuzeeka kwa kifalme kwa muda. Ingekuwa kama kuona mlipuko kwa umbali mdogo na macho yako kupoteza kuona kwa muda.

D: Na hii iliwathiri kwa vizazi kadhaa.

B: Ndiyo. Uwezo bado ulikuwa pale, ulikuwa umekata tamaa kwa muda. Kisha polepole ulianza kupata hisia yake tena. Na haikutumia muda mrefu kama unavyofikiria. Lakini mwanadamu kwa ujumla alikumbuka kwa chini ya fahamu na hivyo waliepuka kuendeleza uwezo wa kifalme kwa maelfu ya miaka, kwa hofu ya kupata kuungua tena, kwa kusema hivyo.

D: Hilo linaeleweka. Sawa, je, walikaa katika maendeleo ya aina hiyo kwa muda mrefu?

B: Ndiyo, hilo ndilo msingi mkubwa wa ustaarabu wao. Walitumia kioo kwa kuzingatia aina fulani za nishati, kwa kuwasiliana na jamii ya galactic. Wangeweza kufanya kwa akili, lakini kusaidia kuongeza nguvu ya akili wangeweza kutumia aina fulani za kioo. Sayansi yao ya crystallography ilikuwa ya juu sana.

D: Ulisema walitumia hii kwa kuwasiliana na jamii ya galactic?

B: Ndiyo, kwa mawasiliano ya umbali mrefu. Badala ya kuchosha nguvu za kila mtu kwa kuingia kwenye uwezo wa telepati wa kila mtu, wangeweza kutumia vioo hivi. Kwa sababu si kila mtu katika jamii ya galactic alikuwa amesanifiwa kwa hili, ingekuwa kama kujaribu kuzungumza na mtu asiyeona. Ilibidi kutumia njia tofauti ya mawasiliano.

D: Na walielewa mawasiliano ya kioo?

B: Ndiyo. Na hivyo wangeweza kutumia nishati zinazotokana na crystallography kwa kuingiliana na jamii ya galactic. Ilikuwa ya kuendana na kuendana kwa ustaarabu wao na ustaarabu wa jamii ya galactic.

D: Je, mtu mmoja angeweza kuzingatia vioo hivi au ilihitaji watu wengi?

B: Mtu mmoja angeweza kufanya kwa sababu vioo hivi vingeweza kunyonya nishati mbalimbali na viwanja vya nishati vya Dunia. Kama viwanja vya umeme-magnetiki, mvuto, mwangaza wa jua, na kadhalika. Kile kilichohitajika kitategemea aina gani ya nishati vioo vitanyonya. Na kutakuwa na aina tofauti za vioo kwa madhumuni tofauti. Na baadhi ya aina hizi zingeweza kuwa maalum kwa kunyonya aina fulani ya nishati.

D: Je, ilihitaji kuchongwa kwa namna fulani au kuundwa kwa umbo fulani?

B: Muundo wa molekuli, matundu, muundo wa lattice wa molekuli ungehitaji kubuniwa kwa njia fulani. Na ndiyo, mara nyingi umbo la uso pia lingeathiri. Lakini wangeanza katika ngazi ya molekuli na kufanya kitu kama walivyofanya kwa mawe. Wangebadilisha uwanja wa nishati ili waweze kubuni upya muundo wa lattice wa molekuli ili izingatie nishati fulani kwa njia fulani. Kisha kuweka tena viwanja vya nishati ili viendelee kuwa hivyo.

D: Basi hii ndio jinsi walivyounda maumbo fulani kwa madhumuni tofauti?

B: Sio maumbo! Muundo wa ndani. Muundo wa molekuli wa kioo. Kisha, ndiyo, wangebadilisha uso wa kioo hiki ili kukifanya kiwe umbo lililohitajika. Lakini muhimu kwanza ni kupata muundo wa ndani, muundo wa molekuli sahihi au unaweza kufanya umbo wote duniani na hakuna faida.

D: Nilidhani ilikuwa inaonekana na nyuso au umbo tofauti jinsi ingekuwa inazingatia.

B: Unapaswa kwanza kupata muundo wa molekuli sahihi. Ni kama muundo wa theluji, lakini uendelee hadi ngazi ndogo sana za nishati. Na lazima uwe na yote haya yamepangwa kwa usahihi, au haitakuwa na faida.

D: Je, ilihusu ukubwa wa kioo?

B: Ilitegemea matumizi yake kwa ukubwa au umbo wa mwisho. Lakini wasiwasi wao mkubwa ulikuwa muundo wa molekuli. Na kwa kuwa wangeweza kudhibiti umbo wa molekuli wa vioo hivi, ndiyo sababu sayansi yao ya crystallography ilikuwa mbali sana. Na ndiyo sababu wangeweza kutumia vioo kwa madhumuni mengi tofauti. Kwa sababu walikuwa na miundo ya molekuli maalum iliyodhibitiwa, pamoja na umbo au ukubwa uliohifadhiwa.

D: Nimekuwa nikidhani kuwa kubwa zaidi zina nguvu zaidi.

B: Sio lazima. Kulikuwa na kioo kimoja walichokuwa nacho kwa kuzingatia aina fulani ya nishati kilikuwa takriban inchi tatu kwa urefu na nyembamba sana. Kilikuwa kama lensi, na ncha zote mbili zikiwa za vidole. Na ukikitaangalia mwisho, kilikuwa na umbo wa nyota ya pointi tano au kitu kinachofanana. Na kilikuwa takriban robo ya inchi kwa upana wake mkubwa. Kilikuwa nyembamba sana, lakini kioo chenye nguvu kwa sababu ya aina ya nishati kinachozingatia. Siwezi kupata taarifa ya kilichotumika, lakini naweza kuona umbo hilo la kioo.

D: Naona. Basi walipaswa kuwa na ufahamu wa nishati wanayotaka na jinsi nishati tofauti zingefanya.

B: Kabisa. Nadhani unaanza kuona sasa. Walikuwa na vioo tofauti vya kuzingatia aina tofauti za nishati kwa madhumuni tofauti. Kwa mfano, walikuwa na aina fulani za vioo vinavyoweza kuzingatia mionzi ya cosmic, na mionzi ya ultraviolet na mwangaza wa nyota ili kutengeneza mwangaza wa kuona usiku. Na vioo hivi pia vingeweza kutumia joto la infrared kama joto la mwili kusaidia kutengeneza mwangaza usiku. Wanasayansi wenu wamepata baadhi ya vioo hivi katika misitu ya Amerika ya Kati. Hazijahifadhiwa kwa karne nyingi, bado zinaangaza usiku na kutoa mwangaza, lakini si kama zamani. Na zinaonekana kwa wanakiolojia kuwa tu mbao za mawe rahisi. Hawauwezi kuelewa zilitumika vipi au zilifanya kazi vipi, kwa sababu hizi ni aina maalum ya kioo. Wamepata mbao za ukubwa tofauti. Na kumekuwa na uvumi kuhusu jinsi zinavyoangaza usiku. Ndiyo sababu zinapatikana kila mahali. Katika maeneo walipokutana nazo zilitumika kutoa mwangaza usiku. Kama ustaarabu wengi, kuna mambo yanayoendelea usiku pia, na unahitaji chanzo cha mwangaza wa bandia kwa upana.

D: Ziliwahi kuwa kama taa kubwa za barabara zilizoangaza miji?

B: Ndiyo. Taa za barabara, taa za ndani, taa za mionzi, kulingana na aina ya mwangaza ulihitajika. Na kulikuwa na aina nyingine za vioo ambazo ziliangaza joto kusaidia kuosha nyumba. Hivyo hawakuachia misitu yao kwa kukata kuni za kuwasha moto. Wangeweza kutumia vioo hivi badala yake na kuokoa misitu kwa samani, au kwa kupanda na kutoa oksijeni hewani.

D: Je, walitumia aina gani ndani ya nyumba kwa mwangaza?

B: Mbao za mawe. Zilikuwepo kwa ukubwa wote. Na wamezipata kwa ukubwa tofauti Amerika ya Kati. Wewe binafsi umesikia tu za kubwa, lakini pia wamepata ndogo za ukubwa wa mpira wa bowling au kidogo chini, ambazo zinaweza kubebwa kwa mikono miwili.

D: Hizo ni mawe, lakini unaziita vioo.

B: Kama nilivyosema, wanakiolojia wenu wanaziita mawe kwa sababu zinaonekana kama mawe, lakini ni aina maalum ya kioo.

D: Ninadhani kioo ni kile unachoweza kuona kupitia.

B: Baadhi unaweza kuona kupitia na baadhi huwezi. Zinaitwa vioo si kwa muonekano wa nje, bali kwa muundo wa molekuli.

D: Naona. Basi mbao hizi ndogo za mawe zilitumika kwa mwangaza ndani ya nyumba?

B: Ndiyo. Kutakuwa na pedestal inayotoka kwenye ukuta ambapo zinaweza kuwekwa. Au aina ya mtego kwenye dari kama kuweka jiwe kwenye vito vyako. Kutakuwa na mtego, kwa kusema hivyo, unaotoka kwenye dari ambapo wanaweza kuweka moja ya mbao hizi, au zaidi, kulingana na mpangilio waliohitaji.

D: Je, zile zinazotumika kwa kupasha joto zilikuwa sawa?

B: Ziliwa na muundo tofauti na hivyo zilionekana tofauti. Zingeonekana karibu na kile unachokiona kuhusu vioo. Na zingeweza kupatikana kwa rangi tofauti kulingana na jinsi walivyotaka kuendana na mapambo ya ndani. Na zingeweza kufanya jambo moja na mbao za mwangaza ambalo hujawahi kufikiri. Kwa kuwa mbao zilitoka kwa ukubwa tofauti, wangeweza kupata baadhi ndogo sana, sema, inchi moja hadi mbili kwa upana. Na kuzifanya kuwa mpangilio mzuri, kama mapambo pamoja na chanzo cha mwangaza.

D: Hii inatoka mbali na Atlantisi lakini inanikumbusha kitu katika kitabu nilichoandika kuhusu Yesu alipokuwa Qumran (Yesu na Esseni). Walikuwa na chanzo cha mwangaza cha ajabu. Inasikika kama sawa. Ungeweza kujua kuhusu hilo?

B: Inaonekana chanzo cha mwangaza kilikuwa kutoka kwa vioo vya zamani vilivyobaki kutoka enzi za awali vilivyopitishwa kutoka kizazi hadi kizazi. Kwa kuwa hawakuwa na maarifa ya kutengeneza zaidi ya hizi, walihifadhi.

D: Walisema zilitoka kwa Wazee wa Kale, watu waliokuwa wameishi miaka mingi kabla. Walikuwa na vitu vingi vilivyotoka kwao.

B: Ndiyo. Zilipitishwa na kuhifadhiwa na kutumika kutoka kizazi hadi kizazi. Na waliipitia maarifa ya jinsi ya kuziendeleza, kwa sababu mradi wangeziendeleza vioo hivi wangeweza kutoa mwangaza kwa karibu milele. Ilikuwa matengenezo rahisi.

* * *

Nimefanya kazi na Phil kwa miaka mingi na taarifa alizotoa zimechanganywa katika vitabu vingi vya mimi. Badala ya kwenda Maktabani upande wa roho, alipata taarifa zake kutoka kwenye Sayari ya Spires Tatu, ambayo ilionekana kuwa hazina au ghala la maarifa yote. Mara nyingi kundi la viumbe kumi na wawili pia liliweka vipande vinavyokosa au alionyeshwa matukio na kujaribu kuyatafsiri kwa msaada wa viumbe hawa.

Tulipata ufikiaji wa taarifa hizi kwa kutumia njia ya lifti, badala ya njia ya wingu ambayo ni bora kwa wahusika wangu wengi. Phil angejiweka kwenye lifti katika jengo la ofisi, na angeacha katika sakafu inayofaa yenye ufikiaji wa taarifa tulizotafuta. Katika kesi hii tulikuwa tumeshirikiana uwezekano wa kupata kitu kuhusu Atlantisi. Njia haijalishi, kupata ufikiaji ndiyo muhimu.

Lifti ilisimama na niliomuuliza aliona nini mlango ulipopungua.

P: Kuna mwangaza wa kung'aa. Ni nishati ya ngazi tunayofanya kazi. Na ninapita kupitia mwangaza. Naona kile kinachofanana na chombo kinachoruka, au meli inayoruka, ikiruka juu ya uwanja wa majani ya kijani. Ina umbo la ncha ya mbele na umbo la mviringo upande wa nyuma. Na kuna nafasi ya watu wawili kukaa. Kuna vyombo vingine angani ambavyo vinaweza kubeba wengi. Katika mbali, kutoka mtazamo wangu, kuna jiji linalong'aa kwa Jua. Hii ni moja ya miji mingi wakati huo.

D: Unajua tuko wapi?

P: Hii ilikuwa imeshajadiliwa hapo awali. Maswali yalihusiana na wakati huo duniani. Hii ni jiji moja tu katika kile kilikuwa kinasomeka kama bara la Atlantisi.

Inaweza kuonekana ni kupingana kwamba aliona vyombo vinavyoruka wakati Brenda hakukuona hivi. Kama ilivyoelezwa, ustaarabu wakati huo ulidumu kwa maelfu ya miaka, na kupitia mabadiliko na maendeleo. Kwa wakati huu inaonekana walikuwa wameendeleza vifaa vya mitambo, na walikuwa wameingia katika teknolojia. Tuliendelea kugundua mabadiliko mengine.

D: Je, unaweza kusema chombo hicho kilitengenezwa kwa nini?

P: Ni alloy ya aluminium, sawa sana na ile inayotumika sasa.

D: Unaweza kusema inafanywaje kazi?

P: Kwa kile kinachoitwa nguvu ya kioo. Kuna miale ya nishati ya kioo imewekwa katika bara, ambazo zimeelekezwa kwa sehemu mbalimbali za bara. Na vyombo hivi vinajipangilia kwenye miale hii na vinachukuliwa ndani yake. Kama dhana ya barabara kuu zinazotumika katika nchi yako leo.

D: Je, pia wana vyombo vinavyoondoka sayari, au kusafiri angani?

P: Ndiyo, ingawa hazikuwa za aina hii ya ujenzi. Kulikuwa na watu walioruhusiwa fursa hii. Hata hivyo, walikuwa makuhani wa juu au waliokuwa katika daraja la juu kabisa, ambao walikuwa katika mawasiliano na wale wa asili ya nyota. Hizi hazikuwa uzoefu wa kawaida kwa umma kwa ujumla. Wale waliokuwa na tabia nzuri za kiadili na uelewa waliruhusiwa uzoefu huu, kama sehemu ya kujifunza na maendeleo yao ya kiroho. Sio uzoefu wa kufurahisha. Ulitolewa kwa muktadha wa kujifunza.

D: Je, kuna sehemu za bara la awali zilizo juu ya maji leo?

P: Sehemu za bara la Atlantisi kweli zinaibuka tena, na zitainuka tena hadi juu ya uso wa maji. Hata hivyo, kwa sasa hakuna kile mtu angeweza kuitwa sehemu ya ardhi ya awali. Yaani, hakuna kitu kikubwa.

D: Nimesikia kwamba sehemu ya Marekani ilikuwa sehemu yake.

P: Hiyo si sahihi kama tunavyoiona. Ulianza kuuliza ardhi ambayo ilichukuliwa kama sehemu ya kudumu ya Atlantisi, na bara lote la Marekani kwa kweli lilikuwa sehemu ya chini ya bahari wakati mmoja.

D: Unajua wapi Atlantisi ilikuwa ipasavyo kulingana na ramani yetu ya kijiografia kama ilivyo leo?

P: Ilikuwa katika Bahari ya Atlantiki. Kuna maeneo ambayo wakati huo yalikuwa juu na chini pia. Kuna maeneo leo ambayo yalikuwa juu wakati huo, ambayo baadaye yamezama kwa kipindi, na tangu kisha yameibuka tena. Kuna maeneo ambayo wakati huo yalikuwa chini ya maji, ambayo sasa yamepanda juu. Kumekuwa na mabadiliko mengi ya Dunia tangu kipindi hicho. Mara nyingi kuwa moja au nyingine, yaani ardhi au bahari.

D: Basi sehemu kubwa ya bara iko chini ya maji sasa.

P: Hiyo ni sahihi.

D: Je, kuhusu sehemu nyingine za dunia? Haiwezi kuwa bara pekee lenye watu.

P: Kulikuwa katika eneo hilo maalum ustaarabu mbalimbali wa watu. Muundo wa kijamii, sio mbali sana na kile mnafanya leo. Ya maana, kulikuwa na aina mbalimbali na tabaka za watu. Kulikuwa na tabaka la chini au watu wa kazi masikini. Na kisha kwa upande wa kiuchumi, tabaka la kati na la juu.

D: Lakini kulikuwa na mabara mengine zaidi ya Atlantisi?

P: Hiyo ni sahihi. Kulikuwa na maeneo, si mabara, kwa maana kwamba yalikuwa na jina au utambulisho mmoja. Kwa kuwa wakati huo eneo kuu la watu lilikuwa linaitwa "Atlantisi." Hata hivyo, si sahihi kusema ilikuwa eneo pekee lililojaa watu wakati huo. Ilikuwa kioo au kituo cha ustaarabu wakati huo.

D: Maeneo mengine hayakuwa na majina.

P: Hiyo ni sahihi. Hakukuwa na haja ya kuingiza haya katika kile ambacho kingeitwa "serikali ya dunia."

D: Je, walikuwa na maendeleo ya kitamaduni sawa na bara hili la Atlantisi?

P: Kulikuwa na maeneo ambayo kwa teknolojia yalikuwa bora kidogo. Hata hivyo, kwa maadili hakuna aliyewashinda katika eneo la Atlantisi. Ilikuwa mafanikio ya juu ya ustaarabu wakati huo. Wakati huo duniani kwenu, ilikuwa kilele cha utafutaji wa ukweli.

D: Je, mwanadamu alikuwa amekuwa kwa muda mrefu wakati Atlantisi ilipoendeleza hadi hali hii?

P: Kulikuwa na vizazi vingi kabla ya hii. Maendeleo ya maonyesho ya kiroho yalikuwa kwa kiwango cha juu, zaidi hata hadi leo.

D: Nilikuwa nikijiuliza kama hii ilikuwa maendeleo ya juu zaidi ambayo mwanadamu alikuwa amefikia wakati huo.

P: Hiyo ni sahihi, na tangu. Kwa tabia ya kiadili ya dunia yenu hadi leo kuna umbali mkubwa kufikia kile kilele cha mafanikio.

D: Nilikuwa nikifikiria kuna ustaarabu wa awali ambao hatujui.

P: Kulikuwa na ustaarabu na mabara kabla ya utamaduni wa Atlantisi. Hata hivyo, hakuna aliyewashinda wale waliopatikana Atlantisi wakati huo, tukiongea kwa mtazamo wa maadili na tabia.

D: Basi kulikuwa na nyakati ambapo mwanadamu angeendelea sana na ustaarabu ukaanguka, kabla bara la Atlantisi kuundwa?

P: Kulikuwa, kama mchanga wa jangwa unaobadilika. Kwa kuwa kulikuwa na maendeleo ambayo yalifanya ustaarabu fulani kuwa wa hadhi ya juu miongoni mwa wenzao. Kupitia aina mbalimbali za "masikitiko" ustaarabu hizi hazikuweza kujiimarisha katika ustaarabu uliokuwepo wakati huo. Hivyo kulikuwa na upotevu na ujenzi upya, kisha upotevu tena. Hadi ghafla kutokea maendeleo makubwa ya bara la Atlantisi. Kabla ya hapo kulikuwa na tamaduni nyingi ambazo zilikuwa juu ya tabia ya kiroho ya Atlantisi. Hata hivyo, hakuna kwa muktadha wa idadi ya watu kwa ujumla. Kulikuwa na watu katika tamaduni nyingine ambao kupitia bidii na kujinyima, na mafunzo, walifikia viwango vya uelewa vilivyo juu ya idadi ya watu wa Atlantisi. Hata hivyo, tunazungumzia uelewa wa idadi ya watu kwa ujumla. Ya maana, tamaduni au idadi ya watu kwa ujumla ilikuwa imefikia kiwango cha juu cha uelewa. Na kulikuwa na tamaduni kabla ya Atlantisi ambazo zilikuwa na tabia ya kiadili ya juu, lakini hazikuwa na aina ile ile ya utamaduni au muunganisho wa ndani. Ilikuwa zaidi msingi wa mtu mmoja mmoja.

D: Lakini kila mara mwanadamu alihitaji kuanza tena kutoka kiwango cha chini sana?

P: Kulikuwa daima wale waliokuwa wakiweka maarifa, kwa kuwa ilikuwa siri iliyolindwa kwa wivu. Maarifa yalihifadhiwa kwa heshima kubwa. Hata hivyo, hayakuwa yanapatikana kwa idadi ya watu kwa ujumla. Hivyo kulikuwa daima wale wenye viwango vya juu vya maadili, ambao walikuwa wakiweka maarifa.

D: Basi Dunia ilikuwa imebadilika, mabara yalikuwa yameibuka na kupotea, kabla ya wakati wa Atlantisi.

P: Hiyo ni sahihi. Hii ilisababishwa na maafa mbalimbali ya asili ya sayari. Kwa kuwa wakati huo Dunia bado ilikuwa ikifanya marekebisho, na kujipanga kwa maisha marefu na yenye mafanikio. Dunia wakati huo ilikuwa ndogo kuliko sasa, ilikuwa zaidi isiyokuwa imara.

D: Wanasayansi wetu wanadhani hakukuwa na watu katika siku hizo za awali.

P: Sio hivyo, kwa sababu kulikuwa na watu siku ambazo wanasayansi wanaamini hakukuwa na maisha kabisa. Hata hivyo, hawana mtazamo wa nyuma ambao ungehitajika kuthibitisha uwepo wa watu hawa. Kwa kila mabadiliko kulikuwa na kuondolewa kwa wale waliokuwa wamepo kabla ya mabadiliko, kwa namna kwamba tamaduni zao zilipotea bila alama. Sio kwamba watu wenyewe waliangamizwa kwa kiasi kwamba hakuna wanadamu waliobaki, lakini hakuna alama zilizobaki za mafanikio yao. Kwa sababu ya uharibifu wa maafa ya asili yaliyoifuata kila mabadiliko ya Dunia.

D: Basi daima kulikuwa na wale waliopona.

P: Hiyo ni sahihi. Kwa sababu daima ilikuwa inajulikana kwamba mabadiliko yanakaribia. Na wale walio na uelewa na ufahamu wangefanya maandalizi, na hivyo wangepona kwa ukamilifu na kuendelea. Kulikuwa daima kiwango hicho cha uelewa kinachosema kwamba mafanikio makubwa zaidi katika historia ya mwanadamu ni yale ya sasa. Hii imekuwa ikitawala katika historia ya mwanadamu. Kulikuwa na ustaarabu mwingi wa awali ambao kwa bahati mbaya walikuwa na mtazamo huo huo. Hiyo ni asili ya mwanadamu.

Nimekuwa na regression ambapo ustaarabu mzima uliharibiwa kwa mabadiliko makubwa ya Dunia. Wakati mwingine kwa kuta za maji, wakati mwingine kwa milipuko ya volkano ambayo ilizalisha kuta za matope na takataka. Niliambiwa hizi zilikuwa kabla ya Atlantisi, na mwanadamu hana maarifa ya mafanikio yao ya juu. Wanasayansi hawana rekodi za hizo kwa sababu mabaki yoyote yamezama chini ya maji au chini ya milima ya Dunia. Dunia yetu ni kama mwanamke mzee mwenye wasiwasi ambaye daima anageuka na kuzunguka.

Nilirudi kwa kile Phil alikuwa akiangalia.

D: Ulisema unaona jiji kwa mbali?

P: Hiyo ni sahihi. Wale wanaweka maarifa wako wakitoka au hutoka katika jiji hili. Elohim wa kale, wale wanaohifadhi sheria za kimwili za ukweli. Hilo ndilo kiwango cha juu cha uelewa wa sheria za asili na kimwili za mwanadamu, pamoja na uelewa wa kiroho.

D: Basi wale waliokuwa na nguvu za akili waliokuwa wachache ikilinganishwa na idadi ya watu wote?

P: Sio hivyo, kwa sababu jiji kwa ujumla lilikuwa na uelewa mkubwa. Ni kama jiji hili yenyewe lilikuwa na aina ya nishati, ambayo ilionekana kuinua watu hawa hadi uwezo mkubwa zaidi kuliko kawaida kuonekana katika sehemu nyingine za nchi.

D: Nini kinachofanya jiji ling'ae?

P: Ni ya asili ya kioo, kutoka kwa vifaa vya ujenzi vinavyounda miundo yao. Ni kama saruji mnayotumia leo ingekuwa ya asili ya kioo.

D: Je, uko karibu na jiji ili unaweza kuangalia na kuangalia?

P: Kuna hisia ya kukosa hamu kwenda karibu na jiji. Kwa wale ambao si wa nishati ya juu hawaruhusiwi kuingia, kwa sababu ingesababisha uharibifu mkubwa kwa kiumbe wa kimwili na kiroho, kwa ujumla. Kiwango cha nishati cha jiji hili ilikuwa kwamba kingeweza kuingiza wale ambao hawajafahamu jinsi ya kuongoza nishati hii. Hivyo ni hatua ya tahadhari kwamba tunaangalia kutoka mbali. Kwa sababu nishati ni yenye nguvu sana kujaribu kuiongoza kwa wakati huu.

D: Ninathamini umenieleza hilo. Hatutafanya chochote kitakachokuumiza kwa namna yoyote. Je, unaweza kupata taarifa kwa kuangalia kutoka mbali?

P: Hiyo ni sahihi. Kuna wale ambao wanajua uwepo wetu kwenye mipaka, na wanaweza kuongoza taarifa hii kwetu bila kusababisha aina yoyote ya usumbufu wa kimwili katika gari. Kuna wale ambao wataona kwa macho ya akili yao kwamba kuna kitu cha kujifunza kutoka kwa mawasiliano haya. Na hivyo wangeenda kuelekea jiji hili wakivutwa na nguvu isiyoonekana ambayo ingewaongoza hadi eneo hili. Hapo wangehisi kwa kiakili uunganisho na wale ambao walikuwa Wachunguzi wa Ukweli. Na ambao basi wangewaunganisha watu hawa. Na mawasiliano yangetolewa ambayo yangeanzisha kile kilicho kweli kwa watu wanaokitafuta.

D: Lakini sisi kweli tuko kutoka wakati wao wa baadaye. Je, wao kwa kawaida wangezungumza na watu katika nyakati tofauti?

P: Kuna kila wakati uwezekano wa kuunganisha kile kinachoitwa kizuizi cha wakati, kwa maana ya kweli hakuna kizuizi kama hicho. Daima inawezekana kuhusiana na wale wa daraja la juu, kwa mawazo tu. Hakuna kizuizi kwa mawazo. Wanafurahi sana kwamba unajaribu kufanya hivi, kwa sababu ni kiwango cha juu cha kufikiri kinachokuwezesha kufanya hivyo. Isipokuwa hivyo, basi isingepitwa.

D: Ndiyo, daima natafuta maarifa. Basi ikiwa tutabaki nyuma ili uhisi salama na ulinzi, ningependa kuuliza maswali kuhusu jiji.

P: Itatolewa maarifa ambayo ni salama kwa gari linalohusika, na kwa ujumla wa misheni, kama unavyoweza kuitaja. Ya maana kuleta taarifa hii mbele hadi wakati wenu.

D: Ikiwa nishati ya jiji hili ilikuwa yenye nguvu sana, vipi kuhusu watu ambao hawakuishi humo. Wangearuhusiwa kuingia?

P: Kama tulivyosema hapo awali, kulikuwa na wale ambao wangejaribu kuja kuelekea jiji. Hata hivyo, kiwango cha nishati kilikuwa kwamba kwa kiakili wangejua wasingependelea kuja zaidi, kwa sababu wangeweza kujua hili ilikuwa eneo lisilopitilizwa. Uelewa wa kile kilicho juu ya kiwango cha juu wangewaambia wasikaribie zaidi, isihivyo wangejiua. Ilikuwa uelewa wa asili na wa kiakili. Hakukuwa na haja ya walinzi au askari, kwa sababu uelewa ulikuwa kwamba wale ambao walikuwa na sifa zinazofaa kuja karibu na jiji hili hawangehisi haja ya kugeuka nyuma. Ilikuwa kipengele cha usalama cha moja kwa moja, kilichoondoa wale ambao hawakuwa wa asili ya juu.

D: Je, jiji hili ndilo jiji pekee la aina hii lililokuwepo wakati huo?

P: Ni mojawapo ya kadhaa. Kila moja ilikuwa ya kipekee katika kipengele maalum cha nishati yake. Maarifa na kiwango cha watu humo ilikuwa ya kipekee. Hata hivyo, miji kwa ujumla ilikuwa sawa, kwa maana kwamba aina hii ya maonyesho, viwango vya nishati vinavyotawala ndani na karibu, vilikuwa vya kawaida.

D: Basi kila jiji lilitumiwa kwa madhumuni tofauti?

P: Hiyo ni sahihi, kwa sababu kulikuwa na kujifunza kuhusu asili ya kimwili, vipengele vya utu, kwa mfano. Na kulikuwa na uelewa wa asili ya kiroho, vipengele vya kiroho. Kulikuwa na miji ambayo ilijumuisha haya.

D: Jiji hili lilitumiwa kwa aina gani?

P: Hili lilikuwa la afya na asili, au uelewa wa kile kinachochanganya kimwili na kiroho ili kudumisha afya na uwiano wa uelewa wa kimwili na kiroho.

D: Je, wanaweza kukupa taarifa kuhusu aina za majengo? Ulisema yalitengenezwa kwa kioo.

P: Katika ujenzi kuna unga wa asili ya kioo, ambao ungeonekana kuwa vioo vya mtu mmoja mmoja. Ilikuwa kama jengo lenyewe lilikuwa limetengenezwa kwa nyenzo ya kioo, kiasi kwamba jengo kwa ujumla lingekuwa kama mpokeaji wa kioo.

D: Mwanzoni nilidhani lilitengenezwa kabisa kwa vioo vikubwa.

P: Sio hivyo, vilikuwa vya asili ya unga, kiasi kwamba chembe za mtu mmoja mmoja zilikuwa za asili ya kioo.

D: Sikuwahi kufikiri unaweza kupata vioo vikubwa hivyo. Lakini unga huu uliachanganywa na kitu ili kutengeneza kuta?

P: Hiyo ni sahihi. Vilichanganywa na msingi au maudhui ya saruji, ambayo ingewaweka pamoja katika umbo thabiti. Viliwekwa katika fomu ya saruji na kuruhusiwa kuimarika. Vilikuwa vya joto la kujipasha kwa kiwango cha jua linapowaka katikati ya mchana.

D: Je, majengo makubwa?

P: Kulikuwa na miundo ambayo ingeweza kupanda hadi ghorofa kadhaa, labda ghorofa thelathini, ikiwa ilihitajika. Kulikuwa na maarifa ya kujenga majengo haya. Kulikuwa na biashara na viwanda, na kisha kulikuwa na nafasi za ofisi, kwa kusema hivyo. Sehemu ambazo maarifa na taarifa ziliingizwa na kusambazwa, kama mnavyo katika jamii yenu leo.

D: Basi majengo yote katika jiji hili yamejengwa kwa nyenzo ile ile.

P: Jiji lote kwa ujumla, ili jiji zima na wakaazi ndani yake, wangechomwa na nishati hii.

D: Lakini miji ya kawaida duniani haikuwa imetengenezwa kwa nyenzo hii?

P: Miji ya chini ilikuwa imetengenezwa kwa vifaa vya kawaida zaidi, kama udongo, mawe na mbao ambazo zilikuwa zinapatikana.

Hii ilionekana zaidi kama jiji ambalo Brenda aliiona.

D: Hii ingeelezea kwa nini hii ilikuwa na kiwango tofauti cha nishati.

P: Hiyo ni sahihi. Ilikuwa kama jiji lenyewe linalakisi tabia ya juu ya akili ya wakaazi wake.

Alielezea samani, lakini zilikuwa zimetengenezwa kwa nyenzo zinazofanana na zile tunazitumia leo. Hakukuwa na kitu cha ajabu kuhusu watu na nguo zao, isipokuwa walivaa hasa tuniki au vazi la robe.

P: Mwangaza wenyewe ulifanywa kwa nishati ya kioo, kiasi kwamba vioo vya mwangaza vingetoa nishati ya mwangaza, lakini mwangaza wa bluu kidogo. Kulikuwa wakati huo vioo ambavyo vinapopigwa kwa nishati ya cosmic vingetoa, au kutafsiri nishati hiyo kuwa mwangaza wa kimwili. Ilikuwa tu transducer ya nishati.

D: Je, sakafu na kuta pia zimetengenezwa kwa nyenzo hii ya fuwele?

P: Hiyo ni sahihi. Ilikuwa kana kwamba jiji lote lilijengwa kwa nyenzo hii.

D: Je, kuna aina nyingine ya vyombo vya usafiri isipokuwa kile ulichoona angani?

P: Vipo vingi vinavyoruhusu usafirishaji. Vingi vilikuwa vya matumizi ya kazi, badala ya usafiri wa kawaida. Katika ujenzi na ukarabati ilikuwa lazima kubeba mizigo mizito kwa umbali mrefu.

D: Vyombo vilivyotumika kwa usafiri vilikuwa vinaonekanaje?

P: Vingeweza kuelezewa kuwa vinafanana kwa kiasi fulani na chombo cha anga cha kusafiri, kama tulivyokitaja awali kwa chombo cha watu wawili. Kilikuwa na umbo la yai kikitazamwa kutoka chini, na kilikuwa kikubwa zaidi upande wa nyuma kuliko mbele. Kulikuwa na eneo la mbele ambapo watu waliketi. Kulikuwa na sehemu ya kuangalia iliyowezesha kutazama maeneo ya kuzunguka, chini na juu. Hakukuwa na haja ya mifumo ya mitambo yenye msuguano kama ilivyo leo. Kilikuwa zaidi cha aina ya kuinuliwa hewani. Vyombo hivi vilitumia fuwele kama chanzo cha nishati. Ilikuwa lazima kuongeza kiwango cha utoaji wa nishati ili kufidia mzigo wa ziada. Mpangilio wa fuwele za msukumo ungeweza kuwa katika makundi, ili kutoa nishati ya pamoja inayotosha kusukuma mzigo huo.

D: Unamaanisha kilikuwa na fuwele kadhaa ndogo, kulingana na uzito wa mzigo uliopaswa kuvutwa au kusukumwa?

P: Hiyo ni sahihi. Kulikuwa na fuwele nyingi za aina moja, zilizopangwa kwa mtindo ambao jumla ya nishati yake ilikuwa mara nyingi ya fuwele moja. Fuwele hizi kwa ujumla zilikuwa za asili. Hata hivyo, zilitengenezwa kwa viwango maalum ili mwelekeo wa nishati yake uweze kudhibitiwa.

D: Ulisema hizi zilikuwa zikiendeshwa na miale ya nishati iliyotumwa kutoka sehemu fulani, kama barabara?

P: Hiyo ni sahihi. Kwa usafiri wa umbali mrefu kulikuwa na minara ya nishati ya fuwele. Kifaa cha kutoa nishati ya fuwele kilipangwa kwa namna ambayo njia ingeongoza hadi mnara mwingine uliokuwa mbali. Kisha ilikuwa ni suala la kupangilia chombo chako kufuata mnara huo wa nishati, na kusukumwa kupitia njia hiyo. Ilikuwa lazima kuelekeza upya nishati ili kusonga mbele au nyuma, kutoka sehemu moja hadi nyingine. Hilo lilifanyika kwa kupanga upya fuwele za msukumo ili nishati ielekezwe upande unaohitajika. Miale au minara hii ilikuwa mipana kiasi kwamba vyombo vingi vingeweza kutumia njia hiyo kwa wakati mmoja, hata vikisafiri katika mwelekeo tofauti. Haikuwa mwanga mwembamba na mkali kama ilivyodhaniwa, bali ilikuwa njia pana ya jumla.

D: Kwa hiyo minara hii iliwekwa sehemu mbalimbali duniani?

P: Sio sana juu ya sayari nzima, kwa sababu ujuzi na ufahamu wa kutumia aina hii ya usafiri haukuwa umeenea kila mahali. Iliwekwa kote katika bara kwenye maeneo ya kimkakati na muhimu, si kwa nasibu. Kulikuwa na maeneo yaliyohitaji minara hiyo na mengine ambayo hayakuhitaji.

D: Kwa hiyo vyombo vya ndani ya jiji vilifanya kazi kwa njia tofauti?

P: Kulikuwa na nishati inayopatikana kote katika jiji lote, hivyo hakukuwa na haja ya minara au miale. Nishati ya mazingira iliyokuwapo angani ilitosha kufanya vyombo hivyo viweze kusafiri kuelekea mwelekeo wowote waliotaka waliokuwemo.

D: Walikuwa wanaweza kutumia nishati inayotokana na majengo ya fuwele na jiji lenyewe.

P: Hiyo ni sahihi.

D: Kwa hiyo kama ulitaka kutoka nje ya jiji, ilibidi utumie aina nyingine ya chombo.

P: Hiyo ni sahihi.

D: Vipi kuhusu mawasiliano ndani ya jiji?

P: Mawasiliano yalikuwa ya njia ya akili, yaani telepathia. Hakukuwa na haja ya simu kama zinavyoeleweka leo. Wakazi walikuwa na uwezo mkubwa wa telepathia na waliweza kufahamu na kuwasiliana na yeyote waliyetaka wakati wowote. Hata hivyo, kulikuwa na kile kinachoweza kuitwa "mashine", zinazofanana kwa kiasi fulani na kompyuta zenu. Hizi zilikuwa vituo vya kusambaza na kukusanya maarifa na taarifa. Zilitumika hasa ndani ya jiji kwa ajili ya mawasiliano sahihi ya taarifa.

D: Je, watu waliweza kuwasiliana kwa telepathia kwa umbali mrefu?

P: Ni sahihi kabisa. Kulikuwa na wale walioweza kuwasiliana kati ya maeneo tofauti ya sayari. Hakukuwa na haja ya njia bandia za mawasiliano. Haikuwa lazima kujizuia kwenye sayari pekee, kwa kuwa kulikuwa na uwezo wa kuwasiliana na wale waliokuwa kwenye sayari za mbali sana, kwa njia ya telepathia pekee. Njia hii ya mawasiliano bado ipo hadi leo, kama ingetambuliwa kama ilivyo.

D: Imeanzishwa tena kwa kiwango fulani.

P: Hiyo ni sahihi.

D: Je, kila mtu kwenye sayari alikuwa na uwezo huu wa kuwasiliana?

P: Sio hivyo. Kulikuwa na wale ambao hawakujali kabisa. Huenda hawakuona haja ya aina hii ya mawasiliano na hawakuwa na nia ya kujifunza kinachohitajika ili kuiruhusu.

D: Kwa hiyo sayari nzima haikuwa imeendelea kwa kiwango hicho.

P: Hiyo ni sahihi. Kulikuwa na wale waliotamani kujitolea na kupata maarifa ambayo yangerahisisha mawasiliano hayo. Mawasiliano yenyewe hayakuwa lengo kuu la kutafuta maarifa. Hayakuwa mwisho wa safari.

D: Kwa nini walikuwa wanawasiliana na sayari nyingine?

P: Kulikuwa na taarifa zilizotolewa ambazo zingeruhusu uelewa wa juu wa nafsi ya mtu, kuhusiana na yeye mwenyewe na wengine pia. Ilitokana na maendeleo ya ufahamu wa kijamii wa wakazi. Uelewa mpana zaidi wa kazi za kijamii katika kiwango cha sayari.

D: Je, watu kutoka sayari nyingine waliwasiliana nao walipofikia hali inayofaa ya maendeleo?

P: Sio hivyo. Ilikuwa tu ni suala la mageuzi ya ufahamu, ambapo ufahamu wa waliokuwa kwenye sayari ulifikia kiwango ambacho waliweza kutambua zaidi ya aina yao wenyewe kwenye sayari yao. Ufahamu wao ulipanuka na kuongezeka hadi wakaweza kutambua mawasiliano kati ya sayari nyingine.

D: Je, pia walikuwa na mawasiliano ya kimwili na watu kutoka sayari nyingine?

P: Ndiyo, kama tulivyosema awali. Kulikuwa na uwezo wa kuwasiliana moja kwa moja au kukutana ana kwa ana na wale wa asili nyingine.

D: Ndiyo, ulisema baadhi waliruhusiwa kuondoka kwenye sayari.

P: Hiyo ni sahihi.

D: Je, watu kutoka sayari nyingine pia walikuja hapa?

P: Hiyo ni sahihi. Ilionekana kwamba kubadilishana maarifa kungekuwa na manufaa kwa pande zote mbili, ili kujifunza kwao kuwe kamili na thabiti zaidi.

D: Je, unajua kama mawasiliano haya yalikuwa yakiendelea kwa muda mrefu kabla ya wao kuyatambua?

P: Kulikuwa na mawasiliano katika maeneo mengine ya ulimwengu mzima muda mrefu kabla ya kuonekana kwa sayari hii kwa ujumla. Hata hivyo, ufahamu uliopatikana na sehemu maalum ya idadi ya watu uliwezesha mawasiliano kati yao na wale waliokuwa kwenye sayari nyingine.

D: Nilikuwa na hamu ya kujua kama watu kutoka sayari nyingine walikuwa wakija Duniani kabla hawajatambuliwa, kwa namna fulani.

P: Kulikuwa, kwa muda mrefu kabla ya uhai wa kipindi cha Atlantis, na ziara ambazo ziliruhusu ufahamu wa sayari hii katika maeneo mengine ya ulimwengu. Haikuwa jambo lisilojulikana kwamba sayari hii ilikuwa ikibadilika kwa namna hiyo. Na ilionekana kwamba mageuzi hayo yangesababisha hatimaye kuanzishwa kwa aina za mawasiliano ya akili, ambapo viumbe waliobaki kwenye sayari zao, ambao hawakuwa wakisafiri, wangeweza kuwasiliana moja kwa moja na wakazi wa sayari hii mpya inayokua.

D: Je, kulikuwa na aina nyingine za mashine ndani ya jiji?

P: Kulikuwa tena na aina za mashine za mawasiliano, pamoja na zile za kupata na kuhifadhi taarifa. Kulikuwa pia na kiwango cha mashine ambacho kingehakikisha ustawi na faraja ya majengo yenyewe. Kulikuwa na mashine ya uhifadhi, ili chakula, mavazi, na vitu vingine vihifadhiwe katika hali safi, salama na ya kuvutia.

D: Hilo ni neno la kuvutia, "mashine ya uhifadhi". Lakini haingeweza kuwa hivyo kama ulitaja pia mavazi. Ninawaza juu ya friji zetu.

P: Tunazungumzia hapa katika maana pana, si dhana moja tu. Kwa kweli, kwa dhana ni sawa na friji na mashine za kufua zinazopatikana kwa wingi katika jamii yenu leo.

D: Basi wamekuwa daima na hitaji la vitu kama hivyo, nadhani.

P: Hiyo ni sahihi. Kwa kuwa hitaji la usafi na uhifadhi limekuwepo kwa binadamu kwa karne nyingi.

D: Je, kulikuwa na wanyama wowote ndani ya jiji?

P: Haikuonekana kuwa sahihi katika jiji hili la fuwele kuruhusu wanyama kutangatanga mitaani, kama ilivyokuwa kawaida katika maeneo mengine ya bara hilo wakati huo. Wanyama wasingeweza kuzoea nguvu kubwa ya nishati ya jiji hilo.

D: Je, muda wa maisha ya watu ulikuwa karibu sawa na wetu?

P: Ulikuwa mfupi kwa kiasi fulani kuliko ulivyo kawaida katika kipindi cha sasa. Hata hivyo, si kwa sababu ya afya mbaya. Kuishi ndani ya nishati hii hupunguza kwa kiasi fulani muda wa kuishi. Lakini mkusanyiko wa maarifa ulikuwa mkubwa kiasi kwamba mtu angejifunza kwa muda mfupi sana yale ambayo yangetumia miaka mingi sana katika maisha mengine ya baadaye yenye kiwango cha chini. Ilikuwa kana kwamba mchakato wa kujifunza ulikuwa umeharakishwa. Na kwa kuishi ndani ya nishati hizo, miili ya kimwili ilitumika kwa kasi na kwa kiwango kikubwa zaidi kuliko wale waliokuwa wakiishi nje ya nishati hizo. Magonjwa na udhaifu wa kiafya uliokuwa umeenea katika maeneo mengine ya sayari, kwa kiasi kikubwa haukuwepo katika aina hiyo ya jiji.

D: Kwa hiyo watu wengine kwenye sayari walikuwa na muda wa maisha tofauti na wale waliokuwa wakiishi ndani ya jiji.

P: Hiyo ni sahihi. Wale waliokuwa wakiishi katika miji ya nishati walikuwa na muda wa maisha mfupi kidogo kuliko wastani unaozingatiwa. Huenda wastani ulikuwa kati ya umri wa miaka arobaini na hamsini. Wale waliokuwa wakiishi nje, ambao walikuwa wa kiwango cha juu zaidi na walijali usafi na lishe, wangeweza kuishi hadi miaka sitini na sabini. Hata hivyo, kulikuwa na wengine waliokuwa wa kiasili zaidi, ambao muda wao wa maisha ulikuwa mfupi sana.

D: Nashuku kwamba sehemu kubwa ya hilo pia lilihusiana na maendeleo ya kitabibu.

P: Hiyo ni sahihi. Ilikuwa tu ni kiwango cha ufahamu kilichodhibiti matarajio ya maisha.

Niliamua kumaliza kikao hicho kwa kuwa nilihisi tulikuwa tumejifunza vya kutosha kuhusu jiji la fuwele. Niliuliza kama ningeweza kurudi wakati mwingine na kupata taarifa kuhusu maarifa na uwezo wao.

P: Tutajaribu kukupa kile ambacho kinafaa zaidi kutolewa wakati huo. Tungetamani uelewe kwamba kipengele cha kufaa ndicho mwongozo unaounda kila moja ya vikao hivi. Kwa maana kile kilicho sahihi katika kikao kimoja huenda kisiwe sahihi katika kingine.

D: Inategemea ni nishati gani inayojibu maswali?

P: Inategemea nishati ya hali ya jumla, kwa kuwa kuna washiriki wengi katika jitihada hii, si wewe pekee, na wote wanaathiri uendeshaji wa jumla. Jumla hii ya hali za nishati ndiyo inayounda kipengele cha kufaa. Tutamlinda katika juhudi zake za kujielewa, pamoja na maisha yake, ambayo, kama ilivyo daima, yanaweza kuwa tofauti kabisa na yaliyotenganishwa. Kwa kuwa mara nyingi watu huhisi kuwa wao ni maisha yao. Na ilhali kwa kweli, maisha ya mtu ni mwendelezo wa nafsi yake. Nafsi inaweza kujitenga kabisa na maisha yake. Hapa tunafafanua maisha katika muktadha wa kijamii, kitamaduni na kijamii, si katika maana ya kimwili. Uzoefu wa kuishi basi ndio maisha ya mtu. Na hivyo mtu huchuja kupitia dhana hii ya maisha yale uzoefu ambayo ni uzoefu wa maisha yenyewe.

Kikao hiki kilikuwa kigumu kwangu. Kulionekana kuwa na nishati iliyokuwa ikitoka kwa Phil, ingawa hakuwa karibu sana na jiji. Kilinipa maumivu madogo ya kichwa, na kikavuruga mtiririko wa mawazo na maswali yangu. Ilikuwa vigumu kuunda maswali na kuzingatia. Pia ilikuwa ajabu kwamba nilipoondoka katika kikao hiki na kwenda kwenye nyumba ya John kwa kikao kuhusu nyenzo za Nostradamus, nilipata uzoefu mwingine wa ajabu. Hii ilikuwa siku ambayo Imam mwovu alinipiga kwa nishati yake. Hili liliripotiwa katika Mazungumzo na Nostradamus, Juzuu ya Pili. Matukio mawili kwa siku moja ya kuathiriwa na aina ya ajabu ya nishati. Je, ilikuwa bahati mbaya?

* * *

Taarifa zilizoendelea zilitolewa na Phil katika kikao kingine, nilipokuwa nikiuliza maswali kuhusu Siri za Dunia.

D: Ninajaribu kufunga mambo yaliyobaki wazi kuhusu historia ya Atlantis. Walisema watu wa Atlantis walikuwa wamekuza uwezo mkubwa wzao ambayo hayawezekani kwa watu wa zama zetu. Je, unaweza kuniambia uwezo ambao watu wa Atlantis walikuwa nao katika ngazi ya akili?

P: Kulikuwa na mambo mengi yaliyokuwapo ambayo yalikuwa wazi zaidi ka akili. Kwamba waliweza kufanya mambo mengi kwa akili wa wale mnaowaita Wa-Atlantis. Watu walikuwa wameunganishwa zaidi na pumzi ya uwepo, na waliweza kutambua zaidi. Vipaji vya watu hawa vilisukumwa zaidi na hamu ya kujifunza, badala ya hamu ya kupata kipato, jambo ambalo ndilo mnaloliona katika jamii yenu kwa wakati huu.

D: Ni nini wangeweza kufanya ambacho sisi hatuwezi leo?

P: Hakuna kilichofanywa wakati huo ambacho hakiwezi kufanywa leo. Hata hivyo, motisha huenda inakosekana kwa idadi kubwa ya watu tunaowaona kwenye sayari yenu kwa sasa. Kuna wengi wanaojaribu kurejesha maarifa hayo yaliyopotea.

D: Lakini ni nguvu zipi walikuwa nazo ambazo sisi tumepoteza?

P: Uwezo wa kubadilika umbo umekuwa hautumiki na umesahaulika. Yaani, kubadilisha uwepo wa mtu kutoka kiumbe kimoja hadi kingine. Ni suala la kupanga upya muundo wa atomu za mtu ili kujilinganisha kwa karibu zaidi na seti nyingine ya maelewano ya atomu yaliyokwisha tambuliwa. Uwezo huu unahusiana zaidi na kukubali mifumo ya maisha kuliko inavyojulikana leo. Dhana ni kwamba katika uundaji wa sayari ya kimwili kuna makubaliano kati ya nishati zinazounda sayari hiyo, kwamba nishati fulani zitakuwa namna fulani, na nishati nyingine zitakuwa namna nyingine. Kuna makubaliano kwamba mawe yatakuwa mawe, na miti itakuwa miti. Hii iko katika maelewano na mahitaji na matamanio ya nishati binafsi. Hata hivyo, kuna wale wenye uwezo wa kubadilisha uhalisia wao walioukubali, ili waweze kujiumba kama kiumbe au uhalisia mwingine. Hili si uvunjaji wa sheria za ulimwengu, bali ni matumizi ya sheria za ulimwengu. Uwezo huu upo kwa watu wengi kwenye sayari yenu leo, ambao wanaogopa kipaji hiki. Wanakifahamu kwa kiasi fulani na wanatambua uwezo huo, lakini wamefungwa na aina mbalimbali za hofu na uaminifu, hivyo wanakataa kutambua uwepo wa kipaji hicho. Hata hivyo, ulikuwa wa kawaida katika nyakati za Atlantis.

Hii ilikuwa mara ya kwanza nilisikia dhana kama hii nje ya toleo la Hollywood. Nilihitaji kufafanua.

D: Unamaanisha kwamba badala ya roho kuingia ndani ya mwili wa mnyama, walibadilisha mwili wa binadamu uliopo kuwa katika umbo la mnyama, na kisha kurudi tena?

P: Hilo ni sahihi. Ingekuwa tu ni kurekebisha upya maelewano ya jumla ya uwepo fulani. Kwa njia ambayo ungekuwa aina nyingine kabisa ya uwepo. Ni mitetemo tofauti. Kubadilisha mtetemo wako kutoka ule wa mti hadi ule wa jiwe kungekuwa suala la marekebisho tu. Kuna viumbe ambao wanaweza kufanya hivi kwa hiari yao, kwa madhumuni fulani. Hata hivyo, iligundulika kwamba katika siku zile za Atlantis, kabla ya kuvunjika kwake, wengi walikuwa wakitumia kipaji na uwezo huu kusababisha uharibifu na madhara makubwa. Sio tu kwa wale waliowazunguka, bali pia kwao wenyewe. Mpangilio wa juu na maelewano ya uwezo huu yalitupiliwa mbali kwa ajili ya kujitukuza binafsi au faida. Na kwa hiyo kipaji hicho kilipotea.

D: Kwa nini mtu angependa kufanya hivyo? Inaonekana zaidi kama mchezo.

P: Hakuna michezo katika maisha isiyofundisha. Hata hivyo, kuna "michezo" ambayo inaweza kutumiwa kwa namna isiyo na afya wala manufaa. Hivyo ikaonekana kwamba ile michezo iliyokuwa ikichezwa na kusababisha kifo na uharibifu, haikuwa tena michezo bali ilikuwa mizigo ya matokeo kwa watu waliohusika.

D: Lakini vipi kubadilika umbo, kubadilisha kati ya maumbo tofauti, kungeweza kusababisha kifo na uharibifu?

P: Kitendo cha udanganyifu na usaliti hakikuwa kigeni katika nyakati hizo. Na kwa hiyo unaweza kuona jinsi madhara yalivyomiminika juu ya ustaarabu kupitia watu walioweza kubadilika kuwa mtu mwingine na kuiga mtu huyo; jambo ambalo lingeonekana wazi hata katika maisha yako ya sasa kama ungeweza kujifanya mtu mwingine na kusababisha madhara kwa sura yake. Mtu anapofikia kiwango cha kubadilisha utambulisho kati ya spishi moja na nyingine, basi wengi huchanganyikiwa kuhusu utambulisho wao halisi. Na kwa hiyo hupotea kuhusu wao ni nani hasa na ni nini wao kwa kweli.

D: Kwa hiyo unamaanisha walikuwa wakitumia uwezo huu kwa madhumuni mabaya.

P: Hilo ni sahihi. Madhumuni ambayo vipaji hivi vilitolewa yalikuwa yakitupiliwa mbali kwa kasi ya kutisha. Na hivyo ikaonekana kwamba uwezo huu ulipaswa kuondolewa, ili kuzuia uharibifu wa jumla wa ustaarabu mzima.

D: Je, hili linaendana na hadithi za viumbe nusu-binadamu na nusu-mnyama?

P: Hilo ni sahihi. Minotaur, kwa mfano. Kulikuwa na wale waliobadilika kuwa kile walichokuwa wamekuwa, huku wakihifadhi vipengele vya kile walichokuwa awali. Kisha wakachanganyikiwa kuhusu wao ni yupi kati ya hao wawili, na hivyo wakahifadhi sehemu ya wote wawili. Uwezo huu ulizorota na kuwa mkanganyiko wa utambulisho wa hali zote mbili za uwepo, kiasi kwamba kulikuwa na hatari ya kupotea kwa jumla kwa utambulisho wa spishi zote. Kwa hiyo ikaonekana kwamba kuvuka huku kwa utambulisho kusingeruhusiwa.

D: Pia nimesikia kwamba huenda walikuwa wakifanya hili kwa watu wengine bila ruhusa yao.

P: Ili hili lifanyike, ilikuwa lazima kwa ufahamu wa mtu kujua si tu alikotoka, bali pia anakokwenda. Kwa hiyo kulihitajika ufahamu wa moja kwa moja wa mchakato huu ili uweze kutekelezwa. Tunaona kulikuwa na matukio ambapo maagizo yalitolewa juu ya jinsi ya kumbadilisha mtu huyu kuwa umbo fulani. Kisha maagizo zaidi yakatolewa ya jinsi ya kumbadilisha mtu huyo kuwa mwingine tena, kiasi kwamba utambulisho wa awali ulipotea. Ilionekana kwamba hii ilikuwa njia mojawapo ya kumwondoa mtu katika picha, yaani, kumbadilisha kuwa kitu kisicho tishio au kisichoegemea upande wowote.

D: Lakini hili kwa kweli lingekuwa kinyume na sheria za maadili, na pia sheria za ulimwengu.

P: Mbinu hiyo ilikuwa sambamba na sheria, bila shaka. Isingewezekana kufanya hivi kama isingekuwa tayari ni sheria iliyoanzishwa. Ukweli kwamba hili liliwezekana unaonyesha kwamba tayari lilikuwa limewekwa kama sheria. Hata hivyo, athari za kimaadili za matendo haya zilikuwa katika mgongano wa moja kwa moja na hati iliyotolewa kwa sayari hii wakati wa kupewa uhai, kwa lengo la kuendeleza jamii na sio kuizuia. Ilionekana kwamba mabadiliko haya ya kuvuka yalikuwa yanazuia maendeleo, na kwa hiyo yaliondolewa.

D: Je, kulikuwa na jambo lingine lolote waliloweza kufanya kwa akili zao, ambalo tumepoteza au hatujaliendeleza katika wakati huu?

P: Kulikuwa na vipaji vingi sana tofauti, kama unavyoviita. Hata hivyo, ni utambuzi tu wa kweli za ulimwengu. Kwa wakati wake, tena uelewa na uwezo wa kutambua na kutumia — kwa kukosa neno bora — hali hizi za kweli utatolewa tena.

D: Hiki ni kimoja cha mambo niliyoyasikia, kwamba walianza kutumia vibaya uwezo wao na sheria za ulimwengu. Hicho kilikuwa mojawapo ya sababu walizuiliwa.

P: Hilo ni sahihi.

* * *

Sehemu hii ilitoka katika kikao kingine, na sina uhakika kama inazungumzia jambo lilelile au la.

D: Wakati mmoja tulipokuwa tukizungumza, walisema kwamba mwanzoni kabisa roho zilipoanza kuja Duniani kuingia katika miili, ziliingia katika miili ya wanyama. Na ninaamini uliniambia kwamba haikuruhusiwa tena kufanya hivyo. Je, kulikuwa na jambo lililotokea? Kwa nini haikuruhusiwa tena?

P: Kulitolewa fursa ya kujaribu kile ambacho unaweza kukiita uzoefu wa uhamaji wa fahamu. Au kwa urahisi zaidi, kupandikiza ufahamu na utambuzi katika miili ya wanyama, ili mnyama aweze kutambua na kuwa na ufahamu wa kile unachokiita ufahamu wa kibinadamu pamoja nao.

D: Unamaanisha kwamba wanyama walikuwa na ufahamu zaidi kuliko walivyo sasa?

P: Tunamaanisha tu kwamba miili ya wanyama wakati huo ilikuwa na ufahamu na utambuzi wa miili ya wanyama unaowaita "binadamu". Sio kwamba wanyama wenyewe walibadilishwa, tukizungumza kutoka mtazamo wa kimwili pekee. Hata hivyo, ufahamu na utambuzi, ambao ni tofauti kati ya mnyama na binadamu, ulipewa wanyama wakati huo. Ilikuwa ni kuruhusu tu ufahamu kuunganishwa katika mwili wa mnyama.

D: Je, jambo hili lilimfanya mnyama ajiendeshe kwa njia tofauti?

P: Kwa mtazamo wa kiroho pekee, ufahamu haukubadilishwa sana, bali ulipewa ruhusa ya kujaribu kukaa ndani ya mwili wa mnyama au umbo jingine la uhai. Ilikuwa kana kwamba ufahamu wako ulipewa ruhusa ya kuingia katika ule wa mnyama. Wewe mwenyewe, ufahamu wako, usingebadilika sana. Bado ungeendelea kuhifadhi utambulisho wako. Hata hivyo, mwonekano wa kimwili wa maelezo yako ungekuwa tofauti. Ungekuwa na ufahamu ukiwa ndani ya mwili wa mnyama.

D: Basi ungekuwa na mipaka kulingana na kile ambacho mnyama angeweza kufanya.

P: Kupitia mipaka ya kimwili ya chombo cha mnyama, hilo ni sahihi.

D: Nimeuliza maswali kuhusu nguvu ya uhai inayokaa ndani ya wanyama leo, na nikaambiwa kwamba ni tofauti.

P: Hilo ni sahihi. Haijitambui wala haitambui kwa kiwango kilekile, wala haiko katika ngazi ileile ya akili ambayo wewe mwenyewe unaishi ndani yake. Ni nguvu ya mnyama au nguvu ya uhai kwa yenyewe, hata hivyo si ya nishati ileile kama ile ya ufahamu unaoubeba.

D: Basi katika siku zile za mwanzo ilikuwa tofauti?

P: Haikuwa tofauti sana na akili inayokaa ndani ya mwili wako wa mnyama. Ni kwamba tu akili hiyo ilipewa zaidi ya aina moja ya mwili wa kimwili, katika kipindi hicho.

D: Basi hili lilikuwa tu aina ya jaribio?

P: Hilo ni sahihi. Daima, katika ulimwengu wa uzoefu, kuna haja ya kile kilicho kipya, na kile ambacho hakijawahi kufanywa hapo awali. Kwa hiyo, liliruhusiwa. Wale waliokuwa wakisimamia sayari katika kipindi hicho waliruhusu uhamaji huu wa fahamu, ili kuwezesha akili hizo kuonja maisha katika mazingira ya kimwili kupitia aina nyingi tofauti za maelezo ya kimwili. Ilionekana kwamba hili lingeweza kuongeza uwezo wa kujieleza kimwili au katika ngazi ya kimwili. Uwezo huu wa ziada wa kujieleza ungeongeza uwezo wa akili hizo ku— tunapata ugumu kulielezea hili, kwa kuwa hakuna dhana iliyopo katika ngazi hii. Hata hivyo, dhamira ya maelezo haya ilikuwa kujifunza.

D: Basi hili lilikuwa linaendelea wakati roho zilipokuja Duniani kwa mara ya kwanza?

P: Hilo si sahihi, kwa kuwa lilitokea muda mrefu baada ya upandaji wa awali wa sayari. Hata hivyo, lilikuwa katika hali ya juu ya makazi ya sayari, katika uzoefu wa Atlantis, ambako kulikuwa na kiwango kikubwa cha ufahamu wa nguvu za uhai.

D: Nilikuwa nikifikiri labda hakukuwa na wanadamu wakati jambo hili lilifanyika, kulikuwa na wanyama tu.

P: Hilo si sahihi. Kwa maana uwezo wa kuhamia kwa namna hiyo usingetolewa kama kusingekuwa na maendeleo ya awali ya binadamu. Yaani, uzoefu wa kuishi kama mwanadamu.

D: Basi wakati huo, ulisema Wa-Atlantis walikuwa na ufahamu zaidi?

P: Hilo ni sahihi. Walikuwa na ufahamu mkubwa sana wa nguvu ya uhai, na athari za nguvu za uhai katika miili ya wanyama au ya kimwili. Ilikuwa kana kwamba hili lilikuwa sayansi iliyofikishwa katika kiwango cha juu sana. Na kwa hiyo waliruhusiwa kujaribu vyombo zaidi, ili kuelewa vyema hali hii ya akili au ufahamu kukaa ndani ya mwili wa mnyama. Ilikuwa tu ruhusa kwamba jambo hili lilitokea. Hata hivyo, lilitumiwa vibaya na kupotoshwa, hadi kufikia kiwango ambacho maelezo ya kinyama yalikuwa yakichafua mabwawa ya kijenetiki. Lilikuwa likisababisha usumbufu katika maelewano ya maelezo ya kimwili. Kama jaribio hili lingedumishwa kwa kanuni zake za juu kabisa za maadili, lingewezesha maelezo ya juu zaidi ya akili katika aina nyingi tofauti za maisha ya wanyama. Hata hivyo, kuingizwa kwa kutokuwiana katika jaribio hili kulilihukumu kushindwa.

D: Kuna jambo moja ninajaribu kuelewa. Je, walikufa kwanza kisha wakaingia katika mwili wa mnyama, au walikuwa wakifanya hili huku wakiwa pia ndani ya mwili wa binadamu?

P: Lingeweza kufanyika kwa wakati mmoja. Kwa kuwa ilionyeshwa kwamba ufahamu ungeweza kuhamishwa kutoka chombo kimoja kwenda kingine. Ilikuwa kana kwamba mtu angefanya tafakari, na kujiondoa kutoka katika mwili wake. Kisha kujiweka ndani ya mwili wa kimwili wa mnyama mwingine.

D: Nilifikiri kama walikuwa wakifanya hili kama jaribio, walikufa kisha wakarudi kama mnyama, ambalo ndilo uhamaji wa kweli.

P: Kulikuwa na uzoefu ambapo wale waliokuwa upande wa pili walikuwa wakisaidia wale waliokuwa bado katika hali ya kimwili. Na kwa hiyo ingeweza kusemwa kwamba kulikuwa na matukio ambapo umwilisho uliruhusiwa kutokea. Hata hivyo, si kwa maana ya jadi ya kuzaliwa upya, kama ilivyo kwenye sayari yako sasa.

D: Basi Wa-Atlantis walikuwa wameendelea sana kiakili na kiakili, kiasi kwamba walifanya mambo haya kama jaribio.

P: Ingekuwa sahihi zaidi kusema kwamba walikuwa na ufahamu mkubwa zaidi, si sana kwa upande wa akili ya kielimu, bali kwa kuwa walikuwa wazi kifikra. Kwa maana kuna tofauti kubwa hapa. Kuna wale ambao huenda hawana akili ya juu kabisa, lakini wakawa na ufahamu mkubwa sana. Na kuna wale ambao huenda wakawa katika kiwango cha juu cha akili, lakini wakawa wamejifungia kwa yale tu ya hisi tano. Hakuna tofauti hapa kuhusu lipi ni bora au la juu zaidi katika mafanikio.

D: Nilifikiri labda walikuwa wameendelea sana.

P: Moja halihitaji kuandamana na jingine.

D: Ninajaribu kuelewa hili kwa usahihi, kwa hiyo huenda nikasema mambo yanayosikika kama ya kijinga. Lakini inaonekana kana kwamba walikuwa wakicheza mchezo fulani?

P: Hilo si sahihi. Kwa maana hapakuwa na upuuzi wowote ulihusika katika hili. Lilikuwa juhudi nzito kabisa ya ugunduzi. Au ili kulielezea kwa usahihi zaidi, lilikuwa utafiti makini kuhusu athari za akili kukaa ndani ya umbo la mnyama, au umbo la kimwili.

D: Lakini waliweza, kwa kiasi fulani, kuhamisha ufahamu wao kwenda kwa mnyama. Kisha wangeweza kurudi katika miili yao wenyewe walipotaka.

P: Katika baadhi ya matukio hilo ni sahihi. Katika matukio mengi zaidi, lilikuwa ni uhamaji wa akili kutoka umbo moja kwenda jingine.

D: Huu ulikuwa uhamaji kamili?

P: Hilo ni sahihi kwa baadhi ya vipengele. Hata hivyo, kuna tofauti ndogo ndogo ambazo haziwezi kutolewa kikamilifu kwa wakati huu. Tunaona kwamba kuna ukosefu wa uelewa kamili wa athari za kimwili za ufahamu wa wakati mmoja, katika ngazi hii kwa wakati huu. Hata hivyo, kulikuwa na matukio ambapo mtu angechagua kuacha mwili wake wa awali wa kimwili, ili kukaa ndani ya ule uliokuwa wa asili ya chini au tofauti.

D: Lakini katika hali hizo hawangerudi katika mwili wa awali.

P: Hilo ni sahihi.

D: Je, mwili wa awali usingekufa?

P: Huenda ungeweza kukaliwa na akili nyingine au tofauti. Ilikuwa kana kwamba walikuwa wakibadilishana nafasi.

D: Lakini isingekuwa akili ya mnyama kuingia katika mwanadamu. Kubadilishana kwa namna hiyo.

P: Sivyo, kwa maana hapakuwa na akili ya mnyama hapo awali. Hakuna kile ambacho ungeita akili ya mnyama. Akili ilikuwa ya asili ya kiroho, ambayo ilikuwa ikijaribu tu maumbo mapya ya maelezo ya kimwili.

Inaonekana hili lilihitaji kutakwa au kutamaniwa na akili hiyo, na mnyama asingekuwa na maendeleo ya kutosha kuwa na nia au hamu ya kubadilishana nafasi. Pia, kama nilivyogundua katika Kati ya Kifo na Maisha, roho ya mnyama ni tofauti na roho ya mwanadamu, kwa kuwa ni zaidi ya roho ya kundi, sawa na makoloni ya mchwa au mizinga ya nyuki.

D: Ulisema hili lilisababisha kutokuwiana?

P: Hilo ni sahihi, kwa kuwa kulikuwa na muunganiko wa aina hizo tofauti za uhai ndani ya makundi ya pamoja. Na hivyo kulikuwa na mabadiliko. Ilikuwa hivi kwamba maumbo halisi au— tunapata ugumu kutafsiri dhana hii hapa, kwa kuwa tena hakuna uelewa sahihi wa uhalisia wa maumbo ya uhai kukaa ndani ya miili ya kimwili, kwa wakati huu. Kwa hiyo, lazima tutumie kile kinachojulikana kwa sasa: vijenzi vilivyopo kwetu, ili kuonyesha kwa karibu iwezekanavyo kile tunachokiona kama uhalisia wa mwisho. Kwa maneno mengine, tungetumia maarifa yako yanayopatikana kwako kwa wakati huu. Hata hivyo, tunahisi unaweza kuona kwamba taswira inayotolewa haitakuwa sahihi kama tunavyotamani. Na kwa hiyo ni lazima tutoe kafara kiasi fulani katika tafsiri, ili kuwasilisha kile kilicho karibu zaidi na kile tunachokiona kama ukweli. Tunakuomba pia uelewe kwamba tusingeruhusu hili kutafsiriwa kama lingeonyeshwa kwa namna ambayo tungeiita ya uongo au yenye kupotosha. Kwa hiyo, kuna maeneo fulani ambayo hatuwezi kuyazungumzia, kwa sababu tu hakuna chochote cha kuwasilisha katika msingi wa dhana. Kwa maana jaribio lolote la kuwasilisha msingi huu wa dhana, kutokana na asili ya kile kilichopo kwa ajili ya kuwasilisha, lingeweza kutafsiriwa na kutoa taswira isiyo sahihi kabisa na yenye kupotosha.

D: Fanya bora uwezavyo tu. Ninathamini chochote unachoweza kunipa katika mwelekeo huo.

P: Basi tungeomba useme tu kile unachotaka kujua.

D: Naam, ulisema waliweza kusababisha miili ibadilike ...?

P: Miili ndiyo iliyobadilika, si kwamba wao waliibadilisha. Tofauti iko kati ya vipengele vya kimwili na vya kiroho hapa. Kwa maneno mengine, miili ilieleza au kuakisi kile kilichokuwa cha asili ya kiroho. Kwa maana inajulikana kwamba kimwili ni mwakisi tu wa kiroho. Na kwa hiyo, katika kuchanganya nishati hizi za kiroho kulikuwa na mabadiliko au uakisi wa kuvukiana kutoka kimwili kwenda kiroho.

D: Nilikuwa nikifikiri kwamba baada ya kukaa ndani yake huenda waliiniana na wanyama wengine, na hilo ndilo ulilomaanisha kwa mabadiliko.

P: Hilo ni sahihi. Hata hivyo, ni muhimu kuelewa kwamba kuishi pamoja huko, chenyewe, si sababu pekee ya kuamua mabadiliko haya. Kama mtu angepitia na kuingiza ndani yake umbo la uhai la aina moja ya mnyama, kisha kuhamia katika chombo cha umbo jingine la mnyama, basi kwa kuvuka mipaka bainifu ya vipengele vya kimwili, kungekuwa na uhamisho wa sifa au uingizwaji wa umbo moja kwenda lingine. Na hapa ndipo mabadiliko haya yalipojitokeza.

D: Nimesikia kwamba kwa kawaida wanyama hawawezi kuingiana na spishi nyingine. Na nilifikiri hilo ndilo ulilomaanisha kwa mabadiliko.

P: Tunamaanisha hapa kuwasilisha wazo kwamba maelezo ya kimwili, tena, ni mwakisi tu wa kile kilicho katika maana ya kiroho. Kwa hiyo, kama nusu ya mwakisi mmoja ingechanganywa na nusu ya maelezo mengine, unaweza kuona kwamba matokeo yangekuwa mabadiliko.

D: Basi kwa kufanya hili, waliweza kwa namna fulani kuathiri vinasaba ......

P: (Akiingilia.) Hilo ni sahihi, kwa maana vinasaba vinaathiriwa kikamilifu kupitia kiroho. Inaweza kuelezewa hivi, kwamba maelezo ya mwanadamu ni maelezo ya kiroho kwa asili. Na umbo la kimwili linaloundwa kuzunguka maelezo haya ni mwakisi tu wa kile kilicho cha kibinadamu kiroho. Na kwa hiyo, inafuata kwamba umbo hili la kibinadamu linapatikana katika sehemu nyingi tofauti za ulimwengu, kwa sababu tu ya ukweli kwamba hili ni maelezo yanayofanana. Umbo la kibinadamu linaelezwa kama umbo la mwanadamu, iwe hapa kwenye sayari hii au kwenye sayari nyingine yoyote. Kuna maelezo mengine. Maelezo yale ambayo si ya kibinadamu, lakini ambayo yana ufahamu, yangeeleza katika sayari hii kwa namna isiyo ya kawaida kabisa na huenda ya kutisha. Ni kwamba tu umbo la mwanadamu ni umbo moja la maelezo ya kimwili ambalo ni mwakisi wa kiroho.

D: Hili limeibua njia mbili za maswali. Huenda tukaweza kuyashughulikia yote mawili. Je, hili lingeweza kueleza baadhi ya hadithi za viumbe wa ajabu, nusu-mwanadamu nusu-mnyama?

P: Hilo ni sahihi. Kwa hakika kulikuwa na maelezo haya ya kuvukiana. Kuchafuka kwa maji.

D: Hicho ndicho ulichomaanisha kwa kutokuwiana?

P: Hilo ni sahihi.

D: Basi hawa walikuwa viumbe wa kweli wa kimwili.

P: Hilo ni sahihi. Walikuwa waliotengwa katika jamii yao wenyewe. Kwa maana kulikuwa na wale waliojihesabu kuwa safi na kuwadharau viumbe hawa waliowaita wa maelezo "yasiyo safi". Kisha kukawa na jamii ya matabaka kwa kiasi fulani, kama ilivyo India leo. Kuna wale wanaochukuliwa kuwa wa asili ya juu, na wale wanaochukuliwa kuwa wa asili ya chini.

D: Basi wakati maumbo haya yalipojitokeza, kama nusu-mwanadamu nusu-farasi na mengine ya aina hiyo, je, waliweza kuzaa wa aina yao wenyewe?

P: Sivyo, kwa maana wao hawakuwa na ramani ya kijenetiki. Walikuwa tu maelezo ya kile kilicho cha asili ya kiroho, na si wao wenyewe jamii ya viumbe, kama ulivyo nayo sasa. Kuna jamii za viumbe, wawe wanadamu au wanyama.

D: Basi walikuwa wa aina ya kipekee.

P: Hilo ni sahihi.

D: Inaonekana kuna hadithi nyingi sana kuhusu aina tofauti tofauti.

P: Hilo ni sahihi. Kwa maana kulikuwa na zaidi ya tukio moja la uhamaji huu wa kuvukiana. Kulikuwa na matukio mengi. Hata hivyo, wao wenyewe hawakuwa kile ambacho ungekiita "jamii" ya viumbe. Ili kueleza hili zaidi, tunahitaji labda kukupa maelezo mafupi kuhusu ufahamu huu wa muunganiko wa kiroho. Katika maelezo ya kimwili au ya kibinadamu, kuna nishati ambazo zenyewe ni za asili ya kibinadamu. Tunazungumza hapa kikamilifu katika maana ya kiroho, tukipuuza aina yoyote ya kipengele cha kimwili. Hizi ni nishati za kibinadamu. Katika maelezo ya kimwili, nishati hizi za kibinadamu huonekana katika umbo la kimwili kama unavyovijua, katika umbo la mwanadamu. Uhalisia hapa ni kwamba kimwili ni maelezo tu ya kile kilicho cha kiroho. Umbo la mwanadamu, kwa mtazamo wa kimwili, ni maelezo tu ya nishati ambayo ni ya asili ya kibinadamu. Nguvu ya uhai ambayo kwa namna ya pekee ni ya kibinadamu hutafsiriwa hadi ngazi ya kimwili katika umbo la mwanadamu. Kuna nishati nyingine, kama ile ambayo ungeiita nishati ya "nyasi". Jani moja la nyasi ni udhihirisho wa kimwili wa nishati ambayo ni ya asili ya jani la nyasi. Kwa hiyo unaona kuna aina nyingi za nishati. Na aina hizi tofauti za nishati hutafsiriwa kwa njia tofauti katika ngazi ya kimwili. Ulimwengu umeundwa kwa nishati. Ulimwengu wa kimwili ni maelezo au tafsiri tu ya nishati hizi za juu. Kwa hiyo unaona, uhalisia wa ulimwengu unategemea nishati ya kiroho.

Ulimwengu wa kimwili si chochote zaidi ya maelezo au tafsiri ya kile kilicho cha asili ya kiroho. Kwa hiyo, mtu anapochukua nishati ya kiroho na kuitafsiri hadi katika maelezo ya kimwili, unapata kile kinachotambuliwa kama umbo la kimwili, ambalo ni kuakisi au kutafsiri tu nishati ya kiroho ambayo ni tegemezi lake. Kwa hiyo unapoangalia kuzunguka na kuona maumbo haya ya kimwili, kwa hakika huoni chochote zaidi ya miakisi au tafsiri. Hizi ni miakisi au tafsiri zinazotegemea, au zinazotokana na, nishati ambazo ni sehemu yake au mwakisi wake. Kwa hiyo katika uhamaji wa kuvukiana, mtu hupata mchanganyiko wa nishati hizi. Nishati ambayo kwa namna ya pekee ni ya farasi ikichanganyika au kuchanganywa na ile nishati ambayo katika maelezo ni ya kibinadamu. Na hivyo katika mchanganyiko huu wa nishati, maelezo yanakuwa kwa asili sehemu ya farasi na sehemu ya mwanadamu.

D: Basi kwa njia hiyo — unatumia mfano wa senta — kwa kawaida wangeonekana kufanana. Hii ndiyo sababu tuna hadithi ya nusu-mwanadamu na nusu-farasi?

P: Hilo ni sahihi. Hata hivyo, uwiano wa mchanganyiko haukuwa thabiti. Kulikuwa na makubaliano ya jumla kwamba hili lilikuwa nusu-farasi au labda nusu-mwanadamu. Hata hivyo, hapakuwa na sheria au amri iliyodai kwamba sehemu ya kibinadamu itokee mahali ambapo shingo ya farasi ingekuwa. Maelezo hayakuwa sawa katika matukio yote, lakini yalikuwa yanayofanana.

D: Basi hadithi zilitoa tu ujanibishaji wa jumla.

P: Hilo ni sahihi.

D: Basi hadithi za masirena na harpiai: nusu-ndege na nusu-mwanamke, zote zilitokana na matukio haya halisi.

P: Hilo ni sahihi.

D: Basi wakati huo viumbe hawa waliishi duniani, lakini kama ulivyosema, walidharauwa.

P: Tusingesema walizurura duniani kote. Kwa maana hawakusambaa katika idadi yote ya watu wa sayari. Kwa hakika walikuwa wamewekewa mipaka au kutengwa katika maeneo yale ambako majaribio yalikuwa yakifanyika. Katika maeneo ambako utamaduni ulikuwa umefikia hali hiyo ya juu ya ufahamu, kiasi kwamba majaribio haya yangeweza kudhihirika.

D: Hii ndiyo sababu hadithi hizi zipo, kwa kiasi fulani, katika tamaduni fulani leo.

P: Hilo ni sahihi. Uzoefu huu ulijulikana kwa wengi katika mageuzi ya sayari. Hata hivyo, maudhihirisho halisi ya kimwili yalikuwa kwa kiasi kikubwa yamejikita katika umwilisho wa Atlantis.

D: Vipi kuhusu hadithi za uchawi, ambapo mtu fulani, mchawi wa aina fulani, angeweza kuwageuza watu kuwa wanyama?

P: Labda hili lingewekwa kwa usahihi zaidi katika maeneo ya fantasia na matamanio. Tamaa ya kuwa na udhibiti zaidi juu ya maisha ya mtu. Kwa maana katika kipindi hicho ambapo uchawi ulikuwa umeenea sana katika ufahamu wa mwanadamu, kulikuwa na hamu ya kuwa na udhibiti zaidi juu ya mazingira ya kimwili. Na hivyo hadithi hizi zilitoa uthibitisho wa uwezekano kwamba watu kwa hakika walikuwa na udhibiti zaidi juu ya mazingira yao. Lilikuwa tu dhihirisho la hitaji la kisaikolojia la kueleza ukuu wa mtu juu ya vipengele vya asili. Na hivyo, katika kusimulia na kuamini hadithi hizi, watu waliishi uzoefu huo kwa njia ya uwakala. Kisha waliweza kuwazia kwamba walikuwa na sehemu ya nguvu hizi za kichawi, na hivyo kuwa na udhibiti zaidi juu ya mazingira yao ya kimwili. Sio tofauti sana katika enzi ya leo kuona matumizi ya sayansi katika kudhibiti kile kilicho cha mazingira ya kimwili. Hii tena ni aina ile ile ya hitaji la kuwa na udhibiti juu ya vipengele hivyo.

D: Basi katika matukio haya ya Atlantis, hawa walikuwa watu waliotaka kuonja aina hii nyingine ya uhalisia.

P: Hilo ni sahihi.

D: Kisha ulisema ilikatazwa baada ya hapo?

P: Ilionekana kwamba hili lilikuwa linasababisha kutokuwiana zaidi kuliko kuleta manufaa yoyote. Kwa hiyo ikaamuliwa na nishati hizo na viwango vya nishati vilivyo juu sana kuliko vile vilivyokuwa katika ngazi za majaribio, kwamba kwa ajili ya mema ya jamii, na kwa ajili ya mema ya watu hao, hili lisingeruhusiwa.

D: Basi hili lilikuwa linasababisha kutokuwiana kwa roho, nishati, iliyokuwa ikikaa? Ilikuwa ikipotosha kwa namna fulani utu wao au roho yao wenyewe.

P: Hilo ni sahihi. Na kisha ikatolewa kwamba — tunatafuta hapa tafsiri sahihi — kadiri mabadiliko yaliporudi katika kiwango cha kiroho, hakukuruhusiwa tena maudhihirisho zaidi ya aina hii. Hili halikuwa ruhusa inayofaa katika kipindi hicho, na hivyo katazo hili limesimama hadi leo. Katazo hilo huenda, hata hivyo, wakati fulani likaondolewa. Lakini kwa kuzingatia hali ya mambo katika sayari hii kwa wakati huu, inaonekana kuwa haiwezekani hili kutokea katika siku za karibu.

D: Lakini kumbukumbu ilinusurika baada ya uharibifu wa Atlantis, na ndiyo maana tuna hadithi hizi?

P: Hilo ni sahihi. Ilikuwa katika kumbukumbu zilizoandikwa, ambazo zilipitishwa kwa vizazi vilivyofuata. Na hivyo zikabadilika kwa karne nyingi hadi zikawa hadithi.

D: Je, kutokuwiana huko kulisababisha karma zaidi kwa roho?

P: Labda kwa maana kwamba karma inaweza kufasiriwa kama kutokuwiana, au labda kutokuwiana kunaweza kufasiriwa kama karma. Kulikuwa na haja ya kushughulikia kutokuwiana huku, na hivyo kusawazisha tena nishati za mtu. Kwa maana hii basi ingeweza kuonekana kama karma. Kwa maana tunahisi kwamba katika muktadha wako, karma inawakilisha kutokuwiana au kutopangika kwa nishati, ambako kupitia uzoefu lazima zipangwe tena. Tunahisi dhana ya karma, kama inavyoeleweka, si sahihi katika uwasilishaji huu, kwa maana si sababu ya kisasi. Tunahisi kwamba uelewa uliopo wa karma kwa wakati huu ni wa athari ya adhabu au kuadhibu, na tunahisi huu ni mtazamo usio sahihi kabisa. Ni kwamba tu, katika kuzalisha kile ambacho mtu angeita karma "mbaya", mtu anashughulika na nishati ambazo zimepoteza mpangilio au uwiano. Na hivyo tunahisi ingekuwa sahihi zaidi kusema kwamba mtu anapokuwa akisawazisha karma yake, kwa hakika anapanga upya nishati zake.

D: Je, matumizi mabaya ya aina hii ya uwezo yalikuwa sehemu ya yale yaliyosababisha anguko la Atlantis?

P: Ingekuwa sahihi zaidi kusema kwamba hili lilikuwa mwakisi wa hali zile zilizosababisha anguko. Sio kwamba hili lenyewe lilikuwa sababu ya moja kwa moja ya anguko. Hata hivyo, hali zile zilizokuwepo na zilizosababisha anguko la utamaduni huu, zilikuwa na kama kipengele au dhihirisho, aina hii ya hali, au uzoefu huu.

D: Kulikuwa na swali moja zaidi nililotaka kuuliza, kabla sijalisahau. Nguvu hii ya uhai inaonekana ilikuwa na uwezo wa kubadilisha kimaumbile sura ya mnyama, kwa kudhibiti jeni au kwa njia yoyote ile ilivyofanyika. Je, hilo pia linamaanisha kwamba tuna udhibiti juu ya muundo wa seli za miili yetu wenyewe?

P: Hilo ni sahihi. Unapaswa kuelewa kwamba udhibiti huu haupo kwa kiwango kikubwa katika ngazi ya ufahamu. Maelezo ya kimwili ni uwakilishi sahihi wa nishati uliyo nayo. Na kwa hiyo huwezi kwa hiari yako kubadilisha mwakisi wako. Unaweza kubadilisha nishati yako, ambayo kisha italeta mabadiliko yanayohusiana katika mwakisi wako. Hata hivyo, huwezi kubadilisha mwakisi katika kioo. Unaweza kubadilisha mwonekano wako, yaani, mwili wako, na mwakisi wako kisha utabadilika kwa namna inayolingana. Lakini huwezi kubadilisha mwakisi peke yake bila kubadilisha kile kinachosababisha mwakisi huo. Ni muhimu kuelewa kwamba kimwili ni mwakisi tu. Ili kubadilisha mwakisi, lazima ubadilishe kile kinachosababisha mwakisi.

D: Unamaanisha hatuwezi kubadilisha mwonekano wetu kimwili.

P: Kama ingeruhusiwa tena, kama ilivyokuwa hapo awali, kuchanganya nishati hizi, basi ingewezekana. Kwa mfano, kuchanganya nishati ya jani la nyasi na nishati ya mwanadamu — kama hili lingeruhusiwa — athari ingeweza kuwa mwanadamu mwenye majani ya nyasi badala ya nywele.

D: (Anacheka) Naona sasa hadithi hizi zote zinatoka wapi. Kwamba wanawazia mambo haya yanawezekana.

P: Yanawezekana kabisa. Hata hivyo, kuruhusiwa ni jambo tofauti kabisa.

D: Kama tungekuwa na udhibiti wa kijenetiki, tungeweza kubadilisha mwonekano wetu ili kufanana na aina nyingine ya mwanadamu.

P: Ni muhimu kuelewa hapa kwamba kungekuwa na thamani ndogo sana kubadilisha mwakisi kwa ajili ya kubadilisha mwakisi tu. Thamani ya jaribio kama hilo ingekuwa katika kuunganisha nishati zinazozalisha mwakisi huo. Lazima uone kwamba thamani ya kweli ingekuwa katika kiwango cha juu zaidi, kuliko kufanya tu miakisi ya kuvutia.

* * *

Niliona kwamba katika kipindi kirefu cha kuwepo kwa Atlantis, watu waliendeleza akili zao kwa kiwango cha juu zaidi. Hili likiambatana na udadisi wa kisayansi wa kugundua kile kilichowezekana, lilichukua kuchanganya spishi hata mbali zaidi. Watu hawa waliokuwa wameendelea kisayansi walionekana kuwa wanajaribu kufumbua siri za uumbaji wenyewe, jambo linalosikika kwa kutisha kufanana na enzi yetu ya sasa. Huenda majaribio haya yaliyopotoka yalisababishwa na kuchoka walipofikia kilele cha kugundua kile ambacho akili ingeweza kufanya. Kisha badala ya kuitumia kwa madhumuni ya ubunifu na yenye manufaa, walitumia vibaya nguvu hizi kwa njia zisizo na manufaa.

Nilipomweka John katika usingizi wa kina, aliweza daima kufikia Maktaba tukufu katika ngazi ya roho, iliyoko katika jengo la Hekalu la Hekima. Taarifa nyingi alizotoa katika vitabu vyangu vingi zilitoka katika hazina hizi. Kama kawaida, tulipoingia katika jengo hilo tulikaribishwa na mlinzi wa Maktaba ambaye alitaka kujua nia zetu, na kutuarifu kuhusu vikwazo.

D: Je, anaweza kupata taarifa yoyote kutoka katika vitabu au chochote kile, kuhusu bara la Atlantis?

J: Ndiyo. Anasema tuna utafiti mwingi kuhusu Atlantis. Anasema unaweza kwenda katika chumba cha kuangalia.

D: Hicho ni nini?

J: Ananipeleka katika chumba kingine, na ni kama chumba cha kutazama. Ni kana kwamba unaita tu umakini wako kwa Atlantis, na picha za kila aina zinaingia. Ziko kwenye kuta.

D: Kama skrini kwenye ukuta mmoja?

J: Sio kama skrini hasa. Inakuzunguka, nami nipo katikati nikiitazama. Ah, ni mji mzuri sana, mzuri sana. Ni wa dhahabu. Unaonekana kung'aa, kana kwamba mwanga unatoka ndani ya kuta za mji. Na ni giza, na nyota ziko angani. Kuna mwezi mzuri kamili. Na inaonekana kama wanajua jinsi ya kutumia nishati ya mwezi. Ni mzuri sana. Nimezungukwa na mandhari haya. Na ninaanza kuwaona watu. Ninakaribia zaidi. Watu ni wazuri sana.

Alisema baada ya kuamka kwamba mji huo ulionekana kupangwa kama piramidi ukiutazama kwa mbali. Mnara mmoja wa kati au kilele cha juu zaidi, na majengo mengine yakiongezeka kwa urefu taratibu yalipokuwa yakizunguka au kuelekea kwenye hatua hiyo. Kulikuwa na njia za mteremko zilizounganisha viwango hivi mbalimbali.

D: Watu wanaonekanaje?

J: Ah, wanafanana na sisi, lakini wanaonekana kama nyota wa filamu. Wote wana meno kamilifu, na nywele nzuri. Wamefanya majaribio ya mitindo tofauti ya nywele, rangi za nywele na miundo.

Baadaye alisema nywele zilikuwa na sehemu za rangi tofauti, rangi ang'avu kama ndege: nyekundu, njano, kijani na bluu. Na nywele zilifumwa na kuzungushwa kuunda miundo mbalimbali. Nilitaja kwamba ingefanana na mitindo ya punk ya leo, lakini alipinga akisema haikuwa ya kupindukia kiasi hicho. Hii ilikuwa tofauti, yenye mvuto mkubwa, lakini nzuri kwa njia yake yenyewe.

J: Wanaonekana wamevaa ... mavazi marefu, kama hilo ndilo neno sahihi. Hapana, si mavazi marefu, wanavaa kama mavazi ya kifupi na joho. Na yanang'aa. Yaani, nguo zao zinaweza kubadilisha rangi. Ni kana kwamba miigo mizuri ya rangi imesukwa ndani ya kitambaa, kwa hiyo katika mwanga tofauti hutoa rangi tofauti. Unaangalia vazi na linaweza kuonekana waridi, lakini ukiangalia kwa namna nyingine linaonekana bluu hafifu. Na ukiangalia tena unaona kama zambarau. Linabadilika na kung'aa. Nguo ni nzuri sana. Na naona wana aina tofauti za mapambo, na kuna fuwele katika mapambo hayo.

D: Vipi kuhusu mji? Kwa nini unadhani kuta zinatoa mwanga?

J: Sijui. Kuna majengo makubwa sana pale. Baadhi yanafanana na toleo letu la mahekalu ya Kigiriki. Kuna mengine yanaonekana ya kisasa sana kama karne ya ishirini. Baadhi ya majengo yana ghorofa ishirini na thelathini.

D: Wanapandaje kwenda ghorofa tofauti?

J: Kuna njia za mteremko zinazosogea. Unaingia juu ya njia ya mteremko na unafika moja kwa moja pale unapotaka kwenda. Ni njia za mteremko, lakini ni vigumu kuelezea. Unaona, majengo haya hayajajengwa kama majengo yetu yanayohitaji lifti. Yamejengwa kwa hatua. (Alipata ugumu kuelezea.) Viwango vya chini vimepangiliwa kwa hatua, hilo ndilo neno. Majengo haya si jengo moja tu. Ni majengo tofauti ambayo yana njia za mteremko kati yao. Na njia hizi za mteremko ni za umeme. Ni kama ngazi zinazosogea, lakini ni tambarare. Zinakusafirisha kwa kasi sana hadi sehemu tofauti unazohitaji kwenda.

D: Je, kuna aina yoyote ya usafiri ndani ya mji?

J: Ndiyo. Kuna usafiri mwingi. Kuna ndege zenye umbo la sigara. Na kuna magari yenye umbo la sigara. Lakini kimsingi wanatumia sana njia hizi za mteremko kusafiri ndani ya mji.

D: Je, magari yanafanana na yetu, yenye magurudumu?

J: Hapana, hayana magurudumu. Yanafanana zaidi na vyombo vinavyoelea hewani.

D: Yanatumia nguvu gani?

J: Yanatumia nishati ya jua na fuwele. Nishati ya jua hupitishwa kupitia kioo cha fuwele.

D: Vipi kuhusu ndege? Je, zina mabawa?

J: Hapana, hazina mabawa. Hazifanani kabisa na ndege zetu. Kwa kweli, zinafanana na sigara kubwa. (Anacheka.) Na zina madirisha kuzunguka katikati yake. Na inaonekana hupata nguvu kutoka kwa fuwele kubwa sana iliyo kwenye ncha yake. Huvuta nishati kutoka kwa kitu kinachofanana na mnara. Ni kama kituo cha kutia nanga kinachosaidia chombo kupanda na kushuka. Kwa hiyo pia hupata nishati kwa kuwa sehemu ya kituo hicho.

D: Isingeweza kwenda mbali sana, sivyo, kama inapata nguvu kutoka hapo?

J: Ah, inaweza kwenda maelfu ya maili. Huhifadhi nishati ya jua katika betri hii na hiki ndicho chombo hutumia.

D: Je, wana vifaa vyovyote vya mawasiliano?

J: Watu hawahitaji simu huko. Wanaweza kuwasiliana kwa njia ya mawazo.

D: Vipi kuhusu umbali mrefu, nje ya mji? Je, bado wanaweza kufanya hivyo kwa njia ile ile?

J: Ndiyo. Sioni redio au televisheni au kitu kama hicho. Hakuna haja. Wana burudani, ndiyo. Wanapenda muziki. Na kuna viwanja. (Alisimama kisha ghafla akashangaa.) Ee, Mungu wangu! Hilo ni la kutisha! Watu hawa ni wakatili sana.

Hili lilikuwa dalili ya kwanza kwamba kulikuwa na kitu tofauti. Hadi hapo, maelezo yake yalifanana sana na ya wengine. Inaonekana kwamba haikuwa paradiso tupu. Kama nilivyosema awali, Atlantis ilikuwepo kwa maelfu ya miaka, na huenda John alikuwa anaona jinsi ilivyokuwa wakati ilipoanza kudhoofika. Watu na mji walikuwa wazuri na wa ajabu, lakini mwonekano huu wa nje ulificha siri ya giza na mbaya.

J: Kuna mambo ya kikatili sana yanayoendelea. Inaonekana kama watu waliounganishwa na miili ya wanyama. Wamewaweka katika uwanja huu, na wanawalazimisha kupigana wao kwa wao. Ni kama mashindano ya wapiganaji wa Kirumi.

D: Viumbe hao wanaonekanaje?

J: Naona kiumbe mmoja. Ni mwanadamu, lakini anaonekana kama mwanadamu katikati ya mgongo wa farasi. Ana miguu minne na kiwiliwili cha mwanadamu. Naye yuko katikati ya mgongo wake. Inaonekana kana kwamba alipandikizwa hapo. Na mahali ambapo kichwa cha farasi kingekuwa, kuna nafasi tupu tu.

D: Nadhani ninaelewa unachomaanisha. (Ilisikika kana kwamba alikuwa anaelezea senta.) Viumbe wengine wanaonekanaje?

J: Ah, kuna ... inaonekana kama jagua ... uso wa jagua lakini miguu ya nyuma ya mwanadamu. Sehemu ya nyuma ni kama mwili wa mwanadamu. Ee, ni ya kutisha sana! Ni kana kwamba hawa ni makosa ya kijenetiki. Wanawatendea kikatili sana.

D: Je, ni viumbe hao wawili tu?

J: La, hapana, kuna makumi yao. Ningeweza kusema kuna angalau mia moja hadi mia mbili. Wote wako katika uwanja huu. Wote wanapigana wao kwa wao, na ni mapambano ya kifo. Na watu wamekaa kuzunguka, na hawapigi makofi wala kupiga kelele au chochote kama hicho. Inawafurahisha tu.

D: Je, unaweza kuona kiumbe mwingine wa mchanganyiko?

J: Ndiyo. Kuna kiumbe mwingine anayefanana na fahali. Ana pembe na uso wa fahali, na mwili wa fahali, lakini mahali ambapo miguu yake ingekuwa kuna miguu ya mwanadamu. Vitu hivi vinaonekana vya kutisha sana. Kuna wengine. Kuna kitu kinachofanana na nyoka chenye uso wa mwanadamu. Na kisha kuna ... oh! Mnyama anayefanana na twiga mwenye uso wa mwanadamu.

Alionekana kusumbuliwa na kutazama viumbe hawa wa ajabu.

D: Sitaki kukusababishia usumbufu wowote kwa udadisi wangu.

J: Hapana, si kwamba inanitia usumbufu, ni kwamba haya yalikuwa makosa ya kijenetiki. Hawawezi kuzaa, kwa hiyo kwa nini wasiwaruhusu tu wafe. Ni kama mchezo ambao watu hawa wanafurahia. Watu hawa ni wakatili sana.

D: Ningedhani kama walikuwa wanawasiliana kwa mawazo, wangekuwa na uelewa zaidi na upole. Sivyo ilivyo?

J: Hapana. Kwa kweli napata hisia kwamba wanajivuna sana, na wanawadharau viumbe wengine. Wanaona spishi nyingine zote za Dunia kama wanyama wabaya tu.

D: Unadhani walikusanya viumbe hawa, na kuwaweka hapa ili wapigane?

J: Wanafanya hivi mara kwa mara, kwa sababu ni kana kwamba wanaweza daima kufanya majaribio kwa kundi jipya.

D: Je, viumbe hawa wana silaha zozote, au wanashambuliana tu? Nafikiria wapiganaji wa zamani.

J: Hapana, wanatumia silika zao za asili. Na watu wanafurahia kutazama hili, lakini hawapigi makofi wala kuonyesha hisia. Hawapigi kelele wala kupiga mayowe au kuonyesha hisia yoyote. Wanapenda kutazama. Inawaburudisha.

D: Inaonekana vigumu kuelewa mtu kuwa na burudani bila kuonyesha hisia yoyote.

J: Ndiyo, hawaonyeshi hisia yoyote. Ni tofauti sana. Watu hawa si watu wazuri kabisa. Yaani, ni baridi. Wanajiona bora. Wana chuki kubwa kwa maumbo mengine ya uhai. Sasa wanaingia uwanjani. Na wana kitu kinachofanana na bunduki, lakini zimetengenezwa kwa fuwele. Na wanazielekeza kwenye vituo vya moyo vya wanyama wote waliobaki.

D: Wale ambao hawakuua wenzao?

J: Ndiyo‘ na wanawaua. Kuna mwanga unaotoka kama boriti na unalenga moja kwa moja katikati ya mioyo yao. Unaonekana kama leza‘ isipokuwa ni boriti ya mwanga‘ si leza. (Sauti za kuchukizwa.) Na sasa ninachukuliwa hadi mahali pengine ambapo wanatengeneza wanyama hawa. Watu hawa wamekusanyika mbele ya mchoro. Kuna mnyama ndani ya chumba kilichotenganishwa nao‘ na wanaunda kwa mawazo uso wa mwanadamu juu ya mnyama huyu. Wanatazama mchoro wa mnyama mwenye uso wa binadamu‘ na wanauweka huo uso juu ya mnyama huyo kwa akili zao. Wanazingatia jambo hili kwa nguvu. Na hili ni kwa ajili ya kuwafundisha jinsi ya kudhihirisha vitu kwa mawazo. Kuna mnyama hai humo ndani. Anaonekana kama mbwa. Ni maumivu makali sana kwa mnyama kupitia hili. Hii ndiyo sababu ninawaona kuwa wakatili. Kuna watu wanne wanaofanya hili‘ mwanamke mmoja na wanaume watatu. Inahitaji mkusanyiko wa mawazo yao kwa pamoja. Wanazingatia kuweka uso wa binadamu juu ya mnyama huyo aliye ndani ya chumba.

D: Na wanaweza kufanya hivi kwa nguvu ya akili tu?

J: Ndiyo. Wanaweza kuzingatia kwa nguvu sana kiasi kwamba jambo hilo hutokea. Lakini mkusanyiko wao uko kwenye kubadilisha muundo wa uso wa mnyama. Wanazingatia kufanya kazi kwenye muundo wa seli za uso wa mnyama‘ jambo ambalo ni chungu sana kwa mnyama.

D: Je‘ wanafanya hili kama zoezi la kudhibiti akili?

J: Naam‘ pengine hilo. Lakini pia wanajaribu kupata aina fulani ya mnyama wa kufugwa‘ kama vile tulivyo na mbwa na paka. Mnyama wa kufugwa mwenye sifa zinazofanana na za binadamu.

D: Je‘ kuna mashine au kitu chochote ndani ya chumba kinachowasaidia?

J: Ndiyo‘ kuna ... kinaonekana kama kioo cha fuwele. Na kuna jiwe‘ lakini jiwe hilo linaweza kunyumbulika. Yaani‘ ni kama mpira. Unaweza kulipinda na kulibadilisha. Jiwe hilo linatumika ndani ya chumba.

D: Je‘ jiwe hilo ni sehemu ya mashine?

J: Hapana. Linatumika tu kama sehemu ya kuta za chumba. Badala ya kuta zilizopakwa rangi‘ kuna jiwe laini linalonyumbulika.

D: Basi fuwele ni sehemu ya wanachotumia.

J: Ndiyo، wana fuwele kila mahali. Fuwele kubwa sana، zenye rangi tofauti. Na ninaona ubao wa udhibiti wenye fuwele. Kisha mwanga unatoka kwenye makundi ya fuwele yaliyo dari.

D: Je، kuna mtu anayeendesha mashine hiyo?

J: Wanafanya kwa akili zao، lakini wanalinganisha mawazo yao na fuwele.

D: Sijui kama una ufikiaji wa maarifa haya au la، lakini wanapombadilisha mnyama huyu awe nusu-binadamu nusu-mnyama، je، hili linaathiri mnyama kwa namna yoyote؟ Namna anavyofikiri na kutenda؟

J: Naam، mnyama anachukia hilo kwa sababu anaumia. Ni maumivu.

D: Ninamaanisha، je، hili linamfanya mnyama apate tabia zaidi za kibinadamu?

J: Ndiyo، anachukua sifa zaidi zinazofanana na za binadamu، ingawa si sifa nzuri za kibinadamu.

D: Nilikuwa najiuliza jinsi hili linavyoathiri nguvu ya uhai، roho، kwa kusema hivyo، iliyo ndani ya mnyama.

J: Sababu wanahisi wanaweza kufanya majaribio kwa wanyama hawa ni kwa sababu wanawaona kama viumbe wa chini، na wao ni nguvu ya uhai ya juu zaidi. Mtazamo wao kwa ulimwengu wa wanyama ni: "Sisi ni bora، kwa hiyo tunaweza kufanya chochote tunachotaka."

D: Lakini je، hili halimfanyi mnyama asiwe wa chini tena wanapofanya hivi?

J: Hawajaribu kumuinua mnyama kimaendeleo، hapana. Hawaoni mnyama kuwa na roho. Wao ndio wana roho na wanaweza kufanya chochote wanachotaka kwa sababu wao ni miungu. Na wao ni miungu. Wanaweza kufanya mambo mengi sana. Wanaweza kuumba na kubadilisha uso wa mbwa ili uonekane kama wa binadamu.

D: Lakini ni bila kusudi‘ sivyo? Kama wanawatoa tu kwenye uwanja na kuwaacha wauane.

J: Hapana‘ wanatumia baadhi ya viumbe hawa katika utumishi. Wanaamini ni aina ya chini ya uhai‘ kwa hiyo ni sawa.

D: Walitaka tu waonekane zaidi kama binadamu. Inaonekana kama wanacheza michezo.

J: (Alikunja uso.) Sidhani kama wanacheza michezo. Si watu wazuri. Siwapendi.

D: Naam‘ sikutaka kukusababishia usumbufu kwa kukuonyesha jambo kama hilo.

J: Oh‘ ilikuwa chungu kuona wanyama hawa maskini wakiuana. Lakini wako katika mateso wakati wote‘ kwa sababu muundo wao wa molekuli umevurugika.

D: Inaonekana kama ingekuwa kinyume na nguvu ya uhai ya ulimwengu‘ mazingira yao‘ kufanya jambo kama hilo.

J: Ndiyo maana Atlantis iliharibiwa.

Wa-Atlantis walielezewa kama watu wakamilifu. Huenda tayari walikuwa wamebobea au kukamilisha sanaa ya kubadilisha vinasaba vya mwili wa binadamu. Hakukuwa na changamoto tena. Kwa hiyo wakaingia katika kubadilisha na kuchanganya jeni zao na wanyama. Ilikuwa changamoto mpya iliyojaa msisimko wa yasiyojulikana.

D: Je‘ unaweza kuona mambo mengine wanayoweza kufanya kwa akili zao؟ Labda si ya uharibifu kama hilo‘ bali nguvu nyingine walizokuwa nazo؟

J: Ndiyo. (Kupumua kwa mshangao.) Wanaweza kumfikisha mtu kileleni kwa urahisi sana kwa kufikiri tu. (Aliona hili la kuchekesha.) Hilo ni jambo wanapenda kufanya‘ kusalimiana na kuzungumza na kupenda watu wengine. (Kicheko.) Huo ni mchezo wanaocheza. Wanaweza kuathiri viumbe wengine duniani. Wanafikiri wao ni bora sana na wanaamini kila kitu kinafanya kazi kwa ajili yao. Kwa sababu hiyo‘ wanawadharau viumbe wa chini. Ndiyo maana wanafanya majaribio kwa wanyama hivyo.

D: Je‘ wana njia yoyote ya kujenga ya kutumia akili zao?

J: Oh‘ ndiyo. Wanaweza kuumba miji kwa nguvu ya akili. Wanaweza kuinua vitu vizito na kuvisafirisha papo hapo.

D: Kuinua vitu angani? Hilo lingekuwa sifa chanya.

J: Wamejikita sana kwa nafsi zao. Hilo ndilo ninajaribu kusema. Kila kitu kinapaswa kuwajibu wao.

D: Pia ninavutiwa na jiwe hilo linalonyumbulika.

J: Ni aina fulani ya jiwe wanayotumia kujenga miji yao‘ na njia hizi za umeme.

D: Je‘ hutokea hivyo kiasili?

J: Sijui kabisa. Ninauliza hilo sasa. Ninaonyeshwa kuwa ni jiwe lililotibiwa kwa majaribio ya akili‘ ili liweze kunyumbulika. Ni watu wenye akili sana. Lakini wanawadharau sana viumbe wengine. (Kimya kidogo.) Oooh‘ hilo ni baya sana! (Alikatiza kwa msisitizo.) Sitaki kukaa hapa! (Usemi wa kuchukizwa.)

D: Sawa. Sitaki ukae. Unaweza kuondoka katika jiji hilo. Je‘ watu wengine wote katika bara hilo wanaishi katika miji kama hiyo‘ au ni kundi dogo tu la watu?

Nilikuwa nikijaribu kumtoa kwenye kitu ambacho kilikuwa dhahiri hakipendezi kutazama.

J: Hapana‘ baadhi ya watu wanaishi mashambani. Wanaishi katika nyumba nzuri sana‘ na wana bustani nzuri. (Kwa mshangao.) Hakuna wadudu kama tulivyo nao. Nimegundua hilo‘ hakuna wadudu. Wanaweza kukaa nje‘ na hakuna wadudu wanaokera.

D: Je‘ unajua kwa nini?

J: (Kwa mshangao.) Waliunda wadudu wengi hatari katika majaribio yao. Siwapendi kabisa. Pia ni wala-binadamu. Niliona sherehe ambapo walikula mtu mwingine.

D: Je‘ unadhani alikuwa mmoja wa wanyama hawa?

J: Hapana، hakuwa mmoja wa wanyama hawa. Walimkamata mtu huyu na wakamla. Hii ilikuwa nje ya jiji. Kulikuwa na kundi lao. Walipanda chombo cha angani. Wakakamata mmoja wa watu hawa na wakampika na wakamla.

D: Ee Mungu wangu! (Nilitaka kubadilisha mada.) Naam، vipi kuhusu wadudu hawa hatari؟ Ulisema walifanya hivyo kama majaribio؟

J: Ndiyo. Ndiyo maana Atlantis ilipaswa kuanguka، kwa sababu walitumia vibaya nguvu ya uhai. Walifanya hivyo tu kwa ajili ya ubunifu. Ninahisi hawakuwa watu wazuri. Sipendi kuwa hapa. Ningependa kuondoka.

D: Sawa. Kama inakusumbua، huna haja ya kukaa.

J: Ningependa kuondoka. Unaona، wana mtazamo wa kiburi sana kuhusu maisha. Kwamba wao ni wa juu kabisa، na kila kitu kingine kipo kwa faida yao. Hawaheshimu nguvu ya uhai. Ndiyo maana waliharibiwa.

D: Nashukuru kwa kuangalia na kunipa taarifa. Sikukusudia kukusumbua kwa namna yoyote.

J: Kilichonisumbua ni ulaji wa binadamu. Kilikuwa cha kipuuzi sana. Na ndiyo maana bado tuna ulaji wa binadamu duniani، nadhani. Lakini walifanya mambo ya kipuuzi sana kwa msukumo wa wakati huo.

D: Kama hukujisikia vizuri pale, unaweza kuondoka katika chumba cha kutazama?

J: Sasa ni tupu. Nilikuwa nikifikiri Wa-Atlantis walikuwa watu wazuri، wenye nishati ya juu na mambo kama hayo. Lakini hawakuwa. Walikuwa wameendelea sana، ndiyo، lakini walikuwa wenye kiburi sana na hawakuheshimu viumbe wa chini. Walifanya mambo ambayo hatungeelewa. Hayakuwa na maana. Walibadilisha wanyama hawa na kusababisha maumivu makali kwa mnyama maskini huyo kwa sababu tu walitaka kufanya hivyo.

D: Labda walikuwa wamechoka.

J: Ndivyo ilivyoonekana walipomkamata mtu huyu. Kundi hili la watu lilipanda chombo cha angani‘ na wakamkamata mtu wa aina ya kiasili‘ kama vile tungesafiri kwenda New Guinea leo.

D: Basi walikuwa na watu wa asili wakati huo.

J: Ndiyo. Walikwenda mahali ambapo kulikuwa na watu wa asili‘ wakamkamata na wakampika na wakamla. Niliona hilo kuwa la kipuuzi sana.

D: Labda kila kitu kilikuwa kimeendelea sana kiasi kwamba walichoka. Na haya yalikuwa michezo ya kuwafanya waendelee kuvutiwa na kuburudishwa.

J: Pengine. Ninapata hisia hiyo.

D: Akili zao zilikuwa zimeendelea hadi kiwango ambacho hakuna kitu kilikuwa changamoto tena‘ kwa hiyo walitaka kujaribu mambo tofauti.

J: Mlinzi wa maktaba ananiambia‘ watu wengi duniani wanawafikiria Wa-Atlantis kama watu wenye nishati ya juu. Lakini kwa nini bara lao liliharibiwa? Ilikuwa kwa sababu walitumia vibaya nguvu ya uhai‘ na ilibidi waangamizwe.

D: Hilo linaeleweka zaidi kuliko mambo mengine tuliyosikia.

* * *

Taarifa zaidi zilipatikana katika ziara nyingine ya chumba cha kutazama ndani ya Maktaba.

J: Ninaingia maktaba sasa. Niko mahali alipo mlinzi wa maktaba. Anasema, “Mimi niko hapa kutoa huduma na kukusaidia.” Na ninaulizwa, “Ombi lako ni nini?”

D: Kabla tuliomba taarifa kuhusu Atlantis na tulionyeshwa katika chumba cha kutazama. Na lilikuwa jambo linalosumbua. Sasa tungependa kuangalia taarifa zinazohusu nguvu zao chanya‘ kama inawezekana.

J: Ndiyo. Anasema tafadhali ingieni chumba cha kutazama. Alikuwa amechanganyikiwa kwa sababu alidhani taarifa tuliyotaka ilikuwa kuangalia kuzama kwa Atlantis‘ na kwa nini ilizama.

D: Tutafikia hilo wakati mwingine.

J: Anasema hii ndiyo sababu taarifa zilikuwa zinasumbua chombo‘ kwa sababu ilikuwa mojawapo ya sababu za anguko. Anasema kuna hisia ya haki. Na mtu anapotumia nguvu hasi kwa kiwango kikubwa‘ huvutia hasi. Na hivyo ndivyo ustaarabu wa Atlantis ulivyoanguka hatimaye.

D: Ingawa ilikuwa ya kusumbua‘ tunamshukuru kwa kutoa taarifa. Wakati huu tungependa kuona chochote kuhusu uwezo wao wa uponyaji wa wakati huo‘ kuona walifikia viwango gani kwa nguvu hizo.

J: Ananionyesha chumba hiki kizuri cha fuwele. Kuna maelfu ya fuwele kila mahali ndani ya chumba hiki. Ni karibu kama vioo vilivyofunikwa na ukungu‘ lakini vyote vimetengenezwa kwa fuwele walizozalisha. Wanachukua gel waliyoigundua‘ na kuichanganya na mchanga‘ na hii hutengeneza fuwele kamilifu sana. Lakini kuna kifaa maalum wanachotumia. Kinaonekana karibu kama kiumbe hai. Ananionyesha eneo hili la ajabu lenye taa za rangi tofauti. Kuna kijani‘ bluu‘ nyekundu‘ zambarau‘ njano‘ chungwa na nyeupe. Na kila moja‘ anasema‘ linawakilisha sehemu tofauti ya mwili kwa ajili ya uponyaji. Nyeupe huponya mwili wa ethereal na astral. Kijani huponya mwili wa kimwili. Bluu huponya mwili wa kihisia. Nyekundu huponya mwili wa kisababishi. Hizi zote ni miili tofauti ya mtu. Kwa kukaa ndani ya miale hii ya rangi‘ kwa mpangilio na uwiano wake‘ mtu angeponywa kutokana na tatizo lolote lililo ndani yake. Pia kuna vichocheo vya fuwele vilivyopangwa kwa mifumo tofauti kuzunguka ubao ambao mtu hulala juu yake. Unaonekana kama ubao wa mawe‘ lakini wakati huohuo ni wa kustarehesha sana. Una kitambaa juu yake kinachoonekana chembamba sana‘ lakini chenye nguvu kubwa. Kinaonekana kama blanketi za enzi za anga‘ kina rangi ya fedha ya metali. Lakini ni tofauti kwa sababu kinahisi kama povu unapolalia. Kitanda hiki husafiri chini ya rangi hizi tofauti. Na rangi lazima zitumike kwa mpangilio sahihi. Zikitumika kwa mpangilio mbaya‘ zinaweza kusababisha ugonjwa‘ kwa hiyo kuna mpangilio maalum. Lakini hajaniambia mpangilio huo bado. Anasema hilo si muhimu kwa sasa. Anasema hiki kilikuwa chumba cha juu zaidi cha uponyaji katika Atlantis‘ na kilitumiwa kutibu watu wa tabaka la juu au serikali tawala ya wasomi.

D: Hakikuwa kwa watu wa kawaida?

J: Hapana. Anasema walikuwa na maeneo mengine yaliyofanana sana. Lakini hiki kilikuwa kama hospitali ya wasomi katika nchi na wakati wako.

D: Basi magonjwa ya mtu mmoja hayakutibiwa kivyake?

J: Uponyaji wa miili yote ulipaswa kufanywa. Sio mwili wa kimwili tu bali pia wa kihisia‘ wa kiakili‘ miili yote ilipaswa kuponywa.

D: Kama ulikuwa na jeraha au ugonjwa‘ halikutibiwa kama jambo la pekee.

J: Hapana. Hili lilikuwa zaidi kwa maendeleo ya kiroho na uponyaji wa makosa ya zamani na mambo ya aina hiyo. Lilikuwa kama mbinu ya kisaikolojia. Ananionyesha maeneo ambapo watu waliotibiwa mifupa iliyovunjika na mambo kama hayo. Kwa namna fulani yanaonekana kama vyumba vyetu vya upasuaji‘ isipokuwa wanatumia vyombo vya aina ya fuwele vilivyosafishwa na kukalishwa hadi ukamilifu wa makali ya wembe.

D: Ulisema mashine uliyoyaona kwenye chumba kingine‘ iliyoponya miili tofauti‘ ilikuwa karibu kama kiumbe hai. Ulilimaanisha nini?

J: Inaonekana kuwa hai! Inaonekana kama iko hai. Ni kituo cha kompyuta kinachoonekana kama kiumbe wa familia ya mimea. Kwa sababu kinaonekana kinaweza kukua na kupanuka‘ kama mmea unavyokua na kupanuka. Kina rangi ya kijani hafifu. Lakini pia kina skrini ya kioevu ya fuwele inayoonekana kama kitu kutoka kwenye jarida la sayansi ya kubuni. Lakini kinaonekana kama kinaweza kukua na kujizalisha chenyewe.

D: Ni nani angeamua kama mtu alikuwa na tatizo lililohitaji kutibiwa katika chumba hiki?

J: Watu wa wakati huo walikuwa na ufahamu mkubwa sana. Hiki kilikuwa kituo ambacho mtu angekuja baada ya mpito wa jamaa wa karibu‘ kuwaaga‘ kuwatumia upendo. Huu ni mchakato wa uponyaji kwa mambo mengi. Huzuni. Walikuwa watu waliotangulia sana waliotambua kwa kina mienendo na motisha zao. Watu wa wakati huo hawakuwa wakihukumu wenzao.

* * *

Wakati nilipokuwa nikiandaa kitabu hiki mwaka 2001 nilipata kipande kidogo cha taarifa katika kikao huko Memphis. Mwanamke mmoja alielezea mashine ya masafa iliyotumiwa Atlantis iliyotumia mwanga kudhibiti masafa ili kuleta mwili katika uwiano kwa ajili ya uponyaji. Iliendeshwa na akili ya mtu na ilikuwa nishati safi. Ilikuwa halisi‘ na ilikuwa na ufanisi. Lakini baada ya muda ilisimama kutumiwa‘ kwa sababu wanasayansi walitengeneza mashine nyingine waliyoona kuwa na ufanisi zaidi. Walipendelea kutumia mashine za fuwele ambazo zilikuwa na nguvu‘ lakini zilipotosha nishati. Fuwele zilikuwa ndani ya masanduku yenye aina fulani ya kimiminika.

Mwanga ulipopitia masanduku hayo ulizalisha nguvu kutoka kwa akili za watu wengi waliokuwa chumbani. Hatimaye ilianza kutumiwa kwa madhumuni mabaya (hasa ya kingono) na ikazalisha athari zilizopotoka.

Kadiri Wa-Atlantis walivyojifunza zaidi kuhusu matumizi ya nishati na maarifa yao kupanuka‹ walivutiwa sana na uchezaji wa nishati. Waligundua njia mpya za kuifanyia majaribio na kuielekeza. Walipoteza mwelekeo wa kuitumia kwa madhumuni chanya katika maisha yao kama vile uponyaji na usawazishaji. Wakati nishati (iliyoongezwa nguvu na watu wengi waliokuwa wakizingatia pamoja) ilipotumiwa kwa hasi‹ ilipotoshwa na kugeuka kuwa ya uharibifu. Ilikuwa na nguvu sana kiasi kwamba ilijigeukia yenyewe. Hii ilikuwa mojawapo ya sababu za uharibifu wa Atlantis.

Tuliendelea kupata taarifa zaidi tuliporudi Maktabani.

J: Mlinzi anauliza‹ ni mada ipi ungependa kujadili?

D: Bado tuna nia kuhusu Atlantis. Ningependa kuuliza maswali machache kuhusu kipindi ambacho Atlantis ilikuwa yenye furaha‹ kabla ya kuanguka kwake. Wakati ilikuwa kileleni. Tungetaka kujua kuhusu maisha ya kifamilia ya watu wakati wa nyakati nzuri za Atlantis. Je‹ unaweza kuona hilo?

J: Ndiyo‹ ananionyesha picha za Atlantis.

D: Je, walikuwa na familia binafsi na muundo wa kifamilia?

J: Ndiyo‹ walikuwa na familia binafsi. Familia zilikuwa zimeunganishwa sana. Watu waliishi kwa muda mrefu sana‹ kwa hiyo kulikuwa na idadi kubwa ya watu. Familia ingeweza kujaza mji mzima. Au si mji mzima kabisa‹ lakini ilikuwa karibu hivyo kwa wakati wetu. Lakini walikuwa wameunganishwa‹ na kila mshiriki wa familia alikuwa muhimu sana. Wote walikuwa na ujuzi na mbinu tofauti za kusaidiana. Kimsingi hawakuishi kijumuiya kama tunavyofanya sisi. Kila mtu alikuwa na nafasi yake binafsi‹ lakini walikutana kwa nyakati tofauti kwa chakula‹

mazungumzo‘ na mambo kama hayo. Hata waume na wake walikuwa na vyumba tofauti au maeneo tofauti. Nyumba zao zilikuwa pana‘ zenye vyumba vingi kwa kila mshiriki wa familia‘ na vyote vilikuwa vimeunganishwa‘ kama viwanja vya ndani. Ninaona viwanja vyenye watu tofauti. Wote ni ndugu lakini bado ni watu binafsi sana. Na ninaona wazee wakifanya kazi na watoto‘ na wazee hawa wana mamia ya miaka. Sio miaka mia moja tu‘ bali mamia ya miaka. Na wanaonekana kupenda sana kufanya kazi na watoto wadogo. Na ninaona watu wakifanya shughuli zao mbalimbali. Kuna wanaotafakari. Kuna wanaofanya majaribio ya kisayansi na mambo ya aina hiyo. Na wote walikuwa na hisia ya nafasi yao binafsi‘ kama chumba chao cha kufanya mambo yao wenyewe. Hisia ya utu binafsi ilikuwa muhimu sana kwao.

D: Na ulisema walikutana pamoja kula?

J: Ndiyo‘ walikutana kwa nyakati tofauti kwa burudani na kula na kucheza na kuimba. Walijihusisha katika shughuli za kikundi pamoja na familia. Kulikuwa na sikukuu na mambo kama hayo‘ lakini kwa ujumla kila mtu aliishi kwa kujitegemea.

D: Vipi kuhusu sanaa na muziki na mambo kama hayo?

J: Oh‘ ndiyo‘ walikuwa na sanaa nzuri sana. Walichanganya fuwele zilizopondwa na rangi zao‘ kwa hiyo kila kitu kilikuwa na ubora wa kung’aa. Na mitindo ya michoro ilikuwa na vitu kama miinuko ya duara. Vitu vidogo vya duara vilivyofanya vionekane vinaruka macho. Na walikuwa na michakato hii yote ambapo walitumia fuwele kwa muziki. Inaonekana kama aina fulani ya mashine inayozungusha fuwele kuwa uzi wa mviringo. Inaenda hivi. (Ishara za mkono za duara.) Na zilikuwa ala za nyuzi walizocheza. Wanachukua fuwele na wanazungusha ... si kama fuwele tulizo nazo sasa. Awali zilikuwa hivyo‘ lakini zilikuwa zimebadilishwa katika maabara walizokuwa nazo kote bara. Na walizizungusha hadi kiwango ambacho zilikuwa kama waya wa mviringo. Na waya huu wa mviringo ulitumika kama ala kwenye gitaa‘ lakini si kama magitaa yetu. Ni ala za aina tofauti sana. Kuna ala za nyuzi. Kuna filimbi. Na kuna vitu hivi vilivyotengenezwa kwa fuwele ndefu sana. Vyote vimetengenezwa kwa nyenzo ya aina ya fuwele. Na wanapiga katika maeneo maalum ili kutoa mtetemo. Inafungua mioyo na misuli yao‘ kwa sababu muziki ni mzuri sana. Ni wa kutuliza na wa kiroho. Unakufanya ujisikie amani. Na watu wanacheza na kuimba. Na ninaona kamba nyingi za maua kuzunguka watu. Na hivyo ndivyo wanavyocheza‘ wakijifunga kwa maua. Haimfananani na Warumi au Wagiriki wa kale. Kwa kweli‘ kila mtu amevaa mavazi mazuri yenye rangi‘ nyekundu‘ bluu‘ kijani na njano. Na wanacheza na maua na mashada. Ni kama mchanganyiko wa muziki uliosanisiwa na muziki wa klasiki. Sauti zinafanana sana‘ lakini ni safi sana kwa sauti. Sio ya kielektroniki‘ haina mrejesho wa sauti. Na wanaitumia katika ibada zao. Na inatumika katika makanisa — si makanisa‘ mahekalu waliyokuwa nayo. Kuhusu sanaa‘ sanaa iko kila mahali. Kila kitu kimechorwa kwa uzuri. Inaonekana kama rangi iliyosagwa. Ni zaidi kama kitu kigumu kuliko kimiminika. Baadhi ziko kwenye vitu kama turubai na nyingine ziko kwenye kuta. Na vitu vingine vimechongwa sehemu kwenye ukuta kisha kupakwa rangi.

D: Je‘ unaona aina yoyote ya chanzo cha mwanga walichotumia katika nyumba zao?

J: Kuna aina hii ya nishati ya fuwele ya mwamba inayonyumbulika waliyo nayo. Inatoa mwanga kila mahali‘ kwa hiyo daima kuna mwanga. Lakini kwa kusogeza mkono juu au chini wanaweza kufanya mwanga uangaze zaidi au upungue. Wanapolala‘ ili kufanya chumba kitulie‘ wanashusha mkono wao kama hivyo kama wanataka giza. (Ishara za mkono‘ kama kusogeza mkono chini polepole.) Kuelekea ukutani. Na ni mtetemo wao ambao ukuta unauchukua na kufanya chumba kuwa giza. Kila kitu kinadhibitiwa na nishati zao wenyewe.

D: Vipi kuhusu kupika au tabia zao za kula?

J: Wana maeneo haya makubwa kama mashamba ya mizabibu na bustani. Na wana viumbe hawa wa ajabu wanaotunza hayo yote. Wanafanya kazi mashambani na bustanini. Wanaonekana kama masentauro na wanamaji wa kike na mbuzi. Na chakula chote kinachoingia jikoni kinachakatwa na viumbe hawa. Wanafanya upandaji‘ uvunaji na ukusanyaji wa matunda. Na wanapewa chakula kwa kubadilishana. Wa-Atlantis wengi wanawapenda sana‘ kama mkulima mzuri anavyowapenda farasi wake na kuwajali. Viumbe hawa wa ajabu wanachukuliwa kama wanyama wema.

Kwa hiyo katika baadhi ya sehemu za bara hili viumbe hawa waliumbwa na kuthaminiwa.

D: Ninavutiwa na wanyama hao. Walitoka wapi?

J: Waliumbwa kwa kusudi hilo. Walitengenezwa kijenetiki.

D: Ulisema kulikuwa na wanamaji wa kike?

J: Ndiyo‘ wanamaji wa kike huingia majini na kuleta vikapu vya samaki. Watu huja na kucheka na kuimba na kuwapapasa wanyama hawa na kuwabusu na kuwashika‘ na kuwaambia wanapendwa na wanashukuriwa kwa wanachofanya. Na viumbe hawa pia huandaa chakula. Si mwanamaji wa kike. Mwanamaji wa kike hubaki kwenye eneo kama bwawa kwa sababu ni nusu-samaki. Wakati masentauro wadogo huleta magari yaliyojaa vikapu vya chakula na matunda na vitu vya aina hiyo‘ vinavyopelekwa kwenye jiko kuu. Na kuna kiumbe mmoja mwenye sehemu ya juu ya mwili wa binadamu lakini ana miguu ya mbuzi. Na kuna mazingira ya jikoni‘ lakini jikoni halifanani kabisa na yetu. Lina makabati ya kuhifadhia vitu. Lakini kimsingi chakula hakipikwi sana bali huchakatwa kikiwa hai‘ kama matunda hukatwa au kumenywa. Samaki na vitu vya aina hiyo huwekwa kwenye kifaa kinachovipika haraka sana. Kina maeneo tofauti. Ni kama kifaa cha aina ya microwave lakini si microwave. Kinaonekana kama chumba cha fuwele ambapo chakula kinachohitaji kupikwa huwekwa. Sioni nyama yoyote pale. Ninaona samaki tu na viumbe wa magamba، kama konokono wa baharini na chaza. Na vinapashwa joto tu hadi haviko hai tena. Kisha huliwa.

D: Je، viumbe hawa waliumbwa kijenetiki kuwa watumishi؟

J: Ndiyo، waliumbwa kuwa watumishi wa watu hawa. Lakini wanapendwa. Mmoja akiumia au kitu kama hicho، familia nzima hukusanyika kumpa nishati mnyama aliyejeruhiwa. Wanachukuliwa kama watumishi، lakini watumishi wanaopendwa. Kama tunavyomtendea paka au mbwa، kumwonyesha upendo na uangalizi. Wanashukuru sana kwa yale wanyama hawa wanafanya، kwa sababu wanachukuliwa zaidi kama wanyama kuliko binadamu. Sehemu za mwili ni za kinyama zaidi، lakini kwa ujumla nyuso zao zinafanana na za binadamu.

D: Vipi kuhusu tabia zao au akili zao؟

J: Oh، wanaweza kuzungumza na kupokea maagizo. Wanajua mambo rahisi، ndiyo، lakini si kama watu wengine wanavyojua.

D: Hawana akili kama binadamu wengine، ingawa wanaonekana kwa kiasi fulani kama binadamu.

J: Hawatishi au kuonekana vibaya. Wanaonekana wa asili sana، na wanatunzwa vizuri. Na walithaminiwa sana، na waliambiwa wanapendwa. Ninaona mtumishi mmoja aliyepanga sinia la matunda. Na mwanamke huyu analichukua na kumbusu na kumpapasa kichwa chake، kwa sababu kwenye eneo la kichwa kuna pembe ndogo. Na anazisugua pembe hizo hivi، (ishara za mkono) na anasema, "Oh، wewe ni mzuri sana. Angalia hili، ni la ajabu sana. Linaonekana zuri sana. Kila mtu atalipenda.

Na kwa nini usitoke baadaye na ..." Na wote wanakuja baadaye na wanapendwa na familia nzima. Wanatendewa kama mnyama kipenzi anayependwa.

D: Je‹ viumbe hawa wanaweza kuzaana kijenetiki‹ au kila mmoja ni wa kipekee?

J: Hapana‹ hawawezi kuzaana. Watu huwanunua. Kila mmoja ni wa kipekee‹ lakini wanauzwa kwa wingi. Kuna maeneo unayoweza kwenda na kununua viumbe hawa ili wakuhudumie.

Baada ya kuamka‹ John alielezea kiumbe aliyekuwa jikoni‹ ambacho ndicho kitu cha mwisho alichokumbuka. Kilikuwa na uso uliokuwa sehemu kama wa ng'ombe na sehemu kama wa binadamu. Kana kwamba binadamu alikuwa na pua ya ng'ombe na pembe ndogo zilizotoka kichwani. Kilikuwa kimevaa vazi la aina ya bibu juu ya sehemu ya juu ya mwili wake‹ kwa sababu kilionekana kuwa cha kike.

* * *

Phil: Kuna matumizi mengi zaidi ya fuwele kuliko yale ambayo kwa sasa yako ndani ya uelewa wa mwanadamu. Kile ambacho hakijulikani kinazidi kwa mbali kile kinachojulikana. Hata hivyo, pale kiwango chenu cha ufahamu kitakapoongezeka na kukubali na kuhimili uhalisia huu, ndipo matumizi hayo yatajitokeza wazi. Inaonekana kwamba quartz, kwa namna fulani, huongeza na kuimarisha nishati ambayo ni nishati ya kibinadamu. Tunapata hapa kuwa tafsiri ni ngumu, kwa sababu dhana halisi ya nishati haieleweki. Hata hivyo, mchanganyiko wa nishati, ya kibinadamu na isiyo ya kibinadamu, unawezekana kabisa na unafanikishwa kwa urahisi kwa kutumia fuwele hizi. Zinaweza kutumika kama vichanganyaji na vitenganishi, au kama vitenganishi kabisa, kulingana na mwelekeo wa nishati unaotolewa na mtu au watu wanaotumia au kuelekeza fuwele hii.

Ni kichujio, chenye manufaa kwa njia nyingi tofauti, kikizuiliwa tu na ubunifu wa wale wanaotaka kuvitumia.

D: Unapozungumzia jiwe kuchuja miale ya kozmiki, kusudi la kuhitaji kuchuja miale hiyo ni lipi?

P: Kuna kuchuja na kulenga, ambavyo vinaweza kuwa tofauti au kufanyika kwa wakati mmoja. Kuna sababu au malengo manne mahsusi. Nguvu maalum ambazo zinafaa zaidi. Hili lingekuwa kwa upande wa kuchuja au kulenga. Kulenga hufanya tu kuzikusanya au kuzikandamiza nguvu hizo katika eneo moja maalum. Mawe tofauti yanaweza kufanya kila moja, au mawe maalum yanaweza kufanya yote mawili, kulingana na kusudi. Nguvu za kozmiki ni chanzo cha nishati chenye nguvu sana, ambacho bado hakijaguswa, ambacho sayari hii bado haijagundua — chanzo tele cha nishati ghafi kilicho na nguvu mara mamilioni zaidi kuliko malighafi yoyote iliyopo kwenye sayari hii.

D: Tatizo ni kuweza kukifichua.

P: Tatizo ni kuinua ufahamu ili kuukubali wazo hilo, na kwa wakati huo huo kuimarisha uwajibikaji ili kuutumia. Nishati hii iliwahi kuwa imeenea kwenye sayari hii wakati mmoja, lakini kwa sababu ya ukosefu wa uwajibikaji, maarifa ya matumizi yake yalipotea.

D: Je, hii ilikuwa wakati wa Atlantis?

P: Ndiyo, hilo ni sahihi. Mengi yalipotea wakati huo. Kulikuwa na matumizi mabaya mengi katika nyakati za Atlantis ya aina na maumbo mbalimbali ya nishati. Kwa sababu kulikuwa awali na uelewa wa juu sana wa nishati hizi zinazounda uhalisia wa kimwili. Kisha kukatokea matumizi mabaya ya uelewa huo wa nishati hizi.

* * *

Clara alipokea taarifa kutoka mahali paliposikika kufanana sana na Sayari ya Phil ya Miinuko Mitatu. Yake pia ilikuwa sayari yenye miundo ya ajabu inayofanana na minara, na taarifa zilikuwa zimehifadhiwa katika sayari nzima, kana kwamba muundo wake ulikuwa ghala la maarifa. Haya yalikuwa maelezo yale yale yaliyotolewa na Phil. Clara pia aliita mahali hapa kwa hisia kuwa ni "nyumbani" kwake, kama alivyofanya Phil. Hadithi kamili ya jinsi alivyoipata mahali hapa ilisimuliwa awali katika kitabu hiki.

D: Je, unaweza kuniambia chochote kuhusu Atlantis? Je, hilo ni sehemu ya rekodi?

C: Atlantis iliingia baharini.

D: Ningependa kujua kuhusu hilo kabla halijaingia baharini. Lilikuwa ustaarabu wa aina gani?

C: Lilikuwa limeendelea sana. Likiwa la kijani sana. Na limeendelea kiteknolojia kwa kiwango kinachozidi pale Dunia ilipo leo.

D: Je, ustaarabu huu ulikuwepo kwa muda mrefu?

C: Kwa muda mrefu sana.

D: Je, unaweza kuniambia baadhi ya maendeleo yao ya kiteknolojia?

C: Walikuwa na uwezo wa kuhamisha na kusogeza nishati kupitia muda na anga kwa njia iliyo ya hali ya juu zaidi kuliko maendeleo ya kiteknolojia — unasemaje? — yanavyofanywa leo. (Alipata ugumu) Hmmm, ni neno gani mnalotumia kwa mashine zilizoendelea? Kama kompyuta na vifaa vya mawasiliano. Vifaa hivi vilikuwa vingi sana. Vilifanywa kwa kiwango kidogo sana, hata kufikia hatua ambapo baadhi ya taarifa zilifanikishwa kwa kiwango cha telepathia.

D: Mashine au kompyuta ziliendeshwa kwa nishati gani?

C: Zote zilifanywa kwa nishati ya jua. Kila kitu kilifanywa kwa Jua. Jua kuu la kati.

D: Basi hawakuwa na umeme kama tulionao leo?

C: Wakati mmoja walikuwa nao. Lakini walipokaribia na katika miaka ya mwisho ya kuwepo kwake, yote yalizalishwa na Jua kuu la kati.

D: Je, hili ni Jua tunalolijua angani, au ni kitu tofauti?

C: Jua unalolijua.

D: Je, vifaa hivyo vilifanana na tulivyo navyo leo?

C: Vilikuwa vya hali ya juu zaidi sana. Ninyi mna paneli kubwa na nzito za jua, na vifaa vya jua, ambavyo ni vikubwa zaidi kuliko vile vilivyotumiwa Atlantis. Vyao vilikuwa vimeendelea kiasi cha kutumika kwa ufanisi zaidi, bila kuchukua nafasi kubwa. Teknolojia yao ilikuwa imeunganishwa zaidi na Jua kuu la kati, ambalo lilitoa nishati. Walikuwa kana kwamba wameunganishwa na nguvu kubwa zaidi. Walikuwa wameunganishwa na nyota, na na nguvu kutoka nyota nyingine.

John alitaja kuwa pia walijua jinsi ya kutumia nguvu ya mwezi. Bartholomew pia alitaja kuwa watu wa kale walikuwa na maarifa haya.

C: Walikuwa wanawasiliana na viumbe kutoka sayari nyingine, kutoka nyota nyingine. Na kupitia mawasiliano hayo walibadilishana taarifa, ambazo walizitumia katika teknolojia ya mashine zao, kompyuta zao, na maendeleo yao mengine ya kiteknolojia, chochote kile kilichokuwa.

D: Kwa hiyo viumbe wengine kutoka nyotani waliwasaidia?

C: Ndiyo. Ilikuwa juhudi ya pamoja.

D: Nimeambiwa kwamba wanasayansi waliendeleza uwezo wa akili zao ili kufanikisha baadhi ya matokeo haya.

C: Hilo ni sahihi. Katika kuendeleza akili zao, walipoanza kujifungua kwa uwezekano wote, na kukubali kwamba kwa kweli kulikuwa na viumbe kwenye sayari nyingine, basi waliwasiliana kwa namna isiyo na mipaka. Kisha walipata uwezo, kwa kuacha njia finyu ya kufikiri, kuhisi na kuamini, wa kupokea kile kilichotoka katika ulimwengu mingine na sayari nyingine. Na sayari hizo kwa upande wao ziliwalisha taarifa kwa namna ambayo ikawa ya telepathia sana. Waliwasiliana kutoka akili hadi akili bila kuhitaji mistari mirefu ya mawasiliano, kama nyaya zenu za simu. Na kwa hiyo, walichukua uwezo huu wa telepathia na kuuendeleza zaidi kwa kuwasiliana na sayari nyingi. Ikawa jamii ya kimataifa, badala ya kuwa sehemu moja tu ya jamii ya binadamu.

D: Walikuwa na uwezo wa kutimiza mambo mengi zaidi. Je, hilo ndilo unalomaanisha? (Ndiyo) Nimesikia kwamba Atlantis haikuwa nchi moja tu, bali ilikuwa dunia nzima wakati huo.

C: Ilikuwa dunia iliyojulikana wakati ambao Atlantis ilikuwepo.

D: Je, sehemu zote za dunia hiyo iliyojulikana zilikuwa zimeendelea?

C: Hapana. Si sehemu zote. Kulikuwa na maeneo ya kiasili, ambako watu hawakuwa wamejifungua kwa mawasiliano. Sayari nzima haikuwa imeinuliwa kikamilifu hadi kiwango cha juu cha mtetemo. Kulikuwa na baadhi ya maeneo na jamii zilizochagua kutozifungua mioyo yao na kuunga mkono njia mpya ya kuishi, njia mpya ya kuwa. Hivyo wakawa, kama unavyoweza kusema, waliotengwa. Walikuwa wale ambao hawakuamini kwamba wangeweza kuvuka mipaka yao. Wale waliochagua kuishi maisha yenye mipaka, walijichagulia kuishi katika maeneo tofauti ya sayari hiyo. Wakati huo huo, wale waliofungua mioyo yao na akili zao kwa njia isiyo na mipaka ya kuishi, waliinuka na kuendelea. Na waliwasiliana na sayari zote.

D: Ilikuwa kana kwamba hawakuwa na chochote cha pamoja kati yao.

C: Haswa.

D: Je, unaweza kuona mahali ambapo jamii iliyoendelea zaidi, ya kisayansi, iliishi kulingana na jinsi dunia ilivyo leo? Najua dunia imebadilika sana.

C: Imebadilika kwa kiwango kikubwa sana. Kile kilichokuwa dunia iliyojulikana wakati huo kilijumuishwa katika eneo ambalo leo unaliita Bahari ya Atlantiki.

D: Je, kuna mabaki yoyote ya ustaarabu huo yaliyosalia ambayo binadamu anaweza kuyapata wakati fulani?

C: Yapata tu katika kiwango cha kiroho.

D: Kwa hiyo hayawezi kupatikana katika kiwango cha kimwili?

C: Kwa wakati huu kuna uwezekano, ikiwa mwanadamu atajifungua vya kutosha kuamini kwa kweli, kwa njia ya ufahamu, kwamba yanaweza kupatikana. Ndipo yatakapopatikana.

D: Watu wengine wanafikiri wameona vitu chini ya maji ambavyo vinaweza kuwa mabaki ya miji, barabara na majengo.

C: Hilo si kweli. Wanachokiona ni mabaki ya ustaarabu mingine mipya zaidi, iliyokuja baada ya Atlantis.

D: Pia nimesikia kwamba wanasayansi wa Atlantis walifikia hatua ya kufanya majaribio ya kimwili. Je, unaona kitu kama hicho?

C: Ni aina gani ya majaribio ya kimwili?

D: Ya kijeni au kitu kama hicho?

C: Kila kitu kinachopitiwa sasa kwenye sayari hii kilifanyika wakati wa Atlantis. Hata hivyo, kilifanyika karne nyingi kabla ya kuangamia kwa Atlantis. Kijeni, walinakili wanyama. Walinakili wanadamu. Lakini waligundua kwamba hilo halikuwa jambo sahihi kufanya. Kwa sababu liliingilia DNA ya jamii ya binadamu, na jamii ya binadamu ingeathirika vibaya sana iwapo wangeendelea. Kwa hiyo ikaonyeshwa kwamba walipaswa kusimama.

Kwa hiyo majaribio ya kijeni yalifanywa pamoja na matumizi ya akili kuathiri kimwili. Sikuwahi kujua ni lipi lilitangulia, au kama yote mawili yalikuwa yakifanyika kwa wakati mmoja. Inaonekana kwamba udadisi wao haukuwa na mipaka. Mwangwi wa zamani ukijirudia katika wakati wetu wa sasa.

D: Je, ilikuwa tu kama jaribio, au walikuwa na kusudi?

C: Ilikuwa ya majaribio. Kusudi lao lilikuwa kuona kama lingewezekana kufanywa. Na walipogundua kwamba lingewezekana, walikumbana na matatizo mengi na shida nyingi katika matokeo. Haikuwa ya kutamanika, na kwa hiyo ikaonekana vyema kwa wale waliotunga sheria kwamba inapaswa kusitishwa.

D: Walikumbana na matatizo ya aina gani?

C: Miundo ilionekana isiyofanana na wanadamu. Na kulikuwa na majaribio mengi ya — unasemaje? — kuchanganya kizazi? (Alihoji neno hilo.) Kunakili kwa kuchanganya? Kuchanganya tu. Na matokeo yakawa ya kinyama zaidi. Ilirudisha nyuma mchakato wa mageuzi. Na magonjwa yakatokea. Haikuwa kusudi la sayari hilo liendelee. Kwa hiyo ikaamuliwa kwamba, kwa manufaa ya sayari, lilipaswa kusitishwa. Lisitishwe, au lingeharibu ubinadamu.

D: Hilo linaonekana kuwa kali sana.

C: Lilikuwa kali. Ni kali.

D: Lakini badala ya kufanya nakala kamili tu, walianza kuchanganya DNA, jeni, ili kuona tu nini kingetokea? Je, hilo ndilo unalomaanisha?

C: Ndiyo. Udadisi. Jaribio. Hebu tufanye hivi tuone kitakachotoka. Hebu tufanye hivi na kujaribu tuone kitakachotokea. Katika ufalme wa mimea walikuwa wameunda mahuluti ya mimea na mboga tofauti, na miti. Kwa hiyo wakafikiri, "Wow, tulifanikiwa kufanya hivyo. Kwa nini tusifanye hivyo na wanadamu?" Basi wakaanza. Na ikawa, "Oh, basi tuone sasa tunaweza kufanya nini na hiki, na hiki, na hiki." Na ikawa janga kubwa sana.

D: Kwa hiyo walipoanza kunakili na kuchanganya jeni tofauti, ulisema ikawa ya kinyama zaidi kuliko ya kibinadamu?

C: Ilikuwa kana kwamba walikuwa wanarudisha nyuma mageuzi. Lakini ikawa ya kutisha sana, na ya uovu sana.

D: Kwa hiyo walianza kupata mchanganyiko ambao haukuwa wa kutamanika.

C: Na haujawahi kuwepo kabla.

D: Lakini inaonekana walikuwa hai. Walikuwa wanaishi.

C: Waliishi kwa muda fulani. Na waliingia katika hali ambayo ungeiita "wazimu". Na uharibifu ukatokea, kwa sababu wakawa kama majitu ya kutisha.

D: Kwa nini walikuwa wazimu? Unamaanisha kwa sababu haikuwa mchakato wa kawaida uliathiri akili ya kiumbe?

C: Hilo ni sehemu yake. Lakini sehemu nyingine ilikuwa kuchanganya jeni za ufalme wa wanyama na za binadamu. Na kwa hiyo ikawa kama kichezea kwa wanasayansi. Kuona tunaweza kufika wapi, na tunaweza kuunda nini. Sasa tunaweza kuwa miungu, na kuumba kile tunachochagua kuumba. Kile ambacho hakijawahi kuwepo kabla. Na kwa hiyo maafa yakatawala.

D: Lakini pia ulisema magonjwa yaliingizwa.

C: Magonjwa ambayo hayajawahi kujulikana kabla yaliingizwa.

D: Hilo lilitokeaje?

C: Kwa kuchanganya jeni. Kwa kuchanganya kile kilichokuwa mgonjwa na kile kilichokuwa kizima. Na kile ambacho kilikuwa... (Alipata ugumu kupata neno.) Kile unachoweza kuita "miili ya kigeni" kwa jamii ya binadamu. Ambacho kingeweza kuwa cha wanyama, au chochote cha ufalme wowote waliotaka kujaribu kuingiza. Hicho ndicho walichofanya. Na kwa hiyo ikiwa chembe moja ya DNA kutoka katika mnyororo mmoja, au kutoka katika jamii moja, ilikuwa na dalili ya aina fulani ya ugonjwa, uliingizwa katika jumla, na kuunda mstari mpya kabisa wa ugonjwa.

Huu ungeweza kuwa ugonjwa wa kulala ambao mwili mwenyeji ulikuwa umeubeba na labda ulikuwa sugu kwake. Lakini mchakato wa kunakili ulipouamsha, pia uliubadilisha.

C: Ugonjwa ungepata mabadiliko, kisha ungepata mabadiliko tena kuwa kitu kingine. Na ikiwa ugonjwa mmoja ungeingizwa na mnyororo mmoja wa DNA, na ugonjwa mwingine ukaingizwa katika kitu hicho hicho, basi mchanganyiko ungeanzisha kitu ambacho kingeweza kuwa, na kilikuwa, chenye uharibifu mkubwa sana.

D: Kwa hiyo si miili, sura za kimwili na akili za viumbe hawa tu zilikuwa zikibadilika, bali pia — nataka kusema — bakteria, molekuli, nazo zilikuwa zikibadilika na kuunda magonjwa tofauti. (Ndiyo) Zikielekea katika njia ambazo hazijawahi kutokea.

C: Hilo ni sahihi. Na likawa kubwa kiasi kwamba walilazimika kusitisha majaribio yote, kwa sababu waliona likiwa linaenea sana. Na kwamba lingeweza kuharibu jamii nzima ya binadamu.

Ilikuwa mwaka wa 1997 ambapo kutangazwa rasmi kwa mara ya kwanza kwa uundaji wa kondoo kwa njia ya cloning nchini Uingereza kulifanyika. Baada ya kikao hiki mnamo Agosti 1997, mamlaka zilianza kujadili waziwazi hatari za cloning na maadili yake. Kutokana na kazi yangu, nimegundua kwamba cloning ya binadamu tayari imekamilishwa. Kuna mambo mengi ambayo umma kwa ujumla haujui. Ni kana kwamba chembe za kwanza za habari sasa zinaanza kudondoshwa (hasa kwa tangazo la hivi karibuni la kufanikiwa kwa cloning ya tumbili [ndugu yetu wa karibu zaidi]) ili tuanze kuizoea kabla ya tangazo rasmi la cloning ya binadamu kutolewa.

Wanasayansi walisema wanaweza kuunda wanyama kwa cloning na kuingiza jeni za binadamu ndani yao ili kuzalisha nyama bora na kuunda mnyama bora zaidi. Pia hivi karibuni walianza kuingiza jeni za binadamu katika nguruwe maalum ili viungo vyao vitumike katika upandikizaji wa viungo kwa binadamu. Ikiwa nguruwe mtoaji angekuwa na baadhi ya jeni za binadamu, basi mwili wa binadamu mpokeaji usingekataa kiungo hicho, kwa sababu kwa kawaida hukataa chochote ambacho si cha binadamu au kisicholingana.

Mwanasayansi mmoja alipinga akisema kwamba kuingiza na kuchanganya jeni za binadamu na jeni za wanyama kunaweza kuunda magonjwa yasiyojulikana, ambayo yangeanzia kwa mnyama na huenda yakaenea kwa binadamu. Nguruwe, kwa mfano, alikuwa na magonjwa yaliyokuwa ya kipekee kwake na ambayo hayangeweza kuenezwa kwa kumshika au kula nyama yake. Lakini wanasayansi walikuwa na wasiwasi kuhusu kile kingetokea ikiwa kiungo kilichopandikizwa kingekuwa sehemu ya kudumu ya mwili wa binadamu na damu ikipita kila wakati ndani yake. Kingeweza kubeba vijidudu vya magonjwa haya katika mfumo mzima wa mpokeaji, na vingebadilika na kuwa magonjwa mapya yasiyojulikana ambayo yangeweza kuenea katika idadi ya watu. Kulikuwa na wasiwasi wa kutosha kiasi kwamba mpango wa utoaji wa viungo ulisitishwa kwa muda hadi utafiti zaidi ufanywe.

Ilisikika kana kwamba historia ilikuwa ikijirudia. Wanadamu walikuwa wakifanya makosa yale yale tuliyofanya katika siku za kale za Atlantis. Labda hiyo ndiyo sababu ya habari hii kujitokeza katika kipindi hiki cha historia yetu. Kengele ya onyo kutoka zamani.

D: Kwa hiyo magonjwa hayakuwa tu katika majaribio ya kijeni. Yalikuwa yakianza kuenea kwa jamii nyingine ya wanadamu?

C: Yalikuwa yamezuiliwa katika maumbile ya kijeni. Lakini wanasayansi waliona kwamba, kama wangeendelea, basi yangeenea. Kwa sababu viumbe hao wangeanza kujiingiza katika jamii nyingine. Na kisha ugonjwa huo ungeenezwa katika ustaarabu wote. Na wale wenye mamlaka wakasema, hatuwezi kuruhusu hili litokee. Kwa hiyo kile kilichokuwepo, kiliharibiwa.

D: Je, viumbe hawa waliowaumba walikuwa tasa, au waliweza kuzaana wenyewe?

C: Hawakuweza kuzaana. Walikuwa tu "clones", bila viungo vya uzazi.

D: Walitumia viumbe hawa kwa ajili ya nini mwanzoni, kabla hali haijatoka nje ya udhibiti? Je, walikuwa na kusudi fulani?

C: Kusudi la mwanzo lilikuwa tu kuona kama jambo hilo linaweza kufanywa, na likatoka nje ya udhibiti.

D: Basi hawakuwatumia viumbe hawa kwa kitu chochote?

C: Kile ambacho viumbe hao waliweza kufanya, waliwafundisha kama roboti. Kwa hiyo walifanya kazi kama roboti kwa amri za wanasayansi. Wangeweza kuwa wasaidizi wao, au wenzi wa kucheza kwa wengine. Walitengenezwa kuwa watunza nyumba, walinzi wa mifugo, walitengenezwa kuwa chochote. Walipoona hilo wakasema, "Basi, tunapaswa kuwa na kusudi kwa hili, ikiwa tutaendelea kuwaumba."

Je, hawa ndio wale viumbe wapole wa watumishi ambao John aliwaona?

C: Kisha wakafikiri, "Hii ni nzuri. Basi tutaingiza jeni hizi zote nyingine kutoka kwa wanyama wengine, tuone tunaweza kupata nini." Na kilichotokea baada ya hapo kilikuwa machafuko.

D: Basi sababu kuu ya kusitisha jaribio ilikuwa ni kwamba waliogopa kuwa lingetoka nje ya udhibiti na ugonjwa ungeenea?

C: Hiyo ndiyo ilikuwa sababu pekee. Kwa sababu waliweza kuona kwamba ustaarabu wote ungeangamizwa kabisa. Kwa hiyo badala yake waliwaangamiza viumbe wale waliokuwa wamewaumba.

D: Na ulisema kwamba "wenye mamlaka" ndio waliowaambia walazimike kufanya hivyo. Unamaanisha nani?

C: Serikali.

D: Kwa hiyo walijua kile ambacho wanasayansi walikuwa wakifanya.

C: Ndiyo. Walikiunga mkono, hadi walipoona kwamba kilikuwa kimefikia mahali ambacho kisingeweza kuendelea, na kisiruhusiwe. Vinginevyo ustaarabu wote ungeangamizwa.

D: Hata ungeenea hadi kwa jamii ambazo zilikuwa, kwa kiasi fulani, kile ulichokiita "waliotengwa"?

C: Ndiyo. Ndiyo kabisa.

D: Kwa hiyo waliwakusanya viumbe waliokuwa wamewaumba, na ilibidi wawaangamize?

C: Ndiyo, walifanya hivyo. Sio kwa njia ya wazi au kubwa, bali kwa njia ya kimya na ya hila ambayo ilionekana kuwa ya kawaida. Ili jamii kwa ujumla isishtuke au kuingia katika hali ya hofu. Kwa hiyo yote yalidhibitiwa sana. Umma haukujua kuhusu baadhi ya viumbe wa kutisha waliotokana na majaribio hayo. Ilikuwa kama vile serikali yako inavyoficha mambo mengi kutoka kwa umma. Ndivyo ilivyokuwa katika nyakati za Atlantis.

D: Nimekuwa nikishuku mara nyingi kwamba hadithi nyingi za nusu-binadamu, nusu-mnyama, huenda zilitokana na kipindi hicho. Je, hilo linawezekana?

C: Ndiyo. Inawezekana. Ndivyo ilivyokuwa.

D: Basi viumbe hawa, nusu-binadamu nusu-mnyama, hawakuwepo baada ya wakati wa Atlantis? (Hapana) Kwa hiyo hadithi hizo lazima ziwe za zamani sana?

C: Ndiyo. Zilianza Atlantis.

D: Katika nyakati za Warumi na Wagiriki na Wamisri, unasikia hadithi hizi. Kwa hiyo zilikuwa na msingi wa ukweli, lakini zilitokea zamani sana. Je, hiyo ni sahihi?

C: Muda mrefu kabla ya Misri na Roma kuwahi kufikiriwa kabisa.

D: Lakini zilikuwa sehemu ya kumbukumbu, na zikageuzwa kuwa hadithi.

C: Ndiyo, hiyo ni sahihi. Zimerithishwa, kwa hiyo ni kumbukumbu ya fahamu ya pamoja.

D: Nimekuwa nikiamini daima kwamba hadithi zina msingi fulani wa ukweli, ukizifuatilia mbali vya kutosha.

C: Zote zinao. Vinginevyo, zingekuwaje hadithi? Mara tu zinapokuwa hadithi, kila mtu anayezipokea hutaka kuongeza mguso wake wa ubunifu na urembo, ili kuzifanya ziwe hadithi kubwa na ya kuvutia zaidi.

D: Lakini lazima yote yaanze mahali fulani.

C: Daima kuna mwanzo.

D: Je, kulikuwa na jambo lingine lolote ambalo wanasayansi walifanya na baadaye wakaambiwa walipaswa kuacha?

C: Hilo ndilo lilikuwa jambo kubwa zaidi. Hilo ndilo jambo la maana ulilouliza, na lilionekana kufaa kutajwa katika wakati huu.

D: Kwa sababu tunaonekana kuanza kuingia katika eneo lile lile. (Ndiyo) Nimeambiwa kwamba katika wakati wetu, leo katika karne ya ishirini, kuna wanasayansi wanaofanya majaribio ya aina hii hiyo. Je, unajua chochote kuhusu hilo?

C: Hilo ni kweli. Hilo ni kweli. Wapo mwanzoni kabisa mwa kucheza na maumbile ya kijeni. Na kadiri umma unavyozidi kufahamu, kutakuwa na uasi wa watu, wakisema, "Hilo si la asili. Acheni liwe."

D: Nimekuwa nikishuku mara nyingi kwamba wameenda mbali zaidi kuliko wanavyowaambia watu.

C: Ndiyo, wamefanya hivyo. Watatoa kipande kidogo cha habari hapa, na kipande kidogo cha habari pale. Na kama ilivyokuwa katika siku za Atlantis, ilikuwa imefichwa. Katika wakati wa sasa, kama unavyoujua, wanaruhusu tone dogo la habari litoke. Kiasi tu cha kutosha ili umma kwa ujumla usishtuke. Na wakati taarifa ya kutosha itakapotoka — kwa makusudi, na baadhi ya watu kutoka ndani — basi umma utasimama kwa hasira na kusema, "Hatuwezi kuruhusu hili litokee. Halipaswi kutokea. Kwa sababu litaangamiza jamii ya wanadamu, kama tunavyoijua."

D: Historia itajirudia.

C: Ndiyo. Lakini kwa sababu ya mawasiliano katika wakati unaoishi, watu wengi wanafahamu kwa haraka zaidi kwa kupata taarifa hizi kwa wingi kwa wakati mmoja. Ikiwa itajulikana kwamba hili linaweza kuharibu dunia, umma utasimama kwa hasira.

D: Je, wanasayansi wa karne ya ishirini tayari wameanza kuchanganya DNA ya spishi tofauti?

C: Ndiyo. Kwa siri sana.

D: Je, unaweza kuniambia chochote kuhusu hilo? Ningependa kujua tumeenda mbali kiasi gani. Najua ni mada inayosumbua.

C: (Anapumua kwa kina) Si wakati unaofaa kwetu kuzungumza kuhusu mada hiyo tena.

Jambo hili hili lilitokea nilipotaka kuchunguza mada hii zaidi katika The Custodians. Wageni wa anga waliniambia habari nyingi, lakini kulikuwa na baadhi ambayo hawakufichua, hasa kwa sababu ya athari ambayo ingeipata chombo ambacho habari hiyo ilipaswa kupita ndani yake. Wakati hili linapotokea, siwezi kuvunja maagizo hayo, wala nisingependa kufanya hivyo.

D: Sawa. Lakini nimeambiwa kwamba viumbe wa nje ya dunia wanasaidia serikali yetu katika majaribio kama haya. Je, hilo ni kweli? (Ndiyo) Je, wanaidhinisha kinachoendelea?

C: Kile ambacho viumbe wa nje ya dunia wanafanya ni kudhibiti tu na kukiweka katika kiwango ambacho jamii ya wanadamu haitajiangamiza yenyewe.

D: Kwa sababu wao, kwa kiasi fulani, wanajua jinsi mambo haya yanavyofanya kazi, sivyo?

C: Ndiyo, tunajua.

D: Nashangaa kama wanasayansi wa binadamu watawasikiliza, au wameamua kwenda peke yao?

C: Tuna njia za kuwafanya wanasayansi wajue kwamba kuna mipaka.

D: Na ninafikiri majaribio haya yanafanywa katika maeneo ya siri.

C: Ndiyo. Kote duniani. Lakini sisi, kwa kiasi fulani, tunasaidia kuweka udhibiti juu yake, ili isiiharibu Dunia.

D: Unafikiri wanasayansi wanaweza kuyatoa mambo haya nje ya udhibiti?

C: Inaweza kutokea. Ni sayari ya uhuru wa kuchagua. (Alionekana kutokuwa na raha.)

D: Ni sawa. Kila mara unaniambia unaposhindwa kunipa taarifa zaidi, na ninaheshimu hilo. Tukirudi Atlantis — Je, unaweza kuniambia kilichotokea wakati wa uharibifu wake? Je, kulikuwa na tukio fulani lililofikia kilele na kuifanya izame ndani ya maji?

C: Siwezi kujadili hilo leo.

D: Kwa nini?

C: Sio wakati unaofaa kujadili jinsi lilivyotokea. Huenda, wakati fulani ujao, kutakuwa na wakati ambapo taarifa hiyo inaweza kutolewa.

D: Sawa. Lakini baada ya uharibifu, je, kulikuwa na manusura?

C: Kulikuwa na upotevu mkubwa wa maisha wakati huo. Dunia ilihitaji kupandikizwa upya.

D: Ninaamini katika upandikizaji huo, kwa hiyo hilo halinishangazi. Hebu nikueleze nadharia niliyonayo, nawe uniambie kama ni sahihi au la. Mara nyingi nimefikiria kwamba huenda kulikuwa na manusura waliokuja Misri na Peru na sehemu nyingine za dunia, ambako tuna makaburi makubwa haya. Na huenda walibeba maarifa ya jinsi ya kufanya mambo haya, kama kufanya kazi na mawe. Je, hilo ni sahihi?

C: Katika wakati wa Atlantis tulikuwa na mawasiliano na wanadamu waliokuwa Atlantis. Na kwa hiyo, kwa ushirikiano, viumbe kutoka Atlantis walitembelea nyota nyingine. Na baadhi ya viumbe kutoka Atlantis, waliokuwa kwenye nyota nyingine, baadaye walisaidia kupandikiza maeneo ambako sasa ni Misri, na maeneo mengine. Kwa hiyo taarifa na kumbukumbu za Atlantis zimeendelea. Hadithi ilianza, na imeendelea kwa sababu viumbe kutoka Atlantis, waliokuwa wakiishi kwenye nyota nyingine, walirudi, kama miche katika umbo la kimwili.

D: Lakini kwa "miche", unamaanisha ... waliokomaa kikamilifu. (Ndiyo) Kwa sababu ninajua kwamba mwanzoni kabisa maisha yalianza katika hatua ya seli na yakabadilika polepole.

C: Ndiyo. Sio hivyo wakati huu. Viumbe hao, unaweza kusema, walichukua mapumziko, walichukua likizo kutoka Atlantis na wakaenda kwenye nyota nyingine. Na kisha Atlantis ilipotoweka kutoka duniani, na maeneo mengine yakajitokeza, viumbe hao walirudi kwenye sayari ya Dunia kuanza maisha tena. Wengi waliokuja kuijaza Dunia walipaswa kutoka katika mifumo mingine ya nyota, kwa sababu kulikuwa na upotevu mkubwa wa maisha. Hii ilikuwa kutokana na asili ya mlipuko mkubwa ambao sayari ilitoweka nayo. Na hilo ndilo lote ninaloweza kusema kuhusu hilo. Labda wakati mwingine, ikiwa itafaa, na baraza litaruhusu taarifa hiyo, basi tutaweza kuiruhusu itoke.

Kile ambacho Clara alisema kuhusu wanadamu kuhamishwa kwenda kwenye nyota nyingine na kurudishwa baada ya janga kilisikika kufanana sana na taarifa niliyopokea, ambayo imeripotiwa baadaye katika kitabu hiki. Huu ni mpango unaowezekana wa kuwaondoa sehemu ya jamii ya wanadamu siku za usoni ikiwa itahitajika. Inaonekana kuwa ilitokea hapo zamani, na inaweza pia kuwa historia ikijirudia. Wageni wa anga wamekuwa wakisema daima kwamba hawataruhusu uharibifu wa jamii ya wanadamu. Muda na nguvu nyingi zimewekezwa katika maendeleo yake. Ikiwa hatutawasikiliza, watatusaidia licha ya sisi wenyewe.

Haikunisumbua kwamba Clara hakuweza kunipa taarifa kuhusu uharibifu wa Atlantis, kwa sababu tayari nilikuwa nimeipokea kutoka kwa wahusika wengine. Nimehifadhi yote haya katika faili zangu kwa miaka mingi hadi nilipoanza kuyaweka pamoja kwa ajili ya kitabu hiki. Kisha nikagundua kwamba kwa kweli nilikuwa tayari nina kila kitu nilichohitaji. Ilikuwa imetolewa kwa vipande vidogo katika kipindi cha miaka kadhaa.

Tulikuwa tumepewa vidokezo kwamba ustaarabu huo mkubwa ulilazimika kuanguka kwa sababu ya matumizi mabaya ya nguvu za akili zao na majaribio yao ya kwenda kinyume na muundo wa maadili ya ulimwengu kwa kuandika upya maumbile ya kijeni. Hata hivyo nilishuku kwamba kulikuwa na kitu chenye nguvu zaidi kilichohusika kuleta janga halisi lililoizamisha Atlantis.

* * *

Taarifa hii ilitoka kwa msimamizi wa maktaba katika Maktaba Kuu kwenye ngazi ya kiroho.

D: Je, tunaweza kupata tena ufikiaji wa faili za Atlantis? Ningependa kujua kuhusu uharibifu halisi wa Atlantis. Mara ya mwisho alikuwa akituambia baadhi ya sababu kwa nini iliharibiwa, kwa sababu ya matumizi mabaya ya nguvu za akili. Lakini vipi kuhusu uharibifu halisi? Je, anaweza kukuonyesha chochote kuhusu hilo?

John: Ndiyo, ananionyesha mipasuko mikubwa iliyotengenezwa katika Dunia. Mipasuko mikubwa, kwa sababu ya fuwele hizi. Walitumia nguvu za fuwele na kupeleka mwanga wa jua ndani ya ardhi na hilo lilisababisha msongo mkubwa. Pia walijaribu kufikia kiini kilichoyeyuka cha Dunia, na hili lilisababisha shinikizo kubwa lililosaidia kuharibu kisiwa pia. Walichimba hadi kwenye kiini hicho kilichoyeyuka. Na kiini hicho kililipuka, na ndiyo maana mambo yalilipuka.

D: Kwa nini walikuwa wakifanya hivyo?

J: Walikuwa wakitafuta chanzo kingine cha nishati, badala ya Jua pekee.

D: Basi walikuwa wakitumia Jua pamoja na fuwele. Walikuwa wanachimbaje ndani ya Dunia?

J: Kupitia mkusanyiko mkubwa wa akili na nguvu ya mawazo.

D: Walikuwa wameendeleza akili zao kwa kiwango kikubwa. (Ndiyo) Na kisha nini kilitokea? Ulisema walitengeneza mipasuko hii katika Dunia kutoka kwa vyanzo hivi viwili, fuwele na akili zao?

J: Kometi pia zilihusika kwa kiasi fulani.

D: Je, anajua kwa nini?

J: Hapana. Anaonyesha tu kwamba kulikuwa na kometi angani ambazo zilitabiri kwamba tukio hili lingetokea. Wanasayansi walichimba kwenye mwamba mgumu hadi kufikia kiwango cha kiini kilichoyeyuka. Hii iliweka msukumo mkubwa kwenye kiini cha Dunia. Lakini pia iliathiri sayari zote, si bara za Dunia pekee.

D: Unamaanisha sayari katika mfumo wetu wa jua?

J: Ndiyo. Kwa sababu hili lilitoa nishati nyingi sana, na ndiyo maana Atlantis ilizama.

D: Walikuwa wakichezea kitu ambacho hawakukielewa?

J: Hawakuelewa nguvu iliyo nyuma ya kiini kilichoyeyuka.

D: Basi kometi hazikuwa na uhusiano wa moja kwa moja na hili.

J: Hapana, lakini zilikuwa ishara angani za tukio hili.

D: Basi nini kilitokea?

J: Iliunda mipasuko kwa njia ya uchimbaji wa kiakili. Na kilichotoka nje kilikuwa kiini cha ndani kilichoyeyuka, ambacho kilipotosha usawa wa dunia, na ndiyo sababu ilizama.

D: Kama mlipuko wa volkano?

J: Ndiyo. Ilikuwa mabadiliko ya Dunia.

Baada ya kuamka, John alisimulia kile alichoweza kukumbuka ambacho hakikurekodiwa kwenye kanda. Kama kawaida, kumbukumbu iliyo wazi zaidi ilikuwa jambo la mwisho tulilojadili.

J: Walijua kuhusu unajimu. Walikuwa wameufikia ustadi kamili. Kuonekana kwa kometi kulitoa onyo kwamba hawakupaswa kuchezea kutafuta chanzo hiki cha nishati kutoka katikati ya Dunia. Hata hivyo waliendelea kuchimba ndani ya Dunia wakitumia nguvu ya akili. Fikiria shimo likichimbwa ndani ya Dunia. Na lilipogonga kiini hiki kilichoyeyuka, hili lilisababisha kutolewa kwa kiwango kikubwa sana cha nishati.

Hilo lilisababisha milipuko ya volkano. Na ni kama kitu kililipuka juu ya uso. Unajua jinsi kinavyoweza kuchemka na kulipuka juu ya uso na kisha ...?

D: Nilikuwa nikifikiri lazima ilikuwa kama volkano, lakini inaonekana ilikuwa yenye nguvu zaidi kuliko hiyo.

J: Oh, ndiyo, ilikuwa yenye nguvu zaidi sana. Hawakutambua kwamba wasingeweza kudhibiti nishati hiyo.

D: Unamaanisha kuizuia?

J: Ndiyo, ilikuwa na nguvu kupita kiasi. Ilikuwa kama volkano, isipokuwa ilikuwa kama mara milioni moja zaidi. Iliipasua kabisa kisiwa kizima. Alikuwa anasita sana kuniambia. Nadhani hakutaka watu wapate mawazo ya kufanya hivyo tena.

D: Kumekuwa na mazungumzo kuhusu kuchimba ndani ya Dunia kwa kutumia mashine.

J: Ndiyo. Alikuwa anasita sana kuniruhusu nizungumzie hilo. Ningeweza kuendelea zaidi, lakini ilikuwa kama, "mada imekwisha, faili imefungwa." Hilo lilitosha.

* * *

Taarifa zaidi zilipatikana katika vikao vya Phil alipokuwa akipewa maarifa ya historia kutoka Sayari ya Minara Mitatu.

D: Je, unaweza kuona nini kilichosababisha uharibifu wa Atlantis?

P: Kuna sababu nyingi hapa ambazo zinaonekana na zisizoonekana. Hata hivyo, tunahisi kwamba ya kimwili ndiyo inayofanana zaidi na kile unachouliza. Uharibifu ulikuwa wa aina nyingi. Lakini cha kuumiza zaidi kilikuwa uharibifu wa ardhi yenyewe katika janga la shughuli za volkano zilizosababishwa na matetemeko ya ardhi. Sehemu kubwa ya uharibifu huu ilichochewa na wale waliokuwa tabaka tawala wakati huo. Watu walipewa uwezo wa kujiangamiza wenyewe kwa kutumia aina nyingi za nishati. Kulikuwa na aina nyingi tofauti za nishati zilizopatikana. Na walikuwa wakizitumia vibaya, kiasi kwamba kulikuwa na nguvu nyingi zisizo na maelewano katika sehemu hiyo ya sayari.

D: Nilijiuliza kama chanzo kilikuwa tukio la asili, au kama watu walikuwa na mchango katika uharibifu halisi.

P: Sehemu kubwa ya uharibifu ilikuwa tendo la ujinga na ukosefu wa busara. Hata hivyo, kwa kiwango fulani kulikuwa na ufahamu kwamba vitendo kama hivyo vingekuwa na matokeo. Lakini matokeo hayo yalipuuzwa kwa ajili ya kile kilichoonekana kama faida ya haraka.

D: Lakini ulisema walitumia nishati, na aina hizi za nishati zilikuwa sehemu ya sababu ya milipuko ya volkano na matetemeko ya ardhi?

P: Hilo ni sahihi. Kulikuwa na nishati za fuwele zilizolengwa kwa namna ambayo mistari ya nguvu ya Dunia yenyewe ilikatwa. Hivyo kile kinachoweza kuitwa gundi iliyoshikilia sehemu hiyo ya Dunia kilikatwa. Na kukatokea kutokuwiana kulikosababishwa na uharibifu huu. Kisha janga lililofuata.

D: Je, hiyo ina maana kwamba hawakutarajia hili litokee?

P: Kulikuwa na wale waliotoa onyo kwamba vitendo kama hivyo vingesababisha mwitikio kama huo. Hata hivyo, wengi wa wale waliokuwa wakifanya maamuzi wakati huo walipofushwa na hisia zao za kutojibu kwa sheria za asili na za Mungu. Na walikuwa wakitenda kwa njia zilizokuwa zinasababisha uharibifu mkubwa.

D: Kwa maneno mengine, walikuwa wakichezea mambo ambayo hawakupaswa.

P: Walikuwa wakichezea mambo kwa njia ambazo hawakupaswa, si kwamba walikuwa wakichezea mambo ambayo hawakupaswa kuwa nayo.

D: Kwa hiyo mambo yaliwarudia vibaya na yakawaangamiza wao na dunia yao wakati huo.

P: Hilo ni sahihi.

* * *

D: Nilikuwa nikijiuliza, ikiwa Atlantis ilikuwa mahali kamilifu sana na ilikuwa inaendeleza uwezo mkubwa sana, nini kilitokea kilichosababisha anguko lake?

Brenda: Kilichotokea — kadiri ninavyoweza kuona — kilikuwa janga la asili lisilotarajiwa. Na janga hili la asili lilikuwa pana sana kiasi kwamba liliingiza kila kitu katika machafuko. Inaonekana jambo kuu lililotokea ni kwamba walikuwa wanaendelea vizuri sana, na inaonekana kulikuwa na kikundi kidogo kilichotaka nguvu zaidi kuliko walivyopaswa kuwa nazo. Lakini bado hawakuwa wameendeleza nguvu kubwa hatari. Mahali Atlantis ilipokuwa, ilikuwa juu ya mabamba mawili ya tectonic. Na mvutano kati ya mabamba haya mawili ulifikia kiwango ambacho kulitokea tetemeko kubwa sana la ardhi. Namaanisha, kubwa sana, kiasi kwamba ardhi ilipopasuka, ilipasuka hadi kwenye ganda na magma na lava vikaanza kupanda kutoka humo, si kutoka kwenye volkano bali kutoka kwenye tetemeko la ardhi. Na lilikuwa na nguvu kiasi kwamba lilihisiwa duniani kote. Na lilikuwa linaangusha majengo katika mabara yote mawili. Liliharibu kabisa Atlantis vipande vipande, kama ambavyo mhusika huyu angesema.

D: Nimesikia hadithi fulani, na sikujua ilikuwa ya kweli kiasi gani. Kwamba kikundi kilichotaka nguvu kilitumia fuwele kuu au kitu kama hicho na hilo lilikuwa sehemu ya tukio.

B: Hilo labda lilichangia ukali wa tetemeko la ardhi, kwa sababu mfumo ulikuwa haujatulia na ulikuwa tayari kulipuka wakati wowote. Na walidhani wangejaribu kuchezea kile walichoweza kufanya, na hilo likasababisha tetemeko la ardhi kuwa baya zaidi kuliko lingekuwa vinginevyo.

D: Basi unaona, je, hiyo ndiyo sababu bara lilizama?

B: Halikuzama kabisa. Lilizama, lakini kwa karne nyingi baadaye meli hazikuweza kuvuka bahari hiyo kwa sababu ya matope yaliyokuwa njiani. Ilikuwa ni ya kina kifupi sana kwa meli kuvuka kikamilifu. Na mabamba yalipoendelea kusogea mbali, matope yalizama taratibu hadi kufikia kina ambacho meli zingeweza kuvuka bila kugonga chini. Kumekuwa na rekodi fulani za hili katika kumbukumbu zenu za baharini, ambazo watu wameziona kama jambo lisiloelezeka.

Hili linaweza kueleza ramani za zamani na kusitasita kwa mabaharia kusafiri umbali mrefu sana. Kulikuwa na hadithi nyingi, hata katika nyakati za Columbus, kuhusu viumbe wa kutisha na meli zilizopotea. Huenda hii ilikuwa chanzo cha hekaya za meli kuanguka kutoka ukingo wa Dunia, kwa sababu wakati waliposafiri mbali na kutorudi, kwa واقع walikuwa "wameanguka". Watu waliobaki nyumbani hawakuweza kujua kwamba labda waligonga maeneo ya tope baharini na kuzama, au walikwama na hatimaye wakafa kwa njaa. Hili pia linaweza kueleza hekaya ya Bahari ya Sargasso au Bahari ya Meli Zilizopotea.

D: Ilipotokea, je, kwa watu waliokuwa juu ya nchi ilionekana kama kuzama?

B: Hapana, kilikuwa ni vurugu na maafa makubwa, nchi yao ikitetemeka kwa nguvu sana na mito ya lava ikitiririka mitaani. Ilikuwa hali ya kutisha sana, na watu walikimbilia baharini na kuogelea kwenda ndani ya bahari ili kukimbia lava na ardhi iliyokuwa ikitikisika. Lakini wale waliotoroka kwenda baharini walizama, kwa sababu tetemeko la kwanza lilisababisha mawimbi makubwa ya bahari kurudi na kugonga bara pande zote mbili. Mawimbi hayo yalifagia mabaki ya kisiwa na kuharibu kila kitu ambacho hakikuwa tayari kimeharibiwa na lava na mtikisiko wa ardhi.

* * *

Ninataka kutoa maoni kuhusu kesi niliyokuwa nayo huko New Orleans mwaka 2000. Mwanaume mmoja alirudishwa kimaisha nyuma hadi kile alichokieleza kama Atlantis, ambapo alikuwa mwanachama wa kundi la makuhani. Kulikuwa na kuhani mkuu aliyewaongoza, na walikuwa wakitumia fuwele kujaribu kupunguza athari hasi za kundi jingine la wanasayansi waliokuwa na ushawishi mkubwa sana. Ilionekana kwamba kundi lingine la wanasayansi lilikuwa likitumia nguvu za akili na udhibiti wa mawazo kwa njia hasi. Pia walikuwa wakifanya majaribio kwa njia zisizo nzuri. Hivyo kundi hili la makuhani lilikuwa likijaribu kupinga hali hiyo hasi kwa kutumia fuwele na kuelekeza nishati ili kufuta athari walizokuwa wakizalisha. Lakini makuhani walikuwa na matatizo. Walikuwa na kundi la fuwele, na hizi zilipaswa kupangwa kwa mpangilio au muundo fulani ili kutoa kiwango cha juu cha ufanisi, lakini haikufanya kazi. Walikuwa wakibadilisha mpangilio wa fuwele mara kwa mara, na kutumia nguvu za akili zao, lakini bado haikuweza kufanya kazi.

Mambo yalizidi kuwa mabaya taratibu, na ardhi ilikuwa ikipitia shughuli kubwa za kimitetemo. Walijua kwamba bara lilikuwa linaenda kuzama. Nilimuuliza walijuaje kwa hakika, naye alisema ni kwa sababu ya mambo hasi ambayo kundi lingine lilikuwa likifanya. Ilikuwa ikisababisha kukosekana kwa uwiano, na kila kitu kilikuwa kimepoteza uwiano mkubwa. Hali hii, pamoja na mambo mengine yote yaliyokuwa yakitokea, ilikuwa ikisababisha shughuli za kimitetemo. Walijua kwamba kipande cha ardhi—iwe ni kisiwa au chochote kile, Atlantis—kilikuwa kitaenda kuzama. Kwa hiyo waliamua kuondoka katika bara hilo na kwenda mahali pengine.

Alisema waliondoka kwa meli na wakachukua kundi lao lote pamoja nao. Nilihitaji maelezo ya meli hizo, nazo zilikuwa za ajabu sana kwa muonekano. Alisema zilikuwa kama viputo vikubwa vya duara. Vilikuwa vikubwa kiasi cha kuweza kubeba hadi watu hamsini katika kimoja. Viliposafiri majini, nusu ya kiputo ilikuwa juu ya maji na nusu nyingine chini ya maji. Sehemu iliyokuwa juu ya maji ilikuwa wazi, iliweza kuonekana kupitia. Watu walikuwa ndani ya viputo hivyo, na walikuwa wakiviendesha kwa kutumia fuwele na udhibiti wa akili. Walikuwa wamechukua fuwele pamoja nao, baadhi zikiwa kwenye kila meli. Kundi hilo lilielekeza mawazo yao kwa pamoja ili kuunda nguvu iliyokuwa ikisukuma meli hizi za viputo kuvuka bahari. Walikuwa wakielekea mahali ambapo baadaye lingejulikana kama Misri.

Kundi lilipofika Misri, waliweza kutumia fuwele na kujenga makazi ya kuishi. Hawakuwahi kusikia kilichotokea kwa bara, kwa sababu hawakukutana na yeyote aliyenusurika na kufanya safari hiyo. Kulikuwa na makundi ya watu waliokuwa wakiishi huko, wazawa wa eneo hilo, bila uwezo wowote wa juu wa kisaikolojia. Kwa hiyo hawakuchanganyika nao hata kidogo. Walikaa peke yao kama kundi la makuhani, na walipanga kuendelea na kazi yao na kuanzisha ustaarabu mpya kabisa hapo kwa kutumia fuwele na udhibiti wa akili. Walikusudia kuendelea kutumia sayansi ya hali ya juu.

Huu ulikuwa mfano usiotarajiwa wa manusura walioweza kutoroka janga hilo na kubeba maarifa ya hali ya juu pamoja nao. Walitarajia kuunda ustaarabu mpya ambao usingepelekwa kwenye mipaka ya kupita kiasi kama ule wa mwisho. Nani ajuaye ni wangapi wengine walitoroka na kwenda kwenye mabara mengine? Hili linaweza kuwa maelezo ya ujenzi wa makaburi na majengo makubwa ambayo wanasayansi wetu hawawezi kuyaeleza. Maarifa yalikuwepo, na huenda yalipotea baada ya vizazi kadhaa. Uwezekano huu utachunguzwa katika sura inayofuata.

Sura ya Saba

Fumbo La Mapiramidi

Kila mara ninapokuwa na mhusika katika kiwango cha ndani kabisa cha transi, huwa nina maswali mengi sana. Nilipofahamishwa kwamba nilikuwa na uwezo wa kufikia chanzo kisicho na kikomo cha taarifa, udadisi wangu wa kiripoti ambao haujawahi kushiba ulichukua nafasi, na nilitaka kujua kila kitu nilichoweza kuhusu kila mada inayowezekana.

Phil alikuwa na ufikiaji kupitia Sayari ya Miinuko Mitatu.

P: Maarifa hayapo kwenye sayari yenyewe, bali yanaweza kufikiwa kutoka kwenye sayari hiyo kupitia mfumo wa mawasiliano uliopo huko.

D: Kituo cha kati cha taarifa—je, hiyo ni njia sahihi ya kusema hivyo? Mfumo wa mawasiliano wa kuwasiliana?

P: Ndiyo, hiyo ni sahihi.

D: Hukusema kwamba kumbukumbu za historia ya Dunia zinaweza kufikiwa kutoka mahali hapa?

P: Hilo ni sahihi. Historia iko hapa. Historia iko kila mahali kwa wakati mmoja. Ni kwamba tu inapatikana kwangu kwa wakati huu.

D: Kumekuwa na nadharia nyingi tofauti kuhusu jinsi mapiramidi ya kale huko Misri yalivyojengwa. Je, tunaweza kupata taarifa kuhusu mada hiyo, tafadhali?

P: Miundo hii ilijengwa kwa msaada wa kuinua kwa nguvu isiyoonekana, jambo ambalo linagunduliwa tena katika baadhi ya maeneo Duniani leo. Kitendo cha kusogeza mawe haya kilifanywa kwa nishati safi ya akili. Hili linawezekana leo, katika saa hii, kama ilivyokuwa wakati huo. Linahitaji umakinifu na mkazo kamili wa mawazo. Kulikuwa na kundi la makuhani watano hadi saba waliokuwa wamefunzwa katika sayansi hii na sayansi nyingine nyingi. Hili lilikuwa ni sehemu moja tu ya mafunzo yao. Maarifa hayo yalihamishwa kutoka Atlantis. Mapiramidi yalikuwa zawadi ya maarifa kutoka Atlantis.

D: Je, kuinua kwa nguvu isiyoonekana ndilo lilikuwa njia pekee ya kuinua mawe haya?

P: Kulikuwa pia na uimbaji wa toni ulioambatana na hilo. Ilikuwa pia ni uzoefu wa kidini.

D: Nimesikia pia kwamba huenda baadhi ya mapiramidi yalijengwa kwa njia tofauti.

P: Kuna uvumi mwingi duniani. Kila mara maarifa yanapokosekana kuhusu jinsi kitu kilivyojengwa, huchukuliwa kinadharia kwamba kilijengwa kwa njia ambayo ilikuwa ya kawaida kwa ustaarabu wa wakati huo. Haionekani kuwa ya kawaida kudhani njia ya ujenzi ambayo haikujulikana wakati huo. Kuna njia nyingi za kujenga mapiramidi. Baadhi zina umuhimu zaidi kuliko nyingine.

D: Mtu mwingine aliniambia aliona yakimwagwa, kama tunavyomwaga saruji leo.

P: Tunachokiona ni kwamba yalichongwa machimbo na kukatwa, kisha yakainuliwa. Hata hivyo, hatutapuuza taarifa hiyo, kwa sababu hatuna udhibiti kamili wa taarifa zote. Na huenda hilo likawa sahihi kabisa. Kulingana na tunachoona, mawe tunayoyafahamu yalikatwa na kuchimbwa katika maeneo ya mbali, kisha yakasafirishwa kwa njia ya telepathia. Kuhani aliandamana na mawe wakati wa usafirishaji na kisha akayainua hadi mahali yaliposimamishwa. Kazi ilikuwa ya kiakili zaidi kuliko ya kimwili.

D: Basi yalikuwa yakisafirishwa kwa kuinuliwa pia?

Nilikuwa nikirejelea usafirishaji wa mawe, lakini Phil alidhani nilimaanisha makuhani nao waliinuliwa pia.

P: Makuhani walikuwa wakisafirishwa kwa njia za kawaida zaidi, kama magari ya farasi, lakini waliandamana na mawe na kuyaweka ndani ya mtazamo wao ili kuyaweka kwa uthabiti katika mkazo wa mawazo yao. Mawe yalisafirishwa kutoka machimbo hadi eneo la ujenzi kwa kuinuliwa, na kisha yakawekwa mahali pake kwa kuinuliwa. Uinukaji wote ulifanywa kwa kuinuliwa. Nguvu zilizotumiwa na kuenezwa ndani ya mawe wakati wa kuinuliwa zilihifadhiwa. Kila jiwe lilihifadhi sehemu ndogo, na hivyo piramidi kwa ujumla ilikuwa na nishati nyingi. Mawe hutenda kama fuwele kwa maana yanaweza kuhifadhi nishati ya binadamu pamoja na nishati nyingine nyingi.

D: Umetaja uimbaji, muziki. Ulifanya kazi gani?

P: Huu ni udhihirisho wa kimwili wa nishati inayolengwa.

Nilipokuwa nikifanya kazi kwenye kitabu changu Yesu na Waessene, ilikuwa vigumu kupata taarifa kuhusu mada fulani kwa sababu ya kanuni kali ya usiri ambayo Waessene waliishi nayo. Nilikuwa nikijaribu kujua kama walikuwa na mbinu zozote za kujilinda dhidi ya maadui wao. Kitu pekee nilichoweza kujifunza ni kwamba kilihusiana na sauti, na hakukuwa na silaha, kwa maana ya kawaida, kwa sababu hazikuhitajika. Pia niliuliza kuhusu ujenzi wa mapiramidi, lakini niliambiwa tu hadithi na hekaya walizokuwa nazo katika utamaduni wao. Mhusika anaporudishwa katika maisha ya zamani, huathiriwa sana na muundo wa kimaadili wa utu aliokuwa nao wakati huo. Kwa hivyo mara nyingi haikuwezekana kumfanya mhusika afichue siri.

Miaka kadhaa baada ya kufanya kazi na nyenzo hizi, mwanamke mwingine katika sehemu nyingine ya Marekani alitoa baadhi ya vipande vilivyokosekana ambavyo mhusika wa awali hakuweza kutoa, kwa sababu ya vikwazo vyake vya kiakili. Mwanamke huyu pia alikuwa mwanachama wa jamii ya Waessene katika maisha ya zamani, akihusika na kufundisha mafumbo, na pia alihisi hitaji kali la usiri. Kwa sababu hakuingia katika transi kamili ya usingizi mzito, aliweza kuhifadhi kumbukumbu za matukio aliporejea katika fahamu. Alisema hata katika hali ya kuamka ilikuwa vigumu kuzungumza kuhusu mambo haya, kwa sababu mwili wake ulikaza na koo lake lilijaribu kujifunga. Hilo lilionyesha kwa nguvu jinsi vizuizi hivyo vilivyokuwa vimejengeka ndani yake katika maisha hayo. Alielewa kwa makusudi sababu za faragha ya jamii hiyo na hitaji la kulinda taarifa hizi, kwa sababu kama mambo fulani yangetoka na kutumiwa vibaya, yangeweza kusababisha mkazo na madhara makubwa.

Aliripoti taarifa iliyobaki katika fahamu zake: "Niliona bonde hili ambako watu mia moja au mia mbili walikuwa wamekaa katika safu. Walikuwa wakitumia sauti kuinua muundo mkubwa wa mawe na kuusogeza pale walipotaka uwe. Sauti ilikuwa ya fumbo, takatifu, na wakati huo huo ilikuwa ya kidunia. Ilikuwa ni mambo yote ya ulimwengu yakiwa yameunganishwa. Sauti haikuundwa tu na sauti ya binadamu, bali pia iliambatana na aina fulani za pembe. (Hakuwa na uhakika wa kuziita ala hizo kwa sababu hazikufanana na chochote alichokiona katika maisha haya.) Zilikuwa ndefu sana, baadhi zilikuwa zimepinda na nyingine zilikuwa nyoofu. Zilitoa sauti safi zinazoendelea, na hili lilifanywa kwa umoja. Sauti ya pamoja haikusimama kamwe hadi kile walichokuwa wakifanya kilipokamilika. Kwa maneno mengine, hakuna aliyepumua kwa wakati mmoja, ili sauti ziendelee bila kukatika. Idadi ya watu waliokuwa wakishiriki ilitegemea kazi. Kadiri kazi ilivyokuwa ngumu au kubwa zaidi, ndivyo watu wengi zaidi walivyohusika.

"Kuinuliwa haikuwa matumizi pekee. Sauti ingeweza kutumika kwa mambo mengi tofauti. Kulikuwa na toni au viwango vya sauti ambavyo vingewafanya watu wakose fahamu, au kuwafanya watende kwa njia ya kichaa, hasira au msisimko mkubwa. Pia ilikuwa inawezekana kuua kwa sauti, ingawa

Waessene hawakufika huko, kwa kuwa kuwafanya watu wakose fahamu kulitosha kwa kusudi lile lile. Wangeweza pia kutumia sauti kujifanya wasionekane. Hili lilihusiana na harmonia, njia ya asili ya kupata mlinganyo wa kihisabati unaofanya kitu chochote kifanye kazi. Hili lingeweza kufanywa na mtu mmoja, lakini kama kulikuwa na jeshi linalokuja, ingechukua watu kadhaa kulikabili."

Hili, bila shaka, lilinileteа mara moja hadithi ya Biblia ya Yoshua na Vita vya Yeriko, ambapo sauti ilisababisha kuta za mji kuporomoka. Inajulikana kwamba sauti ina uwezo wa kufanya mambo haya, kama vile noti fulani inaweza kuvunja glasi ya kioo. Na mtikisiko wa kundi la askari wanaotembea kwa hatua moja unaweza kuangusha daraja ikiwa hawatavunja mwendo.

Nilijiuliza kwa nini silaha hii yenye nguvu haikutumika katika nyakati za baadaye Warumi walipovamia na kuharibu Qumran, na kuwakamata na kuwatesa Waessene. Huu ulikuwa wakati ambao Hati za Bahari ya Chumvi zilifichwa katika mapango kwa ajili ya usalama. Labda walijua ulikuwa mwisho wa enzi? Labda walikuwa wamesahau jinsi ya kutumia njia hii, au hawakufundishwa? Huenda tusijue kamwe. Kwa kila hali, ilionekana kwamba watu wa kale walikuwa na maarifa ya kuinua kwa kutumia sauti, ambayo yamepotea kwa vizazi vilivyofuata.

Nilirudisha maswali yangu kwa mapiramidi.

D: Je, yote yalijengwa kwa njia ile ile?

P: Ujenzi wa mapiramidi uliongezeka kwa ugumu na—maana yake ni vigumu kutafsiri—lakini mageuzi yalikuwa kutoka hali mbichi hadi iliyosafishwa zaidi, sambamba na upatanisho wa makuhani katika dini yao. Mengi yalitimia, mengi yalikuwa yanawezekana zaidi kwa upatanisho wa juu wa makuhani hawa. Hili halikuwa jambo ambalo raia wa kawaida angeweza kufanya. Ilihitaji miaka mingi ya masomo na juhudi kubwa ya umakinifu ili kulitimiza. Hili lilikuwa jambo ambalo wachache waliochaguliwa tu wangeweza kulifanya baada ya miaka ya kujifunza.

D: Je, ingewezekana kwa watu wa leo kujifunza kuinua kwa nguvu isiyoonekana?

P: Jibu ni ndiyo. Hakuna vikwazo vya kimwili, kiakili au kihisia kuhusu nani anaweza kupokea maarifa haya. Kigezo cha kuamua kiko ndani ya mtu mwenyewe, kama anataka kuyafuata na kuweka juhudi zinazohitajika kujifunza.

D: Vipi kuhusu nishati ya ajabu iliyo katika mapiramidi ambayo watu wanasema inaweza kuhifadhi vitu?

P: Nishati hiyo ni nishati inayoweza kulengwa kupitia mwili wa binadamu. Kuna nishati ambazo mwili wa binadamu hauwezi kulenga, ambazo zingekuwa nje ya ulinganifu na uzoefu wa kibinadamu. Kwa hiyo mapiramidi haya hayahifadhi aina hiyo ya nishati, kwa kuwa wanadamu walioweka nishati katika mapiramidi haya hawakuweza kuelekeza nishati hiyo ndani yake. Hivyo mapiramidi haya yana nishati ambayo ni ya kipekee kwa uzoefu wa kibinadamu. Nyenzo inaweza kuchajiwa na binadamu yeyote anayelenga nishati zake ndani yake, kama wale wanaofanya kazi na fuwele wanavyojua vyema. Kanuni ile ile inatumika hapa.

D: Nimesoma kwamba kuna laana zinazoua watu wanaovamia mapiramidi au kukiuka maeneo yao ya mazishi. Je, hili ni kweli au ni mawazo ya watu tu?

P: Hili si kile ambacho mtu angeita laana, kwa maana kwamba kuna viumbe vya kulipiza kisasi vinavyofanya kazi hapa. Hilo si sahihi. Mapiramidi yamejaa nishati ya binadamu, zaidi kuliko kitu kingine chochote au kifaa chochote kilicho Duniani kwa sasa. Mtu anapoingia katika mapiramidi haya, anaingia katika uga huu wa nishati ya binadamu iliyokolea. Anazama na kuogelea katika nishati ambayo ni sehemu ya haiba za wale walioweka nishati katika mawe haya. Laana, bahati mbaya unayozungumzia, ni udhihirisho tu wa kukosa uwiano kwa watu hawa ambao hawawezi kushughulikia nishati hii. Na hivyo husababisha maafa haya kujitokea wao wenyewe. Mtu aliyefunzwa, aliye na ufahamu na aliye wazi anaweza kuingia katika mapiramidi haya na kupokea kutoka kwake maarifa mengi yaliyohifadhiwa ndani ya piramidi yenyewe. Kama mtu atakuwa wazi na tayari, haya ni maeneo yenye nguvu kubwa za kiakili. Jengo la kiakili, ukipenda kusema hivyo.

D: Vipi kuhusu mapiramidi ya Amerika ya Kusini? Je, yalijengwa kwa njia ile ile kama yale ya Misri?

P: Mapiramidi haya yanatokana na ukoo ule ule wa watu waliohama kutoka Atlantis wakati wa uharibifu. Njia iliyotumika ni ile ile, kwa kuwa hii ilikuwa maarifa ya kawaida huko Atlantis. Hekalu hizi zilitumika kwa ajili ya ibada. Miaka mingi sana ilipita tangu uzoefu wa awali wa Atlantis hadi mapiramidi haya ya mashariki na magharibi yalipojengwa, na mawazo mengi pia yalibadilika katika mwelekeo tofauti.

D: Lakini kanuni ilikuwa ile ile. Vipi kuhusu mapiramidi ya Mexico, je, nayo yalijengwa kwa kuinuliwa?

P: Kulikuwa na upotevu wa taratibu wa sanaa hii, na ustaarabu mwingi ulijaribu kuiga mbinu hii ya ujenzi kwa njia za kawaida zaidi. Tunatafuta maarifa haya, ambayo yanaonekana kuonyesha kwamba haya yalijengwa kwa njia ya kawaida ya kazi za madaraja na kazi ya mikono.

D: Je, hilo lilikuwa kwa sababu maarifa yalikuwa yakipotea wakati huo?

P: Ilikuwa kwa sababu kizazi hiki hakikuwahi kupokea maarifa hayo na kilitaka kuiga miundo ambayo kilikuwa kimesikia habari zake au kuiona. Kulikuwa na mapiramidi katika bara la Atlantis. Hata hivyo, kwa sasa yamezama. Mapiramidi haya yamekusudiwa kuinuka tena, baada ya maafa makubwa. Maarifa yaliyohifadhiwa katika mapiramidi haya yataachiliwa kwa kizazi cha msingi, ufahamu mpya ambao Dunia sasa inaunganisha. Maarifa haya yatasaidia katika mageuzi ya binadamu wakati huo.

D: Unamaanisha nini kwa kusema maafa makubwa?

P: Hili ni neno pana linalotumika kuelezea mabadiliko mengi ya kimwili ambayo sasa yanatokea na yataendelea kutokea kwa miaka kumi na minane ya kalenda ijayo kwenye sayari hii. (Hili lilirekodiwa mwaka 1985.) Haya yamekusanywa kwa ujumla chini ya neno "maafa makubwa". Hili halipaswi kuzingatiwa kama tukio moja kubwa.

* * *

D: Je, unaweza kuniambia ni nani aliyejenga Mapiramidi Makubwa ya Misri, na kwa nini? Na yalijengwa vipi?

P: Hili limetolewa katika upokeaji wa awali mara nyingi. Huu ni ukumbusho wa mafanikio au kilele cha mafanikio ya ustaarabu uliotangulia kwa vizazi vilivyofuata. Alama ya safari ya mafanikio yao, ishara ya mafanikio yao. Kilele cha uelewa wao wa asili ya uhalisia. Ukweli kwamba ukumbusho huu unabaki kuwa fumbo unaonyesha kwa vizazi vilivyofuata ukosefu wao wa uelewa. Wakati ambapo kilele hiki kitaeleweka, basi teknolojia ya kizazi hicho itakuwa imefikia kiwango cha kutosha cha ufahamu, ili kupewa taarifa inayofuata, ambayo piramidi inaashiria kidogo sana. Ni mtihani wa litmusi kwa kizazi hicho. Ili kwamba nishati za juu zinazosimamia usambazaji wa nishati ziweze kutambua kwamba kizazi kilichopo kwenye sayari kwa wakati huo kimefikia kiwango cha kutosha cha uelewa, na hivyo kupewa taarifa iliyobaki inayopatikana. Hadi uelewa kamili wa piramidi utakapofikiwa, itakuwa mapema kuruhusu usambazaji wa taarifa iliyokuwa imeshikiliwa.

D: Nilikuwa na nia ya kujua jinsi mapiramidi haya yalivyojengwa. Je, unaweza kuona hilo?

P: Je, unaweza kuona hilo? (Kicheko) Tayari imedhaniwa kupitia njia za kuinua na msukumo wa kielektroni-sumaku wa aina nyingi tofauti, ikiwemo matumizi ya toni na mtetemo wa kiakili. Kufafanua zaidi kungekuwa bure, kwa kuwa kiwango chako cha uelewa hakijainuliwa hadi kufikia hatua ambayo ungeweza kufahamu kile ambacho tungeweza kukupa. Kwa hiyo, wakati kupitia juhudi zako mwenyewe za uelewa, utakapojivuta hadi kiwango hicho, kiasi kwamba unaweza kuelewa uhalisia huu wa hali ya juu, basi utapewa uelewa kamili zaidi. Lazima ujenge msingi wako kabla hujajenga nyumba yako.

D: Hilo lina maana. Nimesikia lilifanywa kwa muziki. Je, hilo linaendana na ulichosema kuhusu toni?

P: Muziki katika maana ya toni, si katika maana ya wimbo.

D: Je, toni hizi zinakuwa rahisi zaidi sasa kwa kuwa tuna vichanganyaji sauti vya kisasa? Vinaweza kuzalisha toni ambazo hatukuwa na uwezo wa kuzalisha hapo awali.

P: Sivyo katika maana ya uhalisia wa sauti au mtikisiko wa kawaida. Bali katika uhalisia wa kidhana, toni ya nishati ya akili. Nishati yako ya akili ikitingamana katika toni moja maalum—dhana ya toni—ikimaanisha kwamba nishati yako ya akili si kelele isiyo na mpangilio, kama wengi wanavyofanya kazi sasa. Bali nishati yako ya akili inaweza kulengwa kiasi kwamba inatingamana katika toni fulani. Sio kelele wala hata harmonia. Ingawa miunganiko mingi ya toni za akili inawezekana kwa ufahamu zaidi wa dhana ya toni za akili. Hivyo toni hizi za akili kwa umoja huzalisha nishati yenye nguvu kubwa sana ambayo inaweza, kwa hakika, kuipasua Dunia yako mara mbili, ikiwa idadi ya kutosha ya viumbe wataungana katika juhudi ya pamoja. Itakuwa kama uharibifu wa Atlantis tena.

D: Je, hili linaendana na kile tulichoambiwa kuhusu jinsi viumbe wa angani wanavyoweza kusukuma vyombo vyao? Kupitia mkazo wa akili.

P: Hilo ni sahihi.

D: Ni nishati ile ile?

P: Si nishati ile ile. Bali ni dhana ile ile, ikifanyiwa kazi kwa namna tofauti.

D: Je, mapiramidi hufanya kazi tu kama makumbusho, au yanafaa pia kwa matumizi ya nishati katika asili?

P: Ni kipengele cha kisaiko-reaktivu cha nishati kwenye sayari yako. Kama kichocheo kwa wale walio kwenye sayari yako, ambao kupitia matendo yao wenyewe hujaribu kuinua kiwango chao cha ufahamu hadi kiwango ambacho piramidi inatingamana nacho. Kilikuwa kichocheo, si tu katika maana ya dhana, bali pia katika maana ya mwitikio. Nishati kwenye sayari yako inaongezewa nguvu kwa kuunganishwa na kujaribu kuelewa uhalisia wa kidhana wa mapiramidi haya.

D: Je, ni kweli kwamba mapiramidi pia ni visambazaji vya nishati kwenda sayari nyingine, au hata galaksi nyingine?

P: Hilo ni sahihi. Nishati inayotiririka kuelekea sayari yako inalengwa na muundo huu wa kijiometri, kwa kiwango ambacho hata dhana ya "ukamilifu" haiwezi kukikaribia. Hata hivyo, mraba, au hata mchemraba, wa dhana ya ukamilifu, kiasi kwamba mtetemo wa ukamilifu huu unafikia zaidi ya uhalisia wa vipimo vitatu. Ukweli wa juu kabisa unaoweza kufikiwa katika viwango vyako vya chini vya uhalisia, ukivuka zaidi ya uhalisia wako wa vipimo vitatu. Ukweli huu basi huhisiwa katika maeneo mengine ya galaksi yako. Nishati zinazotiririka kwenda na kutoka kwenye sayari yako zinaelekezwa au kusawazishwa na ukweli huu. Ukweli ukiwa kama kichujio cha kupolarisha. Vielelezo hivi vya kidhana si sahihi kabisa kwa maana kwamba, katika uelewa wako, havina msingi wa kipimo cha pamoja. Hata hivyo, tunajaribu tu kukuruhusu uelewe, kwa maneno unayoweza kuyatambua, ukweli kwamba ukweli si tu wazo la kufikirika. Ni uhalisia. Ukweli ni halisi zaidi kuliko ulivyo wa kufikirika, na unaweza kutumika. Dhana ya ukweli, kwa mtazamo wako, ni ya kufikirika tu. Kwa uhalisia kuna sababu na athari ya kweli ya kile unachokiita "ukweli". Ukweli huu basi unakuwa kama kichujio, au labda hata kirejeshi. Kama vile unavyoweza kurejesha mwanga wa leza, leza hiyo ikiwa ni mwanga uliopangiliwa wa urefu fulani wa wimbi au hata wigo, ukirejeshwa labda kutoka kwenye kioo au kifaa cha mitetemo kilicho kwenye Mwezi wako. Kielelezo hapa ni kwamba kifaa cha kurejesha kilicho kwenye Mwezi wako kingelinganishwa na piramidi hii. Na dhana au mkondo wa kidhana wa ukweli, ukweli wa ulimwengu wote, unarejeshwa kutoka kwenye piramidi hii. Kwenye sayari yako kuna kirejeshi hiki cha ukweli wa juu, maarifa ya juu. Hivyo wale ambao wangetazama sayari yako, wanaweza kuona mwanga huu wa ukweli ukirejeshwa. Kwa hiyo, wakati fulani mtu kwenye sayari yako alikuwa katika kiwango hiki cha juu cha ukweli; na sayari yako basi ina kirejeshi cha viwango vya juu vya ukweli. Tena, ukweli ukiwa zaidi sana kuliko wazo la kufikirika.

D: Nafikiri nimepata jibu zaidi ya nilivyopanga. (Kicheko)

* * *

P: Mapiramidi yalitumika kama vituo vya uchunguzi. Kwa kuwa mpangilio wa nyota ungeweza kuhesabiwa kwa ukaribu wa kilele cha pembetatu na nyota ya karibu ya alama. Nyota fulani zilipewa hadhi ya "nyota ya alama", na hivyo kwa kusimama katika sehemu maalum kwenye piramidi na kutazama juu kuelekea kilele na kisha kuelekea mbinguni, mtu angeweza kupata nyota ya alama, au kuona mahali ambapo kilele kilikuwa kuhusiana na nyota ya alama.

D: Walitumia taarifa hii kwa nini?

P: Ili kuruhusu kuchora ramani za anga pamoja na kupima wakati. Na hivyo kuweza kujua kwa usahihi mahali mtu alipokuwa katika mzunguko wa Dunia kuzunguka Jua.

* * *

D: Nafikiria kuhusu mapiramidi, na yale ya Peru, na ya Mexico. Makumbusho yaliyotengenezwa kwa mawe makubwa. Je, walikuwa na uwezo wa kusimamisha mawe haya ambao sisi hatuna leo katika karne ya ishirini?

Clara: Hapana. Mnao. Hamutumi.

D: (Kicheko kidogo) Nimeambiwa hivyo. Ni nguvu za akili ambazo hatuzitumii tena basi.

C: Hilo ni sahihi.

D: Waliwezaje kusimamisha makumbusho haya makubwa ya mawe?

C: Hebu nikuulize swali. Je, jiwe hilo ni la asili ya eneo hilo?

D: Nafikiri katika baadhi ya hali ni hivyo, lakini katika hali nyingine wanasema lilipaswa kusafirishwa umbali mrefu.

C: Kwenye nyota nyingi na sayari nyingi, sisi huunda kitu kuwa kipo kwa kutumia nishati tu. Na kwa urahisi, mawe huundwa. Yanaweza kuundwa kutoka eneo lenyewe. Lakini kama tuna uwezo wa kuunda kwa telepathia, au kuonekana kimwili kwa nishati safi, tunaweza kuyasafirisha kutoka mahali popote hadi mahali popote. Lakini mapiramidi makubwa yaliundwa hasa kutokana na kile kilichokuwa cha asili katika eneo hilo. Hivyo hilo linaweza kuwachanganya watu wengi, kama ilivyofanya kwa karne nyingi. Yalikuja tu kuwepo kwa kutumia akili, jambo ambalo hatulitumi leo. Kwa urahisi tu kwa kuunda, kukata jiwe kwa namna unayotaka, likikatwa ili lifanane na muundo kulingana na usanifu uliochaguliwa kwa piramidi hiyo.

D: Nimeona baadhi ambapo mawe yanaungana kwa ukamilifu kabisa, bila chokaa wala saruji. Na hata yamepinda ili yote yafitiane.

C: Ndiyo. Hufanywa kwa telepathia, kwa kutumia mawazo tu. Wazo ndilo uumbaji wa kila kitu. Kwanza huwa ni wazo. Na katika wazo la wale waliokuwa wakiumba muundo huo, waliunganisha wazo hilo kwa namna ambayo kila kona ingefanana kikamilifu. Kwa sababu kila wazo lilifanana kikamilifu na kila wazo jingine. Na hivyo wakati kila wazo linapoingiliana na kuumbana na jingine, linakuwa jingine, ili lifanane kikamilifu katika muundo au usanifu ambao mtu anauchagua uwe.

D: Watu wengine wanafikiria huenda ilifanywa kwa mashine kama miale ya leza.

C: Wazo ndilo leza yenye kasi zaidi inayojulikana. Kila jiwe ni wazo. Hivyo wazo linaweza kuwa msingi. Jiwe moja kwa wakati ni wazo moja kwa wakati. Na mawazo yote pamoja—na unaweza kusema jiwe la telepathia ni wazo. Na hivyo kila wazo likiwa jiwe la telepathia, au jiwe la kimwili—kwa sababu wazo linaweza kuwa la kimwili—na kila moja huwekwa juu ya jingine. Moja kando ya jingine. Hata hivyo muundo unafanana ili kuumba.

D: Yalisafirishwaje au kuwekwa juu ya jingine?

C: Kwa mawazo. Hivyo wazo langu ni kuumba jiwe hili. Naweza kusema, "Nitaleta jiwe hili kutoka hapa na kuliweka hapa." Ilikuwa ni ujenzi wa pamoja wa watu wengi kwa mawazo yao. Hivyo wazo langu ni kwamba nina jiwe hili la kuweka hapa, na hili hapa. Wazo linakuwa uhalisia. Kiumbe hai. Jiwe ni kiumbe. Ni tu mkusanyiko tofauti wa nishati. Kama unavyoliona, ni mkusanyiko usiosonga. Lakini ni nafasi yote. Yaani, ni nafasi yote, na ni nishati yote. Kwa hiyo kundi hili la pamoja, lenye akili moja na umoja mmoja na lengo moja na wazo moja la kuumba, huleta mawazo haya pamoja. Na huunda muundo wa kimwili.

D: Basi akili ya pamoja ilikuwa na nguvu zaidi kuliko ya mtu mmoja.

C: Zaidi sana. Daima huwa hivyo, kunapokuwa na wazo moja, au lengo moja, linalotaka kufikiwa.

D: Daima nimefikiria huenda ilifikiwa kwa kuinuliwa.

C: Unaweza kuita hivyo kuinuliwa. Kwa mawazo yako kuinua, au kusema, "Sawa, ninaenda huku na wazo langu linachonga jiwe hili. Kwa hiyo nitaliumba. Nitalileta huku." Ni kielelezo kizuri. Unaweza kusema, kwa njia yako ya kufikiri ya mstari, kwamba kwa hakika ingeweza kuwa kuinuliwa.

D: Pia niliambiwa ingeweza kuinuliwa kupitia sauti.

C: Hilo linawezekana. Wazo ni la haraka zaidi kuliko sauti. Wazo ni la haraka zaidi kuliko mwanga.

D: Unafikiri watu walitumia sauti katika nyakati za baadaye kwa sababu walisahau jinsi ya kutumia akili zao?

C: Ndiyo, ndiyo. Watu walijihusisha sana na haiba zao, na maisha yao ya kila siku na shughuli zao za kuingia na kutoka, kiasi kwamba walianza kujitenga na pamoja. Kujitenga na chanzo. Kujitenga na kile kilicho. Kuwa mbali na Yote Yaliyopo, na kuwa watu binafsi. Na hivyo kama mtu binafsi au kiumbe, walichagua kujitenga na chanzo. Na kwa kujitenga na chanzo, walianza kusahau kutumia wazo. Na hivyo wakaanza kutafuta njia nyingine.

D: Kwa hiyo ilikuwa inawezekana katika nyakati za baadaye walitumia sauti.

C: Oh, ndiyo.

D: Je, kundi la awali, lililotumia wazo la pamoja kujenga mapiramidi, lilikuwa wanadamu?

C: Oh, ndiyo. Wanadamu waliokua sana kimaendeleo.

D: Je, hawa ndio uliowasema kuwa walikuwa manusura wa Atlantis?

C: Alirudishwa duniani kutoka kwenye nyota.

D: Na waliishi tu katika maeneo haya ya kati, Misri na Peru na Meksiko?

C: Ndiyo, mwanzoni. Kisha wanadamu walianza kusafiri ili kugundua ulimwengu mipya, kugundua sayari mpya, kugundua ardhi mpya. Na walipokuwa wakisafiri juu ya ardhi, waliunda jamii zaidi. Kwa kawaida haikuwa mtu mmoja tu aliyekwenda, kwa sababu walitaka ushirika, au walitaka ulinzi dhidi ya pori au hatari ambazo zingeweza kuwapo katika maeneo yasiyojulikana nyuma ya vilima au ng'ambo ya maji.

D: Na mwanzoni walibeba maarifa haya pamoja nao. (Ndiyo) Lakini kwa kiasi fulani walihitaji akili ya pamoja ili kuunda makaburi haya makubwa. (Ndiyo) Je, unaweza kuniambia kusudi la Piramidi Kuu?

C: Ni ghala la maarifa, ya yote ambayo Dunia ni. Siri ya Dunia, na uumbaji wa Dunia umo ndani ya Piramidi Kuu.

D: Je, inajaribu kuigeuza kuwa ghala linalofanana na lile la minara mitatu?

C: Ni ghala linalofanana. Si kitu kinachogeuzwa kuwa.

D: Watu wengi wanafikiri vipimo na mwelekeo wa jinsi ilivyokaa vinaweza kutoa suluhisho kwa siri hiyo.

C: Hilo ni kweli, lakini kuna zaidi ya hapo. Mwanadamu amepoteza uwezo wa kutumia akili yake kikamilifu. Anatumia sehemu ndogo tu ya kile kilicho wazi kwake. Anahitaji kufunguka na kukubali kwamba hakuna mipaka, na bila mipaka unaweza kwenda zaidi ya muda na nafasi. Na unaweza kujua siri ya yote yanayoweza kujulikana. Utapewa taarifa zaidi katika wakati ujao, kwa sababu nishati ya piramidi zinaanzishwa tena, na mabadiliko mapya yatatokea katika eneo hilo.

D: Watu wanawezaje kugusa maarifa yaliyomo ndani ya piramidi?

C: Mwanadamu hayuko tayari kwa hilo kwa wakati huu. Hajafunguka vya kutosha. Anaelekea katika mwelekeo wa kuziona kama makaburi. Hataki kukubali kwamba kwa kweli zinabeba siri ya uumbaji wa ulimwengu, na maarifa yote ya kile ulimwengu ulivyo. Dunia na ulimwengu, na nyota.

* * *

Brenda: Utamaduni wa watu wa piramidi ulihusishwa na Atlantisi. Na miundo ya mawe waliyoijenga ilikuwa sehemu ya baadhi ya sayansi zao. Na Atlantisi ilipoharibiwa, miundo hii ya mawe haikuweza tena kufanya kazi kama ilivyokusudiwa, kwa sababu sehemu ya kati yake iliharibiwa pamoja na Atlantisi.

D: Zilikusudiwa kufanya kazi vipi?

B: Dhana ya karibu zaidi ninayoweza kupata ni kompyuta. Ziliingiliana kati yao kiasi kwamba mtu angeweza kuzitumia kwa kuhesabu mambo ya anga. Lakini pia zingeweza kutumika kudhibiti nishati za kozmiki na za Dunia kama mvutano na mengineyo, kwa sababu mbalimbali. Zilikuwa vifaa tata sana na zingeweza kutumika kwa mambo mengi. Lakini dhana nyingi haziwezi kutafsiriwa katika lugha hii, kwa sababu ni mambo ambayo ustaarabu wenu haujawahi kuyawazia kufanya.

D: Nimeambiwa kwamba siri ilikuwa ndani ya piramidi zenyewe. Nambari na mahesabu.

B: Ndiyo, ndivyo ilivyo. Piramidi zilibuniwa kwa usahihi mkubwa, hasa zile tatu kuu za Misri. Namna zilivyopangwa na kubuniwa, vipimo na kila kipimo kinachowezekana—kwa mfano umbali kutoka kilele hadi kilele na mengineyo—vinatumika. Kila kitu unachoweza kufikiria, ndani yake kuna fomula zote za kihisabati ambazo ustaarabu huo ulikuwa nazo. Na hiyo inajumuisha fomula nyingi ambazo ustaarabu wenu haujazifikiria bado. Baadhi zitagunduliwa katika piramidi, na huenda zikachukua muda kueleweka na kutumiwa. Mtapata matumizi yake na mtadhani ni jambo la ajabu sana. Piramidi ni kama chombo kilichobanwa cha maarifa yote ya kisayansi ya ustaarabu huo.

D: Je, unajua chanzo cha nguvu kilichozifanya zifanye kazi? Ulisema hazikuweza kufanya kazi baada ya Atlantisi kuzama.

B: Chanzo cha nguvu kilikuwa Dunia yenyewe. Lakini sababu haikuweza kufanya kazi ni kwa sababu hazikuwa tena katika usawa unaowawezesha kutumia mtiririko wa Dunia.

D: Tumeambiwa zilikuwa makaburi ya wafalme wa Misri.

B: Wakati ustaarabu ulipopoteza maarifa na haukujua vitu hivi vilikuwa nini, ndipo walipodhani lazima viwe makaburi. Na hivyo hadithi hiyo ikapitishwa kutoka kizazi hadi kizazi.

Michoro na hieroglifi zimepatikana ambazo zinaonekana kuonyesha ujenzi wa piramidi na watumwa wakivuta mawe juu ya njia za udongo ili kuyaweka mahali pake. Huenda piramidi zilikuwa tayari zipo na zilikuwa za zamani wakati michoro hiyo ilipochorwa, na hii ilikuwa tafsiri ya watu wa wakati huo kuhusu jinsi walivyodhani zilijengwa. Labda zilikuwa siri kubwa kwao kama zilivyo kwetu leo.

D: Hakukuwa na miili yoyote iliyopatikana humo.

B: Hakukuwa na wafalme waliokuwamo humo.

D: Basi vyumba vya ndani vilitumiwa kwa nini?

B: Vilitumiwa kwa madhumuni magumu zaidi kuliko mazishi. Baadhi vilitumika kwa udhibiti wa nishati. Lakini vyumba vingi vilikusudiwa kubeba mahesabu zaidi na fomula za kihisabati katika vipimo vyake, na uhusiano wake na vipimo vya piramidi.

D: Unaona zilijengwaje kwa mawe haya makubwa?

B: Kwa sehemu kupitia udhibiti wa nguvu za Dunia na kwa sehemu kupitia mchakato mlioambiwa wa kubadilisha jiwe kuwa kioevu.

D: Njia zilezile walizotumia Atlantisi basi. (Ndiyo) Mtu fulani aliniambia walifikiri labda walitumia muziki kwa namna fulani.

B: Mojawapo ya njia walizotumia kudhibiti nishati ilikuwa matumizi yaliyodhibitiwa ya sauti.

* * *

Baadhi ya wahusika waliingia kwa bahati mbaya katika maarifa kuhusu piramidi waliporejea katika maisha ya awali yaliyohusiana nayo.

Nilikuwa na kikao na Steve mnamo Agosti 2000 huko New Orleans. Alikuwa na tukio la ajabu alipokuwa akitembelea Piramidi Kuu huko Misri miezi michache kabla. Hili lilikuwa mojawapo ya mambo aliyotaka kuchunguza alipokuwa katika hali ya trance.

Hakuwa amewahi kupanga kwenda Misri wala hakuwa na hamu ya kuona piramidi. Lakini alipokwenda Uswisi na mke wake kutembelea jamaa, walipata mshangao. Tayari jamaa walikuwa wamepanga kuwapeleka Steve na mke wake Misri kutembelea piramidi. Hakutaka kwenda, lakini alihisi hawakuwa na chaguo. Kwa kushangaza, Steve alipata uzoefu mkubwa sana walipokuwa huko.

Alitenganishwa na mke wake na jamaa zake wakati mwongoza watalii alikuwa akinunua tiketi. Wamisri walikuwa wakichagua kwa uangalifu mkubwa, hasa wakijaribu kuwazuia wageni wa kigeni. Waliruhusu watu 300 tu kwa siku kuingia ndani ya piramidi. Mwongoza watalii wao alisimama kwenye foleni na kuwanunulia tiketi. Baadaye Steve alianza kuwatafuta wenzake kati ya umati wa watalii kwenye Uwanda wa Giza ili waweze kuingia ndani. Kulikuwa na mamia ya watu na mabasi mengi. Kulikuwa na shughuli nyingi.

Alipokuwa akitembea kuelekea piramidi, jambo la ajabu lilitokea. Ghafla ilikuwa kana kwamba aliingia katika aina fulani ya mzunguko wa muda. Aliposimama akiangalia pande zote, alikuwa peke yake kabisa kwenye uwanda. Hakuweza kusikia chochote, hakuna sauti. Watu wote na mabasi yote yalikuwa yametoweka kabisa. Alijisikia vilevile, lakini alipotazama pande zote aligundua alikuwa peke yake kabisa. Hisia kubwa sana ilimjia alipokuwa akiangalia piramidi. Alipata msukumo mkubwa wa hisia, na ghafla ilimjia kwamba alikuwa amerudi "nyumbani". Kwamba hapo ndipo "nyumbani". Ilikuwa uzoefu wa ajabu sana, na alisema hisia hiyo ilimfunika kabisa alipokuwa akiangalia jengo hilo.

Kisha, kwa haraka sana, kila kitu kilirudi kawaida alipokuwa akiendelea kutembea kuelekea piramidi. Kulikuwa na mlipuko wa ghafla wa kelele sauti ziliporudi. Shughuli zote, watu, mabasi na kila kitu vilizunguka tena, na alirudishwa ghafla katika wakati wa sasa. Mke wake alipompata katika umati alishtuka kuona alikuwa akilia kwa hisia kali. Wakaingia ndani ya piramidi, jambo ambalo lilikuwa uzoefu wa ajabu kwake. Lakini hakuweza kuelewa kilichotokea katika ile sehemu fupi ya sekunde. Muda ulionekana kusimama, kila kitu kikabadilika, kisha kikarejea tena.

Baada ya Steve kuwekwa katika hali ya trance ya kina, tulipitia urejeshaji wa kawaida wa maisha ya zamani, na nilizungumza na fahamu yake ya ndani ili kupata majibu ya maswali aliyokuwa ameomba.

D: Steve alipokwenda Misri na kuona Piramidi alipata uzoefu wa ajabu. Angependa kuelewa kilichotokea wakati huo.

S: Ilikuwa zawadi. Alikuwa mahali ambapo roho yake ilikuwa na furaha kubwa zaidi. Furaha nyingi.

D: Alipokuwa kwenye ardhi hiyo hiyo tena? (Ndiyo) Nini kilitokea? Alisema ilikuwa uzoefu wa ajabu.

S: Roho yake ilikuwa na furaha kubwa sana. Ilitaka kuonyesha hilo. Kwa hiyo ilikuwa zawadi kwake.

D: Alisema ilikuwa kana kwamba kila kitu kingine kilitoweka.

S: Ndiyo, ndivyo ilivyokuwa.

D: Je, kweli aliingia katika wakati mwingine kwa dakika hizo chache?

S: Kwa sehemu. Kwa ufahamu, hapana.

D: Kwa sababu watu wengine hawakuwepo.

S: Hapana, hawakuwepo. Ilikuwa ni kumpa nguvu ya kuendelea.

D: Kwa nini roho yake ilikuwa na furaha zaidi karibu na piramidi?

S: Inarudi kwenye maisha mengine. Alikuwa amehusika katika ujenzi wa piramidi. Alikuwa mmoja wa watu wakuu waliosaidia kuijenga.

D: Alisaidiaje katika ujenzi?

S: Uhandisi wa uwekaji wa mawe.

D: Ilifanywaje?

S: Kwa njia tofauti. Alikuwa akisimamia njia moja tu—jinsi ya kuchagua kila jiwe kwa kila mahali. Ilikuwa sayansi ngumu sana.

D: Ilibidi viungane kikamilifu, sivyo? (Ndiyo) Je, ilifanywa kwa zana?

S: Zana fulani. Na nguvu za kiakili pia.

D: Ilifanywaje kwa nguvu za kiakili?

S: Mawimbi ya ubongo hujipanga na mitetemo ya jiwe.

D: Ili kuyasawazisha?

S: Ndiyo, kupitia sauti na mawazo ya kiakili.

D: Je, alifanya peke yake au kulikuwa na watu wengine?

S: Ilifanywa na watu waliokuwa wameendelea sana. Walifanya mbinu zao, na sisi tukatekeleza ujenzi.

D: Je, hawa walikuwa watu waliokuwa wakiishi hapo?

S: Ndiyo, waliishi hapo. Walihamia hapo.

D: Ulisema sauti pia ilitumika?

S: Ndiyo. Ilikuwa sauti ya masafa ya juu iliyoweza kulenga muundo wa molekuli wa mawe na kuyakata kwa namna waliyotaka.

D: Je, sauti hiyo ilitengenezwa na kitu fulani?

S: Wakati mwingine, ndiyo.

Nilikuwa nikifikiria ala ya muziki.

S: Ilikuwa kama uma wa kupimia sauti. Ilibidi ifanywe pamoja na akili. Bila akili huna chochote.

D: Unaweza kuona ala hiyo ilivyokuwa?

S: Ilikuwa ndefu, iking'aa kama metali. Ilikuwa na meno mengi. Na kulikuwa na kioo cha fuwele kwenye mpini wake. (Kana kwamba anaangalia.) Waligusa jiwe nayo.

D: Ilikuwa kubwa?

S: Hapana, ilikuwa ndogo lakini ndefu.

D: Nini kilitokea walipogusa jiwe nayo?

S: Wakati mwingine lingeinuka hewani. Wakati mwingine lingepasuka. Ilikuwa na nguvu sana.

D: Na ilitoa sauti ilipogusa jiwe?

S: Ndiyo. Wakati mwingine usingeweza kuisikia vizuri. Ilikuwa kama cheche.

D: Lakini watu wengine walilazimika kutumia akili zao pamoja nayo kila mtu alipogusa jiwe?

S: Ndiyo, ni kweli.

D: Je, waliweza kuongeza nguvu kwa njia hiyo? (Ndiyo) Ulisema watu hawa waliokuwa wameendelea sana walihamia hapo. Walihamia kutoka wapi?

S: Hatuna uhakika.

D: Lakini waliweza kuwaonyesha wengine jinsi ya kufanya.

S: Ndiyo. Lakini ilibidi uweze kudhibiti mawazo yako. Ni watu wachache tu walioweza kufanya hivyo, la sivyo ingekuwa hatari sana.

D: Kwa nini ingekuwa hatari?

S: Ingeweza kukuua. Masafa yangekuathiri katika kiwango cha molekuli. Ilibidi ujilinde kiakili dhidi yake.

D: Ilibidi uelekeze nje? (Ndiyo) Kwa hiyo kama hukuwaza kwa njia sahihi ingeweza kurudi kwako?

S: Kimsingi, ndiyo.

D: Kwa hiyo ni watu wenye nia safi tu walioweza kuelekeza nishati hii.

S: Ndiyo, ni wenye nia sahihi tu.

D: Kwa hiyo kila mtu aliyeshiriki katika uelekezaji wa nishati ya kiakili ilibidi awe na akili safi?

S: Ndiyo, ni watu wachache sana walioweza kufanya hivyo.

D: Kama kulikuwa na wafanyakazi wengi, wangeweza kutumia ufahamu wa pamoja? (Hapana) Ilibidi wawe wale walioujua mwelekeo wa nishati. (Ndiyo) Na ala ilisaidia kuielekeza ndani ya jiwe?

S: Ndiyo, kupitia nishati ya kiakili.

D: Na ulisema waliichukua ala hiyo walipohamia.

S: Ndiyo, waliichukua.

D: Hiyo ndiyo sababu Steve alihisi hisia kali aliporudi mahali hapo.

S: Ndiyo. Ilikuwa zawadi kwake ili kumpa nguvu. Kumpa uwezo wa kuendelea. Aliwahi kuwa na uwezo mkubwa sana hapo zamani. Na anaweza kutumia uwezo huo huo tena, kwa sababu akili ina nguvu. Anaweza kufanya chochote anachotaka katika maisha yake, lakini lazima ajifunze nidhamu.

Chombo ambacho Steve alikiona kilikuwa na urefu wa takribani futi moja. Kilikuwa kimeundwa kwa metali iliyong'aa kama kioo. Meno yake yalikuwa membamba, na kulikuwa na fuwele katika mpini wake.

* * *

Mnamo mwaka 2000, mwanamke mmoja aliyekuwa mteja alirejea katika maisha ya zamani ambapo alikuwa aina fulani ya kiongozi wa kiume nchini Misri. Alikuwa amesimama jangwani pembezoni mwa mji mkubwa, akiangalia ujenzi wa jengo kubwa lililokuwa karibu. Alikuwa amevaa mavazi ambayo hayakuwa ya kawaida kuvaliwa nje, yalikuwa ya kifahari sana. Alikuwa na kamba za dhahabu kwenye viatu vyake vya wazi, na mkufu mzito wa dhahabu shingoni mwake wenye alama (miale ya Jua).

Ulikuwa mzito, lakini alikuwa ameuzoea licha ya uzito wake. Alikuwa amevaa aina ya kofia ya dhahabu kichwani, yenye manyoya (yanayofanana na ya tausi) yakitoka juu yake. Vitu vyote hivyo vilikuwa vizito na visivyostarehesha chini ya jua kali.

Alikuwa akilalamikia mwendo wa polepole wa ujenzi. Alisema kila mtu alikuwa amechoka, amechoka sana, kutokana na ujenzi wa kudumu usioisha. Yote yalikuwa kwa ajili ya ubinafsi wa mtawala, na hayakuacha kamwe. Alisema jengo lilikuwa katika umbo la piramidi, lakini mpangilio wake haukuwa sahihi kabisa, na kazi ilikuwa ikiendelea kwa polepole sana. Alisema mtawala tayari alikuwa anajenga piramidi nyingine mbili, moja ilikuwa imekamilika na nyingine ilikuwa karibu kukamilika, lakini hata hivyo walikuwa wameanza hii ya tatu. Alidhani walipaswa kukamilisha nyingine kwanza kabla ya kuanza hii. Watu walikuwa wamechoka na ujenzi wa kila mara.

Nilimuuliza zilikuwa zinajengwaje. Alisema msingi ulikuwa chini ya ardhi, ukiwa na vyumba na njia maalumu zilizopaswa kupangwa kwa usahihi kamili. Sehemu hii ilifanywa kwa kazi ya kimwili kwa sababu "wao" hawakuweza kuwa na mawasiliano ya moja kwa moja na Dunia. Bila shaka nilitaka kujua "wao" walikuwa nani. Alisema walikuwa ni viumbe waliokuwa ndani ya diski, waliokuwa wakielekeza operesheni nzima. Baada ya msingi kujengwa, sehemu iliyobaki ya jengo (iliyo juu ya ardhi) ilijengwa kwa nishati iliyoelekezwa na diski. Wafanyakazi wote walitengeneza mduara usiovunjika kuzunguka jengo. Kisha nishati ilielekezwa kutoka kwenye diski kwenda kwake na kwa wengine, kisha kwa wafanyakazi. Hii iliunda mduara wa nishati uliokuwa na nguvu ya kutosha kuinua mawe makubwa sana hadi mahali pake. Ilikuwa muhimu wafanyakazi wawe na usafi wa mwili (hakuna ulevi, n.k.) ili nishati iweze kupita kupitia miili yao. Baadaye hawakuwa na kumbukumbu ya kile kilichotokea. Walikuwa wanatumiwa tu kama njia za kupitisha nishati.

Tatizo pekee lilikuwa kwamba wakati mwingine diski ilishuka chini kupita kiasi. Kwa kawaida ilikuwa ikielea juu ya mahali ambapo kilele cha piramidi kingekuja baadaye. Hapo ndipo nishati ilipoelekezwa kutoka. Lakini ikishuka chini sana, ingewapiga baadhi ya wafanyakazi chini na kuwatoa nje ya mduara. Hakujua kama waliumia au la, lakini nafasi zao zilipaswa kujazwa mara moja, kwa sababu mduara haukupaswa kuvunjika. Maelezo ya diski yalifanana sana na yale ya matukio ya kisasa: metali ya kijivu inayong'aa, ikiwa na duara dogo ndani ya duara kubwa. Nishati ilitoka kwenye duara dogo. Nilimuuliza wakaaji walionekanaje. Alisema hakuweza kuona nyuso zao kwa sababu walivaa aina isiyo ya kawaida ya kofia ya kichwani. Ilikuwa imeundwa kuzuia wanadamu kusoma mawazo yao na kujua nia zao. Kofia hiyo ya metali ilikuwa nene zaidi nyuma ya juu ya kichwa, kwa sababu alisema hapo ndipo mawazo yalipotokea. Kofia aliyovaa yeye ilipaswa kuwa ni nakala ya yao, ingawa haikutimiza kazi ileile.

Ingawa alilaumu ujenzi wa kudumu kwa ubinafsi wa mtawala, alidhani kwa kweli ulikuwa ni ajenda ya viumbe waliokuwa ndani ya diski. Kulipaswa kuwa na jumla ya piramidi saba, na zingejengwa kwa mpangilio fulani. Ujenzi ulikuwa umeendelea kwa muda mrefu kadiri alivyoweza kukumbuka, angalau miaka hamsini. Alilalamika kwamba watu walikuwa wamechoka, na waliona ni mzigo mkubwa sana.

Lengo la mwisho la piramidi lilikuwa kuelekeza nishati kwenda angani, hivyo viwianishi vilipaswa kuwa sahihi kabisa, na diski ilielekeza uwekaji sahihi wa kila jiwe. Ujenzi ulikuwa rahisi zaidi ulipokaribia juu au kilele, kwa sababu sehemu hiyo ilikuwa ndogo na haikuhitaji mawe mengi. Baada ya ujenzi kukamilika, wafanyakazi wa kawaida waliruhusiwa kujaza nyufa na nafasi kati ya mawe, lakini hata hilo lilipaswa kufanywa kwa usahihi mkubwa. Alidhani walipaswa kumaliza moja kabisa kabla ya kuanza jingine. Majengo ya kawaida mjini yalijengwa kwa njia tofauti na yalikuwa duni ikilinganishwa. Kazi haikuhitaji usahihi mkubwa kiasi hicho.

Uelekezaji wa nishati ya kuinua mawe ulikuwa mkali sana kwa wote waliokuwa wanahusika. Hata hivyo, haikuonekana kuwa na nia yoyote ya kuwapinga wale waliokuwa kwenye diski. Mtawala alikuwa mtu wa umbo lisilo la kawaida, mrefu sana na mwembamba. Alipaswa kuwa mzee, lakini hakuonyesha dalili zozote za uzee. Mtu huyo alisema alijua angekufa kabla ya piramidi zote saba kukamilika, lakini kazi ingeendelea kufanywa na wengine. Alisisitiza kwamba wale waliokuwa ndani ya diski hawakuweza kuwa na mawasiliano ya moja kwa moja na Dunia, kwa hiyo wafanyakazi walipaswa kufanya ujenzi wa kimwili. Walipaswa kusimama katika mduara usiovunjika kuzunguka eneo la ujenzi ili kuelekeza nishati ya "Dunia", ambayo ilionekana kuwa inakusanywa na kuelekezwa upya na diski. Hii ndiyo ilikuwa nguvu iliyowezesha kuinua mawe. Nishati ilielekezwa kupitia wafanyakazi, ikitumia miili yao kama "vikuza". Baada ya hapo hawangekuwa na kumbukumbu yoyote. Hilo halikuwa muhimu, walikuwa wanatumiwa tu. Yeye alijua kilichokuwa kikiendelea, lakini pia alikuwa akitumiwa kuelekeza nishati. Alisema wanahisabati, wanajimu na watu wengine wenye hekima walitumika katika kupanga mlingano. Ilibidi iwe sahihi kabisa, ili mwelekeo wa mwisho wa nishati (baada ya kukamilika) uelekezwe kwenye maeneo sahihi katika anga la nje. Alikuwa mmoja wa wachache waliolijua lengo la ujenzi wa kudumu, lakini hakujua ulivyotumika katika matokeo ya mwisho. Viumbe waliokuwa ndani ya diski walikuwa na mawasiliano na mtawala pekee.

Nilipojaribu kuendeleza simulizi hadi hitimisho, mwanamke huyo aliruka ghafla kwenda kwenye maisha mengine, na kwa kuwa nilikuwa nafanya kikao kwa ajili ya tiba, nilifuata mwelekeo huo bila kurejea kwenye simulizi la awali. Kulikuwa na dalili zote kwamba tukio hilo lilikuwa Misri, lakini lingeweza pia kuwa Atlantisi.

Ni vigumu kusema ni piramidi zipi zinarejelewa, kwa kuwa inaonekana kulikuwa na piramidi nyingi wakati huo. Baadhi huenda hazikufika hadi wakati wetu. Katika kikao kingine, mwanaume mmoja alikuwa present wakati wa ujenzi wa piramidi kubwa, na alihusika katika kuhesabu vipimo. Alionyesha kwamba ingetumika kama kifaa cha mawasiliano kati ya Dunia na Sirius.

* * *

Kikao kingine mnamo mwaka 2000 kilichukua mwelekeo wa ajabu, na ingawa hakihusiani moja kwa moja na ujenzi wa piramidi, kinaonekana kushughulikia asili ya fumbo jingine linalohusishwa na Misri.

Baada ya kufanya urejeshaji wa maisha ya zamani na Marie, niliwasiliana na fahamu yake ya ndani ili kuuliza maswali. Alikuwa ameandaa orodha ya mambo aliyotaka kujua. Alikuwa na maono au tukio fulani lililotokea Misri. Angalau alidhani ilikuwa Misri. Alijiona akiwa katika chumba chenye aina fulani ya kifaa cha ajabu.

D: Je, unaweza kumwambia chochote kuhusu kile kilichokuwa hicho? Kilikuwa halisi au kilikuwa ni mawazo tu?

M: Kilikuwa halisi. Kile alichokiona kilikuwa ni kipande tu cha mashine kubwa zaidi. Na tunasema "mashine", lakini si kama tunavyojua mashine. Kilikuwa chanzo cha nishati kilichofungwa.

D: Alikuwa akifanya nini nacho?

M: Alikuwa kama msaidizi wa maabara. Alikuwa mtu aliyefahamu jinsi ya kudhibiti kiasi cha nishati hiyo kinachoweza kurudishwa ndani ya umbo la maisha ya binadamu ili kukihuisha tena. Kwa kweli kilirudisha uhai kwenye miili iliyokufa. Na kilikuwa cha majaribio.

D: Je, majaribio haya yalifanywa Duniani?

M: Yalifanywa Duniani, lakini si na viumbe wa Dunia. Wale waliokuwa na maarifa ya kufanya hili walikuwa wakifanya majaribio kwa kundi kubwa la watu. Sijui walikufaje.

D: Unajua nchi hii ilikuwa wapi, au ilikuwa na jina?

M: Neno Targa linakuja.

D: Marie alikuwa na hisia kwamba ilikuwa Misri. Lakini wewe hufikiri hivyo?

M: Labda Targa ilikuwa kundi. Ilikuwa katika joto la jangwa. Ilikuwa ustaarabu uliokuwa kama Misri, lakini haukuwa Misri.

D: Ulisema watu wengi walikufa kwa namna fulani?

M: Miili yao yote ilikuwa imeungua. Na walionekana kama mumia. Walikuwa kama zile unazoziona zikiwa zimehifadhiwa kwa muda mrefu.

D: Umekauka, unamaanisha? (Ndiyo) Lakini kwa nini wangetaka kuzihuisha tena miili ya aina hiyo?

M: Kwa sababu kulikuwa na miili michache sana hai wakati huo. Kitu fulani kilikuwa kimetokea. Na walihitaji kupata njia ya kurudisha nguvu ya uhai ya kutosha kwenye sayari. Ili kuwe na miili ya kutosha iliyo hai na inayofanya kazi.

D: Lakini je, kitu kama hicho kingefanya kazi?

M: Kilifanya kazi.

D: Waliweza kuzihuisha tena?

M: Ndiyo. Lakini kulikuwa na kipindi cha uumbaji upya, mara baada ya kuzikunja tena, kana kwamba unazipa kokoni. Unachukua nyenzo ya msingi, ndivyo ilivyokuwa. Ni mabaki ya vinasaba yaliyokauka pamoja na mifupa.

D: Lazima zilikuwa zimekufa kwa muda mrefu.

M: Ndiyo. Lakini hazikuwa na majimaji ya mwili. Unazifunga tena, na unazipa makazi ili zijikusanye upya.

D: Ilibidi zifunikwe.

M: Zilifungwa kabisa. Kisha unaunganisha bomba lililounganishwa na chanzo cha nishati kwenye sehemu ya chini, kwenye miguu. Unapampu. Lilikuwa na sauti ya kupampu (alitoa sauti za kugonga) kama sauti ya moyo mkubwa. Unaendelea kupampu hadi uone uvimbe kwenye vitambaa. Kisha unaziacha hizi pakiti, hizi miili iliyofungashwa, hapo hadi zitakapohitajika.

D: Kwa hiyo ni kama hali ya kusimamishwa kwa uhai? (Ndiyo) Lakini walikuwa wanaweza kutembea na kusonga ulipowahitaji?

M: Sijui baada ya hapo. Naweza kuona tu kwamba kazi yangu ilikuwa kuzikunja, kuzipa nishati tena, na kuzihifadhi.

D: Zilihifadhiwa vipi?

M: Kwenye rafu.

D: (Niliona hilo kuwa la ajabu.) Kwenye rafu? (Ndiyo) Lakini nina hisia kwamba bila roho kuingia mwilini, hauko hai kweli. Unafikiri nini?

M: Hapana, kuna nguvu ya uhai inayowasha mfumo wa mwili. Haihusiani na roho.

D: Kwa hiyo ni kama kiumbe cha kimekanika au roboti?

M: Unaendesha mfumo, lakini uanzishaji wa akili na fahamu huja baadaye.

D: Kwa hiyo watu hawa walikuwa na uwezo wa kufanya mambo haya, lakini wewe ulikuwa msaidizi tu.

M: Kama fundi.

D: Acha nimuulize fahamu yako ya ndani swali linalonivutia sana. Je, hapa ndipo wazo la mumia lilipotoka baadaye huko Misri? Je, una ufikiaji wa taarifa hiyo?

M: Ndiyo, hilo ni sahihi. Lakini Wamisri hawakujua. Ni kana kwamba walilipata kwa njia iliyogeuka kidogo. Hawakuwa na vifaa. Walikuwa na kumbukumbu ya mabaki ya maarifa kuhusu kufunga miili, uhai kurudi, na kuendelea. Hawakujua jinsi ya kuunda upya kikamilifu. Hilo ndilo tulilofanya sisi.

D: Kwa hiyo vifaa hivi havikuwapo kwa watu waliokuja baadaye?

M: Ndiyo. Walikuwa na maarifa ya safari ya roho na maisha baada ya kifo, na nyota katika mabadiliko. Lakini hawakujua jinsi ya kurudisha mwili wa kimwili kweli.

D: Lakini walikumbuka kutoka nyakati ulipokuwapo kwamba hilo lingeweza kufanyika?

M: Walijua kwamba mahali fulani, kwa namna fulani, ilikuwa inawezekana, kwa sababu baadhi ya walimu wao wa mwanzo walikuwa pamoja nasi. Walijua, lakini walipoteza teknolojia. Walikuwa na teknolojia nyingine, lakini hawakuwa na hii iliyoweza kurudisha uhai.

D: Kwa hiyo walikuwa wakijaribu kumrudisha mtu kwenye uhai, na walidhani hii ndiyo njia.

M: Nafikiri walikumbuka kufungua vifungo vya miili ambayo tulikuwa tumeirudisha kwenye uhai ilipohitajika. Walijua hilo. Kwa hiyo walidhani kufunga miili kungehifadhi uhai. Lakini walijua kuna kitu kilikosekana.

D: Kitu ambacho hawakuwa nacho. Kiungo, kipande cha maarifa. Lakini teknolojia na maarifa haya yalitoka wapi mwanzoni?

M: Kwa watu wasiokuwa wa Dunia. Nilikuwa mfanyakazi wao, lakini sikuwa mmoja wao. Walikuwa wenye ufanisi mkubwa sana, werevu sana. Na wakubwa.

D: Watu wakubwa? (Ndiyo) Je, una maarifa ya kilichowaua watu hawa wote?

M: Hapana, sina. Niko katika chumba hiki nikifanya kazi.

D: Lakini walilazimika kuwarudisha watu hawa kwa sababu hawakuwa wamebaki wengi. Lazima wengi walikufa.

M: Ndiyo, kwa idadi kubwa.

D: Na hii ilikuwa njia moja ya kuwarudisha watu haraka?

M: Au kuokoa kizazi.

D: Hawangeweza tu kuumba zaidi, au kuanza upya?

M: Inaonekana hapana. Hili lilikuwa muhimu sana, kwa sababu lilihitaji kazi nyingi, na lilichukua muda mwingi. Lakini pia lilikuwa kazi ya kiroho sana.

D: Haikuwa tu kuunda wafanyakazi. Haikuwa nia ya aina hiyo.

M: Hapana, hapana kabisa. Lilikuwa juu ya upendo mkubwa kwa viumbe hawa na kizazi chao.

Hili lazima lilikuwa kumbukumbu ya wakati wa kale sana, kwa sababu lilitangulia ustaarabu wa Wamisri. Lazima kulikuwa na tukio kubwa la maafa lililotokea na kuua (kuchoma) watu wengi. Wakati huo, idadi ya watu duniani haikuwa kubwa kama ilivyokuwa baadaye. Inaonekana kwamba kungesubiri jamii ijizalishe tena kungechukua muda mrefu sana. Labda hili lilikuwa suluhisho la muda. Njia ya kuhifadhi watu na kuwarudisha katika hali ya uhai walipohitajika tena. Alisema kwamba kilichofungwa na kuhifadhiwa kilikuwa nyenzo ya kijenetiki iliyokauka. Tunajua kwamba hata seli moja tu ina taarifa zote za kijenetiki zinazohitajika kuzalisha binadamu anayefanana kabisa. Kwa hiyo, mabaki ya miili iliyofungwa yalihifadhiwa hadi pale yangeliweza kuanzishwa tena. Ningependa sana tungeweza kupata taarifa kamili zaidi kuhusu utaratibu huo, lakini yeye alikuwa mfanyakazi tu aliyekuwa akitekeleza maagizo, na aliweza kuripoti tu kile alichokijua. Hitimisho la kimantiki lingekuwa kwamba taarifa hii ilipopitishwa kama kumbukumbu ya kikabila, vizazi vilivyofuata vilijua kwamba kwa namna fulani kufunga na kuhifadhi miili kulikuwa ufunguo wa kurudi kwenye uhai. Inawezekana walikuwa na kumbukumbu au hadithi zilizorithiwa kwamba vifurushi hivi vilivyofungwa vilirejeshwa kwenye uhai au kuanzishwa tena baada ya muda mrefu. Kama inavyotokea mara nyingi katika historia, walikuwa na maarifa ya sehemu tu, lakini hayakuwa ya kutosha kurudia kile ambacho viumbe hao wa kale waliweza kufanya. Baadaye, sababu za kufunga na kuhifadhi miili labda zilipotea, na hatimaye ikawa tu desturi ya kiibada inayohusishwa na maisha baada ya kifo.

* * *

Nilikuwa nikipokea taarifa zaidi kuhusu mafumbo ya piramidi na sphinx wakati kitabu hiki kilikuwa tayari kinaenda kuchapishwa. Badala ya kuchelewesha uchapishaji, niliamua kwamba nyenzo hii mpya itawekwa katika kitabu cha pili cha Ulimwengu Uliochanganyikiwa. Hili lilinithibitishia kwamba safari yangu katika mambo yasiyojulikana bado inaendelea. Bado nina mengi ya kuchunguza.

Sura Ya Nane

Mafumbo Yasiyoelezeka

Maelezo yafuatayo kuhusu mafumbo mbalimbali ya Dunia yalitolewa na watu tofauti kwa kipindi cha miaka kadhaa. Baadhi yanaweza kuonekana kuwa yanapingana. Nimeyaweka hapa ili kusababisha msomaji afikirie. Nitawaacha wasomaji wajenge maoni yao wenyewe. Huenda kuna ukweli katika maelezo yote, ingawa hayakuwa ukweli kamili. Yote inategemea tafsiri ya kioo cha habari na uelewa wao wa taarifa walizopokea.

MISTARI YA NAZCA KATIKA PERU

D: Je, unajua kuhusu mistari ya Nazca huko Peru?

Phil: Hiyo ni sahihi. Ungependa kujua nini?

D: Kuna fumbo kuhusu walikotoka na sababu ya kuyaunda.

P: Hayo ni michoro iliyochorwa na msanii alipoangalia dunia hii kutoka juu. Alitaka kupamba dunia hii katika sehemu hiyo, kwa uwezo wake wa kisanii. Ilikuwa ni udanganyifu kwa njia ya telepathic kutoka mbali. Kutoka kwenye chombo kinachoruka juu (hover craft), kisichozingatiwa kama chombo cha wageni kutoka angani, kwa kuwa hiki kilikuwa chombo cha asili ya Dunia kilichotumia teknolojia ya kupinga mvutano. Msanii huyu alijinua juu, hadi sehemu ya juu juu ya tambarare, na kutoka hapo alitumia nguvu zake za akili kuchora mistari hii. Hii ni "michoro midogo" tu.

D: Je, kuna vitu vingine zaidi ya mistari, sivyo? Kwenye tambarare pia kuna michoro.

P: Ndio, hii ndiyo tuliyorejelea, kama buibui, tumbili na kadhalika. Hizi ni jitihada za kisanii tu na hazina maana maalum, zaidi ya kuwa kazi ya mtu mmoja.

D: Alikuwa anacheza tu, kwa kiasi fulani?

P: Ndio, hiyo ni sahihi.

D: Mwandishi mmoja alifikiri mistari hiyo ni uwanja wa ndege wa wanaanga wa kale.

P: Humph! Hii inatufanya ticheke, kwa kuwa tunaona msanii huyu akiwa na ndevu nyeusi na gauni jeupe katika gari lake la aina fulani. Tunaona wazi sasa, akiruka juu ya mistari, akifikiria, akisitasita, akiamua hatua yake inayofuata. Ilikuwa muhimu kama vile angechora "7-Up".

D: (Kicheko) Walidhani hapa ndipo mabomu ya wanaanga wa kale yaliporuka na kuruka tena.

P: Hii haikuwa sahihi. Vifaa vya wageni havihitaji mistari ya kipenyo hicho kuviongoza. Kwa kuwa kuona kwao ni vizuri sana na wangeweza kutua popote pale kwenye jangwa.

D: Je, unadhani vifaa vya wageni vimekuwa hapo kwa udadisi?

P: Kuangalia mistari? Huenda hiyo ni kweli.

D: Kumekuwa na umuhimu mkubwa uliowekwa kwa alama hizi.

P: Ndio, kwa kuwa kuna kutokuelewa. Kwa kawaida, kile kisichokueleweka huogopwa, au ikiwa ni kikubwa zaidi ya mtu, kinaheshimiwa sana.

D: Je, unajua muda gani michoro hii ilichorwa?

P: Ungependa idadi ya miaka kwa mpangilio wa kihistoria?

D: Ndio, kama unaweza.

P: Miaka elfu kumi na mbili, mia tano. (12,500)

D: Whew! Hiyo ilikuwa zamani sana.

P: Siyo kweli.

D: Kwetu ni kwa kweli. Basi ilichorwa na mtu aliyeishi wakati huo.

P: Hiyo ni sahihi. Mtu wa Dunia. Siyo mgeni kutoka angani.

D: Lazima iwe ilikuwa ustaarabu wa hali ya juu kama walikuwa na chombo kinachoruka juu.

P: Hiyo ni, kwa kulinganisha na unachozungumza leo, sahihi. Ingekuwa juu katika mtazamo huo. Hata hivyo, dawa na teknolojia mlizo nazo leo zingekuweka kwenye hadhi ya Mungu kwa wakati wao.

D: Ah, basi tuna vitu ambavyo hawakujuwa.

P: Hiyo ni sahihi.

D: Basi, inaonekana muda mrefu, na mistari haijadhibirika kuharibika au...

P: Zimetengenezwa kwa mawe, ambayo ni vigumu sana kuondolewa na upepo. Haya ni mawe yaliyowekwa kwa namna ambayo yanaunda mchoro huu. Hakuna mvua nyingi kwenye tambarare hizo.

D: Je, haijawahi kuwa na majanga ya Dunia tangu wakati huo?

P: Hakika, lakini hakuna yaliyoondoa mistari hii, vinginevyo ingekuwa imefutwa.

D: Nilidhani kama kulikuwa na majanga ya Dunia, bahari ingepanda hadi sehemu hii na kuifunika kwa maji.

P: Hayo hayajatokea.

D: Je, mtu huyu aliye na chombo kinachoruka juu alikuwa na uhusiano wowote na Atlantis?

P: Ujuzi uliomwezesha chombo kuruka juu ni ule ule ulio tumika Atlantis. Na mtu huyo mwenyewe alikuwa wa ukoo wa Atlantis. Hiyo ndiyo kiasi chake. Hata hivyo, kulikuwa na mabara mengine pia, kama unavyojua, Lemuria au Mu.

D: Je, mabara hayo yalikuwepo kabla ya kipindi cha mtu huyu kuishi?

P: Yalikuwa sambamba na kipindi hicho. Mtu huyu hakutoka peke yake, kwani kulikuwa na ustaarabu pale wakati huo.

D: Hapo mistari ya Nazca ilipo sasa?

P: Si kwenye mahali pale pale, bali chini kando ya pwani, tuseme hivyo.

D: Pia kuna alama kando ya jabali, si mbali sana na pwani.

P: Michoro mingine, kwa kuwa alikuwa na ubunifu mkubwa. Kulikuwa na mistari mingine iliyochorwa, lakini imepotea kutokana na vipengele vya asili. Hata hivyo, hii imebaki kutokana na nafasi yake na hifadhi yake kidogo kutoka kwa vipengele vya asili. Kulikuwa na wasanii wengi waliotengeneza michoro mikubwa ya miundo ya kushangaza kwa njia hii. Hata hivyo, imepotea kwa muda kutokana na vipengele vya asili.

* * *

D: Je, unajua mistari ya Nazca ilitoka wapi?

Brenda: Sasa ni ya zamani sana. Na si wazi kama ilivyokuwa awali. Seti ya wageni kutoka mojawapo ya ustaarabu ulioitaka kutusaidia, walitaka kuangalia binadamu, lakini walihitaji mahali pa kutua meli zao kubwa na kutumia tu meli ndogo kusafiri kwenye uso wa Dunia. Walichagua eneo lililokuwa limeachwa kutumika kama kituo chao cha operesheni. Hivyo basi walitumia miale ya nishati kuchora mistari hii kwenye ardhi kama ishara za mwelekeo, ili wajue wapi wangeweka mizizi yao bila kujitokeza kwa kutumia vifaa vyovyote vya nishati. Waliingia na mifumo yote ya nishati ikiwa imezimwa na kutua kwa kuona tu, ili waweze kuweka uwepo wao kuwa siri. Na hivyo basi, mistari mirefu inayotoka kilele kimoja cha mlima hadi kingine, maili nyingi mfululizo. Waliifanya hiyo kwa miale ya nishati walipokuwa wakiruka kwa haraka mara ya kwanza. Walihitaji kufanya haraka sana, ili wasigundulike na wengine. Michoro ya wanyama na kadhalika ilifanywa na marubani tofauti wakati wa mapumziko yao walipokuwa hawafanyi kazi. Wangetumia vifaa vya nishati vyenye nguvu ndogo ili wasigundulike na kikundi kingine kilichokuwa kwenye Kisiwa cha Easter. Walichunguza mitindo mbalimbali ya sanaa ya watu tofauti. Badala ya kuchora kwa kutumia kifaa mkononi kwenye uso wa kuandika, kwa furaha tu na kuweka ujuzi wao wa kuruka katika hali nzuri, walifanya hivyo kwa kutumia vifaa vya nishati vilivyoambatanishwa na vyombo vyao vya kuruka binafsi.

D: Ah, unamaanisha walikuwa wakicheza tu?

B: Ndio. Kuruka huko ilikuwa kawaida kabisa, hakuna kitu cha kuweka ujuzi wao ukali. Wote walikuwa marubani hodari sana, na walitaka kuendeleza ujuzi wao. Ni kama mwanamuziki anayehitaji kufanya mazoezi kila siku. Hivyo basi walikuwa wakifanya hivyo tu. Pia, kupunguza unyogovu kidogo.

D: Basi hizi michoro, buibui na tumbili nk, haina maana halisi. (Hapana) Kuna wanasayansi waliotumia maisha yao yote kujaribu kuzitafsiri.

B: Hii ilichukuliwa kuwa jambo la kuchekesha sana kati ya marubani. Walisema, “Mara moja wanasayansi wa watu hawa watakuja hapa na kugundua haya. Na watashangaa ni nini kilitokea hapa.”

D: (Kicheko) Nilikuwa nikijiuliza kwa nini zimeweza kudumu muda mrefu, licha ya mabadiliko yote ya Dunia.

B: Kwa kuwa zilichorwa kwa miale ya nishati, ilibadilisha sehemu iliyochorwa kwa namna ambayo ilifanya iwe ya kudumu zaidi kuliko ingekuwa vinginevyo.

D: Kuna mchoro mmoja kando ya pwani unaoonekana kama pitchfork.

B: Hilo lilikuwa mojawapo ya vitu walivyotumia kama ishara ya mwelekeo kusaidia kuona walipokuja. Wakati walipokuwa wamempanda chini ya anga la Dunia ili kugundulika, walilazimika kuzima vifaa vyao vya nishati na kuzunguka Dunia mara chache wakipungua angani. Walipopungua chini vya kutosha kuona ardhi, walikuwa karibu kufikia pwani. Na mchoro huo uliopatikana kwenye jabali ungeonyesha mwelekeo sahihi. Wangeiruka kuelekea mwelekeo huo kisha juu ya mistari mirefu kutoka kilele cha mlima hadi kingine, na wangejua walikuwa wanatoka kwenye mwelekeo sahihi.

D: Basi lilikuwa eneo waliloweza kutua na kujificha. Hiyo ndio unamaanisha?

B: Ndio. Walipokuwa wanatua ilikuwa katikati ya plateau iliyofutwa. Hakukuwa na binadamu wala mtu mwingine hapo. Hivyo basi hawakuogopa kugundulika, kutokana na eneo. Walijua watakuwa salama. Na wangeweza kuweka meli zao tayari kuruka wakati wowote, badala ya kujaribu kuzificha.

D: Je, kulikuwa na watu duniani wakati huo?

B: Ah, ndio! Kulikuwa na watu wengi duniani wakati huo. Na kulikuwa na ustaarabu kadhaa unaokua. Ndiyo sababu walikuwa wakiangalia. Kwa kuwa ustaarabu ulionekana kuwa na ahadi, walijua binadamu alikuwa na udadisi na akili ya kuendeleza kuwa ustaarabu wa kiteknolojia haraka sana. Hivyo basi walikuwa wakiandaa ripoti za maendeleo za uchunguzi.

* * *

D: Fumbo lingine la Dunia tunalohisi kuhusu mistari ya Nazca huko Peru. Je, unajua ninachozungumzia?

John: Ndio. Anaondoka nami pale sasa. (Kwenye Maktaba) Anasema michoro hii iliangaliwa tu kutoka kwenye vyombo vya sayari. Hii ilikuwa eneo takatifu kwa Lemurians pia. Hii ilikuwa sehemu ya bara la Lemuria. Na hizi zilikuwa maeneo ya kutua ambapo wageni kutoka angani walikuja kusaidia teknolojia ya watu wa wakati huo.

D: Sikuwahi kufikiria kuwa zimekuwa za zamani sana.

J: Baadhi zilifanywa na wazao wa Lemurians ili wavutie wageni wa angani tena.

D: Basi kila wakati wageni wa awali walipokuwa wanatua hapo, hapakuwa na michoro wakati huo?

J: Kuna historia ndefu ya wao kuja na kuondoka, na kuja na kuondoka, na kuja na kuondoka. Na sanaa hii ilipitishwa mapema. Wageni walisaidia katika kutengeneza mistari hii. Hii ndiyo sababu inaonekana sahihi zaidi kutoka angani kuliko kutoka ardhini.

D: Kusudi la kutengeneza hizi lilikuwa nini?

J: Wageni waliokuja eneo hili, walikuja kama wageni, kama kwenda likizo. Unajua, "Tazama dunia ya kiasili." Kama vile Wamarekani wasafiri kwenda New Guinea au sehemu za mbali za Australia kutembelea wababilika. Wageni hawa wangekuja Dunia kuangalia watu na anga ya wakati huo na mahali hapo. Na kumekuwa na kutua nyingi hata hadi wakati wa sasa kwenye eneo hili. Hii ni sehemu ya dunia ambapo wageni wanakaribishwa.

D: Je, zina maana yoyote?

J: Zinawakilisha mifumo ya wanyama tofauti, na hata mmoja unaowakilisha binadamu. Ilikuwa akili ya watu wa kiasili, ikiwajulisha wageni kuwa hawa ndilo watu wao na wanyama waliowakaribisha. Ilifanywa sehemu na watu wa eneo hilo, na sehemu na wazao wa Lemuria. Hii imekuwa sehemu maalum ya zama za anga kwa vyombo hivi vya angani kutua kwa maelfu na maelfu ya miaka. Walikuwa wanatua wakati ilikuwa sehemu ya Lemuria na sasa kama sehemu ya bara la Amerika Kusini. Wamekuwa wanatua na bado wanatua katika eneo hili.

D: Je, anaweza kukuonyesha jinsi michoro ya wanyama ilivyotengenezwa? Ni mbinu gani iliyotumika?

J: Kulikuwa na mgeni kutoka angani aliye tumia miale ya nishati kutoka kwenye chombo cha anga. Na hii iliwekwa juu ya ardhi. Na hivyo ndivyo ilivyofanywa.

D: Mistari ya moja kwa moja, au michoro pia?

J: Michoro pia. Lakini inafanywa kutoka juu angani. Kuna miale ya nishati inayokuja chini. Kisha kulikuwa na kikundi cha watu na wageni kutoka angani waliokuwa wakiifuata mwelekeo wake. Mstari ungeshika ardhi na wangeisugua. Baada ya kupita sehemu fulani, ilikuwa inazidisha ardhi na wangeweza kuisogeza kwa namna fulani.

D: Imekuwa fumbo kwa miaka mingi kwa watu kujaribu kufahamu wanapaswa kuashiria nini, kwa kuwa wanajua zinaonekana tu kutoka angani.—Karibu na hapo kando ya pwani, kuna moja kando ya kilima wanachokiita pitchfork. Je, hiyo ni kutoka kipindi kilekile?

J: Ndio. Ni kuwakaribisha wageni hawa kutoka angani. Ni kama vile Visiwa vya Hawaii vinavyowapa wageni leis wanapokuja kutembelea. Watu hawa walitoa michoro hii kuwakaribisha wageni kutoka sayari nyingine, kwa kuwa walijulikana kama waganga na waliokuwa wakiisaidia jamii ya karibu. Pia walileta nafaka kama mahindi na vitu vya aina hiyo. Hizi awali zilikuwa zimechanganywa na wageni hawa ili kusaidia kuwapa chakula watu hawa. Ilikuwa kama misheni ya kikundi cha amani.

D: Je, hiyo inamaanisha kuwa mahindi na vitu kama hivyo havikuanzishwa duniani?

J: Zimechanganywa ili ziweze kufaa Dunia, ndiyo.

D: Je, unajua mimea au vyakula vilivyoletwa hapa ambavyo havikuanzishwa duniani?

J: Anakubadilisha faili, tuseme hivyo. Baadhi ya mazao yetu yalichanganywa na wageni hawa. Anasema miwa, pamba, viazi, vyote vilichanganywa. Hivyo ni mimea ya Dunia, lakini kwa njia ya kemikali au vinginevyo ilisaidiwa na wageni. Hasa wageni waliwasaidia wenyeji katika kuendeleza mimea ya viazi na mahindi. Hilo lilikuwa muhimu sana. Wageni wengine walifanya kazi na pamba India na sehemu hiyo ya dunia. Walichukua mmea uliopo na kusaidia kubadilisha.

Nilipowatembelea Peru kuona Machu Picchu, shaman mmoja aliniambia kuwa mahindi na viazi ni mazao muhimu sana huko Peru. Wana mamia ya aina tofauti.

D: Daima nilikuwa na shauku kuhusu ndizi, labda hiyo ingekuwa moja. Hazikui kutoka kwa mbegu, bali kutoka kwa mzizi wa mmea.

J: Hapana. Ndizi zilikuwepo wakati wa Lemuria. Zilikuwa moja ya matunda maarufu. Mimea na wanyama wengi walichanganywa na wageni hawa kutoka kwa mali asili ya Dunia.

* * *

D: Nilikuwa na shauku kuhusu Mistari ya Nazca. Je, unaweza kuniambia chochote kuhusu michoro hiyo?

Clara: (Kukaa kimya kwa muda mrefu, lakini hisia zake za uso ziliaonyesha kuwa kitu kinaendelea.) Nilihitaji tu kupanda juu na kuangalia tena. Kusudi la awali la hizi ilikuwa kama mistari ya ley. Kulikuwa na jamii kubwa sana. Na hizi zilikuwa mistari maalum ambayo viumbe kutoka sayari nyingine vilitumia kuongoza kushuka. Kutua. Katika sehemu tofauti za michoro kulikuwa na jamii tofauti, sehemu tofauti, kama bandari, ambapo wangekuja na kuwekea mizizi yao.

D: Basi kulikuwa na watu wanaoishi kwenye tambarare hiyo?

C: Ndio. Katika sehemu tofauti. Sehemu fulani, mbali kidogo na tambarare. Lakini ingekuwa bandari ambapo wangeweza kwenda, na kuwekea mizizi yao. Na hizi zilikuwa kama miongozo ya kujua wapi vijiji tofauti, na sehemu tofauti ambapo watu waliishi. Jamii tofauti. Na baadhi ya jamii hizi hazijagundulika, kama Machu Picchu ilivyogundulika. Baadhi hazitajawahi kupatikana, baadhi zitapatikana. Lakini kuna baadhi ya ustaarabu, kutoka maelfu ya miaka iliyopita, ambao haujagundulika.

D: Ikiwa michoro ilidumu, kwa nini mabaki ya jamii hayadumu?

C: Hii ni kwa sababu hawakuwa juu ya tambarare hiyo. Ilikuwa kama hadaa, ambapo vijiji hivyo vilikuwa. Ingekuwa bandari ya angani, unaweza kusema hivyo, ambapo wangeweza kuja na kushuka. Kisha meli kubwa ingeweza kushuka, na meli ndogo zingeondoka. Wangeweza kwenda kwenye vijiji kwa meli ndogo, kutoka ile kubwa.

D: Ninafikiria kuhusu buibui na tumbili—vijiji havikuwekwa pale pale.

C: Sio kwenye buibui au tumbili, bali sehemu nyingine mbali kidogo. Ilikuwa hadaa kwa meli kupata sehemu fulani kwenye tumbili. Na kutoka kwenye sehemu hiyo maalum wangeweza kwenda na kupata kijiji. Na kutoka sehemu nyingine kwenye tumbili kungekuwa kijiji kingine. Ustaarabu mwingine.

D: Naona. Kama kifaa cha urambazaji.

C: Kabisa. Asante. Ndio.

D: Wanafikiri kwamba makabila ya kale yaliunda haya, na hawajui kwa nini. Kwa sababu hayawezi kuonekana kutoka Dunia.

C: Hiyo ni sahihi. Haya hayawezi kuonekana isipokuwa uko angani. Hivyo nani ... (kikomo) Ninazimwa kuzungumza zaidi kuhusu hilo. Ni kwamba kuna vijiji vingine ambavyo havijagundulika, havijachunguzwa.

D: Basi si asili ya wenyeji waliokuwa pale, ambao wangekuwa wasioelimika sana. Hawakuunda haya.

C: Hapana, hawakuunda. Ilichukuliwa kutoka chanzo cha juu, chenye akili zaidi kuliko wenyeji waliokuwa wakizunguka hapo. Lakini walihusiana na akili hii.

D: Basi ninadhani hili lilikuwa zamani sana.

C: Ndio. Zaidi ya Wakinca. Kabisa kabla ya Wakinca kuja. Hii ilikuwa kwa ajili ya mwingiliano na wakazi wa vijiji, kwa sababu walikuwa na mawasiliano, lakini wakazi wa vijiji hawakuwa na akili sawa na viumbe kutoka vyombo vya anga. Lakini walikuwa na mwingiliano kati ya baadhi ya vijiji. Ilikuwa jambo la kawaida kuona kuja na kuondoka kwa vyombo vya anga. Ilikuwa mahali muhimu duniani kwa uhusiano wa kimataifa. Walipoangalia dunia, ilikuwa kama eneo kubwa la kutua. Eneo ambapo wangeweza kuja na kupata ulinzi kutoka kugunduliwa. Mwingiliano wao wa kuja na kwenda. Na bado wanafanya hivyo, hata leo.

D: Bado wanakuja pale?

C: Ndio, wanafanya.

D: Kwa nini wangekuja sasa? Vijiji havipo tena.

C: Hii ni kwa sababu imekuwa mtindo wao. Na bado hawawezi kugundulika wanapokuja na kutoka pale, kama wangekuwa katika sehemu nyingine za dunia. Kwa sababu ya eneo maalum kijiografia katika milima ya Peru.

D: Basi ninadhani kuwa michoro hii huenda ilitengenezwa na wageni. (Ndio) Kwa sababu wenyeji hawangeweza kuwa na uwezo wa kufanya hivyo.

C: Hapana, hawakuweza.

Tofauti hizi za asili ya Mistari ya Nazca zinaweza kuonekana zinapingana. Lakini nafikiri zinaweza kuwa ni matoleo tu ya vipindi tofauti vinavyozidi maelfu ya miaka wakati kulikuwa na shughuli katika eneo hilo na wageni na baadaye ustaarabu. Labda kila mmoja alihusiana na kuunda michoro mbalimbali.

* * *

HADITHI ZA GHARIKA

D: Wanasema kwamba kila nchi duniani ina hadithi ya gharika.

Phil: Sehemu kubwa ya habari hizi imepitishwa bila kubadilika na ni sahihi kwa kiasi kikubwa. Hata hivyo‘ si zote. Hadithi ya gharika ni zaidi ya simulizi tu؛ ilitokana na uhalisia. Hii ilisababishwa na msukosuko wa ardhi. Kuzama kwa Atlantis kungionekana kama gharika ikiwa kungetazamwa kutoka mtazamo wa mtu aliyekuwa juu ya ardhi yenyewe.

D: Nilijiuliza kama lilikuwa linahusiana na Atlantis. Je, lilitokea wakati huo huo?

P: Huu ni ufafanuzi wa jinsi jambo hili lilivyotokea. Kwa maana fulani, mafuriko haya yalikuwa tu kushuka au kuzama kwa ardhi katika baadhi ya hadithi hizi. Hata hivyo, kulikuwa na tatizo la kweli la kimataifa lililosababishwa na kuyeyuka kwa barafu za ncha kutokana na mabadiliko au mizunguko ya ncha za Dunia. Ncha zilipohama, kila ncha ilibadilika kiasili, na hivyo kukawa na mabadiliko kutoka ncha moja hadi nyingine. Tukio hili limetokea zaidi ya mara moja.

D: Je, hili lilitokea wakati huo huo na kuzama kwa Atlantis?

P: Ndiyo, hilo ni sahihi. Lilifanyika sambamba. Hili lilikuwa mojawapo ya vielelezo vingi vya kimwili vya sababu hiyo.

D: Pia imesemekana kwamba lazima kitu cha ghafla sana kilitokea, kwa kuwa dinosauri wamepatikana wakiwa bado na chakula midomoni mwao.

P: Hilo ni sahihi. Mabadiliko yalikuwa ya haraka sana kiasi cha kusababisha Dunia kuinama—si papo hapo kabisa, lakini kwa kasi kubwa sana. Hivyo angahewa ilihama, na upepo na makundi ya hewa yakabaki karibu mahali yalipokuwa huku Dunia ikipinduka chini yake. Hivyo, upepo baridi wa Aktiki na makundi ya hewa ambayo hapo awali yalikuwa juu ya ncha, yalihamia kwa haraka sana juu ya maeneo yaliyokuwa na hali ya hewa ya wastani. Kama unavyoweza kufikiria, hili liliambatana na upepo mkali sana wakati makundi ya hewa yalipokimbia juu ya ardhi.

D: Vipi kuhusu matetemeko ya ardhi na matukio mengine kama volkano?

P: Hilo ni sahihi. Ardhi nyingi ambazo hapo awali zilikuwa juu ya maji zilizamishwa, na ardhi nyingi ambazo wakati huo zilikuwa chini ya maji ziliinuliwa.

D: Basi kwa muda fulani, je, Dunia yote ilifunikwa na maji? Au hilo ni sehemu tu ya hadithi?

P: Katika kusimulia hadithi hizi, kulikuwa na mafuriko yaliyoenea sana. Hata hivyo, haitakuwa sahihi kusema kwamba Dunia yote ilifunikwa na maji. Kulikuwa na maeneo ambayo yalikuwa salama dhidi ya gharika. Hata hivyo, maeneo hayo hayakuwa sehemu ya ulimwengu uliokuwa unajulikana wakati huo.

KISIWA CHA PASAKA

D: Kuna kisiwa kidogo kinachoitwa Kisiwa cha Pasaka karibu na pwani ya Amerika Kusini ambacho kina sanamu nyingi sana kubwa. Watu wamekuwa wakijiuliza asili yake kwa muda mrefu.

Phil: Je, unataka ufafanuzi? Mawe makubwa haya yaliundwa na jamii ya watu waliokuwa wa utamaduni wa Atlantean na waliokuwa wamehama wakati wa kuanguka kwa Atlantis. Ishara yake ni kuangalia mashariki wakisubiri kurejea kwa jamii hiyo.

D: Je, ndiyo sababu walivijenga vikubwa sana?

P: Ukubwa wa kimwili ni tamko la heshima yao kwa watu au viumbe hao. Mara nyingi, ni kawaida katika asili ya mwanadamu kuhusisha ukubwa na heshima. Jambo la kuvutia hapa ni jinsi nyota wa filamu anapoonyeshwa kwenye skrini kubwa, anapendwa na kuheshimiwa mara moja. Tukio hili hufanya kazi pia kinyume chake. Wale wanaoheshimiwa sana hupewa vipimo vikubwa. Na wale wanaopewa vipimo vikubwa huheshimiwa sana.

D: Naelewa. Vimefanywa vikubwa kuliko maisha halisi.

P: Ndiyo kabisa. Na hufanya kazi kwa pande zote mbili. Hivi ndivyo matukio kama wazimu wa mashabiki hutokea. Ni upekee wa jamii ya wanadamu.

D: Kwa nini sura za sanamu zimekuzwa kupita kiasi?

P: Huu ni usemi wa kisanii, kama vile uchoraji unavyokuzwa ili kuonyesha sifa au hisia fulani.

D: Ni vikubwa sana kiasi kwamba watu wamejiuliza vilitengenezwa vipi.

P: Teknolojia ileile iliyotumika katika ujenzi wa piramidi ilihusika hapa. Nyenzo ziliundwa kwa namna tofauti kidogo na kizuizi cha kawaida. Kulikuwa na matumizi ya zana za kuchonga kama zinavyotumiwa leo. Lakini mbinu ya usafirishaji ilikuwa ileile. Ilikuwa ya kimaumbile ya telepathia na ilifanywa kwa nishati ya mawazo.

Kulikuwa na vitalu vinavyofanana na kofia juu ya sanamu hapo awali. Tangu wakati huo vimeanguka. Vilitengenezwa kwa aina tofauti ya jiwe kuliko sanamu zenyewe. Nilijiuliza kusudi la hizi zinazoitwa "vifundo vya juu" lilikuwa nini.

P: Hili lilifanywa ili kuwawezesha watu kuketi juu ya sanamu hizi, na hivyo wangekuwa wakitazama katika mwelekeo na ngazi ileile na sanamu yenyewe. Hili lilidhaniwa kuwapa makuhani hawa nguvu au ufahamu fulani, kwa kuwa wangekuwa wakitazama pamoja na sanamu.

D: Walikuwa wakitazama baharini, wakisubiri wengine wa jamii yao warudi. Je, hilo ndilo unalomaanisha?

P: Walihisi kwamba kwa kufanya hivyo, kurejea kungehimizwa. Ilikuwa muhimu kutoa nishati kwanza ili irudi. Sanamu zilielekezwa upande wa kutazama. Makuhani walipanda juu na kuketi juu ya mawe haya au vifundo vya juu na kuelekeza nishati yao ili kuwavuta viumbe hawa. Juhudi hiyo ilifanikiwa mara nyingi. Walitembelewa na viumbe wa nje ya Dunia. Vyombo vyao vilikuja kutoka baharini. Kutazama huku kwa shauku kulikuwa kama taa ya mwongozo, iliyowaashiria viumbe hao hamu ya kuwasiliana, na hivyo kuwasili kulitokea.

D: Ni aina gani ya vyombo vilivyokuja kupitia bahari?

P: Kulikuwa na viumbe wa nje ya Dunia waliokuwa katika vyombo vinavyoelea. Neno ni vyombo vinavyoelea, kwa kuwa kuna aina nyingi tofauti za vyombo.

D: Nilidhani huenda vilikuwa aina fulani ya mashua.

P: Si kama wanadamu wanavyojua, kwa kuwa hivi vilielea juu ya maji, si juu yake.

D: Nini kiliwatokea hawa Atlantean wa awali? Je, walibaki kwenye kisiwa hicho?

P: Walitawanyika kwa muda kutokana na ugumu wa maisha na mabadiliko ya mhimili wa Dunia, yaliyobadilisha hali ya hewa. Watu au wenyeji walitawanyika kwenda sehemu nyingine za Dunia. Wakazi wa sasa walikuwa wa makabila ya Indies, ambao baada ya hali ya hewa kurejea katika hali yake ya sasa, walihamia visiwani na hivyo wakakuta mawe haya makubwa vizazi vingi baadaye.

D: Bila shaka hawakuelewa kusudi lake, sivyo?

P: Hapana, walidhani mawe hayo yalikuwa miungu yenyewe.

D: Nimesikia pia kulikuwa na aina fulani ya maandishi yaliyopatikana, lakini hayajawahi kutafsiriwa. Yalitoka kwa kabila gani, la kwanza au lililokuja baadaye?

P: Haya yalikuwa maandishi yaliyoundwa au kuonyeshwa na watu walioweka sanamu hizo. Baadhi ya maandishi yaliyopo leo ni mwongozo wa jinsi ya kuelea. Mawazo yake ni ya kufikirika sana kiasi cha kutokuwa na maana kwa yeyote ambaye angeyasoma, kama angeweza. Yanahitaji mkusanyiko kamili wa dhana na mawazo ambayo hayapo Duniani leo.

D: Je, kuna mababu wowote wa Atlantean waliobaki huko na kuchanganyika hadi nyakati za kisasa?

P: Wamisri, jamii yenye ngozi ya rangi ya zeituni, ndio walio karibu zaidi katika ukoo wa moja kwa moja wa kimwili. Watu wenye ngozi ya zeituni ni wa asili ya awali ya Atlantean. Wote waliondoka kisiwani kwa kuwa hali ya hewa haikuwa inafaa kuendeleza maisha wakati huo. Kwa maana Dunia ni kama mwanamke mzee asiye tulivu anayejigeuza na kujisumbua, na hivyo watu huhamia maeneo tofauti.

D: Je, viumbe wa nje ya Dunia waliwasaidia kuondoka?

P: Hakukuwa na msaada ulihitajika, kwa kuwa usafiri wa baharini ulikuwa tayari ni sanaa au sayansi iliyoimarika.

Phil alisema alipoamka kwamba aliweza kuona makuhani wamekaa juu ya sanamu wakiwa wamekunja miguu, wakitazama vyombo vinavyoelea vikija juu ya maji.

* * *

John alikuwa tena katika Maktaba kwenye ndege ya astral, na mlezi aliuliza angeweza kutusaidia kupata nini. Nilimuuliza kama kulikuwa na vikwazo vyovyote kuhusu nani angeweza kuja kwenye Maktaba. Alisema hakukuwa na vikwazo moja kwa moja, lakini roho zenye kiwango cha chini cha nishati zisingekuja huko. Mbali na kutokuwa na hamu ya kutafuta maarifa, zingesukumwa mbali na tofauti ya nishati inayotolewa na eneo hili.

D: Kuna mambo mengi Duniani yanayochukuliwa kuwa mafumbo ambayo watu hawaelewi.

J: Hilo ni kweli. Kuna mambo mengi mbinguni ambayo pia ni mafumbo. Anasema kwamba akili ya fahamu haiwezi kila wakati kuelewa mambo. Kwa hiyo, kwa namna fulani, hilo linaweza kuchukuliwa kama kizuizi. Lakini watu katika hali yao ya juu ya ufahamu wanaweza kuelewa mambo ambayo akili ya fahamu haiwezi. Kwa maana hiyo, hivyo ndivyo mfumo unavyofanya kazi.

D: Unamaanisha mambo yangekuwa magumu sana?

J: Ndiyo. Anasema hauko katika kiwango sahihi cha nishati. Humpi mtoto wa miaka mitatu anayekaribia kuanza shule ya awali kitabu cha aljebra. Hufanyi hivyo. Hiyo pia ni sehemu ya jinsi maktaba yetu inavyofanya kazi. Mtoto wa miaka mitatu hataelewa aljebra.

D: Lakini wakati mwingine wamenipa mambo ambayo sikudhani ningeweza kuyaelewa.

J: Hilo ni kweli. Lakini maarifa hayo ni kwa ajili ya kukukuza. Kukufanya uelewe zaidi.

D: Na kufungua akili yangu.

J: Na kukufungua, ndiyo.

D: Basi, tunajaribu kupata maelezo ya mafumbo ya Dunia ambayo watu hawaelewi. Je, tunapaswa kwenda kwenye chumba cha kutazama?

J: Inategemea ni taarifa gani ungependa kuzungumzia.

D: Kuna sanamu kubwa zote kwenye Kisiwa cha Pasaka. Je, tunaweza kupata taarifa kuzihusu?

J: Anasema, ndiyo, tafadhali ingieni kwenye chumba cha kutazama. Anasema kwamba hapo zamani eneo hili lilikuwa sehemu ya bara la Lemuria. Na bara la Lemuria lilipozama, hili lilikuwa eneo takatifu la kilele cha mlima. Anasema Walemuria walikuwa wa kikabila, lakini waliweza kudhihirisha sheria za kimwili. Waliweza kutengeneza sanamu hizi, kuzigandisha na kuzisogeza kwa nguvu ya akili na mawazo. Hili lilifanywa na waganga wao, makuhani wao na viongozi wa vitengo mbalimbali vya kikabila. Na mabadiliko ya Dunia yalipotokea, anasema hili lilikuwa mojawapo ya maeneo yaliyobaki. Wanasayansi wa kisasa hawawezi kupima umri wa vitu hivi kwa sababu jiwe linatoka katika kipindi cha kale sana. Kuna kitu cha kipekee kuhusu aina hii ya mwamba au jiwe. Siwezi kupata neno. Wanajiolojia wanafikiri wanajua umri wa vitu hivi, lakini hawajui kwa kweli.

Ndiyo maana ni fumbo. Lakini ni mabaki ya ustaarabu wa kale wa Lemuria. Anasema vina umri wa takribani miaka elfu ishirini.

D: Wanasayansi wa kisasa wanafikiri sanamu zilichongwa kutoka kwenye miamba ya milima iliyo karibu.

J: Mwamba ulitoka kwenye milima ya karibu. Hilo ni kweli. Lakini ziliundwa kwa mkusanyiko wa aina za nishati. Jiwe lilifanywa liwe laini kwa mwelekeo wa nishati, kiasi kwamba ilikuwa rahisi kwa zana za jiwe na gumegume kufanya kazi ya kuunda maumbo haya tofauti. Ilikuwa kama kisu kinachokatiza siagi. Ilikuwa rahisi sana.

D: Wanafikiri jiwe lililetwa kutoka umbali mrefu kutoka mahali sanamu zilipo sasa. (Ndiyo) Zilisafirishwaje?

J: Tena, mbinu za kuinua kwa telepathia zilitumika kwa mawe haya. Ndiyo maana hakuna alama za njia.

D: Baadhi yao wameanguka. (Ndiyo) Zile tunazoona sasa zote zinaelekea upande mmoja. Zinaonekana kutazama kuelekea majini, isipokuwa kama zilisogezwa.

J: Hapana, hazikusogezwa. Anasema zilikuwa zinaelekea upande ambao Jua lilichomoza wakati huo. Jua lilichomoza katika nafasi tofauti na linavyofanya sasa. Na zililinganishwa na hilo.

D: Kulikuwa na sababu ya kuzielekeza kwenye Jua linalochomoza?

J: Lilikuwa na maana ya kiroho na uzoefu wa kidini wenye umuhimu mkubwa kwa watu wa wakati huo.

D: Sanamu zilikuwa zinawakilisha nini? Zote zinaonekana kufanana.

J: Zinawakilisha roho za mwanadamu. Walinzi wa mnara wa uangalizi, kwa kusema hivyo. Hili limefuatiliwa katika historia yote. Ni udhihirisho wa roho walinzi wa koo mbalimbali za kikabila za Lemuria ya kale. Kulikuwa na koo 136 tofauti za kikabila katika Lemuria ya kale. Na hizi zinawakilisha makundi tofauti ya koo hizi, mababu kwa kusema hivyo. Ni watu wa kimsingi kwa mtazamo wako, lakini walikuwa na vipawa vikubwa vya kiroho pia.

D: Inaonekana walikuwa pia na nguvu kubwa za kisaikolojia.

J: Ndiyo, viongozi wao walikuwa na nguvu kubwa za kisaikolojia.

D: Sanamu zinaonekana kuwa na sifa zilizokuzwa kupita kiasi. Kulikuwa na sababu ya hilo?

J: Ndiyo, kulikuwa na sababu dhahiri. Hivi ndivyo watu walivyokuwa wakionekana wakati huo. Mwanadamu, katika mchakato wake wa mageuzi, amekuwa aliyesafishwa zaidi. Na kwa kweli, bado atakuwa na hatua nyingine ya usafishaji tunapoingia katika enzi ya dhahabu ya kuchanua ya Umri wa Aquarius. Atakuwa aliyesafishwa zaidi wakati huo.

D: Kulikuwa pia na kile tunachokiita "kifundo cha juu" kilichokuwa juu ya kichwa cha sanamu, ambacho tangu hapo kimeanguka. Kilitengenezwa kwa aina tofauti ya mwamba.

J: Ndiyo. Hii inawakilisha aina ya kamba ya kiroho. Walikuwa wakipamba nywele zao kwa namna hiyo. Wakati mwingine wangesema kwamba walikuwa wakivutwa nje ya ulimwengu wa kimada kupitia kifundo chao cha juu. (Kicheko) Ndiyo maana walikuwa na mapambo haya ya nywele yaliyochangamka sana.

D: Kilikuwa jiwe la aina tofauti na lile la mwili wa sanamu.

J: Ndiyo, kama vile nywele zina rangi tofauti katika maisha yako sasa. Kulikuwa na miundo tofauti ambayo watu hawa waliamini ingewasaidia kuvutwa nje ya miili yao. Waliamini kwamba chombo cha roho—si roho yao wenyewe—roho kuu ya ulimwengu ingewaruhusu kwenda kwenye astral. Na njia iliyotumika ilikuwa kwamba walivutwa nje. Lakini haya ni historia ya kale sana katika kipindi chako cha sasa.

D: Ndiyo maana ni vigumu sana kwa wanasayansi kuelewa. Wanafikiri sanamu zilifanywa na kundi la watu wa hivi karibuni zaidi.

J: Hizi zilikuwa mabaki ya Walemuria.

D: Basi, je, watu wengine walikuja kwenye kisiwa hiki?

J: Ndiyo, watu wengi walikuja kwenye kisiwa hiki. Na walidhalilisha baadhi ya mawe. Walijihusisha na ulaji wa nyama ya binadamu. Walikuwa kama wanyama wa kiwango cha chini kabisa.

D: Hawa hawakuwa watu wa asili.

J: Hapana, hawa hawakuwa watu wa asili wa eneo hili. Kwa kweli, baadhi ya mabaki ya ustaarabu wa Lemuria yalikuwepo bado wakati kabila hili vamizi lilipokuja. Na waliliwa na watu hawa wakali wa kivita.

D: Je, kuna yeyote wa wazao wa asili aliyenusurika?

J: Hakuna aliyenusurika. Walifutwa kabisa na kabila vamizi. Kwa maana bahari zinazozunguka Kisiwa cha Pasaka zimejaa maisha ya wanyama, lakini ni vigumu sana kuendeleza maisha katika eneo hili la kisiwa. Na kwa kweli, makabila haya ya kivita yaliwakamata watu hawa na kuwala.

D: Basi makabila haya ya kivita ndiyo mababu wa watu wanaoishi huko sasa.

J: Ndiyo. Watu wa sasa ni wazao wa kabila hili la kivita. Walemuria walikuwa wameendelea sana kiroho na kisaikolojia ikilinganishwa na mwanadamu wa kisasa, lakini waliishi maisha ya kimsingi. Yaani, hawakuwa na aina ya uvumbuzi tuliyonayo sasa. Walikuwa na maeneo kama miji, lakini yalijengwa kwa nyenzo ambazo zingeweza kubadilishwa kwa urahisi sana, kama nyuzi za mitende na mimea ya asili.

D: Wanasayansi pia wamepata mabaki ya kile wanachodai kuwa ni maandishi yao, lakini hawajui yana umri gani.

J: Haya yanatoka kwa Walemuria wa kale na yalibebwa na wazao wao. Kisha wazao hao waliangamizwa hatimaye na makabila makali. Unaona, makabila makali yalidhani walikuwa chakula kizuri. Waliwaona tu kama wanyama, lakini watu hawa waliendeleza mila za kale. Na baadhi ya waonaji wao hata waliandika kuhusu nyakati za zamani, na kuhusu mabadiliko ya Dunia yaliyotokea na kuivunja Lemuria.

D: Basi waliweka maandishi hayo lakini hawakujua yalimaanisha nini. Je, hilo ni sahihi?

J: Wazao wa Walemuria walijua maana yake.

D: Lakini watu wengine...

J: Hapana, wao walikuwa kama wanyama tu. Walikuwa wakali wa vita. Waganga wa watu walioteka walipata hisia za roho za mahali hapo, na labda wakatafsiri baadhi ya maandishi. Lakini wao... sitaki kuzungumzia hili. Wao ni wakali sana na wabaya sana na kwa kweli... nataka kuondoka. Kile anachonionyesha... wao ni watu wa kutisha sana. Walikata mioyo ya watu. Oh, ni jambo baya sana.

John alisema alipoamka kwamba aliwaona watu hawa wakiwafukuza Walemuria. Alimwona mmoja wao akifungua kifua cha mwanaume na kung'oa moyo wake. Kisha akaanza kuula huku bado unapiga. Si ajabu kuona hilo kulimchukiza sana.

D: Sawa. Sitaki ulazimike kutazama chochote kinachokusumbua.

J: Mlezi anasema, endelea.

D: Ndiyo, badilisha mada. Hebu tubadilishe skrini, kwa kusema hivyo. Tuonyeshe kitu kingine. Hatuhitaji kutazama hilo.

* * *

SANDUKU LA AGANO

D: Kuna mambo mengi yaliyoandikwa katika Biblia kuhusu Sanduku la Agano, na kuna fumbo kubwa linalolizunguka.

Phil: Ndiyo, tunalifahamu eneo hili. Tunakuomba ulione hili kama kipokezi, kama kipokezi cha redio ambacho kiliweza kutafsiri au kupokea ujumbe kutoka kiwango cha juu na kuugeuza kuwa katika kiwango cha kimwili. Kwa njia hii, taarifa ingeweza kupitishwa kwa watu hawa kwa namna ambayo usahihi wa hali ya juu kabisa ungepatikana katika upitishaji huu. Kwa sababu basi kusingekuwa na ufahamu au fahamu ya kibinadamu ambayo taarifa hii ingepitia.

D: Unamaanisha waliwasiliana na watu kwa njia hii?

P: Hilo ni sahihi. Ulikuwa ni ujumbe wa maneno.

D: Mipango ya kukijenga ilitoka wapi?

P: Hii ilikuwa zawadi. Mipango ilitolewa ili kujenga makao ya kifaa hiki. Kulikuwa na mafundi na wasanii wa kabila hilo waliotumia vipaji vyao kuunda makao haya, chombo hiki. Hata hivyo, kipokezi chenyewe kilikuwa na muundo uliotengenezwa na viumbe waliokuwa wakisaidia katika mageuzi ya sayari wakati huo. Maelekezo yalitolewa kuhusu mahali pa kuweka bidhaa iliyokamilika au makao yake, ili kiweze kuamilishwa bila kuonekana na watu hawa. Kwa sababu hili lilifanywa chini ya kifuniko cha giza. Watu waliagizwa mahali pa kuacha Agano hili au Sanduku, kisha kikaamilishwa kupitia kipokezi hiki. Kilivuta nishati kutoka kwa nguvu za kozmiki, ambazo hata leo bado zinazunguka sayari na bado zinapatikana kwa matumizi haya. Ungependa kujua Sanduku hili au kipokezi kiko wapi kwa wakati huu. Na haingekuwa sahihi kufichua eneo lake kwa sasa. Hata hivyo, kiko mikononi mwa watu wanaofaa.

D: Je, bado kiko Duniani?

P: Hatutatoa eneo kwa wakati huu.

D: Kulingana na Biblia yetu, kilikuwa hatari.

P: Hilo si sahihi. Kilikuwa kimetumiwa vibaya. Chenyewe kilikuwa hakina nguvu yoyote, na hakikuwa hatari zaidi ya jani la nyasi. Hata hivyo, matumizi yake kwa sababu za kisiasa au kwa sababu nyingine yoyote iliyofaa kuelezwa, yalipotosha kusudi lake la awali.

D: Katika Biblia inasemekana watu walikufa walipokigusa. Kulikuwa na aina fulani ya nguvu ndani yake?

P: Kulikuwa na nishati iliyokuwa ikichakatwa kwa manufaa haya, ambayo ingeweza kumfanya mtu kupoteza fahamu kabisa, au kusababisha kifo kutokana na kuathiriwa kupita kiasi na nishati hiyo. Msisitizo kwamba kifo kingetokea ulikuwa ili kuwazuia watu kufungua sanduku na kugundua kilichokuwamo ndani yake. Pia ulijenga aura ya ulinzi kuzunguka kifaa hiki, ili kitibiwe kwa hofu na heshima.

Sehemu hii ya mkanda ilikuwa imeharibika vibaya, na kunakiliwa kwake hakukuwa kunawezekana. Ilisikika kama kelele nzito na kali ya umeme iliyofuta kabisa sauti ya Phil. Maswali yangu yalisikika kwa shida sana, lakini majibu yake hayakusikika. Maswali yaliyobaki kuhusu Sanduku la Agano na mwanzo wa maswali yangu kuhusu Pembetatu ya Bermuda yalizimwa kabisa. Ikiwa kuna njia fulani, bado ningependa kutumia sehemu hii iliyopotea ikiwa inaweza kufasiriwa. Huenda sasa kuna njia fulani kwa kutumia kompyuta kutenganisha kelele ya umeme na sauti. Mwishoni mwa upande huu wa mkanda, sauti ilirudi ghafla. Mkanda ulipogeuzwa, upande mwingine ulikuwa wa kawaida. Huu ulikuwa uzoefu wa ajabu kwa sababu Phil alikuwa na kinasa sauti chake kikiendelea upande mwingine wa kitanda, na mkanda wake pia haukuweza kunakiliwa. Ikiwa kungekuwa na tatizo na mkanda, ningetarajia pande zote mbili ziathirike. Pia, ikiwa kungekuwa na tatizo na kipaza sauti, kwa nini tatizo halikuendelea nilipogeuza mkanda?

Mtaalamu wa vifaa vya kielektroniki alisema huenda hili lingeweza kutokea ikiwa kinasa sauti kingewekwa juu ya televisheni au chanzo fulani cha mionzi ya kielektroniki. Lakini kilikuwa juu ya meza ndogo karibu na kitanda, na hakukuwa hata na redio karibu. Hilo halielezi kwa nini sauti ilirudi ghafla. Ikiwa sababu ilikuwa aina fulani ya ishara ya kielektroniki, ningetarajia pande zote mbili za mkanda ziathirike.

Hili limewahi kutokea tena baadaye na mada nyingine. Nimekuwa na matukio ya ajabu yakitokea kwa kinasa sauti changu, kana kwamba kimeathiriwa na nishati ya nje (kelele ya umeme, sauti kupotea na kurudi, kasi kuongezeka na kupungua, sauti mbili kwa wakati mmoja, na kadhalika).

Kwa sababu ya hali mbaya ya mkanda, nilikuwa nita jaribu kufupisha na kukumbuka kile kilichosemwa, jambo ambalo kwa kawaida haliwezekani. Wiki iliyofuata nilipoanza kikao na Phil, nilitaka kujua kama wangeweza kuniambia kilichotokea.

D: Mara ya mwisho tulipotembelea mahali hapa tuliuliza maswali mengi kuhusu Sanduku la Agano na Pembetatu ya Bermuda, na tulipokea taarifa za kuvutia sana. Lakini kwa sababu fulani hazikurekodiwa kwenye kinasa sauti. Unajua kwa nini?

P: Taarifa iliyotolewa ilibeba pamoja nayo vortex ya nishati inayofanana na ile iliyokuwa ikielezewa katika maneno. Na ilisababisha vortex katika eneo hili la karibu, inayofanana na ile iliyoelezewa katika simulizi. Huu ni mfano wa nguvu ya mapendekezo. Kwa sababu nishati zilizopo kwenye sayari hii sasa zina asili ambayo hata kufikiri kuzihusu huleta wazo hilo katika hali ya kimwili. Hii ndiyo asili ya nishati kwenye sayari hii kwa wakati huu, tunapoingia katika zama mpya za ufahamu.

D: Unamaanisha sayari Dunia au sayari mnayotoka? (Sayari ya Minara Mitatu)

P: Sayari hii ya kimwili hapa, sayari Dunia. Nishati kwenye sayari hii sasa zina asili ambayo wazo ni tendo. Na hivyo, hili linaonyesha tahadhari inayopaswa kutumika katika matumizi ya nishati hizi. Kwa sababu zina ubunifu mkubwa sana.

D: Nilijua kinasa sauti kilikuwa kikifanya kazi vizuri.

P: Hilo ni sahihi. Kinasa sauti kilikuwa kikirekodi kwa uaminifu kile kilichopokea. Na kama unavyoona, kinasa sauti chako kina kiwango cha ufahamu kilicho juu na zaidi ya kile kinachoweza kutambuliwa na hisia za kibinadamu. Mashine na vifaa vinavyotengenezwa katika kiwango hiki pia vinainua ufahamu wake. Kiwango chake cha nishati kinaongezeka kiasili, kwa kuwa ni cha Dunia hii na sehemu ya Dunia hii, na kila kitu kilicho Duniani kuanzia sasa kitaingizwa katika nishati hizi.

Nilisema nilitaka kujaribu tena na kuuliza maswali yale yale. Kwa sababu nilitaka kutumia taarifa hizo lakini ningelazimika kutegemea kumbukumbu yangu, kwa kuwa sikuwa na rekodi safi ya mkanda.

P: Unaweza kuuliza ikiwa utachagua kufanya hivyo. Hakuna madhara katika kuuliza.

D: Nashangaa kama kuna njia fulani ya kuzuia isiingilie tena kinasa sauti.

P: Tutajaribu kuelekeza kwa uwazi zaidi nishati zile zinazoombwa kwa ajili ya upitishaji, na hivyo kusaidia kupunguza nishati zinazopitishwa kupitia chombo hiki. Hata hivyo, kunaweza kuwa na kurudi kwa hali hii, kwa kuwa chombo hiki kwa sehemu kubwa ndicho kinachohusika na nishati zinazopitishwa. Na hivyo, ni lazima atambue wigo huu mpana wa nishati na ajifunze kupunguza kile kinachopita. Hii si nishati hatari. Ni nishati tu inayopita, na inajidhihirisha kupitia kinasa sauti chako. Hakuna madhara ya kimwili katika hili.

D: Ni kwamba mashine inaweza kuipokea.

Kisha niliendelea kuuliza maswali tena kuhusu Pembetatu ya Bermuda nikitumaini kwamba safari hii kusingekuwa na mwingiliano. Niliponakili mkanda huo, kila kitu kilikuwa sawa. Katika miaka mingi ya kufanya kazi na Phil, mara kwa mara tulikuwa na matukio yasiyo ya kawaida na kinasa sauti, lakini hakuna hata moja lililokuwa kali kama hili.

* * *

Katika miaka ya themanini na kuendelea hadi miaka ya tisini, niliendelea kuuliza maswali yale yale kwa wahusika wengine kila mara hali inayofaa ilipojitokeza.

D: Kumekuwa na hadithi kwamba Sanduku la Agano lilikuwa hatari. Je, hilo lilikuwa kweli?

Brenda: Bila shaka lilikuwa! Lilikuwa kifaa cha nishati.

D: Hadithi kuhusu watu kuumizwa walipokigusa au...

B: Ikiwa hawakujua jinsi ya kukitumia na hawakuwa wamewekewa kinga ipasavyo, ndiyo, wangeweza kudhurika nacho.

D: Je, unajua hatimaye kilichotokea kwa Sanduku la Agano?

B: Lilidumu kwa karne kadhaa. Ni vigumu kusema kilichotokea kwa sababu mwishoni, kabla halijatoweka, kulikuwa na zaidi ya Sanduku moja la Agano. Moja lilianguka kwa bahati mbaya ndani ya korongo. Walikuwa wakilibeba juu ya fremu ambayo lilisafirishwa nayo, na walikuwa wakivuka daraja nyembamba juu ya korongo. Mmoja wa wanaume alijikwaa kwa bahati mbaya na Sanduku likaanguka chini ya korongo.

D: Je, hili lilitokea wakati wa kuzunguka jangwani?

B: Baada ya hapo. Moja liliwekwa ndani ya hekalu kwa karne kadhaa. Kisha wavamizi fulani walikuwa wakiingia katika nchi hiyo na walilazimika kulificha. Sanduku la tatu bado lipo, lakini limefichwa kwa siri na ni kikundi kidogo sana cha watu kinachojua kuhusu hilo.

D: Sikujua kuwa kulikuwa na zaidi ya moja. (Ndiyo.) Je, vyote vilikuwepo kwa wakati mmoja, au walitengeneza jingine baada ya lile kuanguka korongoni?

B: Walitengeneza lile la awali na wakatengeneza mengine katika karne zilizofuata. Kuna moja bado lipo. Lile lililo chini ya korongo sasa ni sehemu ya barafu kubwa. Wakati mwingine watu huliona barafu linapoyeyuka. Na lile lililofichwa limefungwa ndani ya pango, na siwezi kuona kama litagunduliwa au la. Sanduku la tatu ambalo bado lipo liko ndani ya hifadhi binafsi ya benki.

D: Je, unajua liko katika nchi gani?

B: Ni vigumu kusema. Nchi ya Magharibi yenye teknolojia ya hali ya juu.

D: Ikiwa mtu angekutana na lile lililo kwenye hifadhi ya benki, angejua ni nini?

B: Haiwezekani mtu yeyote kulikutana nalo ndani ya hifadhi ya benki, kwa sababu ni hifadhi binafsi. Liko kwenye mali binafsi ya mtu tajiri kupita kiasi.

PEMBETATU YA BERMUDA

D: Je, una maelezo yoyote kuhusu kutoweka kwa meli na ndege katika eneo la Pembetatu ya Bermuda?

Phil: Kumekuwa na nadharia nyingi zilizotolewa, ambazo kwa kiasi kikubwa si sahihi. Eneo hili ni vortex ya nishati, vortex kubwa sana na yenye nguvu ya uumbaji ya nishati zilizopo sasa kwenye sayari hii. Tabia hii isiyotabirika kwa sehemu inasababishwa na mitambo iliyoko chini kabisa ya bahari, ambayo iko kimya lakini bado haijalala kabisa. Katika mito mikubwa ya nishati inayopita katika sayari hii, bado kuna nguvu ya kutosha iliyobaki kutoka kwenye mitambo hii kusababisha athari ya kulenga, ambayo husababisha kutoweka huku, kwa kusema hivyo. Hii ni kupita tu kupitia mlango unaoelekea katika uhalisia mwingine. Hawajapotea kimwili, kwa maana bado wapo hapa, wako tu mahali pengine. Kuna imani kwamba wamekufa kifo cha kawaida, lakini kwa kweli wako katika uhalisia mwingine, katika ngazi nyingine ya uwepo, katika muktadha mwingine wa wakati. Huu ni mkunjo au mlango, ukipenda maelezo hayo. Watu hawa hawadhuriki wanapopita, isipokuwa kisaikolojia, kiakili na kihisia kutokana na tukio hili. Viwango vyao vya nishati ya mwili huinuliwa kwa kupita katika mlango huu. Wengi hugundua kuwa wamekuwa na uwezo mkubwa wa mawasiliano ya akili na kuona mambo yasiyoonekana. Kwa sababu wengi wamejikuta katika uhalisia ambamo vifaa hivi vya juu sana kuliko vya kawaida ni jambo la kawaida kabisa. Uhalisia wao unaojidhihirisha unaendana na wale walioko pamoja nao. Kama uhalisia uliopo hapa ungekuwa tofauti ikiwa akili ingekuwa tayari kuamini kuwa mambo haya yanawezekana. Na mara tu mtu anapofikiri kwamba yanawezekana, basi yanakuwa uhalisia. Ni suala la imani tu juu ya kile kilicho halisi na kisicho halisi. Na hiyo ndiyo huamua kile kilicho halisi na kisicho halisi.

D: Kumekuwa na ripoti kwamba vifaa vya ndege vilianza kufanya kazi isivyo kawaida kabla tu ya hili kutokea.

P: Hilo ni sahihi. Kuna msukosuko katika mtiririko huu wa sumaku. Hii ni dalili ya jambo hili. Mtiririko huu unatokana na kupinda kwa uga wa sumaku wa Dunia na nishati nyingine ambazo kwa sasa hazijulikani kwa mwanadamu. Vifaa hufanya kazi vizuri wakati uga huu uko katika hali yake ya kawaida. Hata hivyo, hali hiyo inapokosekana, vifaa havifanyi kazi kama vilivyokusudiwa. Kwa sababu uga ambao vinategemea haufanyi kazi ipasavyo, kwa kusema hivyo.

D: Pia walisema kwamba upeo wa macho ulionekana wa ajabu, na wakati mwingine walichokuwa wakiruka juu yake kilionekana tofauti.

P: Mambo mengi yangekuwa ya ajabu, kwa sababu ya kuongezeka kwa ufahamu. Sio tu wa kimwili, bali pia wa ndani.

Na hivyo, mambo ambayo katika uhalisia huu yamefungwa na hayaonekani kwa sehemu kubwa, yangekuwa wazi sana kadri ufahamu unavyoongezeka na ngazi za ndani zinavyoanza kuunganisha taarifa wanazopokea, kisha kuzipitisha kwa nafsi yenye ufahamu.

D: Je, mkunjo huu upo muda wote? Watu wengi huruka na kusafiri katika eneo hilo bila matatizo.

P: Haupo muda wote, hilo ni sahihi. Hubadilika, hauna mpangilio thabiti.

D: Wakati watu hawa walipopitia mlango huu, walitua mahali fulani?

P: Hilo ni sahihi. Kwa maana bado kuna umbo la kimwili kama lilivyo katika uhalisia huu. Bado wako hapa Duniani. Hata hivyo, wako tu katika uhalisia mwingine, wakati mwingine, ukichagua kutumia mfano huo. Wangepita hadi kwenye kiini cha dhoruba, kwa kusema hivyo, na kujikuta mahali ambapo hawajawahi kuwa kabla. Wangekuwa katika wakati mwingine Duniani.

D: Je, kuna njia yoyote ya kujua kama walienda katika wakati wa nyuma au wa mbele?

P: Kwa kweli hilo halina tofauti kubwa, kwa kuwa kwa kusema ukweli, hakuna wakati wa nyuma au wa mbele. Huu ni mtazamo ulioundwa na mwanadamu ili kumruhusu kutambua matukio anayoweza kuyaelewa. Haingekuwa sahihi kusema wamepita kwenda nyuma au mbele. Wako tu "katika wakati mwingine".

D: Nilifikiri kama ndege ingetua katika wakati wa nyuma, ingewashtua sana watu wa wakati huo. Basi hawa watu labda walitua mahali fulani au meli zilifika ufukweni, lakini walikuwa katika wakati tofauti.

P: Ngazi tofauti ya uwepo, labda, ingekuwa sahihi zaidi.

D: Lakini lazima ilikuwa ya kutisha kwao kama hawakutarajia.

P: Bila shaka walishangazwa sana na mabadiliko haya ya ghafla. Hata hivyo, kama tunavyoweza kutambua, wengi wao wamezoea haraka na hawana hamu ya kurudi katika wakati wa nyuma, kwa kusema hivyo. Kwa maana wengi wao wameingia moja kwa moja katika wakati wako wa baadaye, ambako kuna ufahamu wa Kristo. Ni jambo linalojulikana na kuchunguzwa, kama ilivyo upande huu. Watu hapa hupotea ghafla, watu huko hujitokeza ghafla. Kuna fumbo sawa kwa pande zote mbili, kuhusu wao ni akina nani na kwa nini wanaendelea kuja hapa. Na jinsi hadithi zao zilivyo za kushangaza kwa watu hao.

D: Lazima ilikuwa mshangao kwa watu wa baadaye kuwaona watu hawa wakitokea ghafla.

P: Kwa mtazamo wa wakati ujao, isingekuwa mshangao mkubwa sana. Kwa kuwa wakati ujao tayari unajua kile kilichokuwa kikitokea zamani. Ingekuwa suala la kutambua tu kwamba mtu mwingine amepita kupitia mlango. Kisha kuwakaribisha na kuwasaidia kuzoea na kujifunza uhalisia wao mpya.

D: Basi baadhi ya watu hao huenda bado wanaishi, au huenda walizeeka katika wakati huo.

P: Hilo ni sahihi.

D: Je, kuna njia yoyote ya wao kurudi?

P: Kwa wakati huu haionekani kuwa inawezekana, kwa kuwa mlango uko kwa namna isiyodhibitiwa, unayumba na kupigwa na upepo, kwa kusema hivyo. Mtu angehitaji tu kuwa mahali sahihi kwa wakati sahihi na kutumaini mlango utayumba kwa namna sahihi. Hilo lingehitaji maarifa ambayo kwa sasa hayapo kwenye sayari hii. Huenda wasingependa kurudi hata kama wangeweza. Kwa kuwa ufahamu waliopo sasa hufanya uhalisia huu uonekane kama watoto wakicheza na vinyago. Kwa maana wameinuliwa mbali sana zaidi ya ngazi hii tuliyopo hapa.

D: Je, watu hawa walichaguliwa kufanya hivi, au walijikuta tu wamekutana na mlango huo?

P: Katika mpangilio mkuu wa ulimwengu, katika saa ya ulimwengu mzima, kuna sababu kwa kila kitu kinachotokea. Na hivyo inaweza kusemwa kwamba matukio haya yalitokana na sababu halali sana. Hata hivyo, haingekuwa sahihi kusema kwamba hili lilipangwa. Kwa maana mambo mengi hutokea maishani ambayo hayajapangwa, lakini yanakuwa sahihi kabisa kwa wakati huo. Ni suala tu la mambo kutokea kwa namna inayofaa zaidi wakati huo. Na hivyo ilikuwa sahihi kabisa kwa hili kuwatokea watu hawa. Kwa mfano, huenda ilikuwa sahihi kwa baadhi yao kuendelea mbele. Huenda walikuwa tayari kuendelea kwa haraka hivi hadi ngazi inayofuata ya ufahamu. Ilhali sisi tunapaswa kumaliza mwili huu wa sasa kisha kuzaliwa tena na kulelewa katika mazingira wanayojikuta nayo. Huenda watu hawa hawakuwa na haja ya kupitia mchakato huo. Walikuwa tayari katika ufahamu wao wa ndani na mafunzo yao kwa jambo hili kutokea. Na hivyo wakajikuta katika mahali ambapo walihitajika.

D: Je, kuna njia yoyote kwa watu wanaoingia eneo hilo kupata onyo kwamba kitu kama hiki kinaweza kutokea?

P: Kungetokea ufahamu katika ngazi za ndani wa kumwongoza mtu. Mtu anapojikuta katika hali hii, haiwezi kusemwa kwamba onyo halikutolewa katika ngazi za ndani.

D: Unamaanisha ndani ya akili zao wenyewe au vipi?

P: Hilo ni sahihi. Wangehitaji kujisikia wao wenyewe, kama inavyofaa kwa maisha yote, kuwa sambamba na nafsi yao na kujijua.

D: Basi kwa kweli hakuna njia ya kimwili ya kujua. Wanajikuta tu mahali pabaya kwa wakati mbaya.

P: Sio kabisa hivyo, kwa maana kama ilivyosemwa, onyo lilitolewa. Hata hivyo, onyo halikusikilizwa.

D: Lakini kulikuwa na tukio moja ambapo marubani walitumwa kutafuta ndege zilizopotea. Hawakuwa na chaguo, walilazimika kwenda kuzitafuta.

P: Tunajiumbia hatima zetu wenyewe. Na hivyo ingekuwa sahihi kusema kwamba watu hawa waliunda mazingira ya kutoweka kwao, kwa namna ile ile ambayo wengi huchagua vifo vyao wenyewe. Kwa maana wote huchagua vifo vyao wenyewe.

Dhana hii imeelezewa kwa kina katika kitabu changu Kati ya Kifo na Maisha.

D: Je, kuna mikunjo au maeneo mengi kama haya juu ya uso wa Dunia?

P: Kwa idadi, hapana. Hili ni tukio la kipekee.

D: Umetaja hapo awali kuhusu mitambo iliyo chini ya bahari ambayo bado inafanya kazi kwa kiasi fulani na hiyo ilikuwa moja ya sababu za hili.

P: Hilo ni sahihi. Unaweza kufikiria kioo, kioo kikubwa kilichokuwa kizuri sana, sasa kimevunjika. Na kipande cha kioo hicho kikining'inia kwa uzi. Na upepo au mikondo ya maji inapocheza nacho, jua linaloangaza juu wakati mwingine hulipiga kioo hicho na kuangaza kwa muda mfupi, kwa nguvu na uwazi, kupitia hewa au maji, kulingana na mfano unaochagua. Unaweza kuona hili ni tukio la nasibu na halidhibitiwi na mwanadamu. Vivyo hivyo, mikondo hii ya nishati inacheza na mabaki ya jamii hii kubwa ya zamani, na kusababisha tukio hili.

D: Je, hiki ni kioo halisi au ni mfano tu?

P: Huu ni mfano. Kwa maana kioo chenyewe ni cha asili ya kioo cha kioo-angavu.

D: Kiliwezaje kuishia chini ya bahari awali?

P: Hakikuwa chini ya bahari awali. Hiki kilikuwa katika wakati wa Atlantis. Baadhi ya mitambo ya bara hilo kubwa.

Ilifunikwa wakati wa uharibifu, na sasa inapumzika kwa usalama na utulivu katika vilindi.

D: Je, kiko ndani ya jengo la aina yoyote?

P: Kiko juu ya tambarare, mahali kilipojengwa awali. Ardhi yote ilizama na kuchukua pamoja nayo yote ambayo ustaarabu huo uliunda.

D: Je, unaweza kueleza zaidi kuhusu kilivyoonekana?

P: Hakuna haja wala manufaa ya kueleza, kwa kuwa ingekuwa bure kujaribu. Haiwezekani kutoa maelezo ya kuridhisha kuhusu kile ambacho mtu angeona kwa macho. Kipo juu ya uelewa wa binadamu kwa wakati huu.

D: Ninakiwazia kama kioo chenye umbo la piramidi. Sijui kama hilo ni sahihi au la.

P: Basi tunaweza kusema unaweza kutumia mfano huo na kuiona kwa macho ya akili yako, na mtazamo wako unaweza kuwa sahihi kabisa. Hatutatoa hukumu juu ya hilo, kwa kuwa huo ni uhalisia wako, na iwe hivyo. Kwa maana, tena, hii ni asili ya nishati ambazo ni kile mtu anachotamani, na iwe hivyo.

D: Lakini uliongea kana kwamba kilikuwa kimevunjika. Je, hilo ni kweli, kwamba kioo cha awali au chochote kilicho huko chini kimevunjika?

P: Kimegawanyika vipande, ndiyo. Hilo ni sahihi.

D: Hilo lilitokeaje?

P: Ingekuwa vyema kusema kwa wakati huu kwamba lilifanyika kwa makusudi, ili kuwazuia wale waliotamani kutumia kioo hiki wasikitumie kwa njia isiyo na maelewano. Kwa maana kulikuwa na wale ambao hawakutamani chochote zaidi ya kudai chanzo hiki kikubwa cha nguvu kwa manufaa yao binafsi. Na hivyo ikaonekana kuwa ni lazima kugawanya kioo hiki ili kuzuia matumizi yake ya uharibifu.

D: Basi walikiharibu kwa makusudi?

P: Hilo ni sahihi.

D: Je, hili lilitokea wakati wa kuzama au kabla?

P: Kwa wakati mmoja.

D: Je, kuharibiwa kwa kioo kulisababisha kuzama?

P: Kulikuwa na matukio ya wakati mmoja yaliyosababishwa na matumizi yasiyo na maelewano ya kioo hiki, kwa kutumia nishati hizi kwa njia ya kudhuru. Ambazo kwa kiasi fulani zilisababisha kuzama kwa bara. Na hivyo kuna uhusiano fulani. Hata hivyo, si sababu na matokeo rahisi. Yalikuwa matukio tofauti kiasi, lakini pia yalihusiana.

D: Je, watu waliokiharibu hawakujua kuwa kingesababisha janga kama hilo?

P: Watu hawa walipofushwa na tamaa na malengo yao, na hawakutambua athari za upumbavu wao. Na hivyo waliendelea kutumia nishati hizi kwa namna hiyo na kisha wakalipa gharama.

D: Nilidhani labda walikuwa hawajui na hawakuelewa hili lingeweza kutokea.

P: Haikuwa ujinga kamili, kwa maana kulikuwa na wale waliotoa onyo mara kwa mara kuhusu matumizi ya nishati hizi kwa namna hiyo. Kulikuwa na wale waliotumia maisha yao yote kujaribu kuwaelimisha watu kuhusu nishati hizi, wakati ufahamu kuhusu matumizi na nguvu zake ulipokuwa ukipungua. Hata hivyo, ujinga ulitawala haraka juu ya mwanga wa ufahamu, na kutokuwepo kwa maelewano kulishinda maelewano.

D: Je, vipande viko kwenye bahari ya kina?

P: Hilo ni sahihi.

D: Unadhani kuna mtu atavipata siku moja?

P: Kutakuwa na kujitokeza tena kwa ardhi hii wakati wa misukosuko. Na taarifa iliyohifadhiwa katika hekalu kwa ajili ya vizazi vijavyo itagunduliwa tena na kutumiwa. Kwa maana ilionekana kwamba ardhi hii ingefunikwa na kuwa nje ya kufikiwa. Na hivyo maarifa haya yakahifadhiwa kwa ajili ya vizazi vijavyo vitakavyopata njia ya kuyafikia. Na hivyo yatatolewa kwa wale wenye maadili ya juu na waliotayarishwa na wenye uwezo wa kutumia maarifa haya.

D: Wanasayansi au yeyote atakapoyapata maarifa haya, je, watajua ni nini?

P: Mtu angeweza kutumaini hivyo. Hata hivyo, hilo ni jambo litakaloamuliwa wakati huo.

D: Je, maarifa hayo yako katika mfumo wa kitabu? Au yanahifadhiwaje?

P: Kwa maandishi, juu ya mawe. Itahitaji kufasiriwa kwa sababu iko tu katika lugha ya watu waliohifadhi taarifa hiyo. Kwa hiyo itakuwa muhimu kuhamisha kutoka lugha moja kwenda lugha nyingine. Hata hivyo, hili si jukumu lisilowezekana, kwa kuwa sehemu kubwa ya ufahamu itakuwa wa kiintuisheni kuhusu namna ya kulitekeleza. Kutakuwa na kazi na uchakataji mwingi zaidi katika ngazi ya kiakili kuliko inavyofanyika sasa kupitia mantiki ya kawaida tu.

D: Je, hekalu bado lipo au litakuwa limekuwa magofu?

P: Kwa kawaida, baada ya kuwa maili kadhaa chini ya bahari kwa maelfu mengi ya miaka, lisingekuwa katika hali nzuri sana. Hata hivyo, lingekuwa katika hali ambayo ingeweza kuhifadhi taarifa. Tathmini hiyo ni sahihi kwa sasa.

D: Lakini hili halitagunduliwa mpaka wakati wa msukosuko wa ardhi?

P: Hilo ni sahihi. Na litagunduliwa kwa wakati unaofaa, wakati wale watakaopata maarifa haya watakuwa wa kiwango cha juu kabisa, na watayatumia ipasavyo. Halitatolewa mpaka pale itakapofaa.

D: Je, maarifa haya yana historia ya kile kilichotokea Atlantis?

P: Ndiyo. Yanajumuisha historia na kumbukumbu za maisha ya kila siku ya ustaarabu huu kwa maelfu mengi ya miaka. Pia kuna muhtasari wa siku za mwisho zinazoongoza hadi kuporomoka kwa jamii na kufunikwa kimwili kwa ardhi. Kwa kusoma hayo, wale watakaopata taarifa wataelewa kilichotokea kwa ustaarabu huo.

D: Wakati hiki kilipokuwa kinafanya kazi katika zama za Atlantis, walikitumia kwa nini?

P: Hiki kilikuwa chanzo kikuu cha nishati. Nishati nyingi zingeweza kuelekezwa wakati huo. Baadhi ya nishati zingeweza kutumika kwa madhumuni mbalimbali, kulingana na matumizi yake. Kulikuwa na nishati ya uponyaji, nishati ya kuinua vitu, mwangaza, joto, msukumo. Aina nyingi za nishati zilipatikana, kama zilivyo sasa na kama zinavyorudi tena kwenye sayari.

D: Basi kilipovunjika, kwa sababu fulani kinaunda mkunjo wa wakati

P: Ni mwangwi au uhamishaji wa nasibu wa nishati. Tungependa kusema kwamba wengi walioishi wakati huo wamezaliwa tena.

D: Kuna mafumbo mengi, na tunatafuta majibu.

P: Mara nyingi watu huuliza lakini hukataa kusikiliza majibu. Wengi huuliza maswali lakini hawaamini majibu, na hivyo huendelea kuuliza mpaka wanapompata mtu atakayewapa jibu wanalotaka kusikia.

* * *

JOKA LA LOCH NESS

D: Fumbo moja Duniani ambalo watu wanavutiwa nalo ni Joka la Loch Ness huko Uskochi. Je, unaweza kuniambia taarifa yoyote kuhusu hilo?

Brenda: Jibu lake ni changamano. Ninajaribu kulipanga. Kuna viumbe kadhaa wa aina hii juu ya uso wa Dunia. Kwa kawaida huishi katika maziwa ya maji safi yenye kina kirefu. Kuna mmoja anayefanana naye katika ziwa moja huko Siberia, ambalo linachukuliwa kuwa lenye kina kirefu zaidi. Viumbe hawa hukaa katika vilindi na kwa kweli hawana sababu ya kupanda juu ya uso.

D: Je, ni aina ya mamalia au nini?

B: Ni reptilia wa majini ya maji safi. Na ni mnyama wa kale sana. Amekuwepo Duniani kwa muda mrefu sana. Anafanana sana na baadhi ya wadudu waliopo Duniani. Alibadilika hadi kiwango fulani na hakuwa na haja ya kuendelea kubadilika zaidi. Kwa hiyo alibaki alivyo katika vipindi vyote vya kihistoria. Ni kiumbe mpole, asiye na madhara, ndiyo maana ana rangi ya kujilinda ili kuzuia wengine wasimdhuru. Anakula mimea ya majini inayokua ndani ya maji.

D: Je, wako wengi? Yaani, wanazaliana kwa kasi sana?

B: Wanazaliana kwa kiasi fulani. Hawazaliani kwa wingi kama wanyama wengine. Hutaga mayai chini ya ziwa kwenye matope, na mayai huanguliwa. Kwa kweli wako kati ya reptilia na amfibia. Wako karibu zaidi na reptilia kuliko amfibia. Mara nyingi wako katika maziwa yenye maji baridi, kwa sababu wanapenda joto la chini. Na wako wengi zaidi kuliko watu wanavyodhani. Watu hufikiri wanapata mmoja hapa na mmoja pale, lakini wako zaidi ya hapo. Sio wengi sana, lakini kuna makundi machache madogo ya viumbe hawa.

D: Basi kama si mamalia, hawahitaji sana kupanda juu kupumua?

B: Sio lazima sana. Wanaweza. Hii ndiyo jinsi wanavyohusiana kwa kiasi fulani na amfibia, kwa sababu wana matamvua na mapafu ya msingi. Kwa hiyo wanaweza kupanda juu kwa dakika chache bila kukosa hewa, lakini pia wanaweza kupumua chini ya maji. Hawa ni viumbe wa majini. Wameonekana ardhini, lakini mara chache sana huacha ziwa.

D: Katika tukio moja kulikuwa na mwangwi wa kifaa cha mawimbi ndani ya maji. Kifaa hicho hufanya kazi kama rada, hurudi kutoka kwa vitu vikubwa. Walikuwa wakigundua nini?

B: Hilo ni kweli, lakini mara nyingi kifaa hicho pia hurudi kutoka mahali ambapo joto la maji hubadilika. Na kama kuna tabaka la maji lenye joto tofauti, hurudi pia hapo. Kwa hiyo ingekuwa busara kutotegemea sana sehemu ya vipimo hivyo.

D: Kwa maneno mengine, picha zote na kile kinachoitwa ushahidi si wa kuaminika.

B: Kwa viwango vya wanasayansi wenu, haviwezi kuchukuliwa kuwa vya kuaminika.

D: Wamedai kuwa ni kiumbe wa kale wa kihistoria.

B: Ndiyo. Kama nilivyosema, alikwama katika mabadiliko ya kimaumbile maelfu ya miaka iliyopita. Kuna viumbe wengine kama yule mnayemwita Joka la Loch Ness au yule wa bara lingine... Ziwa Superior? Kundi lililoko katika maji hayo. Pia kuna kundi katika Ziwa Baikal huko Siberia. Kuna wengine waliotawanyika, na pia kuna viumbe wanaofanana wanaopenda maji ya joto katika Bonde la Amazon. Wakazi wa huko wana taarifa kuhusu hilo lakini watu wenye mamlaka huzipuuzia kama ushirikina.

* * *

D: Unaweza kuniambia nini kuhusu Joka la Loch Ness katika ziwa kubwa la Uskochi?

Phil: Viumbe hawa wamefungiwa, kwa maana kwamba sasa hawana mahali pa kwenda. Ambapo hapo awali waliweza kusafiri duniani kote, sasa wanajikuta wamefungwa — bila mchezo wa maneno. Hata hivyo, hakuna viumbe wengine waliobaki katika bahari zilizo wazi wanaoweza kulinganishwa na aina hii maalum ya kiumbe.

D: Walitoka wapi awali? Je, ni mabaki ya dinosauri au kitu kama hicho?

P: Hilo ni sahihi. Katika zama za kale kulikuwa na viumbe wengi wa aina hii katika bahari na maji ya dunia. Hata hivyo, wakati wa misukosuko na mabadiliko, ni wale tu waliokwama walioweza kuishi, kutokana na mabadiliko ya chumvi katika bahari. Kwa hiyo hawakuweza kubadilika kama viumbe wengine waliowazunguka. Uwezo wao wa kubaki katika hali yao ya awali unatokana na ukweli kwamba maji waliyokwama ndani yake hayakulazimisha mabadiliko. Waliruhusiwa kuendelea kuwa walivyokuwa na walivyo.

D: Je, wako karibu zaidi na amfibia au mamalia?

P: Wanafanana zaidi na pomboo na nyangumi wadogo, kwa kuwa wana uti wa mgongo na hupumua hewa. Hata hivyo, kwa mwonekano wao ni wa nyoka au reptilia zaidi, na hawana viungo vya nje.

D: Lakini kama wanazaliana, hatupaswi kuwaona mara nyingi zaidi?

P: Hakuna uhusiano wa moja kwa moja kati ya idadi ya kuonekana kwao na idadi yao halisi. Ukweli kwamba wameishi hadi leo unatokana na tabia yao ya kujificha, na kutothamini ulimwengu wa juu. Kuna wengi wanaoamini kuwa hawa ni mabaki ya nyakati za kabla ya Kambriani. Hata hivyo, kuna wengi ambao wana asili ya hivi karibuni zaidi, lakini hawajatambuliwa kama hivyo.

D: Ulisema walikuwa manusura wa misukosuko. Je, hiyo ilikuwa Atlantis, au kabla ya Atlantis?

P: Katika siku hizo kulikuwa na misukosuko mingi duniani kote. Wakati huo viumbe wengi walipotea kutokana na mabadiliko ya hali ya hewa, badala ya mabadiliko ya kijiolojia. Hata hivyo, tunapozungumza kuhusu viumbe hawa mnawaita Joka la Loch Ness, tungeweza kusema kwamba mabadiliko ya aina zote mbili yalisababisha hili. Bahari za joto walikotoka awali zilipoanza kupoa, viumbe wengi waliokuwa katika bahari wazi walikufa kutokana na mabadiliko ya hali ya hewa. Lakini wale waliokuwa katika eneo hilo maalum waliweza kuishi kwa kubaki karibu na sakafu ya maji ambapo kulikuwa na joto zaidi. Hata hivyo, kwa muda walijifunza kuzoea hali ya baridi, na hivyo wakaweza kuishi katika maji baridi kwa vipindi vifupi, kama yale ya Ziwa Loch Ness.

D: Basi janga la Atlantis lilitokea baadaye sana katika mfululizo wa wakati.

P: Hilo si sahihi kabisa. Misiba tunayozungumzia ilitokea katika kipindi kirefu zaidi kuliko kile kilichoukumba ustaarabu wa Atlantis pekee. Tukio zima lilichukua karibu kipindi cha miaka milioni moja badala ya miaka elfu moja.

D: Naelewa. Je, kuna baadhi ya viumbe hawa waliobaki katika sehemu nyingine za dunia?

P: Kuna viumbe wengi waliobaki katika sehemu mbalimbali za dunia, ambao bado hawajulikani kwa utamaduni wenu. Hata hivyo, wanajulikana kwa tamaduni nyingine zilizo na ufahamu zaidi. Kuna viumbe wengi kwenye sayari yenu ambao hamna ufahamu nao.

D: Je, hawa wote ni viumbe wa baharini? Au wa nchi kavu?

P: Usambazaji uko hivi kwamba mamalia wako wengi zaidi kuliko samaki. Kwa hiyo picha ya jumla ya kile mnachokiita "asili" leo imepindishwa kwa kiasi fulani na ndugu huyu wa giza wa asili, ambaye jamii kwa ujumla haimtambui.

D: Je, wanyama hawa kwa kawaida wako katika maeneo kama Afrika, Amerika Kusini, mabara ambayo hayana watu wengi?

P: Wapo katika sayari yote inayojulikana. Hata hivyo, si kusema kwamba wapo juu ya sayari, bali huenda wapo ndani ya sayari.

D: Huenda wako chini ya uso wa ardhi?

P: Hilo ni sahihi.

D: Kwa sababu sehemu kubwa ya dunia, kama tunavyoijua, imechunguzwa. Na tunadhani hakuna kitu kilichobaki cha kugundua juu ya uso.

P: Sehemu kubwa ya dunia inayojulikana imechunguzwa. Hata hivyo, kile kisichojulikana hakijachunguzwa. Kwa hiyo si sehemu ya dunia inayojulikana, kwa sababu haijulikani kuwepo.

D: Basi chini ya sayari kuna viumbe ambao hatuna ufahamu wowote juu yao.

P: Hilo ni sahihi. Kuna jamii na tamaduni zinazoishi bila ufahamu wa wale mnawaita "wakaaji wa uso wa dunia".

D: Je, watu walioko chini ya ardhi ni mabaki ya Atlantis? Au ni jamii zilizokuwepo kabla yake?

P: Kuna yote mawili. Kuna waliokuwepo kabla, na waliokuja baada. Hata hivyo, hawako katika maelewano kamili na kila mmoja. Na hivyo hujitenga, na kwa kiasi fulani hawajulikani kwa kila mmoja, kutokana na hamu zao binafsi za kubaki tofauti. Upeo wa kweli wa mwingiliano kati ya wakaaji wa uso wa dunia na wakaaji wa chini ya ardhi si maarifa ya kawaida. Hata hivyo, kuna baadhi wanaohusiana na pande zote mbili lakini hawazungumzi na upande wowote.

* * *

D: Je, mlezi wa Maktaba anaweza kutupa taarifa yoyote kuhusu viumbe kama Joka la Loch Ness? Je, viumbe hawa ni wa kweli?

John: Ndiyo, ni wa kweli. Ni mabaki ya aina za maisha ya kale sana yaliyokuwa yakiishi Duniani katika zama za reptilia.

D: Unamaanisha kama dinosauri?

J: Ndiyo. Kuna viumbe baharini, nchi kavu, na hata angani, ambao mwanadamu bado hajagundua. Walikimbilia maeneo fulani, na maisha yao yakaendelea. Na wanazaliana.

D: Nafikiria mmoja hasa, yule anayeitwa Joka la Loch Ness.

J: Kuna takribani saba katika hifadhi ya Loch Ness. (Kicheko) Ndiyo anavyosema, "hifadhi". (Kicheko) Na wamezaliana kwa muda. Huishi kwa muda mrefu sana, mamia ya miaka. Hawazaliani mara kwa mara. Maji baridi yana mchango katika hilo.

D: Wanazalianaje?

J: Kama wanyama wengi wanavyofanya.

D: Namaanisha, ni mamalia au hutaga mayai au vipi?

J: Hutaga mayai chini ya maji. Huchukua muda mrefu kukua hadi kufikia utu uzima. Karibu miaka miwili, inaonekana. Kuna wanyama walao nyama, samaki na wengine, wanaopaswa kuangaliwa. Lakini wana makazi yao chini ya moja ya miamba ya Loch Ness.

D: Je, pia hupumua hewa, au ni wa majini tu?

J: Kimsingi ni wa majini, lakini wanaweza kujitokeza kwa muda mfupi. Sawa na jinsi samaki wanaoruka huweza kuruka juu na kisha kurudi majini. Wana uwezo huo. Hawahitaji kupumua hewa. Wanapata oksijeni yao kupitia maji, kwa maana wana matamvua.

D: Kumekuwa na hadithi za wao kuja nchi kavu. Je, hilo hutokea?

J: Mara chache. Lilitokea zamani na linaweza kutokea tena.

D: Kumekuwa na hadithi za kuwaona karibu na ziwa.

J: Ndiyo, wameonekana. Huibuka kutoka ziwani. Lakini hukwepa kukamatwa kwa sababu wana hisia kali za ndani na hutegemea silika zao.

D: Kumekuwa na hadithi za kuona picha zao kwenye kifaa cha mawimbi. Je, hilo lilitokea kweli?

J: Ndiyo. Wapo kweli. Kuna saba kwa sasa wanaoishi Loch Ness, katika pango lililo chini ya maji kwenye upande wa mwamba. Huwinda samaki, na ni wakubwa.

D: Ndiyo. Watu wengine wamewapiga picha walipotokea juu ya maji. Je, kuna maeneo mengine maalum ambako wako wengi?

J: Kuna wawili au watatu katika ziwa moja barani Afrika. Zamani walikuwa kumi na wawili. Kuna wawili katika msitu wa mvua wa Amazon, katika ziwa lililo karibu na Mto Amazon. Na katika Asia ya Kusini Mashariki kuna wanne katika mito.

D: Je, viumbe hawa ni hatari?

J: Kwa kiwango fulani, hapana, si hatari. Lakini hula samaki na wanaweza kumkosea mtu na kumchukulia kama samaki akiwa majini. Hasa aina kubwa zaidi.

D: Pia ulisema kuna viumbe wengine kutoka kipindi hicho ambao wameendelea kuishi?

J: Ndiyo. Sio wote wanafanana na Joka la Loch Ness. Wako katika umbo la reptilia. Baadhi wanafanana na mjusi mkubwa.

D: Ulisema kuna wa nchi kavu?

J: Hapana, wengi wao ni wa majini. Hivyo ndivyo wanavyoishi, chini ya mito na maziwa na ndani ya mapango.

D: Ulisema hawa ni mabaki, manusura wa zama za dinosauri.

J: Zama za reptilia.

D: Je, kuna viumbe wowote waliobaki ambao waliishi zaidi nchi kavu kuliko majini?

J: Hao walibadilika na kuwa wanyama wa kisasa kupitia mageuzi ya kibiolojia. Ni hasa viumbe wa majini ambao wameendelea kuishi kutoka kipindi hicho. Kuna mmoja angani ambaye bado hamjagundua. Taarifa hiyo itapatikana katika siku za usoni. Ni kama kusema, "Usiulize maswali zaidi. Hilo ni jalada ambalo bado halijafunguliwa." (Kicheko)

D: Kama yuko angani, kwa nini hatujamwona?

J: Ameweza kujifanya karibu asiyeonekana. Hiyo ndiyo sababu.

D: Anawezaje kufanya hivyo?

J: (Alitabasamu.) Sijui. Jalada hili kuhusu mada hii halijafunguliwa. Na anasema taarifa zaidi itafichuliwa baadaye. Pia kuna kiumbe mmoja nchi kavu katika misitu ya Afrika. Mwingine wa nchi kavu atagunduliwa katika Milima ya Andes. Anasema hilo litachochea udadisi wako, lakini siwezi kusema zaidi kwa sababu hili ni jalada lililo wazi na bado linaandaliwa.

* * *

YETI AU MTU WA THELUJI WA KUCHUKIZA

Brenda: Kuna viumbe wengine ambao wamekwama katika mchakato wa mageuzi. Viumbe hawa wanajulikana kwa majina mbalimbali. Kuna majina mengi sana katika lugha yenu kwa kiumbe huyu kiasi kwamba ni vigumu kuchagua jina bora zaidi: Yeti, Sasquatch, Bigfoot, Snowman. Hilo linatarajiwa, kwa sababu kiumbe huyu ameenea sana. Kila eneo lenye milima na vilele vyenye theluji lina kiumbe huyu. Na kiumbe huyu ni mwenye aibu sana na anaogopa binadamu. Ana uwezo wa kisaikolojia kiasi kwamba anaweza kuhisi viumbe wengine kutoka umbali mkubwa. Kwa kawaida hujificha mara tu anapohisi uwepo wa viumbe wengine. Kwa namna fulani wana uhusiano na binadamu. Wako kama ndugu wadogo wa mwanadamu. Wanaendelea kukuza akili, na sayari hii ina uwezo wa kuhimili zaidi ya spishi moja yenye akili, ikiwa spishi yenye akili inayotawala kwa sasa itaruhusu hilo. Na hilo lingekuwa kwa manufaa ya sayari na hatimaye kwa manufaa ya jamii ya galaksi.

D: Kiumbe huyo alitoka wapi? Je, ni wa asili ya sayari hii?

B: Ndiyo. Wakati wa kale, wale wa mwanzo kabisa walipokuwa wakisaidia spishi kukua kwenye sayari hii, walikuja na spishi yenye akili ambayo sasa ni binadamu. Wakati spishi hii ilikuwa ikikua, walifadhaika na mwelekeo wake wa vurugu. Na waliona kwamba kulikuwa na mstari sambamba wa maendeleo ambao pia ulikuwa na ahadi ya kukuza spishi yenye akili, lakini bila sifa ya vurugu. Kwa hiyo waliendelea kukuza spishi hiyo pia. Spishi hii itakapofikia uwezo wake kamili, itakuwa na akili sawa na binadamu, lakini kwa njia tofauti. Na spishi zote mbili zitahitaji kufanya marekebisho makubwa ili ziweze kuishi pamoja. Kwa sababu spishi hii haina mwelekeo wa vurugu uliopo kwa binadamu, na kwa hiyo ni nyeti sana na yenye aibu.

D: Lakini wanachukua muda mrefu zaidi kukuza kuliko binadamu?

B: Hapana, ni kwamba tu walianza baadaye.

D: Tumesikia hadithi nyingi kuhusu wao kuwa wakatili.

B: Mara nyingi ni njia ya kiumbe huyo kujaribu kuwaogofya watu ili aweze kutoroka na kujificha, kwa sababu wanataka tu kuachwa peke yao. Hadi hatua yao ya sasa ya maendeleo, hawajachukua muda mrefu zaidi kuliko binadamu. Kuna uwezekano kwamba maendeleo yao yanaweza kupunguzwa ili kuhakikisha kwamba mwelekeo wa vurugu hauingii kwa bahati mbaya. Lakini wengine wanasema huenda wakahitaji kiasi fulani cha sifa za vurugu ili kuwapa nguvu wanazohitaji kuishi katika mazingira magumu. Kwa sababu mwelekeo wa vurugu kwa binadamu umewasaidia kuishi katika aina mbalimbali za changamoto tangu walipopata akili yao.

D: Si vizuri kabisa kuwa wapole kupita kiasi.

B: Hilo ni sahihi.

D: Kwa jinsi binadamu anavyoendelea kupanua makazi yake na kuendeleza ardhi zaidi, je, anaingilia maeneo yao?

B: Ndiyo, na imekuwa hivyo kwa muda mrefu. Ndiyo maana nilisema, "Ikiwa binadamu atawaruhusu kuendelea kukuza, wataendelea." Lakini wanafanya kazi nzuri ya kujificha. Wanaishi kote kwenye sayari. Wako katika milima mirefu na ya mbali sana, na pia katika misitu minene ya mvua ya maeneo ya kitropiki ya sayari. Wamezoea hali tofauti za hewa na urefu wa ardhi, lakini wanapendelea maeneo yaliyotengwa.

D: Watu huogopa vitu wasivyovielewa, hiyo ni moja ya tabia zetu.

* * *

D: Tumesikia kuhusu viumbe tunaowaita Sasquatch na Yeti. Je, anajua ninachorejelea? Mtu wa Theluji wa Kuchukiza, aina hizo za viumbe? Wanajulikana kwa majina mengi tofauti.

John: Anasema, ndiyo, wapo kweli.

D: Je, wote ni aina moja ya kiumbe lakini wanapatikana katika sehemu tofauti za dunia?

J: Hapana, wao si wanyama. Anasema wao ni viumbe waliokua pia kama ninyi.

D: Je, anaweza kutupa taarifa fulani kuwahusu?

J: Anasema wao ni watu wapole sana, waliounganishwa kiroho kwa kina, kwa sababu wameunganishwa sana na roho za asili. Hii ndiyo sababu wanaweza kuwa karibu kutoonekana. Wana uwezo wa kujifanya waungane na mazingira yao na mandhari inayowazunguka. Hawamtafuti binadamu kwa makusudi kwa sababu wanamuogopa. Roho zao za asili zimewaambia kwamba binadamu ameipotosha sayari hii na matumizi yake ya rasilimali. Kwa hiyo wanamkwepa binadamu. Lakini wanapenda chakula alicho nacho binadamu.

D: Basi wale waliopatikana katika sehemu tofauti za dunia wote ni aina moja?

J: Ndiyo. Walikuwa waokokaji wa kizamani wa maafa ya Lemuria.

D: Kwa maelezo, wanaonekana kama wanyama sana.

J: Wakati fulani sote tulikuwa hivyo. (Kicheko)

D: Basi hawajakua. Wamebakia na aina ileile ya mwili?

J: Kwa kiwango fulani wamekua. Lakini wamekua zaidi katika ufahamu wa kiroho na wa kiakili kuliko wa kimwili. Anasema wao ni jamii inayolindwa, wachache waliolindwa, kwa kusema hivyo. Kwa sababu wameunganishwa zaidi na viumbe wa chini wa maisha.

D: Wanalindwa na nani?

J: Roho za asili.

D: Kwa maelezo tuliyopata, hawaonekani kuzungumza kama sisi.

J: Wana mawasiliano ya telepathia. Kitu ambacho ninyi binadamu mnahitaji hotuba kwa ajili yake. Kwa hiyo si duni kama mnavyofikiri. Wanatoa sauti za kubonyeza na kelele kama wanyama. Lakini wana uwezo wa telepathia ulio mkubwa zaidi kuliko ule ambao binadamu amekuza kwa sasa. Kwa kweli, hotuba ni kitu kinachopunguza sana. Kila neno tunalomwambia kiumbe mwingine linaeleweka tu kulingana na mtazamo wake wa maana ya neno hilo. Kwa hiyo, tunaweza kuwa tunazungumza juu ya jambo moja, lakini yule anayepokea taarifa anaweza kupata picha tofauti kabisa, kulingana na uzoefu wake wa maana ya neno. Kwa mawasiliano ya telepathia, unawasilisha kile unachofikiri. Ni pana sana kuliko hotuba ya maneno. Sisi binadamu tumefungwa na hotuba ya sauti. Kwa hiyo tuna kikwazo kikubwa sana cha kushinda.

D: Watu wengi wanafikiri wao ni wakatili.

J: Hapana, anasema kimsingi wao si wakatili, lakini wana sifa za kinyama. Wanawaogopa binadamu. Wanahisi mazingira ya kihisia. Wanaweza kusoma kwa njia ya angavu au ya telepathia aura za watu, au mazingira yao. Kama wangehisi kwamba wanakaribia kudhuriwa, hilo lingeleta mwitikio hasi. Pia kama wangezungukwa. Na wengi, iwe binadamu au mnyama, hawapendi kuzungukwa.

D: Vipi kuhusu aina ya chakula chao?

J: Wanakula karanga nyingi na matunda ya porini. Samaki. Wanawakula mzima. (Alionesha uso wa kuchukia na nikacheka.)

Wanakula kwa urahisi sana kutoka ardhini. Pia wanapenda vitu kama vipepeo na wadudu.

D: Tumesikia hadithi za wao kuvamia mabanda ya kuku ya watu na vitu kama hivyo.

J: Ndiyo. Wanakula viumbe wadogo. Wamekula kuku. Pia wanakula panya. (Tena alionesha uso wa kuchukia na nikacheka.) Panya na viumbe wa aina hiyo. Lakini hawali wanyama walao nyama. Wanakula tu wanyama wanaokula mimea.

D: Ningefikiri kwamba kama mtu amekua vya kutosha kuwa na nguvu za kiakili, basi asingefanya hivyo... hilo linaonekana la kizamani kwangu.

J: Usihukumu. (Alinitikisa kidole.) Mlinzi anasema, "Usihukumu! Wao wameendelea zaidi katika mambo mengi ambayo huwezi kuyaelewa." Kwa sababu wameunganishwa na Dunia na nishati za Dunia na roho za asili, na wana telepathia. Hii ndiyo sababu wanaweza kumkwepa binadamu pia. Anasema, "Usiwe mwenye kuhukumu."

D: Basi wanapoonekana wa kizamani kwa viwango vyetu, huenda sivyo.

J: Hapana. Kwa viwango vingine sivyo.

* * *

D: Hebu tuhamie sehemu nyingine ya dunia. Kwa nini wanyama wa Australia ni tofauti na sehemu nyingine za dunia? Kuna wanyama huko ambao hawapatikani popote pengine.

Phil: Hakuna jibu la moja kwa moja kwa swali unalouliza, kwa sababu hatuoni tofauti hiyo. Kwa kweli kuna wanyama katika kila bara ambao hawapatikani katika bara jingine lolote. Hata hivyo, hilo halimaanishi kwamba wao ni wa kipekee kwa namna yoyote ikilinganishwa na wanyama wengine wa sayari hii.

Ni kwamba tu wanaishi katika sehemu moja na si nyingine. Tungependa uelezee zaidi.

D: Nchini Australia kuna nadharia kwamba labda wanyama hao walitoka anga za nje. Kwamba viumbe wa nje ya dunia waliwaleta, na ndiyo maana wao ni tofauti na wanyama wa sehemu nyingine za sayari.

Nilisikia hili wakati wa safari yangu ya kwanza kwenda Australia mwaka 1994. Kulikuwa na kitabu kilichochapishwa wakati huo ambacho kilielezea nadharia hii.

P: Kwa hakika kuna wanyama ambao waliletwa kwenye sayari hii kutoka sayari nyingine. Hata hivyo, kama tungeondoa uwepo wa wale tu waliotoka sayari nyingine, basi kusingekuwa na chochote kabisa kilichopo kwenye sayari hii.

D: Nafikiria dhana ya awali ya kupandwa kwa uhai kwenye sayari, lakini hatuendi na wazo hilo, sivyo? Au tunaenda? Nafikiria juu ya usafirishaji wa kimwili wa mnyama, labda baada ya kipindi cha kupandwa kwa uhai.

Nadharia ya kupandwa kwa uhai wa sayari Dunia imo katika vitabu Walinzi wa Bustani na Walinzi.

P: Kuna mambo mengi, kwa sababu hapa hatujumuishi tu ufalme wa wanyama, bali uwepo mzima wa uhai kwenye sayari yenu. Uhai huo umeboreshwa kupitia usafirishaji wa viumbe hai na wenye uwezo wa kuendelea kuishi kutoka sayari na vipimo vingine. Kwa hiyo uwepo mzima wa aina yoyote ya kiumbe hai kwenye sayari yenu unategemea uwepo wa aina hiyo ya uhai kwenye sayari nyingine.

D: Basi Australia si ya kipekee ukilinganisha na dunia nzima.

P: Kumekuwa na maboresho mengi ya viumbe hai kwenye sayari hii ikilinganishwa na viumbe wa sayari nyingine. Si kwamba mmoja ni bora kuliko mwingine, bali labda walibadilishwa ili kuendana na hali ya hewa au mazingira waliyotarajiwa kuishi. Huenda kwenye sayari yenu kuna wengi wanaoona wanyama kuwa wa ajabu kidogo, kwa mtazamo wenu wa uwezo wao katika baadhi ya mambo, na muonekano wao katika mambo mengine. Hata hivyo, tungependa muangalie picha kwa ujumla, na kuona kwamba utofauti wenyewe si dalili ya kama viumbe hawa waliishi hapa asili au walitoka sayari nyingine. Picha ya jumla ya mfanano kwenye sayari yenu ni tofauti sana na ilivyo kwenye sayari nyingine.

* * *

STONEHENGE

D: Nilitaka kuuliza kuhusu Stonehenge nchini Uingereza.

Phil: Hii ilikuwa tu shule ya elimu ya nyota. Mahali ambapo wale waliotaka kujifunza elimu ya nyota waliweza kufanya hivyo.

D: Ni jamii gani iliyoijenga?

P: Ilikuwa ya asili ya Kigaelic. Maarifa haya yalienea duniani kote wakati wa kuzama kwa Atlantis, na hivyo tamaduni nyingi zilinufaika na kusambazwa kwa maarifa haya na wale waliokuwa wakisafiri duniani kote.

D: Je, hii ndiyo pekee ambapo mawe yaliwekwa kwa namna hii?

P: Kwa muundo huo hasa, ndiyo. Kuna mengi duniani kote ambayo kazi yake ni ileile, lakini umbo lake ni tofauti. Piramidi za Amerika ya Kusini zilitumika kwa uchunguzi, kama vile zile za Misri. Kuna maeneo kadhaa duniani yanayofanana na hili.

D: Kwa Stonehenge, mawe haya yaliinuliwaje?

P: Kwa njia za telepathia, kwa nishati ya mawazo. Kwa kazi ileile ya jumla kama piramidi. Yalisafirishwa kwa nishati ya mawazo ya telepathia kutoka machimbo yao hadi eneo hilo. Haya yalijengwa kwa kipindi cha miaka mingi. Kusudi la awali lilipotea. Hata hivyo, haimaanishi kwamba hakukuwa na matumizi yaliyopatikana katika majengo haya, lakini kusudi la awali halikuwa la wakati, bali la umbali. Kufuatilia nafasi za sayari, ili iweze kubainishwa nafasi ya sayari hii kuhusiana na nyingine nyingi za asili inayojulikana katika maeneo mengine ya ulimwengu huu.

* * *

D: Je, unajua kilichotokea kwa watu wa Maya? Walikuwa wa kipekee sana. Inasemekana walitoweka ghafla.

Phil: Jibu la swali hili kwa kiasi fulani limefungwa kisheria, tukitumia mfano wako. Hadithi au labda mwisho wake haujakamilika kuhusu mada hii. Hata hivyo, inatosha kusema kwamba hawakuangamia, bali walihamishwa. Hatutapenda kufafanua kwa sasa kuhusu njia iliyotumika, lakini walihamishwa.

D: Unajua kwa nini?

P: Wenyewe walichagua kukwepa uharibifu walioweza kuuona ukija kwa ndugu zao wakati wa uvamizi wa Wahispania.

D: Je, hili hutokea mara nyingi katika historia ya ustaarabu?

P: Si kwamba halijawahi kutokea, lakini si tukio la kawaida. Endapo hali itatokea ambapo ustaarabu umefikia kiwango ambacho, kwa ujumla wake, kwa ajili ya kuendelea kuishi, unatamani uhamishaji wa aina hiyo, basi, ndiyo, hilo linaweza kutokea. Si kwamba kuna sheria inayosema lazima litokee. Hata hivyo, kupitia tamanio la watu wenyewe kulinda viwango vyao vya ufahamu na mafanikio yao, ili kuwawezesha kuendelea kukuza uelewa na ukuaji wao, na kulinda jamii yao, basi watapewa fursa hiyo, ikiwa itakuwa kwa maslahi yao na kwa maslahi ya wale wanaowazunguka.

MICHORO YA MAZAO (CROP CIRCLES)

D: Unaweza kutuambia nini kuhusu michoro ya mazao ambayo imekuwa ikionekana nchini Uingereza? Najua inaonekana pia sehemu nyingine, lakini huko inaonekana kuwa imefafanuliwa zaidi kwa alama na ni changamano zaidi.

Unaweza kutuambia chochote kuhusu ni nani anayezitengeneza na zinatengenezwa vipi?

Phil alikuwa katika hali ya usingizi mzito kwa karibu saa moja na alikuwa amejibu maswali mengi, lakini ghafla alifungua macho yake na akaonekana kutokuwa sawa.

D: Hutaki kujibu swali hilo?

P: (Alionekana kutokuwa sawa sana.) Hapana, ni kwamba tu... sijui... sijisikii vizuri sana. Kwa sababu fulani nahisi karibu kuugua. Kuna kitu si sahihi. Sidhani kama kinahusiana na michoro ya mazao. Ingawa napata hisia kwamba kulikuwa na kitu fulani ulipouliza swali hilo.

D: Hatukuwahi kuziona kama zenye madhara, kwa sababu ziko tu kwenye mazao.

P: Lakini kuna kitu kilichofichika kinachohusiana nazo. Sina uhakika... si cha kibinadamu. Kuna jambo fulani dhahiri... sijui. Hili liko katika kiwango cha kina na kipana zaidi.

D: Unadhani hicho ndicho kilichokusumbua?

P: Nilihisi karibu kuugua, tumbo langu lilikuwa linauma. (Alikaa wima.) Naweza kurudi. Ni kwamba tu... niruhusu nipumzike kidogo hapa.

Phil alisimama na kwenda bafuni. Alikuwa wa kipekee miongoni mwa watu niliowafanyia kazi, kwa kuwa aliweza kujiamsha mwenyewe kutoka katika usingizi mzito kama angejisikia kutokuwa sawa. Baada ya muda mfupi alirudi. Hisia ya kutatiza ilipotea haraka kama ilivyokuja. Alipolala tena kitandani, alipumzika na mara moja akaingia tena katika usingizi mzito. Sikuhitaji kufanya chochote. Nilitoa mapendekezo ya kumtuliza kwamba angejisikia vizuri kabisa, na nikasisitiza ukweli kwamba alikuwa analindwa kila wakati.

P: Tungependa kusema kwamba kuna vifaa vilivyowekwa ambavyo vingelinda wewe na mpokeaji wa taarifa hii. Hakuna chochote ambacho kingetolewa ambacho kingekuwa na madhara kwa namna yoyote.

D: Lakini alipata mwitikio wa kimwili. Hilo ndilo lililonitia wasiwasi.

P: Hitaji la kifaa kama hicho halikuonekana wakati huo. Hata hivyo, miunganiko ilikuwa inakaribia sana, kwa kusema hivyo, kiasi kwamba kuanzishwa kwa muunganiko huo kungesababisha usumbufu wa kimwili. Nishati za wale waliokuwa wanaunganishwa na chombo hazikuwa sambamba na nishati ya chombo.

D: Unadhani utaweza kujibu swali sasa? Nilitaka tu kujua kuhusu michoro ya mazao. Ni nani aliyekuwa akiitengeneza na kwa madhumuni gani? Na labda ilivyokuwa inatengenezwa.

P: Aina za juu za mawasiliano kwenye sayari yenu sasa zinaeleweka kuwa katika mfumo wa lugha za jozi au za kompyuta. Katika mfumo wenu wa imani wa kawaida, aina za juu zaidi za mawasiliano hufanywa kupitia wanasayansi wenu, na kwa hiyo hazieleweki na umma kwa ujumla. Michoro hii ya mazao inalenga kuwasilisha kwa umma taarifa zinazotolewa kwa sayari yenu, ili watu kwa ujumla waelewe kwamba asili ya uwepo wenu ni tofauti kabisa na kile kinachoaminiwa kwa kawaida kuwa mtazamo unaokubalika. Kwamba si kila kitu kilivyoonekana. Wale wanaochukua jukumu kama hili wanajaribu kuwasiliana kwa njia inayogusa kila mtu binafsi katika kiwango cha kibinafsi sana, katika viwango ambavyo kila mtu yuko wazi navyo, na si kwa kulazimishwa.

D: Ni nani au ni nini kinachounda michoro ya mazao?

P: Jibu kamili la swali kama hilo halingewezekana katika muktadha huu, kwa kuwa ingehitajika kutoa maelezo kamili kuhusu asili ya jamii ya binadamu kwa ujumla. Lakini tunapaswa kusema kwamba alama hizi zina uhusiano na historia ya uhai kwenye sayari yenu. Ni somo la jiografia kuhusu asili ya viumbe hai wa sayari yenu. Na kuna wale ambao sasa wanaanza polepole kutambua umuhimu wa alama hizi, kwa kuwa zinawasilisha maana. Si vitendo vya sanaa vya bahati nasibu. Kwa hakika ni aina za mawasiliano. Wale walio na ujuzi katika aina hii ya mawasiliano polepole watafikia kutambua kwamba wanawasilianwa, na hapo wataelewa ujumbe unaotumwa kuhusu asili ya uhai kwenye sayari hii.

D: Basi ni ishara. Kama kusema "turudisheni kwenye mizizi yetu", kwa kusema hivyo?

P: Hilo ni sahihi.

D: Je, inafanywa na watu wa Dunia?

P: Kumekuwepo na majaribio ya kuiga hili. Hata hivyo, haiwezekani kusema kwamba wanadamu ndio waanzilishi wake. Kwa kuwa maarifa yanayowasilishwa hayajakuwa yakijulikana kwa kawaida kwenye sayari hii kwa karne nyingi.

D: Waanzilishi walikuwa nani? Wale wanaotengeneza za kweli.

P: Wao ni wa kundi la... (akitafuta neno) ... walinzi wa ukweli.

D: Walinzi hawa wa ukweli wako wapi?

P: Mahali walipo kimwili si muhimu. Hata hivyo, kusudi lao ndilo muhimu. Sasa wanawasilisha kwenu, kama jamii, ukweli wa urithi wenu.

D: Nadhani ninajaribu kusema, je, wao ni viumbe wa angani kwenye vyombo vya anga?

P: Na hilo ndilo tunajaribu kutosema. Kwa kweli, si hivyo. Hata hivyo, tutasema kwamba wao si wa Dunia.

D: Lakini pia si wa Walinzi?

P: Hilo ni sahihi. Si kwa maana ya kuja kutoka mahali pengine hadi hapa. Wao ni wa hapa. Tayari wako nyumbani. Hata hivyo, si wa ulimwengu kama mnavyoujua.

D: Je, ingetosha kusema, vipimo vingine?

P: Wao ni wa ulimwengu wenu, lakini si wa ulimwengu kama mnavyoujua. Hata hivyo, hakuna haja ya kufichua mahali pao halisi au pa kulinganisha, ili kusiwe na jaribio la kuwasiliana na viumbe hawa. Hata hivyo, kwa wakati wake patatolewa mahali wanapotoka. Hivyo kutakuwa na wale watakaoweza kwenda kwao, kutafuta uelewa wa juu zaidi.

D: Lakini si wa ulimwengu wa roho tunaokwenda baada ya kufa?

P: Wao ni wa ulimwengu wa roho kwa maana ile ile ambayo kila mmoja wetu ni wa ulimwengu wa roho. Hata hivyo, wamejidhihirisha kwa namna isiyofanana kabisa na jinsi mnavyojikuta. Si kusema kwamba hawadhihirishi maumbo fulani ya kimwili ili waweze kutimiza makusudi yao. Hata hivyo, hawaishi katika umbo la kimwili.

D: Kwa hiyo kwa namna fulani wanahusiana na Dunia, lakini hawako katika umbo tunalolifahamu. Je, hilo ni sahihi?

P: Hilo ni sahihi.

D: Si roho ya mtu aliyekufa.

P: Kwa maana ya kwamba walikuwa na asili ya kimwili kisha wakaondoka, hapana. Wao ni wa umbo la juu zaidi ambalo halikuwa la kimwili kama mnavyojua. Hata hivyo, si kusema kwamba hawakuwa na umbo la kimwili. Kwa kweli, wakati fulani katika mageuzi yao walikuwa wa asili ya kimwili, lakini si kama mnavyojua.

D: Kwa hiyo waliendelea zaidi ya wale walio kwenye vyombo vya anga na sisi hapa Duniani. Kwa namna fulani walibadilika hadi ngazi nyingine, kwa kusema hivyo?

P: Hawako juu ya wale walioko kwenye vyombo vya anga, bali wamekua kwa njia yao wenyewe hadi kiwango cha juu kuliko walikotoka. Hata hivyo, bado kuna hatua zaidi za kufikiwa, na bado kuna mambo ya kufanya kabla hawajafika huko. Mawasiliano haya (miduara ya mazao) kwa hakika ni sehemu ya juhudi zao za kuwasilisha kwa watu wa ulimwengu wako uhalisia wa ulimwengu wao.

D: Unaweza kuniambia jinsi miduara ya mazao inavyotengenezwa?

P: Mchakato wenyewe si wa ajabu sana, bali unatumika kwa kiwango ambacho si cha kawaida katika ulimwengu wenu. Kuna wale wanaoweza kuelekeza nishati katika mifumo iliyojilimbikiza, kiasi kwamba miundo ya molekuli ya mimea hii hubadilishwa. Ni kama kuinamisha kijiti, ambapo nguvu ya kuinamisha si ya nje bali ya ndani. Ni upangaji upya wa miundo yenyewe, si wa mazingira.

D: Tunafikiri ni matumizi ya aina fulani ya nishati.

P: Hilo ni sahihi.

D: Kwa hiyo haifanywi kwa mashine au chombo chochote.

P: Si kwa maana unayoitambua. Kuna uhalisia kwamba mashine ni za kiroho, si za kimwili. Kwa hiyo kwa maana hiyo, kulingana na ufafanuzi wa swali lako, tunasema si mashine za kimwili kama unavyozijua. Hata hivyo, hilo haliondoi dhana ya mashine katika kiwango cha kiroho. Hatuziondoi mashine za kiroho.

D.: Nadhani ninawaza kuhusu vyombo vya anga.

P: Hizi si mashine zinazotumika kusafirisha kutoka kipimo kimoja kwenda kingine au kwa safari. Badala yake, dhana ya mashine katika ulimwengu wa roho haijaeleweka kikamilifu. Tunasema kwamba kwa hakika kuna uhalisia wa kile mnachokiita "mashine" katika kiwango cha kiroho, nje ya ulimwengu wa vipimo vitatu. Kwa kweli zinatengenezwa na hutumika kwa kusudi maalum. Hata hivyo, si za vipimo vitatu kama unavyosema, bali ni za miundo ya nishati ya juu.

D: Kumekuwa na taarifa kwamba baadhi ya watu huugua au kupata dalili za kimwili wanapokuwa ndani ya miduara hii.

P: Hilo ni sahihi. Huo ni mwitikio ule ule ambao chombo hiki kilikuwa nao kilipokaribia nishati hizo. Kuna wale ambao hawalingani na nishati hizo. Ni kwamba nishati hizo hazilingani na nishati ya shahidi.

D: Nilipokuwa ndani ya mduara nilipata uzoefu mzuri sana. Ilikuwa ya amani na ya kuinua roho.

P: Kuna wale walio katika maelewano na wale walio nje ya maelewano. Hata hivyo, hili si suala la hukumu, bali kuna noti zinazolingana na noti nyingine, na pia kuna noti ambazo hazilingani na noti nyingine.

D: Mwitikio wa kimwili aliokuwa nao, ilikuwa kana kwamba kulikuwa na kitu kisicho kizuri kuhusu nishati hiyo.

P: Hilo ni sahihi, kwa maana ya mtazamo wa kile alichokielewa kupitia uzoefu wake. Katika kichujio cha ufahamu kulikuwa na chombo au nishati isiyojulikana, ambayo ilitafsiriwa kama tishio. Tunaona hili kama zao la hofu ya yasiyojulikana. Dalili za kimwili zinafanana na kile kinachopatikana mtu anapokuwa nje ya maelewano na aina nyingi za uhalisia.

D: Kwa hiyo si hasi.

P: Hilo ni sahihi. Kutokuelewa au uelewa usiokamilika ni jambo linaloeleweka, kwa kuwa hakujawahi kuombwa kwa chombo hiki kuwasiliana katika kiwango hicho hapo awali. Ilikuwa uzoefu mpya.

D: Basi kama angeenda kweli kwenye miduara ya mazao, kama nilivyofanya mimi, huenda angehisi kutokuwa sawa kwa sababu nishati zake zingekuwa tofauti na zisizolingana na mduara.

P: Hilo ni sahihi.

D: Je, unajua kwa nini haya yanatokea karibu na maeneo kama Stonehenge, Avebury, Glastonbury? Wanasema haya ni maeneo ya zamani sana ya nguvu. Kwa nini yanaonekana zaidi katika maeneo hayo ya Uingereza kuliko sehemu nyingine za dunia?

P: Kwa wakati huu kwenye sayari yako kuna vinyume vingi vya ncha za mizunguko ya nishati. Kuna maeneo ambako nishati huingia na maeneo ambako nishati hutoka. Haya ni malango ya mito ya nishati inayopita ndani na nje ya sayari yako. Kwa sasa kuna mizunguko mingi katika sehemu hiyo maalum ya sayari inayopokea nishati, kama lango la kuingiza. Ndani ya mizunguko hii hutolewa nishati ambazo hufanya kama vichujio, ili nishati zinazoruhusiwa kuingia ziwe katika maelewano na zilingane na mahitaji na kusudi la sayari ambayo nishati hizi zinaelekezwa. Ndani ya mizunguko hii ndipo wanapatikana walinzi wa lango, au kwa usahihi zaidi, walinzi wa malango, ambako maonyesho haya yanajitokeza. Wanaleta maarifa mapya kwa sayari yako kwa wakati huu.

Phil alipoamka alihifadhi baadhi ya kumbukumbu za taarifa aliyokuwa akipokea. Daima kuna mengi yanayowasilishwa kuliko yanavyoweza kutolewa kwa maneno. Ndiyo sababu kuuliza maswali sahihi ni jambo muhimu sana.

D: Hisia gani ulikuwa ukipata kuhusu miduara ya mazao? Ulisema hukufikiri ni ya kibinadamu wala ya kiumbe wa kigeni kwenye chombo cha anga.

P: Lakini kusema kwamba ziko ndani ya Dunia pia si sahihi kabisa. Ni kana kwamba ziko katika kipimo kingine. Na zinaonekana kuwa na teknolojia, labda teknolojia ya kipimo cha nne. Kwa kweli ni mashine. Zimetengenezwa na zinafanya kazi kama mashine za hapa, lakini zinafanya kazi na nishati kwa njia tofauti na mashine zetu katika kiwango hiki. Mashine zao ni za hali ya juu zaidi na si mb� katika matendo yao. Na zinafanya kazi kwa nishati. Namaanishia kwamba zinabadilisha nishati moja kwa moja.

D: Kuziumba kwa namna fulani?

P: Kuziumba. Kuzibadilisha. Kuzirekebisha. Lakini mashine zenyewe ni nishati zinazofanya kazi na nishati. Si za umbo zito la kimwili kama zetu, lakini ni mashine kwa kiwango kile kile kama mashine zetu zilivyo.

D: Ulikuwa unasisitiza sana kwamba si viumbe wa kigeni kwenye vyombo vya anga.

P: Wanatoka hapa. Nilichokuwa nikiona kilikuwa katika kiwango cha juu kuliko mahali walipo roho. Ni kana kwamba ni toleo la juu zaidi la sisi wenyewe.

D: Wanaishi katika kipimo kingine?

P: Labda. Sina uhakika. Ni kana kwamba nishati yetu imeinuliwa, si kiasi cha kuondoka kabisa katika kimwili. Bado tulikuwa wa kimwili, lakini katika hali ya juu zaidi ya kimwili. Ndiyo, hilo ni neno zuri: kimwili cha juu. Nishati bora. Ndicho hicho. Si wa kimwili kwa viwango vyetu, lakini si wa kiroho. Wao ni wa kimwili-ultra. Maumbo yao ya nishati yana masafa ya juu sana kuliko yetu. Ni kimwili-ultra. Neno hilo linafaa kabisa.

D: Kwa hiyo wanaweza kututazama, lakini sisi hatuwezi kuwaona. (Ndiyo) Tumezungumza hapo awali kuhusu ulimwengu wa nishati na vipimo vingine. Baadhi yao vinaweza kuwepo sambamba na vyetu. Ikiwa tutaweza kuinua ufahamu wetu, kama wanavyodai kwamba tutafanya...

P: Ni zaidi ya ufahamu wetu tu. Ni kana kwamba miili yetu ya kimwili inahamia juu zaidi kwa namna fulani. Sina uhakika jinsi hilo linavyofanyika, lakini ni kana kwamba atomi zetu zinatetemeka kwa kasi mara mbili. Kwa hiyo kama ungeinua kila kitu, ukaweka jedwali ambapo elementi zipo katika mtetemo wao kulingana na idadi ya elektroni, sijui jinsi ya kufafanua hilo. Lakini kama ungechukua kiwango cha nishati cha kila atomi na kukiongeza mara mbili, huku zikihifadhi uhusiano wao wa nishati kwa kila nyingine, lakini kila kitu kikiwa juu mara mbili kuliko chetu. Ndiyo maana tusingeweza kuwaona kwa sababu wanatetemeka kwa kasi sana. Ninaona kwamba mduara mzima wa mazao unatengenezwa kwa wakati mmoja, si kwa sehemu sehemu. Ukubwa wa mashine inayofanya hili si sawa na ukubwa wa mduara wenyewe. Lakini si ya kimwili kama tunavyoielewa. Ni ya kimwili-ultra.

Sehemu hii yote ya upande wa mazungumzo kwenye kanda ilianza kuharakishwa polepole hadi ikawa haiwezekani kunakili. Polepole ikawa haiwezekani kuelewa. Labda ingeweza kupunguzwa kasi ili iweze kueleweka. Angalau sehemu ya majadiliano hayo haikuwa muhimu sana kiasi cha kuhitaji kuhangaika nayo. Ghafla, karibu katikati ya kanda ya mazungumzo, ilianza kupungua kasi tena hadi nikaweza kunakili. Sina wazo ni nini tulikuwa tukijadili hadi kufikia hapo.

P: ... jiwe ni jiwe na mti ni mti. Lakini ikiwa kweli wewe ni bwana wa molekuli zako, na unaelewa kwamba kuna mifumo fulani iliyokubaliwa, unaweza kubadilisha molekuli zako kwenda katika mfumo mwingine.

Hapa kasi ya kanda ilirudi katika hali ya kawaida kwa mara ya kwanza. Dakika kadhaa zilikuwa fujo la kelele la kasi.

D: Basi, hilo linarudi kwenye wazo kwamba tunaweza kudhibiti seli za miili yetu wenyewe, na kwa njia hii tunaweza kudhibiti magonjwa. Tunaweza kubadilisha seli.

P: Ndiyo kabisa. Na unaweza kwenda mbali zaidi. Unaweza kudhibiti molekuli, lakini bado katika kiwango cha molekuli au atomi kuna mifumo ambayo tayari imeanzishwa na haiwezi kubadilishwa.

Wakati wa kurekodi kikao, athari ya kinyume ilitokea. Ilipungua kasi polepole hadi ikawa nzito. Ilikuwa ya kuchosha, lakini angalau iliweza kueleweka na kunakiliwa. Nilibadilisha vinasa sauti na athari ilikuwa ile ile kwa vyote viwili. Kwa hiyo haikuwa ni kuharakishwa au kupunguzwa kwa kasi kwa kifaa chenyewe. Bila shaka kulikuwa na kitu kilichoathiri kanda. Je, mashine ilikuwa ikiathiriwa na mtiririko ule ule wa nishati uliomwathiri Phil na kumfanya avunje transi kwa sababu alihisi kuugua? Hili lilifanana na jinsi kutajwa tu kwa miduara ya mazao kulivyoathiri sana Janice katika Sura ya 4. Ilionekana wazi kabisa kuwa kulikuwa na athari ya nishati ya aina fulani iliyohusiana na miduara ya mazao, ambayo haikuwa ikiathiri tu masomo yangu bali pia mashine ninazotumia.

* * *

D: Kuna tukio linaloitwa "miduara ya mazao", au Waingereza wanaziita "miduara ya nafaka". Zinaonekana kujitokeza karibu na maeneo ya zamani matakatifu. Je, kuna uhusiano?

Clara: Kuna mifumo ya nishati iliyo wazi kabisa inayoundwa, baadhi kutoka maeneo mengine matakatifu kwenda kwenye miduara ya nafaka, miduara ya mazao. Kuna muundo ulio wazi kabisa. Ni kama — unasemaje — anagramu?

D: Ni fumbo?

C: Ndiyo, ni fumbo, na limeandikwa kwenye ngano. Kwa hiyo fumbo ni kwa ajili yenu kulitazama, na yote yanafanywa kwa nishati. Kwa hiyo unapolitazama hili "anagramu", fumbo hili, ni juu yako kulitatua.

D: Unaweza kuniambia ni nani au nini kinachounda miduara ya mazao?

C: Ninachoweza kusema tu ni kwamba ni kwa ajili ya chanya. Ni kwa ajili ya upendo, ni kwa ajili ya wema.

D: Lakini je, ni viumbe wa kigeni? (Hapana) Unaweza kunipa dalili nyingine yoyote?

C: Ni nishati zilizo ndani ya Dunia. Hilo tu ninaloweza kusema. Dunia yenyewe.

D: Na je, zinaweza kuelekezwa na viumbe kama wewe (chombo kilichokuwa kikizungumza kupitia Clara)? Kwa sababu ninakuona kuwa wa aina tofauti na wale walioko kwenye vyombo vya anga.

C: (Tabasamu la ujanja.) Unadhani nini? Hilo ni juu yako kuamua.

D: (Kicheko) Nina hisia kwamba una nguvu na maarifa mengi zaidi. Lakini bado baadhi ya viumbe nilivyozungumza navyo kwenye vyombo vya anga pia ni werevu sana na wenye maarifa makubwa.

C: Ndiyo, wako hivyo. Wao ni viumbe wenye akili kubwa sana na ustadi wa hali ya juu. Wengi wao wamepitia uzoefu wa kuishi Duniani katika safari yao kuelekea mtetemo wa juu zaidi, kisha wakahama kutoka sayari ya Dunia kwenda sayari nyingine, kulingana na sayari wanakotoka.

D: Lakini bado ninapata hisia kwamba haya yanaelekezwa na nguvu za juu zaidi kuliko viumbe waliomo kwenye vyombo vya anga.

C: Tutasema kwamba hilo ndilo kweli.

D: Kwa sababu siwezi kufahamu kwamba Dunia yenyewe ingetengeneza miundo hiyo. Labda ikitumia nishati ya Dunia, lakini yenyewe haiwezi—

C: (Akiingilia kati) Hilo ni sahihi. Nishati ya Dunia inatumika katika hili, katika miduara hii.

D: Na inajaribu kututumia ujumbe. Je, ndicho unachomaanisha?

C: Ndiyo. Amekuwa akijaribu kututumia ujumbe.

D: Dunia yenyewe. (Ndiyo, ndiyo.) Lakini baadhi ya watu wanafikiri kwamba haya yanafanywa na vyombo vya anga.

C: Tutasema hivi: yanafanywa kutoka chanzo cha juu zaidi na chenye nguvu zaidi kuliko vyombo vya anga.

D: Nimekuwa ndani ya miduara hiyo. Na kwangu inaonekana wazi kwamba kuna miale ya nishati au kitu fulani kinachozungusha ngano. (Ndiyo) Kwa sababu inaonekana kana kwamba inaanzia katikati na kusambaa kuelekea nje.

C: Ni nguvu yenye nguvu sana, kubwa zaidi kuliko chombo cha anga, inayounda haya kwa kutumia nishati ya Mama Dunia. Na kuna ujumbe, ikiwa mtu ataweza kuutafsiri na kuufumbua ujumbe uliomo ndani ya miduara hiyo.

D: Je, unaweza kuniambia ujumbe huo unaweza kuwa nini?

C: Hilo ndilo fumbo lako. (Sote tulicheka.)

D: Nilipokuwa ndani ya miduara nilihisi amani kubwa na nishati chanya sana. Lakini nimeambiwa kwamba watu wengine wanapoingia kwenye miduara hiyo, wakati mwingine wanaugua.

C: Hilo linategemea mahali alipo kiumbe huyo katika safari yake binafsi, ndani ya njia yake mwenyewe. Mahali alipo katika safari yake ndiko atakakohisi. Ikiwa safari yake iko katika mahali pa amani na maelewano, atahisi vizuri na kwa amani. Ikiwa yuko ndani ya mkataba wake na ndani ya njia yake na katika safari ya kile alichokuja kufanya hapa. Ikiwa hayuko, basi atahisi hamu ya kuondoka, hamu ya kutoka mahali hapo, kama vile akiwa katika mwili wake wa kimwili akitaka kuhamia mahali pengine katika safari yake. Kwa hiyo, ikiwa, tuseme, anasogea kinyume na mkataba wake, basi hatohisi amani ndani ya miduara hiyo.

D: Basi hilo linaeleza kwa nini baadhi ya watu walihisi kichefuchefu na kuugua, na wanajisikia vibaya sana wanapokuwa humo.

* * *

Kikao hiki kilifanyika katika nyumba ya kulala wageni (Bed and Breakfast) katika sehemu ya kaskazini ya London. Majira ya kiangazi ya mwaka 1992 yalikuwa safari yangu ya kwanza kwenda Uingereza, na nilikuwa nikitarajia sana kuona Miduara ya Mazao baada ya kumaliza mihadhara yangu. Alick Bartholomew, mchapishaji wangu nchini Uingereza, pia alikuwa katika Bodi ya Wachunguzi wa Miduara ya Mazao. Alikuwa ananichukua kunipeleka kwenye miduara mipya zaidi iliyogunduliwa karibu na Milk Hill huko Alton Barnes, na eneo la Oliver's Castle.

Laura alikuwa mwanamke mrembo mwenye nywele za rangi ya dhahabu na alikuwa mnajimu stadi. Hakuwa na matatizo yoyote na hakuwa akitafuta kitu maalum. Kikao kilipoanza alirudi nyuma hadi maisha ya kawaida sana na ya kila siku. Baada ya kumpitisha kwenye mlolongo wa kifo alikuwa anaelezea ulimwengu wa roho. Wakati huo kiumbe kingine kilianza kuzungumza kupitia yeye. Hapo ndipo mshangao ulipotokea. Katika vikao hivi lazima ujifunze kamwe kutochukulia chochote kuwa cha kawaida, na kuwa macho kila wakati kwa yasiyotazamiwa. Sitapoteza kamwe fursa ya kuuliza maswali ikiwa kiumbe huyo anaonekana kuwa na maarifa.

D: Je, naweza kuuliza swali? Tunavutiwa sana na miduara ya mazao inayotengenezwa hapa Uingereza. Je, una taarifa yoyote kuhusu jinsi inavyotengenezwa?

L: Ndiyo, tuna taarifa hii. Inatengenezwa kama sehemu ya muundo ambao sasa unawekwa ndani ya mzunguko wa nishati ya Dunia. Muundo huo utahamishwa katika ufahamu wa watu wengi katika ngazi ya Dunia. Hili litaendelea ndani ya mzunguko wa nishati unaozunguka Dunia. Kadiri kila mtu anavyounganika na muundo huu wa mzunguko, ndivyo atakavyochajiwa. Mizunguko yao binafsi itaingiliana na miundo iliyo ndani ya miduara na maumbo mengine.

D: Inatengenezwa vipi? Je, kuna vyombo vinavyohusika, au ni njia gani?

L: Kuna mfumo wa mzunguko wa nishati. Na kila mtu atakuwa na ufahamu wa mizunguko yake mwenyewe ndani ya miili yao. Una mzunguko maalum. Huo ni muundo wako mwenyewe. Sasa unaposhirikiana na watu wengine, ndivyo unavyotambua mzunguko wao. Je, unatambua kwamba unapozungumza na mtu mwingine katika ngazi yako ya kidunia, utafurahia kuwa naye au utataka kujitenga naye?

D: Ndiyo, ni kweli.

L: Aha! Huo ndio mwingiliano wa moja kwa moja wa mizunguko ya nishati. Na unapotambua mzunguko wa ulinganifu, mzunguko huo unaweza kuingiliana na wako. Na hivyo unaweza kugusa miundo ya mawazo ya kila mmoja. Si ajali unapozungumzia miundo ya mawazo. Mizunguko hiyo, miundo hiyo ya mawazo, inakuunganisha na kila aina nyingine ya uhai wenye akili ndani ya galaksi, ndani ya ulimwengu mzima. Hivyo ndivyo mnavyowasiliana, na pia kupitia mistari ya nishati. Hicho ndicho kitakachounda miduara ya mazao na maumbo yake.

D: Basi haya yanazalishwa na watu waliomo kwenye chombo cha anga?

L: Hilo ni sahihi, lakini pia kupitia miundo yenu ya mawazo wenyewe. Je, unaelewa hilo? Dolores, miundo yako ya mawazo pia itachangia mfumo huu mzima wa mawasiliano.

D: Je, ndiyo maana imenibidi niwe hapa Uingereza kwa wakati huu? Au ninadhania tu?

L: Hapana, hudhani. Uko sahihi. Kwa nini vinginevyo tungekuleta pamoja na wachunguzi wengine wa miduara? Kumbuka kwamba kila mtu unayekutana naye, mizunguko yako itaingiliana na yao. Na hivyo miunganiko inaendelea. Vyombo fulani vya anga na kapsuli vinaunganishwa moja kwa moja na mizunguko ya mawazo ya viumbe vyote vilivyo hai Duniani, na mizunguko mingine mingi pia.

D: Kwa hiyo miundo hiyo kwa kweli inafanywa kwa mawazo?

L: Hiyo ni njia mojawapo ya kuifikiria. Sio rahisi kila wakati kueleza jinsi mawasiliano haya yanavyotokea. Njia rahisi zaidi ya kuifikiria ni katika mifumo ya mawimbi ya mawazo.

D: Kwa maneno mengine, haifanywi kwa aina fulani ya mashine au miale au kitu kama hicho. Hilo limekuwa nadharia mojawapo iliyowasilishwa—kitu cha kimekanika.

L: Sio ya kimekanika. Kuna watu mbalimbali ambao wamejaribu kutumia mashine. Wanajulikana vizuri. Lakini mashine tunayozungumzia haina ufanano wowote na mashine za kimwili zinazotumiwa katika ngazi yako ya kidunia. Tumelitumia neno hilo kwa sababu liko katika msamiati wako, na ndilo neno lililo karibu zaidi tuliloweza kupata. Mashine tunazotumia ni za hali ya juu zaidi na changamano kuliko unavyoweza kufikiria.

D: Kwa hiyo labda ninaangalia jambo hili kwa njia iliyorahisishwa, lakini nilitaka kuuliza maswali hayo kwa sababu yamewasilishwa kwangu. Basi ni mchanganyiko wa kufanya kazi na nishati za watu fulani unaounda miundo hii.

L: Hilo ni sahihi.

D: Watu wanafikiri kwamba miundo hiyo ni kama lugha, na kwamba wanajaribu kuwasiliana nasi kwa ujumbe fulani. Je, kuna ujumbe katika miduara hiyo?

L: Ujumbe unaowasilishwa ni kwamba watu wote wana sehemu ya kucheza. Na alama yoyote utakayochagua kuona, chombo chochote tutakachoweza kutumia kuvutia umakini wako, kubadilisha mifumo yako ya mawimbi, tutajitahidi kukitumia. Kwa wengine ni mwanga au miale, kama ulivyotumia neno hilo. Kwa wengine ni alama za kale. Kwa wengine ni kusawazishwa tu kwa nafaka. Chochote kinachohitajika kuvutia umakini wako kitatumiwa. Kwa maana umakini wako unapopatikana, ndivyo miundo yako ya mawazo inavyoweza kuingiliana na dimensi yetu. Na hivyo msaada unaweza kutolewa wakati wowote, kuwasaidia ninyi nyote katika ngazi yenu ya kidunia.

SEHEMU YA NNE

MITETEMO, MARUDIO, NA NGAZI

Sura ya Tisa

Kuamka

Nilikuwa na vikao vingi katika miaka ya 1980, na sehemu zake zilitumika katika vitabu vyangu vingi. Kulikuwa na sehemu nyingine ambazo zilibaki kwenye mafaili yangu zikisubiri kitabu kinachofaa ili zijumuishwe humo. Tulijadili mada nyingi pamoja na Pam alipokuwa katika hali ya transi ya kina. Viumbe tofauti vilikuwa vikijitokeza wakati wa vikao ili kutupa taarifa na kujibu maswali.

Katika kikao hiki cha mwaka 1988 aliona kiumbe aliyevaa joho ambaye alimkumbusha Baba wa Wakati. Ingawa kwa silika alijua kwamba kiumbe huyo hakuwa na jinsia, mara moja alimchukulia kama wa kiume. Alikuwa amevaa majoho meupe, lakini kwa hakika alikuwa aking'aa kutokana na nishati kali ya ndani. Tuliuliza anatoka wapi, na jibu lilikuwa: "Zaidi ya zaidi. Au ukipenda, Ukumbi wa Daima."

D: Je, unajua yeye ni nani?

P: Hapana. Alisema yeye ni mojawapo ya asili zilizojidhihirisha ili tuweze kuwezesha mawasiliano. Na ili iwe rahisi kwangu, amejiruhusu kuingia katika hali nzito na mbaya ya kimwili, kwa sababu ni rahisi kwangu kuzungumza na kiumbe wa kimwili kuliko nafasi tupu hewani. Hii si mara ya kwanza. Ameshawahi kuwatokea wengine wengi katika vipindi vingine vingi vya wakati kwenye sayari hii na nyingine pia, anasema, si tu kuwezesha mawasiliano, bali pia kuhamasisha na kutuliza. Kwa hiyo hii si kazi inayochukuliwa kirahisi, wala si tukio la mtu mmoja pekee. Lakini kwa kusudi la kuwasiliana, hili hufanywa mara chache sana. Mara nyingi hujitokeza katika tafakuri na ndoto za watu kwa lengo la kuhamasisha na kutuliza.

D: Je, itakuwa sahihi kusema yeye ni kama mwongozo?

P: Anahisi kwamba neno "mwongozo" ni finyu sana, lakini kisha anatambua kwamba dhana yetu ya mwongozo yenyewe ni finyu. Kama tungepanua kile tunachofikiria kuhusu waongozi, basi angekubali jina hilo.

D: Ninajaribu kumweka katika kundi fulani, nadhani.

P: Ndiyo. Anasema hiyo ni tabia ya kibinadamu. (Alicheka.) Anasema moja ya matatizo yetu kama viumbe wa Dunia wenye mipaka ni kwamba tunajaribu kuweka lebo, kugawanya na kuweka katika masanduku na nafasi vitu ambavyo havina mipaka na ni vya milele. Na hiyo ni fikra yenye mipaka sana. Kama tungejifunza kufikiri juu ya nafasi isiyo na mwisho, kutokuwepo kwa wakati, umilele na uwezekano usio na kikomo, basi pengine tungeweza kuanza kufikiria jinsi ya kufafanua "mwongozo". Kama vile kumwekea jinsia kiumbe kunavyopunguza kwa namna fulani jinsi tunavyomfikiria. Kwa kuweka lebo yoyote juu ya kitu chochote, tunakipunguza. Anasema labda "rafiki" ni njia bora ya kumtazama kuliko "mwongozo". Kwa maana hataki kutuelekeza au kutuongoza, bali kutusaidia kwa njia yoyote tunayoomba.

D: Je, amewahi kuishi Duniani katika mwili wa kimwili?

P: Hapana, lakini anahusiana kwa karibu sana na viumbe wa Dunia ambao wameomba msaada. Hakujakuwa na haja kwake kupitia hali ya kusahau inayopaswa kuambatana na maisha ya kimwili kama mwanadamu kwenye sayari hii.

D: Basi hakuwahi kuhisi haja ya kuwa na maisha ya kimwili, kupata uzoefu huo?

P: Hakuwahi kuhisi haja hiyo. Anasema ana jukumu moja tu, nalo ni kudhihirisha kanuni ya upendo. Kwa hiyo kuhitaji kuwa mwanadamu kungechelewesha au kuondoa umakini wake kutoka katika kazi yake kubwa zaidi.

D: Nafikiria juu ya viwango na vipimo tofauti, na kujaribu kumweka kimwili mahali fulani.

P: Kama ungelitazama sayari kama mpira wa ping pong. Kisha ukapanua nje duara jingine linalozunguka, tuseme lenye ukubwa wa chungwa. Kisha ukaongeza nje tena duara jingine lenye ukubwa wa mpira wa kikapu. Na kuendelea na maduara makubwa zaidi na zaidi. Unaweza kuyaita hayo nyanja au viwango. Na kwa hakika, baadhi ya nyanja na viwango ni polepole na karibu nzito na zenye kusahau kama mpira wa ping pong wa Dunia. Lakini yeye amevuka viwango hivyo. Ugumu uko katika kupita kupitia viwango hivyo, kwa sababu baadhi yake ni nata, karibu kama ute mzito wa umeme tuli. Kama nguo zinavyoshikana ndani ya kikausha. Ni kwa nia ya upendo kwamba anajaribu kupenya viwango hivi hadi vilivyo nzito zaidi, ili tuweze kuwa na mawasiliano haya. Lakini katika ulimwengu wake wa kawaida, hafungwi na kile ambacho sisi tungeita "kiwango". Yeye ni nuru. Na nuru inaweza kupenya—nilitaka kusema karibu viwango vyote. Jibu lake lilikuwa kwamba nuru inaweza kupenya viwango vyote. Bila kuweka masharti.

D: Tunapoacha miili yetu ya kimwili, je, sisi pia tunapita katika viwango hivi tofauti, kuanzia mpira wa ping pong kwenda nje?

P: Ndiyo, tunafanya hivyo. Kama nilivyosema, kuna viwango nata. Tunatuma mitetemo kutoka kwetu wakati wote, mitetemo mingi sana. Hii haiendi hadi sehemu fulani na kisha kusimama. Inaendelea kutiririka pande zote, ikichanganyika na mitetemo ya watu wengine wote na mitetemo ya kila kitu kingine. Kila mtetemo hauina tu nguvu na msukumo ambao tunaweza kuufananisha na umeme, bali pia una sumaku. Kwa hiyo mitetemo yetu huvutiwa na mitetemo inayofanana. Kwa mfano, kama asilimia kubwa ya mawazo yetu yamekuwa katika kiwango fulani cha mtetemo, basi tunaweza kuvutwa kwa urahisi zaidi kwenye duara maalum la mviringo. Lakini kama tumekuwa tukifanya mazoezi ya kuelekeza mawazo, hisia na tamaa zetu kwa

Yote Yaliyopo, kwa nguvu na upendo mkuu wa ulimwengu—wa ulimwengu mingi, anarekebisha—basi tunaweza, kama samaki anayepita majini, kuvuka viwango vingi sana, kwa sababu mawazo yetu ni mitetemo yenye nguvu sana. Mitetemo hiyo yenye nguvu kubwa huvutiwa na mitetemo yenye nguvu sawa. Na tunaweza kuvuka kwa hakika viwango vingi kati ya hivi vilivyo nata zaidi.

D: Je, kuna vizuizi vinavyotuzuia kufikia kiwango fulani?

P: Mawazo yetu, hofu zetu, imani zetu na nia yetu.

D: Je, tunaweza kufikia kiwango anachotoka?

P: Kwa wakati huu tunaweza kufanya hivyo kwa ufahamu wetu, ambao daima hukaa katika kiwango hicho, bila sisi kujua, kwani asilimia tisini na tisa yetu iko usingizini. Kuna sehemu kubwa sana ya sisi ambayo daima hukaa katika ulimwengu wa nuru na umilele. Ni jukumu letu kuleta hilo katika hali ya "kuamka" ya ufahamu wetu.

D: Nafikiri tumejikita sana katika miili yetu ya kimwili, kiasi kwamba tunapokufa, kwa kusema hivyo, na kuacha mwili wa kimwili, tungeenda umbali fulani tu kisha kurudi tena katika kiwango cha kimwili.

P: Hilo linawezekana kabisa. Inategemea mwelekeo wako. Mawazo yako ya fahamu ndiyo chanzo cha nguvu ambacho wewe na kila mwanadamu mnacho. Mawazo unayoyazalisha kwa ufahamu yatakuwa sababu kuu ya kuamua ni wapi utaenda, na kama na lini utarudi tena kwa ufahamu katika umbo la kimwili kwenye sayari hii.

D: Ulisema tuko asilimia tisini na tisa usingizini? Unamaanisha wanadamu wote?

P: Bila shaka kuna wanadamu ambao wameweza kupata utambuzi kupitia mawazo yao, nia yao ya upendo, imani yao halisi na imani thabiti katika nuru-upendo wa milele. Kumekuwa na wanadamu kwenye sayari hii ambao wameweza kuvuka kabisa hali nzito ya kimwili, na si "kufa" kama unavyofahamu. Wameitwa "mabwana waliopaa", ambalo ni neno la ucheshi kidogo, kwa maana linamaanisha tu waliweza kuvuka tabaka nyingi zenye nata. Inaonekana haiwezekani kuwa bado katika umbo la kimwili kwenye sayari na kufanya kazi katika nuru kwa wakati mmoja. Kwa hiyo ili kufikia hali hii ni lazima tuachane na kile kilicho cha kimaada na kizito, na hili limefanywa na baadhi ya wanadamu. Ingekuwa ni kuruhusu kila molekuli ya mwili wa mwanadamu, tuseme, kuongeza nguvu. Kila molekuli ingekuwa nuru kamili. Na kwa kuwasha nuru, mtetemo huongezeka kwa kiwango kikubwa kiasi kwamba mwili, pamoja na ufahamu usio na kikomo, huvuka kiwango hiki.

D: Basi mwili hupotea?

P: Hilo ni sahihi.

D: Kwa sababu kusingekuwa na haja ya mwili wa kimwili katika kipimo kingine.

P: Ungekuwa kero sana. (Alicheka.) Unatambua kwamba Dunia ina mvutano wa ardhi unaoshikilia vitu vyenye uzito. Ili kusafiri angani lazima ufanye kitu kuhusu mvutano na uzito. Kwa hiyo kwa hakika wana uwezo wa kujihamisha papo hapo, kama kung'aa kwa chembechembe. Kuvunjika na kuunganishwa tena kulingana na nia yao ya fahamu.

D: Kwa hiyo ni kama mwili mzima unavunjika. Sijui kama hilo ndilo neno sahihi. Hutoweka.

P: Ndiyo, hutoweka inatosha. Ingehitaji hali iliyodhibitiwa sana, na tu kwa maana kwamba mitetemo hii ingeweza kuinuliwa hadi kiwango ambacho kingekuwa nje ya uwezo wa kuona wa hisia zako za kimwili. Limefanyika, hata hivyo, si na watu ambao kwa kawaida ungewaona kama wa kawaida. Baadhi ya wanadamu wametambua kwamba wao kwa hakika ni sehemu ya nguvu ya Mungu. Mara wanapokuwa, katika ufahamu wao, nuru waliyo, wana uwezo wa kuvunja molekuli zao. Kuna wale wa hali ya juu ambao wanaweza kupanga upya molekuli zao. Hata hivyo, hili halitakuwa la kawaida au la mara kwa mara. Kuna sababu ndogo sana ya kuunganisha tena molekuli katika umbo nzito na zito la kimwili. Mara zinapovunjwa, kuziunganisha tena kunamaanisha lazima urudi nyuma kwa namna fulani.

D: Baadhi ya watu wanafikiri hii ingekuwa njia ya kuepuka kifo.

P: Hakuna haja ya kuepuka kifo. Kwa maana kama unavyoona, hakuna kifo cha kweli katika maana ya kitu ambacho ungehitaji kukikimbia. Hakuna kifo cha kiroho kwa maana hiyo. Na hivyo mwili wa kimwili haungehitaji kuinuliwa hadi kiwango kingine. Ingekuwa kama kujaribu kubeba koti lako unapokufa. Huna haja nalo, kwa hiyo kwa nini ulilete pamoja nawe? Isingekuwa lazima kujaribu kubadilisha mwili ili kuuchukua pamoja nawe kwenye kiwango cha roho. Haungekuwa na kazi au matumizi katika kiwango hicho. Hata hivyo, kujaribu hili katika hali ya kuishi kimwili kwa lengo la kupata maarifa zaidi ukiwa bado na afya au bado unafanya kazi, basi ndiyo, lingeweza kuwa chombo. Kwa maana lingeweza kuhusisha uzoefu mwingi zaidi ya kile ambacho kingechukuliwa kama uzoefu wa kawaida au wa kila siku. Lakini tena, kwa yenyewe halina thamani halisi.

D: Vipi kuhusu simulizi za kubadilika kwa Yesu. Je, huo ulikuwa mwili wake halisi wa kimwili?

P: Mwili huo wa kimwili uliinuliwa mbali zaidi ya kiwango ambacho kingeharibika. Ili kuharakisha mchakato wa kawaida wa kuoza, ilikuwa kana kwamba molekuli zilitenganishwa tu kupitia mchakato wa juu wa kuchochewa kwa nishati, kiasi kwamba molekuli zenyewe zilivunjika. Ambacho ni mchakato wa kawaida wa kuoza kwa kasi iliyoongezwa. Yesu alipojitokeza kwa watu baada ya "kifo" chake, iliwezekana kwake kurekebisha mtetemo wake, au kwa usahihi zaidi, mtetemo wa roho au nafsi yake kwa wale waliomshuhudia. Angeweza kuurekebisha kiasi kwamba mtu mmoja tu katika umati angemwona. Pia ungeweza kurekebishwa kiasi kwamba umati mzima ungemwona kama ilikuwa lazima. Na hili linafanywa mara nyingi katika maeneo mengi tofauti. Halikuwa tukio la kipekee kwa uzoefu wa Yesu.

Nimekuwa na matukio mengi ambapo viumbe wa nje ya Dunia wameweza kufanya hili. Hawafi hadi waamue, kwa kawaida kwa sababu wako tayari kuondoka na kwenda kwenye tukio jingine katika mwili tofauti mahali pengine. Katika matukio haya mwili wao hutoweka, au kama wanavyosema "huvunjika umbo". Imeonekana kuvunjika kuwa dutu inayong'aa kama vumbi au kuwa molekuli ndogo ndogo zilizotengana. Sikuwahi kusikia likifanywa na mwanadamu, kwa sababu kwa kawaida njia pekee ambayo roho zetu zinaweza kuondoka mwilini ni kwa umbo la roho kuacha mwili wa kimwili ubaki nyuma ili uoze.

D: Watu wengi wanapokufa huacha mwili Duniani, na roho, kiini chao, huendelea.

P: Hilo ni sahihi. Hiyo ndiyo hali ya kawaida. Mfano tunaouelezea ni wa mtu ambaye hayumo katika asilimia tisini na tisa walio usingizini. Huyu angekuwa mtu aliye na imani, hamu na nia ya kufanya hivyo. Kuvuka, akichukua mwili wake pamoja naye. Watu wengine pia wanatamani kuvuka huko, lakini hawaamini kwamba wanaweza kufanya hivyo. Kwa hiyo hawawezi, na mwili wao lazima ufe kimwili. Mfumo wako wa imani ni kama nguzo ya chuma. Bila kuamini kweli kwamba hili linawezekana, halitawezekana.

D: Inaonekana wana mshikamano na mwili kama wanataka kuuchukua pamoja nao.

P: Inaonekana umejibu swali lako mwenyewe pia, kwamba huo ni mshikamano muhimu kwa mtu binafsi. Mwili wa mwanadamu una kusudi maalum, nalo ni kupitia maisha katika umbo hilo. Anasema kitu kama kwamba uliomba umbo la kimwili, na kila mwanadamu alijidhihirisha kwa njia hiyo. Huo ndio umuhimu wake. Wanadamu si "aina" pekee—na hilo liko katika alama za kunukuu na linasemwa kwa ucheshi. (Alicheka.) Lakini si aina pekee iliyoambatana na umbo la kimwili. Lazima utambue kwamba wale watu ambao wameweza kwa ufahamu—niruhusu nitumie neno "kuvunja"—kwa ufahamu, mwili wa kimwili, hawako katika hali ya asilimia tisini na tisa usingizini. Kama kwa hakika unaamka katika maarifa na imani kwamba unaweza kuvuka viwango hivi, au tabaka hizi, za uwepo, na umeweza kufikia mafanikio haya, basi pia umeamka kwa ukweli kwamba huhitaji kuendelea kuburuta maisha katika ngazi nzito na zito ya kimaada.

D: Inaonekana kwangu kwamba kuwa na uwezo wa kudhibiti akili kwa kiwango hicho ingekuwa somo la mwisho. Je, hilo ni sahihi?

P: Somo. Kujifunza. Inaonekana ni tatizo la maneno. Na neno "somo la mwisho", bila shaka, ni lenye mipaka, kwa sababu basi unafikiri huo ndio mwisho. Lakini kwa hakika huo ni ujifunzaji mkubwa zaidi wa kimwili tunaoweza kuwa nao. Kama, kama unaambatana na imani ya moyo. Kwa hiyo lazima upite zaidi ya akili. Akili ni chombo cha roho.

D: Lakini kama ungejifunza kudhibiti akili na mwili kwa kiwango hicho, ingekuwa ujifunzaji wa mwisho wa kimwili.

P: Ni ngumu, kwa sababu sisi ni kama watoto wanapokaribia Bahari ya Pasifiki. Sisi ni viumbe vidogo vidogo vinavyoangalia bahari kubwa, kubwa sana bila mipaka. Na inaonekana kubwa sana. Nukta yake, nadhani, ni kwamba tunatumia akili kama chombo chetu kufikia roho. Lakini kwa kweli, tunapowasha usingizi wetu, roho ndiyo inayokuwa ikitumia akili. Kila wakati unapotumia mawazo ya fahamu ya kuinua mtetemo wako, mawazo hayo yana nguvu, nguvu, na uwazi. Umeelekeza kikamilifu kile unachotaka kufanikisha. Mawazo hayo huenda nje kama mshale ulio wazi na wa moja kwa moja. Hayasitishi. Nafahamu zote nyinginezo zinapofahamu mawazo hayo wazi na ya moja kwa moja zinaweza kuyaongeza nguvu. Lakini ukweli kwamba uliyayapata hapo awali inamaanisha unatuma mistari hiyo, barabara hizo za upatanisho na mtetemo uliouinua. Kuongeza au kuharakisha mtetemo. Kwa hiyo kila wakati unapotumia jitihada hiyo ya fahamu, kwa hakika unafanikisha kile unachokusudia, kwa sababu unaamini kwamba inawezekana. Unaweza hakika kufanya hivyo ukiwa na umbo la kimwili. Ikiwa unaweza kuruhusu akili yako kukubali ukweli kwamba kila molekuli ya kila kitu ni nuru, na nuru ni sawa na upendo, unaweza kuileta kwenye mfumo wako wa imani na kisha kufanya kazi na kila atomi ya mwili wako wa kimwili. Unaweza kuongeza nguvu. Unaweza kupeleka nuru. Kwa kuongeza nguvu, kwa kuwasha nuru, kwa kuharakisha mtetemo huo, unaweza hakika kuvunja umbo lako la kimwili.

D: Ikiwa kama ulivyosema, wanadamu wapo asilimia 99 wakiwa usingizini, hatua gani tunaweza kuchukua kuamka?

P: Alisema, Swali kubwa! Taarifa tayari imepewa, lakini hakika inastahili kurudiwa. Ikiwa akili yetu ni chombo chetu kikuu, na ikiwa tunataka kuitumia kikamilifu, basi tunataka kuungana kwa fahamu na wale walioko katika ulimwengu wa nuru. Hivyo tunatuma mitetemo hiyo. Tunajitahidi kwa fahamu kufikiri juu ya nuru, juu ya upeo, zaidi ya nyota. Usifikirie inamalizika mahali fulani kisha kuna kitu kingine. Tuma tu kama probe ya satellite. Kujua tu kwamba itakuwa kile tunachokusudia. Nia yetu ni ile mstari wa maisha wenye nguvu sana tunaoweza kutuma. Hata hivyo, lazima ifanyike kwa namna iliyodhibitiwa na yenye lengo. Lazima kuwe na mfuatano wa aina fulani.

D: Basi tunapaswa kufanya nini kila siku?

P: Kila siku zingatia mawazo yako juu ya nuru. Sio nuru tu nje, bali nuru inayotoka kwenye kila seli ya mwili wako unaoishi. Kutoka kwenye sayari yenyewe, kutoka kila mmea na mnyama, na hata kutoka kwenye hewa na maji wenyewe. Fikiria kwamba kila kitu unachokigusa au hata kufikiria, kwa asili kimeundwa kwa nuru. Na msingi wa nuru, mstari wa msingi, ni upendo. Na upendo ni nguvu ambayo wanadamu wanauelewa vibaya, ambao wanaweka kwenye sanduku dogo, finyu sana.

D: Tunawezaje kufikiri juu ya nuru au kuzingatia nuru?

P: Binadamu anazingatia vipi? Anacheka kwa sababu anatambua jinsi swali hili ni muhimu sana, na jinsi linavyoonekana wazi kwake. (Alicheka.) Anasema usijaribu kuona, kama kwenye sinema, bali jaribu kufikiria kila kitu kinang'aa. Fikiria tu mwangaza. Labda hilo litafanya iwe rahisi.

D: Kama kuangalia aura?

P: Ninachoona unapouliza swali hilo ni kama moshi unayotoka kwenye kila kitu. Ukipinda, kuzunguka, kuunda mifumo na kuenea, na kuendelea kutiririka. Kwa hiyo ni kama moshi unaong'aa. Nyuzi zinazong'aa zinazozungumziwa katika hadithi nyingi za Wamarekani Wamarekani, kwa kweli zipo. Hivyo kama ungefikiria nyuzi zinazong'aa, labda; ikiwa kweli ungeona aura ikiendelea milele! Watu wengi wanafikiri kuwa ipo tu kuzunguka vitu, lakini ipo ndani na kupitia na inaendelea. Inapenyeza kila kitu.

D: Kwa njia hii sote tutaunganishwa, kwa sababu ikiwa inaendelea milele kila nuru binafsi, kwa kusema, ingechanganyika na nyingine.

P: Hilo ni sahihi. Mfanano wa tapestry haujapita bila kuzingatiwa.

D: Je, unaweza kuelezea mfanano wa tapestry?

P: Sio rahisi kama vile tunavyoweza kuona tapestry. Tapestry inaonekana kuwa wima, ingawa imeundwa kwa nyuzi nyingi zinazofaa, zikigusana kwenye makutano, kuunda mifumo na miundo. Lakini tapestry kwa hakika ni holografiki, hivyo ina kina pamoja na vipimo vyote vingine.

D: Niliuliza swali hilo kwa sababu nilipelekwa kwenye chumba kilichokuwa na tapestry. (Imeelezewa katika Kati ya Kifo na Maisha)

P: Tafadhali fahamu kwamba taarifa zinatolewa kwako kupitia wanadamu wengine katika mfumo ambao wanaweza kufasiri vyema, kisha kuwasilisha taarifa hiyo. Kuna jaribio la upendo sana la kuwasiliana na wanadamu juu ya upeo usio na kipimo wa Yote Yaliyopo, kwamba viumbe vitatumia mifano tofauti ambayo itakuwa inayoonekana kwa mtu unayemzungumza naye. Na itakuwa kweli sana katika akili zao. Kwa kweli ni mifano inayokuja hai, kama unavyosema. Kwa hivyo kuamini kwamba chumba cha rekodi za Akashic kipo kwa umbo thabiti ni jambo la kushangaza, linahisi vizuri, na ni mfano mzuri.

D: Mifano mingi kama hii imetoka kwa watu tofauti.

P: Hilo ni sahihi. Lakini alisema kwamba viumbe vingine vya upendo "vinasoma vitabu hivyo hivyo". Ikiwa wamepata mbinu itakayofungua mwanadamu kwa uwezekano huu na nyanja nyingine kwa namna ambayo wanaweza kuelewa na kufasiri data, basi wanaelekea kutumia mbinu zinazofanana kwa watu tofauti. Tatizo moja tulilokutana nalo tukishirikiana na wanadamu ni kuthibitisha, kuthibitisha, na kukubaliana kwa namna fulani na mantiki. Na hili ni finyu sana na halihitajiki. Uamsho ndio lengo. Uamsho wa ukweli kwamba kwa asili sisi ni nuru, sisi ni upendo. Kila seli ya miili yetu, kila seli na molekuli ya kila kitu. Chanzo cha nguvu kinachoendesha maisha yote ni nuru. Kwa hivyo kuamka kwa maarifa hayo, na kutamani kufanya kazi katika nyanja hiyo, na kuamini kuwa inawezekana, ni vipengele vyote vitakavyokupeleka huko.

D: Basi tumejikuta kwenye gurudumu la karma linalotufunga hapa, na kutuzuia kuvuka.

P: Kabisa. Kwa sababu hiyo ndiyo hali ya usingizi kwenye gurudumu la karma. Na neno hilo linahitaji ufafanuzi zaidi pia. Lakini kwa mfuatano, kwenye gurudumu la karma mwanadamu yupo usingizini, kwa hiyo haelewi.

D: Hawatambui kwamba wanaweza kuondoka.

P: Hilo ni sahihi. Hata hivyo, hali hiyo haitafanikishwa bila imani ya kweli. Unaona, imani ni vitu halisi, kama vile mawazo. Hadi yatolewe kwa nuru, imani ni, tuseme, kamba zinazotufunga. Na Nafsi Yetu Kubwa — lazima niseme ni ngumu sana kuzungumza kwa maneno ya kubwa kisha tena kubwa kuliko hiyo, kisha tena kubwa kuliko hiyo nafsi. Kwa sababu Nafsi Kubwa ninayoizungumzia siyo seli za nuru na si katika ulimwengu wa malaika. Nafsi Kubwa ni tu nafsi moja iliyo na ufahamu zaidi, lakini bado haijapanuka katika Yote Yaliyopo. Hivyo unavyoona, hapa ndipo maneno ni muhimu sana kuelewa. Ningependa kungekuwa na neno jingine tunaloweza kutumia. Labda ningeliita "nafsi ya karmic". Kwa kuwa nafsi ya karmic ndiyo inaamua ni vikwazo gani tunashikilia.

D: Kwa masomo tunayohitaji kujifunza.

P: Tulioamua lazima tujifunze, kupitia imani yetu. Ikiwa kuna jambo lolote la kujifunza ambalo tunaweza kuleta kutoka kwenye kikao hiki kwa watu wengine, lingekuwa nguvu ya imani zetu. Imani ni neno gumu hata kwa mwanadamu kuelewa kikamilifu. Imani ni nini? Ni zaidi ya kile unachofikiria kuhusu kitu. Ni kile unachofikiria na kuhisi na kuwa na ufahamu wa ndani. Lakini ni kubwa zaidi ya hapo. Haiwezi kufafanuliwa. Inaonekana kwamba imani ni barabara. Tunashikilia kwa nguvu barabara hizi za imani. Kazi yetu kama viumbe vinavyojitahidi kuwa wa mwanga ni kutuma barabara za imani kuelekea nuru. Imani ni — ni ngumu sana kuelezea — mawazo yenye nguvu sana. Naona rafiki yetu anafikiria tatizo moja linatoka kwa semantiki. Kwa kuweka neno juu ya kitu kikubwa na kisicho na mipaka, tunaelekea kupunguza barabara hizo.

D: Kwa nini taarifa zote hizi zinapatikana sasa?

P: Kwanza, kumekuwa na wito. Kiwango kikubwa kutokana na ukweli kwamba katika historia ya binadamu hivi sasa tuna mawasiliano ya umma kwa haraka. Watu wengi zaidi wanapata ufahamu wa kimsingi kwamba uwezekano wa nyanja kubwa unapo. Mara mtu anapojua kimsingi uwezekano huo upo, binadamu mwenye udadisi anataka kujaribu. Hivyo wanatuma tamaa, nia, na kiambatanisho: kuomba. Kwa hiyo kwa sasa kwenye sayari kwa hakika kuna idadi kubwa ya watu wanaoomba mawasiliano na nyanja zisizoonekana. Hata hivyo, inaonekana kama shauku ya ndani kwamba tupate taarifa hii. Kumekuwa na tamaa miongoni mwa nyanja za malaika kwa kipindi kirefu sana, ya kuwa na mawasiliano na binadamu kwa ufahamu. Hivyo shauku hii si lazima iwe mpya. Tamaa ya nyanja za malaika imekuwa ipo kwa muda mrefu. Siwezi kutofautisha kwa sasa sababu ya shauku hiyo, kama imekuwa muda mrefu au kama kuna jambo linalokaribia. Kuangalia hatari ya uwezekano wa janga la sayari, kama wengi wamekadiri kuwa ni sababu ya mawasiliano haya, siyo lengo kwa sasa.

* * *

Pam: Inaonekana Mungu, nguvu, kiwanda kinachozalisha Yote Yaliyopo, kinachojulikana kwa majina mengi—lakini tutaita nguvu hiyo Mungu kwa sasa—pia ni udadisi. Udadisi ni nguvu ya kushangaza. Hivyo unapochukua nguvu kuu zaidi iliyopo, na kutumia sehemu tu yake, udadisi huo una uwezo wa kuonekana katika umbo la kimwili chochote kinachopewa umakini na nguvu hiyo. Kwa hiyo una aina nyingi za viumbe, kwa sababu nguvu ya Mungu ni nguvu yenye udadisi mkubwa. Na ukweli wa mawazo kwa ujumla, kufikiria chochote, huchukuliwa hadi katika uhalisia. Mawazo huunda, na sisi ni moja kati ya mawazo mengi, mengi, mengi, mengi.

* * *

Phil: Kuna uhai katika kila kitu kilicho. Kuna, kwa hakika, kile ambacho mtu angeita kisicho hai. Hata hivyo, tofauti iliyofanywa hapa ni katika kiwango ambacho ni mbali sana na ufahamu wa mwanadamu. Hata hivyo, kutoka nyanja za juu za ufahamu, inaonekana kuwa yote ni, kwa namna moja au nyingine, na ufahamu. Hapa tunafanya tofauti kati ya kuwa na ufahamu na kuwa hai. Kutoka kwa mtazamo wako, itakuwa ngumu kuona ufahamu katika kiwango hicho. Hata hivyo, ni kweli kwamba yote, hata miamba, ina ufahamu, labda si katika kiwango ambacho unaweza kuufahamu. Na hivyo kama ingeweza kueleweka, basi ingeweza kusemwa kwamba, ndiyo, hata miamba yenyewe ipo hai ikiwa ufahamu huu unahesabiwa kuwa uhai. Kuna kile ambacho mngeita nguvu ya uhai ambacho ni tofauti na kilicho wazi na kile tunachokiita ufahamu. Hata hivyo, kwa mtazamo wenu, ufahamu na uhai kwa kiasi fulani vina uhusiano wa karibu kwa sababu vinaonekana kuwa kitu kimoja na sawa.

* * *

Pam: Muziki kwa hakika ni sanaa kubwa. Ni njia ya mawasiliano ya kati ya nyota na pia mawasiliano ya sayari.

D: Unaweza kuelezea kuhusu kuwa kati ya nyota?

P: Sauti ni mtetemo, kama unavyojua tayari. Mitetemo haiishi tu hadi hatua fulani kisha kusimama. Mtetemo unaendelea kuenea. Ni ngumu kuelewa kuenea milele, kwa sababu akili zetu za binadamu hazifikiri kwa dhana ya umilele na milele. Hata hivyo, wimbo wa nyangumi umeundwa, una mpangilio, na umepangwa kabisa. Na mtetemo huu unaendelea kwa mpangilio wa mpangilio na ulio pangwa. Kwa hiyo unafikia mbali na wale wanaoweza kupokea mpangilio huu na upatanisho huu wanaupokea.

D: Hii inamaanisha kuwa viumbe vya kati ya nyota vinaweza kukipokea na kuuelewa?

P: Kabisa.

* * *

Phil: Hakuna haja ya kula chochote. Dunia tunayoishi imo ndani ya plazma hai. Ndani ya plazma hii kuna vipengele vyote vinavyohitajika kwa uhai. Hii ni zaidi ya tunachokijua kama hewa, maji na mwanga. Lakini tuongeze kwamba vipengele vyote muhimu vipo katika umbo lisiloonekana kote duniani. Tatizo ni kwamba plazma hii huathiriwa na fikra na uchafu wa kimwili, na katika sehemu nyingi za dunia haiko safi tena. Viumbe mnavyoviita "wa nje ya sayari" hawahitaji kula kimwili. Wanaweza kupata kutoka kwenye plazma safi, isiyochafuliwa na isiyobadilishwa, nguvu ya uhai. (Hili lilichunguzwa katika Walinzi.)

D: Wengi wa viumbe wa angani wamesema hawahitaji chakula kama sisi. Hii inaonekana ni tabia ya binadamu. Wanaweza kuishi kwa hewa, anga na mwanga.

Viumbe hawa wanasema miili yetu inakuwa mwanga ili kuepuka unene wa uhalisia wa dimension yetu, na lishe yetu inabadilika kuendana na hili. Je, tunasogea kwenye hali ambapo pia tutakuwa mwanga? Je, hiyo ndiyo mpango?

* * *

Sehemu ya kikao kimoja na LeeAnn mwaka 1989 ambacho tulidhani kingekuwa tukio la UFO, kwa sababu hicho ndicho tulichokuwa tukichunguza, inaonyesha kwamba mara nyingi hatupati kile wanachotarajia. Pia inaonyesha kwamba mara nyingi mtu hachukuliwi ndani ya chombo cha angani, bali hupelekwa mahali pengine ambako kwa hakika si Dunia. (Kama ilivyokuwa kwa Clara katika Sura ya 5.)

LeeAnn alikumbuka kuona nuru ya dhahabu yenye uzuri wakati alikuwa akilala. Ilikuwa na hali ya joto, utulivu, na faraja alipoanza kulala. Chumba kilikuwa giza kwa hivyo haikuwezekana kutoka chanzo cha kawaida cha mwanga. Alikumbuka vipande vya ndoto aliyoona usiku huo kuhusu kuwa katika chumba cheupe sana, safi sana. Sehemu ya ndoto hiyo aliona taswira ya volkano au lava, na alipoamka, neno "hologram" lilikuwa akilini mwake.

Tayari tulikuwa tumepitia uzoefu mwingine uliotokea mara baada ya kufikiri kuwa amelala. Moja ya haya iliripotiwa katika The Custodians alipokuwa amepelekwa kwenye chombo cha angani. Nilitarajia hili lingehusiana na aina hiyo ya uzoefu, hivyo nilipomrejesha katika hali ya transe, nilimrudia usiku huo alipoanza kulala. Ghafla, haikuwa giza tena, bali kulikuwa na mwanga, lakini hakuweza kubaini chanzo cha mwanga huo. Kisha alijiona kiketi kwenye sehemu iliyo kama ukumbi, lakini akijua hakuja huko vipi. Sehemu iliyo wazi na safi, akiwa ameketi kwenye hatua kama viti vya bleachers lakini vilivyopangwa moja kwa moja. Vyumba vilikuwa na kuta wazi zinazoendelea bila mwisho, kama Jumba la Vioo. Hali ilikuwa tulivu na kimya. Alishangaa nilipomuuliza alivyojivaa.

L: Nimetoka tu katika mwanga. Nadhani kama robe. Sio kuvaliwa kamili, wala kutokuwa na mavazi kabisa. Najua kuna watu pale. Siwaoni, lakini nahisi. Kwa hivyo lazima kuna mtu pale. Natazama, na ningepaswa kuwaona.

D: Kama ungewauliza jinsi ulivyofika hapo, wangeselema nini?

L: (Kaa kimya kwa muda mrefu) Hii ni nzuri. Nadhani ninafanya huu nadharia. (Polepole, kama kusikia na kurudia.) Ni uwekaji wa juu wa kuzidi mipaka ya kimwili ya mwili wako kuingia katika vipimo vya muda na nafasi. Ummoja wa ulimwengu... Mwisho wa kuwa... kamili. Haina maana.

D: Sawa kama haina maana. Labda tutaiweka pamoja baadaye. Hiyo ndiyo jibu ulilopata?

L: Ndio. Cho chote kilichoambia.

D: Je, uko pale ukiwa na mwili wa kimwili?

L: Hapana, nadhani si hivyo.

D: Basi ulisafiri huko kwa umbo la roho?

L: Wanasema. Sawa, mwili wa kimwili haupo hapa. (Kaa kimya kwa muda mrefu) Nadhani ni suala la... Sifahamu, lakini nataka kusema kile kilicho sahihi. Nguvu ya roho yako ni kama nguvu ya nguvu na unaweza kusafiri kwenye vipimo na nafasi bila, nadhani, kufahamu jinsi. Na unapokuwa tayari, basi ni wakati wako. Haiendi kwa hiari au uchaguzi. Huwezi kujaribu kwa nguvu zako.

D: Basi haitatokea hadi pale litakapokuwa tayari kutokea.

L: Ndio. Kwa hivyo unahitaji kutenganishwa. Mtazamo huo, wa kituo na binafsi.

D: Je, viumbe hivi vinafanya kazi na hili?

L: Nadhani vinafanya. Tuko hapa kwa ajili ya kujifunza, kwa ajili ya kuhudumia, kwa sababu wanatoa mwanga na kuelekeza. Na kujua, ili tuweze kuwa na huduma.

D: Hizo ni vitu vyema. Kwa nini walitaka uje hapa?

L: Kwa sababu mabadiliko yatafanyika. Mabadiliko yanaendelea. Katika mchakato wa ukuaji wa sayari, yote kwa ajili ya maendeleo ya sayari. Katika umri huu watu lazima waonyeshwe, kwa mfano wako, umoja wao na ulimwengu na Baba. Na wakati huo sayari itakuwa sawa. Tumepoteza sana, na sasa lazima aifutwe. Na tuko hapa kusaidia, kwa mfano, si kwa kuhubiri. Na wema huzaa wema.

D: Lakini walikuambia kwamba kuna mabadiliko yanayotokea?

L: Ndio. Sijataka kujua, lakini nadhani nimepewa.

Kisha alianza kueleza milipuko ya volkano na matetemeko ya ardhi. Pia mlipuko na moto unaosababishwa na gesi kutoka chini ya ardhi. Kuna vifo vingi, lakini katikati ya yote aliona ndege za shuttle zikihama watu kwenda kwenye chombo kikubwa zaidi angani. Baada ya hapo walipelekwa kwenye sayari zingine katika galaksi zingine.

L: Wanaokuja kutoa msaada. Tunapoongezeka katika kiwango cha mtetemo, au wao wanaoongezea kiwango chetu cha mtetemo, mtu fulani anafanya hivyo. Na kisha unakuwa "whoosh" pale. Kwa kuwa wewe ni nguvu ya nishati, unatetemeka kwa kiwango cha juu zaidi. Na mwili wa kimwili haupo mzito kama sasa, lakini bado wewe ni kiumbe sawa. Nadhani lazima uwe hivyo, kwa sababu ikiwa ungebadilisha sayari, angalia tofauti za anga. Si mzito sana na muundo wa kiumbe wako lazima ubadilike. Kiwango cha mtetemo lazima kibadilike kuwa kiumbe cha mwanga kuliko kitu kigumu kama tunavyo. Na nadhani hivyo ndilo linatokea. Na hiyo ni kweli, kwa sababu watu wanaweza kufanya hivyo hata wakiwa katika ndege hii. Wanaweza kubadilisha unene wa miili yao. Na watu hufanya hivyo kweli, kupitia kiumbe kilicho juu zaidi - au "kiumbe" ni neno bora - wanaweza kusaidia kile tunachokijua tayari, kwa sababu kila kitu tayari tunajua. Na kwa kuongezea kiwango hicho cha mtetemo haijalishi mwili wa kimwili utapotea, kwa sababu hata ikiwa miili ya kimwili ingeaga, wangeenda tu mahali pengine.

D: Lakini katika kesi hii wanachukua mwili wa kimwili pamoja nao.

L: Ndio, lakini wanapanga upya chembechembe ili kuruhusu usafirishaji.

D: Wanachukua wote walioko duniani?

L: (Kwa huzuni) Hapana, nadhani hawachukui wote. Ningependa kudhani wangekuwa wakifanya hivyo. Miili mingi imepotea katika uharibifu. Hawachukui kila mtu.

D: Kwa nini si kila mtu?

L: Wale walio na maendeleo zaidi ndio wanachukuliwa. Siwezi kuamini hilo, kwa sababu haionekani. Nadhani linafanya kazi. Nani atakayehukumu?

D: Wale walio na maendeleo zaidi ndio wanaoweza kufanya mpito huu.

L: Nadhani. Naona mabadiliko ya nyuma katika sayari. Watu wa kimwili wanaobaki wanarudi katika hali ya zamani zaidi, kama tulivyokuwa.

D: Je, unasema wale waliobaki duniani?

L: Ndio. Wamerudi nyuma ... kabla ya mwanadamu wa kale hata.

D: Kuna sababu gani ya kurudi nyuma?

L: Baada ya hili kutokea anga la kimwili duniani hubadilika. Na kuunga mkono maisha ya binadamu, aina ya binadamu hubadilika, kwa sababu sayari inakuwa nzito zaidi. Hewa ni nzito kutokana na yote yanayotokea. Kila kitu huanza tena. Sidhani tunaanza tena.

D: Labda hii ni mojawapo ya uwezekano. Labda wanajaribu kuonyesha tofauti zinazoweza kutokea. Lakini hili linatokea kwa watu wote waliobaki duniani?

L: Hapana, si wote. Kwa sababu ingekuwa inachukua muda mrefu. Lakini hapana, baadhi tu, ndiyo. Nadhani. Hii ndiyo. Akili ya kawaida inasema ni kama viziwi vya kuzaliwa, kwa sababu ya kile kilichotokea. Lakini lazima kuwe na viumbe wa juu zaidi, umbo la binadamu.

D: Je, unadhani wanakuonyesha kile kitakachotokea kwa baadhi ya watu waliokua?

L: Hapana, sio wale waliobaki. Hawa ni watoto wa waliobaki, nadhani.

D: Wacha waonyeshe wengine ambao hawakuendelea.

L: (Kaa kimya) Siwezi kuona jinsi tofauti hizi zinavyoweza kuwepo. Sidhani niko duniani tena. Watu ni mwanga sana. Mwanga katika muundo wa kimwili, karibu roho ya roho. Si nzito, kuishi duniani. Lakini labda kwa mabadiliko basi dunia itakuwa mbinguni, sawa?

D: Watu hawa unaowaona sasa ndio waliotwaliwa? Wanaishi mahali pengine?

L: Wale ambao ni mwanga zaidi ni waliotwaliwa. Sijui nani anaweza kuhukumu. Mahali ni nzuri. Tulivu. Zaidi ya mvuke. Ni zaidi kama kuwa katika hali ya gesi, na bluu, lavender na zambarau. Haufanyi mambo kama unavyofanya duniani, kwa sababu haufungwa. Huna nyumba. Unaumbo, lakini maarifa hupatikana kupitia fikra tu. Hakuna vitabu halisi. Hakuna kitu chenye unene isipokuwa hali ya gesi. Na ni hali ya uhuru, yenye kuruka, kila mtu ni mzuri na furaha.

D: Hakuna miundo ya kimwili na ngumu?

L: Ndio, kuna baadhi. Vile vitu vya kioo nilivyozungumza kabla. Sidhani ni kioo. Ni nzuri sana, na miundo yake ni ya kipekee. Minara ya kioo. Kuna baadhi kubwa zaidi, muundo unaonekana kama wa Kirumi, na nguzo. Sio marmo, kama Wakirumi walivyofanya. Ni kioo cha buluu cha mwanga. Ni nzuri sana.

D: Miundo hiyo inatumika kwa nini?

L: Nadhani inatumika kwa kujifunza. Hivyo ndivyo kilichoibuka kabla hujauliza, kwa sababu nilijua ungeuliza. Lakini kujifunza hufanyika kupitia sauti, sio vitabu.

D: Je, unadhani wote waliotwaliwa na vyombo walikuja hapa, au waliacha kwenda sehemu nyingine?

L: Hapana, wote hawa hawakuja hapa. Wote wanarudi nyumbani kwao. Lakini si kila mtu anatoka hapa.

D: Unamaanisha watu hawa wote wanatoka sehemu nyingine? (Hakika) Hawatoki asili yake Duniani?

L: Oh, nina uhakika kuna baadhi ya watu ambao ni wa Duniani tu. Kila kitu kiko ndani ya uwezekano huo. Lakini si kila mtu ataenda kwenye sayari hii. Nani anajua tulikotokea hapo mwanzo.

D: Wanarudi kwenye anga ambalo linawaelezea vizuri?

L: Ndio. Nyumbani kwao. Kila mtu, kwa sababu wanasafiri kwa makundi, watauunganishwa na familia zao. (Kicheko) Familia. Hiyo haina mwisho.

D: Lakini hali hii si ile tunayoita "kifo."

L: Hapana. Hii ni hali ya kimwili. Sio nzito kama mwili huu wa kimwili.

D: Najaribu kuelewa. Watu hawa wote wanachukuliwa, wanabadilishwa kwa njia fulani, chembechembe zenyewe zinavunjwa, wanapelekwa kwenye vyombo hivi. (Ndio) Lakini si kila mtu. Wale wote waliotwaliwa wanarudi kwa nyumbani kwao?

L: Ndio. Walikuja Dunia kusaidia katika ukuaji wa aina ya binadamu, kwa sababu aina ya binadamu ilipata maendeleo, waliisahau nguvu ya Mungu. Kwa hivyo walituma wengine kusaidia katika maendeleo ya kiroho, ambayo haikuwepo mwanzo. Nadhani inaeleweka.

D: Na walikuwa wengi?

L: Ndio, wengi sana. Nusu ya akili yangu ilisema hawa ndio waliochaguliwa kwa sababu kiwango chao cha mtetemo ni juu. Lakini mimi, kwa kibinafsi, siwezi kuona ni nani atabaki. Lakini kisha nani ana kuhukumu? Mungu kwa hekima yake ya kiungu anaweza kuchukua kila mtu kwa sababu sisi wote ni mmoja.

D: Ndio. Lakini unaona baadhi ya hawa wanarudi Dunia, au wote wanakwenda mahali pengine? Nilidhani ni kwa muda tu.

L: Watu watarudishwa Duniani, wale wanaochagua kurudi. Kwa sababu ninachokiona sasa ni aina ya utamaduni wa kimsingi sana. Na nadhani watu wanaorudishwa ni wale watakaotaka kurudi kwa ajili ya maendeleo yao wenyewe, wanaojua kwamba sayari hii ina mambo ya kutoa ambayo wanahitaji kujifunza au kukumbuka. Na wale watakaorudi, nafikiri watakuwa viongozi au viumbe wa mwanga kwa muda fulani. Kuwasaidia nani, sijui, isipokuwa kama spishi tofauti itaendelea kuibuka.

D: Wanaorudi wanarudi na miili yao ya zamani?

L: Hapana. Sidhani wanarudi na miili yao ya zamani. (Kaa kimya) Hapana, watakuwa kiumbe moja lililopangwa vizuri na kiumbe lisilo na maendeleo. Ni karibu kama malaika wataangalizia aina mpya itakayokuwa hapa. Na ikiwa wanapokubaliana basi... sijui. Nadhani dunia itakuwa tofauti sana. Sijui. Sijui. Sijui.

D: Ulisema uliwona waliobaki waliokuwa na tabia ya wanyama, wanarudi katika hali ya zamani. Je, dunia nzima inakuwa hivyo, au kuna sehemu zinazoendelea?

L: Inaonekana tamaduni zinapoanza tena.

D: Hunaona zinendelea katika sehemu za mbali za dunia?

L: Hapana. Dunia inarudi pale ambapo majengo, teknolojia, magari na ndege havipo tena. Kurudi katika hali ambapo miti inaanza kukua. Ni kama kuingia kwenye msitu mdogo ambapo watu hawajawatembea, kila kitu kipya na safi. Hivyo dunia nzima.

D: Je, unadhani kila kitu kimeharibiwa?

L: Hii ni wakati mwingine. Baada ya... ninaona maji zaidi duniani. Au ardhi zaidi imefunikwa na maji.

Nilimuuliza aeleze jinsi dunia ilivyokuwa baada ya sehemu za bara zilizoachwa juu ya maji. Kitu cha ajabu ni kuwa alieleza karibu vilevile nilivyokuwa nimeripoti katika Volume Two of Conversations with Nostradamus. Haingeweza kupata taarifa hii kutoka kitabu, kwa sababu hakikuwa kimechapishwa wakati wa kikao chetu mwaka 1989.

D: Hizi zinaweza kuwa uwezekano. Hazihitaji kuwa ukweli thabiti. Je, wana ushauri wowote?

L: Ushauri ni rahisi sana, na umefundishwa karne nyingi. Tende wengine kama ungetaka wange tenda kwako.

Hilo Kanuni ya Dhahabu linaweza kupatikana katika dini saba kuu za dunia:

BRAHMANISM: Huu ni mkusanyiko wa wajibu: usimfanye mwingine jambo litakalokuletea maumivu. (Mahabharata 5:1517)

BUDDHISM: Usimdhuru mwingine kwa njia ambazo wewe pia ungepata maumivu. (Udana-Varga 5:18)

CONFUCIANISM: Hakika ni kanuni ya upendo: Usimfanye mwenzako kile usingependa kufanyiwa. (Analects 15:23)

TAOISM: Angalia faida ya jirani yako kama faida yako mwenyewe, na hasara ya jirani kama hasara yako. (Tai Shang Kan Ying P'ien)

ZOROASTRIANISM: Asili pekee ni nzuri ambayo haimdhuru mwingine kwa lolote lisilo nzuri kwa kwake. (Dadistan-I-dinik 94:5)

UYAHUDI: Kile ambacho ni chuki kwako, usimfanyie mwenzako. Hiyo ndiyo sheria yote; yaliyobaki yote ni maelezo. (Talmud, Shabbat 31a)

UKRISTO: Mambo yote mnayopenda watu wawafanyie, nanyi wafanyieni vivyo hivyo; kwa maana hii ndiyo Sheria na Manabii. (Mathayo 7:12)

UISLAMU: Hakuna mmoja wenu aliye muumini mpaka atakapotamani kwa ndugu yake kile anachotamani kwa ajili yake mwenyewe. (Sunna)

D: Wakati mwingine ushauri rahisi kabisa hubeba hekima kubwa zaidi.

L: Ikiwa kiwango cha mtetemo wa sayari kinabadilika, kwa watu kuwa wema zaidi, au watu kutambua Mungu ndani ya kila mtu, basi kiwango cha mtetemo wa sayari kitabadilika. Na kwa kuinua kiwango hicho, sayari ya Dunia itaponywa kwa kiasi fulani. Na utakaso ambao ungepaswa kutokea, kwa sababu ya jinsi tulivyodhulumu sayari, hautalazimika kutokea. Shukuru sayari kwa wema wake, kwa sababu hakuna utengano kati yetu na sayari yetu. Usitengeneze huo utengano. Sisi sote ni kitu kimoja pamoja. Sayari, sisi, ndege, mbwa—hakuna utengano kati ya chochote. Kuna tofauti tu katika namna ya kudhihirika kwa umbo. Na kama watu wangetambua hilo, basi tungekuwa na Mbingu juu ya sayari.

LeeAnn alipoamka, alizungumza kuhusu mtazamo wake wa mahali alipojikuta mara tu baada ya kulala.

L: Ilionekana kama Ukumbi wa Vioo, lakini haikuwa kioo, kama unapotazama kwenye kioo unaendelea kuona taswira ikijirudia. Hii ilikuwa zaidi kama handaki. Ambapo ungeweza kuona ndani kwa mbali, na kiligawanyika katika sehemu-sehemu. Chumba kilikuwa cha mviringo au chenye mikunjo, chenye ngazi zilizochongwa, na ukumbi uliendelea mbele yangu.

Kwa sababu hapo awali alikuwa ametaja dhana ya hologramu, nilijiuliza kama huu Ukumbi wa Vioo ulikuwa na uhusiano na kuonyesha picha za maafa aliyoyaona. Nilimweleza dhana hiyo. Hakuwa hata anajua hologramu ni nini.

D: Inaonekana ulikusudiwa kuona hili kwa sababu fulani. Je, linakusumbua?

L: Hapana. (Anacheka) Nilibuni tu.

Nilicheka. Hii ilikuwa njia bora ya kuunganisha jambo ambalo lingeweza kuwa la kusumbua. Ikiwa mhusika halichukulii kwa uzito kupita kiasi, halitaingilia maisha yake. Baadaye, watakapokuwa tayari kulichunguza kwa kina zaidi, akili yao itaweza kulishughulikia.

LeeAnn hakujua kwamba nilikuwa tayari nimekuwa nikifanya kazi na wengine kuhusu ramani za mabadiliko ya Dunia, na kwamba tulikuwa tukichunguza maumbo yale yale ya mabara na hali za dunia ambazo alikuwa akizieleza. Baadaye nilimpeleka akakutane na mmoja wa washiriki wengine wa mradi huo. Alipozungumza na Beverly kuhusu mambo haya, alishangaa kugundua kwamba baadhi ya kumbukumbu zake zililingana na taarifa ambazo Beverly alikuwa amepokea. (Beverly alikuwa msanii aliyechora ramani za mabadiliko ya Dunia katika Mazungumzo na Nostradamus, Juzuu ya Pili.)

Ingawa kuna mfanano mkubwa, bado napendelea kufikiria matukio haya ya maafa kama mustakabali mbadala, uwezekano na nafasi zinazowezekana, badala ya hakika. Sitaki hili liwe mustakabali wetu, na tunaweza kuchukua ushauri wa kuitendea Dunia kama kiumbe hai na kuwa wema zaidi kwake na kwa kila mmoja wetu. Huenda basi tukaweza kuepuka aina hii ya mustakabali.

Inaonekana viumbe wa nje ya Dunia hawachukui hatari yoyote. Wanajiandaa kwa hali yoyote mbaya kabisa inayoweza kutokea. Labda wanaielewa asili ya binadamu vizuri zaidi kuliko sisi wenyewe.

Sura ya Kumi

Mahali Panapoitwa "Nyumbani"

Watu kadhaa wamejikuta bila kutarajia wakipelekwa mahali pengine badala ya kuingia katika maisha ya zamani wanapofanya aina hii ya tiba. Kwa hakika si Dunia, lakini kila mmoja wao kwa hisia huihesabu kuwa "nyumbani" kwao. Mara nyingi inaonekana kama mazingira magumu na yasiyofaa kuishi kiasi kwamba maelezo hayo ni vigumu kuyaeleza, lakini hakuna kukanusha nguvu ya hisia anazopata mhusika anapoliona tena. Mara ya kwanza jambo hili lilitokea kwa Phil katika Walinda Bustani alipoliona Sayari ya Minara Mitatu. Muunganiko wa kihisia ulikuwa mkubwa kupita kiasi. Lilijirudia tena kwa Clara katika Sura ya 5 alipoliona sayari inayofanana yenye miundo kama minara. Naye pia alipata mwitikio mkali wa kihisia. Tukikanusha uwepo wa kuzaliwa upya, hili lingekuwa gumu kueleza. Ikiwa mtu aliishi maisha moja tu katika sayari ya Dunia, basi hiyo ingeonekana kuwa ndilo nyumbani pekee alilowahi kujua. Kwa nini basi wawe na muunganiko wa nguvu na wa kihisia kiasi hicho na sayari kavu, ya kigeni, isiyofanana kabisa na Dunia? Wanapoiona, hujitokeza hamu kali ya kurudi nyumbani na tamanio la kubaki huko, badala ya kurejea katika makazi yao ya sasa ya Dunia.

Ninawaita watu hawa "Watoto wa Nyota", ingawa ninafahamu kuwa ni istilahi pana. Wao huiona Dunia kama mazingira ya kigeni. Hawataki kuwa hapa. Ni watu wapole na hawaelewi jinsi watu wanavyoweza kuwa wakatili kwa wenzao; jinsi dunia inaweza kuwa na vurugu nyingi. Wana hamu ya kurudi "nyumbani", ingawa hawajui hasa "nyumbani" ni wapi. Katika visa vingi, wanapokuwa katika hali ya transi wanasema wanapitia maisha yao ya kwanza Duniani, au wamekuwa na machache tu. Kila mmoja wa Watoto hawa wa Nyota husema alijitolea kuja hapa na kupitia maisha kwa matumaini kwamba nguvu yao ya uhai, ambayo haijawahi kujua vurugu, itakuwa na athari chanya kwa Dunia. Wanaitwa infusion au transfusion ya damu mpya. Walijitolea, lakini hawajui hilo kwa fahamu, na hivyo hawana furaha hapa. Wengi wao hujaribu kujiua ili kutoroka kile wanachokiona kama hali isiyovumilika.

Kwa kuwa vitabu vyangu vimetafsiriwa katika lugha nyingi, sasa napokea barua kutoka kwa watu kote duniani wanaopitia hisia zilezile. Walidhani wao ndio pekee duniani waliokuwa na hisia hizo, na walihisi upweke mkubwa, kwa sababu hisia hizo hazikuwa na maana kwa familia na marafiki zao. Ilikuwa ni ufunuo mzuri kusoma vitabu vyangu na kugundua kuwa hawakuwa peke yao, na kwamba kulikuwa na wengi wengine waliokuwa wakipitia msukosuko huohuo.

Tangu nilipofanya kazi na Phil mwishoni mwa miaka ya 1980, nimegundua Watoto wengi wa Nyota duniani kote. Baadhi wanapitia hisia zilezile kama Phil. Wengine wanaonekana kuwa wamezoea na wanafurahia kuwa hapa. Wale wa kundi la pili ni vijana zaidi, hivyo labda nguvu zilizo juu zinaendelea kuwa bora katika kuwasaidia kuzoea. Katika kila kisa hata hivyo, akili zao za chini zilisema sababu kuu ya wao kuwa hapa ilikuwa kuwa njia ya kupitisha nishati inayohitajika kwa wakati huu katika mageuzi ya Dunia. Wengi sana wameniambia tunapitia mabadiliko makubwa huku Dunia ikibadilisha mtetemo wake na kujiandaa kuinua ufahamu wa watu wa sayari yetu hadi kwenye mwelekeo wa juu zaidi. Nishati ya Watoto wa Nyota inahitajika kusaidia kuleta uthabiti katika mpito huu.

Katika kikao kimoja, mwanaume alisema alikuwa amemaliza kulipa karma yake yote, na hakulazimika kuwa hapa, lakini alikuwa sehemu ya kundi lililotumwa na Chanzo. Wengine ni wakusanyaji wa taarifa, ingawa hilo halijulikani kwa akili zao za fahamu. Mfano wa hili ulikuwa mteja kahaba huko London mwaka 2000 aliyeripoti utoto na maisha yenye majeraha makubwa sana. Hakika hakutaka kuwa katika hali ya kimwili na alikuwa amejaribu kujiua ili kuondoka. Hata hivyo akiwa katika transi alisema alitumwa kukusanya taarifa kuhusu tabia ya binadamu. Ni njia gani bora ya kuchunguza upande huu wa ubinadamu kuliko kuwa kahaba? Mteja mwingine mwanamke alikuwa akijaribu kujiua kwa njia ya taratibu zaidi. Mwili wake ulikuwa ukijiua polepole huku viungo vyake vyote vikianza kupata matatizo makubwa. Katika transi alieleza kuwa hapa si nyumbani, na akaenda kwenye "nyumbani" aliyodhani: dunia nzuri ya maji ambako aliogelea kwa furaha bila wasiwasi wowote. Alipotumwa kwenye dunia hii kuishi katika mwili mzito na mnene, aliasi dhidi yake, na alikuwa akijaribu kuuharibu mwili huo kwa jaribio la bure la kurudi nyumbani.

Mambo mengi kati ya haya hayakuwa na maana kwangu katika siku za mwanzo za kazi yangu. Baadaye, nilipopokea taarifa ngumu zaidi kuhusu vipimo na hali nyingine za uhalisia, ilianza kuwa na mantiki ya ajabu. Kadiri nilivyozidi kunyonya taarifa zaidi, ndivyo nilivyokutana na roho za aina hizi mara nyingi zaidi, mara nyingi chini ya hali zisizo za kawaida.

Nilipata visa viwili vya masomo yaliyoshuhudia uharibifu wa sayari. Huko Singapore mwaka 1999 nilikuwa na kisa cha mwanamke Mchina ambaye alikuwa na huzuni kubwa maisha yake yote. Wazazi wake walisema hakuwahi kutabasamu alipokuwa mtoto. Pia alikuwa na hisia ya uzito katika eneo la kifua chake ambayo ilikuwa karibu na maumivu. Katika kikao, aliona sayari yake ya nyumbani ikilipuka. Mshtuko huo ulisababisha maumivu ya kifua, na huzuni ilisababishwa na utambuzi mzito kwamba hangeweza kamwe kurudi "nyumbani", na kwamba watu wote aliowajua walikuwa wamepotea.

ULIMWENGU ULIOCHANGANYIKA, KITABU CHA KWANZA

Kisa hiki kilikuwa na uzito zaidi kwa sababu fasihi kuhusu UFO na mambo ya kiajabu haipatikani kwa urahisi Singapore. Nilikuwa mmoja wa waandishi wa kwanza kutoa mihadhara huko katika kituo kipya cha metafizikia. Serikali inadhibiti sana aina ya nyenzo zinazoweza kuandikwa au kufundishwa. Mwaka 1999 ulikuwa mwaka wa kwanza kuruhusiwa kwa mazungumzo ya aina hii. Hata hivyo, niliambiwa na mmiliki wa kituo kuwa ningeweza kutoa mihadhara kuhusu vitabu vyangu vingine vyote, lakini si kuhusu UFO. Nilileta hata hivyo vitabu vyangu vya UFO, ambavyo vyote viliuzwa, kwa hiyo niliweza kuingiza taarifa hizo nchini. Mteja wangu mwanamke hakuwa ameathiriwa na maandishi kama hayo, na alishtushwa na kikao hicho, kwa sababu kilikuwa maelezo ya ajabu zaidi ambayo angeweza kuwaza.

Huko Memphis, mwaka 2000, nilikutana na kisa kingine chenye matokeo makubwa sawa. Mwanamke mmoja aliishi tena maisha kama mwanaume ambapo alitua kwenye sayari kwa chombo kidogo. Alipotembea nje, alishtuka kuona kwamba mchanga na udongo ulikuwa umeathiriwa na joto kali kiasi kwamba ulikuwa umegeuka kuwa kama kioo. Alisema lazima kulikuwa na chanzo cha joto kikubwa sana kufanya hilo. Alipoona magofu ya mji alianza kulia kwa uchungu. Kilichobaki kilikuwa mabaki yaliyopinda vibaya na kuchomwa ya majengo. Hakukuwa na dalili ya uhai wowote, na alijua kila mtu alikuwa amechomwa kabisa kiasi kwamba hata mifupa haikubaki. Kila mtu alikuwa ameangamizwa kabisa. Hii ilikuwa nyumba yake (yake), na alikuwa akitarajia kuwakuta familia na marafiki, lakini hakukuwa na mtu yeyote.

Alizidiwa na hisia, na ilichukua muda kuzitoa ili aweze kuwa na mtazamo wa kimaamuzi. Alienda sehemu nyingine kutafuta uhai, lakini kila mahali uharibifu ulikuwa kamili. Mimea pekee iliyobaki ilikuwa mimea yenye majani yenye ncha kama panga.

Kisha alikumbuka kwamba alikuwa ameshuhudia chanzo cha uharibifu. Kutoka kwenye chombo kikubwa zaidi alikuwa ameona mlipuko mkubwa ukipanda kutoka juu ya uso wa sayari pamoja na mawingu makubwa ya kijivu yanayochanua. Inaonekana huo ndio ulikuwa chanzo, lakini hakujua kwa nini ulitokea. Aliamua kushuka na kuangalia, na ndipo akagundua uharibifu wa kutisha wa sayari yake ya nyumbani. Kwa kukata tamaa, alitaka tu kuondoka hapo na kurudi kwenye chombo kikubwa kilichokuwa kikizunguka kwenye anga ya juu.

Alikuwa amevunjika kabisa kihisia na akilia alipoungana na chombo kikubwa. Alikuwa amesahau jinsi ya kuingia (labda kwa sababu ya hali yake ya kihisia). Hatimaye alipolegea alijikuta ndani. Hivyo ndivyo alivyopaswa kuingia, kwa kutumia akili yake. Akiwa amechoka kabisa na kuzidiwa na hisia, alienda kwenye sehemu yake na kulala juu ya kitu kilichofanana na kiti cha dirisha. Alitaka tu kulala na kujitenga na wasiwasi wa tukio hilo.

Hatukuweza kufuatilia hadithi zaidi, kwa sababu alijificha katika usingizi na usahaulifu. Kisha tulifuatilia mada nyingine zinazohusiana na matatizo ya mteja. Visa hivi vinaonyesha kwamba uharibifu wa sayari ya nyumbani umetokea mara kadhaa katika historia ndefu sana ya ulimwengu, na hili linaweza kuendelea hadi katika maisha haya kama huzuni kali, hisia ya kutokufaa, au hamu ya kurudi "nyumbani" bila kujua nyumbani ni wapi. Kipindi cha kuzoea dunia mpya mara nyingi ni kigumu, na kimefichwa ndani ya kumbukumbu za akili ya chini.

* * *

Dan alikuwa kijana kutoka Australia ambaye alikuwa akinitumia barua pepe kwa msisitizo kutoka nchi mbalimbali, akiuliza ratiba yangu ili aniweze kunipata Marekani. Alikuwa akisafiri Amerika Kusini na alikuwa akija Marekani Juni 2000. Nilijaribu kumzuia asije Marekani kwa ajili yangu tu, lakini barua pepe zake zilikuwa za kusisitiza. Alipanga kufika Los Angeles na kukodisha gari hadi Chicago, awepo wakati nitakapozungumza kwenye Mkutano wa Dowser. Alisema kwamba akinikosa angenifuata hadi Arkansas. Kwa hiyo nilikubali kufanya kazi naye, na nikapanga kikao wakati alipoona angefika. Kwa kawaida nawakatisha watu tamaa kufanya mambo kama haya, lakini kwa kuwa alikuwa amesafiri mbali sana nilihisi nifanye ubaguzi.

Alikuwa anakaa katika hosteli karibu na Kituo cha Mkutano, na asubuhi iliyofuata alichelewa kidogo kwa sababu ya msongamano wa magari, kwa hiyo hatukuanza kwa wakati. Hatukutambua umuhimu wa hili hadi baadaye. Mratibu wa mkutano alinipa ruhusa kutumia chumba chake kwa vikao binafsi, kwa sababu tulikuwa tunakaa (pamoja na wengine kadhaa) katika nyumba binafsi mbali kidogo na eneo la mkutano. Nilikuwa nimepanga vikao viwili kwa siku, na Dan alikuwa ndiye pekee siku hiyo, kwa sababu ilikuwa siku ya mwisho ya mkutano.

Katika mazungumzo kabla ya kikao aliniambia alikuwa kutoka Australia, lakini alikuwa amepata kazi nzuri sana kama mbunifu wa picha kwa kampuni kubwa huko London. Kazi ilianza vizuri, lakini baada ya muda shinikizo la ratiba, maisha ya jiji kubwa, n.k. lilianza kumchosha. Ilikuwa ikiathiri afya yake. Badala ya kurudi Australia, aliamua kuacha kazi na kusafiri. Kwa sababu alikuwa mfanyakazi muhimu, bosi wake alimpa likizo ya muda na akamwambia angeweza kurudi kazini wakati wowote atakapokuwa tayari. Ndiyo maana alienda kwanza Amerika Kusini, na akasafiri na begi mgongoni kote nchini. Mpenzi wake alimfuata sehemu ya safari, lakini hali ngumu za maisha hazikumvutia, na hatimaye alimwacha Argentina. Dan aliendelea na safari peke yake, na hatimaye akafika Marekani. Alikuwa akifuatilia kwa makini pesa zake, na alikuwa ameamua kurudi Australia baada ya kuondoka Marekani. Kulikuwa na mambo mengi ya kuchunguza katika kikao hiki.

Katika utaratibu wangu wa kawaida, mtu hushuka kutoka kwenye wingu na kujikuta katika maisha ya zamani yanayofaa kuchunguzwa ili kupata chanzo cha matatizo yao. Lakini badala ya kushuka kwenye maisha ya Dunia, Dan alijikuta anaenda mahali pengine.

Dan: Niliondoka kwenye wingu, lakini sikushuka. Ninaona mwanga mkubwa sana mkali wenye umbo la kivuli. Na namna miale ya mwanga inavyopenya kwenye kivuli hicho, mwanga unavunjika vipande, kwa hiyo siwezi kuona maelezo yoyote. Najihisi kama niko angani.

D: Lakini unaweza pia kuelea angani, ikiwa hapo ndipo unapotaka kwenda.

Dan: Nimekuwa nikifikiria kama kuna mlango fulani angani. Kwa hiyo labda ningeenda pale. Najihisi kama ninaogelea kinyume na mkondo ili kuufikia. Ni kama akili yangu hairuhusu niende pale. Au sijui jinsi ya kufanya hivyo.

Nilitoa mapendekezo yakisisitiza kwamba alikuwa salama na analindwa, na angeweza kuchunguza chochote anachotaka kwa usalama.

Dan: Sina uhakika kama nimepita au la, lakini sasa ninaona sayari kubwa sana, kubwa ajabu, ya kijani kibichi. Sehemu kubwa iko kwenye kupatwa, kwenye kivuli, kwa hiyo ninaona tu ukingo wake. Iko mbali sana. Kuna nyota nzuri nyuma yake, na Jua angavu upande wa kushoto mbali. Na hilo ndilo linalotupa kivuli. Ninaona ukingo wa sayari, na ni kijani kizuri kama zumaridi. Ninaona umbile. Sio laini; inaonekana kuwa na vinundu kama mwezi wa hadithi za sayansi. Ninaruka juu ya jangwa kati ya miundo ambayo haina kazi nyingine isipokuwa kuwa lango, alama, kwa kusema hivyo.

D: Je, ni sehemu ya ukuta?

Dan: Hapana. Ni nguzo mbili. Sio tofauti sana na Mnara wa Washington, lakini zina rangi ya mchanga, na zimesimama bega kwa bega. Kama mlango, lakini bila kizingiti au mlango halisi. Ni alama tu.

Hapa tena kulikuwa na sayari yenye miundo ya minara kama sifa yake kuu.

D: Unaruka kupitia lango hilo?

Dan: Au juu yake, kama tai. Ninapoiangalia nahisi aina fulani ya hamu. Nguzo hizi mbili ziko kwenye tambarare, kama jangwa. Na bahari ya zumaridi iko upande wa kulia, kulingana na nilipo. Kuna ghuba mbali kidogo kwa mbali. Sio ufukwe haswa. Ni kama jangwa linaishia tu. Kisha ndani kidogo kuna miamba, kama mwamba unaochomoza baharini. Na ni kubwa sana.

D: Lazima upitie lango hilo, nguzo hizo, ili kufika huko?

Dan: Hapana, ni kama alama ya barabarani. Uko hapa. Hapa—kwa kukosa neno bora—hapa ndipo nyumbani kwangu.

D: Ulisema kulikuwa na hisia ya hamu ulipozitazama nguzo hizo mbili.

Dan: Ndiyo. (Kwa hisia) Kuiona tena sehemu hii kumeamsha kumbukumbu yangu ya mapema kabisa ya kujihisi nikiwa huru na salama kabisa. Ninajaribu kuchunguza zaidi, lakini ni kama nimepiga picha kwenye kumbukumbu yangu, na ninaishikilia kwa thamani kubwa.

Hili bila shaka lilinipa hisia ya déjà vu, kwa sababu lilikuwa ni maelezo yale yale ya kihisia yaliyotolewa na Phil na Clara. Kwa mtazamo wa kimantiki, hapakuwa na chochote kuhusu mahali hapo ambacho kingeweza kuamsha aina hiyo ya hisia. Lakini muda mrefu uliopita nilijifunza kwamba mantiki haina uhusiano wowote na jambo hili. Hisia huchukua nafasi ya mantiki.

Dan: Na ninajua kwamba katika mahali hapa sina mwili. Ninajaribu kujitazama, na ninajua kwamba mimi ni kiini tu.

Najihisi kana kwamba mimi ni sayari yenyewe. Mimi ni mahali hapa, kama unavyoweza kusema. Na hapa, bahari ni kama zetu, lakini ni ya kijani kibichi kabisa kama zumaridi. Na majangwa ni kama yetu, lakini hayajulikani kwa mtu huyu. Ni tofauti, lakini bado yanafahamika. Na ninajihisi kama tai, nikitazama vitu vyote. Naweza kuona mbali sana.

D: Je, kuna miji yoyote, au ni ardhi tu?

Dan: Nikitazama jangwani, inaonekana hakuna mtu. Hakuna majengo, ni jangwa tu. Na nikisema kwa uaminifu, ninachohisi ni kwamba nguzo hizi ni kama uma wa kurekebisha nishati. Na nafsi yangu inautambua uma huu, sauti hii, mtetemo huu. Na hunirudisha kila ninapohitaji kuwa hapa, kwa sababu ni kama kiini cha umakini, kama kioo. Ni mahali pa kustarehesha sana.

D: Hilo ni zuri. Lakini je, unahisi uwepo wa viumbe wengine kama wewe katika mahali hapa?

Dan: Ninahisi kwamba siko peke yangu. Ninahisi uthabiti zaidi, faraja zaidi. Kama vile nina furaha sana kuwa hapa. Ninahisi kana kwamba mimi ni kila kitu kingine. Siwezi kujizuia kuhisi hisia ya kukaribishwa ndani yangu. Mimi nipo tu. Ni vigumu sana kueleza.

D: Lakini unajihisi kama nishati tupu bila mwili?

Dan: Ndiyo, kwa sababu siwezi kuhusiana na kitu chochote. Mimi ni vitu vyote, kwa namna fulani. Utulivu wa miamba, joto la jangwa, mawimbi ya bahari. Vyote ni vya kustarehesha na vya kupendeza.

D: Unafanya nini ukiwa hapo?

Dan: Ninaishi tu. Lakini labda hiyo ni kwa sababu ninazingatia sehemu moja tu, kwa sababu ni rahisi sana kufanya hivyo. Kama ningesema nina kusudi, nisingeweza kukuambia ni nini, kwa sababu ni kuwa hapo tu. (Mapumziko) Jambo moja kuhusu hizi nguzo ni kwamba ninahisi zinanisaidia kusafiri.

Tuseme kama ningetaka kuja hapa, ningeweza kutumia nguzo hizo kwa sababu nazifahamu vizuri sana, kunirudisha hapa. Huo ni mfano tu. Sisemi kwamba ndivyo nilivyofanya.

D: Unamaanisha kusafiri kutoka popote ulipokuwa?

Dan: Kwenda popote ninapotaka. Mahali popote. Ni kama taa ya baraza la mbele. Nguzo hizo ni kama taa tunayowasha kwa ajili ya mtu wa pizza. Unajua, hapa ndipo ulipo.

D: Kutambua mahali. Lakini zinawezaje kukusaidia kusafiri kwenda sehemu nyingine?

Dan: Sidhani kama zinanisaidia kusafiri moja kwa moja. Ni njia tu ya kurudi. Sasa ninaona picha za nuru nzuri sana. Nuru tu. Ninapata taswira nyingine sasa, kwa hiyo nimeondoka pale. Kutoka kwa mtazamo wa mtu wa tatu, naweza kuona kitu kikitokea, na nafikiri labda ni taswira tu ya jinsi inavyofanya kazi. Lakini ni kama aina ya jellyfish kwa sababu ina umbo la duara. Kuna hizi nyuzi ndogo zenye ncha kali au minyiri zinazoniunganisha na mahali hapo. Lakini si kuunganishwa kabisa. Ni kama wanapiga mbizi baharini au kuingia mapangoni, wanaacha kamba ili iwangoze kurudi juu. Hiki ndicho kitu hiki.

D: Huo ni mfano. Huna mwili, lakini umeunganishwa na mahali hapo. Lakini inaonekana lazima uliwahi kuondoka mahali hapo wakati fulani. Tuache tukio hilo, na ninataka uende kwenye wakati uliouacha mahali hapo unapoita nyumbani.

Dan: Kwa silika, nilihisi tu hitaji la mabadiliko. Hicho ndicho kilichokuja kwanza. Ilikuwa tu wakati wake. Sijui kwa nini.

D: Haikuwa tukio au jambo lililotokea?

Dan: Umewahi kuvuta karatasi kwa mashine ya kufyonza vumbi? (Ndiyo) Hiyo ndiyo hisia ninayopata. Kama kuiona ikienda "swoosh", ikitoweka kupitia bomba, na kuhisi nishati yangu ikienda "swoosh" ikitoka. Kwa hiyo sijui kama ilikuwa uamuzi wa hiari. Sasa karibu nataka kulia kwa sababu inauma. Kila kitu kinauma. Mgawanyiko.

D: Hilo ni zuri, kwa sababu tunapopata hisia tunajua tumegusa jambo muhimu. Lakini ulisema ilikuwa kama nishati inanyonya. Unamaanisha kuondolewa kutoka mahali hapo?

Dan: Ndiyo, kama ningeeleza ninachokiona, ningesema nilikuwa nikiangalia nguzo zangu nzuri na bahari yangu nzuri, halafu ghafla sipo tena pale. Sihisi uamuzi huo ukifanyika. Na ninaona vitu kama galaksi, na mandhari ya ajabu ambayo nilikuwa nikiangalia sana kwenye vitabu. Na—nilikuwa nikiangalia na kuangalia, na kushangaa na kushangaa.

D: Ni nzuri sana.

Dan: Ndiyo, ni nzuri. Ni nzuri kupita kiasi. Ninapojaribu kufikiria wakati nilipoondoka mahali pangu, ninaona vitu hivyo. Na ninajua huu ni mtazamo sahihi, kwa sababu ni kama kumbukumbu. Ni kana kwamba mimi ni kama ndege inayokuja kutua, au tai, kwa sababu hakuna sauti. Lakini naweza kuona nguzo hizo, na ninajihisi vizuri sana. Na nikisema,

"Nimerudi tena." Bora kabisa. Halafu nasubiri hadi wakati mwingine nitakapoweza kuja hapa. Lakini niliposema kuhusu kuvutwa? Hilo halihisi vizuri. Sijui linanipeleka wapi. Naweza kulihisi sasa. Ni utambuzi kwamba sirudi tena.

D: Lakini tunajua lipo, na unaweza kulitazama wakati wowote kwa kutumia akili yako.

Dan: Ndiyo, lakini haisaidii. (Analia kidogo)

D: Ulisema ni hisia ya nishati, ya wewe mwenyewe kuvutwa. Na safari hii unajua kwamba hutarudi tena. Hebu tufuate hisia hiyo.

Dan kisha alijaribu kupinga kuendelea kwenda kwenye kitu kingine. Kwa kweli hakutaka kuondoka mahali hapo tena baada ya kutenganishwa nako kwa muda mrefu sana. Hatimaye, baada ya mapendekezo kutolewa, alituliza na akajikuta katika maisha yasiyo ya kawaida. Alidhani ilikuwa Misri kwa sababu kulikuwa na majengo yenye umbo la piramidi ambayo yalikuwa sehemu ya mji wenye shughuli nyingi. Huenda ulikuwa ustaarabu wa zamani zaidi sana. Aliishi katika jengo kubwa la aina ya piramidi lililokuwa na vyumba vingi vikubwa na njia za chini ya ardhi na mahandaki. Alikuwa mpweke sana na mwenye kuchoka akiishi peke yake katika mahali hapo kubwa, mara kwa mara akiangalia nje kupitia dirisha au mlango na kutazama shughuli za watu. Ingawa hakuwa mfungwa pale, alijihisi ametengwa na kunaswa katika uwepo huo. Nilimsogeza mbele ili kuona kazi yake ilikuwa nini. Alifanya kazi kama mshauri kwa mtu mmoja tu, na alikuwa amechoka kwa sababu mtu huyo hakuwepo mara nyingi. Muda uliobaki hakuwa na chochote cha kufanya. Alihisi kuwa alifanya kazi na nishati za ulimwengu wote, na alitumia ishara za mikono kuzingatia mawazo yake.

Dan: Hayupo hapa wakati wote. Ninaona mpira mkubwa wa mwanga. Ninaona ukisafiri kupitia anga. Na ninaona sisi tukiwa katika mawasiliano ya moja kwa moja. Sijui tunasema nini. Sijui hata kwa nini tunasema hayo. Isipokuwa labda ni ushauri au ninamweleza kinachoendelea, kama habari.

D: Kuhusu Dunia, au kuhusu mahali hapa ulipo?

Dan: Mahali hapa. Hapa si Dunia. Nina uhakika sasa. Vitu hapa ni vikubwa sana. Tuna vitu vikubwa Duniani, lakini mahali hapa ni pakubwa zaidi sana. Ninamuambia kinachoendelea, na labda jinsi tunavyopaswa kukabiliana nacho. Lakini bado ninahisi hisia nzito ya kutokamilika. Kwa uaminifu kabisa, ni kama kile ninachofanya hakina umuhimu wowote, na ni cha kuchosha sana.

D: Lakini je, huu mpira mkubwa wa mwanga wakati mwingine huingia kwenye chumba hicho?

Dan: Ndiyo, nadhani ana uwezo huo. Na sasa ninaona picha za mtu mwenye mwili uliojengeka vizuri sana. Mkubwa na mwenye nguvu. Nikijitazama ningesema mimi ni wa kawaida, na yeye ni mkubwa kupita kiasi. Nadhani yeye ni muhimu zaidi kuliko mimi. Nafikiri anatawala eneo hili.

D: Lakini anapokuja huko, anaonekana kama wewe?

Dan: Ndiyo, lakini mkubwa zaidi. Sidhani kama napendwa sana na mtu yeyote. Sidhani kama ananitendea kwa heshima kubwa. Kama mtumishi tu. Hakuna adabu yoyote. Ninajihisi mpweke sana hapa. Na ninapata hisia ile ile ninayopata hapa Duniani. Ni kwamba nataka kutoka. Nataka hili liishe. Najihisi kunaswa sana, nadhani, lakini si kufungwa. Lazima nifafanue hilo. Ninajihisi niko salama. Nafasi yangu ni nzuri. Lakini mimi ni kama msimamizi wa mapokezi kwa mtu huyu mkubwa. Ninampa taarifa, na ikiwa watu wanataka kumuona, lazima wapitie kwangu. Na ninawaambia kama wanaweza kuonekana au la. Na yote ni ya kuchosha tu.

Bila kutarajiwa, mtu fulani alianza kugonga mlango wa chumba cha hoteli. Nilikuwa nimeweka alama ya "Usinisumbue" mlangoni, na ilikuwa tayari jioni sana kwa mfanyakazi wa usafi. Lakini kugonga kuliendelea, kwa hiyo nilimpa Dan maagizo ya kusimama kwa muda, na kwamba kelele zozote hazingemsumbua. Kisha nikaenda kuangalia ni nani alikuwa akigonga. Ilikuwa ni mkurugenzi wa mkutano na mke wake. Walikuwa wameleta toroli na walitaka kuchukua mizigo yao. Ilibidi waondoke au wangechajiwa siku nyingine. Sikufikiria hilo nilipopanga kikao, kwa hiyo nilikuwa katika hali ngumu. Niliwaomba warudi baada ya takriban dakika kumi na tano, ili niweze kumtoa Dan katika hali ya nusu usingizi. Sikupenda hili hata kidogo, kwa sababu hatukuwa tumepata nafasi ya kushughulikia matatizo yake bado. Hata hivyo, sikuwa na chaguo jingine isipokuwa kumrudisha katika hali ya fahamu. Waliondoka, lakini nilijua wangerudi haraka.

Nilirekebisha utu wa Dan urudi katika mwili wake na nikamleta hadi wakati wa sasa. Sikupenda kabisa kufanya kazi chini ya shinikizo la muda, nikijua kuwa sikuwa nikifanya kazi yangu bora. Nilihisi ilikuwa bora kumrudisha katika fahamu kuliko kujaribu kuharakisha na kutofanya kazi kwa ufanisi, kwa hiyo nilitoa mapendekezo kwa fahamu yake ya ndani ili kumsaidia, ili aweze kujifunza kuishi na hisia za kibinadamu. Lakini nilijua nilihitaji muda zaidi ili kufanya mapendekezo hayo yawe na ufanisi zaidi, hasa kwa kuwa sikuwa nimepata chanzo cha matatizo yake. Nilihisi kama nilikuwa nimemwangusha Dan. Kama tungekuwa na muda wa kawaida ninaoutenga, najua tungeweza kupata jibu.

Nilimwamsha kwa wakati muafaka, kwa sababu walirudi kugonga mlango. Alikuwa hajaridhika kama nilivyokuwa mimi, kwa sababu yeye pia alihisi hakupata majibu, na kikao hakikuwa kimekamilika. Tulishuka chini kwenye meza ya mkutano ambako binti yangu Nancy alikuwa akiuza vitabu vyangu. Tulijua hakukuwa na chaguo jingine isipokuwa kufanya kikao kingine ili kumaliza mambo yaliyosalia. Nilihisi nilikuwa namdai hilo, na pia nilijua sikuwa na haki ya kumtoza kikao kingine, kwa sababu nilihisi kuwajibika kwa jinsi hiki kilivyotokea. Kwa hiyo nilikubali amje Arkansas hadi nyumbani kwangu, jambo ambalo kamwe siruhusu kwa watu nisiowajua.

Nilimwambia Dan anipigie simu akiwa karibu, na tungeonana naye na kumpeleka juu ya mlima hadi nyumbani kwangu. Mimi ni mwangalifu sana kuwaacha wasomaji au mashabiki wangu wajue ninaishi wapi, vinginevyo nisingekuwa na faragha kabisa. Lakini niliamini silika yangu kwamba alikuwa kijana mzuri, na alikuwa amesafiri nusu ya dunia kufanya kazi nami. Alikuwa anakaa katika hosteli ambazo zilikuwa nafuu sana ikilinganishwa na hoteli, lakini hapakuwa na sehemu kama hizo Huntsville.

Dan alikaa Chicago kwa siku chache kutalii, kisha akaendesha hadi Arkansas. Alifika siku mbaya kabisa. Usiku uliotangulia tulikuwa na mvua kubwa ya Ozark inayofanya vijito kufurika na kuwa mito mikali. Alipiga simu kutoka mjini na kusema alikuwa amelala usiku huo kwenye kingo za Ziwa Beaver ndani ya hema lake. Usiku huo dhoruba ilizidi kuwa kali sana hadi akaamka akiwa na inchi kadhaa za maji ndani ya hema lake. Alijifunza kwa njia ngumu kwamba hema hilo halikuwa lisilopitisha maji. Alinunua hema lingine na akaendelea hadi mji wetu mdogo wa Huntsville.

Alipopiga simu nilikuwa karibu nimesahau kwamba angefika haraka hivyo. Tulikuwa tumejikita zaidi kwenye hali ya hewa. Nilimwambia kijito kilikuwa kimefurika na barabara kuu ya kwenda nyumbani kwetu haikupitika. Ingechukua muda kabla ya mtu yeyote kushuka mjini kumwongoza juu ya mlima kupitia barabara ya nyuma. Hiyo ndiyo njia pekee ya kufika nyumbani kwangu wakati kijito kinapofurika, na huchukua takriban saa moja zaidi. Alisema angesubiri katika duka dogo la bidhaa hadi mtu ashuke. Mwanzoni aliomba maelekezo ya kuja juu ya mlima wetu, lakini nilimwambia asahau kabisa. Haiwezekani kumwelekeza mgeni kupitia barabara za nyuma kama hazijui eneo hilo. Mwishowe alingoja hapo kwa zaidi ya saa mbili kabla hatujaweza kumfikia. Njiani kurudi nyumbani kwangu, Nancy aliendesha gari langu na mimi nikapanda lake ili niweze kuonyesha vivutio vya eneo njiani. Eneo hilo ni la mbali sana, la asili na la kijijini, lakini ninafurahia faragha hiyo kwa sababu hutumia muda mwingi kusafiri na kutoa mihadhara katika miji mikubwa nikiwa nimezungukwa na umati wa watu. Nikiwa nyumbani, ninafurahia upweke huo.

Nilikuwa nimeamua kumruhusu akae katika chumba changu cha ziada kwa usiku huo, lakini alisisitiza kuweka hema lake uwanjani. Kwa kweli alitarajia mvua inyeshe tena usiku huo ili aone kama hema hilo jipya halipitishi maji. Nilimlisha chakula cha jioni, na ilikuwa usiku wa manane kabla hatujaweza kufanya kikao. Alikuwa ametulia na ilikuwa rahisi kumrudisha katika hali ya nusu usingizi tena. Safari hii nilijua tungekuwa na muda zaidi wa kuchunguza matatizo yake, na hakukuwa na uwezekano wa kusumbuliwa. Nilitumaini angerudi kwenye tukio lile lile, na alirudi hapo mara moja.

Dan: Ninaangalia njia ya kuingilia chumba changu. Hakuna michoro au kitu chochote ukutani. Ni wazi kabisa. Kuta ni za mawe bila shaka. Tena ninaweza kuhisi vizuri chini ya miguu yangu. Ni baridi, na ni nzuri. Kuna vitu kama taa za mafuta. Nafikiri ni mwanga unaozalishwa, si moto. Ni aina fulani ya mchakato wa kemikali. Ni mwanga mzuri sana. Hauumizi macho yangu.

D: Ni tofauti, lakini si kama mwali wa moto?

Dan: Hapana, hakika si moto. Ninauangalia moja kwa moja sasa. Na ni kama... nataka kusema mwanga wa umeme, lakini sivyo. Umelainishwa. Ni bomba refu la dhahabu lenye kitu cha kioo kinachong'aa kama fuwele juu yake. Kadiri ninavyoelewa, wanazalisha mwanga huo kwa njia ya kemikali. Sidhani kama kuna nguvu nyingi zinazohusika, na hakuna nyaya zinazotumiwa.— Ndiyo, hapa ndipo mahali pangu. Dirisha lile lile, na hakuna kinachozuia mtazamo wangu, isipokuwa ninapotazama nje kuna piramidi upande wangu wa kulia. Kuna piramidi upande wangu wa kushoto, ambayo ni ndogo. Na kuna piramidi nyingine pembeni ya ile ya kushoto ambayo ni ndogo zaidi tena.

D: Kwa hiyo kuna tatu?

Dan: Kuna nne ukiwemo wangu. Ule ulio karibu nami ni mkubwa zaidi kuliko wangu. Na wangu umeunganishwa na ule mkubwa zaidi na pia na ule miwili mingine. Na lazima nishuke kutoka kwenye chumba changu ili kuwafikia. Zimeunganishwa na mfululizo wa mahandaki yenye taa hizi kandokando, kama korido. Lazima nishuke kwa namna fulani. Ninajaribu kufikiria jinsi hilo linavyotokea. Labda ni mashimo ya wima, lakini sioni ngazi zozote.

D: Lakini inakupeleka chini ya ardhi.

Dan: Ndiyo. Mahali pote panahisi kana kwamba palipangwa kwa makusudi.

D: Kwa makusudi. Unamaanisha nini?

Dan: Sio lazima yawe kwa ajili ya kuishi. Ni kama ngome zinazolenga... kituo cha kuzingatia nishati. Na ninakumbuka kwamba mtu huyu mkubwa tuliyemzungumzia husafiri kupitia nishati, kama unavyoweza kusema. Ana uwezo wa kuwa nishati tu. Natoka kwenye chumba changu na kusimama kwenye jukwaa, na ni kama lifti. Naona taa zikimulika. Hii inashuka chini haraka.

D: Ulisema ulikuwa unampa mtu huyu taarifa.

Dan: Ndiyo, hiyo ndiyo kazi yangu. Sasa ni wazi zaidi. Nilikuwa kiungo kati ya watu wanaomtendea kama mungu — na najua yeye si mungu. Najua kwamba yeye ni sehemu ya ulimwengu kama sisi sote. Labda ni kwamba nimesahau jinsi ya kufanya kile anachofanya. Mara kwa mara ninaona ule mpira mkubwa wa mwanga. Na watu — sitaki kusema "watu wa kawaida" — lakini kimsingi watu wasiojua siri, kama unavyosema. Wanamwabudu sana. Wanafikiri yeye ni mungu. Na najua yeye sivyo. Lakini siwezi kufanya chochote kuhusu hilo, kwa sababu nimesahau baadhi ya siri. Na yeye hana uwezekano wa kuniambia. Kuna mchezo wa nguvu unaendelea. Ninaweza hata kuona mabishano yakimulika mbele yangu sasa. Ninasema si sahihi, na yeye hajali.

D: Si sahihi kwamba wanamwabudu, unamaanisha?

Dan: Ndiyo, kwa sababu vitu vyote katika ulimwengu ni sawa. Lakini kwa sababu anaweza kufanya mambo ambayo hawawezi, kwa kawaida wanafikiria yeye ni aina fulani ya mungu. Na bado ninapaswa kumuweka kwenye taarifa. Ninajua tu kwamba nataka kutoka kwenye hali hii tena. Sio hisia nzuri. Wakati mwingine nafikiria kukimbia, lakini kuna ukosefu wa uamuzi, na hofu. Na ukosefu wa mahali pa kwenda, nadhani.

D: Ungeenda wapi?

Dan: Hilo ndilo. Sina wazo lolote ningeenda wapi. Nina uhakika mimi ndiye pekee anayejua kwamba hapaswi kuabudiwa kwa namna anavyoabudiwa. Na siri alizonazo zinapaswa kushirikiwa kama wazo la kuinua wote, si kutumiwa kama hoja ya kusema, "Mimi ni bora kuliko wewe." Anaonekana kutumia watu kuvuta nishati kutoka kwao, nadhani. Sina uhakika kama hiyo ndiyo njia sahihi ya kusema, lakini ni kama jambo la ubinafsi. "Tazama hili. Tazama ninachoweza kufanya. Mimi ni hiki. Kwa hiyo mimi ni bora." Ninajaribu kufanya kazi na wazo kwamba anatoka mahali tofauti. Na nadhani ni zaidi nafasi tofauti kuliko mahali tofauti. Ni zaidi kwamba ameendeleza wazo hili la ulimwengu wote... ni vigumu kuliweka kwa maneno. Tuseme tu kuna nishati ya ulimwengu wote. Na unapokuwa ndani ya mto huo unaweza kuifanya vizuri, au vibaya, au usiifanye kabisa. Na yeye ameifanya vibaya, kwa sababu ameruka ndani ya mto. Imempa nguvu hizi, ambazo kwa kumtazama tunaweza kusema, "Lo, hilo linashangaza sana. Lazima uwe mungu ili kufanya mambo hayo." Na badala ya kutumia nguvu hiyo iliyokuja kupitia kujitambua — ni zaidi ya hilo. Ni kujua na kuwa — badala ya kufanya hivyo kwa unyenyekevu, anafanya kwa ubinafsi mkubwa kabisa. Na hapa mimi nipo, nikijua kwamba niko kwenye nguvu hii inayofanana, au angalau nimetoka mahali fulani. Kumbukumbu hafifu ya uwepo mwingine, au uelewa wa nguvu ambazo ulimwengu una, na fahamu, kama unavyopenda kusema. Na ninamwambia kwamba hili si jambo zuri. Na ananidharau kwa hilo. Analipenda. Ni kama si jambo langu. Kama kusema, "Utafanya nini kuhusu hilo?" Aina hiyo ya majivuno.

D: Lakini ulisema hayupo hapa wakati wote. Anakuja na kuondoka.

Dan: Si lazima awepo hapa wakati wote. Anaweza kusafiri popote anapotaka. Si chochote. Unapoelewa kanuni ya ulimwengu, hakuna kitu kinachokuzuia kuwa mahali popote wakati wowote. Ni suala la msingi la maada na nishati. Na kama tunavyoelewa, hakuna tofauti kati ya vitu hivyo.

D: Isipokuwa kama sisi wenyewe tunaweka mipaka.

Dan: Naam, tunaweza kuzuia maada ndani ya umbo fulani, lakini hakuna tofauti kati ya maada hiyo na nishati. Unapoelewa kwamba fahamu ndiyo kipengele kinachotenganisha aina yoyote ya umbo, basi fahamu inapofikia nafasi ambayo inaweza kudhibiti umbo hilo, basi tofauti iko wapi kati ya chochote katika umbo? Hakuna. Ni mkusanyiko tu wa nishati uliowekwa katika maada ya kimwili.

D: Ulisema unapoweza kudhibiti au usipoweza kudhibiti?

Dan: Unapoweza. Unapoelewa.

D: Unapoelewa unaweza kudhibiti nishati?

Dan: (Anapumua kwa nguvu) Naam, ninasema "kudhibiti", lakini si neno sahihi, kwa sababu ni kile tunachoelewa tu. Lakini ni zaidi kwamba wewe ni nishati. Wewe ndiyo hiyo, kwa hiyo unaweza kuwa hiyo. Umbo la maada ya kimwili ni nishati ya kimwili tu. Wakati ni nishati. Sisi ni nishati. Fahamu ni nishati. Na tunaweza kuelekeza hiyo katika umbo. Unapoirudisha kwenye chanzo chake safi, chanzo cha fahamu, unaweza kuielekeza popote. Si lazima iwe mahali pamoja kwa wakati mmoja. Inaweza kuwa chochote unachotaka iwe. Kama ungependa, ungeweza kuwepo kwa enzi nzima bila kukosekana kutoka sehemu moja ya wakati. Ninachokiona mbele ya macho yangu ni wazo la mpira wa mpira unaovutwa. (Ishara za mikono)

Unashika mwisho mmoja kwa vidole vyako juu kabisa, kwa hiyo sehemu hiyo haiathiriwi na mvutano, na inabaki katika umbo lake la kawaida. Kisha unavuta mwisho mmoja na unakuwa mwembamba, lakini mwisho mwingine ulioshikilia kwa vidole hauathiriki. Kwa hiyo unaonekana kama mpira wa mpira. Lakini upande mwingine unaonekana kama kipande kirefu chembamba cha mpira unaong'aa. Kwa hiyo ninachojaribu kusema ni kwamba sisi ni endelevu kupitia fahamu. Na tunaweza — "kusukuma? kuvuta? kudhibiti?" — lakini tunaweza kuendesha hili kwa kusema, "Naam, nipo katika sehemu hii ya mpira. Nipo katika sehemu ile ya mpira. Naweza kukaa katika sehemu hii kwa enzi nzima. Naweza kuishi sehemu ile kwa milisekunde moja." Lakini bado hakuna tofauti kwa mpira huo, bado ni sehemu ya maada ile ile ya kimwili. Ni tu umebadilishwa, umetenganishwa, umegawanyika.

D: Ni ngumu. Je, hii inamaanisha kwamba katika umbo hilo haihitaji kuwa na mwili?

Dan: Inarudi kwenye wazo kwamba naweza kuwepo kama unyasi wa majani, na kuwa sehemu ya nishati hiyo, na wakati huo huo kuwa kiumbe cha nishati safi ya mwanga katika nafasi tofauti za wakati. Kinachotofautisha nishati hizo mbili ni fahamu yangu.

D: Hii inarudi kwenye wazo la kutokuwepo kwa wakati, na kila kitu kutokea kwa wakati mmoja?

Dan: Wakati ni nishati tu inayozunguka. Ni mpigo wa maada. Kadiri mwili huu hapa unavyoelewa, hiki ndicho kinachoonekana kuwa sahihi zaidi, kwamba ni mwendo halisi wa maada, maada ya kimwili. Kwa hiyo kwa kweli hakuna wakati kama kitu huru, lakini upo katika kiwango cha kisababishi — hata sijui hilo linamaanisha nini — lakini upo kisababishi. Kwa hiyo kama kuna maada, kuna wakati. Kama kuna nishati, kuna wakati. Kama kuna fahamu, hakuna wakati, kwa sababu tunaunda ulimwengu wetu wa kimwili kutoka kwenye fahamu.

D: Kutoka kwenye fahamu. Kwa hiyo kama hakuna fahamu, hakuna wakati? Hivyo ndivyo unavyoona?

Dan: Hapana. Kuna fahamu, hakuna wakati. Wakati ni wa kimaada. Ninachokiona mbele ya macho yangu ni mpira mkubwa unaozunguka wa gesi. Sijui kabisa kwa nini hilo ni muhimu kwa sasa, lakini mwili wangu wote unatetemeka kama jani.

Hili lilipaswa kuwa la ndani, kwa sababu mwili wake wa kimwili haukuonyesha dalili zozote isipokuwa utulivu.

Dan: Dhana hii ni ngumu kueleza. Tunaweza kujizuia tu kwa mawazo yetu, kwa sababu haina mipaka yoyote. Kwa hiyo tunaweza kufikiria tu, na kwa kufanya hivyo, tunaweka mipaka kwenye ufahamu wetu wa jambo hilo ili kujaribu kulishika. Kwa hiyo tuko ndani ya hilo. Hakuna wakati kama huo. Kwa hiyo tunaweza kuwepo kwa uhuru — neno bora zaidi, neno pekee linalokuja — ni: tunaweza kuwepo kwa uhuru. Sasa jaribu kuifanya mawazo ya fahamu yaonekane — fahamu tu. Hakuna maneno mengine. "Wazo" si sahihi, kwa sababu wazo pia ni nishati. Lakini fahamu yenyewe ni kama mahali ambapo ulimwengu — angalau ulimwengu wetu — unafafanuliwa kabla haujatokea.

D: Kabla haujatokea.

Dan: Kama wazo la kutokea, ni bora zaidi. Hayo ndiyo maneno huru zaidi ninayoweza kusema. Fahamu hufafanua ili itokee.

D: Ili itokee. Lakini fahamu ni hii nishati unayozungumzia. Je, unamaanisha hivyo?

Dan: Fahamu hufafanua nishati, kama unavyopenda kusema.

D: Lakini hii haimaanishi fahamu ya kimwili. Ni kama fahamu ya nishati?

Dan: Wazo ni nishati. Lakini ni nani anayewaza? Niliuliza swali hilo kwa sababu ninajaribu kufafanua hoja fulani. Mahali tunaposema, Naam, mawazo ni nishati. Lakini ni nani anayewaza wazo hilo?" Ninajaribu kupendekeza kwamba mwili huu unaamini au unahisi, kwamba fahamu ndizo zinazowaza. Fahamu zenyewe ndizo nguvu inayoendesha uumbaji wote kama tunavyoujua. Iwe ni ya kimetafizikia, ya kiroho, ya nishati, ya kimwili, au ya kimaada. Vitu hivi vyote vinatokana na fahamu. Ni kupitia fahamu kujifunza au fahamu kuwepo ndipo vitu hivi vinapokuwepo. Ni kama kutupa sarafu. Huwezi kuwa na upande mmoja wa sarafu bila mwingine. Kwa hiyo sasa ninaonyeshwa tena mpira wa gesi unaozunguka ili kuunda nguvu. Nguvu hiyo inakuwa nzito zaidi, inakuwa kile tunachokielewa, au angalau kile ninachokielewa — kwa sababu akili yangu ya ufahamu inanipigia kelele sasa, na ninajaribu kuipuuza, lakini inakuwa vigumu zaidi.— Ninaiona ikizunguka. Ninaiona ikiumba. Ili jambo hilo liwepo lazima liwepo kwa kipindi fulani. Kipindi? Lazima liwepo. Kwa hiyo tunashikilia dhana ya muda, kwa sababu sisi ni wenye mipaka? (Hakuwa na uhakika wa neno hilo.)

D: Hilo linaeleweka. Tuna mipaka katika miili yetu ya kimwili tukiwa Duniani, katika mwelekeo huu au chochote kile.

Dan: Si lazima iwe hivyo kabisa... lakini ndiyo, nadhani ni hivyo.

D: Tuna mipaka, lakini katika hali nyingine hatuna?

Dan: Katika hali ya fahamu, hakuna mipaka. Ni kama — kwa kukosa maneno bora — kundi la kucheza. Inasikika kama jambo dogo, najua, lakini sisi huwa wakamilifu kila wakati. Hata hivyo tuna masomo ya kujifunza. Fahamu huzalisha ukuaji? Nafikiri "ukuaji" ndilo neno linalokuja — isipokuwa niseme "udhihirisho" — lakini nafikiri mahali fulani kati ya hayo mawili ndipo lilipo sahihi. Fahamu huzalisha kitu kati ya wazo la ukuaji na udhihirisho, kwa kuwa ya kucheza, ya ubunifu, yenye nishati. Na ili ijielewe yenyewe, tunaumba vitu vingine, tofauti na kile ilivyo. Sasa ninapelekwa moja kwa moja tena kwenye sayari ile ambako nilinyonywa kama karatasi ya kufutia. Na sasa inanibidi kuumba vitu zaidi ili nikue. Ili kuwa mbunifu zaidi, niliishi pale kwa — Mungu anajua muda gani — neno linalonijia ni "eoni".

D: Ulipokuwa unaishi pale, ulikuwa katika aina ile ile ya nishati kama yule mtu mwingine? Au hilo linaeleweka?

Dan: Ninapata hisia kwamba, kwa huyu kiumbe tunayezungumzia, yule aliye na ubinafsi mkubwa — hapo ndipo tunaporudi sasa — yuko karibu na hali ya kiini kamili, lakini bado ni mtu binafsi zaidi kama wewe na mimi. Badala ya kuwepo kikamilifu kama nilivyokuwa katika uwepo wangu kwenye sayari ile kwa athari ya kunyonywa kama karatasi. Niliweza kuhisi ubinafsi wangu, lakini pia nishati zaidi. Zaidi sana, zaidi sana. Lakini ninajaribu kumfafanua mtu huyu kwako.

D: Lakini wakati mwingine huunda mwili, sivyo?

Dan: Ndiyo, anaweza kabisa. Ni kama uchawi.

D: Lakini ulipokuwa kwenye sayari ile nyingine ambapo ulijihisi kuwa sehemu ya kila kitu, ulikuwa aina ile ile ya nishati kama alivyo sasa, au ulikuwa umeendelea zaidi?

Dan: Nitasema: rahisi zaidi. Hakukuwa na akili ya kuchambua. Hakukuwa na hukumu juu ya chochote. Ilikuwa kama nilikuwa mtoto mchanga. Rahisi zaidi. Sikuielewa hata dhana ya ulimwengu wa kimwili kama mwili wa kimaada.

D: Ilikuwa kitu ambacho hukuwahi kukipitia kabla?

Dan: Kamwe. Lakini huyu mwingine, nadhani amesonga hadi hatua hii, kutoka kuwa waumbo wa kibinadamu, wa kibinadamu kabisa, hadi kwenye wazo la viwango vya roho ya nishati. Na bado ana ukuaji wa kufanya.

D: Kwa hiyo hakuwa katika hatua uliyokuwa nayo.

Dan: Nafikiri ni vitu viwili tofauti. Nafikiri kuna wazo la aina rahisi zaidi ya uhai inayoweza kuwazika, ambayo ni isiyo na hatia sana, ya kuchezea, ya upole.

Ilisikika kama alikuwa anaelezea nishati ya msingi kabisa. Je, hicho ndicho alichokuwa kwenye sayari ile? Aina ya msingi zaidi ya nishati?

Dan: Yule wa kwanza yupo na amekuwa akikuwepo kwa namna hiyo tu. Yupo hapo. Na yule mwingine, kiumbe huyu amepiga hatua ndefu sana katika mageuzi yake ya kimwili kiasi kwamba alianza kupotea katika nguvu ambazo ulimwengu wenye fahamu unaweza kutoa. Na anazidi kuwa na ufahamu kwamba anaweza kuzitumia. Kuna viumbe wengine kama hao.

D: Ndiyo maana akawa mwenye ubinafsi mkubwa basi.

Dan: Nafikiri ndivyo inavyotokea.

D: Wana nguvu nyingi sana na wanafurahia kuzitumia, na wanapenda kuabudiwa.

Dan: Bila shaka! Mimi pia ningependa. Ningependa kujionyesha, kuimba, na kujigamba, kama ningeweza kuelea au kung'aa.

D: Kwa nini ilibidi uondoke katika uwepo ule kwenye sayari ile kama ulikuwa rahisi na usio na ugumu?

Dan: Nafikiri ilikuwa kwa sababu ya ukuaji. Tuna wazo kwamba lengo ni kuwepo katika maumbo haya, ambapo nishati safi ndiyo kila kitu tulicho. Na tunaweza kuwa wa ajabu na wenye utukufu. Lakini ili fahamu ikue kwa njia ya ubunifu, lazima tuumbe. Niruhusu nifafanue kwa kuuliza, "Nilikuwa ninaumba nini, isipokuwa uzoefu?" Hakukuwa na upendo. Hakukuwa na tukio. Kulikuwa na mshangao kidogo, kwa sababu niliweza kuhisi kwamba ningesafiri na kuona maeneo mengine, na kuonja mazingira yao kwa muda mfupi. Lakini nilikuwa na shauku ya kurudi katika eneo langu la faraja, kwa sababu ndicho kilichokuwa.

D: Ndiyo maana mahali pale palihisi kama nyumbani.

Dan: Daima. Sasa ninaanza kuhisi kutoka mtazamo wa kimaelezo zaidi, badala ya hisia niliyohisi mara ya mwisho. Ninaanza kuhisi kwamba nilikuwa pale kwa muda mrefu sana. Siwezi kuuweka katika nambari. Ulikuwa mrefu sana. Hilo ndilo lilikuwa jambo, nadhani, ulikuwa mrefu sana. Labda nilipewa fursa za kuondoka kwa hiari yangu mwenyewe. Na nilikuwa kama, "Ah, sitaki kwenda kweli." Kisha ghafla, nafikiri uamuzi ulifanywa kwa ajili yangu. Naambiwa kwamba ilikuwa vigumu kwangu kusahau.

D: Ndiyo maana ulikuwa na hisia ya kutohusika, na kutaka kurudi nyumbani, kwa sababu bado ulikuwa na kumbukumbu hiyo. (Ndiyo) Na ulipokuwa na kiumbe huyu mwingine ulikuwa na kumbukumbu kwamba wakati mmoja uliweza kufanya zaidi kuliko yeye.

Dan: Karibu ni sahihi. Lakini sikuwa na wazo lolote la jinsi ya kufanya umwilisho wa kimwili. Yeye alikuwa na mawazo yote. Angeweza kuja kama upepo, na kuunda umbo. Dakika moja hakuwepo, lakini sekunde iliyofuata alikuwa hapo. Na nilishuhudia hilo. Naweza kuona mabadiliko ya mwanga, na mwili ukitengenezwa kutoka kwenye mwanga huo. Na yeye akitoka ndani yake. Sio kama mlango. Sidhani hivyo hata hivyo. Kitu fulani kiliendelea kusema: piramidi zilimeta ghafla juu. Labda mpangilio wa piramidi hizo na mpangilio wake. Ilikuwa: kubwa, kidogo ndogo, kidogo ndogo, kidogo ndogo, katika nusu-duara. Labda hilo lilimsaidia kupata wazo la mahali alipokuwa anapaswa kuwa. Sijui kweli. Lakini nilipata mwangaza huo wa ghafla.

D: Namna zilivyopangwa?

Dan: Ndiyo, piramidi zilisaidia.

D: Ulisema ilikuwa kama kitovu cha kuzingatia nishati? Kwa hiyo aliweza kutumia hilo kwa namna fulani?

Dan: Nafikiri ndiyo. Kila wakati angejitokeza katika piramidi yake, kamwe si yangu. Wala si zile nyingine.

D: Ilikuwa ipi yake?

Dan: Ile kubwa zaidi. Na watu wangemvutia macho, na hilo lilinifanya nihisi vibaya.

D: Kwa hiyo kila alipojitokeza ilikuwa kama mungu amerudi. (Ndiyo) Ulipaswa kumuabudu kama wengine walivyofanya.

Dan: Ndiyo, alikuwa na wazo kwamba nilijua. Na nafikiri ndiyo maana nilimshauri, kwa sababu nilikuwa na nguvu fulani. Na nadhani unapofika katika kiwango alichokuwa nacho, unaweza kuona aura kama unavyoona kitu chochote kingine. Na unaweza kusoma watu, na kwa hiyo ni rahisi zaidi kuwa na udhibiti juu yao pia. Na ni rahisi kutumia vibaya hilo. Badala ya kuheshimu ubinafsi wa mtu katika safari yake, unachukua fursa.

Baada ya muda, kiumbe yule mwingine aliacha kuja. Hakukuwa na maelezo yoyote, na Dan aliachwa akikaa na kusubiri, akiwa amechoka na asijue afanye nini baadaye. Watu walianza kumgeukia kwa ushauri, lakini hakuwa na chochote cha kuwapa.

Dan: Nilichanganyikiwa. Alikuwa ameondoka na wakaanza kunitazama mimi kama mungu huyu. Nikasema, "Basi, endesheni mambo wenyewe." Hawakulipenda wazo hilo. Kwa hiyo kimsingi nilijificha. Niko ndani ya piramidi hii kubwa, na ninajificha kutoka kwa watu hawa wote, nikijua hakuna anayenifikia. Isipokuwa waingizwe katika majengo haya hawajui jinsi ya kuingia. Walihitaji mungu. Na sikutaka kuwa mnafiki. Baada ya miaka ya kumwambia huyu mtu kwamba hapaswi kuwa hivi, sikutaka kuwa mtu huyo, hata kama sikuwa na nguvu zake, na nilikuwa nazeeka. Lakini wakati huo huo ninaweza kuhisi kwamba sikufanya chochote kusaidia pia. Na hilo lilinisumbua kiasi fulani. Niko katika mzunguko wa kutojua cha kufanya. Wanataka mungu huyu. Niko katika mfumo wa kuzingatia nishati wa piramidi hizi. Nafikiri hilo linaweza kusaidia, linaweza kuongeza. Hisia ninayopata ni kama kelele masikioni mwangu: Uko wapi? Ni lini utatusaidia? Fanya 'kitu fulani' kitokee." Nilitaka kusema "mvua" wakati huo, lakini sina uhakika.

D: Walikuwa wakimtafuta ili awasaidie kutatua matatizo yao yote.

Dan: Ndiyo. Na labda alikuwa katika hatua ambayo angeweza kufanya hivyo. Nakumbuka akisimama pale na kuumba miujiza. Upweke ndilo neno la kwanza lililokuja akilini mwangu.

D: Linamaanisha nini?

Dan: Naam, nilikuwa peke yangu kabisa. Baada ya yeye kuondoka hakukuwa na mtu. (Kuvuta pumzi kwa nguvu) Kuna wazo kwamba sifanyi vizuri zaidi na hili.

Ilikuwa wazi kwamba hili halikuwa linaelekea popote. Hakuna taarifa mpya iliyokuwa inaongezwa. Kwa hiyo nilimfanya Dan aende kwenye siku ya mwisho ya maisha yake katika maisha yale.

D: Unafanya nini sasa, na unaona nini?

Dan: Niko kitandani tu, nakufa peke yangu. Na siri zinakufa pamoja nami. Hakuna njia kwa watu kutumia kile nilichonacho katika piramidi hizi, kwa sababu sijawaonyesha chochote. Au sijamfundisha mtu yeyote. Ni mimi peke yangu. Na hiyo ndiyo yote. Macho yangu yamefungwa.

D: Nini kinatokea kwako unapokufa?

Dan: Mimi ni mzee tu. Ninapata hisia ya majuto na upweke, na huzuni kamili. Ninaangalia uso wangu sasa hivi, na kuna machozi machache machoni mwangu, na yanafungwa. Na ninaonekana kama sijui kinachoendelea. Ningeweza kufanya vizuri zaidi.

D: Unamaanisha nini kwa huzuni kamili?

Dan: Kama kwamba jambo lote lilikuwa upotevu. Kama kwamba nafsi yako yote inasema, "Ungeweza kufanya hilo vizuri zaidi," au "Laiti isingekuwa hivyo." Na huzuni hiyo inajaa ndani yako. Na hiyo ndiyo ninayoiona machoni mwangu ninapoyaangalia yakifunga.

Kisha nilimpeleka zaidi ya uzoefu wa kifo na kumfanya aangalie nyuma maisha yote, na kuona funzo lilikuwa nini.

Dan: Kufanya kitu. Kutumia kikamilifu hali yoyote uliyoumba. Watu watakuwa vile watakavyokuwa. Na ni juu yako kuwa vile utakavyokuwa. Kwa hiyo unaweza kuwajibika kwa nafsi yako, au unaweza usifanye chochote kabisa. Na hilo halikufikishi popote. Kipi ni kibaya zaidi, kutotimiza chochote wakati unajua unaweza? Nafikiri hilo lina umuhimu mkubwa katika maisha yangu sasa. Kila mtu ana jambo analopaswa kufanya. Na unaweza kushindwa na hilo, na usifanye chochote. Ukianza kuangalia kila kasoro uliyonayo, bado una mchango wa kutoa, bado una msaada wa kutoa. Na ni vibaya zaidi kama haufanyi chochote kabisa na hata hujaribu.

Baada ya hapo nilifanya kazi na Dan na fahamu zake za ndani kugundua chanzo cha matatizo yake na jinsi ya kuyatatua. Sehemu iliyobaki ya kikao ilikuwa yenye mafanikio makubwa. Nilijua kwamba tulichohitaji ni muda wa kutosha kufanya kazi juu yake, ambao ulizuiliwa huko Chicago kwa kumalizika kwa ghafla kwa kikao.

Kisha nilimrudisha Dan katika hali kamili ya ufahamu. Baada ya kuzungumza kwa muda, Dan alitoka kwenda kwenye hema lake, ambako alilala usingizi mzito hadi asubuhi. Baada ya kifungua kinywa aliondoka kufanya uchunguzi zaidi na kutalii katika maeneo ya Wahindi wa New Mexico na Arizona kabla ya kurudi Los Angeles kurudisha gari lake la kukodi na kurejea Australia.

Wiki kadhaa baadaye alinipa barua pepe akisema kwamba kikao kilikuwa na mafanikio na kilileta mabadiliko makubwa katika maisha yake. Sasa hakuwa na hofu ya chochote ambacho siku zijazo zinaweza kuleta. Kupitia mkutano wetu wa ajabu alinipa pia kipande cha taarifa cha kuvutia kuhusu mahali alipokiona kama "nyumbani".

* * *

Nilipokuwa nikitafuta katika mafaili yangu ili kupata visa vinavyopaswa kuwa katika kitabu hiki, nilipata hiki kilichofanywa mwaka 1990. Wakati huo sikutambua umuhimu wake, lakini sasa ninaona ni kipande kingine cha fumbo la Watoto wa Nyota. Sehemu kubwa ya nyenzo zangu lazima zisubiri kwa miaka kabla ya kupata nafasi yake.

Robert alikuwa kijana mwenye sura nzuri, akionekana kuwa mwishoni mwa miaka ya thelathini au mwanzoni mwa arobaini. Alikuwa mkongwe wa vita vya Vietnam ambaye alikuwa na matatizo mengi aliyohusisha na vita. Tangu kurudi kwake hakuwa ameweza kushikilia kazi, na alikuwa kwenye msaada wa ulemavu. Alitumia muda mwingi katika Hospitali ya Utawala wa Maveterani ambapo madaktari waligundua kwamba matatizo yake ya kimwili (hasa ya tumbo na utumbo, na wasiwasi wa neva) yalisababishwa na matatizo ya kiakili (ya kisaikolojia-kimwili). Walijaribu kufuatilia ili kuona kama tukio fulani maalum nchini Vietnam lilisababisha hali hiyo. Hawakufaulu kwa sababu alikataa kabisa kuzungumza kuhusu chochote kilichotokea wakati wa vita. Walijaribu usingizi wa hipnoti na hawakufaulu. Suluhisho lao pekee lilikuwa kumpa dawa.

Mpenzi wake wa kike alinionya kwamba huenda ningekutana na vikwazo vile vile kwa sababu alikataa kabisa kushughulikia mada ya Vietnam. Nilimwambia hilo lingekuwa sawa, kwa sababu hata hatukuhitaji kuchunguza eneo hilo. Tungeangalia maisha yake ya zamani na kuona kama kuna dalili huko. Ninaamini hilo lilimsaidia atulie, kwa sababu hakuona kama tishio. Maelezo yaliyotokea yasingeweza kamwe kueleweka na madaktari wa VA hata hivyo. Kwa hiyo fahamu zake za ndani zilikuwa zinamlinda kwa hekima kwa kutoruhusu hadithi hii ifichuliwe kwa watu wasiofaa. Huenda angeishia kuwa mgonjwa katika hospitali ya magonjwa ya akili. Labda hii ndiyo sababu fahamu zake za ndani zilimruhusu kuniambia, kwa sababu alikuwa salama. Kwa sababu yoyote ile, licha ya miaka ya tiba na matibabu na madaktari wa VA, hii ilikuwa mara ya kwanza maelezo haya (au maelezo yoyote) kutolewa kwa matatizo yake yanayohusiana na vita.

Nilienda kwenye nyumba ambako Robert alikuwa akiishi na mpenzi wake na wavulana wake wawili. Alikuwa na sehemu yake mwenyewe ya nyumba, kama nyumba ndogo, ambapo angeweza kuwa peke yake akitaka. Hapo ndipo tulipofanya kikao. Baada ya kuwa katika usingizi mzito aliingia katika tukio la ajabu ambalo halikusikika kama la Kidunia. Ilihitaji maswali mengi kujaribu kubaini alikuwa wapi. Kisha ikawa wazi kwangu kwamba hakuwa ameingia katika maisha ya zamani, ambayo ndiyo utaratibu wa kawaida kwa urejesho wa kwanza. Inaonekana alikuwa ameruka uzoefu wa zamani na alikuwa katika mahali palipoonekana kama ulimwengu wa roho ambako nafsi huenda kati ya maisha. Hasa lilisikika kama eneo ambako shule zipo. Labda fahamu zake za ndani zilidhani majibu yake yangepatikana kwa urahisi zaidi kutoka eneo hili badala ya kuchunguza maisha maalum ya zamani.

Alijikuta katika mahali pakubwa penye kuta ndefu nyeupe, na vivuli tofauti vya mwanga vinavyotoka katika chanzo kisichojulikana. Aliona alikuwa amevaa joho jeupe lililoonekana kuwa sehemu yake mwenyewe badala ya vazi.

R: Mwili wangu hauhitaji kulindwa na nguo.

D: Kwa nini hivyo?

R: Mwili wangu ni mmoja.

D: Je, ni mwili wa kimwili?

R: Hapana, si wa kimwili kabisa. Unafanya kazi kama mwili wa kimwili, lakini si mwili wa kimwili hata kidogo.

D: Unaweza kueleza unachomaanisha?

R: Nina nishati ndani yangu. Ninaweza kuhisi joto la nishati yangu. Naweza kuona mikono yangu. Ninahisi ninaweza kupita kupitia vitu. Lakini si kila wakati. Ni pale tu ninapohitaji.

D: Unadhani muundo huu uko wapi?

R: Lazima uwe ni makazi ya aina fulani. Au kituo cha mawasiliano. Au ukumbi.

D: Unamaanisha nini kwa mawasiliano?

R: Ninasubiri kwenda kwenye kituo. Ninapaswa kupata taarifa huko, kabla sijaenda...

D: Unaenda wapi?

R: Hilo si juu yangu kuamua.

Alikuwa na hisia kwamba alipaswa kusubiri mtu aje kumwambia aende wapi, au amsindikize. Aliona kulikuwa na njia nyingi za ukumbi, na hakuwa na uhakika ipi achukue bila mtu kumpa mwelekeo. Ingawa haikuwa muhimu sana, "Kwa sababu nitakuwa hapa au nitakuwa pale. Haijalishi sana nitakuwa wapi." Kulikuwa na kutokuwa na uhakika kwamba kama angeondoka peke yake angekuwa anavunja aina fulani ya sheria. Hatimaye aliamua kwenda chini ya mojawapo ya kumbi zilizopinda. Kisha akajikuta katika eneo kubwa lililo wazi.

R: Nimesimama mbele ya kitu fulani. Ninaona watu, lakini hawaonekani kama mimi. Labda wanafanana na mimi sasa. Wamekaa juu kidogo, ili waweze kuona kote mahali pale, njia zote. Wana aura. Kuna aura za njano, na za bluu, na za kijani. Na aura nyeupe. Mtu mmoja kona ana aura nyeupe kabisa.

D: Je, wana nguo?

R: Hapana. Ni sawa na mimi. Hawahitaji nguo. Ni kama wana kibanda cha taarifa, na wamekaa juu ya kila mtu, ili waweze kuona nani anakuja na nani anaondoka. Na unaweza kuwaona pia. Ni kama eneo la mapokezi. Ninauliza nifanye nini. (Mapumziko) Walisema, "Usiogope. Utaenda wakati utakapohitajika kwako kwenda. Utarudi shule."

D: Unaelewa wanachomaanisha?

R: Ninahisi kama kila mtu anafundishwa, anaenda shule kujifunza zaidi kuhusu upendo ni nini, maisha ni nini, Mungu ni nini. Lakini dhana yangu ya Mungu si dhana yao.

D: Unamaanisha nini?

R: Mungu yuko kila mahali.

D: Dhana yao ni ipi?

R: Sisi ni Mungu. Lakini lazima tumwabudu Mungu. Hatumuombi Mungu.

D: Unaweza kumuuliza maswali machache kwa ajili yangu?

R: Nitajaribu.

D: Muulize mahali hapa palipo.

R: Liko katika mwelekeo mwingine. Si lazima ni mahali palipo. Liko katika mfumo wetu wa jua, lakini mfumo wa jua si kile tunachodhani ni. Galaksi yetu ina mifumo tofauti ya jua. Na mahali hapa ni kituo tu, eneo la taarifa, kwa dunia zote tofauti katika ulimwengu wetu mmoja maalum.

D: Je, wao ni wa kimwili?

R: Si wa kimwili kabisa, kama mimi pia si wa kimwili.

D: Je, wanaweza kukuambia utaenda wapi shule?

R: Wanajaribu kujua historia yangu ni ipi, na jinsi nitakavyonufaisha ulimwengu wote. Na jinsi ninavyoweza kusonga mbele. Walitaka kujua kama historia yangu ya sayansi

Duniani ndiyo kweli ninayotaka kuwa nayo kama msingi wangu. Au ni asili yangu ya kiroho ambayo kwa kweli nataka kuendeleza katika maisha yangu. Historia yangu katika biolojia na tiba inanivutia, lakini kinachonivutia zaidi ni kuwasaidia watu kiroho katika kujirejesha wao wenyewe.

D: Umekuwa na uzoefu katika biolojia na tiba katika kazi yako?

R: Duniani nina shahada katika uuguzi na biolojia, na shahada za uzamili. Lakini kadiri nilivyojifunza zaidi, ndivyo nilivyojua kidogo. Kuna mengi sana ya kujifunza. Hatuwezi kufikiria dhana zote zilizo wazi kwetu Duniani, kwa sababu tuna mipaka sana na bado hatujakomaa.— Nimesimama tu hapa. Najihisi kama mjinga kidogo. Ni kama kusubiri kwenda chooni.

D: (Kicheko kidogo) Ndiyo, lakini je, watakurudisha Duniani mara watakapojua historia yako?

R: Hapana, nitaendelea. Kwenda kwenye ulimwengu mwingine. Kuna ulimwengu tofauti. Kuna mamia na mamia na maelfu ya ulimwengu unaweza kwenda.

D: Unajisikiaje kuhusu hilo?

R: Naam, nitapata marafiki popote nitakapokwenda. Ingekuwa vizuri kujua niko na marafiki fulani, lakini sote tuko katika njia ile ile hata hivyo. Na labda naweza kuendelea na kupata marafiki wangu mwenyewe tena.

D: Vipi kuhusu maisha mengine?

R: Nimeishi maisha mengine. Daima nimekuwa katika uwanja wa sayansi na tiba na metafizikia.

D: Basi kuna maarifa mengi ya kutumia hapo, sivyo?

R: Ndiyo. Ninahisi kama mimi ni mwenye akili sana. Na ndiyo maana hawajui waniniweke wapi. Kwa sababu akili yangu haiendani na kile nilichofanya Duniani. Daima nimekuwa nikijizuia.

D: Unamaanisha ulikuwa na uwezo mwingi ambao hukoutumia? (Ndiyo) Na wanataka kukupeleka mahali ambapo unaweza kuutumia?

R: Ndiyo. Ili niwe na furaha.

D: Unadhani ungekuwa na furaha kama ungetumia uwezo wako wote? (Ndiyo) Huwezi kufanya hivyo ukiwa bado hai Duniani?

R: Sijui ni mwelekeo gani nichukue, isipokuwa kuendelea tu na njia niliyomo.

D: Kama kweli una uwezo mwingi, itakuwa aibu kuupoteza, sivyo?

R: Haupotei kamwe. Maarifa hayapotei kamwe. Huo ndio uzuri wa maarifa na elimu. Daima yapo. Ni ukweli au facts.

D: Huwezi kuyapoteza. Unaweza kuyarejelea wakati wowote unapoyahitaji. Je, umewahi kufika mahali hapa hapo kabla?

R: Huenda nimewahi kufika sehemu chache chini ya ukumbi. Lakini sijawahi kuwa katika eneo hili mahsusi.

D: Unaenda huko lini?

R: Baada ya kufa.

D: Hivyo ndivyo nilivyohisi ilivyokuwa. Lakini hawana uhakika wanataka ufanye nini wakati ujao?

R: Nahitaji kutumia usawa mpana wa maarifa niliyokusanya, kusaidia watu wengine ambao hawajawahi kupata fursa kama hizo. Nimekuwa na bahati sana.

D: Je, daima umeishi Duniani katika maisha ya kimwili?

R: Hapana. Dunia ni ulimwengu mdogo sana. Kuishi Duniani ni changamoto.

D: Labda ndio maana watu hutumwa hapa.

R: Kila mtu anahitaji changamoto, na Dunia ni mojawapo ya changamoto hizo. Inaonekana kama tunaweza kukabiliana nayo. Lakini tunapofika hapa tunakata tamaa, kwa sababu changamoto ni kubwa kuliko tulivyohisi zingekuwa. Ukiitazama

Dunia kutoka juu... ni sayari ndogo sana, lakini ina machafuko mengi kiasi kwamba mtu mmoja hawezi kweli kuibadilisha.

D: Mtu mmoja wakati mwingine anaweza kufanya miujiza. Hujui mpaka ujaribu. Je, unahisi kama umeishi sehemu nyingine zaidi ya ulivyoishi Duniani?

R: Nimechunguza Dunia mara kadhaa, lakini wakati ujao sitarudi Duniani. Nitaenda sehemu nyingine.

D: Vipi kuhusu maeneo uliyokuwa umeishi hapo awali? Kulikuwa na mahali ulipopenda zaidi?

R: Nimekuwa nikipenda maji kila wakati. Maji na miti. Katika ulimwengu huo mwingine kuna tofauti... haionekani kama miti ile ile. Miti hiyo yote inaonekana kama miti ya Douglas Fir. Na maji ni ya bluu kwa sababu ya oksijeni na hidrojeni.

D: Watu wanaoishi huko wakoje?

R: Wako kama mimi sasa.

D: Unamaanisha aina ya nishati?

R: Ndiyo. Kuna vitu vya kimwili. Wanyama. Lakini hakuna kitu cha kunidhuru, kama ilivyo Duniani.

D: Kwa nini huko hamko wa kimwili na thabiti zaidi?

R: Kwa sababu hatuna taka, hatuna chakula. Tunachukua nishati. Hii hufanya mwili usiwe mzito.

D: Na hapo ndipo palipokuwa mojawapo ya sehemu ulizopenda zaidi?

R: Ndiyo. Kwa sababu unaweza tu kukaa na kunusa harufu ya miti na maji. Ni ya amani sana.

D: Lakini je, ulitimiza chochote ulipokuwa ukiishi huko?

R: Ndiyo. Kuwasaidia watu wengine.

D: Je, ulimwengu huo ulikuwa na changamoto?

R: Ulimwengu wote una changamoto. Baadhi ya changamoto si lazima ziwe za uovu, kama zilivyo Duniani. Ulimwengu mingine ina changamoto ambapo unahitaji kujua lililo sahihi na lisilo sahihi. Una njia tofauti za kuchagua. Lakini lazima uhakikishe kwamba upendo wa Mungu uko ndani yako, na uchague njia hiyo. Kwa sababu kila mara tunapochagua njia hiyo, huimarisha wema uliomo ndani yetu.

D: Na hilo ni muhimu sana. Lakini ulisema viumbe wale waliomo katika chumba wanajaribu kukusaidia.

R: Ndiyo. Hilo ndilo jukumu lao. Ni kazi yao kusaidia kupanga watu. Kuna vichunguzi hapo juu katika eneo la meza. Sitakiwi kuangalia vichunguzi. Nina hisia kwamba wanatazama kitu fulani. Ni kama ninapangwa upya. Kumbukumbu zangu zote, mawazo yangu na nilivyo, wanazipitia. Wanafuta sehemu mbaya na kuacha sehemu nzuri. Sihitaji tena kukumbuka sehemu mbaya, kwa sababu hizo ni za asili ya kimwili.

D: Nafikiri wanajua wanachofanya. Je, ni kama mashine?

R: Kitu cha karibu zaidi ninachoweza kufikiria ni kama kompyuta. Yule mtu aliyekuwa kwenye kituo alikuwa akijaribu kusema kitu, lakini hakusema vizuri sana. (Kimya) Sio kompyuta. Ni mifumo ya mawazo inayotetemeka kwa urefu wa wimbi fulani unaojulikana kwao tu. Ni kama alama ya kidole.

D: Kwa hiyo kila mtu ana muundo wake binafsi wa mawazo au mtetemo?

R: Umejengwa kama kituo cha kompyuta. Kinaunganisha ulimwengu tofauti. Kinaenda kwenye ulimwengu ambao ni mji mkuu wa ulimwengu wetu.

D: Ni kama kituo cha kuchuja. Na wanachambua vipaji vyako na mambo yote hayo?

R: Ndiyo. Hiki ndicho kinachonijia: huenda nina uwezo mzuri wa kuzungumza na watu na kuwafariji. Na kujadili falsafa ya kiroho, ambayo ninaweza kuitumia kupitia sayansi yangu, elimu yangu, na kiu yangu ya maarifa ya kiroho.

D: Kisha nini hutokea?

R: Watanipa jukumu. Nitakuwa na muda wa kupumzika. Lazima nifanye marekebisho yangu.

D: Ni vizuri kujua kwamba kuna mtu mwingine anayesaidia.

R: Daima kuna mtu anayesaidia. Kuna watu wanaonisaidia sasa hivi. Ni nishati tofauti. Wako karibu nami. Ni nishati tofauti na yangu. Sio nishati kabisa, lakini ni nishati. Wanahisi faraja sana. Wamekuwa nami Duniani.

D: Je, nishati hizi ni kama zile nyingine?

R: Hapana. Wale walioko kwenye meza wana umbo la mwili zaidi. Sio weupe. Wana rangi ya tope fulani. Rangi ya teal, labda? Kijani-bluu. Wako kama thabiti, lakini sio thabiti kabisa. Huwezi kupitisha mkono wako kupitia kwao. Lakini nishati nyingine iliyo nami ni zaidi ya mwanga. Hiyo ndiyo. Ni mwanga! Mwanga safi. Wako nami daima. Watakuwa sehemu yangu.

D: Unadhani hivyo?

R: Ndiyo. Lakini bado siongei lugha yao. Hakuna mazungumzo kati yetu. Ni mawazo.

Katika hatua hii niliamua kumpeleka mbele kwa wakati ambapo alikuwa amemaliza kupumzika, na alikuwa tayari kukubali jukumu lake linalofuata. Angeweza kuharakisha sehemu ya kupumzika, lakini bado apate manufaa yake. Sikuhitaji kumhesabu kufika huko kwa sababu alinikatiza kabla sijamaliza maelekezo.

R: (Akikatiza) Ndiyo, niko pale, kwenye ukingo, nikiangalia angani. Niko na mtu fulani. Na lazima niwe karibu sana na wao... sijui nini... nimezungukwa kabisa. Ninatakiwa kuzungukwa. Sawa. Naweza kwenda sasa. Naweza kwenda. Ni kama mabawa ya malaika. Ni malaika, lakini sio malaika. Ni tofauti tu. Kuna mpangilio fulani. Kila mtu ana kazi yake. Kila mtu ana majukumu tofauti ya kusaidiana. Na huwa wanawahurumia watu wanaoishi Duniani. Lakini pia wanahisi wivu kidogo, kwa sababu hawawezi kupitia hisia tulizopitia sisi.

D: Nishati hizi za mwanga?

R: Ndiyo. Nishati ya mwanga. Hawajawahi kupitia hisia, kulia na kucheka, kama tulivyopitia sisi. Na maumivu. Hawajui maumivu ni nini. Labda ni mimi ninayehisi kama niko juu yao kidogo. Lakini sina nguvu walizonazo. Ninatakiwa kuzungukwa na nishati hii, na kuchukuliwa bila kuungua, kwa sababu tunasafiri kwa kasi sana. Lazima kuwe na msuguano kidogo. (Je, huu ni mtazamo wake mwenyewe? Kwa sababu roho haingedhurika.) Na inanilinda. Inawalinda wao pia.

D: Kwa mtazamo wa kibinadamu, ungefikiri wana bahati kwa kutopitia hisia. Inaonekana ajabu kufikiria kuwa wanahisi wivu.

R: Labda wao ni wenye huruma zaidi, na hiyo ndiyo ninayohisi.

D: Na unasafiri angani au nini?

R: Naweza kwenda wakati wowote. Ninasubiri wewe.

D: Unanisubiri? Kwa nini?

R: Sijui. Nilidhani tu nilikuwa. (Nikacheka) Sawa. Tuko tayari. Je, unaenda?

D: Nafikiri, kama uko tayari. Mimi ni mwongozo tu wa kukupitisha kwenye mambo haya yote tofauti. Hilo tu.

R: Sawa. Twende!

D: Na wanakulinda. Niambie inahisije unapokwenda.

R: Inahisi kama kichwa changu... Woaaa! Ilikuwa kama msukumo mkubwa. Sasa tuko ufukweni.

D: Oh! Hilo lilikuwa la haraka, sivyo?

R: Ndiyo. Wanasafiri kwa kasi sana. Na tuko ufukweni. Na nitaongozwa kwenye kile ninachopaswa kufanya. (Kimya) Mimi si mtoto mchanga. Sina umri. Ninahisi kama mtu mzima, lakini hakuna umri. Hakuna muda kweli. Kuna muda wa kupumzika. Sio muda tunaoufikiria.

D: Ufukwe huu uko wapi?

R: Uko kwenye ulimwengu fulani. Na kuna miti tofauti. Niko karibu na maji kwa sababu nilitaka kuwa huko. Nahitaji kutembea... na kuna makazi juu kidogo. Yana msingi mpana, na ni... sio kama piramidi, lakini yana ngazi tofauti zinazopungua kuelekea juu. (Anaonyesha kwa mikono) Na kuna kitu kama taa ndogo juu yake, kama mnara wa taa. Hujihisi kama wewe mwenyewe unapotembea, lakini unatembea. Inahisi tu kama ninatembea. Lakini sina ngozi imara yenye nywele. Ni kama... (ngumu kueleza.) Unaweza kuishika.

D: Kwa hiyo ina dutu fulani. — Niambie makazi yakoje.

R: Kuna ngazi zinazoelekea juu. Jengo ni la bluu, na lina mapambo ya njano. Kuna madirisha makubwa ya picha. Milango mikubwa miwili, ya njano. Ni kubwa sana. Nzuri sana. Mwanga mwingi. Inaonekana ya kustarehesha sana. Ningefurahia kuishi hapa. Kuna watu wengine wakisema, "Habari!"

D: Je, wanakujua?

R: Ndiyo. Wananijua. Walikuwa wakinisubiri. Wengi wao nawajua, lakini hawana majina tena. Najua tu kwamba nimewajua hapo kabla. Na inahisi vizuri kuwa na watu niliowajua zamani. Walichagua mahali hapo hapo kama mimi.

D: Je, huu ni ulimwengu wa kimwili?

R: Kwa kiasi fulani, ndiyo.

D: Je, watu wote wako kama wewe?

R: Ndiyo. Kuna watu wachache kule ambao ni warefu zaidi. Wanaonekana wenye hekima zaidi. Huenda wao ni wakuu.

D: Je, wote wana aina ile ile ya mwili wa nishati, bila sifa maalum?

R: Hawahitaji sana sifa. Mimi pia sizihitaji. Tuna masikio, lakini hatuzungumzi sana. Tuna macho, na tunaona. Tuna hisia za harufu. Na inaonekana nina hisia nyingi zaidi. Zaidi ya nilizonazo sasa Duniani. Itakuwa nzuri kuzipitia. Sote tuko hapo kujifunza na kufundishana.

D: Ni aina gani ya hisia ulizo nazo huko ambazo huna Duniani?

R: Ni vigumu kueleza. Harufu... kila mtu, kila kitu kina harufu tofauti. Na inahusiana na mwanga unaoonekana. Kwa hiyo sihitaji kuingia sana ndani yake. Mguso una kiwango sawa cha mtetemo kama harufu. Kila mtu ana aura, kama wamefungwa ndani yake.

D: Unapaswa kufanya nini huko?

R: Nahitaji kusoma, kuzungumza na kujifunza. Pamoja na watu hawa wengine tunajadili maisha yetu ya zamani. Na tunafundishwa jinsi ya kuishi kwenye sayari hii.

D: Kwa hiyo utakaa kwenye sayari hiyo kwa muda?

R: Ndiyo, mpaka kwa kiasi fulani tupite mitihani yetu. Watu wengine huenda wasifaulu haraka kama mimi. Na mimi huenda nisifaulu haraka kama wengine.

D: Kwa hiyo hakuna muda uliowekwa.

R: Hapana, hakuna muda.

D: Je, unajua utafanya nini baada ya kufaulu mitihani yako?

R: Hapana, hilo litaamuliwa wakati huo. Ninafurahia kutafuta maarifa.

Sikufikiri tungeweza kujifunza chochote zaidi ikiwa angekaa huko kwa muda. Mwisho wa kikao ulikuwa unakaribia, na bado hatujabaini chanzo cha matatizo yake ya kimwili katika maisha haya ya sasa. Kwa hiyo nilimwomba aondoke kwenye tukio hilo ili niweze kuzungumza na fahamu yake ya ndani, na labda nipate majibu ya wazi zaidi.

D: Ningependa kuuliza fahamu yako ya ndani maswali yanayohusiana na maisha yako Duniani kwa sasa. Je, hilo litakuwa sawa?

R: Nirudishe Duniani.

Nilimwelekeza kurudi kwenye wakati wa sasa na nikaagiza fahamu yake ya sasa irudi kabisa mwilini mwake. Katika hatua hii alianza kusogea, na sikutaka aamke bado.

D: Nataka ubaki katika hali hii, ili niweze kuzungumza na fahamu yako ya ndani na kuiuliza maswali.

R: Bado nina kumbukumbu za hayo.

D: Oh, ilikuwa nzuri sana. Ningependa kuzungumza na fahamu ya ndani ya Robert tafadhali. Kwa nini Robert alionyeshwa matukio hayo?

R: Kwa sababu anaweza kuwaambia watu Duniani kwamba maisha ni ya milele. Na kwamba tuna usawa na tunaishi maisha tuliyo nayo hapa Duniani. Sisi, katika mwili huu wa kimwili, hatulazimiki kuwa hasi. Tunaweza kuwa chanya. Na tunapojua upendo na kutoa upendo, tunapitia kile kilicho nje ya ulimwengu huu. Tunahitaji kujua kuwa sisi ni wa kiroho, tuna usawa. Kutoka kwenye sayansi anajua kwa nini anga ni la bluu na majani ni ya kijani. Kwa nini minyoo huingia na kutoka. Anajua kila sehemu ya mwili, kila misuli, kila mfupa. Lakini hajawahi kukuza kile alichofikiria kuwa asili yake ya kiroho. Sio imani ya kidini, bali ni kiroho. Alijua daima kuwa kuna maisha baada ya ulimwengu huu. Sio lazima kwenye ulimwengu huu. Ukirudi Duniani, unachagua kurudi. Au unaambiwa zaidi au chini urudi, kwa sababu bado hujatimiza na kujifunza maarifa, changamoto za ulimwengu huu usiotii. Ni kama kwenda shule. Hicho ndicho tulicho. Tunapowafundisha watoto wetu wadogo, tangu mwanzo tunajifunza. Daima tunaenda shule. Tunachoanza nacho kama mtoto mchanga, na kuendelea nacho katika maisha ya utu uzima, tunaendelea nacho katika maisha tofauti baada ya kuzaliwa. Daima tunajifunza. Na baadhi ya watu hukataa kujifunza. Ni kama msemo wa zamani kwamba unaweza kumpeleka punda kwenye birika la maji. Unaweza kusukuma pua na mdomo wake ndani ya maji, lakini huwezi kumlazimisha anywe. Mpaka atambue kuwa maji yanazima kiu yake.

D: Wakati mwingine watu huendelea kufanya makosa yale yale.

R: Ndiyo. Unaweza kuupiga kichwa chao ukutani. Katika hali ya Robert, ameishi maisha mengi zaidi kwenye ulimwengu mingine kuliko Duniani. Alikuja tu kwenye ulimwengu huu kwa sababu ni changamoto, kwa sababu anachoka kwa urahisi.

D: Je, unadhani hii ni sehemu ya matatizo yake ya kimwili, kwa sababu hajaizoea miili ya kimwili?

R: Inawezekana, nadhani. Lo! Sikupenda kuwa hapa. (Anacheka) Kwa kiasi fulani nakubaliana, kwa sababu sitaki mwili huu. Lakini nimekwama nao.

D: Ndiyo, kwa sasa ndivyo ilivyo. Na lazima ujifunze kuishi nao. Lakini inaonekana kwamba katika maisha mengine, hakuwa na aina hii ya mwili ya kuwa na wasiwasi nayo.

R: Hapana, hakuhisi maumivu. Maumivu ni mateso.

D: Hakujua ni nini.

R: Hapana, hakuna maumivu huko. Lazima uwe wa kimwili ili kuelewa maumivu.

D: Labda hili ni jambo alilokuja kujifunza.

R: Ndiyo. Na kila mtu mwingine pia anapaswa kujifunza kuhusu maumivu ya Robert, kwa sababu Robert anaweza kuyavumilia. Lakini ana shida kubwa na dawa zake. Kuna utegemezi wa kimwili wa dawa. Anapopata uwazi kuhusu msongo wa Viet Nam ambao mwili wake unapitia, labda ataomba VA alazwe hospitalini kwa muda. Kwa sababu maskini huyo amekuwa kwenye dawa kwa miaka mingi, akijaribu kupambana na maumivu haya. Na maumivu haya hayataondoka hadi atakapokufa.

D: Je, unafikiri hivyo, au una jambo la kusema kuhusu hilo?

R: Hiyo ndiyo hatima yake. Lazima ahisi maumivu, kwa sababu anaweza kuyavumilia. Na watu wanapaswa kujifunza kutoka kwake.

D: Je, hilo halionekani kuwa katili?

R: Sio katili kabisa, kwa sababu hakuna muda. Mtu mmoja anapokufa kwa saratani kwa sababu alivuta sigara nyingi, watu wanaomzunguka hujifunza somo kali sana. Na yeye pia hujifunza. Lakini kila mtu anaendelea. Haijalishi sana, kwa sababu ni kama mwanga wa sekunde chache tu za muda halisi.

D: Kama alikuwa na maisha ambayo hakuwa na mwili wa kimwili, je, unadhani hiyo ndiyo sababu kwenda Viet Nam kulikuwa na msongo mkubwa?

R: Ndiyo. Lakini lilikuwa jambo alilotaka kufanya, na aliambiwa afanye. Alijua hatakufa, lakini hakujua kwa hakika. Kulikuwa na vifo kila mahali karibu naye.

D: Na hilo lilileta hofu.

R: Ndiyo, lakini hiyo ndiyo iliyomfanya aendelee. Hiyo ndiyo iliyomfanya afanye alichofanya. Changamoto ya hofu. Hakuna sehemu nyingi sana katika ulimwengu ambako kuna vita. Dunia ni mojawapo ya sehemu chache sana ambako unaweza kupitia vita kama mwanadamu. Ilitokea kwa mwanadamu zamani sana, wakati ulimwengu mzima ulianguka.

D: Unamaanisha nini, ulimwengu mzima ulianguka?

R: Kulikuwa na viumbe wengine waliokuja kutusaidia. Na walijaribu kuzaa nasi, na walijaribu kuchezea mambo na kujifanya Mungu.

D: Na wao ndio walioleta hali hizi?

R: Ndiyo. Walitaka kucheza vita, cowboy na Wahindi. Waliweka muundo. Binadamu kimsingi ni wanyama, na ni vigumu kuvunja muundo. Inahusiana na kubadilika kutoka kwenye muundo huo. Ni kama tabia mbaya. Mara tu unapoanza kuuma kucha zako, kama Robert anavyofanya, ni vigumu kuacha. Au kusema neno fulani la matusi. Ni vigumu kuacha.

D: Kwa hiyo ni tabia ya jamii ya wanadamu, unamaanisha.

R: Ndiyo. Ni tatizo letu sote.

D: Ililetwa hapa na viumbe wengine?

R: Ndiyo. Hawakujua. Sio kosa lao kabisa. Nafikiri ni kama tu... ilitokea.

D: Na sasa iko katika muundo wa watu wa Dunia.

R: Ndiyo. Inakuwa bora. Dunia imekuwa na mafanikio fulani katika mifumo yake ya mageuzi. Mwanaume anapenda kupigana. Na hii ni mojawapo ya sehemu ambapo unaweza kupitia hilo. Kuna uzoefu mwingi Duniani unaoweza kupitia, kama njaa, vita. Kuna uzoefu mwingine. Kuwa kama Mungu katika siasa. Au unaweza kupitia hisia ya kupendeza sana ya maisha ya familia.

D: Ndiyo, una chaguo nyingi. Kwa hiyo ninapata hisia kwamba alipokwenda Viet Nam...

R: Huo ulikuwa uchaguzi wangu.

D: Lakini hukuwa umejiandaa kwa msongo huo.

R: Hapana, hapana. Hakuna mtu aliyeniambia jinsi ilivyokuwa mbaya.

D: Lakini inaonekana ulijifunza somo kutoka kwake. Somo ambalo litakuwa la thamani kwako.

R: Ndiyo, kwa sababu najua vita ni nini. Najua mapigano ni nini. Kwa hiyo ninapoendelea kwenda kwenye ulimwengu mwingine, na kama mtu atakasirika au akaanza kuonyesha tabia fulani — unaweza kuiita tabia "iliyofichika" — nitajua ilivyo. Na ningeweza kuwasaidia watu hao kuvuka hatua hiyo.

D: Hilo ni jambo la thamani sana. Lakini je, unaamini kweli kwamba Robert aliingia katika maisha haya ili apitie usumbufu anaoupitia sasa? (Ndiyo) Lakini je, isingekuwa rahisi zaidi kama tungeweza kumsaidia aishi nayo?

R: Itakuwa rahisi kadiri muda unavyopita.

D: Unadhani kama ataelewa inatoka wapi, na sababu yake, itamrahisishia kukabiliana nayo?

R: Lakini ana matatizo mengi ya kimwili.

D: Lakini je, huwezi wewe, kama fahamu ya ndani, kumsaidia katika haya?

R: Ni pale tu atakapoweza kwenda kwenye fahamu ya ndani, na kuomba mwongozo, na kuomba endorphin za asili zilizomo mwilini mwake zimsaidie. Atapata maumivu ili mtu mwingine aweze kupitia uzoefu wa kumsaidia.

D: Lakini bado ingekuwa vizuri kama tungeweza kuyapunguza. Hatutaki kufanya maisha yake yawe ya huzuni wakati anapojifunza masomo haya.

R: Maisha ya Robert si ya huzuni. Amefanikiwa.

D: Unadhani hivyo? Sijui kama angekubaliana. Lakini jambo muhimu ni kwamba, kama anataka nafuu kutoka kwa usumbufu huo, anaweza kwenda kwenye fahamu ya ndani na kuomba endorphin za asili zimsaidie.

R: Ndiyo. Kama sasa hivi, hana maumivu yoyote.

D: Ndiyo. Endorphin hizo zina nguvu sana. Zina nguvu zaidi kuliko kutumia aina yoyote ya dawa. Kwa sababu ni za asili, na zinadhibitiwa na fahamu ya ndani.

Kisha niliweka pendekezo kwamba wakati wowote atakapohitaji nafuu, angeweza kupumzika na kuomba fahamu ya ndani iachie endorphin za asili. Fahamu ya ndani ilijaribu kubishana nami, "Ndiyo, lakini Robert ni nyeti sana kwa maumivu ya watu wengine."

Niliweza kuelewa kwa nini, kwa sababu Robert alikuwa mtu mwenye hisia kali na mwenye huruma. Baada ya majadiliano mengi, fahamu ya ndani ilikubali kufanya sehemu yake, kama Robert angekubali kushirikiana. Matokeo ya mwisho daima yako mikononi mwa mtu mwenyewe. Kama hawataki kweli kujiponya, kwa sababu yoyote ile, basi hakuna kitu ninachoweza kufanya kitakachosaidia.

Sikuwahi kufanya kazi na Robert tena. Nilikuwa nasikia habari zake mara kwa mara. Bado alikuwa akipitia matatizo na alikuwa akiingia na kutoka hospitali ya VA. Ilionekana kana kwamba hakutaka kabisa kuachilia somo la maumivu, ingawa fahamu yake ya ndani ilikuwa tayari kufanya kazi naye juu ya tatizo hilo. Ningependa kuamini kwamba hata hivyo ilimsaidia kwa kuachilia endorphin za asili nyakati alizozihitaji, ili asitegemee sana dawa. Angalau sasa alijua baadhi ya sababu kwa nini alikuwa akipitia sehemu hii ya maisha yake. Labda fahamu yake ya ndani ilikuwa sahihi iliposema kwamba maumivu hayangemwacha hadi angekufa. Kama ni hivyo, ninatumaini anajifunza somo lake, na pia anawafundisha wengine kuhusu maumivu na kuhusu kuishi na mtu mwenye maumivu sugu. Kama hiyo ndiyo sababu, basi ina thamani kwa sababu inafundisha. Hilo ndilo jambo la msingi kabisa, kujifunza masomo, na kuendelea kutoka hapo. Tukijifunza somo vizuri, basi hatuhitaji kulirudia.

Tena, ninaweza kuelewa kikamilifu kwa nini fahamu ya ndani ya Robert isingeruhusu hadithi hii itoke alipokuwa akifanya kazi na madaktari wa VA. Labda kusikia hadithi hii kungewafanya wawe na uelewa zaidi, na wawe wazi zaidi kutafuta chanzo cha msongo wa vita katika maeneo yasiyo ya kawaida, kwa maelezo yasiyo ya kawaida.

* * *

KURUDI KWENYE CHUMBA CHA TAPESTRY

Nilitumia mwezi wa Machi 2000 nikitoa mihadhara katika miji yote mikuu ya Australia. Ninajaribu kufanya baadhi ya vikao binafsi ninaposafiri, kwa sababu daima kuna orodha ya kusubiri ya watu kote duniani wanaotaka tiba. Norma alikuwa amenisomea barua baada ya kusoma baadhi ya vitabu vyangu, na tulifanya miadi ya kikao wakati nilipokuwa Gold Coast. Alikuwa na matatizo mengi ya binafsi na ya kimwili aliyotaka kupata maelezo yake. Pia alikuwa amevutiwa sana na maelezo ya ulimwengu wa roho tunaouingia tunapoondoka katika maisha haya, kama ilivyoripotiwa katika kitabu changu Between Death and Life. Alitaka kuona maeneo haya mwenyewe, hasa Kituo cha Hekalu la Hekima chenye Maktaba yake ya ajabu na Chumba cha Tapestry. Nilimwambia hilo lingewezekana. Ningelazimika kumpitisha kwanza katika maisha ya zamani, kisha kuona alipoenda baada ya kifo. Huu ndio utaratibu niliogundua kuwa hufanya kazi vizuri zaidi kama tunataka kuchunguza upande wa kiroho.

Aliingia haraka katika hali ya kina na akaishi tena maisha ya zamani katika Uingereza ya Victoria ambayo yalieleza mengi ya mahusiano ya karmic ya kibinafsi aliyokuwa nayo katika maisha haya. Kulikuwa na maelezo mengi: tarehe, majina na maeneo huko London, ambayo yangeweza kuchunguzwa na kuthibitishwa. Nimefanya regressions nyingi sasa kiasi kwamba aina hii ya maelezo hainishangazi tena. Jambo muhimu ni tiba inayopatikana kutokana na kuishi tena kiwewe na hisia za maisha hayo. Kwa kawaida huwaachia wahusika uamuzi kama wanataka kuchunguza na kuthibitisha. Mimi mwenyewe sihitaji tena uthibitisho, na sichunguzi mambo haya isipokuwa kama yana thamani ya kujumuishwa katika kitabu. Hakutakuwa na uthibitisho wa kutosha kumshawishi mshukuaji wa kweli, na muumini hahitaji uthibitisho. Katika hatua hii ya kazi yangu ninavutiwa zaidi na yasiyojulikana, ambayo hata hivyo hayawezi kuthibitishwa.

Nilipomchukua hadi mwisho wa maisha hayo, alikufa kwa amani akiwa mwanamke mzee nyumbani kwake akiwa amezungukwa na familia yake. Alipokuwa akielea mbali na mwili wa kimwili nilimwomba aeleze kilichokuwa kinatokea.

N: Kuna mwanga. Viumbe waliovaa mavazi marefu, na kuna upendo na amani. Wanamchukua hadi mahali palipo tulivu sana na pa amani. Hakuna mtu karibu. Ni tulivu tu na kuna ukungu mwingi.

Hili lilisikika kama mahali wengine walipokuwa wameelezea kama Mahali pa Kupumzika, aina ya hifadhi ambapo roho zinaweza kupumzika kwa muda kabla ya kuendelea kwenda mahali pengine, ama upande huo au kwa kurudi katika mwili mwingine katika maisha mapya.

D: Mahali ambapo anaweza kupumzika kwa muda?

N: (Kwa upole) Ndiyo. Ni pazuri.

D: Baada ya hapo atalazimika kwenda mahali pengine?

N: Ndiyo, ni wakati wake. Lazima aende kwenye vyumba vya maarifa sasa.

D: Nimesikia kuhusu maeneo haya. Norma alitaka kuwa na kumbukumbu ya jinsi yanavyoonekana. Unamwonyesha nini?

N: Kuna nguzo. Na vitabu vingi. Na kuba... na watu. Na ni nzito sana... imejaa maarifa. Ni kubwa. Inaendelea milele. Ina vyumba vingi zaidi ya eneo la mawe. Na kuna njia za kutembea na vitabu na meza na watu.

D: Ninaongea na nani? Fahamu yake ya ndani au...?

N: Norma anamtambua Norma, lakini mimi ni nafsi yake ya juu.

D: Mimi huiita fahamu ya ndani. Ni sehemu iliyo na taarifa zote, sivyo? (Ndiyo) Hiyo ndiyo napenda kuzungumza nayo. Ninajua baadhi ya sehemu za mahali hapa. Je, kuna chumba kinachoitwa "chumba cha tapestry"?

N: Oh, ndiyo.

Hiki kilielezwa katika Between Death and Life kama tapestry ya maisha ambapo maisha ya kila mtu yanawakilishwa kama uzi. Jinsi inavyofungamana ni maelezo hai ya jinsi maisha ya kila mtu yanavyoathiri maisha ya wengine. Sisi ni mmoja, na bado sote tunaunganishwa.

D: Alijiuliza kama angeweza kuona chumba hicho?

N: Anaenda huko kila wakati.

D: Kweli? (Ndiyo) Hajui hilo, sivyo?

N: Anajua, lakini hakuliamini.

D: Unaweza kumwonyesha chumba hicho kinaonekanaje?

N: Ni chumba kilichojaa mwanga. Hakina dari, kwa sababu tapestry iko juu sana. Na ni kirefu sana. Kinaenda mbali sana. Hakina mwisho. Na kinatembea. Kina uhai.

D: Unamaanisha nini?

N: Kina uhai wa mwanga, na nyuzi ni viumbe hai. Si za kimwili. Zina hisia, zina mawazo, zina rangi, na zina uhai.

D: Nyuzi zinazounda ufumaji wa tapestry?

N: Ndiyo. Zinang'aa. Baadhi ni ang'avu sana. Na zote zina unene tofauti, na zina nishati, uwepo. Nishati yao wenyewe. Kila moja ni ya kipekee na nzuri. Na zote pamoja zinaunda mwendo huu na uhai. Miundo mizuri. Inabadilika kama filamu kwenye skrini.

D: Kwa hiyo ni kama kiumbe hai, badala ya kipande cha kitambaa.

N: Oh, sio kitambaa. Neno tapestry lenyewe ni pungufu. Halielezi kabisa.

D: Ni kitu tunachoweza kuelewa kwa maarifa yetu finyu. Lakini kama nyuzi zina uhai, zinawakilisha nini?

N: Oh, ni nzuri sana. Ni watu, maisha yao, roho zao. Zinawakilisha kila kitu tulicho.

D: Kwa hiyo ni mfano wa jinsi kila kitu kilivyounganishwa?

N: Oh, ndiyo. Ni changamano sana. Zaidi ya tulivyowahi kufikiria. Kwa kila maisha, kila uwepo, kila wazo, kila tendo, kila kitu tulicho, tutakachokuwa, tulichokuwa, kinawakilishwa katika kila uzi. Na sisi pia ni vitu hivyo vyote.

D: Je, kinawakilisha maisha ya sasa tu, au uzi ni historia ya roho?

N: Ndiyo, na ya baadaye na... roho yenyewe.

D: Lakini kama tayari kimeunganishwa, je, hii inamaanisha kila kitu kimepangwa?

N: Oh, hapana. Katika baadhi ya maeneo ya uzi kimepangwa, kulingana na safari ya mwisho ya roho wakati huo, kwa sababu baadhi ya maisha inayochagua kuyaishi hayana hiari.

D: Hayana? Au hayajui kuwa yana?

N: Hayana hiari.

D: Kwa hiyo si kila uwepo una hiari?

N: Hiyo ni sahihi. Inategemea maisha inachagua. Ikichagua maisha ya kibinadamu, ina hiari. Lakini ikichagua uwepo tofauti, katika baadhi ya hali haina hiari. Kwa hiyo uzi hubadilika katika muundo wake, mwanga wake, rangi yake, unene wake, na muunganiko wake na nyuzi nyingine. Ni changamano sana.

D: Kwa hiyo yote inategemea kile roho inachokumbuka au kujifunza wakati huo.

N: Hatuiti "somo" kama hivyo. Tunakiita... ukumbusho. Kwa sababu roho inajua yote. Inajua yote. Inajua kila kitu kinachoweza kujulikana. Haitakumbuka daima. Na kulingana na maisha inachagua kuyaishi, hukumbuka wakati mwingine, na wakati mwingine haisahau.

D: Kama ni maisha ya kibinadamu, ingetatanisha sana tukikumbuka mambo hayo yote.

N: Ni maisha ambayo roho huchagua inapokuwa inataka kusafisha mengi. Isingechagua maisha ya kibinadamu vinginevyo, kwa sababu ni uwepo mgumu kuchagua, katika viwango vingi. Pia ni maisha yanayosisimua sana kuchagua. Kwa sababu yamejaa sana. Yamejaa hisia, hisia za ndani, muundo na uhai. Katika maisha mengine mengi ambayo roho huchagua, hakuna tofauti nyingi. Hakuna muundo mwingi. Kwa sababu wakati mwingine hawana hata mwelekeo wa kipimo cha tatu wa kuhusiana nacho. Hawajui kipimo cha tatu.

D: Je, wanapaswa kupitia aina hizo za maisha kabla ya kuingia katika maisha ya Dunia?

N: Si lazima. Inategemea uchaguzi wa roho. Kisha, bila shaka, roho nyingi zimechagua maisha mengi ya Dunia, na hukwama kwenye gurudumu la kipimo cha tatu. Na hata hazijui uwepo mwingine, hivyo kuunda miunganiko zaidi ya karmic, na hivyo kulazimika kurudi Duniani. Kwa roho inaweza kuwa jambo la kukatisha tamaa, kwa sababu upande wa pili wanaelewa kuwa kuna maisha mengine yanayoweza kuishiwa. Lakini wamefungwa sana kwenye uwanda wa Dunia kiasi kwamba hawawezi kuuacha.

D: Lazima wamalize hayo yote kwanza.

N: Sio kila wakati karma yote iliyoundwa na nguvu ya karmic. Lakini mara nyingi kuna mengi sana ya kufanya, kiasi kwamba kama hawangekuwa na maisha mengine ya Dunia, wangepoteza fursa ya kupata mwili wa kurudi ndani yake. Na wangekosa miunganiko wanayopaswa kufanya. Huwa wanabaki katika miduara inayofanana. Na wale, kama Norma, wanaojua hawahitaji kuwa hapa mara nyingi, huwa wanatembea katika miduara ya roho zinazofanana, na pia hutoka humo.

D: Lakini kama watapoteza fursa ya kuunganika, itachukua muda mrefu sana kabla ya kupata fursa tena. Na karma hiyo italazimika kulipwa hatimaye na kusafishwa. Je, hiyo ndiyo unamaanisha?

N: Ndiyo. Norma anafahamu sana hili. Wale waliyo kwama kwenye kipimo cha tatu hawajafahamu kweli. Wanafahamu kwa maarifa yao mahali fulani, hasa kati ya maisha, kuwa kuna maisha mengine wanayoweza kuyaishi. Lakini wanajua lazima wabaki kwenye kipimo cha Dunia ili kutimiza madeni ya karmic. Vinginevyo watapoteza fursa, na lazima wabaki kwa umbo la roho kwa muda mrefu. Wanaweza kwenda katika maisha mengine ya kigeni, maisha mengine ya kipimo. Lakini wanajua kuwa hiyo inawazuia, kwa sababu wanakosa kuungana na maisha hayo yaliyo katika Dunia, ambayo lazima watimize.

D: Lakini katika maisha mengine, ambapo hawajafahamu hata kipimo cha tatu, je, pia wanaunda karma?

N: Oh, ndiyo! (Kwa msisitizo) Oh, ndiyo! Ni sehemu ya safari ya roho kuunda karma.

D: Na kuitatua.

N: Ni kuinua mtetemo wa roho hiyo, ili waurejee nyumbani kwa nguvu ya Mungu.

D: Lakini katika maisha mengine hawaundi karma yenye nguvu kama tunavyofanya na mwili wa kibinadamu?

N: Inaweza kuwa yenye nguvu pia, ndiyo. Na wakati mwingine wanaweza kwama katika maisha ya kigeni.

D: Kwa sababu zile zile? (Oh, ndiyo!) Lakini kama ninavyojua, katika baadhi ya maisha ya kigeni, wanaweza kuishi kadiri wanavyotaka. (Ndiyo) Kwa hiyo wangekuwa na muda mwingi wa kutatua mambo.

N: Tunaongelea aina za chini za viumbe vya kigeni.

D: Unaweza kuniambia kuhusu hilo?

N: Wapo baadhi kama makoloni ya nyuki, kwa njia fulani. Ambayo si lazima kuwa na miili. Wao ni nishati, lakini wana akili moja, kwa kusema hivyo.

D: Kama kikundi?

N: Ndiyo. Na wanahama labda kama ndege. Na labda wanahama kama nyuki. Wanajumuika kama koloni. Wanahama kama moja, lakini kama viumbe binafsi. Na hawana mchanganyiko wa karma kama mwili wa kibinadamu. Ni kama karma ya kikundi, ambapo wanakubali kufanya kazi fulani pamoja kama kikundi. Kwa hiyo kama haijatimizwa, haiunganishwi wala kuachiliwa.

D: Kuna wengine ambao ni aina za chini za viumbe vya kigeni?

N: Wanaweza kuwa wafanyakazi wa viumbe vya juu. Lakini jambo la kichekesho ni kwamba roho za viumbe vya juu mara nyingine huchagua kuwa mfanyakazi. Kutoka ngazi tofauti, kwa kusema hivyo. Ni dhana potofu kwamba roho inapaa juu. Si kutoka kiumbe kimoja cha juu hadi kiumbe kingine cha juu. Sio hivyo.

D: Tunaweza kufikiri hivyo.

N: Hapana, inaruka na kugeuka. Kwa sababu nyingi roho itachagua safari. Wakati mwingine ni kwa furaha tu, kwa uzoefu.

D: Kurudi na kujaribu kitu tofauti wakati huo.

N: Ndiyo, inaongeza kwenye tapestry. Inaongeza ugumu wa roho.

D: Aina mbalimbali.

N: Ndiyo, inaongeza. Inatoa. Inajaza. Inafanya roho kuwa kamili zaidi. Ni kipande kingine cha fumbo.

D: Hilo linaeleweka kwangu.— Norma alikuwa akijiuliza kama ana muunganiko wa galactic.

N: Oh, ndiyo! Anafahamu viumbe vya galactic aliyekuwa navyo, lakini hajaridhika na maelezo yake kwa kiwango cha fahamu. Anajua mengi kuhusu yeye mwenyewe. Na anajifunza mengi katika maisha haya. Isipokuwa kama kweli anataka kurudi kwenye kipimo cha tatu, hatahitaji kuja hapa tena.

D: Kwa hiyo anamaliza kazi yake hapa kwa kiasi fulani?

N: Hakuna kamili kabisa, kwa sababu unaweza kuja na kuondoka unapopenda. Lakini anafurahia kipengele cha hiari katika safari hii.

D: Kwa hiyo wakati wowote roho inaweza kuamua haidiwi tena maisha ya Dunia, na kuendelea kujaribu kitu kingine.

N: Ni pale tu kama imeondoa karma yake. Kwa sababu, kama tulivyosema, unaweza kufungwa kwenye ndege ya Dunia kwa maisha mengi. Kwa sababu, bila shaka, kadri unavyoyaishi maisha zaidi, ndivyo unavyofungwa hapa, kwa karma unayounda.

D: Kwa hiyo ni bora kama utaiondoa yote kama unataka kuendelea mahali pengine.

N: Na roho nyingi zinafahamu hili. Sio kwa kiwango cha fahamu, bila shaka; ndiyo sababu wanaweka mengi sana katika maisha moja. Roho nyingi zilizopo wakati huu wa mageuzi ya Dunia, zimekuwa na maisha ya kigeni. Na nyingi hazijafahamu kwa ufahamu. Zaidi sasa wako kwenye ndege hii ya Dunia kuliko hapo awali, kwa sababu wako hapa kwa sababu fulani: kusaidia kuinua mtetemo wa Mama Dunia.

Katika Keepers of the Garden, Phil alisema roho nyingi ambazo hazijawahi kufahamu maisha ya Dunia zilijiandikisha kusaidia Dunia wakati huu katika historia yake. Waliokuwa infusion au transfusion ya damu mpya, wale ambao hawajawahi kufahamu ghasia. Kwa sababu hawana hili katika historia ya roho zao, wanaweza kusaidia kubadilisha mtetemo wa Dunia na kuirudisha kwenye kipimo cha juu ambapo mambo kama ghasia hayana uwezekano.

D: Hili ndilo nililoambiwa. Kwamba tunakwenda mbali na ghasia, na kuingia katika kipindi kingine cha mageuzi kwa Dunia?

N: Oh, ndiyo, na Mama Dunia ameunda hili.

D: Kwa sababu yeye pia ni kiumbe hai?

N: Bila shaka.

D: Ambayo watu wengi hawajui.

N: Hapana, na lazima awe na mwingiliano na sayari zingine za galaksi hii. Na bila shaka, pia mbali zaidi. Ni kubwa kuliko unavyofikiria.

D: Ndiyo. Nimesikia kwamba sio tu kuna chumba cha tapestry kinachoonyesha roho, lakini ni changamano zaidi kuliko hicho.

N: Oh, ndiyo. Chumba cha tapestry kinaonyesha tu roho zinazofanya kazi katika ulimwengu huu, na katika ulimwengu mwingi zaidi. Lakini kuna zaidi ya hapo.

D: Je, kuna tapestries nyingine, kama mfano, kama taswira?

N: Ni kama hiyo, lakini hiyo ni ufafanuzi rahisi. Maneno hayawezi kueleza. Fikiria, au onyesha kwa akili, ulimwengu, kisha tuma hadi usio na kikomo. Na utapata wazo kwamba kila nyota inawakilisha maisha, roho. Na utakuwa unagusa tu kile kinachohusu yote.

D: Lakini nyota ni vitu vya kimwili, sivyo?

N: Ndiyo, lakini tunatumia ulimwengu kama mfano wa jinsi safari za roho zilivyo nyingi na changamano. Ukifikiria au kufikiria kuwa kila nyota inawakilisha roho na safari yake hadi usio na kikomo, utakuwa unaelewa jinsi tunavyokuwa wakubwa kweli.

D: Hakuna mipaka kweli, isipokuwa tukiweka wenyewe. Hiyo si sahihi?

N: Kila maisha yanayochaguliwa na roho yanaonyesha kikomo kwa sababu fulani, somo fulani, kwa ajili ya kusafisha au kuleta karibu na chanzo, kwa sababu hiyo ndiyo kusudi la roho yetu.

D: Kurudi kwa chanzo? (Ndiyo) Lakini tuna mengi ya kufanya kabla hatujaweza kurudi huko, sivyo?

N: Na hilo siyo adventure?

D: Ndiyo. Kila kizi na kielelezo kwenye njia.

N: Norma amekuwa maumbo mengi ya maisha yote. Na anafahamu hili. Tayari amejumuika na hayo. Kile anachosikitika kukielewa ni ukubwa wa uzuri wake. Anaamini kwamba kuchagua umbo la kibinadamu kunapunguza kwa njia fulani. Hajaridhika kweli kuwa anaweza kuwa mkubwa hivyo, akijua ni nani yeye katika umbo la kibinadamu, na mapungufu na vizuizi vya maisha ya kibinadamu anayoyaishi.

D: Hilo si kweli kwa wote wetu?

N: Oh, ndiyo. Lakini roho nyingi hazitambui ukubwa wao, na hazijagusa ukweli kwamba wao ni wakubwa. Kwa sababu, bila shaka, sote tuko.

D: Lakini kwa upande huo, sote tuko wakubwa zaidi katika ndege zingine, vipimo vingine. Unaposema "ukubwa"; unaueleza vipi?

N: Roho zote ni kubwa, bila shaka, kwa sababu ni sehemu ya chanzo. Roho nyingi hazijui au hazifahamu ukubwa wao, na kwa hivyo hawawezi kuhisi machafuko ambayo Norma anahisi. Kwa sababu hawana katika ufahamu wao. Machafuko anayoyahisi ni kwamba anafahamu kwa ufahamu ukubwa wake. Hawawezi kutatua ukweli kwamba yupo katika mwili wa kibinadamu, na sehemu hiyo ya safari yake ni kuunganisha ukubwa huo. Ukubwa tunaozungumzia ni sehemu yake katika mpangilio huu. Yeye ni sehemu ya picha kubwa, roho ya Norma.

Hii ilisikika kama inajulikana. Fahamu ya ndani au nafsi ya juu imeeleza kitu sawa kuhusu wahusika wengi wangu wengine. Inaonekana sote ni wakubwa zaidi kuliko tunavyojipa sifa. Ikiwa tungeweza kutambua cheche ya Mungu katika wengine, hatungekuwa na hukumu, hakuna ubaguzi. Tungeona sote tuko roho kwenye safari za kutatua vipindi tofauti vya karma. Wote wakijaribu kurudi nyumbani kwa Chanzo cha Mungu.

N: Amefanya maamuzi mengi muhimu yanayoathiri roho nyingi.

D: Katika maisha mengine.

N: Ni zaidi ya maisha mengi wakati yeye ni "Kile tunachokuwa". Anaelewa kuwa haitaji kuwa katika umbo la maisha kufanya maamuzi. Amefanya maamuzi haya katika umbo la roho kwa roho nyingi.

Inaonekana wakati tunapoingia kwenye uwepo wa Dunia, ukweli wa kipimo cha tatu, tunakuwa na uso wa kuigiza kama wachezaji wa sehemu mbalimbali. Kwa wengine ni adventure ya uzoefu, safari. Kwa wengine ni kushikwa katika uwongo unaochukua sifa zote za ukweli. Haijalishi tunavyochukulia, tunaunda karma moja kwa moja kwa kuishi katika kipimo hiki, na tumezuiliwa katika ukweli huu hadi tutakapolipa madeni. Kuna mambo mengi zaidi yanayoendelea nyuma ya pazia kuliko tunaweza kufahamu. Lakini imesemekana, "Kama tungejua majibu, isingekuwa mtihani." Na kwa hivyo tunatamani kurudi kwenye mahali pa kutokuwa na uhakika tunaloita "nyumbani", bila ufahamu wa kweli kwamba hili haliwezi kutokea hadi tutakapokamilisha kazi yetu hapa.

SEHEMU YA TANO

METAFIZIKS
AU FIZIKS YA KWANTA?

Sura ya Kumi na Moja

Ulimwengu Sambamba

Niliongozwa kuingia katika mjadala huu wa ajabu na wa kina sana katika miaka ya 1980 nilipokuwa nikichunguza maisha ya Tuin, mwindaji, ambayo ndiyo msingi wa kitabu changu Hadithi ya Starcrash. Katika maisha hayo aliua na kuleta kijijini mnyama wa ajabu sana, mnyama ambaye haujawahi kuonekana kabla wala baadaye na watu wa kabila hilo. Mganga wa kabila alitambua kuwa hilo lilikuwa tukio la kushangaza sana na alitaka kujua maelezo yote ya uwindaji huo. Alivutiwa sana kiasi kwamba aliwaagiza wachinjaji na wachunaji wa ngozi wawe waangalifu maalum wakati wa kuandaa nyama. Alitaka fuvu lihifadhiwe, na litumike baadaye katika sherehe za kuheshimu mchana mfupi zaidi wa mwaka wa baridi. Maelezo yote yaliyotolewa na Tuin yalionyesha tukio la kawaida lisilo la kawaida kabisa, la kiwango cha juu sana. Tukio ambalo hakuwa amewahi kulipitia kabla, lakini alilikubali bila kusita. Uhalisia wake haukuweza kukanushwa na watu kwa sababu ushahidi ulikuwa wazi kupitia fuvu na ngozi vilivyohifadhiwa. Maelezo yalikuwa ya ajabu kiasi kwamba hata mimi nilijua haikuwa mnyama aliyewahi kuishi duniani, angalau si katika historia inayojulikana. Mtaalamu wa wanyama pia alithibitisha mashaka yangu. Ikiwa mnyama huyo hakutoka duniani, basi alitoka wapi?

Baada ya Tuin kufa na kuvuka kwenda upande wa pili, niliweza kumuuliza maswali mengi kuhusu matukio ya ajabu yaliyohusiana na kijiji chake. Katika hali hiyo alikuwa na ufikiaji wa maarifa yanayonyimwa mwanadamu wa kawaida. Nilimuuliza kuhusu kugunduliwa kwa mnyama huyo wa ajabu. Jibu lililokuja lilikuwa tata sana kiasi kwamba nilijua halikufaa kuingizwa katika kitabu hicho. Nililifupisha kwa maelezo ya msingi kabisa na rahisi zaidi kwa sababu nilihisi lingekuwa gumu sana na lingevuruga lengo la kitabu hicho. Hapa linawasilishwa kwa ukamilifu wake wote. Siwezi kulieleza zaidi. Kulisikiliza tu kulinichanganya na kunifanya nihisi kizunguzungu. Nilihisi kana kwamba dunia ilikuwa imegeuka juu chini baada ya hapo. Wazo hilo lilikuwa geni sana kwa fikra zangu kiasi kwamba lilinisumbua na kuvuruga kabisa akili yangu ya mantiki. Ingawa dhana hii inaweza kuonekana ya kimapinduzi kwangu, kwa mtu mwingine inaweza kuonekana rahisi sana, hasa kwa mtu asiye na shida kuelewa nadharia tata. Watu wengi pengine watasema si nadharia mpya hata kidogo, bali ni mpya na ya kushangaza kwangu tu. Basi iwe hivyo. Nilimuuliza roho ya Tuin aliyefariki ikiwa ingeweza kueleza fumbo la mnyama huyo wa ajabu.

Beth: Hilo lilikuwa tukio adimu sana. Lazima uelewe kuwa huu si ulimwengu pekee uliopo. Kuna ulimwengu mwingi sambamba unaoishi pamoja na wetu, lakini kwa sababu unatetemeka kwa kasi tofauti, kwa kawaida hauonekani kwa macho ya binadamu. Ulimwengu hii hukutana na kukatizana, lakini mara nyingi maeneo ya mkutano hayalingani. Hivyo wakaaji wa ulimwengu mbili tofauti hawatambui mkutano huo. Huenda kukawa na mabadiliko madogo ambayo mtu mmoja au wawili wanaweza kuyatambua, lakini hayatakuwa makubwa. Katika tukio hili moja maalum, kulikuwa na mkutano adimu unaolingana. Na wakati Tuin alikuwa akiwinda, alikuwa katika ulimwengu mbili kwa wakati mmoja, bila yeye kutambua hilo. Mnyama aliyemuua alikuwa mkazi wa ulimwengu mwingine. Lakini kwa sababu mkutano huo ulikuwa unaolingana, aliweza kuusafirisha mnyama huyo hadi ulimwengu huu bila kuharibu muundo wake wa msingi.

D: Unamaanisha ulimwengu mwingine pia ulikuwa wa kimwili?

Mhusika mwingine alikuwa ameuelezea ulimwengu ulioundwa kwa nishati.

Beth: Ndiyo. Ulikuwa ulimwengu wa kimwili ulioundwa kwa muundo wa msingi tofauti. Lakini kwa kuwa mkutano ulikuwa unaolingana, muundo wa mnyama haukuharibiwa ulipovushwa kuja katika ulimwengu huu. Hicho ndicho kinachofanya tukio hilo liwe adimu sana. Ikiwa mkutano haulingani, muundo wa msingi wa kitu chochote kutoka ulimwengu mwingine huharibiwa na hakipo tena katika ulimwengu huu.

D: Unamaanisha nini? Kingetoweka tu au nini?

Beth: Ndiyo. Kingeyeyuka tu na kuwa chochote, na kuachilia nishati yake katika anga ya juu.

D: Je, mtu angekiona kama fatamorgana au kitu kama hicho?

Beth: Labda. Katika hali fulani wangeweza kukiona, kisha kikaonekana kung'aa na kufifia hadi kutoweka.

D: (Nilikuwa nikijaribu kuelewa.) Unasema ulimwengu mwingine upo sambamba kabisa na huu?

Beth: Ndiyo, kuna idadi isiyo na kikomo ya ulimwengu inayokaa sambamba na huu. Na yote yamefumwa pamoja kama kitambaa. (Anavuta pumzi.) Maneno ya lugha hii hayatoshi.

D: Nimeambiwa hilo hapo kabla.

Beth: (Akisaka maneno.) Nitalazimika kutumia vibaya baadhi ya istilahi ili kufikisha wazo hili. Ulimwengu hii mbalimbali imefumwa kama kitambaa katika kosmo kubwa sana, ambayo inajumuisha jumla ya uwepo wote. Lakini ulimwengu hii ni hai, kwa hiyo inasogea na kubadilika kila wakati, kama kitambaa kilicho hai. Na kadiri inavyosogea na kubadilika, uhusiano wake na ulimwengu mingine hubadilika kila mara. Na kwa kuwa idadi yao haina kikomo, uhusiano huo hauwahi kuwa sawa mara mbili. Ili kuwe na mkutano unaolingana, kama tukio la Tuin, lazima kuwe na mkusanyiko wa vigezo visivyo vya kawaida vinavyotokea kwa wakati mmoja. Kwa kuwa hutokea mara chache sana, hauwezi kuonyeshwa kwa asilimia, idadi yake ni ndogo sana. Hivyo ulimwengu huu bado uko sambamba na ulimwengu huo kuhusiana nao, lakini uhusiano ni tofauti sasa kwa sababu umeendelea kusogea pamoja na ulimwengu mingine yote kwa maelfu ya miaka ndani ya kosmo kubwa. Unaelewa?

Nilinung'unika kuwa ninaelewa, ingawa kwa kweli sikuwa naelewa. Mshtuko huu wa ghafla ulikuwa mgumu sana kiasi kwamba nilipata maumivu ya kichwa nikijaribu kufuatilia.

D: Lakini ulisema hili hutokea nyakati fulani na watu hawatambui?

Beth: Ndiyo. Ulimwengu huu unakutana na ulimwengu mingine kila wakati. Ni suala la lini na wapi. Lini: kila wakati. Ulimwengu huu, mahali fulani, daima unakutana na angalau ulimwengu mmoja mwingine, kama si zaidi. Na kwa kuwa idadi ya ulimwengu haina kikomo na hukutana kila mara, ni jambo la kawaida kabisa kwamba mikutano kadhaa hutokea juu au karibu na sayari hii ambapo inaweza kuonekana na watu. Hata hivyo, kama mkutano huo unaendana vya kutosha ili kitu kionekane moja kwa moja, hilo si la kawaida. Mara nyingi ni mabadiliko madogo sana ambayo watu wenye mtazamo wa kawaida hawatayaona. Ni mtu aliye makini sana tu ndiye atakayegundua tofauti hiyo ndogo. Na kwa kawaida si kitu cha kutikisa dunia au cha maana sana. Ni jambo dogo tu ambalo labda mtu mmoja au wawili wataona, lakini hawatalizungumzia kwa sababu ni dogo sana, na wanahisi wengine wangedhani wamekosea walichoona.

D: Unaweza kunipa mfano wa kile wanachoweza kukipitia?

Beth: Ndiyo. Kwa mfano, mtu anatembea siku moja na anaona mti fulani. Una umbo la kipekee na ni mzuri sana. Kisha anapita tena mahali hapo baada ya wiki moja hivi, na anagundua kuwa mti haupo tena. Au labda umbo lake limebadilika kabisa, lakini hakuna kitu anachoweza kuthibitisha kwa uhakika. Ni jambo dogo kama hilo, lakini ni tofauti na hapo awali. Kilichotokea ni kwamba mahali ambapo mti ulikuwa, kulikuwa na mkutano na ulimwengu mwingine, na athari yake ilibadilisha mti au iliharibu muundo wake hadi ukaacha kuwepo. Au labda sasa upo katika ulimwengu mwingine katika umbo lililobadilika.

D: Tuin alisema kwamba alipokutana na mnyama huyo, alikuwa na hisia ya ajabu kupitia fahamu zake. Alijua kitu kisicho cha kawaida kilikuwa kinatokea.

Beth: Ndiyo, alikuwa amekua sana kisaikolojia, na kwa hiyo alitambua kuwa alikuwa katika ulimwengu mbili kwa wakati mmoja, lakini hakujua jinsi ya kueleza hilo kwa maneno. Hakuwa na uhakika kabisa wa kile alichokijua. Alijua kile alichokijua bila kujua kikamilifu kile alichokijua.

D: Ndiyo, hakujua hasa kilikuwa nini. Lakini unamaanisha ilikuwa nadra sana kwake kuweza kuleta mnyama huyo kwa watu wa kijiji?

Beth: Ndiyo. Kuweza kuleta mnyama kikamilifu katika ulimwengu wake bila kuyeyuka ni jambo adimu sana. Hutokea, lakini si mara nyingi.

D: Bila shaka, watu walikuwa na njaa sana wakati huo pia. Huenda hilo lilikuwa sehemu yake.

Beth: Ndiyo, uwezo wao wa kisaikolojia bila shaka uliusaidia mnyama kuvuka.

D: Kisha kwa miaka mingi baada ya hapo kichwa na ngozi ya mnyama vilitumiwa na mzee mwenye hekima, hivyo bila shaka kilikuwa kitu cha kimwili. Basi, kitu kama hiki kinapotokea, hutokea mara chache sana karibu na watu kiasi kwamba wangekitambua?

Beth: Hutokea karibu na watu, lakini mara nyingi mabadiliko ni madogo sana au hafifu kiasi kwamba wengi hawayatambui. Watu wana tabia ya kuona kile wanachotaka kuona. Na kama kitu tofauti kimetokea, kama hawataki kukiona, hawatakiona. Au wana shughuli nyingi sana za kutambua.

D: Au wanadhani wamekifikiria tu. Je, kuna wakati wowote ambapo binadamu anaweza kuvuka kwenda ulimwengu mwingine?

Beth: Hilo hutokea kila wakati. Mara nyingi binadamu wanaotembea barabarani huvuka kwenda ulimwengu mwingine. Baadhi ya ulimwengu, hasa ile iliyo karibu zaidi na huu, inafanana sana kiasi cha kuwa karibu kabisa sawa. Hivyo wakati mwingine, wanapokuwa wameingiliana, watu wanaweza kuvuka kwa muda mfupi kisha warudi bila kuharibu muundo wao. Uhamisho wa kudumu ndio ulio adimu sana, kama ilivyokuwa kwa mnyama. Na mara nyingi wanapokuwa katika ulimwengu mwingine watasema, "Nilidhani jambo fulani lilitokea." Kisha mtu anasema, "Hapana, hilo halijawahi kutokea. Unabuni." Halafu siku chache baadaye watalitaja tena na mtu mwingine atasema, "Ndiyo, uko sahihi, hilo lilitokea." Basi, katika kipindi hicho cha siku chache ambapo kila mtu alikuwa akisema halikutokea, walikuwa katika ulimwengu mwingine ambako halikutokea.

D: Hilo lingemchanganya binadamu.

Beth: Ndiyo. Lingemfanya afikiri labda alikuwa akififikiria tu. Kwa hiyo angelifuta haraka akilini mwake na kulisahau tukio hilo, na hivyo asingetambua kwa uangalifu kuwa alikuwa katika ulimwengu mwingine.

D: Lakini inaonekana kana kwamba ulimwengu hizo zinafanana ikiwa zina watu wale wale.

Beth: Kwa kawaida ndiyo, na mara nyingi kutakuwa na mambo machache tu ambayo ni tofauti kidogo.

D: Basi hii inamaanisha sisi sote tuna toleo jingine letu, au zaidi ya moja, linalofanana nasi?

Beth: Ndiyo. Katika ulimwengu mingi tuna toleo letu linalofanana kabisa, lenye uzoefu wa msingi unaofanana sana. Katika baadhi ya ulimwengu hatuna toleo letu, lakini ni nadra sana kukutana na ulimwengu hiyo. Tunapokutana nayo, ni tukio linaloshtua sana. Unapomkaribia mtu ambaye unajua unamjua, na unajua kuwa anakujua, na unamsalimu, naye anakutazama kana kwamba anasema, "Wewe ni nani? Sikujui. Sijawahi kukuona."

D: Hilo lingekuwa la kutatanisha sana. Lakini basi inawezekana kuvuka na kurudi tena.

Beth: Ndiyo. Kwa kawaida kuvuka kunakuwa kwa muda mfupi sana, labda saa chache au hata siku chache. Lakini mara nyingi ni kuvuka kwa muda tu. Na kwa ujumla watu wanaovuka wanaendelea tu na maisha yao ya kawaida ya kila siku. Hawatambui hasa ni lini walivuka na lini walirudi. Wakati wa kuvuka hauko wazi kabisa. Lakini watu wengine wanaweza kukumbuka jambo la ajabu lililotokea walipokuwa kule.

D: Je, wanahisi tu kuwa wa ajabu kidogo au vipi?

Beth: Wakati mwingine hawahisi hata hilo. Wakati mwingine wanaona tu jambo fulani, kwa mfano jengo fulani ambalo lipo katika ulimwengu wao. Kisha siku moja wanapita na hakuna jengo hapo, na halijawahi kuwepo hapo. Siku chache baadaye wanagundua kuwa jengo lipo tena. Na kwa njia hiyo wangejua walikuwa kwa muda katika ulimwengu mwingine ambako jengo hilo halikuwepo.

D: Kwa maneno mengine, si sawa kabisa.

Beth: Sahihi. Kamwe si sawa kabisa. Daima kuna angalau jambo moja tofauti. Na jambo hilo moja tu linatosha kuufanya kuwa ulimwengu tofauti. Wakati mwingine linaweza kuwa dogo kama punje ya mchanga iliyopo mahali tofauti ufukweni, na hilo linatosha kuufanya kuwa ulimwengu tofauti. Na kinachofanya iwe ngumu zaidi ni kwamba ulimwengu mipya inaendelea kuumbwa kila wakati. Kwa kila tendo linalofanywa, kuna zaidi ya matokeo moja yanayowezekana. Katika ulimwengu wako, tokeo moja hutimia, lakini nishati ya matokeo mengine lazima iende mahali fulani. Na hivyo matokeo hayo mengine ambayo hayakutimia katika ulimwengu wako husababisha ulimwengu mwingine kuja kuwepo, ambao unafanana sana na wako, isipokuwa kwa tokeo hilo moja lililo tofauti. Na kutoka hapo ulimwengu huo unaendelea kukua katika mwelekeo wake wenyewe.

D: Unamaanisha mtu mmoja anaweza kusababisha hili? Au lazima iwe watu wengi?

Beth: Hapana, mtu mmoja tu. Chochote. Hutokea kila wakati. Kosmo kubwa inaendelea kukua bila kukoma. Na ni tata sana kiasi kwamba akili moja haiwezi kuielewa. Kwa mfano, katika ulimwengu huu, tuseme pua yako inaanza kuwasha. Unaweza kufanya mambo kadhaa. Unaweza kuipangusa, au unaweza kuikuna, au mwili wako unaweza kuamua kupiga chafya. Mambo hayo matatu yote yanawezekana. Tuseme unaamua kupiga chafya, na unafanya hivyo. Hata hivyo, nishati ya matokeo mengine mawili lazima iende mahali fulani. Na kwa hiyo, katika wakati huo huo, ulimwengu miwili mingine huumbwa, ambapo katika mmoja unapanguza pua yako na katika mwingine unaikuna. Na hiyo ndiyo tofauti pekee kwa wakati huo kati ya ulimwengu huo miwili na huu. Kisha zinaendelea kukua. Zitakuwa tofauti kidogo, lakini bado zitafanana sana na huu.

D: Hii inaonekana inaweza kuwa tata sana.

Beth: Ndivyo ilivyo.

D: Daima nimeamini kuwa tunafika kwenye makutano mengi maishani mwetu. Tunafanya uamuzi wa kufanya jambo moja, ilhali kuna maamuzi mengine kadhaa ambayo yangeweza kutuweka kwenye njia tofauti. Je, hii inamaanisha kuwa uamuzi mwingine pia unakuwa uhalisia?

B: Ndiyo, maamuzi mengine pia hutimia, lakini si katika ulimwengu wako. Unapofika kwenye makutano, kama ulivyosema, na una uamuzi mkubwa. Na unaweza kufanya jambo lolote kati ya kadhaa. Kulingana na jambo unalofanya, linaweza kuamua mwelekeo mkuu wa maisha yako yote. Unapofanya uamuzi wa kwenda njia moja, nishati ya uwezekano iliyohifadhiwa nyuma yake husababisha ulimwengu mwingine kuumbwa ambapo maamuzi mengine yote pia hutimia. Hivyo sasa kuna "wewe" mbadala wanaosafiri njia hizi tofauti. Maisha yao yatakuwa tofauti na yako kwa sababu walichagua uamuzi tofauti na kwenda katika mwelekeo tofauti. Hivyo ulimwengu huo unakuwa tofauti, na mara nyingine athari zake zinaweza kuwa kubwa sana. Kwa muda mfupi, kwa mshangao, ulimwengu huo unaweza kuwa tofauti kabisa na wako.

D: Ndiyo, kwa sababu maisha yako yanaweza kwenda katika mwelekeo tofauti kabisa.

B: Na kuwa na athari tofauti kabisa kwa watu walio karibu nawe. Ni kama mpira wa theluji unaosababisha athari kadhaa kwa watu walioko karibu nao, n.k., n.k.

D: Lakini huna dhima kikamilifu kwa maamuzi yako.

B: Hapana, hapana. Unafanya uamuzi unaouona ni bora kwako. Kulingana na hali yako, huenda likawa jibu sahihi. Na hali nyingine zinapoibuka, upande mwingine wa uamuzi ni sahihi kwa hali hizo pia. Hata hivyo, wakati mwingine unafanya uamuzi na kugundua kuwa ulikosea, hujachagua hali bora. Unapoyatambua hayo, kilichotokea ni kwamba tawi hili maalum la maisha yako limegawanyika kutoka ulimwengu mwingine, kutoka ulimwengu wako wa awali. Na "wewe" wa awali alichagua uamuzi sahihi, na wewe umeitenda uamuzi mbadala kwa kutumia nishati iliyohifadhiwa hapo. Umeishi nayo na kupanga maisha yako ipasavyo.

D: Je, inawezekana kupata ule mwingine tena? (Hapana) Haiwezekani kuunganisha ulimwengu huo na huu tena?

B: Hapana. Lakini si kama hatima mbaya inavyosikika. Kwa sababu hata kama ulifanya uamuzi mbaya, bado unaweza kuutumia vizuri. Kwa sababu bado una maamuzi ya kufanya kila wakati wa maisha yako, kufanya maamuzi hayo kwa busara kutasaidia kudumisha maisha yako kwenye njia unayotaka.

D: Basi bado inawezekana kubadilisha maisha yako na kwenda njia nyingine ikiwa ungependa.

B: Ndiyo, utakuwa tu katika ulimwengu tofauti na "wewe" wa mbadala aliyefanya uamuzi ungependa kufanya.

D: Hiyo inasikika kana kwamba mwili wako wa kimwili upo katika sehemu nyingi kwa nyakati tofauti. (Ndiyo) Je, ni nakala kamili ya mwili huu? Nina jaribu kuelewa kwa maneno yangu ya kidunia.

Nilicheka kwa hofu. Hii ilikuwa inaanza kuwa tata sana na kusumbua akili.

B: Anza kama nakala kamili, lakini baada ya muda mabadiliko tofauti hutokea. Kwa mfano, katika ulimwengu mmoja unaweza kuumia huku katika mwingine hujiumii, jambo ambalo linaathiri tofauti. Ni tata sana. Kile kigumu zaidi ni kuhusisha "wewe" wa mbadala na nafsi yako halisi, na hilo ndilo linalofanya karma kuwa tata. Kwa mvutano wa karma lazima upitie kila kitu angalau mara moja ili kukamilisha uzoefu wako na kufikia nafsi yako ya juu. Kila maisha unakipitia karibu kila kitu mara moja. Lakini bado lazima upitie haya yote kwa uwiano sahihi ili kukamilisha utu wako. Hivyo lazima urudie mara kadhaa kupitia maisha kadhaa. Na unapata uwepo katika ulimwengu kadhaa kila wakati. Lakini ndivyo ilivyo. Lugha hii haiwezi kufikisha yote.

D: Lakini ikiwa "wewe" wa mbadala wanaishi maisha tofauti, na wote ni sehemu yetu, kwa nini hatutumii na hatujui wapo?

B: Kwa sababu ingeonekana ngumu sana na tata kwa akili yako ya binadamu. Ingekuwa jambo kubwa sana. Kuna dhana nyingi zaidi kuliko unavyokubali, ambazo haturuhusiwi kuzijua, kwa sababu zingezidi uwezo wa akili ya binadamu. Ni vya kutosha kuzingatia maisha ya sasa na hali unayoishi. Lakini fahamu, nafsi yako halisi inajua kila kitu kinachofanywa na "wewe" wa mbadala, na inafuata kila hatua. Wewe, kama binadamu, huna haja ya kuzingatia ugumu huo.

Shukrani kwa baraka ndogo! Kati ya habari tata zote, nilikumbushwa na jambo lililosemwa na mhusika mwingine. Alisema sitapata majibu yote kwa maswali yangu, kwa sababu baadhi ya maarifa yangekuwa sumu kuliko dawa. Yangeharibu kuliko kuelimisha. Hivyo nadhani binadamu haitashughulikia taarifa zote kutoka akili ya Mungu.

D: Inaonekana ngumu kufikiria kuwa "wewe" mwingine wa kimwili anafanya mambo usiyoyajua.

B: Hilo ni kweli. Unaweza kujiuliza unapovuka kwenda ulimwengu mwingine na kuingiliana na watu wa mbadala, je, watu unaoingiliana nao kawaida hawatakukosa? Lakini unapovuka, "wewe" wa mbadala pia amevuka, kwa hivyo haufutiki.

D: Nilikuwa najiuliza ikiwa ungeweza kukutana na nafsi yako.

B: Hapana. Kwa sababu unapovuka inaunda pengo ambalo lazima lijazwe, na hivyo "wewe" wa mbadala awavuke moja kwa moja kujaza pengo, hadi mvutano ufikie hatua ambapo lazima urudi kwenye ulimwengu wako.

D: Je, watu wengine watagundua tofauti yoyote?

B: Labda. Hitilafu ndogo, tofauti kidogo, kawaida katika kumbukumbu na kadhalika. Wangeuliza, "Unakumbuka wakati fulani fulani ulipotokea?" Na "wewe" wako wa mbadala anajibu, "Hapana, hiyo haikutokea kwangu." Wao wangeithibitisha kwa kumbukumbu isiyo sahihi tu.

D: Ikiwa "wewe" wa mbadala alivutwa kwenye pengo, je, hangejua kuwa yupo katika ulimwengu mbadala?

B: Isipokuwa tu kama wewe na mwenzako mngekuwa miongoni mwa wachache walioweza kuunganisha mambo mawili na mawili, kwa namna ya kusema, na kugundua, "Jamani, si kila kitu kiko mahali pake kama inavyopaswa kuwa. Labda niko katika ulimwengu mbadala." Na jambo linalofanya hili livutie, na ambalo linapaswa kukusaidia kuwaelewa wenzako, ni kwamba wakati wowote unaweza kuwa unashughulika na mmoja wao kutoka katika mojawapo ya ulimwengu wao mbadala. Hivyo basi, ukisema jambo fulani na hawalikumbuki, badala ya kukasirika nao, kumbuka tu, kwa huyu hasa, labda halijawatokea au bado halijawatokea ... siku ....

D: Je, "wewe" mwingine anaweza kuwa na tabia tofauti kabisa?

B: Hapana, tabia kwa kawaida ni ile ile. Wakati mwingine vipengele tofauti vinaweza kuibuka kwa njia tofauti kidogo kutokana na uzoefu tofauti, lakini kwa kawaida tabia ni ile ile. Tabia ni moja ya vitu vinavyounganisha mwili wako wa kimwili na nafsi yako halisi.

D: Nilikuwa nikifikiria ikiwa wangekutana na mtu anayekufanana lakini ni tofauti kabisa, watu wangeona jambo la ajabu.

B: Ndiyo, lakini hilo haliwahi kutokea, kwa sababu tabia kwa msingi ni ile ile. Labda baadhi ya maelezo madogo yatakuwa tofauti. Kwa mfano, katika ulimwengu mmoja mtu anaweza kuwa mkarimu na mzungumzaji, lakini "wewe" wake wa mbadala bado anaweza kuwa mkarimu lakini si mzungumzaji sana. Ni tofauti ndogo tu.

D: Ndiyo, na familia au watu wangedhani tu, "Ah, ana hisia tu au jambo fulani."

B: Kabisa.

D: Lakini je, kuna kesi ambapo wangekutana?

B: Sidhani inawezekana.

D: Nilikuwa nikifikiria hadithi au hadithi za doppelganger, kuona mwakilishi wako.

B: Ndiyo. Unapomuona mwakilishi wako, ulimwengu mbili zinaingiliana na bado uko katika ulimwengu wako. Lakini sio jambo la kawaida.

D: Hivyo ndilo sababu ni nadra kuarifiwa.

B: Ndiyo. Kwa kawaida mtu mwingine ataona mwakilishi wako na akuambie baadaye.

D: Oh, nimejisikia kuhusu kesi kama hiyo. Watasema, "Tulikukuona mahali fulani." Na unasema, "Sikuwepo hapo. Nilikuwa nyumbani siku yote."

B: Kabisa. Ulipo nyumbani, lakini "wewe" wa mbadala alikuwa nje akizunguka katika ulimwengu mwingine.

D: Hilo lingeelezea matukio ya ajabu. Lakini kwa Tuin, mnyama ulikuwa tofauti kabisa na yoyote duniani wakati huo.

B: Ndiyo. Hilo ndilo sababu nyingine kwa nini muundo wake ulikuwa nadra kuishi na kuvuka kabisa, kwa sababu hakukuwa na mwakilishi katika ulimwengu huu. Angalau si duniani. Sasa, inawezekana kwamba mnyama huyo ana mwakilishi katika ulimwengu huu, lakini kwenye sayari nyingine. Katika hali hiyo, mnyama alipovuka na kubaki, mwakilishi wake ama alivuka katika ulimwengu mwingine au akaacha kuwepo.

D: Je, mnyama mwingine wa duniani ungeweza kuvuka badala yake?

B: Hapana, kwa sababu hakuwa mwakilishi wa mnyama huyu.

D: Ingebidi awe mwakilishi kamili basi. Lakini lilitokea wakati kijiji kilihitaji chakula, na walikula. Hakuwadhuru. Ni jambo la kuvutia, pia ni tata sana.

B: Ndiyo. Nahisi pengine nimeacha baadhi ya maelezo yasiyo sahihi akilini mwako kutokana na ukosefu wa maneno ya lugha hii.

D: Hilo linawezekana. Wengine niliowazungumza nao walisema lugha ni hafifu kuelezea mambo. Wakati mwingine wanatumia mifano.

B: Ndiyo. Mara nyingi lugha ni hafifu sana. Inaacha dhana rahisi tu akilini mwako.

D: Ndiyo, lakini wakati mwingine ndiyo njia pekee ya kuelezea, ingawa si sahihi kabisa.

B: Hilo ni kweli. Sitaki uhisi hatia au kuzuia matendo yako kwa sababu ya mambo mbadala pia. Endelea kuishi maisha yako kama ulivyoishi daima, kwa sababu ni njia asilia ya kosmo kubwa. Kwa kweli, ulipozaliwa katika ulimwengu huu, pia ulizaliwa katika ulimwengu kadhaa. Na hivyo, matendo na maamuzi unayofanya yataumba ulimwengu mwingine au labda kubadilisha mwingine unaofanana. Hii siyo jambo la kuogopesha, kwa sababu hilo hutokea kila wakati.

D: Hii ni jambo la asili, kwa maneno mengine.

B: Ndiyo, na ni sehemu ya kutatua karma yako. Si kama hatima ya mapema. Wewe na "wewe" wa mbadala mna uhuru wa kuchagua katika maamuzi yanayojitokeza. Na ingawa unafanya uamuzi mmoja, hilo haliwezi kumaanisha kuwa "wewe" wa mbadala lazima afanye uamuzi mwingine. Ikiwa "wewe" mwingine anafanya uamuzi mwingine, ni kwa sababu wao walichagua. Ni uchaguzi wao wa bure. Na kwa kawaida mwisho wake hubalance hivyo. Wakati mwingine wewe na "wewe" wa mbadala mnaamua njia moja na nyingine haikuchaguliwa. Kisha ulimwengu mwingine huumbwa ambapo njia hiyo ilichaguliwa, kudumisha usawa wa nishati. Unaelewa?

D: Ninajaribu. Hii itachukua muda kuelewa. Kila mara ninapokutana na wazo jipya, hii ndiyo inatokea. Lazima nirejelee niliyoelewa kabla ya kuelewa kikamilifu.

B: Huna tatizo kuuliza maswali zaidi baada ya kufyonza yote. Ni muhimu kuelewa.

D: Nahisi ninaongozwa kutoa habari hii kwa watu wengi.

B: Ndiyo, na ni muhimu kuelewa kwa uwazi kadri inavyowezekana kwa kikomo cha lugha yako. Hivyo wakiwa wanasambaza kwa wengine, wataelewa wazi, sio kwa kuchanganya. Hii dhana inaweza kushtua taasisi za kidini. Na inaweza kusababisha machafuko yasiyo ya lazima.

D: Unaendelea kuzungumzia watu hawa mbadala. Je, mmoja anaweza kuwa na kazi moja na mwingine kazi tofauti? Au ingekuwa karibu kufanana sana?

B: Ah, inategemea. Mara nyingi si jambo la kawaida kwao kuwa na kazi zinazofanana. Kwa mfano, katika ulimwengu huu mtu ni mzuri kwa kazi ya mikono, na hivyo anafanya kazi ya umeme. Katika ulimwengu mwingine hawafanyi kazi ya umeme, lakini wanafanya jambo jingine linalohitaji mikono. Wanaweza kuwa fundi au mchoraji au kitu kama hicho. Au mtu katika ulimwengu huu ni mhandisi, lakini ana hobby, muziki. Yeye ni shabiki mkubwa wa muziki lakini ni hobby tu. Katika ulimwengu mwingine anaweza kuwa mwanamuziki badala ya mhandisi. Kwa hiyo tabia zako kuu katika mtu, kwa kuwa tabia ni ile ile katika ulimwengu wote. Ikiwa mtu ana tabia nyingi, "wewe" wake wa mbadala wanaweza kufanya jambo tofauti kabisa kutokana na uwezo huo uliopo tabia yao.

D: Kwa mfano, sasa mimi ni mwandishi. Je, sehemu nyingine ya mimi ingeendelea kuwa mama wa nyumbani na haingeonyesha shauku ya kuandika?

B: Hapana, tamaa ya kujipanua bado ingeendelea kuwepo. Huenda hujachagua uelekeo wa kuandika katika ulimwengu mwingine. Kwa mfano, katika ulimwengu huu badala ya kubaki mama wa nyumbani, ulitaka kujifunza na kufanya jambo la kuridhisha zaidi na ukawa mwandishi. Katika ulimwengu mwingine ungekuwa na tabia hiyo hiyo ya asili ya kutoridhika kubaki tu nyumbani. Ungependa kujipanua, kufanya jambo jingine, labda ungemaanza kazi za hiari. Au pengine katika ulimwengu mwingine ungehusika na ufundi. Au, nadhani unavutiwa na mambo ya akili. Katika ulimwengu mwingine badala ya kuandika ungehusika na mambo ya akili na usingefikiria kuyaandika, bali kuyafanya tu.

D: Na nilipofikiria hizi mbadala mbalimbali, basi zingeanzishwa mahali pengine?

B: Ndiyo, ikiwa hazikuwahi kuwepo mahali pengine.

D: Ummm, hili linaweza kuwa tata sana.

B: Ni tata sana. Nami nahisi kwa nguvu kwamba huwezi kuimeza mara hii. Inawezekana utalazimika kurudi na kuniuliza maswali zaidi, na hilo ni sawa. Ni muhimu uelewe hili na liwe wazi. Uamuzi wowote unaoufanya ni sahihi. Hakuna kitu kama "uamuzi mbaya." Unaweza baadaye kujihisi kwamba ungeweza kufanya uamuzi bora zaidi. Lakini wakati ule, uamuzi ulioufanya ulikuwa sahihi kwako. Kwa hiyo, usijilaumu kwa "makosa" unayodhani uliwahi kufanya, kwa sababu hakuna kitu kama uamuzi mbaya.

D: Kwa sababu upande mwingine wa uamuzi huo upo mahali fulani.

B: Ndiyo, yote huwa yamepimwa na kusawazishwa. Na kila mara uamuzi mkubwa unapotokea maishani mwako, kwa kawaida namna fulani ya uamuzi huo hujitokeza katika baadhi ya maisha yako mbadala ndani ya ulimwengu mbadala. Kwa hiyo, mara nyingi sehemu nyingi za uamuzi huo huwa zimewakilishwa katika matokeo ya mwisho. Mara chache, kipengele kimoja hakitawakilishwa; ndipo ulimwengu mpya huja kuwepo ili kuwakilisha upande huo wa uamuzi pia. Inapotokea, hutakuwa na ufahamu kwa sababu ni jambo la asili tu. Maisha yako yataendelea kwenye mstari huo, na hutagundua kwamba kuna "wewe" mwingine wa ziada. Ni mchakato wa kiotomatiki na hakuna tukio la kimwili linaloambatana nao, kwa hiyo hujui linapotokea.

D: Baadhi ya maswali ninayouliza yanaweza kuonekana rahisi sana au ya kijinga.

B: Hilo linatarajiwa ili uelewe. Lazima uanze mahali fulani.

D: Je, hawa "nafsi mbadala" wote wana uhusiano na wanafamilia wale wale? (Ndiyo) Si familia tofauti, wala mume tofauti, wala watoto tofauti, wala kitu kama hicho.

B: Wakati mwingine, ndiyo. Kwa kawaida ni uwakilishi uliosawazishwa. Kwa mfano, kama katika hatua fulani ya maisha yako ulikuwa na uchaguzi wa kuolewa na mwanamume huyu au yule. Na ukaamua mmoja, katika ulimwengu mingine "wewe" kadhaa wataamua huyo huyo. Na kwa kawaida "wewe" kadhaa wataamua yule mwanamume mwingine. Hivyo ulimwengu wao utakuwa tofauti kwa mwelekeo huo, kwa sababu "wewe" mbadala alichagua mwanamume mwingine. Na kwa hivyo familia itakuwa tofauti kwa namna hiyo. Kwa hiyo, ndiyo, kuna "wewe" wenye familia tofauti, mababu tofauti, na kadhalika kutokana na maamuzi hayo tofauti. Lakini pia kuna ulimwengu mingine ambako maamuzi yale yale yalifanywa, hivyo wanafamilia wale wale wangekuwapo.

D: Basi ukivuka kwenda ulimwengu wenye mume na familia tofauti, hilo lingekuwa la kuchanganya sana.

B: Ndiyo, lingekuwa. Lakini hilo halitokei mara nyingi, kwa sababu ulimwengu huo ukiwa tofauti sana, ingekuwa vigumu zaidi kwako kuvuka kwa mafanikio. Kwa kawaida, kuvuka kwa bahati mbaya kunatokea kirahisi zaidi katika ulimwengu ambako kila kitu ni kilekile sana, karibu kabisa kufanana.

D: Je, hili lina uhusiano na viwango vya mtetemo?

B: Ndiyo—mitetemo inayokamilishana, nishati zinazokamilishana. Ulimwengu ambako maamuzi yanayofanana yamefanywa huko nyuma; ambapo kila kitu kinaonekana karibu kuwa kilekile, na tofauti chache tu ndogo sana hapa na pale—hapo ndipo ni rahisi zaidi kuingiliana na ulimwengu huo. Na kuingiliana kwa namna ya kuwa na lango wazi ambalo unaweza kupita. Sasa, kuna matukio ambapo ulimwengu huu unaweza kuingiliana na ulimwengu mwingine kiasi kwamba unaweza kuona mambo yanayotokea, lakini lisikuwa lango wazi—hivyo huwezi kuingiliana.

D: Unaweza kuona ndani lakini huwezi kupita?

B: Sahihi. Kwa mfano, unaweza kutembea siku moja na ukaona kitu tofauti na ulivyokikumbuka. Lakini huendi kuchunguza, unaendelea tu kutembea. Unajiuliza, na hakuna mtu karibu wa kumuuliza. Hivyo umeingiliana na ulimwengu huo—umeona tu tofauti fulani. Au kama watu wapo, huenda isikujie kuwauliza. Au ukijaribu, wataonekana kana kwamba hawakusikii, kwa sababu lango haliko wazi vya kutosha kuingiliana.

D: Kama dirisha unaloweza kuangalia lakini huwezi kulipitia?

B: Ndiyo. Na huwezi kujua mahali ulimwengu wako unaishia na ule mwingine unaanza. Utadhani unaangalia tu ng'ambo ya barabara au kitu kama hicho. Na mahali fulani kati yako na pale ndipo ulimwengu mbili zinapokutana.

D: Ulisema pia wakati mwingine unaona kitu kikiwa kama kinang'aa-ng'aa, halafu kinatoweka?

B: Ndiyo—hapo ndipo muingiliano unaisha na ulimwengu zinaanza kutengana. Hii inaweza kusaidia kuelezea matukio mengi mnayoyaita mizimu na mirage pia. Kuna jambo mnaloliita Bermuda Triangle. Eneo hilo, kwa sababu fulani, linaendelea kuingiliana na ulimwengu mwingine maalum. Kuna sumaku isiyo ya kawaida hapo, na husababisha ndege kuingia kwenye ulimwengu huo. Mara nyingi, miundo yao huyeyuka.

D: Basi watu hawapo tena wanapopita hapo?

B: Ndiyo. Wanavuka hapo.

D: Na ndege, meli au chochote—kila kitu huyeyuka? Hakipo tena katika upande ule mwingine?

B: Baada ya kutoka ulimwengu huu kuingia ule mwingine, hakipo tena katika ulimwengu huu kwa sababu kimeondoka. Katika ulimwengu mwingine hakina uwezo wa kudumu kwa sababu mitetemo haifanani, na miwakilishi yao bado iko huko. Kwa hiyo lazima upande mmoja uachie. Kwa kawaida, kile kilichovuka hivi karibuni ndicho huyeyuka. Wakati mwingine ni upande mwingine unaoharibika, lakini hilo hutokea mara chache. Hii inaelezea baadhi ya simulizi za mtu kutembea shambani kisha kutoweka hewani. Mwakilishi wake alikuwa amevuka kuja ulimwengu huu na alihitaji kuwa mahali fulani. Na alipotoweka, kwa kawaida ama alivuka kurudi, au muundo wake ulivunjika na kuyeyuka.

D: Lakini hii ni kuyeyuka kwa mwili wa kimwili tu. Roho haiwezi kuumizwa, sivyo?

B: Hapana, hapana. Huu ni mwili wa kimwili tu.

D: Je, ulimwengu wa kiroho unahesabiwa kama moja ya hizi ulimwengu sambamba?

B: Kuna ulimwengu usio na kikomo kwenye ngazi ya kimwili, lakini kwenye ngazi ya kiroho, kimsingi ni ulimwengu mmoja. Tunaweza kuingiliana na kila kitu. Kwenye ngazi ya kimwili, baadhi ya watu hutatua karma kwa kuishi maisha mengi mbadala katika ulimwengu sambamba mbalimbali—hasa kama wanataka kushughulikia kwa undani kipengele fulani cha karma yao. Na maamuzi yao katika ulimwengu mbalimbali husawazishwa kwa namna inayosaidia karma yao. Wakati mwingine, kwa kuwa ulimwengu hizi ziko kwenye ngazi ya kimwili, vizuizi vya ulinzi baina yao huweza kujifuta kwa muda. Kisha mtu unayezungumza naye tayari amevuka (amekufa) katika ulimwengu huu, lakini bado anaishi katika ulimwengu mwingine. Ni vigumu kuelezea.

D: Nilidhani wakifa katika ulimwengu mmoja, "wewe" wote mbadala pia hufa.

B: Wote hufa ndani ya muda unaokaribiana, lakini si lazima kwa wakati mmoja. Inategemea wanachukua muda gani kutatua kipengele hicho cha karma—suluhu mbadala za kipengele hicho katika ulimwengu mbalimbali. Kwa kawaida huchukua muda unaokaribiana, lakini si mwisho ulio wazi sana kwa sababu "muda" hapa hauna maana kama ilivyo kwenu. Kwa hiyo wakati mwingine kuna tofauti ndogo. Lakini kwa kawaida huonekana tu pale tofauti hizo zinapolingana na vizuizi vya nishati kufutika kwa muda.

D: Basi ukimwona mtu na baadaye ukasikia alikufa wiki kadhaa zilizopita, huenda ulikuwa unaona mbadala wake?

B: Ndiyo. Maelezo mengine ni kwamba wakati mwingine roho ikiwa imekufa wiki chache tu zilizopita na haijazoea bado ngazi ya kiroho, "mwangwi" wake wa kiroho unaweza kuwa wa kushawishi sana, au unaolingana sana na mtetemo wa kimwili.

D: Kuwepo kimwili kiasi cha kuguswa na kuzungumzwa? (Ndiyo) Hii pia ingeenda sambamba na Yesu kujifanya aonekane kiasi kwamba watu waliweza kumgusa, baada ya Ufufuo.

B: Ndiyo. Aliporudi mara ya kwanza, hakuwa amezoea kikamilifu kiwango cha kiroho bado. Ndiyo maana aliwaambia watu wa kwanza waliotaka kumgusa wasimguse, kwa sababu hakuwa amepaa bado kwa Baba yake. Lakini baadaye Tomaso alipotaka kumgusa, alikuwa amefanya marekebisho fulani kwenye mwangwi wake wa kiroho kiasi kwamba angeweza kuguswa.

D: Hilo limekuwa likichanganya—kama walikuwa wamekufa, wangewezaje kuwa kimwili hivyo? Pia kuna visa vya "mizimu ya wasafiri wa gari," ambapo wanaingia ndani ya gari na kusafiri na kuzungumza na watu.

B: Ndiyo. Halafu hutoweka.

D: Je, hilo ni katika mstari huo huo? (Ndiyo)

Kisombwe hiki cha habari za ajabu kiliniacha nimechoka kiakili. Nilihisi kana kwamba ubongo wangu umepindwa na kupindishwa kama pretzel. Hakuna kitu kilichowahi kunisumbua kama maporomoko haya ya taarifa. Nilijua ingetaka muda mrefu—kama si milele—kuimeza, kuipanga, na kuielewa. Labda wasomaji wengine hawatapata ugumu kama huo, na italingana tu na mtazamo wao wa uhalisia, au angalau itaonekana inawezekana kiasi cha kufungua akili zao kwa fikra kali.

Beth alipoamka, kitu pekee alichokumbuka kuhusu kikao kilikuwa picha ya ajabu ya kiakili. Alitaka kuniambia kabla haijapotea.

B: Fikiria michoro ya kielektroni ya atomi, inavyoonyesha maganda ya elektroni na njia zao zikizunguka, "Whirrrrr," pande zote. Sasa hizi njia za elektroni, badala ya kuwa nyuzi za elektroni kama zinavyochorwa, zifikirie kama mikanda ya fedha. Na fikiria hili katika kiwango cha elektroni: mikanda hii ya fedha kama upana wa karibu robo inchi. Na picha nzima iwe kama inchi sita hivi kwa mduara. (Alitumia mikono kuonyesha ukubwa.)

D: Ingekuwa kubwa kuliko mpira wa besiboli.

B: Karibu ukubwa wa zabibu kubwa ya "grapefruit" au tikitimaji. Na mikanda ya fedha, upana wa karibu robo inchi, ikizunguka pande zote. Ikijikunja na kutikisika kidogo, ikisogea na kubadilika kila wakati kana kwamba kuna mlipuko wa mikanda ya fedha ndani yake. Haiwezekani kuzihesabu—ni idadi isiyo na kikomo. Hiyo ndiyo picha iliyo kichwani mwangu.

D: Zimefungamana au vipi?

B: Ndiyo, moja inapita hivi, nyingine inapishana juu yake, nyingine juu yake, nyingine juu yake. (Alionyesha kwa mikono.) Zote zimechanganyika, zimeingiliana, zinavukana. Na mabadiliko kati yake—uhusiano kati yake—huwa unabadilika kila mara: pembe zinabadilika, na kadhalika.

D: Huenda hii ilikuwa taswira nyingine walijaribu kunipa kuonyesha jinsi ulimwengu mbalimbali zinavyofanya kazi. Walizungumza kuhusu kitambaa chenye nyuzi zote zikifungamana.

B: Ndiyo, mimi pia niliona nyuzi zikifanya hivyo.

D: Hiyo lazima ilikuwa picha kichwani mwako, lakini hawakuweza kuniifikisha, kwa hiyo wakatumia wazo la kitambaa kwa sababu ilikuwa rahisi kuelezea.

B: Ndiyo. Labda tunahitaji dhana zote mbili kusaidia kuelezea jinsi ilivyo.

* * *

Taarifa kuhusu mada ile ile kutoka chanzo kingine.

D: Ikiwa kila mmoja wetu anaishi kwenye ngazi tofauti za uwepo kwa wakati mmoja, je, hii ndiyo inaitwa maisha sambamba?

Phil: Hilo ni sahihi. Kwa maana kwamba kila mmoja wenu, katika hatua hii ya maisha yenu, ni vipande tu vya nafsi yenu kamili ya kweli. Ninyi ni nukta ndogo za ufahamu. Ufahamu wenu wa jumla uko mbali sana kuliko chochote mnachoweza kukikumbatia au kufikiria katika kiwango chenu. Kwa hiyo ni rahisi kuona kwamba ufahamu wenu unapokua, mnapopanua uhalisia wenu katika ngazi za ngazi ya kiroho, mtaona ufahamu wenu unagusa ule wa wengine. Hadi mwisho kabisa mko kwenye ngazi ya Mungu, ambapo yote ni kitu kimoja. Ufahamu wenu kwenye kiwango chenu ni kama nukta iliyovutwa na kulengwa ya huo ufahamu mkuu wa kiroho. Na kwa hiyo, katika viwango mbalimbali, ufahamu wenu utaingiliana na wa wengine, na hatimaye yote ni kitu kimoja. Kwa hiyo, maisha yote hatimaye hutokea kwa wakati mmoja.

D: Ulishasema sisi ni kama ncha tu za barafu zetu.

P: Hilo ni sahihi.

D: Mabadiliko ya Dunia yaliyotabiriwa yakitokea, yataathirije ulimwengu sambamba au zinazopenyezana?

P: Kutakuwa na uzoefu katika kiwango hiki utakaoishiwa katika ngazi hii. Lakini uzoefu kwa ujumla utashirikiwa katika kiwango cha ndani zaidi—kiwango cha jamii, na pia kiwango cha ndani zaidi, kiwango cha ulimwengu. Hata sasa, uzoefu kwenye sayari nyingine na maeneo mengine ya ulimwengu wenu unashirikiwa na kipengele cha ndani zaidi cha nafsi yako—ngazi ya juu zaidi "kwenye ngazi." Na kila mmoja wenu akipitia mpito huo—ambao kila mmoja atalazimika kuupitia hatimaye—mtaona kuna wengine kwenye ngazi nyingine waliopitia mipito kama hiyo. Nao wataweza kutoa moyo na nishati, ili msaidie katika juhudi zozote mtakazohitaji.

* * *

Taarifa zaidi zilitokea Beth alipolitembelea Maktaba kwenye ngazi ya roho wakati wa kikao mwaka 1986.

B: Imepita muda tangu tukutane katika maktaba. Maarifa yote yako hapa, yanang'aa na kung'aa na tayari kujifunzwa. Ikiwa swali lipo mahali pengine, nitajielekeza huko badala yake. Si tatizo.

D: Wakati mmoja nilikuwa nakuuliza kuhusu UFO na vyombo vya anga. Na wakati huo ulikasirika kwa sababu sikuweza kuelewa wazo la vipimo/dimensions. (Ndiyo) Ulisema vyombo hivi vinatoka katika vipimo vingi, na ulisema mimi ni mjinga kwenye mada hii. (Kicheko) Je, unaweza kunielimisha?

B: (Kwa kuchoshwa) Nitajaribu. Ugumu mmoja ni athari za sayari ulizozaliwa chini yake. Zinakufanya ushikilie kwa nguvu kile unachokiona kama uhalisia; na hilo kwa kiwango hiki huonekana kama uzito au ukaidi, jambo linalokera wakati mwingine. Nitajaribu kukuonyesha kuhusu "vipimo." Mahali ulipo—barabarani kwenye maisha unayoishi sasa—unaona vipimo vitatu kwa macho: urefu, upana, na kina. Na wanasayansi wenu hudhani kipimo cha nne ni muda, ili kujaza "nafasi" ya sehemu nyingine ya kitu unachojua kipo lakini huwezi kukiona moja kwa moja, kwa kuwa mwanga husafiri kwa mstari wa moja kwa moja katika kiwango chenu. Kwa urahisi, wenye hekima wenu waliita: kipimo cha kwanza, cha pili, cha tatu na cha nne, wakidhani hivyo tu ndivyo vilivyo. Kwa uelewa wao mdogo wa asili ya ulimwengu na hisabati husika, hilo linatosha kutatua mlinganyo wao. Hata hivyo, kuna njia nyingi za kutambua uhalisia; njia nyingi za kuishi "kilicho." Na kila njia hujumuisha mchanganyiko wa vipimo tofauti. Vipimo hivyo si lazima viwe urefu, upana, kina na muda. Majina hayo yanahusu vipimo vinne tu, wakati kwa kweli kuna vipimo vingi. Unaelewa hadi hapa? (Ndiyo) Mchanganyiko mbalimbali wa vipimo hivi hujumuisha matawi mbalimbali ya "mega-universe" niliyokwisha kukuambia—je, unakumbuka kuhusu ulimwengu jinsi unavyoendelea kugawanyika na kusuka pamoja kutokana na asili ya muda?

D: Ndiyo. Na ulimwengu sambamba zote zinasukana pamoja?

B: Kabisa. Ulimwengu hizi sambamba si tu zinatumia vipimo unavyovijua, bali pia ulimwengu sambamba nyingine zinazotumia vipimo vingine vyote ambavyo huna njia ya kuviona. Ulimwengu hizi pia zina uhai wenye akili—maumbo ya juu zaidi yanayofanya kazi kwenye mzunguko wa karma. Viumbe katika baadhi ya ulimwengu hizi wameendelea zaidi kuliko wewe, kiroho, kiakili na kielimu. Kwa hiyo wengi wao wamegundua njia ya kusafiri kutoka ulimwengu wao kwenda ulimwengu wako kwa kutumia vifaa vya ajabu vinavyobadili vipimo wanavyotambua. Na wanapobadili vipimo wanavyotambua kuingia vipimo unavyotambua, moja kwa moja hujikuta katika ulimwengu wako. Ni vigumu kuelezea. Ndiyo maana wanasemwa "wanatoka vipimo tofauti," kwa sababu ulimwengu wao unakaa nafasi ile ile, kwa kusema tu, lakini kwa seti tofauti ya vipimo ili pasiwe na mgongano. Kwa mfano wa dunia yenu: siku ya ukungu, ni kama kipande cha chachi kilichoning'inizwa ndani ya ukungu, na umande juu ya chachi, na ukungu ndani ya ukungu. Chachi, umande, mvuke na ukungu wote wanakaa nafasi ile ile, lakini bado ni vitu tofauti. Hivyo ndivyo ilivyo kwa vipimo tofauti. Seti yako ya vipimo inaweza kuwa chachi. Seti ya vipimo ya kiumbe mwingine inaweza kuwa ukungu—ukungu upo ndani na kuzunguka chachi, lakini haugongani nayo. Kiumbe huyo hutambua ukungu tu, kwa hiyo hakijui chachi na hakigongani nayo. Na wewe unachojua ni chachi na nyuzi zake; hujui ukungu unaopita ndani yake na kuizunguka; hujui umande ulioganda juu ya chachi kwa sababu uko nje ya uelewa wako. Unaelewa?

D: Ni vigumu. Wanasayansi wetu hudhani UFO hizi zinatoka anga ya kimwili kama tunavyoijua.

B: Wanatoka kwenye anga ya kimwili, lakini si kama unavyoifahamu. Wanabadilisha mtazamo wao wa uhalisia ili ulingane na mtazamo wako wa uhalisia, jambo linalosababisha waonekane katika anga kama unavyoifahamu. Njia moja wanayoweza kupata kasi za ajabu wanazotumia kusafiri ni kwa kutambua kwa sehemu ulimwengu wote miwili, hivyo wanaweza kufupisha umbali kati ya pointi. Najua hili linasikika linachanganya kabisa, lakini hiyo ndiyo njia pekee linaweza kuelezewa katika lugha yako. Ninapotazama kile kinachoitwa uwakilishaji wa "kuona" katika maktaba hii, dhana zinazohusika ni maridadi sana na rahisi kama dhana kubwa nyingi ambazo ni nguzo za msingi za ulimwengu. Lakini ninapoanza kuzieleza kwa maneno, zinaonekana kuwa ngumu zaidi kuliko zilivyo kweli. Kwa sababu ninajaribu kueleza kile kisichopo pamoja na kile kilichopo, ili kuwasilisha picha sahihi ya kiakili.

D: Ninaelewa. Lakini wachunguzi wanafikiri vitu visivyojulikana vya angani vinatoka kwenye sayari tofauti. Sijui kama wanaweza kuelewa dhana hii.

B: Wanahitaji kuwa wazi sana kuhusu somo la vipimo mbalimbali. Nimetumia tu majina ya vipimo vinne mlivyonavyo. Vipimo vitatu mnavyovitambua kwa kuona ndivyo vyote mnavyoweza kuviona kwa hisia zenu tano. Hamna dhana kabisa katika akili zenu wala katika lugha zenu za kushughulikia vipimo vingine. Kwa hiyo, sijavipa majina yoyote. Hata hivyo, nitasema hili ili kusaidia uelewa. Kile mnachokiona kuwa sehemu ya kipimo kinachoitwa "wakati", kwa hakika kinajumuisha vipimo kadhaa. Dunia yenu na ulimwengu wenu havina vipimo vinne tu. Vimeundwa na vipimo vingi zaidi ya hivyo, lakini vingine vimewekwa pamoja chini ya jina mnaloita "wakati". Ndiyo maana mambo ya ajabu hutokea mara nyingi ambayo hayaelezeki, kutokana na asili ya vipimo hivi mbalimbali kuingiliana, ambavyo mnayachukulia kama kipimo kimoja. Kwa hiyo wakati mwingine huonekana vinapingana, havina mantiki na vinachanganya kwenu. Asili tofauti za vipimo hivi mnaviita "wakati" ndizo vipimo hivi vya ziada. Mna uwezo wa kuvitambua, lakini wanasayansi wenu hujaribu kuvielezea kwa mantiki ya kawaida. Hata hivyo miili yenu imeundwa ili kuvitambua, na ni utambuzi huu wa vipimo vingine unaosababisha kile mnachokiita "nguvu za kiakili". Nguvu hizi za kiakili si jambo la ajabu. Ziko sawa na uwezo wenu wa kutambua kina, urefu na upana. Nguvu hizi za kiakili ni kujipatanisha kwenu na vipimo hivi vingine ambavyo mmeviweka chini ya dhana ya wakati.

D: Hili ni somo ambalo huenda lingeendelea kwa muda mrefu.

B: Linaweza. Kwa vipindi kadhaa. Kanda zako kadhaa.

D: Jambo kuu ni kwamba ninaweza kuliandika, na kuwaacha wale wanaoweza kulielewa, walielewe, hata kama mimi mwenyewe siwezi kulielewa lote.

B: Wale walioelimika zaidi huenda wakapata ugumu zaidi wa kuelewa kwa sababu wamejikita sana katika mawazo yao.

* * *

Taarifa kutoka kwa Phil wakati wa kikao mwaka 1996 huko Hollywood alipokuwa akiishi wakati huo. Nilikuwa nimejaribu kukutana naye kwa muda mrefu, lakini ratiba yangu ya safari haikuruhusu. Lengo langu kuu katika kikao hiki lilikuwa kufunga masuala yaliyobaki na kupata vipande vilivyokosekana ambavyo ningeweza kutumia katika kitabu hiki. Ilichukua miaka mingi kukusanya vipande vidogo kutoka kwa watu mbalimbali kote duniani ili kuleta dhana hizi na kuzifafanua, kadiri inavyowezekana kwa uelewa wetu.

Phil alikuja hotelini kwangu baada ya kutoka kazini. Baada ya kuzungumza kuhusu miezi michache iliyopita tulianza kikao. Alipokuwa akijipumzisha juu ya kitanda alianza kuzungumza kabla sijampa neno lake la siri. Sikuhitaji kutumia utaratibu wetu wa kawaida. Alianza hata kabla sijaweka kirekodi sauti tayari. Hili lilitokea mara moja tu hapo awali, katika siku za mwanzo za kazi yetu tulipokuwa tukifanya kazi juu ya hadithi ya kupandwa kwa Dunia.

P: Wewe ni mtunza kumbukumbu, na sasa kuna wale watakaosaidia juhudi hii. Unaweza kuuliza yale unayoyaona kuwa maswali yako.

D: Nilihitaji wale wawepo ambao wangeweza kutoa taarifa kwa njia ya mifano, ikiwezekana, ili iwe rahisi kwa mtu wa kawaida kuelewa.

P: Hilo ni sahihi. Kama ulivyobaini mwenyewe hapo awali, hilo daima limekuwa alama yetu. Kutumia ishara zako zilizorahisishwa kuwasilisha dhana za kufikirika ambazo tungependa kukupatia. Tunaona ni rahisi zaidi kwa akili ya mwanadamu kuiona kile kinachofahamika kuliko kujaribu kufikiri kile kilicho dhahania. Hili ni muhimu kutokana na muundo wa kipekee wa akili ya mwanadamu — si ubongo, bali akili yenyewe. Michakato ya kiakili iliyo ndani ya uwepo wako wa kibinadamu si ya kawaida. Imebadilishwa kidogo kutoka kwa kiwango kinachokubalika cha kile tunachokiita "uhalisia wa ulimwengu".

D: Niko katika mradi, na ninajaribu kuelewa dhana nyingi ngumu sana. Je, unaweza kueleza dhana ya wakati unaotokea kwa wakati mmoja?

P: Tunaona uhalisia ukiwakilishwa vibaya kwa kiasi fulani katika hekima yenu ya kawaida ambayo akili ya mwanadamu hujaribu kuifafanua. Hili ni kikwazo na pia msaada katika jitihada zako za kuelewa. Tunakuomba ufikirie diski iliyolala juu ya uso wake tambarare, ili sehemu ya juu ya diski hiyo iweze kuonekana kwako.

D: Nikiiangalia kutoka juu?

P: Hiyo ni sahihi. Kisha chora nukta katika umbali fulani kutoka katikati ya diski hiyo, kwenye mstari wa mduara kutoka katikati hadi kwenye ukingo wa nje wa diski hiyo. Kisha zungusha diski hiyo, na tambua kuwa njia inayosafiriwa na nukta hiyo inaonekana kuendelea bila mwisho katika mwelekeo mmoja. Tunaita hili kutokuwa na mwisho. Kwa kuwa mwelekeo unaotambuliwa haujawahi kubadilika, na mwisho haujawahi kufikiwa. Hujawahi kukutana na nafsi yako mwenyewe kwenye njia hiyo. Kwa hiyo kwa mtazamaji aliyeko kwenye nukta hiyo, hakuna mwanzo wala mwisho. Kuna tu mwendo au harakati katika mwelekeo unaotambuliwa kwenda mbele. Tambua kuwa mtazamo huu unatokana tu na ukweli kwamba uko kwenye uso wa safari yako. Kama ungejiondoa kutoka kwenye uso huo, au kuchukua mtazamo wa yule anayetazama diski kutoka juu badala ya yule aliye juu ya diski, mtazamo huu ungeonekana wazi. Tofauti inayoonekana ni kwamba kwa kweli kuna mwanzo na mwisho. Nafasi yoyote kwenye diski hiyo inaweza kutumika kama rejea, au mwanzo au mwisho. Haitambuliki tu kutoka katika nafasi hiyo juu ya diski. Mtu anapojiondoa kutoka kwenye uso wa uhalisia unaoonekana, basi uhalisia wa kweli hudhihirika.

D: Basi yule aliye juu ya diski, huo ndio mtazamo wetu?

P: Hivyo ndivyo inavyotambuliwa, si kwamba wewe binafsi unaitambua.

D: Kwa sababu tunaiona kama ikiendelea kwa mstari wa moja kwa moja.

P: Hilo ni sahihi. Mtazamo unatokana na mahali ulipo, si uhalisia. Tunaona wengi katika ulimwengu wenu wakijaribu kufafanua uhalisia wao kulingana na mtazamo wao. Kuna uhalisia mpana zaidi unaopuuzwa, kwa sababu watu hukataa kubadilisha mtazamo wao. Jambo ambalo haliwezekani kwa yule anayekataa uwezo wa kufanya hivyo.

D: Nadhani moja ya matatizo katika kuelewa wakati unaotokea kwa wakati mmoja ni wazo kwamba badala ya kuendelea kwa mstari mmoja, kila kitu kinatokea kwa wakati mmoja. Hivyo ndivyo tunavyofafanua wakati wa pamoja.

P: Dhana yenyewe si sahihi kabisa. Ufafanuzi wako wa "kutokea" hauwezi kuelewa kikamilifu uhalisia wa kuwepo.

Tunaposema "kutokea", wazo lenyewe linafafanua. Kutokea ni sasa hivi, tofauti na kuwepo, ambako hakufafanuliwi. Mtazamo wa kutokea una mipaka kwa sababu neno hilo lina mwanzo na mwisho. Tunakuomba uache mawazo ya mwanzo na mwisho. Tambua tu kwamba kile kilichopo kipo. Kwa hiyo, yote yanakuwepo kwa wakati mmoja, badala ya yote kutokea kwa wakati mmoja.

D: Moja ya matatizo niliyo nayo katika hili ni kwamba, katika uhalisia wetu kama tunavyouona, mtu hukua kutoka mtoto mchanga hadi mtoto kisha hadi mtu mzima. Na hilo ni la mstari mmoja. Ikiwa yote yanakuwepo kwa wakati mmoja, hilo linawezaje kufafanuliwa?

P: Kuna hali nyingi tofauti katika maisha yako, ambazo unazitambua kwa namna moja ya pekee. Na hapa tunarejea kauli yetu nyingine, kwamba michakato yako ya kiakili imebadilishwa kwa kiasi fulani kutoka katika uhalisia wa ulimwengu unaokubalika kwa ujumla. Michakato yako ya kiakili yenyewe ndiyo inayofafanua kile unachokitambua. Inakuruhusu kutambua sehemu ndogo sana ya uhalisia kwa wakati wowote. Kuna wale wanaoweza kuona wigo mpana zaidi wa uwepo, bila mipaka hii, bila mwanzo wala mwisho, bali uwepo kamili. Tunazungumza hapa kuhusu wengi walioko katika viwango vya juu zaidi na vilivyoendelea zaidi vya ufahamu. Hata hivyo, inawezekana kwa wale walioko katika kiwango chako kuelewa hili na hata kulipitia kwa namna fulani au kwa viwango tofauti wanapofungua akili zao, kwa kusema hivyo, na kuondoa vizuizi vya mwanzo na mwisho. Ulimwengu upo. Hauanzi wala hauishi. Unakuwepo tu.

D: Lakini katika uhalisia wetu tunajiona tukianza kama mtoto mchanga na mwili hukua na kubadilika. Je, hilo halipingani na wazo la kila kitu kutokea kwa wakati mmoja?

P: Uzoefu wa kuzaliwa unafanana sana na dhana za kiakili, au kazi za kiakili za uzoefu wako. Kuna mwanzo uliobainishwa na mwisho uliobainishwa, kuzaliwa na kifo. Na maisha yako yanafafanuliwa na pointi zote zinazoangukia kati ya mipaka hiyo miwili. Kama ungejiondoa kutoka katika seti hii iliyobainishwa ya mipaka na kuangalia uwepo wako wote, ungeona kwamba "alama" za kuzaliwa na kifo ni ufafanuzi tu na si uhalisia. Roho yako inakuwepo ndani na nje ya "alama" unazozieleza kama kuzaliwa na kifo. Kwa hiyo unachukua mtazamo wa juu zaidi au mpana zaidi, na kuona kwamba unakuwepo iwe uko hai au la.

D: Ndiyo, haya ni mambo ninayoweza kuyaelewa. Siwezi tu kuyaweka ndani ya mipaka ya wakati wa pamoja ambapo kila kitu kingekuwa kinatokea kwa wakati mmoja.

P: Kuwepo kwa maneno kama "kutokea" au "mwanzo na mwisho" kunaweka mipaka kwa kiasi fulani, kwa kuwa yanakufanya ufikiri kwa namna hiyo. Tunakuomba utumie maneno tofauti, kama vile "uwepo", ambalo halifafanui mwanzo wala mwisho, bali linaelezea tu uwepo wa uhalisia. Uhalisia upo. Hauanzi, wala hauishi. Ufafanuzi wako wa wakati wa pamoja ni jaribio tu la kuangalia picha nzima kwa mtazamo wa pande mbili, jambo ambalo linachanganya kidogo, kwa kuwa kwa hakika dhana hiyo ipo lakini si kwa maneno yako.

D: Tunapaswa kushughulika na maneno ambayo akili zetu zinaelewa katika lugha ya Kiingereza. Sawa. Tuendelee na lingine. Ninajaribu kuelewa dhana ya maisha sambamba, hata ulimwengu sambamba. Huenda hayo ni mambo mawili tofauti kabisa, lakini tuanze na maisha sambamba. Wanasema haya ni maisha tunayoyaishi kwa wakati mmoja. Na hapo tena dhana ya wakati inaibuka. Lakini yako katika vipindi tofauti vya wakati, na huenda hata yakagongana.

P: Hii kwa kweli ni dhana inayofanana, kwa kuwa wakati sambamba na ulimwengu sambamba kwa hakika ni wakati wa pamoja na ulimwengu tuliozungumza hapo awali. Ni suala la kuelekeza umakini wako kwenye kipengele kimoja maalum cha kile ambacho ni jumla ya uzoefu wako wote. Tunarejea tena mfano wa duara, ambapo pointi yoyote iliyofafanuliwa kwenye duara inaweza kuwa mwanzo au mwisho. Haifafanuliwi na sifa yake kama mojawapo ya hizo. Ipo tu. Kisha elewa kwamba pointi zote kwenye duara hilo zinakuwepo kwa wakati mmoja kwenye duara hilo. Na hazina mwanzo wala mwisho zenyewe, bali kwa ufafanuzi tu. Haziko kama pointi zenyewe. Ni ufafanuzi tu.

D: Tunaamini kwamba tunaingia katika mwili kama roho na kuishi maisha hayo. Lakini ikiwa pia tunakuwepo, tukiishi maisha mengine ambayo ni sambamba nayo, hilo linawezaje kufafanuliwa? Nafikiria roho moja ikiingia katika mwili mmoja kwa wakati mmoja maalum.

P: Uhalisia wako, wewe, uhalisia wako binafsi, unaweza kufafanuliwa kama duara. Wewe, katika hali yako ya ufahamu, unaweza kuelewa tu pointi au sehemu ambayo akili yako ina uwezo wa kuitambua. Ufahamu wako una uwezo wa kutambua tu kile kilicho moja kwa moja mbele yako. Si kwamba huwezi kuona zaidi ya pua yako, bali tunatumia mfano huo kwa maana ya picha ya jumla. Kila ulicho, kila ulichokuwa, na kila utakachokuwa, vyote viko kwenye duara hilo. Lakini mtazamo wako wa hilo ni kile tu kilicho kidogo kiasi cha kutambuliwa na akili yako ya ufahamu. Wewe, katika viwango vya juu zaidi, unatambua jumla ya uwepo wako wote. Hata hivyo, akili yako ya ufahamu, katika kiwango unachozungumzia sasa, ina uwezo wa kutambua tu kile kilicho cha karibu zaidi na ufahamu wako.

D: Nimepata wazo sasa hivi. Kila ninapofanya hipnosisi na kumpeleka mtu kwenye maisha mengine, je, hiyo ni njia ya kubadilisha mwelekeo? Kama kubadilisha vituo kwenye runinga?

P: Hilo ni sahihi kabisa. Kwa hakika ni mtu yuleyule au nishati ileile. Ufahamu unaelekezwa tu mbele au nyuma kando ya duara hili. Kiumbe huyu yupo. Haanzi wala haishi. Anakuwepo tu. Unachofanya ni kubadilisha mwelekeo au mtazamo wako kutoka sehemu moja ya uwepo huo kwenda nyingine. Hakuna kukatika kwa uwepo. Ni endelevu na hauna mwisho katika mwelekeo wowote. Hata hivyo, unaweza kuendeleza mtazamo wako ili ulingane na kile unachotafuta. Maarifa unayotafuta yatapatikana kwenye sehemu nyingine ya duara hilo.

D: Basi ni kana kwamba fahamu ya ndani ina maarifa, jumla ya maisha yote.

P: Fahamu ya ndani ni jumla ya maisha hayo yote. Ni duara lenyewe. Fahamu ya nje inasogea tu hadi kwenye sehemu ya duara ambayo unatafuta taarifa. Kisha inasimulia kile kilicho katika sehemu hiyo ya duara. Tunapenda kufafanua, kama katika swali lako, kwamba katika hali za upotovu wa akili au ugonjwa ambapo mtazamo umepotoshwa, basi kusogea kwenye sehemu nyingine ya duara kutasababisha upotoshaji wa mtazamo. Tunazungumza hapa kwa kudhani kwamba uhalisia unawasilishwa kama ulivyo kweli, na si kupitia lenzi iliyopotoshwa ya mtazamo wa uongo. Kwa kuwa hilo linawezekana kweli. Lenzi, au akili ya ufahamu, inapaswa kuwa wazi na isiyopotoshwa, ili taarifa kutoka pointi tofauti kwenye duara hili iweze kuwasilishwa na ... tunapata ugumu hapa katika kutafsiri neno, ili kuashiria kwamba mtazamo wa taarifa hiyo ni sahihi.

D: Basi inaonekana kana kwamba dhana yetu ya fahamu ya ndani kwa kweli si sahihi. Je, fahamu ya ndani inahusiana zaidi na roho au nafsi?

P: Kwa hakika hakuna tofauti. Roho na nafsi ni kitu kimoja. Fahamu ya ndani, katika ufafanuzi wako, ni akili au ufahamu wa roho hiyo. Katika ufafanuzi wako, ufahamu wa roho yako umefafanuliwa kama fahamu ya ndani. Ukweli ni kwamba roho yako ndiyo ufahamu wako. Hilo ni mojawapo ya vikwazo katika kujifunza uhalisia wa ulimwengu. Kwamba ufahamu wako ndiyo uhalisia wako. Si kwamba unatambua ulimwengu kupitia ufahamu wako; uhalisia ni ufahamu wako. Wewe ni kile unachofikiri. Huo ndiyo uhalisia wako wa kweli.

D: Tunafikiri kwamba fahamu ya ndani ni kama mtunza kumbukumbu, mlinzi wa mifumo ya mwili, na hubaki kuwa ya upande wowote kwa namna hiyo. Ni kama mlinzi wa mwili. Lakini nadhani sijaiihusisha na kuwa roho au nafsi halisi.

P: Kuwepo kwa ufahamu wako kunathibitisha ukweli kwamba upo. Unafikiri, kwa hiyo upo. Na bado upo, lakini hujijui. Kwa hiyo unafikiri, kwa hiyo haupo.

D: Mara nyingi ninapowasiliana moja kwa moja na fahamu ya ndani na kuiuliza taarifa kuhusu mwili, inaonekana kuwa ya upande wowote sana na iliyojitenga.

P: Vipengele vya kihisia vya kuishi katika mazingira kama yale unayojikuta ndani yake vinahitaji kuwepo kwa aina fulani ya kiolesura, ili kuweza kufanya kazi na mikondo ya uhalisia inayozunguka karibu nawe. Hisia hizi huruhusu upokeaji wa taarifa kutoka kwa kile kinachochakatwa karibu nawe kuingizwa katika uwepo wa roho yako. Kutafsiri uwepo unaokuzunguka kwa namna inayoweza kutambuliwa na ufahamu wako.

D: Nadhani hilo linaifanya iwe rahisi kidogo. Swali lingine katika mwelekeo huohuo. Je, unaweza kunipa maelezo au ufafanuzi wa vipimo vingine vinavyokuwepo karibu sana nasi, ingawa havionekani kwetu?

P: Kuna vipimo vingi vinavyozunguka eneo lako lililofafanuliwa la uhalisia. Tunakuomba uchague kile unachokiona kuwa muhimu zaidi, na ukifafanue kwa maneno unayoweza kuyaelewa. Kwa hakika kuna vipimo vingi, juu na chini ya kina cha mtazamo wako. Hata hivyo, hilo halimaanishi kwamba kimoja ni kikubwa au kidogo kuliko kingine.

D: Wanasema kuna vipimo vingi vinavyokuwepo karibu sana nasi, lakini havionekani, na bado vinafanana sana na chetu. Je, hilo lina mantiki?

P: Vinapatikana kwako, hata hivyo huenda visiwe dhahiri kwako. Kuna vipengele vingi vya vipimo hivi vingine vinavyoingiliana kutoka kipimo kimoja hadi kingine. Na bado kuna vipengele vingi zaidi ambavyo ni vya kipekee kwa kipimo hicho maalum. Kuna nyakati ambapo hali zako za kihisia husababisha akili yako kupanuka, kukua na kuboresha mtazamo wako wa ulimwengu unaokuzunguka. Kwa mfano, watu wengi hupata kwamba kutazama machweo fulani ya jua katika wakati fulani wa maisha yao, au labda wakati fulani wa siku au mwaka, huwapa hisia ya ufahamu ambayo si ya kawaida katika maisha yao. Umoja na maumbile ambao si wa kawaida. Au labda, kwa lugha ya wale wanaotafuta uzoefu huu, kuwa kitu kimoja na maumbile. Wamepatanisha ufahamu wao na uzi huo maalum unaopita kwa pamoja katika ulimwengu hii yote. Kwa hiyo wanahisi pumzi ya uwepo wao ikipanuka hadi kufikia hatua ambayo wanahisi wako katika vipimo vingine vingi kwa wakati mmoja. Na kwa hakika wako hivyo. Wanatambua hilo.

D: Basi inaonekana kurudisha dhana ile ile ya mahali mwelekeo wetu ulipo. Vipimo vingine vyote vipo, lakini hatuwezi kuvitambua kwa sababu ya mwelekeo wetu.

P: Hilo ni sahihi.

D: Basi inaonekana mada hizo tatu zinaendana pamoja.

P: Hilo ni sahihi. Mwelekeo wa jumla wa mazungumzo haya unahusu zaidi mtazamo kuliko uhalisia. Uhalisia wa ulimwengu upo ili wote wauone. Hata hivyo, ukuaji wa mtu binafsi na uelewa wa yule anayejaribu kuelewa kwa wakati wowote, utaamua ni kwa kina gani, upana gani au urefu gani ataweza kutambua uhalisia huu mwingine.

D: Basi wanapozungumza kuhusu kuinua ufahamu wetu, je, hiyo ina maana tutakuwa na ufahamu zaidi wa uhalisia huu mwingine?

P: Hilo ni sahihi.

* * *

Majadiliano katika moja ya mikutano ya kikundi katika miaka ya 1980.

Q. Wakati mwingine tunafikiri kuhusu kuwa na vipengele mbalimbali vya nafsi zetu, ambavyo huenda vinaishi hapa Duniani kwa wakati mmoja na sisi. Hili hutokea mara ngapi?

Phil: Jibu langu la papo hapo lilikuwa, mara nyingi sana. Mara nyingi zaidi kuliko tunavyotambua. Kwa hakika, kadiri tunavyotuma makadirio ya mawazo katika maeneo hayo, ndivyo tunavyoongeza "nguvu" kwa uwezo huo. Hata hivyo, vipengele vyetu vina maisha yao wenyewe. Vinakuwepo, na mara nyingi havitambui vipengele vyao vingine. Sisi na wengine.

* * *

Katika kikao kingine na Phil mwaka 1999.

D: Nimekuwa nikikusanya taarifa kuhusu vipimo tofauti, na nilitaka kupanua hilo. Najua, kwa uelewa wangu mdogo, kwamba vipimo vingine vinavyoizunguka sayari yetu ni dunia za kimwili, zenye wanadamu wa kimwili wanaoishi juu yake. Lakini zinatetemeka kwa kasi tofauti na haziwezi kuonekana kwetu. Je, unaweza kunipa taarifa zaidi kuhusu hilo?

Phil: Kuna uhalisia wa mviringo kwa maana kwamba katika uhalisia wa kweli hakuna hisia ya mwisho au ukomo. Kuna vivuli vingi vya uhalisia ambavyo vinaonyeshwa kwa njia tofauti. Hata hivyo, kusema kwamba dimensheni ni ya kimwili kinyume na ya kiroho ni upotoshaji fulani. Dhana hii mara nyingi hufahamika kana kwamba kilicho cha kimwili ni tofauti na kilicho cha kiroho. Ukweli ni kwamba kile unachokiita "cha kimwili" kina sifa fulani ambazo ni tofauti kidogo au zimetenganishwa na kile unachokiita "cha kiroho". Hata hivyo, vyote ni kitu kimoja. Ni suala la tofauti fulani tu zinazovitofautisha. Kama ungeelezea uhalisia wa kweli wa maji ya kijani dhidi ya maji ya bluu, ungeweza kusema kwa hakika kwamba maji ya kijani si sawa na maji ya bluu. Hata hivyo, ni wazi kwamba kiungo halisi cha vyote viwili, ambacho ni maji, ni kilekile kabisa. Kuna tofauti tu kati ya hivyo viwili zinazovitofautisha. Kwa hiyo, je, unaweza kusema kwamba maji ya bluu ni tofauti kweli na maji ya kijani?

D: Nimesikia kwamba kuna viumbe wengine wanaoishi katika dimensheni hizi nyingine. Hawaonekani kwetu, lakini wanaishi katika kile wanachokiona kama ulimwengu wa kimwili.

P: Hiyo ni sahihi. Ni kama mawimbi ya redio yaliyomo hewani kwako yote yapo kwa wakati mmoja, na yote yana taarifa tofauti, uhalisia tofauti, lakini bado yanaweza kuwepo katika nafasi ileile kwa wakati mmoja. Ni suala la tofauti ya masafa tu. Hakuna mwingiliano hadi pale masafa yanapojaribu kushiriki masafa yale yale kwa wakati mmoja.

D: Hilo husababisha kile tunachokiita "kelele" au mwingiliano?

P: Ndiyo. Shida.

D: Je, hili hutokea pia kwa dimensheni?

P: Mara chache. Lakini kwa bahati nzuri, katika mpangilio wa mambo kuna mifumo ya ulinzi inayozuia hilo. Hata hivyo, kuna uwezekano wa mwingiliano wa mara kwa mara.

D: Nini kingetokea kama hilo lingetokea?

P: Viumbe kutoka dimensheni tofauti wangeweza kuingiliana na kufahamu uwepo wa kila mmoja kupitia mitazamo yao ya kihisia. Hisia mnazozita "hisia tano" ni zana zilizopangwa kulingana na masafa ya kiwango chako cha uwepo.

Viumbe wanaoishi katika viwango vingine vya uwepo wana viungo vya hisia vilivyopangwa kulingana na masafa yao wenyewe ya uwepo. Ikiwa kwa sababu fulani viwango hivi vya ufahamu vingekutana au kushiriki masafa yale yale, basi vipengele vya hisia vya kila upande vingepangwa kwenye masafa yale yale. Na viumbe katika kila ngazi wangekuwa na ufahamu wa kila mmoja.

D: Je, wangejua kwamba kitu kisicho cha kawaida kimetokea?

P: Labda, lakini si lazima. Kuna mabadiliko madogo kati ya dimensheni. Kadiri dimensheni zinavyotofautiana zaidi, ndivyo mabadiliko yanavyoonekana zaidi. Hivyo basi, viumbe kutoka dimensheni kadhaa mbali wangeweza, kama wangeweza kufahamu wanachokiona, kutambua kwamba kuna jambo la ajabu sana linalotokea. Hata hivyo, kwa sababu mabadiliko kati ya dimensheni ni madogo sana, kila dimensheni inayofuata ni tofauti kidogo tu na iliyotangulia. Inawezekana kabisa kwamba mtu asitambue, angalau mwanzoni, kwamba amejikuta katika dimensheni nyingine.

D: Lakini inawezekana kwenda na kurudi.

P: Hiyo ni sahihi.

D: Tumesikia kwamba wakati mwingine kuna "madirisha" yanayorahisisha kwenda kutoka dimensheni moja hadi nyingine. Je, hilo ni kweli?

P: Kuna mianya inayofaa inayoruhusu viumbe wenye maarifa na ufahamu kuweza kudhihirisha kile kinachoitwa "dirisha". Hata hivyo, katika istilahi zenu, hakuna mahali maalum panapoweza kufafanuliwa kama jambo lililopo lenyewe, lisilobadilika, ambalo unaweza kulifikia wakati wowote kwa kutembea tu kuelekea huko. Nguvu zinaweza kudhibitiwa kwa namna ambayo dirisha linaweza kuundwa. Hata hivyo, hili si jambo linalotokea kiasili. Kulikuwa, kama unavyojua, jaribio lililofanywa na Jeshi la Wanamaji la nchi yako ambalo kwa kawaida huitwa "Jaribio la Philadelphia". Hili ni mfano wa jaribio la aina hii ya "madirisha". Kuna viumbe ambao kiroho wana uwezo wa kupita kutoka dimensheni moja hadi nyingine. Mfano wenu bora labda ungekuwa Yesu, ambaye angeweza kufikia viwango vingi tofauti. Baada ya kupaa kwake, angeweza kurudi katika ngazi yenu kwa hiari na kujitokeza. Ingawa labda hakuwa wa ngazi yenu, aliweza kuja kwenye ngazi yenu.

D: Unamaanisha serikali ilipata njia ya kufungua dirisha ili kwenda na kurudi, kupitia Jaribio la Philadelphia? Au waliunda dirisha?

P: Tungeweza kusema kwamba dirisha lilifunguliwa. Hata hivyo, uwezo wa kurudi haukuwa umeboreshwa kama uwezo wa kulifungua. Kulikuwa na matokeo ya maafa kwa sababu ya kushindwa kudhibiti jambo hili ipasavyo. Ni hali ya asili – katika maana ya ulimwengu mzima. Nyanja hizi ni za asili na za kawaida. Hata hivyo, ni kiwango chenu cha ufahamu kwa sasa kinachofanya dhana hii ionekane ya kimiujiza. Hakuna jambo linaloweza kuwa mbali zaidi na ukweli. Hili ndilo msingi wa uhalisia, katika maana ya ulimwengu mzima.

D: Lakini serikali ilipata njia ya kufanya hili.

P: Kuna wale wanaofanya kazi juu ya kudhibiti nguvu hizi. Wapo baadhi waliopata mafanikio kwa kiasi fulani. Hata hivyo, kwa sababu ya ukosefu wa ufahamu wa kiroho, ambao ni muhimu, bado kuna uelewa wa msingi na mbaya kidogo wa jambo hili.

D: Je, majaribio yanaendelea?

P: Hiyo ni sahihi. Inawezekana kwa sasa kusafirisha nishati au materia kupitia dimensheni. Hata hivyo, uhalisia wa kiroho unaowezesha jambo hili kutokea bado haujaeleweka. Msingi wa uelewa hadi sasa umekuwa wa kiteknolojia. Kipengele cha kiroho hakijaeleweka. Kumekuwa na majaribio yaliyoshindwa. Na washiriki walikuwa katika hali mbaya zaidi baadaye kuliko kabla. Nafsi au roho yao ina uwezo, au labda rasilimali, za kuwaponya waathirika hawa wa majaribio haya wanapovuka kutoka ngazi ya dimensheni kwenda kile mnachokiita ngazi ya "kiroho". Kumekuwa na visa ambapo watu walipotea kabisa katika dimensheni nyingine, na kimsingi wakakwama katika dimensheni hiyo.

D: Wangewezaje kukwama ikiwa roho inaweza kwenda popote inapopenda na kufanya chochote inapopenda?

P: Tunazungumzia vipengele vya kimwili. Kuna visa ambapo mwili wa kimwili ulisafirishwa kabisa kwenda dimensheni nyingine huku roho ikiwa salama.

D: Ndiyo maana unamaanisha. Mwili wa kimwili ulikwama katika dimensheni nyingine, na haukuweza kurudi.

P: Hiyo ni sahihi. Ufahamu wako unatosha kuturuhusu kuona kile unachokielezea. Na ndiyo, ni kweli kwamba wakati mwingine hupishana. Hata hivyo, kwa sasa haiwezekani kiteknolojia kwa mtu katika ngazi yako kujaribu hili mara kwa mara. Kwa kweli, hii ni mojawapo ya njia ambazo wale mnawaita "wageni" wanaweza kusafiri umbali mkubwa sana. Ni suala la kupita kati ya dimensheni na kupata vile vichochoro ambavyo vipo katika hali yao ya asili. Tunapenda hapa kufafanua tofauti kati ya kile tulichokuwa tukielezea kama dirisha na kile tunachokiita lango.

D: Ndiyo, ningependa kujua tofauti hiyo.

P: Katika muktadha tuliokuwa tukizungumza hapo awali, dirisha lilikuwa kifaa kilichoruhusu mtu kupita moja kwa moja kutoka ngazi moja ya uwepo hadi nyingine. Hili si jambo la asili. Lango, hata hivyo, ni jambo la asili kama handaki, ambalo kile mnachokiita "umbali" katika ngazi fulani kinaweza kuvukwa. Mtu angeweza kusafiri umbali mkubwa sana kwa kupitia malango haya. Hata hivyo, malango haya yapo katika ngazi ileile. Hayavuki kati ya ngazi tofauti za uhalisia. Mara tu unapofika mahali unakotaka katika ngazi hiyo, ni muhimu kubadilisha kwenda ngazi unayotaka kufikia.

D: Hapo ndipo ninapochanganyikiwa. Hili ni tofauti na dimensheni nyingine, hili liko katika ngazi ileile.

P: Malango yako katika ngazi ileile. Hayavuki ngazi. Kuna malango ndani ya ngazi zenyewe, lakini hayavuki ngazi.

D: Na hili ni tofauti na kwenda kati ya dimensheni.

P: Hiyo ni sahihi.

D: Bado nachanganyikiwa kidogo. Ikiwa tunazungumza kuhusu ngazi ileile ya uwepo, je, wageni wangetoka kwenye nyota ya kimwili au sehemu fulani ya galaksi iliyo huko sasa? Lakini badala ya kusafiri kwa kasi ya mwanga au kitu kama hicho, wangetafuta tu lango?

P: Hiyo ni sahihi.

D: Kwa hiyo wako katika ngazi hii ya kimwili ya uhalisia, badala ya dimensheni nyingine. Walipata tu milango hii ili waweze kwenda na kurudi haraka zaidi.

P: Hiyo ni sahihi.

D: Haya yote yananichanganya, lakini sasa hivi nimepata wazo. Tukitumia sayari ya Zuhura kama mfano, katika dimensheni "yetu" inaonekana kwamba hakuna uhai huko. Je, inawezekana kwamba katika uhalisia mbadala au dimensheni tofauti, kunaweza kuwa na watu wanaoishi huko?

P: Katika kiwango ambacho wewe hupitia uhalisia, kusingekuwa na uhai. Hata hivyo, katika dimensheni za juu kuna kwa kweli aina nyingi za viumbe kwenye sayari nyingi ambazo zipo katika kiwango tofauti cha udhihirisho. Ni kwamba udhihirisho huo, unavyojitokeza katika kiwango chako, hauwasilishi au kuonyesha kiini cha kile unachokiita "Maumbo". Katika viwango vya chini vya udhihirisho huo kuna gesi na miamba tu. Hata hivyo, kama vile barafu kubwa (iceberg) inavyojulikana kuwa inaonekana kwa sehemu tu, inajulikana kwamba udhihirisho wake wote hauonekani. Kiwango ambacho unaona uhalisia wa Zuhura ni sehemu tu ya kile kilicho chini ya maji, kwa kusema hivyo. Kuna sehemu za udhihirisho wa jumla ambazo hazionekani kwako kwa sababu mitazamo yako haiwezi kufahamu uhalisia wa ngazi za juu za uwepo.

D: Kwa hiyo katika uhalisia mbadala, ulimwengu sambamba kwa kusema hivyo, kunaweza kuwa na jamii ya kimwili inayoishi huko?

P: Hiyo ni sahihi. Na katika maana ya mfano wetu wa barafu kubwa, tungejumuisha barafu hilo kuvuka ngazi za uwepo.

Wakati Phil alipoamka, alizungumza kuhusu sehemu ya kikao alichokumbuka.

P: Jambo kuu nililolipata ni ukweli kwamba kuna tofauti kati ya dimensheni. Lakini ndani ya dimensheni pia kuna viwango vya ufahamu hata ndani ya dimensheni moja. Kwa mfano, kuna mambo ambayo hatuyajui katika dimensheni hii, sembuse dimensheni nyingine. Ni kama wigo wa mwanga ambao ni mwanga mmoja katika dimensheni hii, lakini huenda tukawa tunafahamu sehemu fulani tu za wigo huo. Ufahamu wetu umewekewa mipaka kwenye sehemu ndogo sana ya dimensheni hii. Hatufahamu kikamilifu vipengele vyote vya dimensheni hii, sembuse dimensheni nyingine. Na hivyo, dhana ya malango ipo ndani ya dimensheni. Unaweza kusafiri umbali mkubwa ndani ya dimensheni hii, lakini hakuna malango kutoka dimensheni hii kwenda inayofuata. Lakini kuna viwango vya... ni karibu kana kwamba kuna dimensheni ndani ya dimensheni. Kuna viwango ndani ya dimensheni hii vinavyobadilika vya kutosha kiasi cha kuwa tofauti na viwango vingine ndani ya dimensheni hii.

D: Kama kusoma oktava. Kila noti ingekuwa dimensheni, lakini bado iko ndani ya oktava. (Ndiyo) Nilithamini sana maelezo yako kuhusu malango ikilinganishwa na madirisha.

P: Maji yalionekana kuwa njia rahisi zaidi ya kuelezea jinsi tunavyofikiri kuhusu kiroho na kimwili. Kimsingi ni uhalisia uleule, lakini katika umbo tofauti.

Sote tulikubaliana kwamba tunakua na kupanuka hadi kufikia hatua ambapo tunaweza kushughulikia na kuelewa taarifa changamano ambazo hatungeweza kuelewa mwanzoni mwa kazi yetu.

* * *

MAKALA ILIYOCHAPISHWA KATIKA
THE DAILY TELEGRAPH, London
— Oktoba 11, 1995
"KARIBU KATIKA ULIMWENGU UNAOFUATA"
Na Dkt. Michio Kaku

Nadharia ya mvutano ya Einstein, ambayo hutupa nadharia ya Big Bang na mashimo meusi, imefanyiwa jaribio kali zaidi kuwahi kutokea na imefaulu kwa mafanikio makubwa.

Katika toleo la hivi karibuni la Physics Today, wanaastronomia kutoka Harvard, MIT na Haystack Observatory walitangaza kwa fahari kwamba walithibitisha nadharia ya Einstein kwa usahihi wa kushangaza wa asilimia 0.04 kwa kupima kupinda kwa mawimbi ya redio kutoka kwa quasar 3C279 karibu na ukingo wa ulimwengu unaoonekana. Lakini kuna kejeli fulani katika tangazo hili. Kila mafanikio yanaonyesha tu pengo kubwa zaidi. Hata wakati wanasayansi wanapongeza majaribio yanayozidi kuwa sahihi ya nadharia ya Einstein ya nafasi iliyopinda, Einstein mwenyewe alijua kwamba nadharia yake ilivunjika wakati wa Big Bang. Nadharia hiyo ilikuwa na msingi dhaifu.

Alitambua kwamba nadharia ya uhusiano haikuwa na thamani linapokuja suala la kujibu swali la aibu zaidi la kozmolojia katika sayansi yote: Nini kilitokea kabla ya Big Bang?

ULIMWENGU ULIOCHANGANYIKA, KITABU CHA KWANZA

Muulize mtaalamu yeyote wa kozmolojia swali hili, naye atainua mikono, atageuza macho, na kulalamika: "Hili huenda likawa nje ya uwezo wa sayansi milele. Hatujui tu."

Hadi sasa, yaani. Makubaliano ya kushangaza yamekuwa yakikua hivi karibuni kuhusu kile kinachoitwa "kozmolojia ya kwanta", ambapo wanasayansi wanaamini kwamba muunganiko wa nadharia ya kwanta na uhusiano wa Einstein unaweza kutatua maswali haya magumu ya kiteolojia. Wanafizikia wa kinadharia wanakimbilia mahali ambapo hata malaika wanaogopa kukanyaga.

Hasa, picha mpya ya kuvutia lakini ya kushtua inaibuka katika kozmolojia ya kwanta ambayo huenda ikaweza kuunganisha baadhi ya mitholojia kuu za uumbaji.

Kuna mitholojia mbili kuu za kidini. Kulingana na imani ya Kiyahudi-Kikristo, ulimwengu ulikuwa na mwanzo mahsusi. Hii ni dhana ya Mwanzo (Genesis), ambapo ulimwengu ulitoka katika Yai la Kikosmiki. Hata hivyo, kulingana na imani ya Kihindu-Kibudha ya Nirvana, ulimwengu hauna wakati; haukuwa na mwanzo, wala hautakuwa na mwisho.

Kozmolojia ya kwanta inapendekeza muungano mzuri wa mitazamo hii inayoonekana kupingana. Mwanzoni hakukuwa na Kitu. Hakukuwa na nafasi, hakuna materia wala nishati. Lakini kulingana na kanuni ya kwanta, hata Kitu kilikuwa hakina utulivu. Kitu kilianza kuoza; yaani, kilianza "kuchemka" kwa mabilioni ya viputo vidogo vilivyoundwa na kupanuka kwa kasi. Kila kiputo kikawa ulimwengu unaopanuka.

Ikiwa hili ni kweli, basi ulimwengu wetu ni sehemu ya "multiverse" kubwa zaidi ya ulimwengu sambamba, ambayo haina wakati, kama Nirvana. Kama alivyosema Steve Weinberg, mshindi wa Tuzo ya Nobel ya Fizikia: "Athari muhimu ni kwamba hakukuwa na mwanzo; kwamba kulikuwa na Big Bang nyingi zinazozidi kuwa kubwa, hivyo (multiverse) huendelea milele – mtu hahitaji kushughulika na swali la kabla ya Bang. (Multiverse) imekuwepo muda wote. Ninaona huu ni mtazamo unaoridhisha sana."

Ulimwengu unaweza kuchipuka kabisa kutokana na mtikisiko wa kwanta wa Kitu. Hii ni kwa sababu nishati chanya iliyopo katika materia inasawazishwa na nishati hasi ya mvutano, hivyo jumla ya nishati ya kiputo ni sifuri. Kwa hiyo, hakuna nishati ya ziada inayohitajika kuunda ulimwengu mpya.

Alan Guth, mwanzilishi wa nadharia ya inflation, aliwahi kusema: "Mara nyingi husemwa kwamba hakuna kitu kama chakula cha bure. Lakini ulimwengu wenyewe huenda ukawa chakula cha bure."

Na Andre Linde wa Stanford amesema: "Ikiwa mimi na wenzangu tuko sahihi, huenda hivi karibuni tukawa tunaaga wazo kwamba ulimwengu wetu ulikuwa mpira mmoja wa moto ulioumbwa katika Big Bang."

Ingawa picha hii inavutia, pia inaleta maswali zaidi. Je, uhai unaweza kuwepo katika ulimwengu huu sambamba? Mtaalamu wa kozmolojia wa Cambridge, Stephen Hawking, ana shaka: anaamini kwamba ulimwengu wetu unaweza kuwepo pamoja na ulimwengu mingine, lakini ulimwengu wetu ni wa kipekee. Uwezekano wa kuunda viputo vingine hivi ni mdogo sana.

Kwa upande mwingine, Weinberg anaamini kwamba ulimwengu mwingi sambamba huenda tayari umekufa. Ili molekuli za DNA ziwe thabiti, protoni lazima iwe thabiti kwa angalau miaka bilioni tatu. Katika ulimwengu hii iliyokufa, protoni huenda zilivunjika na kuwa bahari ya elektroni na nyutroni.

Ulimwengu wetu huenda ukawa mmoja wa wachache unaoendana na uhai. Hili, kwa hakika, lingejibu swali la zamani la kwa nini vigezo vya kimwili vya ulimwengu vinaangukia katika wigo mwembamba unaoendana na uundaji wa uhai. Ikiwa chaji ya elektroni, thamani ya mvutano, n.k., zingebadilishwa kidogo tu, basi uhai usingewezekana. Hii huitwa Kanuni ya Anthropiki. Kama Freeman Dyson wa Princeton alivyosema: "Ni kana kwamba ulimwengu ulijua tunakuja."

Toleo kali la hili linasema kwamba hili linathibitisha uwepo wa Mungu au nguvu kuu. Lakini kulingana na kozmolojia ya kwanta, huenda kuna mamilioni ya ulimwengu uliokufa. Ilikuwa bahati tu kwamba ulimwengu wetu ulikuwa na hali zinazofaa kwa uundaji wa molekuli thabiti za DNA.

Hili linaacha uwezekano wazi kwamba kuna ulimwengu sambamba huko nje ambao unafanana sana na wetu, isipokuwa kwa tukio fulani la hatima. Labda George III hakupoteza Makoloni katika mojawapo ya ulimwengu huo.

Hata hivyo, ninaweza kuhesabu uwezekano kwamba siku moja unaweza kuwa unatembea barabarani, kisha ukaanguka katika shimo la anga na kuingia ulimwengu sambamba. Ungetakiwa kusubiri muda mrefu zaidi kuliko maisha ya ulimwengu ili tukio kama hilo litokee.

Kama alivyobainisha mwanabiolojia J.B.S. Haldane: "Ulimwengu si wa ajabu tu kuliko tunavyodhani, bali ni wa ajabu kuliko tunavyoweza kudhani."

* * *

Dkt. Michio Kaku ni profesa wa fizikia ya kinadharia katika Chuo Kikuu cha City University of New York na mwandishi wa Hyperspace: a Scientific Odyssey through the 10th Dimension (Oxford University Press).

Inaonekana kwamba akili kubwa za kisayansi zina sehemu ya picha angalau.

Sura ya Kumi na Mbili

Nishati na Wasaidizi

Sehemu kubwa ya taarifa zilizojumuishwa katika kitabu hiki zilikusanywa katika miaka ya 1980 nilipokuwa mtafiti mchanga. Nilikuwa nimejishawishi kwamba nilikuwa na majibu yote ya maisha kupitia kazi yangu kama mtaalamu wa tiba ya maisha ya zamani. Ushahidi wote ulionithibitishia uwepo wa kuzaliwa upya, lakini nilikuwa nimeweka maisha hayo katika mfuatano wa mstari (au kurejea nyuma), kwa sababu hiyo ndiyo njia pekee ambayo akili zetu nyingi zinaweza kuifahamu. Nilikuwa nimeunda maoni na nadharia zangu kulingana na kesi nilizokuwa nimefanyia kazi. Lakini nilipoanza kufanya kazi na Phil, mfumo wangu wa imani uliopangwa kwa utaratibu ulivurugika. Kazi yangu naye ilisababisha kitabu changu Keepers of the Garden, ambacho kilinifunua kwa dhana tofauti kabisa kuhusu mwanzo wa uhai Duniani. Kulikuwa na mengi zaidi ambayo hayakujumuishwa katika kitabu hicho. Nilikuwa napata taarifa na kufichuliwa kwa dhana ambazo sikuwahi kuzisikia hapo awali. Zilitishia kuangusha ulimwengu wangu nilioouona kuwa salama. Mwanzoni nilikuwa na hakika sana kwamba nilikuwa na majibu yote kiasi kwamba sikutaka kuchunguza nadharia mpya ambazo hazikutoshea. Ningeweza kuzipuuza, lakini badala yake niliamua kuweka akili wazi na kuchunguza kwa undani zaidi. Niligundua kwamba kama ningekana taarifa hizo bila kuzichunguza, nisingekuwa bora kuliko taasisi za kidini zinazodai kuwa zina "ukweli wa pekee". Badala ya kutupa nyenzo zisizo za kawaida, niliweka kando ili kuziangalia baadaye. Sasa wakati umefika wa kuzichunguza na kujaribu kuzielewa, kadiri ambavyo akili zetu za kibinadamu zilivyo na mipaka.

ULIMWENGU ULIOCHANGANYIKA, KITABU CHA KWANZA

Badala ya taarifa zilizotengwa kutoka kwa Phil, zilianza kujitokeza kutoka kwa masomo mengi duniani kote, kana kwamba ilikuwa ni ukweli na maarifa ambayo hayajaguswa. Najua kwamba nisingeweza kuyaelewa mwanzoni mwa kazi yangu, na ningeweza kuyatupa. Sasa baada ya zaidi ya miaka ishirini ya utafiti, ninatambua kwamba nimekuwa nikilishwa vipande vidogo hadi nilipokuwa tayari kumeng'enya taarifa changamano zaidi. Hata kama sielewi kikamilifu, na nina uhakika nina sehemu ndogo tu ya picha kubwa zaidi, sasa niko tayari kuiwasilisha ili kuwafanya wengine wafikirie.

Katika siku za mwanzo za majaribio yangu katika miaka ya 1980, mara nyingi tulikuwa na mikutano ya kikundi katika nyumba ya Billie Cooper huko Rogers, Arkansas. Hapo ningemweka Phil katika hali ya usingizi wa kinidhamu (trance) na mtu yeyote angeweza kuuliza maswali. Mara nyingi kulikuwa na watu wengi, na kwa kawaida maswali yao yalihusu matatizo yao binafsi (kazi na maisha ya mapenzi). Lakini mara kwa mara maswali changamano zaidi yaliulizwa, nami nimeyatenga ili yawasilishwe katika kitabu hiki, kwa sababu niliona yalifuata mwelekeo wa pamoja.

Yafuatayo mara nyingi yalitokea tulipouliza kiumbe kinachozungumza kijitambulishe.

P: Tunazungumza hapa kama nishati ya pamoja. Kwa maana hakuna haja ya ubinafsishaji. Hakuna kitu kama dhana ya "mimi" hapa, kwa sababu yote ni "sisi".

D: Ni wangapi ninyi?

P: Kuweka idadi ya kimwili hakungekuwa na maana. Kwa kufanya hivyo ungekuwa unajaribu kufafanua mipaka ya utu, kana kwamba kungekuwa na idadi fulani ya haiba. Na kwa mtazamo wetu hilo si sahihi. Hakuna tofauti. Tunaishi pamoja tu. Hakuna tofauti kati ya utu mmoja na mwingine, au mwanzo wa utu mmoja na mwingine. Ni uwepo wa pamoja unaoishi kwa wakati mmoja. Hakuna tofauti. Tunarudia kusema, hatupo katika mstari wa wakati wala umbali, na kwa kiasi fulani hatuwezi kutafsiri dhana hiyo. Tunaishi tu. Hatutafuti kufafanua uwepo wetu. Ni upande wenu ambapo mnalazimika kujitambua na kujitenganisha, na kujitenga wenyewe, ili muwe "ninyi". Sisi ni sisi. Sisi katika ngazi hii hatuna, kile mnachokiita, utambulisho, kwa sababu katika ngazi hii hakuna haja ya kujitambulisha. Utambuzi wa utambulisho ni wa papo hapo na kamili. Hakuna haja ya kuweka lebo. Kwa sababu mtu anapoweka lebo, huzingatia zaidi lebo kuliko utambulisho. Hili hufanyika katika ngazi yenu kwa sababu hamna ufahamu. Msifikirie lebo bali nishati. Kama mngalikuwa kama sisi, ninyi sasa mkaokaa katika chumba hiki, mngeliweza kukaa katika giza kamili na kupita kutoka chumba kimoja hadi kingine, na kila mmoja wenu angeweza kutambua papo hapo katika giza kamili, ni nani ameketi na ni nani anatembea. Tafadhali eleweni kwamba kile ambacho ufahamu wenu unajumuisha ni kikubwa sana, na ni zaidi sana kuliko akili zenu za fahamu zinavyoweza kuelewa. Kwa hakika ninyi ni kitu kimoja na ulimwengu. Na kwa hiyo msishangae kugundua kwamba kuna vipengele vingi vya nafsi zenu ambavyo hamjawahi kuvifahamu.

D: Je, hili linajumuisha kile tunachokiona kama uzoefu wa maisha ya zamani?

P: Haya yanaweza kuwa kumbukumbu, si chochote zaidi ya kumbukumbu zinazoshirikiwa, kwa sababu ya ukweli kwamba mmeunganishwa, kila mmoja wenu pamoja, katika ufahamu wenu wa ndani wa ngazi ya ndani. Kumbukumbu ya mmoja wenu inashirikiwa na kila mmoja wenu. Mnaweza kukumbuka mawazo ya kila mmoja katika kiwango cha ndani sana. Na kwa hiyo mnaweza kugundua kwamba maisha yenu ya zamani kwa hakika yanaweza kuitwa kwa usahihi kumbukumbu ya yule aliyeishi uwepo huo. Tungeweza kusema kwamba hakuna kitu kama maisha ya zamani, kwa sababu kwa mtazamo wetu yote yamekuwa, yote yapo, na yote yatakuwa kwa wakati mmoja. Kwa kuwa hatuna dhana ya wakati, kila mmoja wenu tayari amekuwa kila mmoja wenu na anaendelea kuwa kila mmoja wenu katika siku zijazo. Tunajua hili si wazi sana kwenu kwa sasa. Hata hivyo, kila mmoja wenu atapewa taarifa katika siku za usoni zilizo karibu, ambazo zitawapa changamoto ya kuchunguza dhana hii. Hiyo ni: zamani na sasa zikiwa kwa wakati mmoja na siku zijazo.

D: Hapo ndipo panapochanganya. Inawezekanaje kuwasiliana na maisha fulani ya zamani tena na tena? Kwa nini tusingeenda kwa tofauti kila mara ninapomrudisha mtu nyuma?

P: Unaweza pia kufuatilia noti moja katika simfoni nzima. Kama ungeweza kufikiria kusikia noti moja ikipigwa kwenye chombo kimoja, na kufuatilia noti hii katika simfoni nzima, ungeona noti hii ikijitokeza tena, au kwa usahihi zaidi, ungeisikia ikijitokeza tena katika simfoni hiyo. Na kwa hakika ungeweza kuitambua noti hii moja kama utambulisho tofauti. Kwa njia hiyo hiyo unaweza kukumbuka haya, mnayoyaita, maisha ya zamani katika historia yenu yote, kwa kupunguza mtazamo wenu hadi eneo hilo moja maalum mnalotaka kuchagua. Uchaguzi wa fahamu unaweza kuonekana wa nasibu; hata hivyo, kwa kweli mmejipangia wenyewe kurejea katika sehemu hiyo maalum kila mara mnaporudi huko.

D: Je, tunaweza kutumia neno "mtetemo" au "nishati"? Kwamba wale wanaoweza kupitia maisha mengi ya zamani wanaweza tu kupitia viwango vingi zaidi vya nishati kuliko wengine?

P: Hiyo ni sahihi. Kila mmoja wenu angeweza kufuatilia mistari mingi zaidi kuliko mnayoweza kuelewa. Inawezekana. Hata hivyo, kuna ulazima wa kupunguza uzoefu wa mtu kwa yale maeneo yanayoleta uelewa na mwangaza. Na kwa hiyo ingekuwa busara kupuuza maisha ambayo yangeleta kutokuwepo kwa maelewano, kwa sababu hiyo siyo kusudi lililokusudiwa. Kama mngeiruhusu mara moja ufahamu wenu kupokea yote yaliyopo, mngezidiwa. Kwa sababu kuna mengi zaidi yanayotokea kuliko mnayoweza kuelewa, hata sasa tunapozungumza, ndani ya kila mmoja wenu kama haiba tofauti. Kwa maana katika rangi nyeupe kuna rangi nyingi sana tofauti, na unaweza kwa urahisi kuchukua rangi moja tofauti kutoka katika nyeupe hiyo. Kwa njia hiyo hiyo ninyi wenyewe mmechukua au mmetenga nishati fulani ambayo ni sehemu ya Nafsi yenu ya Juu. Na kwa hiyo nishati hii ililetwa chini katika ngazi yenu, kipengele hiki cha utu, kwa kusema hivyo. Ilikuwa kwa hakika sehemu ya nafsi yenu iliyoruhusiwa kwa uhuru katika ngazi hii. Ninyi wenyewe mkaokaa katika chumba hiki ni ncha tu za barafu kubwa sana. Na kama mngekuwa na ufahamu zaidi na uwezo wa fahamu, mngeliweza kuleta zaidi ya kile kilicho chini ya uso hadi ngazi yenu, na kinyume chake. Kile ambacho mmetenga kama nafsi zenu kinaweza kwenda katika ngazi za juu ambako vipengele vyenu vingine vya nishati vinaishi. Wengi wenu hufanya hivi wakati fulani. Sio kwamba mnapitia mtu mwingine. Ni kana kwamba mnapitia sehemu ya nafsi yenu ambayo hamjawahi kuiona hapo awali.

D: Je, inawezekana basi kupitia maisha ambayo bado hayajatokea?

P: Hiyo ni sahihi. Unaweza kwenda popote unapotaka kwenda: zamani, sasa, baadaye, Duniani au angani. Haijalishi. Popote. Kwenda katika siku zijazo kunaweza kuonekana kugumu mwanzoni, kwa sababu hamjazoea kufikiri kwa njia hiyo. Kwa hiyo, ndiyo, unaweza kwa urahisi kurejea kwenye maisha yajayo.

D: Maendeleo.

P: Hilo lingekuwa suala la istilahi. Hata hivyo, kama ilivyosemwa, yote tayari yametokea na hakuna kilichotokea bado, kwa wakati mmoja. Wakati kwa hakika ni kipengele cha uhusiano.

D: Je, unaweza kuelezea wakati wa pamoja kwa njia ambayo wanadamu katika ngazi hii wanaweza kuuelewa kwa urahisi?

P: Tutajaribu. Tafadhali zingatia tofauti kati ya mstari wa moja kwa moja na duara. Kama ungechora mstari na kuunganisha nukta mbili kwenye mstari wa moja kwa moja, ungeona kwamba hakuna uwezekano wa sambamba, kwa maana yote yako katika ngazi ileile. Hata hivyo, kama ungeunganisha nukta mbili ndani ya duara, kungekuwa na uwezekano wa nukta mbili kuunganishwa kwa mstari wa moja kwa moja. Kama ungezingatia wakati kama dhana tu, na katika muktadha huo kama duara, basi ingewezekana kwa nukta mbili katika wakati kuunganishwa. Fikiria duara hili kisha linageuka kuwa spirali, kiasi kwamba ncha zake zinapanuliwa bila kikomo hadi kufikia hatua kwamba kwa hakika ni nukta ileile. Kisha dhana hii ya spirali ingeweza kufikiriwa kuonyesha kwamba hata ndani ya duara, labda, kuna aina fulani ya maendeleo ya mstari, kutoka mwisho mmoja hadi mwingine. Dhana hii ya wakati ni ya kimwili sana kiasili, kwa sababu yote katika ulimwengu wa kimwili lazima yatii dhana fulani za msingi. Mwanzo na mwisho. Maisha na kifo. Nyeusi na nyeupe. Chanya na hasi. Ni muhimu kutenganisha uhalisia kutoka ulimwengu wa kiroho, ili uhalisia huu ubaki katika kimwili, ili mchakato wa upambanuzi uweze kufikiwa. Katika mchakato huu kuna dhana ya pacha. Chanya na hasi, na kadhalika. Kwa hiyo kuna hiari, wakati katika duara hakuna hiari, kwa sababu hakuna mwanzo wala mwisho, na hakuna nyeusi wala nyeupe. Katika kimwili una upande mmoja au mwingine, kama unaweza kufuatilia dhana hii. Hiari siyo mwisho unaohalalisha njia. Ni zao tu la uhalisia wa upambanuzi. Hiari ilitokana tu na ukweli kwamba kuna pande mbili katika ulimwengu wa kimwili. Wakati, hata hivyo, haujawekwa katika pande mbili. Hakuna wakati chanya wala wakati hasi. Kuna tu wazo la kile kilicho sasa na kile kilicho baadaye. Ambacho, hata tunapozungumza, kinabadilika kutoka kile kilicho sasa hadi kile kilicho baadaye. Basi, ingewezekanaje kuwa na "sasa"? Wakati hausimami kamwe, kwa hiyo moja kwa moja dhana ya sasa hutupwa nje. Sasa mara moja huwa jana au zamani. Dakika unapotambua kwamba sasa ni wazo, tayari limekuwa zamani. Kwa hiyo hakuna haja ya kuhangaika kuhusu sasa. Daima unaishi katika siku zijazo, ukichagua kufanya hivyo.

D: Lakini nimesikia kwamba tuna siku zijazo nyingi zinazowezekana.

P: Hiyo ni sahihi, lakini mara nyingi unaweza kuona zile zinazoweza kutokea zaidi kulingana na mwelekeo ambao maisha yako yamekuwa yakielekea hadi hatua hiyo. Na pia kuna hiari inayodhibiti yote yatakayokuwa.

D: Swali kutoka kwa kundi: Nimekuwa nikijishughulisha na nishati, chanya na hasi, ya kiume na ya kike, kama tunavyozieleza sasa. Je, kuna njia ambazo tunaweza kusawazisha nishati hizo ndani yetu?

P: Kwanza kabisa, mtu anapaswa kufahamu kwamba wengi wamepambanuliwa kwa sababu fulani. Kuna, kwa hakika, katika asili kama ilivyo katika ulimwengu wa roho, wale ambao wana zaidi ya upande mmoja kuliko mwingine. Na kisha kuna wale walio sawa. Labda tunaweza kutumia mifano ya yin na yang hapa. Je, ni chini ya heshima kuwa yin yote kuliko kuwa yang yote? Au ni ya heshima zaidi kuwa usawa kamili kati ya hizo mbili? Sio sahihi zaidi kuwa zaidi ya mmoja kuliko mwingine, wala si sahihi zaidi kuwa sawa kabisa. Kuna tu kile kilicho sahihi zaidi. Kwa kila somo maalum unapaswa kuchukua kutoka kile kilicho sahihi zaidi, yin au yang. Tunaona kwamba swali lako linahusu kujipatana mwenyewe. Hiyo ni, kuwa na usawa zaidi katika nishati zako. Hata hivyo, tungependa kukuonya utambue kwamba katikati ya barabara si lazima iwe mahali panapotamanika zaidi kuwa.

D: Hilo linaibua swali la ushoga.

P: Hili ni suala la nishati tu, kwa maana kuna nishati za kiume na za kike. Na kwa mwanaume, anapopewa zaidi nishati za kike, huonyesha sifa hii, ambayo kwa kawaida ipo kwa wanawake. Hii basi ndiyo sababu ya mvuto kwa wanaume, kwa sababu kinyume huvutana, iwe katika miili ya kiume au ya kike. Na kwa hiyo hili linashushwa hadi kiwango cha nishati ya kike katika mwili wa kiume, inayovutiwa na nishati ya kiume katika mwili wa kiume.

D: Ulisema ni nishati ya kike. Unamaanisha nini?

P: Uelekeo au mwelekeo wa roho umetolewa kama wenye nishati ya kike kwa kiasi kikubwa.

D: Je, hilo lingemaanisha kwamba roho imekuwa na maisha mengi ya kike, au uzoefu mwingi wa kike?

P: Roho hii huenda ingekuwa hivyo, si kwamba wingi wa maisha ungeipangia roho kuwa na nishati ya kike zaidi. Kuna, wakati wa uumbaji wa roho, alama ya utu ambayo kwa kawaida huwa ya kiume zaidi au ya kike zaidi au ya kati kiasi.

D: Basi maisha ya zamani hayahusiani na hili?

P: Ndiyo, yana uhusiano mkubwa, kwa sababu ni uzoefu unaokumbukwa, na hivyo hupanga kwa kiasi fulani maonyesho ya mtu katika kueleza nishati. Maisha, hata hivyo, hayaamui kama kiumbe atakuwa wa kiume au wa kike.

D: Nimegundua kwamba ikiwa roho imekuwa na maisha mengi ya jinsia moja kuliko nyingine, ilikuwa vigumu zaidi kwao kustahimili.

P: Hiyo ni sahihi, kwa sababu kuna mazoea zaidi na jinsia iliyo kinyume. Inaweza kusababisha mkanganyiko kwa sababu katika jamii hii kuna programu nyingi za kuwa mwanaume tu au mwanamke tu, na si mmoja au mwingine huku jinsia zimevukwa.

D: Je, hii ndiyo sababu kuu ya ushoga, au kunaweza kuwa na maelezo mengine?

P: Hii ndiyo ya kawaida zaidi. Hata hivyo, kuna visa ambapo mtu huchagua kuingia katika uhalisia wa kuvuka jinsia ili kujifunza masomo. Masomo mengi kama vile: kiasi, uvumilivu, subira, unyenyekevu, n.k. Huenda si suala la uchaguzi tu bali la ulazima.

Question: Kuna nadharia kwamba sayari ya Dunia imezungukwa na ukanda wa nishati. Na kwamba katika ukanda huu kumeandikwa kila tendo, kila wazo na kila kitu kilichowahi kutokea. Na kwamba mtu yeyote anaweza kupata taarifa kwa kuunganika tu na huo. Je, hilo ni sahihi?

P: Hilo ni tamko sahihi. Ndiyo, kwa hakika, kwa sababu kuna kile unachoweza kukiita aura inayozunguka sayari hii, ambayo hujengwa mfululizo kutokana na hisia na mitazamo ya wale wakazi wanaoishi katika sayari hii. Na hivyo aura hii huakisi kwa ujumla jamii inayokaa kwenye sayari iliyo chini yake. Kama vile aura yako kwa ujumla huakisi utu wako. Hiyo ni, nishati inayokaa katika aura yako.

D: Aura yetu huathiriwa na nishati ambazo mwili wetu huzalisha?

P: Hiyo ni sahihi.

D: Vipi kuhusu nishati zinazozunguka Dunia?

P: Je, ni nishati za baadaye ambazo bado hazijapitia katika ngazi ya kimwili? Jibu ni, ndiyo. Kwa sababu maendeleo yako ya zamani, sasa na baadaye ni mchakato wa usindikaji. Mchakato wa aina ya viwanda unaochukua nishati kutoka ngazi ya juu na kuzielekeza chini hadi ngazi ya chini, kupitia matendo yako. Na hivyo aura yako ni matokeo ya usindikaji huu. Hata hivyo, nishati zimekuwa daima na zitakuwa daima. Kwa mtazamo wako, hata hivyo, zinaelekezwa upya kutoka ngazi moja hadi nyingine. Aura ya Dunia imeundwa na zile nishati ambazo zimechakatwa kutoka juu hadi chini. Na hivyo hizi ni bidhaa za uzoefu wa kibinadamu. Kama moshi kutoka kwenye bomba la moshi.

D: Je, unaweza kueleza tofauti kati ya nishati za juu na nishati za chini?

P: Nishati za juu ndizo unazoweza kuziita "Mungu" au "ufahamu wa ukweli" au "mwangaza". Kile kilicho. Hizi ni masafa ya kiwango cha juu kabisa, na hupatikana kupitia akili yako na ufahamu wako. Nishati za chini ni nishati kutoka ngazi ya juu ambazo zimeletwa chini hadi ngazi ya chini. Ni bidhaa za uzoefu wa kibinadamu. Ni nishati, hata hivyo, zimepunguzwa hadi kiwango kinacholingana zaidi na chako. Tunazungumza hapa kuhusu nishati kwa njia nyingi tofauti. Muziki, hesabu, mshangao, maajabu, upendo, chuki. Hizi zote ni nishati.

D: Na ninaelewa kwamba zote zimeandikwa. Kwamba hakuna inayopotea, hakuna inayosahaulika. Je, hiyo ni sahihi?

P: Hakuna hata moja inayopotea. Nyingi, hata hivyo, hazitumiki. Kwa mfano, kama nishati ya upendo inayozunguka sayari yako ingetumiwa mara nyingi zaidi kuliko nishati ya chuki au hofu, tunaona kwamba aura inayozunguka sayari yako ingekuwa tofauti sana. Na ya kiwango cha juu zaidi cha jumla cha nishati. Ni kana kwamba bidhaa hizi, hizi aura zinazotolewa, zinaonyesha aina ya nishati ambazo zimechakatwa.

D: Ikiwa sayari hii ingeharibiwa, nini kingetokea kwa nishati hizi?

P: Zingerudishwa tu kwenye ulimwengu. Na kuchakatwa tena kwa namna nyingine mahali pengine katika, kama unavyoweza kusema, wakati mwingine. Nishati haiwezi kuharibiwa. Hata hivyo, ingekuwa muhimu kuelekeza nishati hizo upya. Kwa sababu zingezunguka bila mwelekeo katika ulimwengu kama zisingewekwa upya na kutumika tena katika eneo au ngazi nyingine, ili zirudishwe kwenye kusudi lenye manufaa.

D: Basi nishati hizi hazipotei, zinabadilika. Hazingebaki katika umbo lilelile.— Je, unaweza kufafanua kile tunachokiita "roho" yetu? Je, hii ingekuwa nishati ile ile uliyokuwa ukizungumzia?

P: Kuna utengano hapa. Tunazungumza kuhusu nishati kwa uhuru mkubwa, ambazo roho huzichakata. Roho hapa ingekuwa kama mashine inayofanya kazi, kama ungeruhusu kusema hivyo. Nishati zingekuwa kama mafuta yanayolisha roho. Roho ni cheche, kipande cha Roho Moja ya Asili. Kwa maana wote, wakati mmoja, walikuwa kamili na pamoja. Na katika kile mnachokiita mwanzo wa uumbaji, ukamilifu huu ulivunjika vipande. Na kila mmoja wenu alitupwa nje ili kuanza kuishi maisha kama vitambulisho vilivyotenganishwa. Hiki ndicho ambacho mmeita wakati wa Kuanguka, ambapo maarifa yalipotea na ufahamu ukageuzwa kuelekea Dunia. Na ngazi hizi za juu za nishati zilipuuzwa na kutupiliwa mbali. Kwa hiyo unaweza kuona, kwa mtazamo wa mfano tu, kulikuwa na anguko dhahiri la ufahamu, kutoka ngazi ya juu hadi ngazi ya chini zaidi ya Dunia. Hakukuwa, kama ilivyohisiwa hapo awali, mlipuko wa uovu uliokuwepo wakati anguko hili lilipotokea. Ilikuwa tu kwamba mwelekeo wa wale wakazi uligeuzwa kutoka ngazi za juu kwenda ngazi za chini. Hilo ndilo linalomaanishwa na Kuanguka. Hili si hukumu ya mema au mabaya. Ni ukweli tu uliopo katika eneo la ukweli. Na hivyo unaweza kuona kwamba unapopoteza mtazamo wa wewe ni nani na wewe ni nini, basi huwa na mwelekeo wa kutangatanga, kama wanadamu walivyofanya katika sayari hii kwa maelfu mengi ya miaka. Kwa hiyo Kuanguka ni kusahau tu utambulisho wa kweli. Kushuka kwa ufahamu, na kusahau kwamba wote kwa kweli ni sehemu ya jumla.

D: Ni nini kilichosababisha mgawanyiko huo, kuvunjika huko, hapo awali?

P: Hili lilikuwa tendo la makusudi la Roho yote, Roho Moja Kamili, ili uzoefu uwe wa aina nyingi. Kulikuwa na hisia wakati huo kwamba kulikuwa na haja ya uzoefu tofauti zaidi. Ilitambuliwa kwamba ili kumwezesha mtu kuelewa kikamilifu Yote Yaliyopo, basi uzoefu zaidi ungekuwa muhimu.

D: Roho hii iliyogawanyika mwanzoni ilikuja kupata uzoefu wa Dunia na ikachukua umbo la mwili. Kisha mwili na roho hutenganishwa wakati wa kifo. Tunajua kinachotokea kwa mwili. Ni nini kinachotokea kwa roho wakati huo?

P: Hili ni jambo la mtu binafsi sana. Kwa maana roho nyingi — tungeziita vipande — hugundua kwamba zimepungua zaidi ya mahali zilipokuwa awali. Na hivyo hujikuta zikiwa mbali zaidi na ukweli kuliko zilivyokuwa wakati zilipoingia katika mwili. Na hivyo lazima zipewe masomo yatakayofuta makosa yaliyofanywa. Wengine hugundua kwamba wamekuwa na mwanga zaidi, na hivyo huendana na ngazi ile ambayo ni Roho Moja.

D: Je, wale wanaopungua lazima warudi kuishi katika mwili tena?

P: Hapana, kwa maana hakuna lazima. Ikiwa ni jambo linalofaa zaidi, ndiyo, basi hilo linaweza kuwa jambo bora kufanya. Hata hivyo, hakuna sheria inayosema mtu lazima azaliwe tena.

D: Mwishowe nini hutokea kwa roho ya mtu binafsi?

P: Lengo la mwisho ni kwa roho zote kurejea kwa Yule Mmoja. Na hivyo kuleta pamoja nao yote ambayo yamepitia. Ni kana kwamba kila mmoja wenu ametoka kukusanya uzoefu na kuuhifadhi kwa tarehe ya baadaye, wakati kila mmoja wenu atarudi na mkusanyiko wenu wa uzoefu. Na hivyo kuushirikisha tena na jumla. Kisha yote yaliyopitiwa tangu mwanzo hadi mwisho wa uumbaji yatashirikiwa. Ni simfonia ya uzoefu.

D: Roho hii ya asili iliyogawanyika, je, hiyo ingekuwa sawa na dhana yetu ya Mungu?

P: Hiyo ni sahihi. Ni Yule Mmoja, Uhai Wote, Ukweli, Nuru. Wengi wana lebo zao binafsi. Unaweza kusema vitambulisho vyenu vimetenganishwa na Mungu huyu. Hata hivyo, kila mmoja wenu kwa kweli ni kipande cha mtu binafsi au sehemu ya kile mnachokiita Mungu. Hakuna Mungu bila kila mmoja wenu. Kwa maana kama kila mmoja wenu angeacha kuwepo, basi Mungu Mwenyewe angeacha kuwepo.

* * *

Kikao hiki kilifanyika mwaka 1987 baada ya Phil kutumia miezi mingi huko California akifanya kazi mbalimbali, ikiwa ni pamoja na filamu, na wakati mimi nilikuwa nimezama kabisa katika kufanya kazi juu ya taarifa za Nostradamus. Alikuwa amerudi katika eneo letu na alitaka kuanza kufanya kazi nami tena. Hatukuwa na mada ya kuzingatia, kwa hiyo tuliamua kuona kikao hiki kingepeleka wapi. Nilikuwa daima tayari kwa yasiyotarajiwa. Nilitumia neno lake la siri na mbinu ya lifti. Mlango wa lifti ulipofunguka aliona mwanga mweupe mkali.

P: Ni mwanga mweupe kabisa. Nishati kamili. Hii ni ngazi ya nishati, au eneo moja la uwepo ambalo sisi ambao huenda tukaitwa "Wasaidizi" tunaishi ndani yake. Kwa asili sisi ni umbo safi la nishati bila muundo wa kimwili, bali ni nishati tu na tumeundwa na mawazo.

D: Unamaanisha nini unaposema ninyi ni wasaidizi?

P: Sisi ni wale wanaokuja kusaidia katika jitihada hizi mlizozianzisha. Hiyo ni, kutafuta maarifa yanayopatikana kwa wale wanaouliza. Sisi ni wenye hali ya kubadilika, kwa maana tunaweza kujiumba kulingana na nishati tunazozikuta karibu nasi. Tunaweza kuendana na nishati ambazo zimetuita. Hiyo ni, ninyi wenyewe. Sisi ni wasaidizi. Tunaleta pamoja nasi nishati ambayo inafaa zaidi kwa kazi ambayo mko karibu kushiriki. Tunasaidia kusawazisha nishati na hivyo tunaleta kile kinachofaa zaidi kwa hali yoyote mahususi tunayojikuta ndani yake. Tunarudia kusema "sisi", kwa kuwa sisi ni ufahamu wa pamoja na si utambulisho mmoja. Hatufuati dhana ya utambulisho mmoja, ambayo kwa maneno ya kibinadamu ingemaanisha kutengwa, kwa maana sisi kwa hakika hatujitengi. Tuko katika mawasiliano na muungano na aina zote nyingine za nishati wakati wote. Hakuna kutengwa wala mgawanyiko. Tunazungumza tu kutoka katika eneo la uwepo tunalolikaa, hadi eneo la uwepo mnalolikalia.

Nilipoteza mwelekeo wa jinsi ya kuuliza maswali. Hili lilikuwa jambo ambalo sikuwahi kukutana nalo hapo awali. Nilijaribu kulihusisha na kitu nilichokizoea katika kazi yangu. Sikuwahi kujua nini kingefuata, kwa kuwa nilikuwa daima nikipelekwa katika eneo lisilofahamika na lisilochorwa ramani.

D: Je, mna uhusiano wowote na waongozi au walinzi wetu?

P: Huenda kuna utofauti hapa kwa maana sisi si ninyi wenyewe wala sehemu za nafsi zenu. Sisi kwa hakika ni tofauti na kipengele hicho chenu, na hata hivyo, kwa kweli, ni sehemu yenu, kwa maana sisi ni wa jumla, sehemu ya jumla ya uumbaji. Kwa hiyo, kwa namna fulani sisi ni sehemu yenu na kwa namna nyingine, si hivyo. Sisi ni wa na si wa kile mnachokiita nishati za "Dunia".

D: Basi unamaanisha kwamba waongozi au walinzi wetu ni vipengele vya roho yetu wenyewe, nafsi yetu wenyewe?

P: Hiyo ni sahihi. Kwa maana kwa hakika ninyi ni waongozi wenu wenyewe, kwa kuwa Nafsi yenu ya Juu daima inaitazama nafsi yenu ya chini. Ninyi, mnaotafuta kujitambulisha katika nukta moja ya ufahamu, ni kipengele tu cha nafsi yenu kamili.

Ninyi, kwa kutafuta kutambua na kutenga ufahamu wenu, mnatenganisha kipengele hicho maalum chenu kutoka kwa nafsi yenu kamili. Hiki ndicho tungeita ... tunapata neno lisilotafsiriwa hapa. Hata hivyo, dhana ingekuwa kutengwa kutoka kwa jumla au ubinafsishaji.

D: Kama nishati, je, mlishawahi kuwa na maisha Duniani au utengano au utambulisho kwa namna hiyo?

P: Tunashiriki katika utengano wenu, kwa maana sisi, tena, ni sehemu ya uwepo wenu. Kwa mtazamo huo, ndiyo, tumepitia maisha mengi ya kuzaliwa. Hata hivyo, sisi si kile mnachokiita "wakazi" wa ngazi fulani. Sisi kwa hakika ni wa vipimo vingi na tunajumuisha ngazi nyingi tofauti za ufahamu kwa wakati mmoja. Kwa hiyo hatuwezi kusema kwamba tumewahi kuwa, kama mnavyosema, na utambulisho wa kibinafsi.

D: Ninajaribu kutofautisha. Nilidhani huenda ninyi wakati fulani mlipata vitambulisho vya Dunia na kisha mkabadilika kuwa nishati ya juu zaidi, kama mlivyo sasa. Hilo si sahihi?

P: Tunaweza kusema, si kwamba tumewahi kugawanyika. Tunazungumza kutoka katika ngazi ambayo ni ya vipimo vingi na haijagawanywa au kuvunjwa katika vitengo vya nishati binafsi. Sisi tunatambua tu ngazi nyingi tofauti kwa wakati mmoja. Hata sasa tunazungumza katika ngazi yenu ya uwepo, huku tukiwa au kuwepo katika ngazi nyingine kwa wakati huo huo. Hiki ndicho ambacho huenda mgekiita "ufahamu wa kuvuka ngazi".

D: Basi nishati hii ndiyo uwepo pekee mliowahi kuwa nao.

P: Tumeibuka kutoka katika pumzi ndogo ya ufahamu hadi katika umbo pana zaidi la nishati. Hata hivyo, daima tumekuwa nishati yenye ufahamu wa kuvuka ngazi. Uwepo wetu daima umekuwa wa kusaidia. Kwa maana tunasaidia, tunaleta kile kinachohitajika kwa wale wanaoomba. Uwepo wetu ni sekta ya huduma, kama mnavyoweza kusema.

D: Bila shaka, mimi daima ninafungwa na fikra zetu za kawaida. Kwa hiyo tafadhali nisamehe maswali yangu kama yanaonekana ya kijinga. Lakini je, ninyi mngalikuwa katika ngazi tunayoiita "malaika"? Najua dhana yetu huenda ni finyu sana.

P: Tunahisi kwamba katika istilahi zenu, kwa hakika ingefaa kwa baadhi kusema kwamba sisi kwa kweli ni malaika. Kwa maana katika istilahi zenu, malaika ni yule anayekuja kusaidia wakati wa uhitaji. Mjumbe kutoka kwa Mungu. Mfadhili. Bila shaka, kuna mawazo mengi tofauti kuhusu malaika ni nini hasa. Hata hivyo, kwa madhumuni ya kuonyesha, tungeruhusu sisi kuainishwa kama malaika ikiwa ingekuwa inafaa.

D: Bila shaka, tuna picha hii ya kiakili ya malaika wakiwa na umbo la kibinadamu.

P: Si chochote zaidi ya nishati safi inayovutiwa na nishati nyingine. Ni suala rahisi la mvuto kati ya nguvu zinazofanana. Huenda ikawezekana kuelezea hili kwa kutumia neno "nyuklia". Kwa maana nishati kwa hakika ni za nyuklia kwa asili. Nyuklia ikitumiwa hapa kwa maana ya ... Tunahisi labda mwelekeo huu wa mawazo si sahihi na tungependa kujirekebisha hapa. Na kusema kwamba dhana tunayojaribu kuelezea ni ya asili ya kielektriki zaidi. Kwa maana chaji zinazofanana hukatiana na zilizo kinyume huvutana. Na kwa namna hii mtu anaweza kuona kwamba panapokuwa na tofauti ya nishati, basi ziada kwa asili itavutiwa kuelekea upungufu. Ambapo kimsingi ndipo unapopata pande mbili pinzani. Moja ikiwa ya ziada, nyingine ya upungufu. Na hivyo hizi mbili kwa asili huvutana.

D: Basi tunapotumia umeme, tunatumia sehemu ya kile mnachowakilisha? Je, hilo lingekuwa sahihi?

P: Ni bora kusema, dhana ya kile tulicho. Kwa maana kanuni ni ile ile. Sio lazima kutumia sehemu yetu sisi wenyewe, katika dhana ya sisi kuwa sehemu ya mkondo wa umeme unaopita.

Hata hivyo, kwa kuwa nishati yote ni ya jumla, kwa mtazamo huo ni sahihi kusema hivyo.

D: Basi njia tunayotumia umeme ingekuwa njia ambayo tunaweza kutumia huduma zenu?

P: Labda kuelezea vizuri zaidi, mtu anaweza kutumia biolojia ya mfumo wako wa kinga. Panapokuwa na haja katika sehemu fulani ya mwili kwa mfumo fulani wa ulinzi, basi mwili kwa ujumla huanzisha kimetaboliki yake ili kuzalisha na kutuma kimeng'enya au protini inayohitajika kujenga kingamwili maalum zinazohitajika kuzuia maambukizi. Hivyo mwili kwa ujumla hujibu kwa sehemu maalum au eneo la maambukizi, na hutuma mahitaji maalum ya mmenyuko wa ulinzi kwenda kwenye eneo lenye haja. Kwa njia hiyo hiyo, ulimwengu kwa ujumla unaweza kuanzisha na kutuma aina yoyote ya nishati mahali popote katika ulimwengu inapohitajika, kusaidia katika uponyaji wa kile tunachokiita "kutokuwepo kwa maelewano". Sisi, katika mfano huu, tunaweza kulinganishwa na kingamwili zinazotumwa kuponya kutokuwepo kwa maelewano.

D: Daima ninaweza kupata picha iliyo wazi zaidi kupitia mifano hii. Nimeambiwa kuhusu nishati za kiasili? Je, mna uhusiano wowote na aina hiyo ya nishati?

P: Kama tulivyosema awali, daima kuna uhusiano kati ya ngazi na aina zote za nishati. Kuna tu uelekezaji wa nishati fulani mahususi kwa aina fulani ya haja. Na hivyo tuko katika mawasiliano na tunatambua kile mnachokiita nishati za "kiasili". Hata hivyo, sisi si kile mnachokiita nishati "kiasili". Kwa maana, kama mnavyoona, sisi tuko juu sana ya hiyo na bado tunaijumuisha kwa wakati mmoja.

D: Nilijiuliza kama mlikuwa wa asili ile ile. Nimesikia kwamba nishati ya kiasili ni ya msingi sana, na haina akili au uelewa kama mnavyoonekana kuwa nao.

P: Huenda unatazama upande mmoja wa wigo unapobainisha au kutenga kile unachokiita nishati ya "kiasili". Unaangalia tu kipengele kimoja cha nishati kamili na kukielezea kama kiasili. Hata hivyo, ni sehemu na fungu la picha pana zaidi.

D: Nimeelewa kwamba nishati ya kiasili inahusishwa zaidi na Dunia yetu.

P: Inaonekana unaiona kuwa ni aina za chini tu za maisha, kama nyasi zako na mimea au aina fulani za kile unachoweza kuita "maisha ya chini" katika sayari yako. Kuna, bila shaka, nishati inayohusishwa na aina zako za juu za maisha, yaani, paka wako na mbwa wako. Na pia nishati inayohusishwa na aina zako za juu kabisa za maisha, yaani, ninyi wenyewe. Hakuna tofauti kati ya nishati, kwa maana tena ni sehemu na fungu la jumla. Zinahusishwa tu na ngazi moja au zaidi za ufahamu. Kwa maana ingekuwa kosa kubwa kusema kwamba nyasi hazina ufahamu, kwa maana kwa hakika zina ufahamu. Ardhi yenyewe unayotembea juu yake ina ufahamu. Kukataa hili kungemaanisha labda kujipa ninyi wenyewe nafasi ya Mungu, mnaojumuisha yote, mnaojua yote, na wengine wote wakiwa chini na hawajui. Hilo si sahihi. Yote ya uumbaji yana ufahamu. Kama unalitambua hili au la, ni juu yenu kabisa. Kwa maana mna uwezo wa kuwa na ufahamu wa uumbaji wote, kuanzia ngazi za chini hadi za juu kabisa za ufahamu. Na si lazima kuishia tu katika Dunia yenu. Huenda kabisa mkapata ufahamu wa uumbaji wote, kwa kukubali tu ukweli kwamba yote yaliyopo yana ufahamu.

D: Bila shaka, hilo lingeifanya kuishi kuwa kugumu katika maisha yetu ya kimwili.

P: Tunahisi labda lingefanya maisha yenu kuwa tajiri na kamili zaidi, kwa sababu msingehisi kuwa peke yenu na mkataliwa. Kwa maana mngekuwa tena katika undugu, kama ilivyo hatima yenu. Huenda mmejitenga kupitia makosa mengi ambayo hayakuwa yenu, au labda kupitia bahati mbaya. Hata hivyo, hatimaye ni jukumu la mtu binafsi kuamua ni kwa kiwango gani anakuwa na ufahamu. Ikiwa mtu anachagua kukataa uwepo wa wengine, basi ni haki yake. Hata hivyo, basi lazima aweze ... Tungetaka kubadilisha hili, kwa maana hatutaki kuonyesha maana ya adhabu. Hatutaki kueleza dhana hiyo. Tunajaribu kuashiria kwamba mtu hujiumbia uhalisia wake mwenyewe. Na hivyo mtu anaweza kuona kwamba anapoumba uhalisia wake mwenyewe, lazima aishi ndani yake.

D: Ndiyo, watu wengine wangeliona kama adhabu. Lakini kama uliumba mwenyewe, lazima ukubali matokeo.

P: Hiyo ni sahihi.

D: Unaendelea kuzungumzia jumla. Je, hiyo ndiyo tunachokiona kama Mungu?

P: Katika mtazamo wenye mwanga zaidi, jumla kwa hakika ndiyo mnayoiita "Mungu", kwa maana Mungu angekuwa mwenye kujumuisha yote. Hata hivyo, tunahisi kwamba dhana yenu ya sasa au ya hivi sasa ya Mungu huenda ni ya jumla zaidi kama mkusanyiko wa sifa za kibinadamu zilizoinuliwa hadi hadhi ya muumba.

D: Nilikuwa najiuliza kama ninyi mngehesabiwa katika hadhi ya muumba au waumbaji wenza.

P: Kuna, bila shaka, ukweli fulani katika unachosema. Hata hivyo, tunahisi haingefaa kujiona hivyo.

D: Basi hamjabadilika kufikia hapo? Nadhani ninajaribu kuwaweka kimwili mahali fulani.

P: Hatukuwahi kuwa waumbaji. Sisi si waumbaji. Sisi kwa hakika labda ni ... hata hivyo, tungependa kufafanua hili. Kuna kwa wakati huu ... (Kusita)

D: Nini? Kutoelewana au nini?

Phil alivuta pumzi ndefu kisha akafungua macho yake ghafla. Alikuwa macho. Hili lilikuwa jambo lisilo la kawaida kwake kufanya hivyo. Nilimuuliza kilichotokea.

P: (Alikuwa macho kabisa sasa.) Ilikatika. Ilikuwa kana kwamba walikuwa karibu kusema jambo fulani, kisha kukawa na usumbufu katika nyuga za nishati.

D: Unadhani lilikuwa jambo ambalo hawakupaswa kulizungumza?

P: Hapana, ilikuwa kama kulikuwa na mwingiliano. Hutokea wakati mwingine, unajua, wakati nishati tofauti zinakuja na kuondoka. Ni nyeti kidogo kuifanya iwe sawa, na kama nishati ya nje inaingia huvunja muunganiko.

D: Kama kelele ya redio au nini?

P: Si nishati ya umeme. Ni zaidi kama nishati ya mawazo.

D: Kitu ulichokifikiria?

P: Hapana, ni nishati ya nje tu. Sio mbaya, ilikuwa kama muunganiko ulikatika.

Haikuwahi kuwa wazi ni nini kilisababisha mwingiliano, lakini Phil alihisi tunapaswa kumaliza kikao kwa siku hiyo. Hilo lilikuwa sawa nami kwa sababu kikao kizima kilikuwa kimenichosha. Tulikuwa tukijadili mada iliyokuwa changamano sana kwangu kuelewa, na nilikuwa na ugumu kuunda maswali. Kwa hiyo nilipumua kwa afueni nilipotoka nyumbani kwake. Nilijua ningehitaji muda wa kuyeyusha na angalau kuyaunganisha kwa sehemu taarifa hizo. Sikujua kwamba sikuwa nimeona mwisho wa nishati hii ya ajabu.

Tulikuwa tumepanga mkutano maalum katika nyumba ya Billie Cooper jioni hiyo. Walikuwa pia wamekosa vikao vyetu na Phil alipokuwa akiishi California, kwa hiyo walikuwa na hamu kubwa ya yeye kuja tena. Kulikuwa na watu wengi waliokuwepo ambao hawajawahi kuona jambo hili, kwa hiyo kulikuwa na hali ya udadisi chumbani tulipoanza. Nililitumia tena neno lake la siri na mbinu ya lifti. Mlango ulipofunguka, mwanga mkali ulikuwa umerudi, karibu kana kwamba haujawahi kuondoka. Kwa kuwa sikuwa na muda wa kuandaa maswali, akili yangu ilikuwa ikikimbia ikijaribu kufikiria jinsi ya kuanza.

D: Je, huu ni mwanga ule ule tuliouona alasiri ya leo?

P: Hiyo ni sahihi.

D: Je, unadhani hii ndiyo nishati inayofaa inayoweza kujibu maswali yoyote yatakayoulizwa leo usiku?

P: Kwa kundi hili kwa wakati huu, hii ingekuwa kama kiunganishi kati ya kile mnaouliza na kile mtakachopokea. Kwa maana mara nyingi mtu atauliza kile ambacho hakifai kutolewa, na hivyo lazima apokee kile kilicho karibu zaidi na kile kilichoombwa.

D: Tulipowasiliana na nishati hii alasiri ya leo walisema walikuwa wa asili ya usaidizi. Asili ya usaidizi ni nishati inayotumiwa unapotaka kuumba mambo katika maisha yako na kuyafanya yatokee. Hii ni nishati inayotolewa na kutumiwa, na inaweza kutumiwa kwa njia nyingi. Je, nipo sahihi katika ufafanuzi wangu?

P: Tungeweza kusema hilo ni sahihi.

D: Ni nishati inayojumuisha vipimo vingi badala ya kuwa katika ngazi moja. Kwa hiyo ilikuwa na maarifa mengi zaidi kuliko nishati moja ingekuwa nayo. Kwa hiyo labda ndiyo inayofaa kuja leo usiku.

P: Tungependa kusema labda ufafanuzi ulioainishwa zaidi ungehitajika. Tunataka kueleza kwamba nishati hii si ya aina ya ghala. Hiyo ni, si aina ya chombo cha kuhifadhi maarifa. Ni njia tu ambayo maarifa hayo hupitishwa. Tunaleta kile kilichoombwa. Hatuhifadhi wala kuhifadhi maarifa haya. Labda katika ngazi yenu hili ni jambo lisilo muhimu. Hata hivyo, katika mazungumzo yajayo inaweza kuwa wazi kabisa kwamba kuna tofauti kubwa sana kati ya wale wanaopitisha maarifa haya na wale wanaoyahifadhi au kuyapokea.

Maswali yaliyopokelewa yamejumuishwa katika sura mbalimbali za kitabu hiki.

* * *

Mara nyingi katika mikutano hii roho, au chochote walichokuwa, walijitokeza wakiwa na udadisi kutuhusu. Mara nyingi walituburudisha na kutustaajabisha kwa kutuuliza maswali. Baadhi ya maswali haya yalikuwa magumu sana kujibu, kwa kuwa mara nyingi yalihusisha dhana katika utamaduni wetu ambazo hatuzifikirii sana. Hili lilipotokea tuliweza kuthamini kwa urahisi ugumu tuliokuwa tukiwawekea kwa baadhi ya maswali tuliyokuwa tukiuliza mara kwa mara. Lakini inashangaza kwamba daima waliweza kupata majibu mara moja, wakati sisi tulijikwaa na kushauriana na mara nyingi tulitikisa tu mabega yetu kwa kujisalimisha walipotugeuzia meza.

P: Hakuna haja ya kutuogopa tunapozungumza kupitia mwanaume huyu, anafanya hivi kwa hiari na bila hofu ya matokeo mabaya. Hivyo analeta nishati hii kupitia yeye ili kuishirikisha nanyi, kwa maana amepata ukweli katika nishati hii, na hivyo anatamani kuishirikisha na wengine. Katika kutoa hupokea bila kipimo. Tena hakuna haja ya kutuogopa. Sisi ni wale tu waliopata ngazi iliyo juu sana kuliko ile iliyo katika hali ya kuishi mwilini sasa katika sayari yenu. Tuko hapa kuleta ukweli na mwangaza. Na kusaidia kuinua ufahamu katika sayari yenu, ili ujinga na ushirikina unaoonekana kutawala uondolewe na kubadilishwa na maarifa na ukweli. Tunakuja kwa amani na kwa maelewano na kwa upendo. (Sauti ilikuwa nzito zaidi na ilisikika tofauti na ya Phil. Ilinifanya nihisi baridi mwilini.) Kwa wakati huu mnachunguzwa na mmoja aliye mkubwa zaidi kuliko chochote kilichowahi kushuhudiwa katika chumba hiki. Kwa wakati huu kuna Mwangalizi, mlinzi aliyepewa chumba hiki, kuwalinda wale waliokusanyika hapa sasa wanaotamani kujifunza. (Sauti iliendelea kuwa nzito na ya kina zaidi. Haikufanana kabisa na sauti ya kawaida ya Phil. Hili lilikuwa dhahiri pia kwa wengine waliokuwapo.) Sasa tungependa kuwauliza, je, tunaweza kuwauliza ninyi maswali?

Hili halikutarajiwa, lakini nilipotazama chumba niliona wengine wakitikisa vichwa vyao kukubaliana kwamba tunapaswa kujaribu mwelekeo huu tofauti.

Mwanachama wa kundi aliuliza, "Je, ninyi ni kiini cha maisha ambayo yamewahi kuishi Duniani?"

P: Hilo lingekuwa tamko sahihi, ndiyo. Kama ungeweza kufikiria ufahamu wa pamoja wa kila mmoja wenu katika chumba hiki sasa, pamoja bila miili yenu ya kimwili. Kama ufahamu wenu ungeondolewa kutoka miilini mwenu, mngeunganishwa pamoja na shauku ya pamoja, au lengo la pamoja. Na hivyo ndivyo ilivyo kwetu. Kwa maana tunapata kwamba nishati zetu zina mtetemo unaofanana na zinaendana sana, ingawa si sawa kabisa. Tunafanya kazi vizuri sana pamoja kama kitengo kimoja, tukishiriki taarifa na mawazo na kutoa kile tulichozoea kwa wakati wowote husika. Hakuna utambulisho unaotolewa wala unaohitajika. Tunaishi tu.

D: Na mnataka kutuuliza maswali fulani?

P: Kwa wakati huu tungethamini fursa hiyo. Hata hivyo, tutawaruhusu ninyi kuutanguliza muda wowote wa ahadi kwa mkutano huu wa leo usiku. Kwa maneno mengine, mnaweza kuanza kwanza.

D: Vyovyote mnavyotaka kufanya. Kutakuwa na muda kwa ajili yetu sote, naamini.

P: Kuna eneo moja tungetamani kulizungumzia jioni hii, kama kuna makubaliano ya pamoja na kundi lenu. Na hilo lingekuwa katika eneo la ufahamu wa kijinsia, au kwa maneno mengine, utambulisho wa jinsia. Kwa maana sisi hapa hatupewi utambulisho wa kijinsia. Sisi ni nishati ya kiroho ya etha tu na tunaona kwa kiasi fulani kuwa jambo la kuchekesha — bila kukosa heshima — kwamba ninyi mnaona nafsi zenu kama mmoja au mwingine. Mnaonekana kuwa na hitaji kubwa sana la kujitenga kulingana na utambulisho wa jinsia. Hili tunaliona kuwa la kuvutia sana. Kwa maana inaonekana kuna mgawanyiko fulani hapa katika utambulisho wenu wenyewe. Tunahisi mmepoteza utambulisho wenu wa kweli mnapolazimika kuhusiana na kila mmoja kwa misingi hii. Hilo ni uchunguzi tu kutoka mtazamo wetu. Na hilo ndilo jambo tulilodhani tungeleta kwa majadiliano, kama mngeliona linafaa.

D: Hmmm, mada ya ajabu kidogo. Sidhani kama tumewahi kufikiria juu yake, sivyo?

Mwanachama wa kundi alijitolea, "Je, naweza kufafanua kidogo tafadhali?"

P: Tungetumaini ufanye hivyo. Na hivyo utupe mwanga fulani juu ya jambo hili, ili labda tufikie uelewa bora zaidi kutoka ngazi yetu.

Mwanachama aliendelea, "Kwa namna ninavyoelewa, mnataka kujadili eneo la kimwili. Na ninyi mkiwa nishati ya etha, hamhusu mambo ya kimwili, kwa hiyo hamna haja ya kujali utambulisho wa kijinsia. Lakini katika eneo la kimwili hili ni muhimu sana, kwa sababu linawakilisha utambulisho wetu wenyewe. Kwa hiyo mmeingia katika eneo la majadiliano ambalo huenda ni geni kidogo kwa nishati ya etha. Ilimradi tumezuiliwa katika miili ya kimwili, hili ni sehemu muhimu sana ya uwepo wetu, na tunapaswa kulijali. Je, hili lina maana kwenu?"

P: Tunachakata jibu hili. Na tungejibu hivi: Tunaelewa wasiwasi wenu. Tunaelewa haja yenu ya kutambua au kutambua kipengele chenu cha kimwili. Hata hivyo, tunahisi — na tuko hapa si kuhubiri, bali kutoa uchunguzi kutoka mtazamo wetu —

kwamba kumejitokeza siyo tu hisia ya uangalizi wa mwili huu wa kimwili, bali zaidi hisia ya utambulisho uliotolewa kwa miili hii ya kimwili. Inaonekana kana kwamba mwili wa kimwili wenyewe umepewa utambulisho.

D: Hilo ni kweli. Umepewa utambulisho kwa sababu hiyo ndiyo njia tunayotambua nafsi zetu, tukiwa tumezuiliwa na wakati na vitu vya kimwili. Je, naweza kuuliza swali? Je, ninyi nishati yoyote mlishawahi kuwa katika mwili wa kimwili?

P: Hilo si sahihi, kwa maana hatujawahi kuwa katika ngazi ambayo kimwili kingeweza kujidhihirisha. Sisi ni wa nishati ambayo haiendani kabisa na uundaji wa umbo la kimwili. Ni nishati ya kielektroni-magnetiki, na si ya muundo au mpangilio ambao ungewezesha uundaji wa dutu ya kimwili. Hakuna yeyote kati yetu kwa wakati huu aliyewahi kupitia kile mnachokiita "kuzaliwa kwa kimwili", ingawa hilo halimaanishi kwamba hatujawahi kuwa katika sayari yenu hapo awali. Tumewahi, lakini si katika umbo la kibinadamu. Kumekuwepo aina nyingi zaidi ya binadamu katika sayari yenu, ambazo zilikuwa na ufahamu. Hata hivyo, hamna kumbukumbu za aina hizi, kwa maana hakuna zilizoruhusiwa kurekodiwa.

Member: Basi asili yenu ni ipi?

P: Tunazungumza kutoka katika kiini cha ukweli, cha Mungu Mmoja wa Kweli, kama mnavyosema katika lugha yenu. Tunatoka kwa watoaji wa ukweli, jeshi la nuru, au kama mnavyoweza kusema, malaika wakuu. Ujumbe wetu ni wa taarifa. Tungefafanua jukumu letu hapa kama watoaji wa ukweli. Kuna vikosi vingine au majeshi ambayo majukumu yao yanaweza kujumuisha masuala ya afya, au labda kujenga upya au kuunda sayari. Kuna wale ambao kazi yao yote ni uundaji wa ulimwengu.

D: Ngazi ya Muumba.

P: Hiyo ni sahihi. Kuna maeneo mengi tofauti ya utaalamu yanayopatikana kuchota. Kwa kuwa mnataka taarifa, mmewasiliana nasi, watoaji wa ukweli. Na hivyo hapa tulipo.

Member: Nadhani ninaelewa hilo. Tuna majukumu katika ulimwengu wetu wa kimwili. Ni aina gani ya majukumu mliyo nayo? Najua kwamba hamjafungwa na wakati kama sisi. Mnajishughulisha na nini? Nishati hii hufanya nini?

P: Katika ngazi hii kuna kazi nyingi na umakini mwingi unaotolewa kwa uundaji na uumbaji wa nishati ndogo zinazotegemea, au kwa kusema kwa mfano, kutengeneza miduara au pete katika bwawa. Kazi yetu, kama tunaweza kuilinganisha kwa njia rahisi sana, ni kutupa mawe ndani ya maji na kusababisha miduara itawanyike kutoka mahali ambapo mawe au kokoto zimetua. Ni katika miduara hii inayopanuka kuelekea nje ambapo sisi tuna ubora au tunafanya vyema zaidi. Bila shaka, unaelewa kwamba huu ni mfano tu rahisi. Lakini kusudi ni kuunda mifumo ya nishati ambayo ni muhimu kwa aina za maisha na nishati zilizo katika ngazi iliyo chini kidogo kuliko yetu. Kwa maneno mengine, tunaunda mazingira yanayofaa sana katika miduara hii ya nishati. Ili wale wanaofanya kazi chini yetu wawe na mazingira yanayofaa kufanya kazi. Ni mnyororo wa mazingira yanayorithiwa kama vile mlolongo wa kiasili wa ngazi katika ulimwengu wenu wa kimwili. Je, hili lina maana?

Wanachama wa kundi walijibu kwamba lilikuwa lina maana.

D: Ni changamano kidogo. Lakini je, hizi pia ni nishati ambazo sisi wenyewe tunaweza kutumia kuumba vitu?

P: Sio moja kwa moja. Kwa maana nishati tunazoshughulika nazo ziko katika ngazi iliyo juu sana kiasi kwamba hamwezi kuzidhibiti moja kwa moja. Hata hivyo, kupitia hali kama hizi ambapo kuna athari ya kuunganisha, tunaweza kubadilishana dhana, mifano, taswira na uhalalishaji na kadhalika. Ili hali halisi na ukweli wetu uweze kuunganishwa na ngazi yenu ya uelewa na vivyo hivyo.

D: Ndiyo maana inaonekana kuwa ya kigeni kwenu kuona dhana zetu tofauti.

P: Hiyo ni sahihi. Tunaomba radhi hapa, kwa maana kwa kweli hatutaki kuhubiri, bali kuchunguza tu. Lakini tunahisi msisitizo mwingi sana umetolewa juu ya utambulisho wa kijinsia. Na umetolewa mbali na utambulisho wa kweli, yaani ufahamu au nafsi ya Mungu au utambulisho wa Kristo, au mojawapo ya maelfu ya istilahi zilizotolewa kwa kile kilichopo. Ambacho ndicho utambulisho wenu wa kweli, nishati ambayo ni nishati kama sisi wenyewe tulivyo. Bila shaka, mnafahamu kwamba miili yenu ya kimwili si chochote zaidi ya chombo au zana. Ingekuwa kana kwamba, mkiwa ndani ya gari lenu, mnajitambulisha kama gari lenyewe, na si kama abiria tu ndani ya gari. (Kicheko) Basi mngehisi kuwa ninyi ni Buick. Ninyi ni wakubwa. Ninyi ni wekundu. Mngehisi matairi yenu manne chini yenu. Na mngehisi kila mkwaruzo na kila denta mliyopata. Hili, bila shaka, ni mfano rahisi sana. Hata hivyo, tunahisi kwamba linafupisha vya kutosha — angalau kutoka mtazamo wetu — jinsi uhalisia wa kimwili unavyoonekana kuwa umetawala uhalisia wa kiroho.

D: Ndiyo, lakini kila mara mtu anapoingia katika mwili wa kimwili, fahamu ya ndani husahau sehemu nyingine na huzingatia tu kimwili. Hii ni moja ya hatari za kuingia katika kimwili.

P: Hilo ni tamko sahihi kabisa. Kwa hakika ni hatari, si lazima iwe ya lazima lakini ni jambo lililoenea sana.

Mwanachama mwingine wa kundi aliingilia, "Je, mnasema kwamba tumekuwa tumejihusisha sana na mwili unaobeba roho yetu, hadi kufikia hatua ya kunukuu na kuhisi kila mkwaruzo, kila pigo, na kujivunia rangi yetu na kadhalika, kuliko kujihusisha na utambulisho wa kweli, yaani roho?"

P: Hiyo ni sahihi, na ni ufahamu ulioangaziwa sana wa tatizo halisi katika sayari hii. Utambulisho wa kweli unaishi ndani ya kimwili. Na ni nadra sana kwa mtu kutambua utambulisho wake wa kweli kuwa ni nishati iliyo ndani, na si chombo kinachouzunguka.

D: Basi je, tunatoa umuhimu mkubwa kupita kiasi kwa mgawanyiko kati ya kiume na kike, badala ya kuunganisha yote mawili ndani ya nafsi yetu?

P: Hilo ni sahihi kabisa. Kwa maana katika utengano huu wa utambulisho kuna sheria za kijamii zinazotolewa ambazo zinaamuru kwamba nishati zilizofungwa ndani ya chombo cha kiume zitaingiliana kwa njia fulani ya kijamii na nishati zilizofungwa ndani ya chombo cha kike. Na tunaweza kutumia kama mfano desturi zenu za kuchumbiana na lugha ya mwili na kadhalika. Kwa wakati huu, katika eneo hili la sayari yenu, ni kawaida iliyokubalika kwamba msisitizo wote uwe kuelekea jinsia za utambulisho tofauti. Na haikubaliki kwa jinsia zenye utambulisho sawa kutambua kila mmoja, kama ilivyo katika ngazi yetu. Tunahisi kumekuwa na kutokulingana sana kutokana na utambulisho huu usio sahihi. Tunachosema hapa hakihusu masuala ya mahusiano ya kingono, bali urafiki tu. Wanaume wengi wanaogopa kuwa marafiki kwa sababu wote ni wanaume. Na wanawake wengi wanaogopa kuwa marafiki kwa sababu wote ni wanawake. Na bado wanaume na wanawake wengi wanaogopa kuwa marafiki kwa sababu wanaogopa nia za siri. Kwa hiyo unaona kuna mkanganyiko mwingi unaotokana na utambulisho huu wa kimwili.

D: Je, ninyi mna usawa wa nishati za kiume na kike ndani yenu?

P: Kwa madhumuni yote ya vitendo, hakuna kitu kama nishati za kiume na kike katika ngazi hii. Kuna nishati tu. Hakuna utofauti.

Member: Ningedhani ili kutambua hilo, mngekuwa na uzoefu fulani nalo. Basi je, ninyi ni nishati zilizoundwa na nishati za juu zaidi, au ni zile zilizoundwa kutokana na mifumo ya mawazo ya Dunia?

P: Tuliundwa na Bwana, na Yule Mmoja Wote. Mungu Mkuu wa uumbaji wote. Sisi si, kama mnavyoweza kudhani, wa nishati za Dunia, kwa maana tunatoka katika ngazi iliyo juu sana kiasi kwamba haiwezi kufikiwa na nishati za Dunia. Hata hivyo, kadiri unavyoendelea mbali zaidi na ngazi ya uwepo wa kiume-kike, tofauti kati ya kiume na kike hupungua zaidi na zaidi. Hadi kufikia mahali tulipo sasa, ambapo hakuna tofauti kabisa. Ilikuwa kwa madhumuni yenu ya uzazi tu kwamba utofauti huu ulitolewa. Lakini katika kiroho hakuna haja ya uzazi. Katika kiroho hakuna haja ya utofauti, na hivyo kadiri unavyojiondoa mbali na ngazi yenu ya kimwili, ndivyo utofauti unavyopungua hadi kufikia mahali ambapo hakuna utofauti kabisa.

D: Hili ni moja ya masomo tuliyochagua kujifunza na kuyaishi, kuja katika ngazi hii na katika miili hii ya kimwili ya jinsia tofauti. Inaonekana ninyi kama nishati hamkuamua kupitia mambo hayo, lakini yote ni sehemu ya kujifunza kwetu.

P: Hakuna uchaguzi katika jambo hili. Kwa maana kama tungechagua kuingia katika mwili, tusingeweza. Ni suala la fizikia.

D: Hamngeruhusiwa, au hamngeweza?

P: Isingewezekana kwa nishati zetu kufungwa ndani ya mwili wa kimwili. Ni suala la mtetemo. Miili ya kimwili inayobeba nishati zenu inatetemeka kwa kasi iliyo polepole sana kuweza kushikilia nishati zetu. Ingekuwa kama kujaribu kushikilia maji ndani ya ndoo ya waya. Hatutoi hukumu hapa, kwa maana tunaelewa sababu zenu za kuishi katika kimwili. Kuna masomo mengi ya kujifunza hapa. Hata hivyo, tunahisi kwamba — na tena tunasema hili kwa upendo mkubwa iwezekanavyo — kwa mtazamo wetu kuna utambulisho mkubwa sana unaotolewa kwa vyombo vya kimwili. Na mdogo sana unaotolewa kwa kipengele cha nishati cha utambulisho wenu. Labda tuna upendeleo katika maoni yetu kwa sababu tunaangalia kutoka mahali palipojitenga nayo.

D: Nilidhani labda ninyi ni nishati inayobadilika. Kwamba huenda wakati fulani mgeingia katika mwili.

P: Kama ingewezekana kuuinua mwili wa kimwili hadi ngazi ambayo ingeweza kutubeba, basi ingewezekana. Hata hivyo, kwa wakati huu, angalau katika uzoefu wetu na katika ngazi za dutu ya kimwili tulizokutana nazo, hilo halingewezekana.

D: Tofauti ni ipi kati ya nishati ya roho tuliyo nayo ndani ya miili yetu na aina yenu ya nishati?

P: Ni tofauti ya masafa ya mtetemo tu. Tunapata katika mazungumzo yenu mwanga mkubwa. Na tunathamini uaminifu na uwazi wenu. Wakati mwingine sisi pia hupenda kuchunguza, ili tujifunze kutokana na mijadala yenu. Tunathamini hili, kwa maana si mara nyingi kuna wale wanaofika katika ngazi yetu kushiriki nasi ukweli wenu, dhana zenu. Ingawa si zetu, tunathamini kuzishiriki nanyi, kwa maana zinatuangazia pia. Kuna wazo kwamba sisi ni wa juu kwa namna fulani kwa sababu sisi ni tofauti. Hilo si kweli. Tuko katika mtetemo tofauti, labda mbali kidogo na wenu, lakini hilo halitufanyi kuwa bora. Katika ufalme wa Mungu hakuna walio juu wala walio chini. Kuna tu wale waliopo katika umbo na nafasi zao zinazofaa, na wanaofanya kile kinachopaswa kufanywa. Hakuna dhana ya bora au duni. Hii ni dhana ya kibinadamu.

Member: Je, ninyi ni viumbe waliokamilika na je, mna njia ya mageuzi katika ngazi yenu? Je, mnarudi kwenye chanzo cha nishati yote ulimwenguni, au mtakaa katika ngazi hii?

P: Kwanza kabisa tungependa kusema kwamba kuna dhana kadhaa tunazoziona kuwa si sahihi kabisa. Sisi si viumbe waliokamilika, hata kidogo. Sisi pia ni viumbe wanaojifunza. Sisi ni viumbe wanaopanda ngazi. Tuko katika njia ya mageuzi, kama mnavyoweza kusema. Hatuna jibu la mwisho. Kwa maana kama tungekuwa tayari tumefikia hatua ya mwisho, basi tusingeweza kwa njia yoyote kuwasiliana kupitia chombo hiki na kumruhusu kuishi ndani yake. Hiyo ingekuwa nishati iliyo juu sana kiasi kwamba haingeweza kubeba umbo la kimwili. Kwa maana umbo la kimwili lingevukizwa mara moja kama nishati hiyo ingejaribu kuingia katika mwili. Ingeinua mtetemo wa molekuli za kimwili hadi ngazi iliyo juu sana kiasi kwamba zisingeweza kustahimili, na zingesambaratika. Hatutaki kuwaogopesha au kuwafanya msononeke, bali kuwapa hisia ya nguvu ya nishati hiyo. Kwa maana nishati hiyo ingekuwa kali sana kiasi kwamba ingesababisha kila mtu katika chumba hiki kumzunguka yeye kuvukizwa tu. Hamna dhana ya nguvu ya nishati kamili ya Mungu. Ni yenye nguvu sana kuletwa katika ngazi hii. Nishati hii inaendesha ulimwengu mzima, uumbaji wote. Na hivyo, hata kwa umbo dogo sana, kama ingeleto hapa, isingekuwa na manufaa. Wakati fulani katika mageuzi yenu — na hili linawahusu kila mmoja katika chumba hiki kwa maana ya kimwili — kila mmoja wenu si tu atafikia ngazi tunayotoka, bali ataivuka, kama sisi wenyewe tutakavyofanya. Sisi pia ni aina inayobadilika. Tuko katika ngazi ya kupanda na hatujakamilika. Hata hivyo, tuna mwanga zaidi kwa maana mtazamo wetu ni mpana zaidi kuliko wenu. Kuna mambo mnayoyajua kwa undani sana ambayo sisi hatuyajui. Na hivyo ni kupitia mawasiliano ndipo tunapotoa na kupokea maarifa haya. Tunajifunza kama ninyi mnavyojifunza. Tungeweza pia kujikusanya na kuwasiliana na mmoja wenu ili kuwauliza maswali. Na mara nyingi tunafanya hivyo.

D: Basi tutafikia ngazi hiyo wakati fulani?

P: Hiyo ni sahihi. Hata hivyo, haitolewi bure, lazima ijifunzwe. Kwa maana kadiri unavyoongeza maarifa na ufahamu wako, ndivyo masafa ya mtetemo wako yanavyoongezeka. Na kadiri unavyoendana zaidi na kile kilicho kamili, na utambulisho wa Mungu wa kweli, ndivyo mtetemo wako utakavyopanda. Na hivyo, kupitia mchakato wako wa mageuzi ya kiroho hatimaye utafikia mtetemo ambao sisi tunapatana nao sasa. Lakini ni dhana tu kudhani kwamba ngazi yetu ndiyo unayotamani kufikia. Tena kuna maeneo na ngazi nyingi tofauti za mageuzi. Unaweza kujiona umesimama chini ya mlima mkubwa sana, ukiwa na njia nyingi sana za kupanda. Unasimama chini ya njia moja inayogawanyika kuwa maelfu ya njia nyingine. Zote hatimaye zinaelekea kileleni, lakini si zote zinafika mahali pamoja hata kileleni. Kwa maana labda juu kabisa kuna uwanda mpana, kiasi kwamba unaweza kuwa katika maeneo mengi tofauti juu ya uwanda huo. Kisha kila mmoja wenu yuko mahali fulani chini ya uwanda huo, labda karibu na chini, kwa mfano wetu. Na unaweza kuona kwamba tayari kuna umbali fulani kati yako na chini. Kwa sababu kwa kufikia ngazi hii ambayo tunaweza kuwasiliana, tayari umesafiri umbali fulani. Kisha unaweza kuona kwamba kwa mlima huu kuwa na njia nyingi tofauti, kuna njia nyingi tofauti za kupanda kwako. Sisi labda tuko upande mmoja na katika ngazi ya juu kidogo kuliko yenu, kama mnavyochagua kutuweka hapo. Na tunahisi kuheshimiwa kwamba mnafanya hivyo. Kisha unaweza kuona kwamba labda ungependa kufuata njia au njia fulani ili kufikia mahali pale pale tulipo kwenye mlima huu. Hata hivyo, kuna chaguo nyingi sana, kiasi kwamba huenda usingehitaji au hata kutaka. Hatimaye wewe mwenyewe utafikia uwanda, labda kwa muda mfupi zaidi, au labda kwa muda mrefu zaidi, kwa istilahi zenu. Hatimaye sisi sote tutafikia uwanda huo. Hata hivyo, huenda tusipatikane katika sehemu ile ile hata juu ya uwanda huo. Je, hili linaeleweka?

Kulikuwa na makubaliano mengi kutoka kwa kundi.

D: Lakini hamkupaswa kupitia mageuzi tunayopitia sisi.

P: Haikuwa jambo linalolinganishwa. Hata hivyo, sisi wenyewe tumebadilika kutoka kiwango cha chini hadi cha juu zaidi. Kuna nishati zenye nguvu zaidi kuliko ngazi tuliyofikia, ambazo hamwezi hata kuziwazia.

D: Nishati hizi zinatoka wapi? Asili yao ni wapi?

P: Hakuna nafasi wala muda uliowekwa kwa nishati hizi. Ni nishati za aina ya kujenga. Ni kama nishati za msingi za ujenzi wa ulimwengu. Ni nishati za kujenga kwa maana zinasaidia na kujitahidi kuunda ulimwengu. Hiyo ni, uhalisia wa kimwili na mahitaji ya kiroho yanayoandamana na uhalisia huo wa kimwili. Ni wajenzi wa ulimwengu.

D: Kutoka ngazi ya Muumba? Waumbaji wenza?

P: Sio hivyo, kwa maana si wa Muumba. Hata hivyo, wao ni wakusanyaji, labda hilo ni neno sahihi zaidi. Kwa maana wao wenyewe hawaundi nyenzo zinazounda ulimwengu. Hata hivyo, wanakusanya nishati na uhalisia huo ili kuunda ulimwengu. Sio kuashiria kwamba wanaumba kutoka utupu kama ilivyo katika ngazi ya Muumba, bali wako katika hadhi ya uhandisi. Ni wajenzi, si waumbaji.

D: Muda mfupi uliopita ulisema ungependa kutuuliza maswali.

P: Labda tunapaswa kujikusanya hapa, kwa maana kwa sasa tumesambaa kiasi. Huenda tukakusanya rasilimali zetu na kuona ni nini kilicho muhimu zaidi kwetu kuuliza, kama ninyi wenyewe mlivyofanya kabla ya kikao hiki. Hali inayofanana sana itatokea upande wetu, kama mnavyopenda. Tungetamani muda mfupi ili kukusanya nishati zetu katika lengo moja. (Kimya) Tungeweza kusema kwamba tuna uelewa mdogo sana wa dhana yenu ya haki. Kwa maana kile kilicho haki kwa mmoja mara nyingi si haki kwa mwingine. Na bado kesho inaweza kubadilika kabisa. Inawezekanaje viwango vyenu vya haki kuwa vinabadilika kiasi hicho?

Hilo lilikuwa swali kubwa sana. Kulikuwa na mjadala mwingi kuhusu kama kuna yeyote katika kundi letu aliyekuwa tayari hata kuligusa.

D: Hilo ni swali gumu, lakini pia tumekuwa tukiwauliza ninyi maswali magumu. Sasa meza zimegeuzwa.

Member: Lazima nikiri kuna haki ndogo sana inayotambuliwa. Nafikiri asili yetu ya kibinadamu inaingia humo. Kwa sababu ya starehe za kibinadamu tunataka kila kitu kiwe haki kwa jinsi kinavyotuhusu sisi. Na mwelekeo wetu ni kujifikiria sisi kabla ya kuwafikiria wengine. Kwa hiyo hadi tufikie mahali ambapo tunawakubali watu wengine, ni vigumu kuwa na haki. Na wakati mwingine hata tunapojaribu kuwa wa haki, haipokelewi na wengine kwa namna ile ile iliyokusudiwa. Kwa hiyo haki inakuwa zaidi dhana kuliko uhalisia.

D: Unamaanisha ni ubinafsi, kwa maneno mengine.

Member: Ndiyo, hilo ndilo linaloifanya ionekane ya ubinafsi. Kutokuwa na haki.

P: Basi tunaweza kuona kwamba dhana yenu ya haki ni yenye mabadiliko sana. Kwa maana inabadilika, labda kila saa, kulingana na hali mnazojikuta ndani yake. Je, basi hili pia linaweza kusemwa kwamba haki inaonekana kuwa dhana ya mtu binafsi sana ambayo jamii yenu imeijumlisha kwa kiasi kikubwa kama iliyotolewa na Mungu Mwenyewe? Basi kile kilicho haki ni chema na hivyo kimetolewa na Mungu.

Member: Nafikiri hilo ni kweli.

D: Nafikiri malezi yetu yana ushawishi mkubwa pia. Jinsi ulivyolelewa.

P: Tunahisi labda ndiyo maana Mungu anaeleweka vibaya sana katika ngazi yenu. Kwamba labda hukumu na amri Zake zinaonekana kuwa, kwa uhalisia, za kibinadamu tu — tunatafuta hapa — hakuna dhana sahihi kabisa ya kuelezea hili.

D: Labda ndiyo maana ni vigumu sana kueleza. (Kicheko)

P: Tungeweza kusema kwamba dhana yenu ya haki labda ni kama kipimo kinachotumiwa kujiruhusu kupita kwa urahisi zaidi katika wakati wowote maalum. Ili kupunguza usumbufu, kwa maneno mengine.

Member mwingine: Naam, mimi nina dhana tofauti ya haki. Kama kitu au fursa ni haki kwa mtu mmoja, basi inapaswa kuwa faida ile ile kwa kila mtu anayehusika. Lakini jamii yetu hairuhusu iwe hivyo. Inatokana zaidi au kidogo na nani unamjua ili kupata faida zaidi. Na hilo si haki. Sizungumzi kwa ajili yangu mwenyewe. Nazungumzia Marekani nzima au dunia nzima. Hii ndiyo dhana yangu ya haki. Sio, "Hey, nilidanganywa dukani na hilo si haki," kwa sababu hilo halinitokei mimi peke yangu. Labda nazungumza kwa mafumbo.

Member: Na pia sisi ni watu binafsi, kwa hiyo tunaangalia kila kitu kikiwa tofauti kwa sababu ni watu binafsi na hakuna wawili wanaofikiri sawa.

D: Ndiyo, hilo ndilo linalofanya iwe vigumu kusema nini ni haki na nini si haki. Hatuwezi kuwa na maelezo ya jumla kwa sababu sisi sote ni tofauti sana. Sijui kama tulijibu hilo vizuri sana.

P: Tunahisi labda tutarudi kwenye ubao wa kuchorea. (Kicheko kutoka kwa kundi.)

D: Samahani kuhusu hilo. Huenda tumewachanganya zaidi kuliko hapo awali. (Kicheko)

P: Hiyo ni sahihi. Tena hatuko hapa kubishana kuhusu masuala ya maadili. Kwa maana kutoka mtazamo wenu sisi hatuna maadili. Hakuna haja ya maadili, kwa sababu maadili ni sheria tu zilizowekwa kudhibiti tabia. Na katika uwepo wetu hakuna haja ya athari hizi za nje za kudhibiti. Hazipo. Hazihitajiki. Na hivyo hatutachagua kuweka maadili yetu bandia, ambayo yangekuwa muhimu ili kuhusiana na maadili yenu halisi. Kwa maana hatuna mamlaka ya kufanya hivyo. Hatuna uzoefu wa kweli wa kuwa na maadili. Daima pale ambapo kuna wale wanaotaka kujifunza tutashiriki kile tunachojua kuwa kweli kwetu na kwenu. Kuna mambo mengi yaliyo kweli kwenu ambayo si kweli kwetu. Na tena mambo mengi yaliyo kweli kwetu ambayo si kweli kwenu. Hata hivyo, kuna mambo mengi tunayoweza kushiriki ambayo ni kweli kwetu sote.

D: Mahali pa kukutana pa pamoja.

P: Hiyo ni sahihi.— Tungeheshimiwa sana kuja tena, kwa maana katika mabadilishano haya tunajifunza mengi sawa au zaidi kuliko ninyi. Mara nyingi hatuelewi dhana zenu hadi tuweze kuzieleza kutoka mtazamo wetu.

Katika hatua hii mpito wa ajabu ulitokea. Kwa kuvuta pumzi ndefu na kutoa sigh, Phil alianza kuzungumza kwa sauti yake ya kawaida, iliyokuwa ya juu zaidi na yenye uhai. Ilikuwa wazi kwa kila mtu kwamba nishati nyingine ilikuwa imeondoka na nyingine imechukua nafasi yake. Hii ilipendelea kujibu maswali ya kawaida na ya kila siku kuhusu ngazi ya Dunia. Nishati nyingine ilikuwa imekuwepo kwa zaidi ya nusu saa. Ilipoondoka mabadiliko yalikuwa ya ghafla na kamili. Maswali yaliendelea huku kila mtu akiuliza maswali binafsi kuhusu maisha yao ya kila siku.

Kirekodi sauti kilikuwa kimeachwa kikiendelea na Phil aliporudi katika hali ya macho alisema jambo moja alilokumbuka ni kwamba kulikuwa na mambo mengi zaidi yanayoendelea kuliko aliyozungumza. Ilikuwa kana kwamba nishati hizi zilikuwa na mazungumzo mengi kati yao wenyewe, ama kuhusu kile tulichokuwa tukiuliza au kile tulichokuwa tukisema. Hata hivyo, haikuwa kama hotuba. Alikuwa na hisia tu ya mjadala. Huenda asingekuwa na uwezo wa kurudia hata hivyo.

Phil alikumbuka kwamba kundi la viumbe lilituuliza tufafanue haki ni nini. Alikuwa na hisia ya kundi ambalo wakati mwingine lilikuwa linazungumza sana kiasi kwamba hakuweza kutambua sauti ya mtu mmoja binafsi. Ilionekana kwamba walisema, "Kwa nini ni sawa kumuua mwanaume kwenye uwanja wa vita lakini si mtoto aliye tumboni?" Hii ndiyo ilikuwa sababu ya swali kuhusu haki. Ili kusaidia kutatua hisia zao za kuchanganyikiwa kuhusu viwango vyetu viwili vinavyoonekana.

* * *

Katika mkutano mwingine mwanachama wa kundi alikuwa na swali: "Mara nyingi ninapoamka kutoka usingizi mzito nahisi kama ninatetemeka, au mwili wangu unapiga kwa kasi kubwa. Nini husababisha hili?"

P: Roho yako, kama unavyoita, inarudi kutoka hali ya juu ya chaji, kutoka kuwa katika ngazi ya astral, ambayo ni ngazi ya juu ya ufahamu. Na unarudi katika ngazi ya chini ya ufahamu, ili roho yako iweze kurudi katika mwili wako. Kwa maana mwili wako unatetemeka kwa masafa fulani, na wakati roho yako iko ndani ya mwili wako ni muhimu kwamba roho yako iwe karibu na masafa hayo ya mtetemo. Kwa maana kama roho yako ingetetemeka kwa kasi sana, ingetengana na mwili wako. Katika hali yako ya ndoto mara nyingi ndoto zako husukuma roho yako kwenda ngazi ya juu ya nishati. Na hivyo unatengana na mwili wako na kupitia safari ya astral. Roho yako na mwili wako lazima vitetemeke kwa masafa yanayofanana au karibu. Mara nyingi unapokuwa katika huzuni roho yako imeshusha mtetemo wake chini ya ule wa mwili wako, na hivyo unajisikia huzuni au hali ya chini. Nyakati zako za kuinuliwa mara nyingi ni pale roho yako inapotetemeka kwa masafa ya juu kuliko mwili wako.

D: Basi kwa kutetemeka kwa kasi zaidi na kujitenga na mwili, hizi ndizo uzoefu wa kutoka nje ya mwili ambao watu wanapata?

P: Hiyo ni sahihi. Kwa maana unapotengana na mwili wako, unatetemeka kwa masafa ya juu kuliko yale ambayo mwili wako unaweza kudumisha au kustahimili, na hivyo hutokea utengano.

Kurudi kutoka OBE pia kunaweza kusababisha kupooza kwa muda hadi muunganiko wa ubongo/mwili urejeshwe.

* * *

HAIBA NYINGI

Swali: Daima nimejisikia kutokuwa sawa katika ngazi hii, kama mimi ni watu watano tofauti.

P: Huenda ni muhimu kwako kutambua kweli nafsi zako. Je, dhana hii inakushangaza? Kwa hakika kuna viumbe au vitambulisho tofauti ndani yako, kama watu wengi walivyo na haiba nyingi. Hili si wazo la kigeni. Hata hivyo, inaonekana katika jamii hii limechafuliwa na wazo kwamba haiba nyingi moja kwa moja ni skizofrenia, au dalili ya ugonjwa wa akili, jambo ambalo si kweli kabisa. Ni kipengele rahisi cha asili ambacho kimeenea sana katika jamii zote, na katika aina zote za wanyama, binadamu au vinginevyo. Wewe, kama unavyochagua, unaweza kutambua vitambulisho kadhaa ndani yako. Mmoja aliye na aibu na introvert anayependa kukaa nyumbani na kushona au kusuka, au chochote unachopenda kufanya. Na kisha kuna nyakati ambapo ungependelea kutoka nje na kufurahia maisha, kama inavyosemwa, na kujifurahisha tu. Na hili si kosa. Si kosa zaidi kuliko kukaa nyumbani na kuwa mtu wa nyumbani. Hakuna lililo kosa. Kila moja huzungumza ukweli wake na kufaa kwake. Kuna vipengele vya nafsi yako vinavyochagua kuwa vya kusoma sana na vina kiu ya maarifa. Kipengele cha nafsi yako kilicho cha mama na chenye upendo mwingi, na bado kwa kugeuza sarafu kinaweza kuwa baridi kama chuma cha bluu. Je, hili linagonga kengele ndani yako? Je, si kawaida kuwa na upendo mkubwa dakika moja na baridi dakika inayofuata? Kama mtu anajikuta katika hali inayohitaji hilo, je, ni lisilo la kawaida, au siyo? Si lisilo la kawaida. Bila shaka siyo. Hakuna haja ya kuogopa haiba nyingi, kwa maana hilo ni kipengele tu cha nafsi yako. Tunakuhimiza utambue haiba hizi tofauti au sifa za haiba. Zinaweza hata kujipa majina kama utachagua, na kuwa na kile unachoweza kuita vitambulisho "tofauti". Hizi ni sura tu za haiba yako kamili. Na ni mchanganyiko huu wa sura unaounda haiba kamili. Haiba isiyo na afya ni pale ambapo sura hizi haziko katika mpangilio, au hazishirikiani. Hazifanyi kazi pamoja. Haiba yenye afya ina muundo huu wa sura zilizo katika maelewano. Hakuna kitu kama almasi yenye uso mmoja, kama ambavyo hakuna binadamu mwenye haiba moja. Haiwezekani. Kwa maana haiba ya binadamu kwa uwepo wake inahitaji sura nyingi. Upinde wa mvua unaweza kutumika kama mfano wa maelewano. Tukio hili linaonyesha mwonekano wa mviringo au nusu mviringo na rangi tofauti ndani yake. Hiyo ni, maelewano. Jumla ya wigo wa rangi katika hali ya mviringo, ambayo inawakilisha jumla. Hiyo ni, mduara ukiwa hauna mwisho na kumwakilisha Mungu. Kwa hiyo nusu inaonekana na nusu haionekani, jambo ambalo pia ni kweli kwa asili yenu wenyewe. Maana yake ninyi ni wa kimwili na wa kiroho. Nusu inaonekana na nusu haionekani. Na bado ndani ya kila mmoja wenu, mna kile kisichoonekana pamoja na wigo kamili wa yote yaliyopo.

* * *

Toleo jingine la haiba nyingi kutoka kwa mhusika mwingine

D: Je, umewahi kusikia kuhusu kile kinachoitwa "haiba nyingi"? Wanaonekana kuwa na haiba nyingi ndani ya mwili mmoja.

Brenda: Ndiyo. Wanasaikolojia wenu wako katika mwelekeo sahihi katika kufuatilia sababu na vyanzo vyake. Haiba hizi nyingi husababishwa na roho zilizo na mzigo mzito wa karma hasi. Na katika mchakato wa kujaribu kukataa hili kwao wenyewe, wanajigawanya katika kile kinachoonekana kama viumbe tofauti, lakini kwa kweli ni matawi tofauti ya kiumbe yule yule. Ni kama kuwa na ua lenye petali nyingi. Nitatumia mkono wa mhusika huyu kuonyesha. (Aliinua mkono wake na kuonyesha vidole tofauti na kifundo cha mkono alipotoa mfano wake.) Una ua lenye petali nyingi na petali zimeunganishwa chini (kifundo cha mkono). Lakini ua limewekwa kwa namna kwamba unaona petali kuanzia katikati hadi ncha, na zinaonekana kama vitu tofauti. Huoni mahali zimeunganishwa chini. Roho hizi zenye haiba nyingi zinaonekana kama viumbe tofauti kwa sababu unaona tu sehemu inayojitokeza kuwa tofauti. Lakini chini, katika kiini cha roho, zote zinaungana kuwa roho moja. Na, kama nilivyotaja, roho ina mzigo mzito wa karma hasi uliotengenezwa. Na wanajaribu kukataa hili kwao wenyewe, na wanataka kutoroka kutoka mzunguko wao wa sasa wa karma. Kwa hiyo wanaendelea kushambulia pande zote. Na mwelekeo huu tofauti ambao roho inashambulia unaonekana kama haiba tofauti ndani ya mwili ambao roho inaukalia.

D: Nina nadharia kwamba labda haiba hizi zilikuwa vipande au taswira za haiba walizokuwa nazo katika maisha ya zamani.

B: Kwa kawaida, ndiyo. Roho inaposhambulia mwelekeo tofauti, huchota kutoka maisha ya hivi karibuni ya zamani, ya haiba walizotumia katika uwepo mwingine wa kimwili. Lakini kwa kuwa roho inashambulia bila mpangilio, mara nyingi ni matoleo yaliyopotoka ya haiba hizo au kama ulivyosema, kipande tu, kwa sababu roho haijapangwa. Roho iko katika hofu.

D: Wanasema wakati mwingine haiba nyingine ni za kiume, za kike, watu wazima au watoto. Ndiyo maana nilipata wazo hilo.

B: Ndiyo. Lilikuwa wazo zuri. Liko karibu na jinsi ilivyo. Kwa sababu wanachota kutoka kumbukumbu zao za zamani, na roho hukumbuka maisha ya zamani. Na hivyo wanaweza kuchota vipengele mbalimbali au labda kipengele kimoja tu cha haiba fulani kutoka maisha ya zamani kwa mojawapo ya haiba hizi nyingi.

D: Na wanawaleta ili kuwasaidia kutoroka, kwa kusema hivyo, kutoka maisha yao, karma yao.

B: Wanafikiri inawasaidia kutoroka, lakini haiwasaidii. Ni kama samaki anayepiga-piga kwenye ndoana ya uvuvi. Ina athari ndogo sana.

D: Mwanasaikolojia hujaribu kuwaunganisha tena katika haiba moja. Wanasema ni jambo gumu sana kufanya.

B: Ndiyo. Wanasaikolojia bado hawajafanikiwa sana katika hilo. Wana wazo sahihi, lakini wanajaribu kupaka gundi kwenye ncha za vipande vilivyotenganishwa badala ya kushuka chini kwenye msingi ambapo tayari vimeungana, na kuponya mipasuko iliyo katika msingi. Lakini huo ni mchakato changamano sana, na bado hawajaendeleza uwezo wa kufanya hivyo. Lakini angalau wako katika mwelekeo sahihi.

D: Jambo moja walilogundua kwa pamoja ni kwamba kunaonekana kuwa na tukio fulani la kiwewe katika maisha ya mtu linalosababisha hili kutokea awali.

B: Ndiyo. Tukio la kiwewe huelekeza umakini wa roho kwenye mzigo hasi wa karma inayoshughulika nayo. Na ndiyo maana katika kesi hizi kila mara baadaye, tukio la kiwewe linapotokea, roho hupanic tena, na haiba nyingine hutokea.

Roho haitambui kwamba ingeweza kubadilisha hili na kulifanya liwe zuri, kwa karma chanya. Inapaniki tu tena na kushambulia tena, na hivyo kipande kingine hutokea.

D: Inaonekana kama hawashughulikii karma yao.

B: Ndiyo, hilo ni kweli. Hawakabiliani nayo.

D: Wanaendelea kupigana nayo.

* * *

D: Je, kuna kitu tofauti kuhusu mapacha, ama wanaofanana au wasiofanana?

B: Hapana. Mapacha kwa kawaida wako kama wanafamilia wengine na ndugu. Ni roho mbili zilizounganishwa kwa karibu karmikali kwa sababu wanafanyia kazi jambo fulani pamoja, kama mume na mke, ndugu wengine au mahusiano ya karibu. Hata hivyo, katika kesi ya mapacha wanaofanana, kutokana na mwangwi kati ya miili miwili, huwa na uwezo wa ziada wa kiakili.

D: Nimesikia nadharia moja kwamba mapacha wanaofanana huenda ni roho ile ile iliyogawanyika katika sehemu mbili ili kujifunza masomo mawili tofauti.

B: Kwa ujumla hapana. Kawaida kama roho inahitaji kujifunza masomo mawili tofauti, itaishi katika mwili ule ule lakini katika ulimwengu miwili tofauti. (Imeelezwa katika Sura ya 11.)

D: Wanasema baadhi ya mapacha wanafanana sana. Wanaweza kuwa katika bara tofauti kabisa na bado wakafanya mambo yale yale.

B: Hiyo inatokana na mwangwi unaoundwa kati ya miili yao na nishati zao za kiakili, kwa sababu ya mpangilio wa jumla wa ulimwengu. Vitu viwili vinapofanana sana, hutengeneza mwangwi kati yao. Mitetemo yao inafanana kiasi kwamba husababisha athari zinazofanana na matokeo yanayofanana.

Ndiyo maana mapacha waliotenganishwa tangu kuzaliwa na kulelewa katika mabara tofauti, bila hata kujuana, huishia kuoa au kuolewa na watu wenye majina yanayofanana, kuwa na mambo ya kupenda yanayofanana, kazi zinazofanana, na kadhalika, kwa sababu ya huo mwangwi.

D: Wakati mwingine wanaonekana kuwa na muunganiko wa kiakili pia.

B: Ndiyo kabisa. Kama nilivyosema, mapacha wanaofanana kabisa wana kiwango cha ziada cha uwezo wa kisaikolojia kati yao, kwa sababu tu akili zao zinatetemeka katika kiwango kilekile.

D: Basi wao ni kama mtu yeyote mwingine. Ni roho mbili zilizorudi ili ziweze kuwa pamoja.

B: Ndiyo. Na uwezo wao wa kufikiri kwa namna inayofanana pamoja na vipaji vyao vya kisaikolojia ni kama kung'oa waya wa ala ya muziki, kisha kuleta uma wa kutunisha karibu nao na ule uma unaanza kutetemeka.

D: Nilifikiri njia moja ya kuthibitisha au kukanusha hilo ingekuwa kuwarudisha mapacha katika hali ya kumbukumbu za nyuma na kuona kama wangeenda kwenye utu ule ule katika maisha yale yale. Hufikiri hilo lingeweza kutokea?

B: Hapana, sidhani hivyo. Inawezekana wangekutana mara kadhaa katika maisha ya zamani na kutajiana katika mahusiano mengine. Katika maisha ya zamani huenda walikuwa mume na mke au aina nyingine ya uhusiano wa karibu.

D: Wangekuwa wahusika tofauti, kwa kusema hivyo, katika maisha yale yale, lakini wasingekuwa mtu mmoja.

* * *

KURUDI KWA KRISTO

Katika kikao kingine nyumbani kwa Billie, mjadala uligeukia kuuliza maswali kuhusu Yesu.

ULIMWENGU ULIOCHANGANYIKA, KITABU CHA KWANZA

Phil: Inafaa kusema kwamba kwa kila hali alikuwa mwanaume. Na bado, kwa kila hali, alikuwa pia mwanamke. Alikuwa ameunganishwa kikamilifu, akiwa na matamanio ya mwanaume na pia angavu na hisia za mwanamke. Hapa hatuzungumzii lazima matamanio ya kijinsia, bali hisia za kibinadamu. Hata hivyo, alikuwa zaidi ya mwanadamu. Hakuwa, kama mnavyosema, mwanadamu wa kawaida.— Je, Bwana asingekuwa hapa sasa?

D: Tunadhani yuko miongoni mwetu katika roho.

P: Je, asingekuwa katika mwili wa kimwili?

D: Unamaanisha duniani?

P: Hilo ni sahihi.

D: Naam, hatujawahi kufikiria hilo.

P: Labda amekuja na hamjamtambua. Je, hilo linawezekana?

D: Inawezekana. Uelewa wangu ulikuwa kwamba roho yake inapaswa kukaa ndani ya kila mmoja wetu.

P: Hilo ni sahihi.

D: Basi je, hilo ni tofauti na kukaa katika mwili kama mtu?

P: Ikiwa roho inakaa katika mwili, je, si kwamba amezaliwa upya?

D: Naam, kama hilo lingekuwa kuzaliwa kwa wote kwa pamoja.

P: Hilo ni sahihi.

D: Unasema kwamba amerudi duniani?

P: Yuko hapa. Yuko kila mahali karibu nanyi.

D: Sio kama mtu mmoja binafsi tu?

P: Hilo ni sahihi.

D: Tulidhani labda ulimaanisha kwamba amerudi katika umbo la kimwili.

P: Amerudi katika umbo la kimwili. Lakini hayumo, kama mnavyosema, katika mwili mmoja wa mtu binafsi. Anafanya kazi kupitia kila mmoja wenu. Hili ni kweli kwa maana halisi kabisa.

Sio tu mfano mzuri wa maneno. Nguvu ya Kristo imo ndani ya kila mmoja wenu aliyepo sasa katika chumba hiki.

D: Nimepata wazo sasa. Labda hili ndilo wanalomaanisha kwa kuja kwa pili kwa Kristo.

P: Hilo ni sahihi. Kwa maana katika mmiminiko huu wa mwangaza wa ufahamu, kweli kuna cheche ya Kristo ndani ya kila mmoja aliyepo hapa. Kila mmoja ana kipande kidogo cha Roho ya Kristo kinachoishi ndani yake, na hivyo ndivyo ilivyo kwa wanadamu wote. Wakati wanadamu wote watakapokuja pamoja katika fikra moja, hapo kutakuwa, kwa maana halisi na ya mfano, kurudi kwa Kristo.

D: Nafikiri watu wanatarajia arudi kama kiumbe mmoja, mtu mmoja atakayerejea tena.

P: Huo ni mtazamo sahihi, lakini katika hali hii si kweli. Unauelewa hali kwa usahihi, lakini ukweli ni kwamba siyo hivyo. Ni zaidi ya hilo. Ni hivyo, na bado ni zaidi.

D: Basi badala ya mtu mmoja kurudi, amekuwa akirudi kupitia watu kadhaa.

P: Hilo ni sahihi, kote katika sayari nzima.

D: Kwa hiyo basi, Kristo tayari amerudi.

P: Hilo ni sahihi.

D: Ni namna tofauti tu ya kulitazama. Ndiyo maana kunahitaji dhana tofauti ili kulielewa. Tayari amerudi katika roho ya watu wengi tofauti.

P: Katika roho ya mabilioni mengi ya watu. Kwa maana roho hii iko juu ya sayari yote sasa, si kwa wachache tu.

D: Kwa njia hiyo wanaweza kutimiza mengi zaidi kuliko mtu mmoja.

P: Hilo ni sahihi. Kwa maana neno linasambazwa duniani kote kwa wakati mmoja, na linafanya kazi kutoka ndani kwenda nje.

D: Kanisa linataka tufikiri kwamba kutakuwa na mtu mmoja tu atakayeeneza ujumbe atakaporudi tena. Na hapo tena, angeabudiwa. Hilo ndilo tatizo.

P: Huo ni uchambuzi sahihi.

D: Hii ingekuwa njia tofauti ya kulitazama jambo hili, ambayo Kanisa lingepata shida nayo.

P: Nasi pia tungepata shida na Kanisa katika jambo hili. Kwa maana mara nyingi tunajaribu kuwafikia wale wanaotafuta ukweli kwa dhati na kwa uaminifu. Hata hivyo, hujikuta wakigeukia nje badala ya ndani. Hawawezi kufikia dhana hii inayowaruhusu wageukie ndani ambako ukweli wa kweli upo.

D: Ndiyo, lazima wawe na kitu au mtu wa kumwangalia na kumuabudu. Hiyo ndiyo njia pekee wanayoweza kufasiri. Sanamu, picha, au dhana ya mtu mmoja.

P: Hilo ni sahihi. Mhubiri, msemaji, mwanasiasa, daktari, au aina nyingine nyingi za kuabudu mashujaa.

D: Hilo huwafanya baadhi yao waone ni rahisi zaidi, nadhani, ikiwa wanapata ujumbe kutoka kwa chanzo kimoja au itikadi moja au chochote kile, na hawalazimiki kutegemea fikra zao wenyewe, akili zao wenyewe.

P: Hilo ni sahihi.

D: Ni wazo la kuvutia.

* * *

Q: Je, Sanda la Turin ni sanda halisi ya mazishi ya Yesu?

P: Hilo ni sahihi. Kifaa hicho kinachoitwa au kinachojulikana kama Sanda la Turin kwa kweli ni vazi la mazishi ambalo Bwana mwenyewe alifungwa nacho wakati wa kifo chake cha kimwili. Limechapishwa kwa nishati iliyotolewa na mchakato wa juu wa kuoza kwa mwili wake wa kimwili, kiasi kwamba kusingesalia mabaki yoyote ya kimwili ya mwili huo.

Hili ni jambo la kiasili kabisa. Lilikuwa la hali ya juu kidogo kwa sababu halikuwa la kawaida. Hata hivyo, halikuwa muujiza.

Q: Je, unaweza kutuambia kwa nini baadhi ya picha na sanamu, hasa za Kristo au mama yake, zinaonekana kutoa machozi au damu, na je, hilo lina umuhimu wowote?

P: Tena kuna ufahamu huu tunaouzungumzia, unaopenya kila kilicho. Uumbaji wote ni sehemu na kipande cha dhana hiyo ya Mungu. Kwa hiyo vipengele vya kimwili mnavyovitaja ni sehemu na kipande cha dhana hiyo ya Mungu. Vina ufahamu. Hata hivyo, katika ufafanuzi wenu huenda visiwe hai. Katika alama hizi kuna ufahamu wa dhana hiyo ya Mungu. Ufahamu si tu wa ufahamu wao wenyewe, bali pia wa watu na viumbe walio karibu nao, ninyi wenyewe, ambao pia mna ufahamu. Katika mtazamo wenu mnapotazama alama hizi, ufahamu huhamishwa kutoka kwa mmoja kwenda kwa mwingine. Au mara nyingi ufahamu wa watu wanaotazama huhamishiwa kwenye alama hiyo. Tukio lenyewe ni udhihirisho wa uhamisho huo wa ufahamu. Machozi ni udhihirisho wa ufahamu wa watu wanaotazama alama hizi. Huzuni ni ya kweli kabisa, aibu ya wanadamu ikiwa ni kusulubiwa kwa yule aliyekuja kuokoa jamii ile ile iliyomsulubisha.

Q: Naelewa kwamba mmoja alitoa machozi ambayo yangeweza kukusanywa kwenye chupa. Yangeonyesha nini kama yangepimwa?

P: Yangekuwa machozi kweli, au yaliyomo yanayofanana na machozi ya binadamu.

D: Hata kama yalitoka kwenye turubai na rangi?

P: Hilo ni sahihi. Ninyi wenyewe, tena, ni waumbaji. Hili ni jambo la kimwili kabisa na la kiasili kikamilifu. Ni uhamisho wa ufahamu. Na katika kufanya hivyo, kuundwa kwa udhihirisho unaotokana na ufahamu huo, au ule ufahamu ulihamishwa. Watu wenyewe wanahamisha ufahamu huu kwenda kwenye alama, si kwamba alama zenyewe zinatoa machozi, bali ufahamu wa watu na nguvu ya imani yao huhamisha ufahamu huo kwenda kwenye alama hiyo.

D: Kwa hiyo binadamu ndiye kichocheo.

P: Binadamu ndiye mtumaji wa ufahamu huu, na alama ndiyo kichocheo.

D: Hata bila wao kujua kwa uangalifu kwamba wanafanya hivi?

P: Hilo ni sahihi. Kama kusingekuwa na mtu yeyote anayetazama alama hizi, kusingekuwa na uhamisho wa ufahamu, na kwa hiyo kusingekuwa na miujiza yoyote inayoonekana.

* * *

Member: Basi ni kweli kwamba kama asilimia kumi yetu sote tunaomba jambo moja...

D: Kinaongezwa nguvu. Sio tu kinaongezwa mara, bali kinaongezwa kwa mraba.

P: Ndiyo. Kila mmoja wenu ana cheche ya nishati hii ndani yake. Kipande kidogo sana, labda, tukitumia maneno ya msamiati wenu. Kipande kidogo cha nishati hii. Na kwa kuomba pamoja, mnaunganisha cheche hizi ndogo pamoja na kuunda kiwango cha nishati chenye nguvu na uwezo mkubwa zaidi. Kwa hiyo mnaweza kuona jinsi ilivyo kwamba watu wanapoomba pamoja, nishati yao huongezeka. Ni kwa kuunganisha cheche hii ya Muumba ndipo hilo hutokea.

Member: Kwa hiyo sote tuna cheche ya Muumba ndani yetu. Sehemu ya sisi ni Mungu.

P: Hilo ni sahihi. Hilo ndilo linalowaweka hai. Tungependa kufafanua kipengele cha maoni hapa. Wengi duniani wanahisi kwamba ili kudhihirisha kitu, lazima wawe wakakamavu hadi kufikia hatua ambayo hakuna uwezekano wa jambo lingine kutokea. Kasoro katika hili iko katika ukweli kwamba kile mtu anachosema na kile anachofikiri mara nyingi vinapingana. Kile mtu anachoamini kwa kweli mara nyingi si kile kile anachosema. Na hivyo mtu anaposema jambo fulani, kwa kweli anachochea mmenyuko ambao unaweza kuwa kinyume kabisa na kile kinachosemwa. Na hivyo kwa kuwa thabiti sana katika imani hiyo, hutolewa udhihirisho ambao unaweza kuonekana uko kinyume kabisa na kile kinachosemwa.

* * *

P: Tungependa kusema kwamba shaka yenu ni kipengele cha kujilinda kwa kiasi fulani, kwa maana mnaamua kutoamini na hivyo kutia shaka. Taarifa ambazo mara nyingi zinapingana na kile ambacho mmekubali kuwa ni uhalisia, huwa hazina raha kuziunganisha. Na mnahisi hili, tena, si jambo lisilo na msingi, lakini labda si lazima. Tungewaomba muwe na imani zaidi ndani yenu wenyewe. Eleweni kwamba hamko hapa kujidanganya. Kwa kweli ninyi ni walimu wenu wenyewe. Na mnapaswa kusikiliza na kuwa na imani zaidi katika kile ambacho ninyi wenyewe mnajifundisha. Mnapaswa kujielewa zaidi kama rafiki yenu wa karibu na msiri wenu, kuliko mpinzani wenu.

* * *

Q: Maswali yangu yamejibiwa tulipokuwa tukizunguka chumba. Najisikia kama mtoto wangu alipokuwa darasa la tano aliposema, "Nilipokuwa darasa la tatu, nilidhani nilijua kila kitu." Nikasema, "Na vipi sasa?" Akasema, "Sasa najua kwamba najua kila kitu." (Kulikuwa na kicheko kingi.)

P: Tungependa kusema hilo linafaa kabisa kwa uzoefu wa binadamu. Kwa maana mtu huona mlima unaofuata na kusema, "Naam, lazima nipande huo," na hivyo hufanya hivyo. Kisha husema, "Ah, kuna mwingine." Na hivyo kila mlima uliopo chini yake huwa kama kichuguu tu. Huu si mfano kamili uliokuwa unatoa, lakini tunafurahia yote mawili, kwa maana tunafurahi sana juhudi za binadamu za kujenga milima na kisha kutoridhika na kujenga mingine. Maarifa ni vivyo hivyo. Mtoto wa darasa la tatu hujenga mlima wa maarifa na kusema, "Lo, sasa najua kila kitu." Na kumbe, anatazama na kuna mlima mwingine upande wa mashariki. Na hivyo anaupanda huo, na mlima wa darasa la tatu unakuwa mdogo sana, na inaendelea hivyo, tena na tena. Na hivyo hata sisi bado tunajenga milima hapa pia. Kwa maana hakuna mlima mrefu zaidi unaofikiwa hadi ukamilifu. Huo ndio mlima wa mwisho kabisa.

D: Nimefikia hitimisho hilo. Kadiri unavyojifunza zaidi, ndivyo unavyogundua kwamba bado una mengi zaidi ya kujifunza.

Sura ya Kumi na Tatu

Matumizi na Uchezewaji Wa Nguvu ya Nishati

Kikao hiki kilifanyika mwaka 1989 na Beverly, msanii ambaye nilikuwa nimefanya naye kazi mara nyingi. Nilimtumia neno lake la ufunguo na kumhesabu hadi katika hali ya kiroho ya kati ya maisha, ambako tunaweza kupata taarifa.

D: Unafanya nini? Unaona nini?

Beverly: Bado sioni chochote, lakini ni kama ninatikisika juu ya mawimbi laini. Siko baharini, bali niko kwenye ulimwengu. Naweza kuangalia chini na kuona sayari. Inaonekana kama picha zote unazoona za Dunia. Bluu na nyeupe.

D: Kuna kitu chochote tofauti kuihusu?

B: Hapana. Imetulia tu angani, juu ya kitanda cha mistari ya gridi, kwa namna fulani.

D: Unamaanisha nini?

B: Ni kama ulimwengu umeundwa kwa mistari ya gridi inayopita kila mahali ndani yake. Na inabadilika, inasogea. Inapanda na kushuka, kama mawimbi mazito ya baharini. Simaanishi mawimbi yanayovunjika ufukweni. Namaanisha mawimbi yanayotoka chini kabisa ya maji. Ni laini, lakini ni mazito, ya polepole, yanayotingishika angani. Na Dunia inakaa ndani ya kitanda hiki, kama zilivyo sayari nyingine, nyota na Jua.

D: Hii inaonyesha kwamba ulimwengu kwa kweli uko hai, kama unasogea namna hiyo. Je, hiyo inamaanisha Dunia na sayari nyingine pia zinasogea? Nafikiria mwendo wa mawimbi.

B: Hazisogei kama nafasi yenyewe inavyosogea. Zinazunguka na kugeuka ndani ya nafasi hii inayotingishika. Nina mfano kwako. Je, umewahi kuona masanduku ya kioo yenye maji ndani yake yanayotiririka mbele na nyuma, ambayo wafanyabiashara hununua kuyatazama kwa sababu yanatuliza?

D: Ndiyo, nimeyaona.

B: Yanatembea polepole na kwa usawa, lakini hupanda na kushuka, juu na chini. Hicho ndicho kitanda cha nafasi.

D: Je, hilo halisumbui sayari zilizo ndani yake?

B: Hapana. Zinazunguka na kugeuka ndani ya kitanda hicho.

D: Picha ya kitanda inaonekana kama zinalala juu yake.

B: Zinalala ndani yake. Kama samaki anavyoogelea ndani ya bahari. Ambapo kuna maji juu ya samaki na chini yake, kulia na kushoto. Labda nikisema ni kama hewa tunayoishi ndani yake, badala ya kitanda, itakuwa wazi zaidi kwako.

D: Sawa. Kwa sababu nilikuwa na picha ya Dunia ikitikisika mbele na nyuma kama meli inayotikiswa na bahari.

B: Hapana. Ni mwendo wa polepole sana, lakini wa kina. Yaani unasogea kote. Si wimbi la juu juu tu.

D: Na hii ndiyo nafasi imeundwa na nini? (Ndiyo.) Nafikiri tuna wazo kwamba nafasi ni tupu na tulivu.

B: Hapana, hapana. Iko hai, na inalisha. Inalisha kila kitu kilicho ndani yake. Kwa hiyo lazima iwe hai na inasogea.

D: Inalisha kwa namna gani?

B: Hakuna kitu kinachoweza kukua katika hali ya kusimama. Hakuna kitu kinachoweza kubadilika au kuendelea. Asili yake yenyewe inalisha vilivyo ndani yake, kama hewa inavyoturuhusu kupumua. Kama hewa isingekuwepo kutupatia pumzi, sisi pia tungekuwa tumekufa.

D: Kwa hiyo jambo lile lile linatokea kwa kiwango kikubwa zaidi, kana kwamba Dunia ni mtu. Kuna kitu katika nafasi kinachochangia uhai. Nishati?

B: Uwepo wake ni uhai. Tukirudi kwa samaki baharini, kama samaki angeondolewa mahali hapo au kama maji yangekauka, samaki angekufa. Kwa hiyo si kwamba nafasi inatulisha kitu fulani maalum. Uwepo wake unaturuhusu kuishi, na kwa hiyo unatupatia lishe, kwa sababu bila hiyo tusingekuwepo. Kuna uhai ndani yake, na ndiyo, inaweza kuitwa nishati. Lakini ninaogopa hilo lingepotosha, kwa sababu si nishati inayofanya kazi kwa nguvu kubwa. Inafanya kazi, lakini kwa kiwango cha hila.

D: Lakini si ya kupooza pia.

B: Sawa. Kama nilivyosema, ni hai kwa kiwango cha hila, wakati sisi tunafikiria nishati kama kitu chenye mwendo mkali. Kuna nishati yenye mwendo mkali inayopita ndani ya nafasi hii, na ndani yetu pia. Lakini kipengele cha nafasi chenye uhai ninachokizungumzia ni kama nishati tulivu zaidi, lakini si iliyokufa. Au nishati isiyo hai sana kama tunavyofikiria kawaida.

D: Hiyo nishati yenye nguvu zaidi uliyosema inapita ndani ya yote ni nini?

B: Nishati yenye nguvu zaidi ni kama nguvu ya uhai, msukumo wa uumbaji, ambayo inaweza kuelekezwa. Wakati ule uhai wa nafasi hauongozwi, uko tu. Upo tu.

D: Ni ya kati sana?

B: Ni ya kati, lakini ina chanya ndani yake, kwa sababu bila hiyo tusingeishi. Kwa hiyo huwezi kusema ni ya kati kabisa kama ilivyo "tulivu" au "imekufa." Ina nguvu ya uhai ndani yake na mwendo fulani.

D: Lakini haielekezwi.

B: Sahihi. Ni kama kitu cha kudumu, ambapo nishati hai zaidi inaweza kuelekezwa na kulengwa.

D: Hii ndiyo nishati hai zaidi unayozungumzia, inayopita ndani ya kila kitu?

B: Ndiyo, hiyo ni aina tofauti ya nishati na ule uhai wa nafasi.

D: Na hii nishati nyingine iliyo na nguvu na inayoelekezwa, inapita ndani ya kila kitu katika viwango vyote?

B: Ndiyo, inapita.

D: Siku zote najiuliza kitu kama hicho kinatoka wapi. Kwa mtazamo wetu, kila kitu lazima kitoke mahali fulani.

B: Hilo ni sahihi kwa namna yetu ya kufikiria, na sijui majibu yote kuhusu hilo. Lakini sidhani kama lazima kitoke mahali fulani. Kipo tu, ni kitu kilichopewa, kimekuwepo daima na kitaendelea kuwepo daima. Kwa hiyo unaweza kusema kimetoka wapi?

D: Lakini ulisema kinaelekezwa.

B: Inaweza kuelekezwa. Labda hilo linaeleweka zaidi au ni sahihi zaidi. Inaweza kuelekezwa, na inaweza kubadilishwa. Nguvu ya nishati inaweza kuingia ndani ya ua na kuufanya uchipuke kutoka ardhini na ukue na kuchanua. Nguvu hiyo hiyo inaweza kuingia ndani ya mkimbiaji anayekimbia mbio za marathon. Inaweza kuingia ndani ya mchoraji anayechora. Inaweza kuingia katika uzazi, na kujizalisha upya na kuendelea na kuendelea na kuendelea. Na badala ya kuwa nishati iliyoenea kila mahali inapokuwa ua au mkimbiaji au mtoto mchanga, inakuwa nishati iliyoelekezwa au iliyolengwa.

D: Hapo ndipo nilichanganyikiwa uliposema inaelekezwa au inaweza kuelekezwa. Daima nafikiria kuwa mtu au kitu fulani lazima kiielekeze, kipe mwelekeo.

B: Umewahi kuona kilemba kikizunguka? Mara tu kinapoanza kuzunguka, kinajizalisha nguvu yake chenyewe, kwa kusema hivyo. Sasa, bila shaka, vilemba huanguka. Lakini kuna kitu, naamini, kinachoitwa "nguvu ya mzunguko," ambayo mara tu kinapoanza kuzunguka, huendelea. Kama Dunia yenyewe. Mara tu inapoanza kuzunguka katika mzunguko wake, inaendelea tu. Hakuna anayepaswa kuisukuma kama mtoto kwenye bembea. Haipungui. Na hilo lingeweza kufanana kwa kiasi fulani na nishati. Inaendelea kujizalisha yenyewe kila wakati. Na ilikotoka awali — kama ilitoka — sijui.

D: Kwa hiyo haihitaji kuelekezwa na nguvu ya juu ya aina fulani.

B: Hilo liko nje ya kile ninachoweza kukizungumzia. Nikileta kwenye kiwango cha karibu zaidi, kwenye kitu tunachoweza kuelewa, ni kwamba nishati inajielekeza yenyewe. Yenyewe ni ufahamu na hujielekeza yenyewe. Na kama kuna kitu juu na zaidi ya hilo, sijui ni nini.

D: Ulisema ni kitu ambacho huwezi kukizungumzia. Je, ni kitu ambacho huruhusiwi kukizungumza, au ni kitu ambacho hujui majibu yake?

B: Hapana, ni kikubwa mno.

D: Kikubwa mno kuletwa kwenye kiwango chetu cha uelewa?

B: Ni kikubwa mno kwangu kukielewa.

D: Nadhani daima hurudi kwenye dhana yetu ya Mungu.

B: Nafikiri dhana yetu ya Mungu ina makosa mengi. Tunajaribu kumfanya awe mtu mmoja au roho moja au nishati moja inayobonyeza kitufe kuwasha vitu. Na sidhani hivyo ndivyo inavyofanya kazi. Lakini ni pana mno kwangu kuelewa, na kwa hiyo ni pana mno kwangu kukisimulia kwa mtu mwingine yeyote.

D: Basi kama nishati hii inaweza kuelekezwa, je, inaweza kuelekezwa na wanadamu?

B: Nishati ni mwanadamu. Nishati inajidhihirisha kama mwanadamu. Kwa hiyo mwanadamu haelekezi nishati, bali nishati humwelekeza mwanadamu.

D: Nilikuwa nafikiria kama nishati ilikuwa hapo, labda ilikuwa hapo ili sisi tuweze kuitumia kwa namna fulani.

B: Sisi wenyewe tayari tunaendelea kuitumia. Najua hili ni gumu. Sijui jinsi ya kulieleza vizuri zaidi.

D: Isipokuwa una mfano mwingine.

B: Labda. (Kwa kuwa Beverly ni msanii, alitumia kile alichokifahamu kutoa mfano.) Kama ungeliacha — nitalazimika kutumia rangi nyembamba, kwa sababu rangi nzito isingesogea. Tuseme unadondosha rangi nyembamba kwenye karatasi. Rangi nzuri sana. Na inashuka na kuenea pande tofauti, na kutengeneza picha nzuri. Rangi iliyodondoka kwenye karatasi ni matokeo ya nishati inayodondoka. Nishati hiyo hudhibiti matokeo yaliyojitokeza kwenye karatasi. Mchoro ulioko kwenye karatasi haudhibiti nishati iliyoidondosha. Unaelewa ninachomaanisha?

D: Ndiyo, nafikiri. Ilipodondoka ilienda tu yenyewe bila mpangilio.

B: Ndiyo. Lakini kisha bidhaa, mchoro uliokamilika — nafikiria muundo wa doa la wino, si mchoro uliokamilika unaofanyiwa kazi kwa saa nyingi. Lakini tuseme unadondosha rangi nzuri kutoka angani juu ya karatasi hii ya kufyonza, na ikatiririka pande mbalimbali na kutengeneza muundo wa uzuri. Muundo huo uliokamilika wa uzuri hauwezi basi kutawala nishati iliyoidondosha. Kwa hiyo nishati hujidhihirisha kama umbo la mwanadamu, na nishati yenyewe ndiyo yenye udhibiti. Umbo la mwanadamu, ambalo lingekuwa mchoro, halidhibiti kilichoidondosha.

D: Nafikiri kuhusu watu wanaotaka kubadilisha maisha yao na kuunda hali halisi zao wenyewe. Je, hii ndiyo aina ya nishati ambayo wangeweza kuitumia kwa mwelekeo fulani?

B: Ndiyo, lakini huwezi kufanya hivyo kutoka upande usio sahihi. Upande wa nishati ndio upande wenye nishati na unaofanya kazi, si upande wa mchoro wa blotter, au upande wa mwanadamu. Sasa upande wa mwanadamu unaweza kuathiri mabadiliko katika matokeo yake. Lakini hauanzi kutoka kwenye karatasi au mwili wa mwanadamu, unaanzia kwenye nishati.

Nishati inaweza kudondosha tone jingine la rangi, na kubadilisha kilichokuwepo muda mfupi uliopita.

D: Ninajaribu kuona kama labda tuna udhibiti zaidi katika maisha yetu, kama tungejua jinsi ya kuelekeza nishati hii.

B: Tunao udhibiti. Lakini kitufe cha udhibiti kiko upande mwingine, si upande wa matokeo. Kiko upande wa nishati. Huenda nikawa nimekuelewa vibaya, lakini nafikiri unajaribu kusema kwamba unataka karatasi ya blotter isimame na kuelekeza nishati, mtiririko wa rangi. Na hivyo sivyo inavyofanya kazi. Ukimtumia mwanadamu kama karatasi ya blotter, na kudondoka kwa rangi kama nguvu ya nishati, kudondoka kwa rangi kwenye karatasi ya blotter huunda kitu ambacho kina kile kilichokuwa ndani yake, rangi, juu ya karatasi. Na bado kiko hapo. Lakini kama rangi isingedondoka tena, karatasi ya blotter ingekuwa tuli na ya kudumu, kama ilivyokuwa. Isingebadilika kamwe. Na kama karatasi ya blotter ingejitahidi kuathiri mabadiliko kwenye nishati ilikotoka, hilo lisingewezekana. Nishati, rangi, hudondoka juu ya karatasi ya blotter mfululizo ili kuibadilisha. Karatasi ya blotter haibadilishi nishati.

D: Basi watu wanawezaje kuleta mabadiliko, kama lazima iwe upande mwingine? Wanawezaje kutumia hii na kuleta mabadiliko katika maisha yao?

B: Hivyo ndivyo wanavyofanya, kwa nguvu hii ya nishati inayodondosha rangi. Unaona, sisi wote tumeunganishwa. Lakini hapo ndipo mabadiliko yanapotoka, kwenye nguvu ya nishati, si kwenye karatasi ya blotter au umbo la mwanadamu lililo tambarare.

D: Basi wanawezaje kuunda mabadiliko? Ninajaribu kufikiria njia ambayo watu wanaweza kutumia nishati hii kujisaidia.

B: Wanafanya hivyo, lakini ... labda nimekupa mfano mbaya. Karatasi bila rangi kuendelea kudondoka juu yake ingekuwa karatasi iliyokufa. Sasa mwingiliano wa nishati inayodondosha rangi juu ya karatasi ni mabadilishano endelevu ya nishati. Lakini njia ya kubonyeza kitufe haipo kwenye upande wa uso, upande wa mwili uliokufa au upande wa karatasi. Kitufe kinabonyezwa kutoka upande wa chanzo cha kudondoka.

D: Lakini tunawezaje kufanya kitufe hiki kibonyezwe?

B: Sisi ndio kitufe hicho. Sisi si karatasi. Kwa hiyo tunakibonyeza kila wakati tunapodondosha rangi.

D: Basi tuna udhibiti kupitia akili zetu wenyewe?

B: Ni zaidi ya akili. Ndiyo, akili ni sehemu yake, lakini kuna nishati iliyo kubwa zaidi kuliko akili, inayoiambatanisha. Ambayo akili imo ndani yake. Na hiyo ni kubwa kuliko akili.

D: Lakini wazo, hamu, lazima ianze na akili ya mwanadamu. Kuhusu wanachotaka kubadilisha, na wanachotaka kuumba.

B: Nikirudi, kwa kuwa tayari tumetumia mfano wa rangi kudondoka, tuseme inatoka kwenye drapa ya macho, kwa sababu hata haina mkono. Au kutoka kwenye bomba. Drapa ya macho labda haitafaa. Lakini inatoa rangi ya majimaji juu ya karatasi. Kama ikiacha kudondoka, karatasi hiyo ingekuwa mabaki yaliyokufa. Lakini haiwachi kudondoka. Inaendelea kudondoka, na kwa hiyo karatasi inayoangukiwa hubadilika kila wakati. Na hujilisha wao kwa wao. Kwa sababu nishati, katika namna ya rangi, inayodondoshwa kwenye karatasi huipa karatasi nishati. Nishati hujizalisha yenyewe, kwa hiyo huenea na hulisha tena kwenye chanzo, drapa. Kwa hiyo kuna mzunguko unaoendelea hapo. Karatasi peke yake haingeweza kuelekeza nishati, kwa sababu yenyewe si chochote. Iliumbwa kutokana na tone hapo awali. Unaelewa vizuri zaidi sasa?

D: Nafikiri hivyo. Ninajaribu tu kupata njia ya vitendo ambayo sisi, kama wanadamu, tunaweza kutumia hii. Najua hiyo iko upande wa chini wa mizani.

B: Hapana, huo si upande wa chini wa mizani. Ni tu namna wanadamu wanavyotumia nishati katika kiwango hiki. Sio ya chini. Neno lenyewe "chini" linaashiria juu au kilele au kitu cha kupandia. Na huo si ufafanuzi sahihi. Kuna tu aina nyingi na njia nyingi ambazo nishati inaweza kuelekezwa. Na hakuna iliyo bora au mbaya zaidi kuliko nyingine.

D: Nilikuwa nataka kupata njia ya vitendo ambayo mwanadamu anaweza kuelekeza nishati hii. Je, kungekuwa na utaratibu ambao wangeufuata ili kuunda lengo na kulileta katika uhalisia?

B: Ndiyo. Wangeweza kuelekeza nishati hiyo.

D: Wanafanyaje hivyo?

B: Katika miili yetu ya kimwili ingekuwa kiakili. Lakini ni zaidi ya hilo. Mrejesho wa kiakili kutoka kwenye karatasi hadi kwenye chanzo chake cha nishati ni mdogo sana ikilinganishwa na chanzo cha nishati. Ni sehemu ya njia ambayo sisi — hii karatasi — tunaweza kuamsha kile tunachotaka. Hilo, nafikiri, ndilo unachouliza.

D: Ndiyo. Katika maisha.

B: Nishati yenyewe ni uhai. Pia ni nuru. Tukijaribu kuitenganisha na karatasi ya blotter, tunafanya kosa kubwa. Hilo lingekuwa karatasi ya blotter ikijaribu kuwa na udhibiti juu ya nishati. Kwa hiyo lazima ifanye kazi kwa ushirikiano. Lazima kuwe na mtiririko. Na njia ambayo inaweza kuelekezwa ni kwa kuzingatia nishati ya asili. Ni zaidi kuhusu umakini na mwelekeo, na kujipatanisha na mahali ambapo mtiririko huo ni wa kudumu na laini. Kama karatasi ya blotter ingetaka kufanya kazi peke yake na kwenda pembeni, ingeweza. Kwa sababu ina nishati yake yenyewe, ambayo ingeanza mzunguko mwingine. Lakini ungekuwa mdogo sana na pengine umeelekezwa vibaya, ikilinganishwa na kama ingelisha tena kwenye chanzo chake cha asili. Na hilo lingeweka nguvu ikifanya kazi daima. Na mradi karatasi ya blotter hapa upande wangu wa kulia ililisha kwenye chanzo cha nishati upande wangu wa kushoto (harakati za mikono), mradi hii ilifanya kazi au nishati ilibadilishana huku na huku, ikilisha kwenye udhihirisho wake na kurudi kwenye chanzo chake, kwenye udhihirisho wake na kurudi kwenye chanzo chake, hata kama ingekuwa ua. Ikilisha ua na kuliruhusu likue, kudondosha mbegu yake, kulisha tena kwenye chanzo, kuja tena, kukua, kudondosha mbegu yake, kulisha tena kwenye chanzo wakati liko katika hali isiyo ya mmea. Kwa hiyo ingekuwa daima. Unaweza kuelewa kwa nini isingedhihirika kimwili wakati wa baridi, kwa mfano, lakini ingetokea tena wakati wa masika. Lakini wanadamu hawalali usingizi wa baridi, ingawa huingia na kutoka katika viwango vya uhai. Ni vya hila. Labda hali ya ndoto, labda kuingia na kutoka ambako hatujui kwa uangalifu sana. Na mradi hilo lingeendelea kulisha tena kwenye chanzo ilikotoka, kungekuwa na nishati endelevu ambayo isingepungua. Ingehifadhi kiwango chake cha nishati. Sasa kama karatasi hii ya blotter hapa ingeamua kwenda pembeni na kuunda kitu, ingeweza. Na ingeunda kitu ambacho kingelisha tena ndani yake mara kwa mara. Lakini kingekuwa na nguvu ndogo kuliko kama kingelisha tena kwenye chanzo chake cha awali. Ni kama miale inayotoka nje. Unaona ninachomaanisha?

D: Ndiyo. Lakini katika mfano wa ua, yote hayo hutokea moja kwa moja. Hutokea tu. Ni kulisha mara kwa mara kwenye chanzo. Hiyo ndiyo nguvu ya uhai.

B: Ndiyo. Na ni hivyo hivyo kwa wanadamu.

D: Lakini ni jambo la moja kwa moja ambalo hawalifikirii sana.

B: Lingetokea hata kama wangelifikiria au la. Lakini lingeweza kuelekezwa. Na mwelekeo huo kwa kawaida ungekuja kutoka kiwango cha juu zaidi kuliko ufahamu wetu wa kawaida. Karibu kana kwamba linaongozwa. Na kama lisingeongozwa vya kutosha, hapo ndipo ingekuwa wakati na eneo ambalo nishati zetu zingeelekezwa vibaya, na mambo yangetokea ambayo pengine hatukuyakusudia.

D: Kwa sababu tulituma mawimbi ya nishati yasiyo sahihi?

B: Hapana, tulituma mawimbi sahihi ya nishati, lakini hatukujua jinsi ya kuyaelekeza au hatukuwa na nguvu za kutosha kuyaelekeza ili kuleta kile tulichotaka, na hivyo yakapoteza mwelekeo. Kama kelele kwenye redio wakati haijapangwa vizuri. Ukiipanga vizuri, sauti hutoka wazi kabisa. Lakini ukiituma bila mwelekeo wowote, kuna kelele, ambazo zinaweza kuonekana kama vurugu tu. Kwa sababu haikulengwa vizuri wala kuelekezwa ipasavyo.

D: Basi tunapaswa kujua jinsi ya kuelekeza hili na kulenga?

B: Ndiyo. Lakini zaidi ya kujua kwa upande wa mwanadamu tu. Mtiririko wa nishati uliotuumba unajua jinsi ya kufanya hivyo, na tungehitaji kujirekebisha tena na huo. Ndipo tusingehitaji kujaribu kulitatua peke yetu. Tungekuwa tunalitatua kwa ajili yetu, kwa sababu huo ni sisi wenyewe. Lakini tungekuwa tunajiunganisha na mzunguko wenye nguvu zaidi, kiwango cha juu zaidi cha ufahamu, ambacho kingesaidia kuelekeza hili, badala ya kujaribu kuchukua nguvu zote sisi wenyewe na kuzielekeza vibaya.

D: Lakini ulisema lazima tuwe na mawasiliano zaidi. Tunawezaje kufanya hivyo kwa ufahamu?

B: Nafikiri ni suala la... nikisema "kurekebisha uharibifu," ninaogopa litakuwa neno linalopotosha. Lakini kwa sasa sina maneno mengine. Kama tusingeingilia utendaji wake, ungeendelea kufanya kazi vizuri wenyewe. Sasa, tunapotuma nishati iliyoelekezwa vibaya au yenye kelele, tuseme, ikiachwa peke yake itayeyuka na kurudi kwenye nishati ya asili. Lakini kama mtu mmoja anatuma nishati iliyoelekezwa vibaya, na watu wengine kumi na wawili wakatuma hiyo hiyo kwa wakati mmoja na mahali pamoja, basi inapata nguvu. Nishati yenye mwelekeo mbaya, unaona. Na hilo linafanya iwe vigumu zaidi, kwa sababu sasa inaanza kuunda na kujigandisha kuwa nguvu yake yenyewe. Na inakuwa vigumu zaidi kwake kuyeyuka kiasili na kurudi kwenye mtiririko wa kawaida.

D: Basi inakuwa na uhai wake yenyewe.

B: Ndiyo. Na mara tu inapofanya hivyo, basi ni lazima tufanye kazi kwa ufahamu kuivunja. Kabla ya hapo tusingehitaji kufanya hivyo. Ingerudi kwenye mtiririko moja kwa moja. Lakini kunapokuwa na nishati nyingi zilizoelekezwa vibaya zinazotumwa kwa wakati mmoja au mahali pamoja na zikapata nguvu fulani, basi itaendelea kujizungusha yenyewe. Ikifanya kile inachojua kufanya, ambacho ni nishati iliyoelekezwa vibaya. Isipokuwa tuivunje na kuiruhusu iyeyuke irudi kwenye mtiririko wa kawaida, ambao hutokea bila ufahamu wa mwanadamu. Nadhani hilo lilikuwa sehemu ya swali lako la awali, "Tunawezaje kufanya hivyo kwa ufahamu?" Hatuhitaji kufanya hivyo kwa ufahamu. Hutokea tu. Wakati pekee tunapohitaji kufanya hivyo kwa ufahamu ni pale mambo yanapopotoka.

D: Tunaivunjaje nishati hii iliyoelekezwa vibaya? Itabidi uivunje ili irudi kwenye chanzo.

B: Kwa kuipanda mbegu, hiyo ingekuwa njia moja. Sijui kama hiyo ndiyo njia zote. Lakini tuseme una mtiririko huu kutoka kwenye chanzo kikubwa cha nishati kwenda kwenye udhihirisho wake, ambao sisi ni mmoja tu, mwanadamu. Kuna mambo mengi sana ambayo nishati hiyo inaenda na kujidhihirisha kama. Lakini kama tunavutiwa na hiki kimoja sasa, mwanadamu, na huyo mwanadamu anatuma—kwa sababu sasa ana nishati, sasa ana uhai pia. Na nishati hujizalisha yenyewe. Basi anatuma yake mwenyewe, na tuseme imeelekezwa vibaya. Tunaivunjaje, ndilo swali lako. Kwa kurudi kwenye chanzo cha awali cha nishati, kuruhusu nishati chanya au ya asili iingie humo, na kuipanda ndani ya ile iliyoelekezwa vibaya, hadi ipelekewe kiasi cha kutosha ili iweze kurudi kwenye mtiririko wa kawaida—ambao kwa wanadamu hutokea bila ufahamu. Kuna ufahamu hapa, kwa hiyo nataka kufafanua hilo. Kuna, katika hiki chanzo kikubwa cha nishati, ufahamu wake, ambao hueneza ndani yetu kadri nishati inavyokwenda na kurudi.

D: Huo ndio ufahamu uliousema uko nje ya uelewa wetu.

B: Ndiyo, ndiyo.

D: Lakini basi tunapaswa kutuma mawazo mazuri na mawazo chanya, au tunaweza kufanya hivyo kwa kuliomba chanzo cha asili kitume mawazo chanya?

B: Ni zaidi kama kujirekebisha nacho. Tuseme chanzo cha asili kina kila kitu. Kinaweza kuumba chochote na kila kitu, si tu katika dunia hii bali katika dunia zote. Na kila wakati kinatuma nishati hii kwetu. Kama tunataka kitu kimoja badala ya kingine, tunajirekebisha tu kwenye mkondo huo.

D: Lakini lazima tufanye hivyo kwa jitihada za ufahamu. Katika miili yetu ya kimwili, lazima tuambiwe tufanye mambo fulani ili tuweze kuyafanya.

B: Kwa ufahamu wao wenyewe wanaweza kukielekeza. Ule wao utaenda kila mahali pia, na utaumba mambo mengine. Lakini kile wanachotaka kupokea kutoka kwenye chanzo kikubwa, wanajirekebisha nacho. Wanafunguwa njia hiyo ili kuruhusu hicho kuingia badala ya kitu kingine. Na hivyo hicho kinakuwa sehemu iliyo wazi zaidi na inayotawala ya muundo wao. Na kisha kitu hicho hicho huzungushwa tena katika kile wanachokidhihirisha.

D: Watu daima wananiuliza wanawezaje kuumba kile wanachotaka. Wanataka fomula, njia ya hatua kwa hatua.

B: Ndiyo, najua, na hilo ni gumu sana. Na ningependa kama kungekuwa na jibu lenye msaada zaidi, lakini nadhani halipo. Nadhani tunapojifunza kutembea kwenye mstari ulionyooka, kwa kusema hivyo—na simaanishi kimaadili—namaanisha kwamba tunapoyumba nishati zetu hupotea njiani. Kama tunatembea kwenye mstari wa uzio, kadri tunavyoutembea kwa unyoofu zaidi ndivyo tunavyopata nguvu zaidi za kuumba kile tunachotaka. Lakini unaona, sasa hivi tunayumba. Kwa hiyo wakati mwingine tunakiunda na wakati mwingine tunayumba na kukivunja, kisha tunarudi tena na kukiunda upya. Labda ni suala la kujifunza kutembea huo mstari, hadi tusiyumbe sana na kupoteza baadhi ya mambo tunayoyataka.

D: Pia ina uhusiano mkubwa na mifumo ya imani.

B: Oh, ndiyo, hilo lingeihusisha kile unachotaka. Kama usingekuwa na mfumo wa imani, usingetaka kitu kimoja badala ya kingine. Unaona, vyote vipo.

D: Ungechukua tu chochote kinachokuja.

B: Haswa. Na mfumo wetu wa imani ndio unaotufanya tupende kitu kimoja zaidi ya kingine, iwe ni mvua, tuseme, au jua. Vyote ni udhihirisho, mvua yote na jua lote. Kama tusingekuwa na mfumo wa imani, kimoja kingekuwa kizuri sawa na kingine; kwa kweli, ndivyo vilivyo. Ni mfumo wetu wa imani unaosema jua ni bora kuliko mvua. Na kama tungefikia hatua hiyo ya utambuzi—tayari tuko hapo; hatujui tu kwamba tuko hapo. Kwa kweli, daima tuko katika hali hiyo; hatuna ufahamu wake. Tunapokuwa na ufahamu kwamba kila kitu ni kizuri kama kingine chochote, hata hatutajaribu kulenga kupata kile tunachotaka. Tayari tunacho vyote.

D: Kuna watu ambao huenda tu na mtiririko, kwa kusema hivyo, na kuchukua chochote kinachokuja. Hawajui kwamba wanaweza kuchagua kitu kimoja badala ya kingine.

B: Lakini kwa bahati mbaya tunateseka na hilo. Ni wazi tunateseka tukipata maumivu makali badala ya faraja ya mwili. Nahisi ndicho unachomaanisha. Wanaenda na mtiririko hata kama unaumiza au la. Lakini ninachosema ni kwamba kuna kiwango cha juu zaidi ya hicho, ambacho maumivu yanahisi kuwa mazuri kama uzuri unavyohisi. Ambapo hatuathiriwi na maumivu kuwa maumivu. Yote tuliyokuwa tukizungumza ni hivyo, lakini yote yanaelekea kwenye kilele ambacho hakitaleta tofauti yoyote. Tutapitia mchakato wa kujifunza labda, kama wanadamu. Hebu tuzungumze kutoka kiwango hicho. Kuhusu jinsi ya kuelekeza tena kwenye nishati hii na kupata kile tunachotaka. Tuko katika mchakato huo, na huenda ukawa mrefu au usiwe mrefu. Kwa kuwa hatujui chochote kuhusu muda hata hivyo, ni vigumu kuhukumu hilo. Lakini unaona, hapa upande huu, chanzo hiki kikubwa cha nishati (harakati za mikono) hakijali kinachotuma kwa sababu vyote ni sawa na chochote kingine. Sisi hapa duniani, pamoja na mifumo yetu ya imani, tunaamua kwamba kimoja ni bora kuliko kingine. Na unachouliza ni jinsi gani tunajifunza kuchagua kile kizuri tu.

D: Au kile tunachotaka.

B: Au kile tunachotaka, ndiyo, kutoka kwa kile kinachorushwa nje, kwa kusema hivyo. Na kwa hiyo tutapitia mchakato huu wa kujifunza jinsi ya kufanya hivyo. Na wakati huo tutatambua kwamba yote hayo hayakuwa ya lazima, kwa sababu vyote hivyo ndivyo tunavyotaka hata hivyo. Tukitambua hilo, tusingehitaji kujifunza jinsi ya kupata kile tunachotaka.

D: Basi kwa kweli tunaweza kutumia chochote kati ya hivyo. Kile tunachokiona kuwa chanya, hasi au chochote.

B: Kabisa. Vyote ni nishati tu bila mema, bila mabaya, bila maumivu, bila kujisikia vizuri, bila sahihi, bila kosa, bila chochote. Lakini hasa kwa sababu ya mfumo wetu wa imani, tunataka kuigawa katika sehemu zilizo sahihi na zisizo sahihi, nzuri na mbaya. Na matokeo yake tunataka kuchagua tu kile tunachotaka kutoka humo. Tunapofikia kiwango cha kuelewa kwamba yote hayo hayakuwa ya lazima—hakukuwa na sahihi, hakukuwa na kosa, hakukuwa na mema, hakukuwa na mabaya, hakukuwa na maumivu, hakukuwa na kujisikia vizuri—basi hatutahitaji hata kuwa tumejifunza jinsi ya kupata kile tunachotaka.

D: Lakini kwa kuwa sisi ni wanadamu, hapo ndipo mwelekeo wetu ulipo.

B: Hapo ndipo ulipo sasa, ndiyo. Kabla hatujaweza kuvuta katika maisha yetu kile tunachotaka, lazima tufike kwenye ufahamu kwamba haileti tofauti yoyote. Kwa sababu mradi tu inaleta tofauti, tunajifanya iwe vigumu zaidi kuipata. Ni pale tu inapokuwa haileti tena tofauti, ndipo mtiririko unakuwa laini sana kiasi kwamba tunaweza kujirekebisha kwa urahisi na kupata chochote tunachotaka. Ni kama, inachukua pesa kutengeneza pesa. Kadiri unavyokuwa nazo, ndivyo unavyoweza kuendelea kuzitengeneza. Usipokuwa nazo, ndipo unapopata shida katika maisha haya. Na kwa hiyo tunapofikia kuinua kiwango chetu cha ufahamu, tunatambua kwamba tunaweza kuwa na pesa zote, msaada wote, chochote tunachotaka. Lakini kufikia wakati huo, kwa kuwa tunajua tunaweza kufanya hivyo, ni mawazo tu, hayajalishi tena. Hatufungamani nayo sana. Kabla hatujatambua hilo, tunafungamana nayo sana, kwa sababu tunadhani hatuwezi kuyapata.

D: Hilo lina mantiki sana.

B: Nitatoa mfano. Unapopanda ngazi, ngazi au njia ya kuelekea Mbinguni, kwa kusema hivyo, kila hatua unayopanda, zile zilizo chini yake huyeyuka. Ni kana kwamba unajitengenezea ngazi mbele yako, kwa sababu unadhani unaihitaji ili kupanda kwenda nyota inayofuata. Na inayeyuka chini yako unapopanda, kwa sababu huihitaji tena. Unatoka kwenye nyota hii kwenda ile nyingine. (Harakati za mikono.) Na unajenga ngazi yako, ambayo unapopanda inayeyuka. Na kisha unafika hapa kwenye nyota hii. Sasa kile kilichokuwa kweli muda wote ni kwamba, ulipokuwa kwenye nyota hii, ungeweza kuwa kwenye ile nyota nyingine wakati wowote bila kutumia ngazi. Lakini njia pekee tunayojua hilo ni kwa kufika huko kupitia hii ngazi, ambayo baadaye haina faida tena wala thamani. Simaanishi kwamba haina faida. Namaanisha haihudumii tena kusudi. Na kama tunadhani tunajenga ngazi hiyo ili wengine watufuate, tunakosea, kwa sababu kila mtu lazima ajenge ngazi yake mwenyewe. Huwezi kusafiri kwa kutumia ubongo au nishati ya mtu mwingine. Sivyo ilivyo, lakini labda kwa maneno haya itaeleweka. Huwezi kuishi maisha ya mtu mwingine.

D: Ndiyo, lakini je, ngazi isingetimiza kusudi lake kwa kuwaonyesha njia?

B: Inamwonyesha njia yule anayeyaishi maisha hayo tu. Mtu mwingine atalazimika kujenga ngazi yake mwenyewe ili kufika huko.

D: Nilifikiri kama umejifunza kitu, unaweza kukipitisha kama maarifa ili kuwasaidia wengine.

B: Ndiyo, hilo linaweza kuwa hivyo. Lakini ngazi ni zaidi kama uhai wa kuishi, kuliko maarifa. Na kila mtu lazima aishi uhai wake mwenyewe. Hatuwezi kupanda kwenda Mbinguni kwa kutumia mikia ya makoti ya watu wengine.

D: Lakini tunaweza kuwapa mifano na kuwaonyesha?

B: Ndiyo. Kila kiumbe, kwa kufanya kile kinachofanya, hutoa mifano iwe kinataka au la. Hufanya tu hivyo. Kiumbe kingine, chenye kiwango cha ufahamu, kinaweza kuona hilo. Kwa hakika, hawangehitaji kukopa au kutumia kile ambacho mwingine amejifunza. Lakini wanafikiri wanahitaji, na kwa hiyo wanatumia.

D: Hawataki kuanza kutoka mwanzo na kugundua kila kitu wao wenyewe. Ndiyo maana tuna mifano, tuna vitabu.

B: Ndiyo. Na kama hilo ni msaada na tunalitumia na linatuongoza, hilo ni sawa. Hakuna kosa katika hilo. Lakini kwa ukweli, kama kungekuwa na mwanadamu mmoja tu aliyewahi kuwepo juu ya uso wa Dunia, na hakuona chochote cha mifano ya wengine waliomtangulia, bado angefika kwenye nyota hiyo. Na pengine angefanya hivyo kwa haraka sawa, kama muda ungekuwepo popote.

D: Kwa kujigundulia mwenyewe.

B: Sio suala la kujigundulia, ni mchakato wa asili wa mageuzi. Unapanda mbegu ardhini, inakua. Inakuwa kile ambacho mbegu ilikuwa. Ukipanda jozi, kinachokua ni mti wa mwaloni. Sio birch wala sungura. Na tuna yote haya ndani yetu. Na kama tutaachwa kabisa peke yetu, bado tutaishia mahali pale pale. Lakini kwa sababu ya nishati hii ya kelele inayotuzunguka ambayo inaingilia mtiririko huo wa asili, tunataka kushika vijiti vya msaada. Na kwa sababu kelele hiyo ipo, na tunadhani tunahitaji kushika vijiti vya msaada, tunafanya hivyo. Lakini chini ya yote hayo, hatungehitaji kabisa na bado tutafika huko hata hivyo. Inatuliza tu akili zetu za kibinadamu kuwa na msaada huko nje, au kile tunachokiona kuwa msaada.

D: Ndiyo, huo ndio upande wa kibinadamu wake. Basi, nishati yote hii unayoizungumzia, ninajiuliza nafsi ya mwanadamu inaingiaje hapa.

B: Hicho ndicho ambacho labda ungeita "roho." Roho, nguvu ya uhai, ndiyo njia ya karibu zaidi ningeweza kueleza. Hicho ndicho tunachokiita kwa ujumla "roho" hapa.

D: Hicho ndicho sehemu inayobaki baada ya mwili wa kimwili kufa.

B: Ndiyo, kwa sababu itaendelea kuendelea. Nishati haiwezi kutoweka.

D: Lakini inaonekana kwamba inabaki ikiwa imebinafsishwa kama utu.

B: Inaweza kufanya hivyo kama inataka. Inaweza kufanya chochote inachotaka kufanya. Inaweza kujibinafsisha kama ua, au inaweza kujibinafsisha kama mwanadamu. Ama kwa ufahamu ule ule hasa uliokuwapo muda mfupi kabla, au kwa ufahamu tofauti. Inaweza kufanya chochote inachotaka kufanya. Ni uumbaji.

D: Nishati au roho?

B: Yote ni kitu kimoja na hicho hicho. Na inaweza kujigawanya yenyewe, au inaweza kwa namna fulani kugandamana na kuwa kitu kimoja kikubwa. Fikiria kuwa unanyunyizia maji kutoka kwenye bomba lenye pua. Kwa kugeuza pua hiyo, unaweza kuyafanya yatoke kama matone yaliyotengana, au unaweza kubadilisha pua na kuyafanya yatoke kama mtiririko mmoja. Au unaweza kuyasambaza zaidi, na kuwa na matone madogo madogo kama dawa ya kunyunyizia. Au kwa njia yoyote unayotaka kufanya. Yote ni kitu kimoja.

D: Yote haya ni magumu sana. Ndiyo maana ninajaribu kuyaweka katika maneno ninayoweza kuelewa. Kwa sababu kama siwezi kuyaelewa, ni vigumu kwangu kuyapitisha kwa mtu mwingine.

B: Kuna tofauti kati ya kuelewa kimantiki na kuwa na ufahamu. Na nadhani tunaweza kuwa na ufahamu wa mambo na kuyajua, hata kama hatuyaelewi kimantiki. Ni kama kujaribu kuweka kipande cha mraba kwenye tundu la duara. Havilingani kabisa.

D: Kwa hiyo itakuwa vigumu sana kwetu hata kutumaini kujaribu kuelewa mengi ya haya. Tumewekewa mipaka na akili zetu za kibinadamu. Tunachotakiwa kufanya ni kutambua na kuhisi kuwa ni kweli.

B: Ndiyo. Kadiri tunavyokuwa tumefungwa ndani ya mifumo yetu ya imani, ni vigumu, kama siyo haiwezekani, kuyaelewa kimantiki. Kwa sababu mifumo yetu ya imani ina mipaka sana kwa ukubwa, na kile tunachojaribu kuelewa na kuwa na ufahamu nacho ni kikubwa sana kiasi kwamba hakiwezi kutoshea ndani ya kisanduku chetu kidogo cha imani. Mpaka tuachane na kisanduku hicho, hatuwezi kuruhusu yote yaingie. Kitatokea iwe unaelewa yote au la, kwa sababu hiyo ndiyo asili yake.

D: Lakini ninajaribu kuandika kuhusu mambo haya, ili watu waweze kuwa na ufahamu wake.

B: Ndiyo. Na hilo ni msaada mkubwa sana, kwa sababu linapanua masanduku ya imani ya watu. Na hapo ndipo kuwaona wengine waliotutangulia kunasaidia. Ingetokea hata hivyo. Lakini kuwaona wale waliotutangulia kunaturuhusu kupanua kisanduku chetu kidogo kupitia ufahamu huo. Na kile unachofanya kwa kuandika kuhusu mambo haya kinawasaidia watu kuona kwamba kuna kitu upande wa pili wa kisanduku hicho. Wanaweza kukisukuma kidogo na kukijumuisha. Na wataendelea kufanya hivyo na kufanya hivyo na kufanya hivyo, mpaka kisanduku chao kitakapokuwa kikubwa vya kutosha kubeba haya yote. Naam, siyo yote, lakini itakuwa ni mchakato unaoendelea.

D: Kwa maneno mengine, hawawezi kuyashughulikia mpaka wawe tayari kwa hilo.

B: Hiyo ni kweli. Unaweza kuandika vitabu vyote unavyotaka, lakini mpaka mtu awe tayari kuvisoma, hakitamsaidia chochote. Kinaweza kukusaidia wewe, na kinaweza kuwasaidia wengine. Lakini hakitamsaidia mtu ambaye hayuko tayari kutazama nje ya ukingo wa kisanduku chake. Na wanapokuwa tayari kutazama nje ya ukingo huo, chochote kitasaidia.

D: Basi watakuwa wanatafuta mambo yatakayowapatia taarifa. Inaonekana wazi sana kwako, lakini ni ngumu kwangu.

B: Si wazi sana kwangu pia, isipokuwa najua kwamba ndivyo ilivyo.

* * *

D: Tumesoma kuhusu akili ya ulimwengu mzima, ufahamu wa ulimwengu mzima. Je, ni kweli kwamba sisi sote tumeunganishwa kwa namna fulani, na kwamba tunaweza kupata taarifa kutoka kwenye akili ya ulimwengu mzima mara tu tunapokuwa tumeelimika zaidi?

Phil: Hiyo ni sahihi, kwa maana wote hatimaye ni kitu kimoja, dhana ya Mungu inajumuisha uumbaji wote. Yote, bila ubaguzi. Kwa hiyo, kwa kuwa kila mmoja wenu kwa hakika ni sehemu ya jumla, basi kila mmoja wenu ni kipengele cha mwenzake. Hakika ninyi ni sehemu ya kila mmoja wenu.

D: Je, hiyo ndiyo njia uponyaji wa kimetafizikia hutokea? Ambapo unaweza kudhibiti nishati inayopatikana na nishati ambazo sisi sote tumeunganishwa nazo?

P: Ingekuwa ni jambo lililo changamano zaidi kidogo kuliko hilo. Hata hivyo, dhana hiyo ni sahihi kwa kuwa nishati unazozungumzia ni sehemu ya ninyi wenyewe, na ninyi ni sehemu ya nishati hizo. Ni kana kwamba mnaogelea ndani ya nishati na ninyi wenyewe ni sehemu na kipande cha maji hayo mnayoogelea. Kwa kudhibiti maji yanayowazunguka, mnaweza kusababisha mikondo kusukuma au kuvuta kutoka kwenu kwenda kwa mtu mwingine, au kutoka kwa mtu mwingine kwenda kwenu. Mikondo hii, kama mnavyoweza kufikiria, ndiyo nishati tunazozungumzia. Mnachohitaji ni kuelekeza nishati hizi kwa akili zenu ili kuunda mikondo hii. Kunaweza kuwepo maghala ya mikondo hii yanayopatikana kwa wale wanaoyahitaji. Na katika udhibiti huu, mnagundua kuwa maghala haya yanapatikana pia kwenu wenyewe. Huu ni uumbaji na uondoaji wa uumbaji wa nishati. Ninyi wenyewe katika kiwango chenu, kwa maana halisi kabisa ya neno, ni miungu, kwa kuwa mnaweza na mnaumba uumbaji wenu katika kiwango chenu na katika vipimo vyenu vya ufahamu. Hata hivyo, ninyi si sawa wala si wakubwa kama kipengele cha jumla, chenye kujumuisha yote cha dhana ya Mungu mliyonayo. Hakuna yeyote kati yenu katika kiwango hiki angeweza kamwe kutumaini kufikia kiwango hicho. Hata hivyo, inatosha kusema kwamba kila mmoja wenu ana sehemu ya ufahamu huo wa jumla ndani yake. Na kwa hakika mna uwezo wa kuumba na kuondoa uumbaji. Kwa hiyo, kwa ufafanuzi wenu wenyewe wa Mungu, Muumba, ninyi ni miungu ndani yenu wenyewe. Ninyi wenyewe ni waumbaji wa miungu. Labda si katika kiwango mnachompa Mungu anayejumuisha yote. Hata hivyo, ni muhimu hapa kutambua kwamba ninyi wenyewe kwa hakika ni waumbaji.

* * *

Phil: Kuna wigo wa nishati ya kimwili. Kuna nishati zile ambazo zinaunda na kwa uwiano sahihi kufanya kile mnachokitambua kama cha kimwili. Katika muunganiko sahihi wa nishati tofauti, umbo la kimwili hujitokeza. Umbo la kimwili mnaloliona kuzunguka kwenu ni muunganiko wa nishati nyingi tofauti za kimwili zilizodhihirishwa ili kutoa maumbo hayo mnayoyaona. Macho yenu hutambua nishati hizo na hivyo hutambua umbo la kimwili.

* * *

Brenda: Niko ndani ya kiini ambacho ni sehemu ya makutano ya ulimwengu kadhaa zinazoendelea. Ninaangalia jinsi zinavyoingiliana. Na ninaangalia mifumo wanayosababisha katika muundo wao wa uwepo.

D: Hilo linaonekana kuwa gumu. Je, ni zuri kutazama?

B: Ndiyo, ni zuri. Ni tata sana na ni zuri. Ni vigumu kuelezea. Inategemea ni kiwango gani unakitazama. Katika kiwango kimoja kinaonekana kama — je, unajua radi ya anga inavyoonekana? (Ndiyo) Fikiria radi ya anga ya kila rangi inayowezekana na uone yote yakishirikiana. Safu mbalimbali za nishati za rangi tofauti zikitiririka na kupepesa. Na ukiitazama katika kiwango kingine unaweza kuona gridi ya muda ikipinda na kuingiliana na kubadilika. Inategemea tu ni kiwango gani unakitazama. Kuna viwango vingine pia. Ni tata sana na ni zuri sana.

* * *

Brenda: Ninaangalia mtandao wa chembe za msingi za nishati zinazounda ulimwengu na kuushikilia pamoja. Unaweza kuuelezea kwa njia kadhaa tofauti, kulingana na mtazamo wako na kiwango cha mpangilio unachokitazama. Kwa upande mmoja unaonekana kama blanketi lililosokotwa kwa upole, ambapo kila uzi binafsi unawakilisha aina maalum za nishati, zikisokotana na kuingiliana na nishati nyingine, zikishikilia kila kitu pamoja na kwa mpangilio. Na kwa upande mwingine ukiutazama kwa namna tofauti, unaonekana kama ukungu wa nishati, kwa kuwa kila kitu ni nishati na itasambaa kila mahali. Ni kana kwamba uko ndani ya ukungu na unaweza kuona kila chembe binafsi inayounda ukungu huo, kwa kutumia mfano. Katika kiwango chenu cha Dunia, ukungu unaundwa na chembe ndogo ndogo za unyevunyevu. Ni kana kwamba unaweza kuona kila chembe binafsi ikiwa ya kipekee na kamili yenyewe. Lakini katika hali hii kila chembe binafsi ni chembe ya nishati, na kila chembe binafsi iko hai kwa njia yake. Ina msisimko. Inatetemeka na kusogea ndani ya eneo lake dogo la ushawishi. Na hili liko kila mahali pamoja na makundi yasiyohesabika ya chembe.

D: Je, hii ingekuwa kama atomi?

B: Ndogo kuliko atomi. Atomi ni makundi ya chembe za nishati. Hizi ni kama sifa za kimwili zilizo chini ya atomiki ambazo wanasayansi wenu wanajaribu kuzichunguza. (Mapumziko) Siwezi kuunganisha hili na lugha yenu. Wana majina ya ajabu sana wanayotumia wanasayansi wenu. Kwaki? Vitu kama neutrino ndogo ndogo za nishati. Nishati na chembe zinazohusika na kile kinachoitwa katika lugha yenu fizikia mpya. Hii ni mwanga wa kwanza wa wazo la jinsi mambo yalivyo. Kwa kuwa hili ni eneo jipya mnalochunguza, hamna bado maarifa juu yake. Mnaanza tu kushuku kwamba kipengele hiki cha mambo kipo. Wanasayansi wenu wanajaribu kukielewa na kukiweka katika mfumo. Kukiweka sheria ili kuelezea mambo wanayoyaona, lakini wanachokiona ni picha isiyokamilika sana. Kwa kutumia mfano, ni kana kwamba filamu ndefu inaonyeshwa katika kumbi zenu. Na mnachokiona ni fremu moja tu ya filamu hiyo, ya picha nzima. Na kujaribu kuelezea filamu hiyo inahusu nini na njama ya hadithi.

D: Kutokana na fremu moja tu?

B: Ndiyo. Na hivyo ndivyo wanasayansi wenu wanavyofanya kuhusu nishati hii. Kile walichokiona ni sawa na kuona labda undani mdogo mmoja tu katika fremu hiyo moja. Labda rangi ya nywele za mmoja wa waigizaji katika fremu hiyo moja. Na kutokana na taarifa hiyo wanajaribu kujenga filamu ilikuwa inahusu nini. Njama ya hadithi, nani aliandika, muziki ulikuwa vipi na yote hayo. Na haiwezekani. Wanahitaji kujifunza zaidi na kuchunguza zaidi kabla hawajaweza kuelewa kinachoendelea kweli. Tayari wamefanya muunganiko sahihi kati ya fizikia hii mpya na sayansi ya kale ya fumbo. Lakini sayansi ya kale ya fumbo ni sehemu iliyobaki kutoka ustaarabu wa zamani, na sehemu kutokana na maelfu ya miaka ya uchunguzi. Uchunguzi uliokusanywa wa mambo haya yanayosababishwa na ukungu huu wa nishati, ambayo watu wameyaona na kujaribu kuyaelezea.

D: Lakini wanawezaje kupata picha nzima? Hawawezi kuona mambo haya.

B: Hapana, lakini wanaweza kuchunguza athari za mambo haya, ambazo zitawasaidia kuelewa ni nini haya. Jambo kuu wanahitaji kufanya ni kuweka akili zao wazi kwa chochote, bila kujali kinaonekana kuwa cha kipuuzi kiasi gani au kisicho na uwezekano mwanzoni. Kwa sababu mambo yote yasiyo na uwezekano na mambo yote yanayoonekana kuwa ya kipuuzi ni sehemu ya ulimwengu pia. Mambo yanayoitwa "bahati" na "sadfa" ni lebo za jumla za mambo ambayo yamechunguzwa na yanayosababishwa na hili.

D: Ulisema hili lilikuwa linategemea sayansi ya fumbo. Watu wengi hufikiri hilo ni uchawi na mambo ya siri. Je, ndicho unachomaanisha?

B: Ndiyo, kwa sehemu. Katika enzi mliyomo sasa, watu wamejitenga na mizizi yao. Na katika mchakato huo wameikana fumbo, wakisema wao ni watu wa kisasa na waliosoma; kwamba sayansi inaeleza kila kitu. Sayansi itakapofikia kilele chake cha mwisho, kila mtu atakuwa mfumbuzi. Kwa fumbo ninarejelea chochote kinachoshughulikia viwango vya juu vya mambo, ikijumuisha uchawi, mambo ya siri, dini mbalimbali za fumbo kutoka Mashariki: Ubuddha au Uhindu na mambo kama hayo.

D: Watu wengi huweka yote pamoja na kusema ni upande wa giza.

B: Ndiyo. Nguvu inaweza kupotoshwa na kutumiwa kwa sababu zisizo sahihi, kama vile kitu chochote. Lakini ni kwa manufaa ya binadamu kujifahamu na kustarehe na nguvu hii na kuitumia kutatua matatizo yake. Bado kuna tamaduni zilizo wazi zaidi kwa hili kuliko zingine. Katika utamaduni wenu, hili limefungwa. Lakini kuna watu wengi wanaotenda hili na kulitumia katika maisha yao na kusaidia kuendeleza mila zao, jambo ambalo ni muhimu. Hilo linaonekana kuwa tabia ya wanadamu. Mambo wasiyoyaelewa huyakusanya katika makundi na kuyafungia kwenye kabati na kuyasahau, au kujaribu kufanya hivyo. Na kila kitu kilichopo kinaweza kujifunza kutoka kwake na unaweza kufaidika kutoka kwa kila kitu kilichopo — baadhi zaidi kuliko vingine, ni kweli — lakini kwa ujumla. Kwa mfano, katika sayansi yenu ya tiba wameunda chanjo. Na sasa chanjo zinatumiwa na kila mtu kusaidia kuzuia magonjwa na kuzuia kutokuwiana kwa mwili. Katika ustaarabu wa zamani, sayansi zao ziliendeleza kile kinachoitwa sasa fumbo, na kila mtu alikitumia kusaidia kuzuia kutokuwiana kwa jumla yenye maelewano. Kwa asili yake, kilitimiza kile sayansi zenu binafsi zinajaribu kutimiza sasa. Sayansi zao zilianza kama sayansi binafsi zinazofanana kisha zikaungana walipokuwa wameendelea sana katika nyanja za maarifa. Na walitambua kwamba kila kitu ni kitu kimoja, ni jumla yenye maelewano. Waliungana na watu walijifunza na kutumia maarifa yaliyokua. Hicho ndicho kinachoitwa fumbo, kwa sababu walikuwa wamefikia lengo la mwisho na kugundua kwamba nishati hii ya msingi hupanga kila kitu. Na ikiwa mtu ana ufahamu wa hili na anajua jinsi hili linaweza kubadilishwa au kudhibitiwa ili kufikia kile unachotaka huku ukibaki katika maelewano nacho, basi yote yanayohitaji kufanywa yamefanywa.

D: Unamaanisha waligundua hawakuhitaji tiba?

B: Walipofikia kiwango hiki ambapo waliweza kuwa katika maelewano na jumla, tiba haikuhitajika tena. Ilikuwa ya ziada, kwa sababu ilikuwa nadra mtu kuugua. Walijua ni wapi walikuwa hawako katika uwiano. Na walibadilisha nishati zao ili kurejesha kila kitu katika uwiano. Kisha hawakuwa wagonjwa tena.

D: Je, unaweza kuniambia ni ustaarabu gani uliendeleza hili kwa kiwango cha juu sana?

B: Ilikuwa ni ustaarabu kadhaa lakini walikuwa wanawasiliana kati yao. Ilikuwa ni aina ya maarifa ya ulimwengu mzima, lakini sehemu tofauti za ulimwengu zilikuwa na mitazamo tofauti kidogo kutokana na utamaduni wao. Kulikuwa na ustaarabu wa Atlantis, na kulikuwa na ustaarabu huko Amerika Kusini. Na kulikuwa na ustaarabu kadhaa Mashariki: mmoja India, mmoja milimani katika eneo linaloitwa sasa "Tibet" na "Sri Lanka". Na ustaarabu mbili tofauti ziliibuka katika eneo linaloitwa "China", lakini walikuwa wanaishi kwa maelewano na kila mmoja. Walichukuliwa kama ustaarabu mmoja wenye aina mbili za utamaduni. Na ustaarabu hawa wote walichangia maendeleo ya sayansi kutoka mitazamo yao mbalimbali ili kuifanya iwe jumla kamili.

D: Je, ustaarabu hawa wengine walikuwepo wakati mmoja na Atlantis?

B: Ndiyo. Atlantis ilitangulia wengi wao, lakini wote walikuwa ustaarabu wa kale. Ustaarabu wa Tibet na Amerika Kusini ulianza takriban wakati mmoja na Atlantis, na ustaarabu mwingine ulijitokeza baadaye kidogo. Lakini walikuwepo kwa muda wa kutosha kiasi kwamba wote walifikia kiwango cha juu sana.

D: Nadhani watu wengi wana wazo kwamba ustaarabu huo ulitokea baada ya uharibifu.

B: Seti mpya ya ustaarabu ilitokea baada ya uharibifu wa Atlantis. Atlantis ilipoharibiwa ilitikisa ulimwengu mzima, kwa upande wa mwingiliano wa binadamu, sayansi, sanaa, n.k. Ulimwengu mzima ulihisi athari zake. Atlantis ilikuwa ustaarabu mkuu, kitovu cha ustaarabu kwa ujumla. Na ilipoharibiwa, ilionekana kana kwamba ilinyonya nishati muhimu kutoka kwa ustaarabu mwingine, kiasi kwamba wakaingia katika kudorora. Lakini ustaarabu hao wengine walizaa ulimwengu wa leo.

* * *

Brenda: Ninaangalia muundo mzima wa muda. Ni tata sana. Karibu ni kama tufe tupu lililotengenezwa kwa waya nyembamba wa fedha. Na waya hizi zote zinazunguka na kukatizana, kama mfano wa pande tatu wa atomu na jinsi unavyoona elektroni zikizunguka. Kuna msururu wa waya za fedha zinazozunguka hivyo. Na kuna msururu mwingine wa waya za fedha unaozunguka kwa pembe za kulia ili kukatizana na hizi zote. Na hutengeneza tufe tupu. Ni vigumu kuelezea, ni tata sana.

D: Inaonekana kuwa ngumu.

B: Na jambo moja la kukupa matumaini, kwa kuwa limeundwa kwa namna hii, linamaanisha chochote kinaweza kutokea. Kwa sababu mchanganyiko wote unaowezekana upo hapa.

D: Unamaanisha halijawekwa, au kupangwa tangu awali, kiasi kwamba lazima liwe hivyo.

B: Hapana. Hii ndiyo sababu uchawi na mambo kama hayo hufanya kazi. Kwa sababu ikiwa unataka jambo fulani litokee, na unalitafakari na kupeleka nishati ya kiakili kuelekea tukio hilo, litasababisha maisha yako kuelekezwa katika mkondo huo wa muda.

* * *

Brenda: Huenda hili ni kurudia yale uliyokwisha kuyasikia hapo awali, lakini haliwezi kusisitizwa kupita kiasi. Kwanza kabisa lazima utambue kwamba chochote kinachozalisha nishati hutoa mitetemo. Vitu vinavyozalisha mwanga, ambao ni aina ya nishati, hutoa mitetemo ya mwanga na unaiona ikitoka, kama vile balbu ya umeme. Au kitu kinachozalisha sauti, unaona kikitetemeka na unasikia sauti, lakini bado ni mtetemo na bado ni nishati. Ubongo wako pia huzalisha nishati. Chochote kinachotokea katika ubongo wako huzalisha nishati, na hivyo huzalisha mitetemo. Hii ina maana kwamba michakato yoyote ya mwili wako au mawazo yako yoyote au hisia yoyote, hutoa mitetemo. Na mitetemo hii huathiri etha inayokuzunguka.

Umezungukwa, umejazwa, na unapitiwa na mitetemo kutoka kwa mabilioni ya vyanzo tofauti. Mitetemo hii ipo katika viwango na nguvu zote. Na nishati inayotolewa na ubongo wako inatosha kuathiri baadhi ya viwango hivi vya mitetemo. Kwa hiyo, mtu anaweza kuathiri matokeo ya baadaye kwa kile anachofikiria. Najua umesikia hili hapo awali, lakini ninakuelezea tena, ili usikate tamaa mambo yanapoonekana kutofanya kazi mwanzoni. Endelea tu kufikiria kile unachotaka kitokee na kitakuwa. Wakati mwingine kwa njia zisizotarajiwa, kwa sababu wakati mwingine mitetemo inalazimika kupitia njia nyingi ili kuathiri kile kinachohitaji kuathiriwa. Naweza kuona hili kwa uwazi sana. Sijui kama ninaeleza kwa njia ambayo itakuwa ya kukushawishi.

D: Unafanya kazi nzuri sana. Nikichanganyikiwa nitakuuliza.

B: Ubongo wako ni kituo cha mitetemo cha mwili wako. Na kuna mwelekeo wa mitetemo hii, unaoitwa fahamu ya jua (solar plexus). Na hiyo ni kama lenzi inayokusanya mwanga. Fahamu ya jua hukusanya mitetemo hii na kisha huituma tena kwa sehemu zote za mwili, na nje kwenye aura yako ili kuweka mambo katika uwiano. Ndiyo maana unapofanya tafakuri na kujifungua ili kunyonya mitetemo ili kujaza tena mitetemo yako, unapaswa kuiona ikiingia kupitia juu ya kichwa chako kisha kushuka hadi kwenye fahamu yako ya jua. Ili fahamu ya jua iweze kusambaza mitetemo hii kwa mwili wako pale inapohitajika ili yote yawe katika uwiano.

D: Nilifundishwa kupitia mwilini nikitia nishati kila chakra na kisha kutoa ziada kupitia nyayo za miguu kwenda ardhini. Je, hilo lingekuwa si sahihi?

B: Sio si sahihi. Ni njia mojawapo ya kufanya hivyo. Unapopita kwenye kila chakra, hakikisha pia unachaji fahamu ya jua. Kwa njia hiyo inaufufua mwili wako, lakini pia unahitaji kuhakikisha kuwa unaifufua aura yako pia, ambayo inaenea mbali zaidi ya mwili wako. Kwa hiyo, hakikisha unatuma msukumo wa ziada wa nishati kwenye fahamu ya jua, ili kuhakikisha kwamba aura yako inafufuliwa hadi mipaka yake ya mwisho ili kukusaidia kujilinda dhidi ya madhara yoyote yanayoweza kukujia. Na kisha, nishati yoyote ya ziada, ndiyo, inapaswa kutumwa nje kupitia nyayo za miguu yako kwenda kwa Mama Dunia. Hii huchaji tena aura yako, na husaidia kukulinda wakati ulinzi wako uko chini, kama unapolala. Ni busara kufanya mambo ya ziada ya kujilinda wakati wa mchana. Aidha kwa kuiona aura yako ikiwa nyeupe ang'avu au ya dhahabu, au kwa kuiona piramidi ya nishati ikikuzunguka. Kwa njia yoyote unayojisikia kustarehe nayo, kwa sababu unaposhirikiana na watu wengine unahitaji ulinzi wa ziada. Lakini usiku, katika faragha ya nyumba yako unapokwenda kulala, ulinzi wa aura yako unapaswa kuwa wa kutosha. Unaweza kutaka kuiona piramidi ya nishati ikikuzunguka kabla tu ya kulala, lakini hutahitaji kuwa na wasiwasi kuhusu hilo. Utakuwa salama wakati wa usiku unapolala, kwa sababu fahamu ya ndani hufanya kazi nzuri sana ya hilo. Na ikiwa uko katika mkao wa kulala chini unapoprojekta piramidi, jione kana kwamba uko takribani theluthi moja kutoka chini ya piramidi, kwa sababu hapo ndipo mkusanyiko wa nguvu na nishati ya piramidi ulipo.

D: Unamaanisha kana kwamba mwili umeinuliwa kiasi hicho juu ya chini ya piramidi.

B: Ndiyo, lakini bado utakuwa umezungukwa kabisa na piramidi, hata upande wa chini wa mwili wako. Ni umbo lenye nguvu sana. Ni kituo cha mkusanyiko. Ni vigumu kuelezea yote ambayo piramidi inaweza kufanya.

D: Watu wengi wameniambia hakuna cha kuogopa. Huhitaji kujilinda dhidi ya chochote.

B: Ni kama radi. Radi ni nguvu ya kimaumbile isiyoegemea upande wowote. Sio nzuri wala mbaya, ipo tu. Ina nguvu sana. Kwa upande mmoja inaweza kutumiwa kuzalisha umeme. Kwa upande mwingine inaweza kuua watu. Nguvu hizi kimsingi ni za kimaumbile zisizo na upendeleo na mtu anaweza kuzitumia kwa madhumuni yake mwenyewe ikiwa atakuwa mwangalifu. Lakini wakati huo huo, mtu anapojifungua kwa ajili ya utafiti na uzoefu mpya, lazima ahakikishe kuwa analindwa, kwa sababu nguvu hizi zisizo na maadili hazina maadili. Hufanya tu kazi kulingana na mtiririko wa nishati katika hali fulani. Na lazima uhakikishe kuwa umejilinda dhidi ya mitiririko yoyote hasi. Ni vizuri kwamba unafuata ushauri wetu. Inakusaidia kusonga mbele na inatufanya iwe rahisi kuwasiliana nawe.

D: Lakini hata hivyo, ulikuwa unasema kwamba unatuma mitetemo hii kwa kile unachotaka kutimiza. (Ndiyo) Ukisha ituma basi lazima kitokee?

B: Kuna mambo yanayoweza kuathiri hilo. Kwa mfano, unatuma mawazo kwamba unataka jambo fulani litokee. Na yataenda nje na kuanza kusababisha mambo yajipange ili yatokee. Lakini ikiwa baadaye unakata tamaa au unasononeka na unatuma mawazo ya, "Ah, haitawahi kutokea", hilo litadhoofisha msukumo wake. Na unaposhinda huzuni yako lazima utume tena mawazo yenye nguvu, mawazo chanya, ili kuyasaidia kurejesha msukumo wake ili yatimie.

D: Kusisitiza tena mawazo ya kwanza?

B: Ndiyo. Na hii hufanya kazi kwa kila kitu. Mabadiliko yoyote katika maisha yako, yawe ya kibiashara au ya binafsi. Uhusiano kati yako na mwingine, au jambo unalotaka kufanya, au ndoto binafsi, au chochote.

D: Nilifundishwa kwamba mawazo yana nguvu sana na yanaweza kutimiza kile unachotaka.

B: Ndiyo, yanaweza. Na ndiyo maana lazima uwe mwangalifu na mawazo hasi kwa sababu nayo yana nguvu pia. Na yanaweza kusaidia kuyabatilisha mawazo yako chanya. Kwa hiyo ikiwa unataka mawazo yako chanya yatimie, endelea kufikiria kwa njia chanya juu yake. Tafakari kwa kina juu yake. Fanya taswira halisi. Je, unafahamu dhana hiyo?

D: Ambapo unaiona kana kwamba tayari imetokea?

B: Ndiyo. Au labda hata kuiona ikitokea kana kwamba unaelea juu na kuitazama. Na kisha baadaye uone mabadiliko yote chanya yaliyotokea kama matokeo ya kutokea kwake. Na jinsi ulimwengu na maisha yako yangekuwa baada ya kutokea kwake.

D: Nilifundishwa kuiona kana kwamba tayari inatokea na kuijaza kwa maelezo mengi iwezekanavyo.

B: Ndiyo, kabisa. Ongeza mazungumzo, hisia na kila kitu, kana kwamba unaangalia maisha halisi. Kumbuka kadiri mradi unavyokuwa mkubwa, wakati mwingine itachukua muda mrefu zaidi kwa sababu kuna njia nyingi zaidi ambazo mawazo yako lazima yapitie ili vipande vingi zaidi vijipange ili yatokee.

* * *

Katika mkutano wa kikundi tulikuwa tukiuliza kuhusu nishati ya uponyaji. Mjumbe mmoja wa kikundi aliuliza, "Nina nia ya kuwasaidia wengine wapone. Nishati inayotumiwa katika tendo la kuwasaidia wengine hutoka wapi?"

Phil: Nishati za ulimwengu mzima tulizozungumza hapo awali ndizo nishati unazouliza. Unachohitaji ni kufungua akili yako ili kuzielekeza nishati hizi. Funguka na ukubali, na akili yako itafanya kazi kwa uaminifu kama kioo.

D: Je, mtu yeyote anaweza kutumia nishati hizi au ni vipawa maalum kwa ajili ya uponyaji?

P: Nishati hizi zipo kwa karibu kila mtu katika ulimwengu kuzitumia kwa manufaa yake na ya wengine ikiwa atachagua hivyo. Hazijamwendea mtu mmoja pekee. Unaweza kutumia nishati hizi utakavyoona inafaa.

D: Je, nishati hizi zinaweza kuwa hatari kwa mtu anayesaidia au kwa mtu anayepokea uponyaji?

P: Kuna kitu kinachoitwa kupakia kupita kiasi, lakini hiki si hatari sana. Ni kutokuwiana tu. Huwezi kumuua mtu kwa kutumia nishati hizi. Usiogope, kwa maana hizi ni zawadi za Mungu, kama vile mwanga wa jua na hewa kwenye sayari yako. Zithamini na uzitumie kwa nia njema na kwa muda zitakuthamini pia.

Mjumbe: Watu kadhaa hupokea kile tunachokiita "uponyaji", lakini ndani ya muda mfupi, miezi sita au mwaka mmoja, wanapata tatizo jingine au wanarudi kwenye tatizo lile lile.

P: Unasema uponyaji haukai au haufanyi kazi ya kudumu?

Mjumbe: Naam, inaonekana hivyo kwetu. Wanapona kwa muda fulani kisha wanarudi kwenye ugonjwa ule ule.

P: Ndiyo, hili ni la kawaida. Athari si za kudumu kila wakati. Ikiwa ugonjwa uko katika kiwango fulani, uponyaji wa mara kwa mara, au nyongeza, kama utakavyo, utakuwa muhimu na unaofaa. Hili halipunguzi athari za uponyaji wala halikuzidishi ugonjwa. Ni ukweli tu kwamba nyongeza mara nyingi inaweza kuhitajika. Utafahamiana na vitendo hivi kadiri unavyotumia nishati hizi mara nyingi zaidi. Baadhi ya magonjwa yanaweza kuhitaji kikao kimoja kifupi cha uponyaji, mengine yanaweza kuhitaji kujitolea kwa muda mrefu, wakati mwingine maisha yote, ili kuleta tiba. Swali la kwanza kuhusu uponyaji linaweza kuonekana vizuri zaidi kama ndoo inayovuja. Ikiwa ndoo ina mashimo, utahitaji kuijaza maji mara kwa mara. Ndoo itavuja maji mpaka mashimo yazibwe. Uponyaji ni, katika mfano huu, kujaza ndoo kwa maji, ambayo yatafunika dalili kwa muda.

Mashimo katika ndoo yanahitaji kuzibwa na hapo uponyaji utakuwa kamili.

Mjumbe: Je, inawezekana kwamba tumepangwa awali kufa katika wakati fulani. Je, inawezekana kwamba hili liko katika DNA yetu au ni la kurithi. Kwa mfano, mtu anazaliwa na anapaswa kuishi hadi miaka thelathini na tano. Anaweza kufa mapema kwa ajali au anaweza kurefusha muda huo. Je, hilo linawezekana?

P: Inaweza kuwa kwa sababu nyingi tofauti. Inaweza kuwa imepangwa awali kuishi maisha kwa muda uliokubaliwa, au inaweza kuwa kutokana na lishe isiyofaa au mtindo wa maisha. Inaweza kuwa kutokana na ajali. Kuna mambo mengi yanayoweza kusababisha shimo kwenye ndoo, kwa kusema hivyo. Kuhusu muda wa maisha, kifo ni muhimu ili kusonga mbele. Kukwama kungetokea kama kusingekuwa na kifo cha kumpeleka mtu upande wa roho. Huu ni mchakato unaoendelea ambao unafaa zaidi kwa kujifunza taarifa nyingi. Yote yako kama inavyopaswa kuwa katika suala hili.

Mjumbe: Nilikuwa na hamu ya kujua kama tunaweza kuurefusha au kuufupisha kwa hiari. Nilijiuliza kama DNA yangu ilikuwa na aina fulani ya mpangilio wa awali.

P: Kuna kiwango cha juu kilichopangwa katika DNA. Muda halisi uliotengwa kwa karibu sana unategemea mtu binafsi.

Mazungumzo yalielekea kwenye kutumia nishati kusaidia katika hali za kifedha.

P: Nishati hii, unaweza kushangaa kugundua, ni karibu nishati ile ile kabisa, inayodhihirika kwa njia tofauti, hata hivyo. Nishati inayoleta fedha ni nishati ile ile inayoweza kuleta afya au ugonjwa. Je, unashangaa kujua hili? Kuchochea ongezeko la nishati ya kifedha kungetumia mbinu ile ile ya taswira na uthibitisho inayotumiwa katika nishati ya uponyaji. Hii ni kana kwamba unapisha mwanga mmoja mweupe kupitia prizimu mbili tofauti. Moja ambayo ina mwelekeo wa kutoa zaidi rangi ya buluu, na nyingine ambayo ina mwelekeo wa kutoa zaidi rangi ya kijani. Kwa hakika ni nishati ile ile, lakini inatafsiriwa kwa njia tofauti. Nishati kimsingi ni ya kimaumbile isiyoegemea upande wowote, ni jinsi inavyotumiwa tu. Nishati hii inaweza kuleta umaskini au utajiri, au inaweza kuleta afya au ugonjwa. Inaweza kuleta mambo mengi. Inaweza kuleta furaha na huzuni, au inaweza kuleta akili timamu au wazimu. Daima, ni jinsi inavyotumiwa, na nia ndiyo inayoamua jinsi inavyodhihirika.

D: Watu wengi hufikiri ni nzuri au mbaya tu.

P: Wengi huchagua kuamua kwamba mtu mwingine amewafanyia vibaya na kusababisha jambo hilo kutokea. Na kwa kufanya hivyo wanashinda kusudi lao lenyewe la kuishi. Na hilo ni kujifunza jinsi ya kuzielekeza nishati hizi kwa njia ya kujenga zaidi iwezekanavyo. Hilo kwa kweli ndilo sababu ya msingi ya kuzaliwa katika mwili wa kimwili, ni kujifunza kuwa wadhibiti wa nishati hii.

D: Labda hilo ni mojawapo ya masomo tunayojaribu kujifunza.

P: Hilo ndilo somo sote tunajaribu kujifunza. Hilo ndilo somo la kujifunza kwenye sayari hii. Kwa maana kila kitu kinaweza kufuatiliwa kurudi kwenye hili. Masomo ya uponyaji, masomo ya upendo, masomo ya uelewa, masomo ya subira. Yote yana mizizi yake katika msingi huu wa msingi: matumizi ya nishati. Kwa hiyo linaakisi katika kiwango cha kimwili kwa karibu zaidi mpango wa kweli, ambao ni mpango wa Mungu. Wale wanaodhibiti nishati hii bila busara au bila kujua hujikuta wakitengeneza hali zinazowazunguka ambazo hazizai matunda, au hazilingani na mpango huo. Kusudi zima la kuingia katika mwili na kujifunza, ni kujifunza kuwa wasomi katika kudhibiti nishati hii. Na katika matendo yenu yote mnajifunza kudhibiti hii kwa njia moja au nyingine, iwe ni kifedha au kisiasa au kiafya au kwa mojawapo ya njia nyingi sana tofauti.

D: Watu wengi hawatambui kwamba wanajivutia kile wanachotaka, hata kama ni kibaya.

P: Sio sana kwamba wanakivutia, bali wanakidhihirisha. Kila mmoja wenu hudhihirisha kile anachokikuta. Sio kwamba kiko nje na kinakuja kwako. Bila shaka, unajua tunafanya mjadala wa kimaana, lakini ni hoja ndogo inayohitaji kueleweka. Kwamba kwa kweli wewe hudhihirisha kile unachokikuta. Sio kwamba kinazunguka tu na kwa namna fulani kinakushikilia, na kisha unajikuta katika shimo la mateso na kukata tamaa. Hapana. Ni kwamba hali hii ambayo mtu anaiona kuwa mbaya imeundwa, imeletwa na matumizi mabaya au kutokuelewa nishati. Hailetwi kwa mtu, inaletiwa na mtu.

D: Njia watu wanavyosema, "hakuna kinachofanya kazi." "Kila kitu kinaenda vibaya. Kila ninachofanya,"

P: Ndiyo, na hilo linaimarisha dhana nzima ya "kila kitu kinanitokea." Na hivyo mtu hupitia maisha akifikiria jinsi maisha yalivyo mabaya kwake, na jinsi kila kitu kilivyo cha kusikitisha. Na mawazo yao wenyewe yanaelekeza nishati katika aina hiyo hiyo ya hali. Unapata kile unachoomba.

D: Bila shaka, wangekuwa wa mwisho kukiri kwamba wao wenyewe wanasababisha haya yajitokee. Wanasema, "Sitaki kuwa na huzuni. Sitaki kuwa mgonjwa."

P: Hiyo ni sahihi. Na mtu mgumu zaidi kumsikiliza ni wewe mwenyewe. — Kwa wakati huu kwenye sayari hii kuna ukosefu wa uelewa wa uhusiano kati ya hisia na afya. Kwa maana kama ungeunganisha uelewa huu wote, kupona kungekuwa kwa haraka zaidi na kwa ufanisi zaidi. Kwa hiyo inaweza kusemwa kutoka katika mtazamo wa kihisia, kwamba kwa kuleta kutokuwiana katika uwiano, basi kutokuwiana huku huenea kote, ikidhaniwa kwamba mwili uko katika uwiano mwanzoni.

Kwa hiyo unaweza kuliangalia hili kama suala la kutokuwiana au ugonjwa. Na linapoletwa kwa mtu ambaye hayuko katika amani na nafsi yake, unaweza kuona kwamba ugonjwa huu huletwa katika mfumo wa mwili na kuenea kote. Hivyo mtu huhisi kutokuwa na amani na kutokuwa katika uwiano kwa mtazamo wa kihisia tu. Linaweza kuangaliwa pia kwa mtazamo wa kihisabati, ikiwa ungependa kulifuata hadi kiwango hicho. Kwa mfano, ikiwa una kile unachoweza kuita mlinganyo kamili, unaofanya kazi kikamilifu, bila mabaki na bila vigawanyo. Tutakuwa waangalifu hapa kwa sababu chombo hiki hakina kiwango cha juu cha uelewa wa hisabati, lakini tutatumia kiwango chake kuelezea hili. Ikiwa unaweza kuona kwamba kuna mlinganyo fulani unaokidhi seti fulani ya hesabu, na hili linatoka na jibu lililosawazika kikamilifu, basi huo ni uwiano. Hata hivyo, ikiwa mtu ataingiza katika mlinganyo huu kigezo kimoja au namba moja, labda, inayosababisha mabaki kuonekana, au mlinganyo usifikie suluhisho kamili, basi kutakuwa na, kama unavyoweza kuhusisha, kutokuwiana au ugonjwa. Kwa hakika kuna baki, kwa maneno ya kihisabati.

D: Hautoki sawasawa.

P: Hiyo ni sahihi. Linaweza kuhusishwa kupitia muziki kama mpangilio usiopatana au kupitia mojawapo ya njia nyingi tofauti za kile unachoweza kuita "mifano." Haya yote ni ya kweli na yanakwenda sambamba, na yote hutokea kwa wakati mmoja. Ni kwamba unachagua tukio hili katika kiwango kimoja au zaidi cha ufahamu.

D: Basi watu hawa wanaweza kufanya nini ili kujipanga upya au kurudi katika uwiano na nafsi zao?

P: Wanapaswa kujiona kila wakati wakiwa wamezungukwa na kile kilicho kamilifu zaidi iwezekanavyo. Na hivyo wanapaswa kutumia busara yao kila wakati kwa kuzingatia ukweli huu, ili kudumisha kiwango hiki cha maisha ya ubora mkamilifu. Daima kumbuka kipengele cha uwiano, kwamba kile kinachoonekana kitakuwa kile kinachofaa zaidi kwa kusudi hilo. Hilo ni kweli kwa nyanja zote za ufahamu wa mwanadamu. Daima kumbuka kwamba mtu atapokea na atafanya kile kinachofaa zaidi kwake mwenyewe, au kwa jambo lolote analolifanya. Kwa maana kwa kufanya hivyo, kwa njia ya asili unajivutia wewe mwenyewe, ikiwa ungependa kuzungumza kwa lugha hiyo, kile kile unachoomba. Kwa hakika, unadhihirisha uhalisia wa hali yenye uwiano wa hali ya juu kabisa. Wengi kwenye sayari hii huhisi kwamba ili kudhihirisha jambo fulani, lazima wawe wagumu na wasioyumba kiasi kwamba hakuna uwezekano wa jambo jingine lolote kutokea. Kosa katika hili liko katika ukweli kwamba kile mtu anachosema na kile anachokifikiria mara nyingi haviendani. Kile mtu anachoamini kwa dhati mara nyingi si kile kile anachokisema. Na hivyo mtu anaposema jambo fulani, kwa kweli anaanzisha mmenyuko ambao unaweza kuwa kinyume kabisa na kile kinachosemwa. Na hivyo kwa kuwa thabiti sana katika imani hiyo, hutolewa udhihirisho ambao unaweza kuonekana kuwa kinyume kabisa na kile kinachosemwa. Mtu hudhihirisha kile anachoogopa zaidi, kwa sababu anasema hatakiona, au hakitatokea. Lakini bado kwa kuendelea kukifikiria, chochote kile kinachoweza kuwa, mtu anakiumba. Na kwa hakika kabisa hulazimika kukutana au kukabiliana na kile kile ambacho anasema kwa nguvu sana hataki kukutana nacho.

D: Huo ni mkanganyiko wa kuwa mwanadamu.

P: Hilo ni sahihi. Ni mkanganyiko wa kuwa mdhibiti wa nishati. Ni mtego wa kuwa au kuwa katika kiwango cha chini cha mwangaza wa ufahamu. Na hivyo ingekuwa vyema kwa kila mtu ambaye, kama walivyo sasa kwenye sayari hii, ni wadhibiti wa nishati, kuwa na mwangaza wa ufahamu zaidi. Na kujua zaidi kuhusu jinsi ya kudhihirisha kile kinachotamaniwa kwa kweli.

D: Ingefanya maisha kuwa rahisi sana kama watu wangeweza tu kutambua kwamba wana kiwango kikubwa cha udhibiti juu ya hali na matukio.

P: Hilo ni sahihi. Wangeweza kuwa na katika maisha yao uwiano wa kweli ambao kila mtu anautafuta. Baadhi wana ujuzi na ustadi zaidi katika hili kuliko wengine. Tunawaambia ninyi mlio kusanyika katika chumba hiki sasa, kwamba kila mmoja wenu kwa njia yake mwenyewe anaweza sasa kuona safari iliyo mbele yenu. Kwa hakika, kwa maneno rahisi sana, kila mtu kwenye sayari hii ana safari hii hii. Hata hivyo, wengi wana ufahamu mdogo zaidi kuihusu kuliko wengine.

D: Sisi sote tuko kwenye njia ile ile, tunakwenda tu kwa mwelekeo tofauti.

P: Hilo ni sahihi. Hata hivyo, njia zote hatimaye zitaungana na kukutana katika mahali pamoja.

D: Inachukua tu mikunjo na mizunguko mingi zaidi njiani.

P: Hilo ni sahihi.

Sura ya Kumi na Nne

Mabadiliko ya Mwili wa Mwanadamu

Mnamo mwaka wa 1999 nilikumbana kwa mara ya kwanza na kutajwa kwa mabadiliko ya DNA katika mwili wa mwanadamu nilipofanya kikao na Luigi katika Mkutano wetu wa UFO huko Eureka Springs. Nilikuwa nimekutana na mama yake huko Florida kwenye mkutano miezi michache kabla, lakini hakukuwa na muda wa kuwa na kikao binafsi. Nilipomwambia kuhusu mkutano wa UFO huko Eureka Springs, aliamua kuja pamoja na binti yake. Alimpigia simu mwanawe, Luigi, huko Italia na kumweleza kuhusu hilo, hivyo akasafiri kutoka Ulaya hadi kuhudhuria. Alipowasili, aliamua kwamba yeye ndiye aliyekuwa akihitaji kikao zaidi kuliko yeye mwenyewe, kwa sababu alikuwa na baadhi ya matukio ya kusumbua ya UFO (labda), na alitaka kuyachunguza. Harriet alikuwepo kwenye kikao hicho, pamoja na mama yake. Alifikiri huenda ningekuwa na shida na lafudhi yake, na kwamba yeye angekuwa na shida kutafsiri kwenda Kiingereza akiwa chini ya usingizi wa hipnosisi. Ilibainika kwamba hatukuwa na matatizo yoyote.

Katika mazungumzo ya awali aliniambia kile alichokumbuka, hivyo tulipanga kurudi katika siku hiyo na kupata maelezo zaidi. Alikuwa ameenda shule usiku kwa ajili ya darasa la uigizaji huko Pavia, Italia, na alikuwa anaendesha gari kurudi nyumbani tukio lilipotokea. Katika kumbukumbu yake, yeye na mpenzi wake waliona mwanga angani na wakasimamisha gari kando ya barabara kuu ili kuutazama. Hicho ndicho kilichotokea, hata hivyo kilimsumbua.

Wakati wa kikao sikushangaa tulipogundua kwamba mambo mengi zaidi yalitokea kuliko kuona mwanga tu. Luigi alipoingia katika hali ya usingizi wa kina alirudia tukio hilo. Walifikiri huenda mwanga huo ulikuwa ndege ikianguka, na wakasimama kando ya barabara kuu ili kuutazama. Walipotoka kwenye gari waliona kwamba ulikuwa chombo kikubwa sana kilichokuwa kikisogea polepole hadi kikasimama juu yao. Kisha mlango ulifunguka kutoka chini yake na mwanga mkali ukashuka kuelekea kwao. Kitu kinachofuata alichokiona ni kwamba alikuwa amelala juu ya meza katika chumba kilichofanana na chumba cha upasuaji chenye taa kubwa juu yake. Alipoketi aliona kiumbe kikimkaribia ambacho kilionekana kuwa kimeundwa kabisa na mwanga. Kwa mshangao wangu kiumbe hicho kilimkumbatia. Luigi kisha akawa na hisia kali aliposema, "Najisikia salama pale. Najisikia mwenye furaha." Alipata ugumu kupata maneno sahihi kwa Kiingereza kuelezea jinsi kiumbe hicho kilivyohisi alipokigusa. "Ni kama mtu anakupa nishati, na unaweza kuihisi. Kiliponikumbatia kilihisi kama cha kimwili. Lakini ukikigusa ... hakina ugumu."

Kisha nilitaka kukiuliza maswali kiumbe hicho, na kikakubali. Kilisema alikuwa ndani ya chombo, na kwamba hii haikuwa mara ya kwanza alikuwa hapo. Niliuliza kwa nini hakukumbuka na Luigi akasema, "Ni bora kwangu. Nitajua baadaye. Sasa ni mapema sana." Alisema hili limekuwa likitokea kwa muda mrefu, na walikuwa wamekutana hapo awali katika maisha mengine. Kiumbe hicho kilikuwa kimeishi kwa miaka mia sita kwa kipimo chetu cha muda.

Nilikuwa nimesikia hili hapo awali nilipokuwa nikifanya kazi kwenye kesi za aina hii. Mara nyingi viumbe hawa wamekuwa wakifuatilia roho katika maisha kadhaa, na kuwa na mwingiliano nao, kwa sababu wanaweza kuishi muda mrefu watakavyo. Wakati mwingine kiumbe wa kigeni huchanganyikiwa kwa sababu mtu hakumbuki, na wanapaswa kukumbushwa tena kuhusu makubaliano yao na dhamira yao kwa mradi huo.

Kwa Kiingereza kilichovunjika, Luigi alirudia kile kiumbe hicho kilikuwa kinamwambia. "Nitafahamu kwa wakati unaofaa. Nitakuwa na jukumu muhimu katika kile kitakachotokea. Na tayari wamekuwa wakituambia. Mabadiliko makubwa. Mabadiliko makubwa sana Duniani. Mabara yatasogea. Na maji ... na wanarudi. Hatutatambua chochote. Na watakuwa na huzuni sana kwa ajili yetu. Wanadamu wamekuwa wakifanya mambo yote yale machafu, ya kijinga. Lakini si mwisho wa dunia. Itakuwa mwisho wa enzi." Viumbe hivyo havikuweza kufanya chochote kuzuia mambo haya, lakini walikuwa wakijaribu kuyapunguza kasi. Jukumu lake lilikuwa kuwaokoa watu, na wangemfundisha jinsi ya kufanya hivyo.

Bila shaka, mimi daima hutafuta fremu ya muda. Walisema ingekuwa hivi karibuni sana. Nilijua hilo halikuniambia mengi, kwa sababu hisia yao ya muda ni tofauti na yetu. Alisema, "Kiwango cha juu miaka ishirini." Luigi kisha akaonyeshwa mlipuko mkubwa, na wingu lenye sumu ambalo lingeenea juu ya ardhi, na watu wakikimbia na kujaribu kujificha.

Kisha akaambiwa jambo lile lile nililotaja tayari katika kitabu hiki, kwamba wangeweza kuwaokoa baadhi ya waliochaguliwa kwa kuwachukua ndani ya vyombo. Kungetakuwa na vyombo vingi sana, na watu wangelazimika kuishi ndani ya vyombo kwa muda mrefu. Kisha wangerudishwa, "Na kwa msaada wao tunaendelea kukua. Tunaanza tena. Kila kitu kinabadilika. Itakuwa ngumu sana kwetu. Tayari imeshatokea zamani."

Niliuliza watu hao walikuwa nani. "Wanatoka sayari tofauti, galaksi tofauti. Kama muungano? Kuokoa sayari. Kwanza kabisa wanatusaidia, kwa sababu sisi ni tofauti. Na hii ni sayari inayopaswa kuokolewa, kwa sababu tunabadilika, na hatutakuwa na barakoa tena. Wanazunguka galaksi. Zaidi sana na yetu, kwa sababu sisi tuna matatizo zaidi. Na hatuwezi kutoka humo peke yetu, kwa sababu tunazidi kuzama zaidi. Na hatutakuwa wa kimwili kama tulivyo sasa." Alinionyesha jinsi tutakavyokuwa. "Tunaonekana kama ... kama mzuka fulani, lakini wenye umbo."

D: Mzuka. Unamaanisha kama unaweza kuona kupitia?

L: Sio kabisa. Ni vigumu kuelezea hilo. Sijui jinsi ya kulielezea. Sio ngumu tena.

D: Zaidi kama roho?

L: Ndiyo, lakini si roho. Ananionyesha, lakini sijui jinsi ya kuelezea. Sio kama wao. Lakini karibu. Alinionyesha tu. Aligeuka kuwa nguruwe. Kunionyesha anaweza kuwa chochote anachotaka kuwa.

D: Ndiyo. Mwambie ninaelewa anachosema. Yeye ni kiumbe wa nishati, sivyo? (Ndiyo) Anaweza kuwa chochote anachotaka kuwa. Lakini alisema sisi hatutakuwa hivyo.

L: Karibu, lakini sio kabisa.

D: Lakini mwili bado utakuwa wa kimwili kwa kiwango fulani? (Ndiyo, ndiyo.) Je, bado utahitaji chakula?

L: Sio kama sasa. Tofauti.

D: Je, bado utahitaji usingizi? Mambo ambayo mwili unahitaji?

L: Machache. Sio kwa namna hii.

D: Je, bado italazimika kuumba viumbe wengine kama ... ninafikiria uzazi?

L: Anasema ngono itakuwa tofauti. Haitakuwa ya kimwili tena. Itakuwa kama muungano wa nishati, lakini anasema inahisi vizuri. Inajisikia vizuri hata hivyo. Ananionyesha. Kama mipira miwili ikija pamoja na kuumba kitu. Ni vigumu kuelezea.

Aina hii ya uzazi ilielezewa katika kitabu Walinzi.

D: Nadhani ninaelewa unachomaanisha. Lakini ninajaribu kufahamu kama ingekuwa karibu ya kimwili, ingewezaje kufanana na ingewezaje kuwa tofauti. Je, tutahitaji nyumba na majengo kama tunavyofanya sasa? (Ndiyo) Na miji.

L: Miji? Kwa sababu hatutakuwa kama walivyo. Hilo ni nyingi sana. Na ni mapema sana.

D: Kama hatutakuwa wagumu kweli, je, bado tutatumia miili yetu kujenga vitu?

L: Kwa kichwa. Akili itakuwa yenye nguvu sana. Hatutahitaji kuzungumza tena. Na tutaweza kuishi zaidi sana.

D: Anaweza kujibu baadhi ya maswali kukuhusu? Kwa sababu najua Luigi amekuwa akijiuliza ni nini kimekuwa kikitokea hivi karibuni aliposema aliamka na alikuwa akitetemeka na kutikisika. Je, kiumbe hiki kinaweza kukuambia kinachotokea nyakati hizo?

L: Ndiyo. Kufanya kazi kwenye mfumo. Kufanya kazi kwenye DNA. Kuweka juu ... kwa mviringo (Kifonetiki. Alimaanisha spirali?).

D: Unaweza kueleza unachomaanisha?

L: Ndiyo. Kwa sababu sisi wanadamu tuna spirali mbili za DNA. Tutakuwa na kumi na mbili.

D: Kwa nini tunapaswa kuwa na kumi na mbili?

L: Hicho ni kiwango cha juu zaidi tunachoweza kufikia.

D: Lakini hilo litasaidiaje mwili?

L: Kwa sababu tulikuwa na kumi na mbili. Mamilioni mengi ya miaka iliyopita.

D: Kisha nini kilitokea?

L: Majaribio ya kijenetiki. Yalituleta nyuma hadi kumi na mbili. Walipunguza hadi mbili.

D: Ni majaribio gani yaliyofanywa?

L: Ili kuona jinsi ... kinachotokea. Na nadhani kufanya ... kile tunachowafanyia panya. Kwa wanyama. Walitufanyia sisi.

D: Unamaanisha wao wamefanya hivyo?

L: Hapana, hapana, hapana, sio wao. Viumbe wengine.

D: Kwa nini wangetaka kufanya hivyo?

L: Kuona. Udadisi tu.

D: Kuona nini kingetokea kama wangebadilisha DNA hadi mbili, unamaanisha?

L: Ndiyo. Ndiyo maana tuko hivi sasa. Na tuna barakoa hiyo kubwa. Ndiyo maana wanadamu wamepungukiwa sana. Na ndiyo maana kuna watu wasioamini UFO na mambo ya aina hiyo.

D: Je, sisi sote tunafanyiwa majaribio, ili kuongeza DNA?

L: Sehemu yetu itakuwa na sita, na sehemu nyingine kumi na mbili.

D: Na wanafanya hivi sasa kwa watu fulani katika idadi ya watu, unamaanisha.

L: Ndiyo, kwa watu wengi. Kubadilisha DNA. Kututayarisha.

D: Alisema wanafanya hivyo sasa kwenye mwili wa Luigi. Je, hili litaumiza mwili kwa njia yoyote?

L: Hapana, hapana, hata kidogo. Hatutakuwa na magonjwa tuliyonayo sasa tena. Ni mchakato wa polepole sana, na unachukua miaka.

D: Lakini wale ambao miili yao imeandaliwa ndio watakaochukuliwa ndani ya vyombo wakati mabadiliko yanapotokea?

L: Ndiyo, lakini wanasema, wengi, wengi, wengi, wengi, wengi, watakuwa na hilo.

Nilipata wazo nilipokuwa nikiandika hili. Ilitajwa katika kitabu changu The Custodians kwamba mwili wa mwanadamu hauwezi kustahimili safari za anga ndani ya vyombo vyao katika hali yake ya sasa. Mwili hauwezi kustahimili kasi, na mabadiliko ya mitetemo ya dimensi tofauti. Hili lilikuwa jambo moja ambalo lingezuia wanadamu kusafiri angani kama wanavyofanya wao, kwa sababu hatuwezi kustahimili kuharakishwa kwa mitetemo ili kuvuka dimensi. Je, mabadiliko ya DNA yatauwezesha mwili kuzoea mabadiliko haya? Je, hiyo ni moja ya sababu zake? Alisema ilikuwa maandalizi.

D: Kwa hiyo wanafanya kazi kwa watu wengi. (Ndiyo) Je, hii ndiyo sababu watu zaidi na zaidi wanaona UFO, na kuwa na uzoefu na viumbe wa nje ya dunia?

L: Kwa sababu lazima iwe kawaida kwetu kuwaona.

D: Wanajiruhusu kuonekana zaidi sasa, kwa sababu wanataka watu wazoeane nao? (Ndiyo) Basi mambo haya yanapotokea kwenye mwili wa Luigi, hapaswi kuwa na wasiwasi kuyahusu? (Hapana) Ni ya asili.

L: Ndiyo. Wengine wanayahisi zaidi, na wengine wanayahisi kidogo. Lakini yeye ni nyeti sana. Na hivi karibuni nitaenda kwenye chombo kimwili. Na nitakumbuka. Na watanipa taarifa nyingi.

Kisha alikumbuka akiondoka kwenye chombo ili kurudi kwenye gari lake. Alikuwa akilia, "Na kila kitu ni furaha, kwa sababu najisikia vizuri." Hili lilikuwa tofauti kabisa na kile alichohisi alipokuwa akiripoti tukio la kuona. Kulikuwa na hofu kubwa ya yasiyojulikana, na mshangao kuhusu nini, kama kulikuwa na chochote, kilichotokea.

Kwa sababu ya ugumu wa Kiingereza kilichovunjika, nimefupisha sana mkanda huu na kuamua kuweka sehemu kubwa yake katika masimulizi.

Kesi zifuatazo zilitoka sehemu nyingine za Marekani na zinatoa taarifa zaidi kuhusu mabadiliko ya mwili wa mwanadamu.

* * *

Nilimkutana na John, mwanaume mzee, katika safari na kundi kwenye kisiwa kizuri cha Bali katika majira ya kiangazi ya mwaka wa 2000. Mbali na kutembelea mahekalu na kushiriki katika sherehe mbalimbali, alitaka kuwa na kikao binafsi nami. Alikuwa amehusika na metafizikia kwa miaka mingi, na alikuwa tayari amejifunza maelezo kuhusu maisha yake mengi ya zamani kupitia kutafakari binafsi. Alivutiwa zaidi kugundua kama kulikuwa na uhusiano wowote wa kigeni. Hakuwa na kumbukumbu za fahamu za ushiriki wowote nao, lakini kwa sababu ya matukio mengi yasiyo ya kawaida katika maisha yake alihisi huenda kulikuwa na uhusiano. Nilimwambia kwamba ninapofanya urejeshaji wa kumbukumbu simwongoi mtu wala kujaribu kumshawishi, hivyo angeenda mahali alipostahili kwenda.

Kikao kilifanyika katika hoteli nzuri sana ya kifahari kando ya ufukwe. Harufu ya maua na uimbaji laini wa ndege vilijaza hewa, na vikapenya kupitia madirisha yaliyo wazi tulipoanza. Nililitumia mbinu iliyoundwa kumweka mhusika katika maisha ya zamani yanayofaa. Kwa sababu hakuwa na kumbukumbu za fahamu za mwingiliano wa nje ya dunia, ilionekana vyema kuanza kwa mtindo wangu wa kawaida kwa kumpeleka kwanza kwenye maisha ya zamani. Lakini hilo halikutokea.

John alipoingia katika tukio alijiona amesimama katika ua wake wa nyuma akiwa amevaa nguo zake za kulalia, akitazama kitu cha ajabu. Kilikuwa diski ya fedha inayong'aa yenye umbo la mbonyeo, ikisimamiwa na miguu. Alisema, "Ni kama urefu wa futi ishirini, thelathini. Nashangaa, kwa sababu ni nyembamba sana, ni slim. Nafikiri mtu angelazimika kulala ndani yake ili kutosha. Sio kile nilichodhani kingeonekana."

Nikijaribu kupata rejea ya muda, niliuliza alionekanaje. Alisema alikuwa na ndevu zake, lakini zilikuwa nyeusi (sasa ni za mvi). Amekuwa na ndevu kwa takribani miaka kumi na tano, na mwili wake ulihisi kuwa mchanga zaidi. Hilo lilitupa fremu ya muda inayofaa. Alisimama akiitazama diski inayong'aa hadi alipoona chanzo kingine cha mwanga upande wake wa kushoto. Kilikuwa chombo kikubwa zaidi chenye tabaka nyingi. "Kina ubora wa mwanga wa jumla unaoonekana kuangaza eneo. Ni cha metali, lakini tofauti na diski ya fedha ambayo ni nyembamba. Ni kikubwa sana siwezi kukiona chote kwa wakati mmoja. Ni tofauti sana na kila kimoja."

Nilipomuuliza kwa nini alikuwa amesimama uani alisimulia hadithi ambayo imekuwa ya kawaida sana katika uchunguzi wangu wa aina hii ya jambo. "Mtu fulani alinileta ili nione. Nilikuwa karibu kwenda kulala nilipoona kitu kikizunguka kona ya chumba. Walinichukua juu kupitia dari. Siwezi kukumbuka sehemu hiyo. Kila kitu kilizima nilipofika kwenye dari. Nje, kiumbe hiki kilikuwa na mkono mmoja chini ya makalio yangu na mkono mmoja nyuma ya mgongo wangu. Tulikuwa tukielea juu kuelekea ... inaonekana kama boriti ya mwanga. Juu hadi kwenye ghuba fulani, na kuingia katika eneo lililo jeupe, safi linalong'aa, na linaloonekana la kisasa sana."

Huko alikaribishwa na viumbe kadhaa waliokuwa wanaonekana kumfahamu. Walimsindikiza hadi kwenye chumba. "Kuna meza ya uchunguzi wa kimatibabu yenye aina fulani ya vinasa vya metali mwisho wa miguu. Meza inafanana na ile iliyopo katika ofisi ya daktari Duniani, isipokuwa kwa nyongeza hizi za metali. Ni uso uliojaa povu, rangi ya kijivu chepesi sana. Ninaombwa kulala juu yake. Sionekani kuogopa. Nimezoea kidogo – ninavyoviita – nyuso zao za kuchekesha. Ni kama nimefanya hili hapo awali, na hapa niko tena kwa ukaguzi wangu wa kila mwaka au kitu kama hicho."

Viumbe hao walikuwa wamesimama kando ya meza wakimwangalia. "Sifahamu wakifanya chochote zaidi ya kuniangalia tu. Nadhani labda walikuwa wakinichanganua kwa akili zao, macho yao au kitu kama hicho." Hakukuwa na aina yoyote ya vifaa au vyombo. Viumbe walikuwa wadogo kiasi, lakini kulikuwa na kiumbe mmoja mrefu zaidi aliyetoa hisia ya kike ya wema na upole kwake. Hakushiriki, bali alisimama nyuma ya wengine akiangalia tu.

Kisha alisimama kutoka kwenye meza na kutembea na wengine kwenda sehemu nyingine ya chombo. Walipitia uwazi hadi kwenye eneo kubwa la duara lenye kuba na tabaka zilizopanda kuzunguka pande. Mwanga mkali ulikuwa ukitoka kwenye kioo kikubwa kinachong'aa katikati ya chumba. John alifikiri huenda hiki kilikuwa chanzo cha nguvu cha chombo. Walitembea kuzunguka pembezoni mwa chumba chenye kuba na kugeuka kuingia kwenye korido nyembamba hadi chumba kingine. Huko aliwekwa ndani ya kifaa cha ajabu kilichosimama kando ya ukuta.

J: Nimesimama ndani ya hiki ... ninafungwa ... Ni kama kioo ... wazi kabisa. Kina kina kidogo zaidi kuliko mimi. Sio bomba, ni kitu cha umbo la mviringo chenye mgongo tambarare. Nimesimama ndani ya kitu hiki cha uwazi, na sasa kuna mwanga unaoshuka kutoka juu. Nadhani ninaingiziwa nishati ya mwanga ya aina fulani. – Ni kama nimesimama nje nikijiangalia mwenyewe.

Nilimhakikishia kwamba alikuwa salama. Hili lilisikika sawa na Phil (Walinzi wa Bustani) akitazama kile kilichokuwa kikifanywa kwake, kwa sababu utu wake uliondolewa na kutenganishwa na mwili wake. Naye pia akawa mtazamaji.

J: Ni huu mwanga tu unaokuja kutoka juu. Unaangaza kichwa changu, na nadhani mwanga unashuka kupitia mwili wangu. Unahisi kama uingizaji wa nishati, kubadilisha muundo wangu wa molekuli. Nadhani unaunda zaidi na zaidi kuwa mwili wa mwanga au kitu kama hicho, ingawa bado ninajihisi mzito sana ndani. Lakini nadhani hilo ndilo lengo. Inaonekana kuwa ni hisia ndogo ya kung'aa. Sasa napata jambo kuhusu kubadilisha nyuzi za DNA, kuongeza nyuzi za DNA.

D: Unamaanisha nini?

J: Kwamba nishati ya mwanga inayoingia mwilini inabadilisha na kuongeza ... unajua nyuzi za DNA kwa kweli ni kama nyuzi za mwanga kwa maana fulani. Na zinabadilishwa na kupanuliwa, zinaongezwa. Hilo linaongeza uwezo wao wa kubeba mwanga zaidi na zaidi, kwa kila uingizaji. Hilo halidumu kwa muda mrefu; wanafungua mlango na ninatoka.

D: Na mchakato wa mwanga unabadilisha DNA kwa namna fulani?

J: Huo ndio uelewa nilionao.

D: Kusudi la kubadilisha DNA ni nini?

J: Ili kushikilia mwanga zaidi na zaidi, na kuugeuza mwili kuwa mwili wa mwanga zaidi na zaidi. Kuwa na uzito mdogo zaidi. Kuwa na uwezo wa kushikilia mwanga wa mbinguni zaidi na zaidi. Na kusudi lake ni kufikia hali ya fahamu ya Kristo.

D: Unajua vipi DNA inabadilishwa? Unaweza kumuuliza yeyote aliyepo pale? Labda wanaweza kukuelezea.

Hili limefanya kazi hapo awali. Tunapokuwa na swali ambalo mhusika hajui jibu lake, namwomba amuulize mmoja wa viumbe hao ili watoe taarifa.

J: Ndiyo, nitauliza jinsi DNA inavyobadilishwa. (Mapumziko) Naam, wananionyesha ... ninaona taswira ya nyuzi hizi, mizunguko ikiwaka au kung'aa kwa mwanga au kitu kama hicho. Na inaonekana kwamba zinazaa ... zinagawanyika na kuunda nyuzi nyingine, kupitia muungano huu wa mwanga.

D: Zinagawanyika kuwa nyuzi ngapi?

J: Nasikia "sita", lakini sioni sita.

D: Na hili lazima lifanyike mara kwa mara?

J: Nadhani ni mchakato unaoendelea — na sasa unatokea mara kwa mara zaidi. Wakati mwingine zaidi ya mara moja ndani ya kipindi cha saa ishirini na nne. Ninapolala mchana kidogo na pia wakati wa usingizi wa usiku. Ndiyo maana ninahimizwa kuchukua mapumziko ya kutafakari mara kwa mara. Kila saa angalau, ili kudumisha kiwango fulani cha mtetemo.

D: Kwa nini lazima lirudiwe? Je, DNA haibaki hivyo inapopanuliwa?

J: Inabaki hivyo, lakini ili idumishwe katika kiwango cha juu cha mwanga inategemea pia uingizaji wa katikati, na uwezo wangu wa kiakili wa kufikia nguvu yangu ya Mungu mwenyewe, yaani mwanga wa ndani. Hilo huzifanya nyuzi hizo ziendelee kuamilishwa, ili ziweze kuwa za kudumu zaidi na zaidi. Na hilo linaandaa hatua inayofuata. Lakini lazima liimarishwe au kufanywa thabiti.

D: Kabla hawajaendelea na hatua inayofuata?

J: Hatua inayofuata, ndiyo. Na mengi ya hayo yanategemea utayari wangu na uwezo wangu wa kuendelea kujirekebisha mara kwa mara kwenye fahamu ya Kristo, nafsi yangu ya juu.

D: Je, hili ni jambo ambalo limekuwa likitokea kwa miaka mingi?

J: Ndiyo, lakini linaongezeka kasi sasa kwa sababu nimewaonyesha kwamba nimejitolea kutimiza kusudi langu la kimungu, kwa namna ya kusema, na kujali kubaki kwenye njia ya kiroho. Nimethibitisha kwamba kwa dhati nataka kuwa katika huduma kwa wanadamu. Na hivyo nimefikia hatua fulani ya kupita mitihani na changamoto, na kubaki kwenye mwelekeo huo. Ndipo mchakato huu wa kuharakisha unaanza kuongezwa.

D: Lakini lazima lifanywe kwa kasi inayoongezeka ili liwe mabadiliko ya kudumu katika mwili?

J: Kuendelea kuliongeza hadi kufikia nyuzi kumi na mbili hatimaye. Hilo ndilo lengo la mwisho la kufikia hali ya juu ya uwepo wa kipimo cha tano cha mtetemo.

D: Lakini lisingekuwa thabiti kama hili lisingerudiwa mara kwa mara?

J: Ni kama lingeweza kuganda au kuwa tuli au ... ninaona hili ... sawasawa kabisa kama misuli ya mwili. Isipotumika huwa

D: Hudhoofika?

J: Ni jambo lile lile. Na hivyo lazima nifanye sehemu yangu kupitia kutafakari, kujirekebisha na kuthibitisha nia zangu. Kisha wao watasaidia kupitia mchakato wao wa kiteknolojia, kuingia na kuharakisha jambo zima. Ingechukua miaka mingi sana kulitekeleza kwa kutafakari pekee.

D: Lakini kama mchakato huu ungesimamishwa wakati wowote, basi ungehoofika. Usingeendelea?

J: Ungekuwa juu zaidi kuliko hali yangu ya awali, lakini ungepungukiwa na kile ulichokusudiwa na kile unachoweza kuwa. Lengo la Mwisho: hali ya mtetemo na fahamu ya kipimo cha tano.

D: Waulize, wanapofanya hili, je, wanaamsha kitu fulani kwa mwanga, au wanaunda kitu kipya mwilini, DNA mpya ambayo haikuwepo hapo awali?

J: Hapana. Wameanza na nyuzi mbili, na kama nilivyosema — kwa namna fulani kupitia mchakato huu — zinaendelea kuzaa nyuzi nyingine, zikiongeza idadi ya seli au chochote kile.

D: Karibu sawa na jinsi seli zinavyogawanyika?

J: Hmmm, nadhani hilo ndilo wanajaribu kusema.

D: Je, hili linafanywa kwa kila mtu?

J: Linafanywa hasa kwa wale waliopata mwili mahsusi kusaidia wanadamu katika hali hii ya juu ya fahamu iliyoendelea. Litatokea kwa kiwango kidogo kwa wale ambao kwa sasa hawana ufahamu wa nafsi zao za kiroho, ambao hawajui kuwa wao ni wa kiroho. Kwa hivyo hasa bado wamezama katika uzito wa fahamu.

D: Wale wengine wanaofanyiwa hili, je, wote lazima waingie ndani ya vyombo kama hivi ili liamilishwe?

J: Jibu ni ndiyo.

D: Ndiyo? Ulisema muda mfupi uliopita kwamba wangeweza kulifanya unapokuwa unatafakari au umelala?

J: Nadhani nachukuliwa nyakati hizo kwa mchakato mwingine ambao si mkali sana, lakini hebu tuone. (Mapumziko) Kuna jambo linaloweza kufanywa ninapokuwa nje ya mwili. Kuna madaktari wa kiteknolojia, wanasema, wanaoweza kuondoa mwili wako wa etha na kuuunganisha na kiwango kikubwa cha mwanga. (Amechanganyikiwa) Kwa kadiri ninavyoelewa. Kisha wanauirudisha kwenye mwili wangu wa kimwili bila kwenda hadi kwenye chombo kikuu cha mama. Wana vyombo vidogo vya maabara ambako hili hufanyika.

D: Kwa hiyo si lazima lifanywe kwa mashine kila wakati basi.

J: Ninajaribu kuona kama ni kifaa cha kiteknolojia, au kama madaktari hao wa kiteknolojia wanafanya kwa akili zao. Nadhani hilo ndilo. Nguvu ya akili zao pia inaweza kusaidia na kuchochea mchakato huu, lakini si kwa kiwango kilekile kama akili na kifaa cha kiteknolojia kwenye chombo kikubwa. Lakini zote mbili zina ufanisi na zote zinafanywa mara kwa mara sasa.

D: Mchakato huu unaathirije mwili?

J: Mwili unakuwa mwepesi zaidi, na muundo wa seli, utando wake unakuwa mwembamba zaidi na zaidi, na mwepesi zaidi na zaidi. Tunatamani vyakula vyepesi zaidi na zaidi. Mwili unapata ugumu zaidi na zaidi kusaga na kuchakata vyakula vizito na vyenye msongamano mkubwa. Ndiyo maana nadhani nimekuwa na hamu ya vinywaji zaidi na zaidi. Na mara chache sana, ninapokuwa nyumbani, nakula kitu kingine chochote zaidi ya kinywaji cha matunda kilichochanganywa. Nayaweka yote ndani na kutengeneza kinywaji kizito cha kiamsha kinywa na chakula cha mchana. Na mara kadhaa kwa wiki nina chakula cha mchana cha kioevu cha karoti tu na juisi ya nyanya na celery na mboga mbichi.

D: Kwa hiyo kinakufanya usitamani vyakula vizito?

J: Ndiyo. Zaidi na zaidi nimekuwa nikihisi hivyo kwa muda mrefu sasa.

D: Mabadiliko haya yanaathirije afya ya mwili?

J: Mwili utakuwa na afya zaidi kadiri unavyobadilika zaidi na zaidi kuwa mwili wa mwanga.

D: Mwili unakuwa na afya kiasi kwamba hakuna ugonjwa, unamaanisha?

J: Hapana, kutakuwa bado na magonjwa yanayoendelea, lakini baada ya mchakato kukamilika, mwili utakuwa na kinga kubwa zaidi dhidi ya magonjwa mengi, lakini si huru kabisa. Yameongeza uwezo wangu wa kiakili, na wakati mabadiliko yatakapokamilika nitakuwa na udhibiti mkubwa zaidi juu ya mwili wangu kuliko nilivyo nao sasa. Na nitaweza kuurekebisha na kuusawazisha kwa kiasi kikubwa kwa hiari, kwa namna ya kusema.

D: Kwa hiyo hata kubadilishwa kwa nyuzi chache tu kunaweza kuleta tofauti katika mwili, kabla haujafikia hali kamili?

J: Kunafanya tofauti fulani, lakini katika mchakato wa mpito kuna mwelekeo wa kutokea kwa kutokuwiana zaidi, kwa sababu cha zamani kinabadilishwa na kipya. Na cha zamani kinataka kung'ang'ania chenyewe ili kudumisha hali ilivyo, hadi kufikia hatua fulani ambapo kipya kinakuwa thabiti na nyuzi mpya ndizo zinakuwa nyingi. Ni karibu kama mchakato wa kidemokrasia, ndipo kipya kinakuwa tawala. Na mchakato wa kuharakisha utaongeza kasi tena, kadiri cha zamani kinavyozidi kubadilishwa na kipya.

D: Kwa hiyo wakati huo ambao mwili unapitia mabadiliko, bado una kinga zaidi dhidi ya magonjwa?

J: Sio lazima.

D: Nilikuwa najiuliza jinsi mwili unavyoathirika, na unavyojisikia.

Hadi kufikia hatua hii sauti ya John ilikuwa laini, ya usingizi na mara nyingi ilikuwa vigumu kuandika kwa sababu maneno yalikuwa yakichanganyika. Sasa sauti ikawa kubwa zaidi na iliyo wazi zaidi, rahisi kuelewa na kuandika. Hii ilikuwa ishara dhahiri kwangu kwamba kiumbe mwingine alikuwa ameanza kujibu kwa niaba ya John badala ya yeye kusikia majibu. Pia ingeweza kuashiria kwamba akili ya chini ya fahamu ilikuwa imeingia kwenye mazungumzo. Kwa vyovyote vile majibu yalikuwa yanatiririka kwa urahisi zaidi, jambo ambalo mimi hulipenda kila wakati. Ndipo ninapojua kuwa nimegusa taarifa ya kweli, na ninaweza kupata majibu sahihi zaidi bila kuingiliwa na akili ya fahamu yenye mashaka na ukosoaji.

D: Je, kufanya hili kutaongeza muda wa maisha ya mtu?

J: Sana.

D: Kufikia wakati litakapokamilika, au wakati mchakato mzima unaendelea?

J: Mwanadamu wakati wa mchakato huu wa mpito bado yuko katika hatari ya athari nyingi mbaya zilizopo kwenye sayari kwa wakati huu maalum. Hata hivyo, kuna mambo mengine ya asili ya kinga yanayosaidia na kuchochea wanadamu wanaopitia mchakato huu, pamoja na ulinzi wa ziada kadri iwezekanavyo. Na wakati wa ziara ndani ya vyombo, vifaa vya kuchanganua hutumiwa ambavyo mara nyingi vinaweza kupunguza bakteria vamizi au chembe za maambukizi. Lakini si utaratibu kamili kwa wakati huu. Kuna majaribio mengi na uangalizi wa kisayansi kuhusu mabadiliko ya kushangaza zaidi ya mwili wa mwanadamu kuwa mwili tofauti kabisa, mwili wa mwanga.

D: Kwa hiyo hamna uhakika kabisa jinsi yatakavyomalizika, kwa sababu bado mnaendelea kufanya majaribio?

J: Kwa hakika tutapata matokeo ya mwisho yanayogusika, kwa namna ya kusema, lakini mchakato wa mpito bado una mafumbo mengi.

D: Lakini mnapotoa ulinzi huu ili kumfanya mtu awe na kinga zaidi dhidi ya bakteria na mambo kama hayo, je, hili linafanywa kwa mashine? Au mchakato huo unafanywaje?

J: Mtu anapokuwa katika chumba cha kioo na kuingiziwa mwanga, huangamiza mambo mengi ya kuvutia ambayo yanaweza kupenya mwili wa mwanadamu.

D: Kusudi la uchunguzi wa awali, juu ya meza, lilikuwa nini?

J: Kwa ujumla ni kuamua hali yake ya jumla ya kimwili, kiakili na kihisia. Kuona kwa kiwango gani yuko katika usawa, kuona kwa kiwango gani miili yake mbalimbali: mwili wa kimwili, wa akili, wa kihisia, wa etha na wa astral, iko au haiko katika mpangilio. Na uchunguzi wa kuona wa hali za kimwili na kadhalika, vinavyopaswa kuzingatiwa na kurekodiwa na kulinganishwa na ziara na uchunguzi wa awali na ....

D: Ni kama uchunguzi wa kawaida kuona kama kila kitu kinaenda kama kinavyopaswa? (Ndiyo) Na kama hakikuwa, je, mgefanya marekebisho?

J: Ndiyo. Marekebisho yangekuwa sehemu ya kiteknolojia na sehemu ya maelekezo yaliyozidishwa kupitia mchakato wa kutafakari, kuhusu kile — tukitumia neno — "uwepo ulioteuliwa" unaweza kufanya katika kushinda masuala ya sasa, tabia za kuhukumu, au hisia za ukosefu. Hisia ya kutokuamini kwamba ulimwengu daima utatoa kila kitu kinachohitajika wakati wowote, bila kujali hali zilivyo. Hatimaye kuachilia hisia zote za ulimwengu wa kimwili kama chanzo cha usalama. Na kutegemea ulimwengu wa kiroho na wa metafizikia, kwa namna ya kusema, kama chanzo cha usalama.

D: Hilo ni gumu. Lakini ulisema, kama marekebisho yangefanywa, hilo lingefanywa kwa vifaa vya kiteknolojia. Je, hayo yangekuwa mashine hizi zenye mwanga?

J: Inawezekana, lakini mtu wa kibinadamu lazima afanye sehemu yake. Hatuwezi kulazimisha utaalamu wetu wa kiteknolojia zaidi ya kile ambacho mtu yuko tayari kufanya mwenyewe kwenye ngazi ya kimwili. Lazima kuwe na maelewano kamili kati ya utayari wa kuendelea kiroho, ili kufanya kazi pamoja kwa ushirikiano. Ikiwa mtu atachukua hatua zinazohitajika kwenye ngazi ya akili, hatua hizo zitalipwa kwa ushiriki wetu ulioongezeka ili kumsaidia mtu huyo. Ikiwa mtu atasimama, bila nia ya kuendelea mbele kwenye njia yake iliyochaguliwa kabla — ambayo kila mtu huchagua kabla ya kuingia mwilini — basi mchakato utasimama. Uhuru wa hiari ni muhimu sana kwa kila mtu wa Dunia. Lazima waone na kuvuka udanganyifu uliopo katika fahamu za pamoja za sasa. Na kuamini sheria na michakato ya juu ya kiroho.

D: Je, hili linafanywa kwa watu kadhaa ambao wako katika hatua sahihi ya kiroho?

J: Makumi ya maelfu ya watu kwa wakati huu. Wakati wanadamu watakapofikia wingi muhimu, wale ambao wameongeza viwango vyao vya mtetemo na uwezo wao wa kushikilia kiasi kikubwa zaidi cha mwanga — mwanga wa mbinguni, lazima tuseme — basi "Nadharia ya Tumbili wa Mia Moja" itakuwa halisi na Dunia hii itakuwa imefikia hali ya juu ya fahamu, na itaathiri wengine kwenye sayari. Na ustawi huu wa fahamu za juu utaenea kutoka kwa wachache hadi idadi kubwa zaidi na zaidi, kwa sababu tu ya umoja wa uumbaji wote. Kwa sababu tu kila mtu yupo ndani ya mstari mmoja, upendo mmoja wa Mungu.

D: Nini kitatokea kwa wale wasioshiriki? Wale ambao bado wako katika mtazamo mzito, katika maana ya kimwili.

J: Kila roho itafanya chaguo lake yenyewe, kushiriki au kutoshiriki katika mchakato huu. Na wengi hawatashiriki. Wengi watang'ang'ania mifumo yao ya zamani ya maadili. Wengi watashikilia udanganyifu wa kile walichokuja kuamini wakati wa kuishi kwao Duniani, na hawataona zaidi ya udanganyifu huu.

Na hivyo wataacha miili yao na kupewa tena sayari nyingine ambayo masomo yake ni mwendelezo wa yale ya sayari ya Dunia kwa wakati huu maalum. Sayari ya Dunia itakuwa shule nyingine, shule ya juu zaidi ambayo mtetemo wa kipimo cha tano utaamua mtaala mpya, masomo mapya yanayopatikana kwa roho hizo kushiriki katika kiwango cha juu zaidi kuliko kile kinachopatikana sasa katika fahamu za vipimo vitatu.

D: Nimeambiwa kwamba watu hao wataachwa nyuma. Hiyo ndiyo maana yake?

J: Wataachwa nyuma kwa maana ya ukuaji wao wenyewe. Hawatasonga mbele na kuendelea kukua pamoja na wale wengine waliodhamiria, na ambao wamefanya mazoezi ya nidhamu za kiakili na kimwili zinazohitajika ili kujihusisha kiroho.

D: Kwa hiyo wanapoacha miili yao, hawatarudi hapa. Hii itakuwa mahali tofauti kabisa basi. (Ndiyo) Na hili linatokea kwa makumi ya maelfu ya watu, na hawajui hilo kwa ufahamu wao, sivyo? Kama vile John hakujua kwa ufahamu wake.

J: John anajua mengi kwa sababu ya mafundisho ya moja kwa moja aliyopokea. Na kuna wengi Duniani leo ambao wako katika mawasiliano ya moja kwa moja na waongoza wao kutoka mifumo mingi ya sayari, ambao wako hapa kusaidia wanadamu kupanda hadi viwango vya juu vya mtetemo na fahamu. Na kila siku watu zaidi na zaidi wanaamshwa kwa sababu ya ratiba yao maalum waliyochagua kabla walipoingia katika mwili Duniani. Nafsi yako huja ikiwa na ajenda iliyochaguliwa mapema ambayo inajumuisha ratiba ya kuamka, kwa namna ya kusema. Kuamka huko kutachochewa na matukio fulani yanayotokea kwenye sayari. Matukio haya yanaweza kuwa tu kukutana na watu wengine, walimu wa kiroho ambao watawaambia jambo fulani litakalowaamsha na kuanzisha mchakato wao. Wengine wataamshwa na majanga ya kijiografia, kwa namna ya kusema, yatakayotokea karibu nao, iwe ni kimbunga, tufani au tetemeko la ardhi. Kwa hiyo kuna njia au michakato mingi tofauti ya kuchochea kuamka kwa roho zinazokuja kwenye sayari kwa wakati huu maalum. Wengine wataamshwa ghafla na kwa nguvu, kama John, na waongoza wao walioteuliwa na kupangwa mapema. Wengine watakuja kwenye mchakato wa kujitambua taratibu zaidi, kupitia uzoefu mbalimbali na kadhalika. Kuna vichocheo wakati mchakato huu unapokuwa "unatekelezwa", kwa namna ya kusema.

D: Basi kote ulimwenguni.

J: Ndiyo. Ingawa Marekani, kwa wakati huu, ni eneo kuu la kupokea na kusambaza taarifa, kupitia watu kwenye vitabu wanavyoandika, filamu wanazotengeneza. Na aina nyingine za mawasiliano zitakazosambazwa kote ulimwenguni. Hiyo haimaanishi kwamba watu wengine katika nchi nyingine hawapokei taarifa pia, lakini Marekani ndiyo kituo cha uchapishaji, kwa namna ya kusema, cha taarifa za kiroho kwa wakati huu maalum.

D: Inaenea kutoka Marekani kwenda nje na kuwaathiri watu wengi zaidi kwa njia hiyo. (Ndiyo) Je, hili ni sababu nyingine pia kwa nini muda wa maisha unaongezeka?

J: Dunia mpya inapojifunua, hali ya uwepo itakuwa tofauti sana na uhalisia wa sasa, kwa sababu mtu anapofikia hali ya juu ya fahamu, fahamu ya kipimo cha tano, hakutakuwa tena na ujinga wa mchakato wa kozmiki. Hakutakuwa tena na ujinga wa Mungu kupenya uhai wote kila mahali. Kwa hiyo mtu anakuwa huru kutoka katika mipaka ya kuzaliwa na kukomaa na kufa katika kipindi kifupi cha muda. Mtu katika fahamu ya kipimo cha tano anatambua kwamba anaweza kuwa na udhibiti mkubwa zaidi juu ya — si tu muda anaishi, ambao unaweza kuwa mamia ya miaka — bali mchakato mzima wa uumbaji. Kwa sababu uumbaji wa uhalisia utatokea kwa haraka sana mtu anapofikia hali hiyo ya fahamu ya kipimo cha tano. Kwa hiyo udhibiti juu ya mwili au miili mingi, na uwezo wa kusafiri kwa uhuru nje ya mwili kote ulimwenguni utakuwa jambo la kawaida.

D: Niliambiwa kwamba nitakuwepo kuona mambo haya yote, kwa sababu umri hautakuwa kama ulivyo sasa. Je, hiyo ndiyo unamaanisha?

J: Ndiyo. Mtazamo wa zamani uliopo Duniani sasa wa muda mfupi wa maisha utakuwa kumbukumbu ya mbali.

D: Lakini ni kwa wale tu wanaojiandaa kwa hili.

J: Wale wanaofikia hali ya fahamu ya kipimo cha tano wataendelea mbele na kushiriki katika Dunia mpya, na wataweza kufanya mambo haya.

D: Pia niliambiwa kwamba viumbe wa nje ya Dunia wamekuwa wakichunguza miili ya wanadamu wakijaribu kupata tiba za magonjwa ili mwili uweze kuishi muda mrefu zaidi. Je, hilo ni sahihi?

J: Hilo ni sahihi.

D: Kwamba mojawapo ya madhumuni ya uchunguzi wa kimwili ilikuwa kujaribu kusimamisha baadhi ya magonjwa haya yanayoendelea kuwepo duniani.

J: Mwili wa kimwili unapopitia mchakato wake wa mabadiliko utakuwa na kinga zaidi. Wanadamu au wanadamu wapya, au mchanganyiko watakaoshiriki katika Dunia mpya, wataleta ufahamu mkubwa zaidi, maarifa makubwa zaidi ya kutibu magonjwa ya zamani, kwa namna ya kusema. Kwa hiyo si mchakato wa sasa unaoendelea tu, bali pia ni mchakato utakaoendelea katika hali za juu zaidi za fahamu. Na katika hali za juu zaidi za fahamu kuondolewa kwa mambo haya kutaongezeka kasi, kwa sababu ya ongezeko kubwa la akili, matumizi ya akili, na upatikanaji mkubwa wa teknolojia iliyoendelea sana. Mambo mengi ambayo hayapo kwenye sayari kwa wakati huu maalum — au kama yapo, yanazuiwa au hayatumiki au yanahifadhiwa kwa siri kwa sababu moja au nyingine.

D: Niliambiwa kwamba watu waliopo ndani ya vyombo hivi tayari wameyamiliki haya. Wanaweza kuishi muda wowote wanaotaka, wako huru kutokana na magonjwa, na hawafi mpaka wawe tayari kufa.

J: Hilo ni sahihi.

D: Na kwamba wanajaribu kuwafikisha wanadamu katika hali inayofanana?

J: Ndiyo, au angalau hali iliyo juu sana kuliko ile ambayo wanadamu wa sasa wako nayo.

D: Huenda daima tutakuwa na mipaka fulani basi.

J: Ndiyo. Daima ni kazi inayoendelea, kwa namna ya kusema, ni mfululizo unaoendelea kubadilika wa changamoto, au kushinda changamoto hizo.

D: Kwa sababu hii ni sayari ya kujifunza masomo, pamoja na kuwa na uhuru wa hiari.

J: Sayari zote zina masomo yao, kwa namna ya kusema. Hata masomo yaliyo mbali sana na mawazo yako ya sasa Duniani katika hali ya sasa ya mipaka ya vipimo vitatu. Lakini ulimwengu ni, na daima utakuwa, mchakato wa ukuaji na upanuzi, na changamoto. Haijalishi kiwango cha mtetemo kiko juu kiasi gani, haijalishi ustaarabu na viumbe wamefikia kiwango gani, kwa kila ngazi ya kupanda kwa mzunguko wa juu, changamoto mpya hukutana kwa ajili ya ukuaji unaoendelea.

D: Kwa hiyo Dunia haiwezi kamwe kuwa mahali kamilifu kabisa, kwa sababu ya uhuru wa hiari, na masomo hapa. (Ndiyo) Nina swali moja la mwisho. Mambo haya uliyokuwa ukizungumzia, kuhusu mabadiliko ya DNA. Je, serikali ya Marekani inajua mambo haya? Je, umeshirikisha dhana hizi nao?

J: Kuna wanasayansi kadhaa ndani ya Marekani na nchi nyingine ambao wanafahamu mchakato wa mabadiliko, kwa namna ya kusema. Wamechanganyikiwa kiasi na kushangazwa na mchakato unaojitokeza sasa kwenye sayari. Na wanauona kama mchakato wa mabadiliko wa ghafla na wa kushangaza. Lakini wengi wanafahamu.

D: Unamaanisha wanaweza kisayansi kuona mabadiliko haya yanayotokea?

J: Wengi wanafahamu. Wengi pia wanaogopa kufichua taarifa hii kwa hofu ya kubezwa na wenzao wa kisayansi, ambao hawajapata uzoefu wa moja kwa moja wala uchunguzi wa mchakato huu.

D: Kwa hiyo wanaweza, kwa kutumia vifaa vyao vya kisayansi, kuona kwamba mabadiliko haya yanatokea katika mwili wa binadamu.

J: Hilo ni sahihi.

Wachunguzi na waandishi wengine wamegundua taarifa kuhusu uanzishaji na maendeleo ya DNA yenye nyuzi kumi na mbili, lakini wanadhani itatokea ghafla. Inaonekana kwamba itakuwa mchakato wa taratibu wa kuamsha DNA ili kuzalisha (au kuzaa) nyuzi zaidi. Ikiwa nyuzi hizi mpya zinaweza kuimarika na kuwa za kudumu basi zitazalisha nyuzi zaidi. Kwa hivyo haitatokea haraka, lakini kwa hakika inachochewa ndani ya miili ya makumi ya maelfu ya watu duniani kote. Hii yote ni sehemu ya mpango wa kimungu ambao kwa sasa tunaweza kuuona kwa mwangaza hafifu tu.

Kabla ya kikao nilikuwa nimeorodhesha maswali ambayo John alitaka kupata majibu yake. Moja lilihusisha ndoto isiyo ya kawaida ambayo ilikuwa imebaki kwenye kumbukumbu yake.

D: John alisema alikuwa na ndoto halisi sana usiku mmoja ya kuona chombo cha anga nje ya dirisha. Alihisi haja ya kupiga kelele, lakini hakuweza. Je, hiyo ilikuwa ndoto tu, au ilikuwa tukio, au ilikuwa nini?

J: Hiyo ilikuwa zaidi ya ndoto. Huo ulikuwa mkutano katika kipimo kingine. Na uwepo wa chombo chetu ulirudisha kumbukumbu fulani za kiwewe zilizotokana hasa na uzoefu wake wa utotoni wakati nafsi ya sasa haikuwa imeendelea kufikia ukomavu uliopo ndani ya John kwa wakati huu maalum. Alipokuwa mtoto, muonekano wetu wa ajabu, usio wa kibinadamu, kwa bahati mbaya ulimtisha, na ukaacha alama fulani za kiwewe, kwa namna ya kusema, makovu ya kihisia.

D: Kwa sababu watoto mara nyingi hawaelewi.

J: Ndiyo. Na tunajuta sana kwamba hili lilitokea, na kwamba makovu bado yapo. Kwa hiyo kwa John kuonekana kwa chombo kulikuwa na pande mbili. Kuliamsha kumbukumbu hiyo, na hisia ya hofu. Pia kulitimiza kusudi la kumfanya John atambue kwamba alikuwa na kazi ya ndani ya kufanya ili kushinda uzoefu huo wa zamani. Na amepiga hatua kubwa katika hilo tangu wakati huo.

D: Je, hii ni moja ya sababu kwa nini kumbukumbu hizi hufunikwa au kuondolewa, kwa sababu ni vigumu zaidi kwa mtoto kuelewa kinachotokea? Je, hiyo ingekuwa sababu ya kutomruhusu mtu kukumbuka?

J: Bila shaka kabisa. Pia mtu anapokua kiroho na kuinua kiwango chake cha mtetemo hadi kufikia hatua ya kweli ya kujisikia kuwa mmoja na uumbaji wote, na kudumisha hali ya fahamu ya upendo, basi hakuna kitu cha kuogopa. Kwa sababu ukweli wa ulimwengu wa uhai, kwa namna ya kusema, wa kuwa mmoja na uhai wote, haukubaliki tu kiakili, bali unakuwa ufahamu wa kina unaohisiwa. Kwa hiyo umoja wa uumbaji wote unakubaliwa, bila kujali muonekano wa maumbo ya uhai. Kila umbo la uhai, haijalishi linaweza kuonekana la ajabu kiasi gani ukilinganisha na ufahamu wa sasa wa Duniani, mtu anapofikia hali hiyo ya umoja wa ulimwengu na upendo usio na masharti kwa wote, basi hofu hutoweka. Haiwi tena uhalisia kwa mtu huyo maalum.

Nimeambiwa na viumbe wa nje ya Dunia kwamba hofu ni hisia yenye nguvu zaidi ambayo wanadamu wanayo. Ikiwa hawawezi kuelewa kitu wanakipaka rangi ya hofu ili kukifanya kitoshee katika mfumo wa akili zao. Kwa kuelewa uzoefu, hofu hutoweka. Hili limekuwa msingi wa kazi yangu na watu wanaodhani wamekuwa na uzoefu unaoitwa "mbaya". Wanapoweza kuelewa kilichotokea wanaweza kukiunganisha na maisha yao ya sasa na kuishi nacho, badala ya kukiogopa na kukikimbia.

Nadhani ni jambo la kushangaza sana kwamba wanaume wawili waliokuwa mbali sana duniani wangeweza kufikia hali inayofanana kabisa bila kujua taarifa ambazo nilikuwa nikizikusanya kutoka kote ulimwenguni. Nadhani hili linaongeza uhalali.

* * *

Kikao ambacho kilitarajiwa kuwa cha kawaida kwa ajili ya tiba, kilifanyika nilipokuwa nikizungumza kwenye Mkutano wa UFO wa Laughlin huko Nevada mwaka 2000. Katika mahojiano yangu ya awali mimi huandaa orodha ya maswali ambayo mhusika anataka kupata majibu yake. Kwa njia hii ninaweza kuwasaidia kwa kadiri inavyowezekana na wao waweze kupata manufaa makubwa zaidi kutoka kwenye kikao. Katika visa vingi kati ya hivi majibu si yale ambayo ningetarajia kwa kawaida. Ninapofanya kazi na akili ya chini ya fahamu nimejifunza kuweka akili wazi na kuendelea kuuliza maswali kama mwandishi wa taarifa asiyeegemea upande wowote, hata kama kikao kinaelekea mwelekeo usiotarajiwa. Kwa udadisi wangu usioshiba niko wazi kwa taarifa mpya yoyote, haijalishi inaonekana ya ajabu kiasi gani.

Lee alikuwa mwanamke kijana katika miaka yake ya mapema ya arobaini, na tulikuwa tumepitia maisha ya zamani na tukawa tunafanya miunganiko na maisha yake ya sasa kwa msaada wa akili yake ya chini ya fahamu.

D: Je, kuna uhusiano kati ya maisha hayo na yale ambayo Lee anaishi sasa?

L: Ndiyo, lakini ni taratibu. Hakuna kinachotokea katika maisha moja tu. Sipendi polepole hiyo. Maisha hayo yalikuwa yakimwonyesha kwamba ni sawa kusimama kwa ajili ya kile unachoamini kuwa ni sahihi. Ni sawa kuwa peke yako. Haijalishi sana kwamba tuko peke yetu. Tunadhani tu tuko peke yetu. Kamwe hatuko peke yetu kweli.

D: Ana maswali kadhaa angependa kuuliza. Katika maisha yake ya sasa kama Lee hakuwahi kuolewa, na amejizuia kufanya ngono. Alitaka kujua sababu ya hilo.

L: Sehemu yangu haikutoka katika uhalisia huu. Sehemu yangu iliyo hapa sasa si ya wakati huu, na si ya nafasi hii. Haielewi ngono kama ngono inavyoeleweka kwenye sayari hii. Haielewi wakati kama wakati unavyoeleweka kwenye sayari hii. Sayari hii ni ya polepole sana, na ni ngumu sana kuwa ndani yake. Na sehemu hiyo yangu imekuja hapa peke yake, na sina msaada hapa kwa ajili ya hili.

D: Unazungumzia sehemu gani?

L: Sisi sote ni sehemu. Kamwe hatuko sehemu moja tu. Ilikuja hapa kama mwanga. Mwanga tayari unajua. Mwanga unakuja hapa ukiwa safi kabisa, na ni uzoefu wa ajabu sana kuwa hapa, lakini ni sawa. Unaweza kuzoeleka.

D: Lakini Lee amekuwa na maisha mengi ya kimwili Duniani, sivyo?

L: Ndiyo, lakini hiyo ni sehemu yake tu. Hajawahi kuwa Lee tu. Huo ni mfumo wa imani tu. Ni zaidi ya hapo. Si mwanaume, si mwanamke. Ni mwanga. Ufahamu wake ni wa aina tofauti. Hakuna maneno katika msamiati kwa ajili ya hili. Ni jipya.

D: Nafsi yake ni ile ile iliyopita katika maisha haya yote na kujifunza uzoefu. Je, hilo si kweli? (Ndiyo) Je, unazungumzia kitu kingine kilichoingia?

Nilikuwa nikifikiria kuhusu viumbe wadogo wa mwanga waliokuwa wakizungumza na Bartholomew, ambao walikuwa wakijitolea kuja kusaidia. (Sehemu ya Kwanza)

L: (Alipata ugumu kujaribu kuelezea.) Wakati haupo kabisa. Wakati haupo. Wakati upo tu katika kipimo chenu, katika kipimo hiki hapa. Haupo kwa namna ile ile mahali pengine popote. Ni polepole sana. Ni vigumu sana kuelezea katika hili. Inahitaji ufafanuzi.

D: Lakini sisi tumenaswa katika mfumo huu wa wakati katika uhalisia huu. (Ndiyo) Sehemu hii iliyo tofauti, isiyoelewa mambo haya, ilitoka wapi?

L: Inatoka ... si kutoka kwenye nyota. Si kutoka kwenye mfumo wako wa jua. Haitoki katika imani yako ya mfumo wa jua, kwa sababu hayo ndiyo vipimo vyote vilivyo hapa. Ni kile tu unachohitaji kwa ajili ya kujifunza kwako.

D: Kwa ajili ya uhalisia wetu.

L: Ndiyo. Ninyi huunda mabwana. Huunda walimu. Hayo ni maumbile tu.

D: Lakini hutusaidia kujifunza.

L: Ndiyo. Wako hapa kwa kusudi hilo.

D: Sehemu nyingine inatoka wapi?

L: Sehemu nyingine iko zaidi ya ... haiko nje mahali fulani. Haiko hapa, haiko pale. Ipo. Ni kiwango cha mtetemo, lakini si kiwango cha mtetemo. Iko mbali sana zaidi ya hapo kiasi kwamba hakuna maneno ya kuelezea. Lazima ihisiwe. Inaendelea kuanza kuhisiwa kwenye sayari hii, lakini imechukua muda mrefu sana.

D: Sehemu hii, inawezaje kuwa sehemu yake?

L: Kuachilia dhana za zamani, mawazo ya zamani. Kuwa na uwezo wa kuungana nayo tena. Imekuwepo. Daima imekuwepo. Lakini tunajifunga wenyewe tunapokuwa kwenye sayari hii. Na tunapojifunga, hatuwezi kuiona.

D: Ninajaribu kuelewa. Je, sehemu hii inachukua nafasi?

L: Hakuna kitu cha kuchukua nafasi. Ipo. Ipo tu. Hakuna kuchukua nafasi. Tunadhani tunadhibitiwa. Hilo ndilo tatizo kwenye sayari hii. Daima tunaogopa kudhibitiwa na kitu au mtu fulani, lakini kamwe hatudhibitiwi. Huu ni udanganyifu wake. Hatukuwahi kudhibitiwa. Tunadhani tu tunadhibitiwa.

D: Lakini kama imekuwepo daima, kwa nini watu wengine hawaitambui?

L: Haina maneno. Haina mahali. Haina sauti. Haina kitu chochote kinachoweza kutambuliwa. Ni kimya kabisa, na bado ina nguvu kabisa. Na ni tu ... polepole sana. (Anaugua) Imechukua maisha mengi sana. Wakati kwenye sayari hii si sahihi hata kidogo. Vitabu vya historia havina sahihi. Wakati si kama tulivyoelekezwa kufikiri ulivyo.

D: Ulisema haikuchukua nafasi. Sehemu hii inaunganishwaje na mtu wa kimwili? (Mapumziko) Au hilo ndilo neno sahihi?

Bado nilikuwa nikifikiria kwamba sehemu aliyokuwa akiielezea ilikuwa kitu kilichotenganishwa na nafsi au utu wake kama tunavyouona. Hitimisho la kimantiki zaidi lingekuwa aina fulani ya kupagawa na kiumbe fulani. Wachunguzi wengine wameripoti visa vya aina hii, lakini katika miaka yangu yote ya kazi sijawahi kukutana na chochote cha aina hiyo.

L: Kimwili kipo hapa tu. Hapa hata hakipo katika mfumo wa wakati mnaoufikiria. Muda wa maisha haupo hata katika mfumo wa wakati mnaoufikiria. Ni yote. Yote, lakini tumepanga kuyapitia. Watu hupitia hili, lakini si yote tuliyo.

D: Ulisema hiki ni sehemu yake. Je, hii ni sehemu nyingine ya kila mtu? (Ndiyo) Wanadamu wote wana sehemu hii nyingine?

L: Kuna viwango vyake. Kila mtu anayo, lakini si kila mtu ataiona.

D: Hawatajua ipo? (Ndiyo) Vipi kuhusu mabwana au walimu wa kiroho? Je, wanaitambua kwa kiwango kikubwa kuliko wengine?

L: Baadhi yao.

D: Lakini hii sehemu ndani ya Lee ni yenye nguvu zaidi katika maisha haya, na ndiyo maana hakuwahi kuolewa? (Ndiyo) Katika maisha mengine haikuwa na nguvu kiasi hicho? (Hapana) Nilikuwa nikifikiri kwamba kama ni yenye nguvu zaidi katika maisha haya, ilipoingia au kuunganishwa na mwili wake ilikuwa lini, lakini unamaanisha kwamba imekuwepo muda wote.

L: Haitokei katika mlolongo wa matukio. Ipo. Haipo katika mfumo huu wa wakati wa mstari. Na ndiyo maana inaonekana kama inajishikiza, lakini haifanyi hivyo. Kuna mengi sana. Kuna ulimwengu juu ya ulimwengu wa taarifa. Na hakuna hata moja kati ya hizo inayozuiliwa na kuzaliwa na kufa. Kuzaliwa hadi kufa ni sehemu ndogo sana ya hili. Na kwa kweli haijalishi. Tunadhani linajali. Linajali na bado halijali. Ni kama mwanga mdogo sana, mdogo sana unaomulika. Na sehemu nyingine ndiyo muhimu zaidi, lakini haina mipaka. Hili ndilo jambo gumu zaidi kuelezea. Huwezi kuelezea kitu kisicho na mipaka.

D: Hilo ni kweli. Je, sehemu hii ingekuwa sawa na Mungu, kama tunavyomfahamu?

L: Hatumjui Mungu. Tunadhani tunamjua, lakini hatumjui. Mungu ni mkubwa sana. Mungu ni jina tulilotoa kwa nguvu ya mwisho inayopita zaidi ya galaksi. Inapita zaidi ya chochote ambacho akili zinaweza kufikiria.

D: Je, sehemu hii nyingine imeunganishwa na hilo, au ni tofauti?

L: Hapana, imeunganishwa nalo.

Nilikuwa nikijaribu kwa bidii sana kuelewa dhana hii ya kigeni, kwa hiyo ilikuwa vigumu kufikiria maswali ambayo yangeweza kutoa taarifa zaidi.

D: Kwa hiyo ni kama nishati au nguvu inayojumuisha kila kitu. (Ndiyo) Na ipo ndani ya kila mtu, au iko pale?

L: Ipo pale.

D: Lakini si kila mtu anaifahamu.

L: Ndiyo. Miili imeunganishwa kwa urahisi zaidi kuliko inavyoweza kufikiriwa. Tunaiona kama imara, lakini sivyo, kwa mitazamo mingine. Kwa uhalisia mwingine sivyo. Wakati mwingine watu wanaogopa hili, lakini si jambo la kuogopa. Ulimwengu uko sahihi katika namna yake ya kufanya mambo.

D: Kwa nini watu wanaogopa?

L: Kwa sababu hawaoni mbali vya kutosha. Haina uhusiano na kuona kwa macho. Huwezi kuifikia. Huwezi kufikia mwisho wa ulimwengu. Huwezi kufikia mwisho wa chochote, kwa sababu hakuna mwisho. Na maneno, lugha ... muundo wa kijenetiki wa mwili bado haujajumuisha hili. Kuna dalili zake, lakini haujalijumuisha. Hatuko tofauti nalo. Lipo kwa ajili yetu, lakini tumejitenganisha kuwa watu binafsi ili kupata uzoefu huu. Hakuna uzoefu ulio mbaya.

D: Kila kitu kina kusudi au funzo. (Ndiyo) Lakini sote tuna roho binafsi, sivyo?

L: Roho ni dhana kubwa zaidi kuliko tunavyoweza kuifikiria kwa kuiita "binafsi". Tunaweza kuwa binafsi kwa wakati mmoja, na tunaweza kuwa roho kubwa sana kwa wakati mwingine. Na hakuna mgawanyiko wa wakati katika hilo. Inatoka moja hadi nyingine.

D: Ninapenda kufikiria roho binafsi ikipata uzoefu na kujifunza masomo.

L: Roho hutoka na kujifunza masomo kupitia cheche binafsi, na hurudi na maarifa yote ya uzoefu huo.

D: Inafanya hivyo na kuwa sehemu ya roho hii kubwa zaidi? (Ndiyo) Na hiyo roho kubwa ni sawa na Mungu?

L: Ni sawa na kile tunachofikiria kama Mungu, kwa sababu hatujamwelewa Mungu. Ni mkubwa mno. Tunapaswa kuweka mipaka. Tunaunda hierarkia zetu wenyewe ili kuelewa.

D: Tunamchukulia Mungu kama Muumba wa kila kitu tunachokijua. Je, hilo ni sahihi?

L: Sisi pia ni huo muumba. Hatuko tofauti na Mungu. Sisi sote ni sehemu ya uumbaji uleule. Hakuna mgawanyiko.

D: Kwa ufahamu huo, nimewaambia watu wanaweza kuumba chochote wanachotaka katika ulimwengu wa kimwili, sivyo?

L: Hapana, kwa sababu kuna vifungo hapa. Kuna njia za kujifunza hapa tunazozipitia. Ndiyo, kwa namna moja tunaweza, na kwa namna nyingine tumechagua kutofanya hivyo. Ni chaguo kwenda njia hii.

D: Tunajiwekea mipaka sisi wenyewe.

L: Tumeweka mipaka kwa ajili ya uzoefu huu.

D: Lakini hii sehemu nyingine haijidhibiribishi katika maisha ya watu wengi ili kubadilisha maisha yao. Je, hilo ni kweli?

L: Hivi ndivyo walivyo, lakini hawawezi kuigusa kwa hisia zao tano. Hakuna uwezo bado, hata katika ubongo, wa kuanza kuelewa hili ipasavyo. Kinachotokea ni kwamba kinabadilika. Hakuna mzunguko katika ubongo wa kushughulikia hili. Kamwe hakutakuwa nao katika ubongo wa binadamu kama ulivyo sasa. Hili linabadilika.

D: Linabadilikaje?

L: Kuna kuruka mbele. Sio taratibu. Kuna kuruka, lakini si kila mtu ataruka. Wengine wataruka, wengine hawataruka. Lakini hiyo haimaanishi wameachwa nyuma. Wako tu katika njia tofauti. Ni uboreshaji wa uwezo ambao ni wakati wake. Mambo mengi yanabadilika sasa kwenye sayari. Kuna matatizo mengi yanayochipuka chini ya uso wa bahari na ardhi. Tumeuyaumba kwa ajili ya uzoefu. Na si jambo la kuogopa. Linaweza kusababisha hofu, lakini ....

D: Kila kitu hutokea kwa sababu fulani.

L: Ndiyo, hutokea.

D: Lakini ulisema mzunguko katika akili zetu, ubongo wetu, unabadilika?

L: Tutaweza kushughulikia zaidi. Hatutajua yote kamwe. Hakuna mwisho.

D: Hii inafanyikaje?

L: Kwa muda mrefu ubongo wa binadamu ulikuwa umesimama. Haukuweza na haukuendelea zaidi. Kumekuwa na uboreshaji umefanyika. Kama vile kompyuta zinavyoboreshwa, ubongo wa binadamu pia unaboreshwa. Inafanyika. Ni muunganiko mpya wa mizunguko.

D: Je, hii iko katika kiwango cha kijenetiki?

L: Seli zinabadilika. Jenetiki zinabadilika. (Kana kwamba anaangalia kitu.) Ah, sijui hizo ni nini! Seli zinabadilika. Jenetiki zinabadilika. Kuna uwezo zaidi. Watu hufikiri ubongo wao lazima ukue ili uwe na uwezo zaidi. Hauhitaji. Unahitaji tu kuwa ... ni muunganiko tofauti. Ni usanidi tofauti.

D: Daima wanasema hatutumii ubongo wetu wote hata hivyo.

L: Hatutumii.

D: Je, hili ni jambo lililopangwa kiotomatiki katika mizunguko yetu, au ni jambo linalotokea kutoka nje?

L: Liliwekwa hapo mwanzoni ili kuona lingeendeleaje. Lingeweza kutokea tu pale mabadiliko fulani yalipotokea katika anga ya sayari. Lazima uangalie watoto wadogo kwa hili. Baadhi yao. Si wote, lakini baadhi yao, sana. Watoto wadogo wana kitu kipya ambacho hakijawahi kuonekana kabla. Hawatakiona kwenye eksirei, au kwenye aina yoyote ya vifaa hivyo. Ni maendeleo mapya. Sisi sote tuna uwezo kwa ajili yake. Sio kila mtu bado, lakini kipo.

D: Kwa hiyo kinaanza kuonekana polepole kwa watu wazima pia? (Ndiyo) Lakini kilikuwa ni kitu kilichowekwa katika miili yetu tulipoumbwa?

L: Kulikuwa na matumaini ya kukua, lakini mara mbili kimeshindwa. Kisha kikaanzishwa upya, na inaonekana hatimaye kimeshika mizizi.

D: Nimeambiwa kwamba viumbe wa nje ya Dunia ndio walioumba mwili wetu wa kimwili. Je, wao ndio waliopanga hili katika mfumo wetu? (Ndiyo) Ulisema kimeshindwa mara mbili. (Ndiyo) Unaweza kuniambia kuhusu hilo? Je, hilo lipo katika historia yetu?

L: Ilikuwa kabla ya historia iliyoandikwa, kwa kuanzia. Hakuna historia iliyoandikwa kwa hili mwanzoni. Kisha tena historia yenu yote si sahihi. Sehemu kubwa yake si sahihi. Imeandikwa upya. Imeandikwa kimakosa. Si sahihi.

Huwezi kusema kitu kama hicho bila kunifanya nipate hamu kubwa. Mimi daima natafuta maarifa "yaliyopotea", hasa maarifa ambayo yamefika kwetu kwa njia isiyo sahihi. Daima natafuta toleo "halisi".

L: Inahisi kulikuwa na kushindwa katika kupanga. Kitu fulani hakikuzingatiwa.

D: Unamaanisha kitu kisichotarajiwa kilitokea? (Ndiyo.) Je, wanadamu walikuwa wakikua haraka sana?

L: Walikuwa wakikua katika mwelekeo usio sahihi. Mwanadamu angekua haraka mno kwa sayari iliyokuwa ikimhifadhi. Kulikuwa na makosa yaliyofanywa. Hilo lingeleta kutokuwiana mapema sana katika mfumo.

D: Mengi sana mapema sana? (Ndiyo) Na hiyo ilikuwa kabla ya wakati wa historia iliyoandikwa?

L: Ndiyo. Ilibidi wafanye mabadiliko.

Nilijiuliza kama alikuwa akizungumza kuhusu Atlantis. Nimeambiwa kwamba mwanadamu aliendeleza uwezo wa akili yake kwa kiwango cha juu sana, lakini kisha akautumia vibaya hivyo uwezo huo ukaondolewa. Hii ilikuwa wakati wa uharibifu wa Atlantis. Ilisemekana kwamba uwezo huo ungerudi katika kipindi chetu kama tungekuwa katika hatua ambayo tunaweza kuutumia kwa hekima.

D: Nini kilitokea mara ya pili?

L: Kulikuwa na mgawanyiko. Biblia haiko sahihi kuhusu jamii kwenda katika mwelekeo tofauti. Huo si taarifa sahihi. (Alionekana kufadhaika, akipata ugumu wa kutafuta maneno.) Historia ya sayari hii haitajulikana kamwe kupitia maandishi yaliyopo kwenye sayari hii sasa. Maandishi hayo hayajakuwa sahihi. Kuna dalili, lakini hayajakuwa sahihi.

D: Hicho ndicho ninachojaribu kufanya katika kazi yangu, kurejesha maarifa yaliyopotea.

L: Baadhi yake yalichukuliwa. Baadhi yake yalipotezwa kwa makusudi. Baadhi yake yalizikwa. Na kuna kurejea kwake sasa, lakini kimegawanyika. Na ni vipande hivyo unavyopaswa kuvitafuta. Na vipande huja kidogo kidogo. Haviuji kwa mkupuo mmoja. Na vipande vitafichwa katika akili za baadhi ya watu utakaofanya nao kazi siku zijazo.

D: Na ninapaswa kuviunganisha? (Ndiyo) Lakini ulisema kiligawanyika mara ya pili kiliposhindwa kufanya kazi? Unaweza kuelezea hilo?

L: Kulikuwa na jaribio la kijenetiki lililofanywa ambalo halikufanya kazi ipasavyo. Na lilileta mkanganyiko. Biblia iliandika kuhusu hilo katika hadithi ya Mnara wa Babeli. Hilo lilikuwa jaribio la kijenetiki ambalo halikuwa sahihi kikamilifu.

D: Kwa hiyo akili wakati huo ilikuwa ikijaribu kupanuka?

L: Ndiyo. Haikuweza. Iligawanyika. Ilipoteza uwezo wake wa kufahamu ipasavyo, na ikajigawa.

D: Na kisha kila kitu kilipaswa kuanza tena? (Ndiyo) Ingawa si kurudi kabisa mwanzo.

L: Hapana. Katika umbo jingine.

D: Na sasa tunafikia hatua hiyo tena? (Ndiyo) Na wanafikiria itafanya kazi wakati huu?

L: Ndiyo. Inakuja pamoja. Lakini inafanyika kwa namna tofauti sana kiasi kwamba watu hawaiangalii katika mwelekeo sahihi. Tunakuwa na mzani uliopitiliza katika teknolojia yetu, na hapo ndipo tatizo kubwa lilipo. Kiroho hakijawekewa mkazo wa kutosha. Dini si chochote, lakini kiroho ni kila kitu. Na kuna kutokuwa na uwiano, na sayari inapoteza uwiano wake pale uwiano unapoharibika. Akili, mwili, roho vinatoka katika uwiano. Vivyo hivyo sayari. Sisi tunawajibika kwa hilo.

D: Kwa hiyo katika wakati huu viumbe wa nje ya Dunia wameanzisha tena mchakato huu ili ufanye kazi katika mwelekeo sahihi?

L: Ndiyo, umeanzishwa. Lakini wao wanaweza kufanya kiasi fulani tu, kwa sababu sisi tuna masomo yetu ya kujifunza.

D: Ndiyo, hilo ni kweli. Unapoanzishwa, je, hufanyika kupitia kuonekana kwao na mwingiliano nao?

L: Ndiyo, kuna njia nyingi tofauti ambavyo hutokea.

D: Lakini hili ni jambo tunalolihitaji kwa kipindi hiki cha wakati?

L: Ndiyo. Limekuwepo daima ili litumike.

D: Na wanafikiria sasa tunafikia wakati ambapo tunaweza kufungua uwezo zaidi.

L: Ndiyo. Lakini likitokea kwa kasi sana hakuna miunganiko ya kushughulikia hilo. Neno miunganiko hata si matumizi bora ya lugha kwa hilo. Kuna vitu katika ubongo ambavyo daktari hawezi kuviona. Eksirei haiwezi kukuambia. Hakuna hata moja ya vitu hivyo.

D: Lakini miunganiko ni neno tunaloelewa. (Ndiyo) Kwa hiyo tunapaswa kutumia mifano na maneno tunayoweza kuelewa, vinginevyo ni vigumu sana kuwaelezea watu.

L: Ndiyo. Halina maneno. Halina ufahamu. Unapotazama katika giza la bahari, huwezi kutupa mwanga huko chini. Huwezi kabisa. Utaathiri kile ambacho tayari kimekaa hapo. Kuna wale wanaohitaji mwanga huo. Na kuna wale wanaohitaji kuogelea gizani. Na mfumo wao mzima wa maisha ungeharibiwa na kuangamizwa kabisa kama hilo lingefanywa. Haliwezi kufanywa haraka, ingawa kuruka hutokea. Miruko inaweza kutokea, lakini tu pale miunganiko ipo na imewekwa, na pale uwiano upo. Sayari iko katika hali ya kukata tamaa sasa hivi. Sayari si thabiti kabisa. Kuna watu wanaotembea huku na huko bila ufahamu wa kinachotokea kwao, au kinachotokea kwa akili zao, kwa miili yao chini ya uzito unaoongezeka wa mitetemo na plazma. Plazma? Kuna kitu kuhusu kimbunga cha plazma. Sielewi. Kuna kimbunga cha plazma cha aina fulani kinachoathiri hili. Hakuna wema au ubaya hapa. Kuna uzoefu tu. Lakini tuna uwezo huo ndani yetu wa kuwa katika uwiano. Kuna mchanganyiko wa msisimko wa umeme na sumaku katika sehemu mbalimbali za ubongo ambao usingeweza kugunduliwa hadi wakati huu katika historia. Katika wakati ambao unaweza kuutoa. Kabla ya hili haingekuwa tayari. Inaweza kufungua tena miunganiko ambayo imefungwa. Ukiangalia piramidi zenu utapata picha ya kile kinachotokea sasa kwenye sayari. Lakini lazima uangalie kwa kina historia ya piramidi ili kupata uthibitisho huo. Ipo, lakini haijaandikwa kwenye kuta. Kinachotokea sasa katika wakati huu ni upangaji upya wa miunganiko ya ubongo. Misri ilijua hili. Walikuwa na mfumo tofauti wa kuutoa. Mfumo wao ulikuwa wa kimsingi ikilinganishwa na kile kinachoweza kutokea sasa kwenye sayari. Ingawa mfumo wao ulisaidiwa na viumbe wa nje ya Dunia. Kama mtu yeyote atasema haikuwa kweli, ilikuwa kweli. Kama ilivyokuwa, walikuwa na uboreshaji. Kumekuwa na uboreshaji unaofanana katika maeneo mbalimbali ya sayari.

D: Lakini wakati mwingine ilikuwa mapema sana. Je, hilo ndilo unalomaanisha?

L: Mara nyingi lilitokea pale lilipopaswa kutokea. Lakini tena tuko kwenye ukingo wa kutokuwa na uwiano. Lakini kutokuwa na uwiano si kwa sayari tu. Kunauzunguka sayari. Ni fikra, ni matumizi mabaya ya uwiano wa mazingira. Tuna maarifa hayo yote, lakini tumeharibu. Tumeyadhibiti. Tumepoteza mengi yake.

D: Tunapaswa kuanza upya tena.

L: Kuna kitu kinafanyika katika Pwani ya Mashariki ya Marekani. Haitakuwa mara moja, lakini kipo katika maabara fulani sasa. Kipo Virginia.

D: Teknolojia mpya au nini?

L: Ndiyo. Ni mwanzo. Bado kuna teknolojia mpya.

D: Jambo moja niliambiwa. Umri wetu wa kimwili haujalishi, sivyo?

L: Hauhusiani kabisa na hilo. Umri wetu uko karibu kupanuliwa hata hivyo. Sio kwa miaka mingi bado. Tuna kazi nyingi za kufanya kabla ya hilo kutokea.

Katika hali hii nilijifunza kwamba si tu muundo wa kijenetiki wa mwili wa binadamu ulikuwa ukibadilishwa ili kustahimili magonjwa na uzee, bali pia ubongo ulikuwa ukipitia maendeleo na upanuzi. Kutajwa kwa watoto kuonyesha maendeleo haya ya ajabu wakiwa na umri mdogo tayari kumeandikwa. Kuna vitabu kadhaa juu ya mada hii, na vipimo vinafanywa katika baadhi ya maeneo ya nchi. Watoto wanazaliwa wakiwa na miunganiko ya hali ya juu tayari imewekwa. Watu wazima ndio watakaolazimika kufikia kiwango hicho.

Dhana hii ya ajabu ya sehemu inayozungumza nami ambayo ilikuwa tofauti na mteja, lakini bado ni sehemu muhimu yao, ilikuwa vigumu kwa akili yangu ya kibinadamu kuelewa. Hata hivyo tangu wakati huo nimepata visa vingine, na kimoja kinaripotiwa katika sura ya mwisho.

* * *

Taarifa zaidi za aina hii zilikuja kupitia Phil mwaka 1999. Sikuwa nimefanya kikao na Phil kwa miaka michache. Baada ya kufanya kazi kwa muda huko California alikuwa akiishi tena Arkansas wakati huo na alikuja kwenye Mkutano wa UFO huko Eureka Springs. Harriet alikuwepo wakati wa kikao hiki. Alifurahi pia sana kumuona baada ya muda mrefu.

Nilitumia mbinu ya jengo la ofisi ambayo Phil alikuwa amezoea, na mlango wa lifti ulipofunguka aliona mwanga mweupe mkali ule wa kawaida ambao mara nyingi ulikuwapo wakati wa vikao vyetu. Kulikuwa na mtu tayari na akisubiri kutupeleka mahali tulipohitaji kwenda kupata taarifa.

P: Anasema taarifa zinatolewa kwa wakati huu, kwa sababu ni wakati kwa jamii ya wanadamu kuelewa ujinga uliowafanya wawe na hofu kwa miaka mingi sana. Maarifa, ufahamu, na kuelewa vinaweza kuwawezesha watu kujieleza kikamilifu na kwa ukamilifu zaidi, na kutoziba sehemu za uhalisia wao kwa sababu ya hofu na ujinga. Anasema unapewa ufunguo ambao utakuruhusu kufikia maeneo haya ya taarifa ambayo hayakuwa yamefikiwa kwa maelfu ya miaka. Ufahamu wa sisi ni nani na tulikotoka umebadilika kwa kiasi kikubwa sana, kiasi kwamba hapakuwa na msingi wa maarifa haya kueleweka. Lakini katika nyakati hizi za kuamka kiroho na kuinuliwa, historia halisi na uhalisia wa kijenetiki wa jamii ya wanadamu vinaweza tena kueleweka kwa ukamilifu na kwa upana zaidi.

D: Ulisema walikuwa watanipa ufunguo?

P: Kuna wale ambao ni wenzao katika ngazi ya kiroho wanaofanya kazi pamoja nawe. Pamoja na ndani yako, ili kuendeleza juhudi hii uliyoichukua. Sio tu tukio hili maalum tunalozungumza sasa, bali juhudi nzima ya kuleta maarifa na ufahamu kwa umma. Ufunguo huu utakuruhusu kufikia maeneo fulani ya taarifa ambayo hadi sasa hayajapatikana kwa wale wanaojaribu kuchunguza historia na uhalisia wa spishi ya binadamu.

D: Tuna mambo kadhaa tunayopendezwa nayo kwa sasa. Tumekuwa tukipata taarifa kuhusu DNA ya mwili wa binadamu, kwamba kuna kitu kinatokea kwake, na kinabadilika. Unaweza kutuambia chochote kuhusu hilo?

P: Mabadiliko fulani yanafanywa ambayo yanaruhusu baadhi ya kazi za mwili kuimarishwa. Mfano wa binadamu unarekebishwa kwa kiasi fulani ili kuongeza uwezo wake wa kuishi na uwezo wa kupinga na kustahimili changamoto fulani za mazingira. Hili ni muhimu ili mwili wa binadamu uweze kuvumilia hali fulani za anga katika sayari nyingine, na katika mazingira mengine. Mfano wa mwili wa kimwili unaouvaa unaweza kutumika katika maeneo mengi mengine kote ulimwenguni. Na kwa hiyo mwili huu wa kimwili unarekebishwa ili uweze kuishi katika hali fulani za sayari, ambazo ni tofauti na zako.

D: Je, hii ina maana kwamba miili hii ya binadamu itaenda kwenye sayari nyingine?

P: Hilo ni sahihi. Kutakuwa na matumizi ya miili hii iliyoundwa kijenetiki katika sayari nyingine, ambazo zitakaliwa na roho zilizochagua eneo hilo ili kuziruhusu kushiriki katika majukumu yao ya kiroho.

D: Nimekuwa nikisikia kwamba kuna kitu kinatokea kwa hakika katika DNA ya miili inayoishi sasa.

P: Kuna mabadiliko mengi yaliyoanzishwa kupitia hali za mazingira kwenye sayari yako, si kwa udanganyifu wa kijenetiki. Kumekuwa na mabadiliko mengi katika mazingira yako ambayo yamesababisha mabadiliko katika maelezo yako ya kisaikolojia. Mwitikio wa kemikali na nishati hizi katika anga na mazingira yako umehitaji mabadiliko haya katika mwili wako. Mwili unaitikia tu vichocheo hivi.

D: Unamaanisha kama mfumo wa kinga unavyojirekebisha au kuitikia kwa namna fulani?

P: Hilo ni sahihi. Uwezo wa kujirekebisha ili kukabiliana na mazingira yake na kufanya mabadiliko kiotomatiki uliwekwa katika maelezo haya ya binadamu wakati wa uumbaji wake. Kuna viumbe ambavyo havina uwezo huu wa kujirekebisha kiotomatiki, na kwa hiyo hutegemea udanganyifu wa nje ili kubadilika. Mwili wa binadamu hata hivyo ulipewa uwezo wa kujirekebisha kiotomatiki na mazingira yake kiasi kwamba udanganyifu wa karibu hauhitajiki. Miili inaitikia tu mabadiliko haya katika mazingira yako.

D: Kama miili isingejirekebisha, je, mwili ungefariki?

P: Kungetokea uvumilivu mdogo zaidi kadiri mazingira yalivyobadilika, na pengine yakawa changamoto zaidi kwa mwili. Mwili ungekuwa na uwezo mdogo zaidi wa kuyavumilia. Na hivyo kadiri hali zilivyoendelea kubadilika kungekuwa na upinzani mdogo zaidi dhidi ya changamoto za mazingira. Na ndiyo, miili ingeweza kufikia hatua ambayo isingeweza kuendelea kuishi katika mazingira hayo.

D: Kwa hiyo kinachotokea kwa mazingira yetu kinautia sumu mwili na kuilazimisha kujirekebisha?

P: Hilo ni sahihi.

D: Kwa hiyo kama usingebadilika basi usingeishi.

P: Tukichukulia kwamba mazingira hayakubadilika kwenda katika hali yenye uwiano zaidi. Kwa sababu kwa kuondolewa kwa changamoto mwili ungekuwa umejifunza na kuunda mifumo ya kujilinda ili uweze kustahimili. Kama changamoto hizi zingeondolewa mwili ungebadilika tena ili kuendana na mazingira ambayo ungejikuta ndani yake.

D: Nimeambiwa kuna baadhi ya viumbe wa nje ya Dunia wanaofanana na binadamu lakini si binadamu kweli kwa sababu viungo vyao vya ndani vimejifunza kuendana na mazingira mengi tofauti.

P: Hilo ni sahihi.

D: Kwa hiyo sisi tunakwenda katika njia hiyo.

P: Hilo ni sahihi.

D: Nimeambiwa hilo lilikuwa moja ya sababu tulikuwa na ugumu wa kusafiri na kuishi angani ni kwa sababu miili yetu haiwezi kujirekebisha kwa sasa.

P: Tungependa kusema kwamba "kwa sasa" ndilo neno muhimu. Tunafahamu kwamba mabadiliko haya kwa hakika huchukua muda. Hata hivyo udanganyifu unaweza kufanywa kupitia vizazi mfululizo ili kuruhusu uvumilivu mkubwa kabisa kwa aina nyingi tofauti za mazingira.

D: Au je, linaweza kutokea haraka katika mwili mmoja katika kizazi kimoja?

P: Kulingana na mabadiliko maalum yanayohitajika, yanaweza kufanikishwa kwa hakika katika kizazi kimoja. Hata hivyo, mabadiliko makubwa zaidi yangahitaji muda mrefu zaidi, ili kuruhusu mabadiliko haya kutokea kwa njia ya asili.

D: Kama aina ya mageuzi, ingawa yameharakishwa.

P: Hilo ni sahihi.

D: Je, kila mtu anabadilika? Au ni makundi fulani tu, watu fulani?

P: Wanadamu wote wanaoishi kwa wakati huu kwenye sayari hii wanapitia mabadiliko yanayosababishwa na mazingira katika mifumo yao ya kinga. Mabadiliko mengine tunayozungumzia si ya kimazingira, bali ni udanganyifu wa kijenetiki wa makusudi. Hata hivyo, udanganyifu wa kijenetiki unadhibitiwa ndani ya idadi fulani ya watu iliyochaguliwa, kwa sababu ya vizazi vilivyotangulia ... (alipata ugumu kupata neno sahihi) ... mavuno, pengine hiyo ingekuwa njia moja ya kuelezea. Hata hivyo, tunaheshimu mwelekeo wako wa kimaadili kuhusu "mavuno" kwa maana ya kawaida.

D: Matumizi yetu ya maneno.

P: Hilo ni sahihi.

D: Kwa hiyo kama makundi fulani au watu fulani wamechaguliwa, udanganyifu wa kijenetiki haufanyiki kwa kila mtu?

P: Hilo ni sahihi. Udanganyifu hutokea kutoka ndani ya tumbo la uzazi katika kipindi cha utungaji mimba. Na hivyo kiumbe huyu anapokua na kuwa mwenye uwezo wa kuzalisha, au kuzaliana, au labda mwenye uwezo wa kuzaliana, kila kizazi kinachofuata hubadilishwa kidogo ili kueneza mabadiliko yanayotakiwa. Hili ni jitihada ya kizazi kwa kizazi, kwa kuwa kila kizazi kinachofuata ni tofauti kidogo na kilichotangulia.

D: Je, watu hawa waliochaguliwa wangekuwa tofauti kwa namna fulani ambayo watu wa kawaida wangeweza kugundua?

P: Uzalishaji na udanganyifu unaofanywa kwenye sayari yako si kile unachoweza kuita "kinachoonekana" kutoka kizazi kimoja hadi kingine. Hata hivyo, kama ungeweza kulinganisha labda vizazi kumi kwa upande mmoja, au idadi ya vizazi kumi vilivyoondolewa, kungekuwa na mabadiliko yanayoonekana zaidi katika vipengele vya kisaikolojia, kihisia na kiroho.

D: Bila shaka, watu wengi wangesema hiyo ni kwa sababu ya tofauti katika chakula, na maendeleo ambayo sayansi yetu ya tiba imefanya.

P: Na kungekuwa na mabadiliko yanayotokana na vichocheo hivyo. Hata hivyo, mabadiliko tunayozungumzia hapa ni ya hila zaidi kuliko yale ambayo ungeweza kuyatambua kutokana na mabadiliko ya kimazingira au ya kijamii.

* * *

Kikao hiki kilifanyika nilipokuwa nikizungumza katika Mkutano wa UFO huko Clearwater, Florida mnamo Novemba 1999. Marie alizungumza nami baada ya kuwasili kwenye mkutano, na akanionyesha maandishi ya ajabu aliyokuwa ameyaandika wakati nilipokuwa nikihutubia. Alisema hufanya maandishi haya ya ajabu muda wote, na hana wazo yanamaanisha nini au kwa nini anayandika. Niliona itakuwa wazo zuri kumkutanisha na mwanamke niliyemkutana naye mwaka uliotangulia katika mkutano wa UFO huko Wisconsin. Maandishi yalionekana kufanana kwa njia ya ajabu. Mwanamke mwingine alikuwa amenipa vielelezo vya kile alichokiita maandishi ya kigeni, lakini yalionekana zaidi kama maandishi ya kiotomatiki yaliyokwaruzwa, kwa sababu yalikuwa kwa Kiingereza.

Marie alitaka kuwa na kikao, na mojawapo ya mambo aliyotaka kuchunguza ilikuwa kwa nini alilazimishwa kufanya maandishi hayo ya ajabu. Pia alikuwa na uzoefu wa ajabu mwaka uliotangulia alipokuwa akihudhuria kozi ya Gateway katika Taasisi ya Monroe huko Virginia. Hii ni kozi kali kwa wale wanaotaka kujifunza jinsi ya kusafiri nje ya mwili kwa ufahamu, kuona kwa mbali, na jinsi ya kutumia akili zao kwa njia za kushangaza.

Kikao kilifanyika katika chumba changu cha hoteli kwenye mkutano. Kilianza kwa kawaida kabisa. Alipoingia katika hali ya kina ya nusu usingizi nilimrudisha kwenye wakati wa tukio. Alikuwa amesimama nje ya Taasisi na kisha alikuwa akiingia ndani ya jengo, lakini muda mfupi baadaye ikawa wazi kwamba alikuwa anaelezea kitu kingine tofauti na mazingira ya kawaida ambayo yangepaswa kuwepo.

M: Ninaingia ndani ya jengo ... naona mbao zote, na vitambaa vilivyozunguka. Ninachunguza hali ya hewa. Pengine naangalia kama — sijui ninatafuta nini — naona ... ninaona kupitia hewa. Ninaona zaidi ya ninavyoona kawaida.

D: Unafikiria nini kuhusu mahali hapo?

M: Kwamba si kama nilivyofikiri. Ni kubwa zaidi, na kuna mambo mengi zaidi yanayoendelea. Karibu nazidiwa na ukubwa wa nafasi iliyomo humo.

D: Ulifikiri kingekuwa kikundi kidogo tu chenye programu yako.

M: Labda.

D: Na kuna mambo mengine yanayoendelea?

Nilifikiri alimaanisha kulikuwa na programu nyingine na washiriki wengine zikifanyika kwa wakati mmoja. Ilikuwa wazi hivi karibuni kwamba hakuwa anaelezea mlango wa kimwili wa jengo hili. Alikuwa anaona kitu katika hali hii ya nusu usingizi ambacho hakikuwa kimeonekana kwa macho yake ya kimwili, lakini ambacho hakikufichwa kwa fahamu yake ya ndani. Je, alikuwa anaweza kuona katika mwelekeo mwingine?

M: Kuna tundu kama ninavyoliona sasa. Ni kama korongo au lango.

D: Unamaanisha nini?

M: Hicho ndicho ninachoweza kuhisi ninapotazama. Ninaingia ndani na ghafla nafasi ya kimwili inapotea na aina tofauti ya nafasi iko mahali pake. Na ni pana sana. Na ni wazi.

D: Unamaanisha badala ya kuta na vyumba, kuna kitu kingine hapo?

M: Ndiyo. Kama vile huo ulikuwa muundo wa uongo. Kuna jukwaa kwa ufahamu wa kimwili, kwa faraja fulani ya kiumbe wa kimwili.

D: Je, kuna watu wengine hapo pia?

Nilikuwa nikijiuliza kama watu wengine waliokuwa wakifika kuhudhuria kozi walikuwa wanaona kitu hicho hicho.

M: Sioni watu wowote katika chumba hiki sasa. Na wanapaswa kuwepo. Ninapata hisia ya vitu vilivyojaa nishati kali sana katika nafasi hii kubwa. Sioni viumbe. Nilipoingia, kile nilichodhani kuwa uhalisia wa kimwili niliokuwa karibu kuupitia, sasa ninapouona kutoka hapa, ni udanganyifu wa kile kilicho kweli. Na kuna fursa ya kuhama kutoka kujua na kuhusiana katika vipimo vitatu hadi kuwepo katika zaidi ya kipimo cha tatu.

D: Lakini wakati huo hukuona hili kwa ufahamu, unamaanisha hivyo?

M: Ndiyo. Sikujua hilo hadi sasa. Na ni halisi sana, na ni ya kimwili kwa namna yake, lakini si kama tunavyoijua.

D: Ni aina gani ya programu utakayokuwa ukisoma huko?

M: Kuhusu mwanga.

Sentensi yangu iliyofuata ilifutika kabisa. Ilibadilika mbali sana kiasi kwamba ningeweza kusikia kwa shida maneno machache tu. Kwa sentensi iliyofuata sauti ilirudi katika hali ya kawaida. Hii wakati mwingine hutokea unapofanya kazi ya aina hii, na kinasa sauti kana kwamba kinaathiriwa na milipuko ya nishati. Alikuwa anapumua kwa nguvu, na alionekana kuwa anapitia aina fulani ya kutokujisikia vizuri. Je, alikuwa pia anachukua nishati ile ile iliyoathiri kinasa sauti changu? Nilimpa mapendekezo kwa ajili ya hali yake njema, na nikamuuliza ni nini kilikuwa kinamuathiri.

M: Sijui. (Kupumua kwa nguvu.) Inachukua kabisa, na ni mshtuko.

D: Kwa nini unafikiri lingeathiri wewe kwa namna hiyo?

M: Kwa sababu ni tofauti sana. Kuna mengi kuhusu nishati nyingine tunazobeba.

D: Ndani ya miili yetu, unamaanisha?

M: Kwa sehemu ndani ya miili yetu, lakini pia ni zaidi ya miili yetu. Miili yetu ni kama vifaa vidogo vya kuunganisha ardhini, kwa sababu ya jambo hili la vipimo.

D: Mahali hapa panaonekanaje?

M: Halionekani kama nilivyofikiri. Halionekani kama mbao na vitambaa.

D: Namaanisha, linaonekana kama jengo?

M: Taasisi halisi inaonekana hivyo unapoiingia.

D: Lakini kile unachokiona sasa.

M: Hapana. Niko kwenye roshani, roshani ndefu sana. Na kuna roshani hapo katika ulimwengu wa kimwili. Lakini hii ni pana zaidi, na ni kama kioo. Kuna kioo kingi sana. Ninaangalia chini katikati ya chumba. Na ni ya kuangaza sana na ya kuvutia pumzi na ya kushtua. Ni kama tabaka juu ya tabaka. Kuna kitu kinachokuwepo pamoja na cha kimwili.

D: Hilo ni neno zuri, tabaka juu ya tabaka.

Je, inawezekana Taasisi ya Monroe iko juu ya aina fulani ya mlango au lango la vipimo vingine ambalo halionekani kwa hisia zetu za ufahamu? Hili linaweza kueleza kwa sehemu baadhi ya matukio ya ajabu yanayotokea huko.

D: Je, uko peke yako?

M: (Kwa kunong'ona.) Niko peke yangu. Kuna mwili wangu wa kimwili unaohisi kama umesimama na umetengwa na ... kama bado haujahama. Na sasa ninapoendelea mbele katika hili, ninaona ninaombwa kuachilia na kuhama kutoka kwenye hali yangu ya kimwili. Ni jambo zuri sana.

Aliguswa kihisia na kuanza kulia.

D: Kuna nini?

M: (Kwa hisia) Ni zuri sana. (Analilia)

Marie alikuwa msanii. Moja ya mambo aliyotaka kujua ni kwa nini hakuweza tena kuchora. Hakuwa na msukumo wowote. Kwa hiyo nilipendekeza kwamba angeweza kukumbuka tukio alilokuwa akilitazama na kuweza kulihuisha tena katika mchoro.

M: (Kwa hisia na mshangao) Naweza kujaribu. Ndiyo.

D: Watu wengi hawangegundua kamwe kwamba kulikuwa na kitu kizuri hivyo hapo, sivyo?

M: Hapana, wasingeweza kukiona. Mimi pia nisingekiona. Nisingekijua kabla ya sasa.

D: Hebu tukuruhusu uendelee kubaki na kumbukumbu ya picha hiyo akilini mwako ili uweze kuichora. Na tunaweza kuipata kwa usahihi kadiri tuwezavyo.

M: (Kwa machozi) Nataka. Nataka sana.

Nilitoa mapendekezo kwa fahamu yake ya ndani ili aweze kuhifadhi kumbukumbu na kuitumia baadaye. Kuona tukio zuri kiasi hicho kulikuwa kunamgusa sana kihisia. Ingawa hili lilikuwa maendeleo yasiyotarajiwa, nilitaka kuendelea mbele na kuchunguza tukio lisilo la kawaida lililotokea katika Taasisi. Alikumbuka kuona mwanga mzuri alipokuwa ameketi katika kibanda cha giza cha kujitenga akiwa na vichwa vya kusikilizia masikioni.

D: Najua ni vigumu kuondoka mahali hapo kwa sababu ni pazuri sana, lakini tunataka kuchunguza mambo mengine. Hebu tuache tukio hilo, na tusogee kwenye wakati uliokuwa na uzoefu wa ajabu na mwanga. Na ulikuwa unasikiliza baadhi ya kanda?

M: (Hisia na kilio vilikoma.) Ndani ya sanduku dogo.

D: Je, kanda hizo ni muziki?

M: Ni mitetemo.

D: Unasikiliza kupitia vichwa vya kusikilizia?

M: Ndiyo. Uko peke yako na vichwa vya kusikilizia.

D: Ndani ya chumba peke yako—

M: Sanduku dogo. Unalala na kusikiliza kanda na ...

D: Unalala humo ndani?

M: Ndiyo, ni kibanda cha kujitenga unacholalia.

D: Je, inakusumbua kuwa umefungiwa humo?

M: Hapana, napapenda. Hapo ndipo ninaweza kukutana nao.

D: Kukutana na nani?

M: Sijui. Viumbe hawa wenye akili sana.

D: Sawa. Ulipokuwa unasikiliza mitetemo ya sauti kupitia vichwa vya kusikilizia, kitu fulani kilitokea, sivyo? (Ndiyo) Tunaweza kupitia hilo tena na kuliona kwa undani zaidi. Kitu gani kilitokea kwanza?

M: Niliogopa.

D: Kwa nini?

M: Kwa sababu sikuwahi kuhisi kitu kama hiki kabla. Mungu wangu!! Inahisi kama upendo huu safi, wenye wema usio na kipimo. Unakujia, na huamini. (Kwa hisia) Huamini uko pamoja nawe. Na unaweza kuuona.

D: Hii inasababishwa na kusikiliza vichwa vya kusikilizia?

M: Inafungua fursa ya kuwa wazi sana, na kukutana na masafa sahihi.

D: Lazima uwe wazi kwa kufanya hili, bila vizuizi, au vipi?

M: Lazima uhitajie kwa kiwango fulani ndani yako.

D: Halafu nini kinatokea?

M: Halafu kilipata imani yangu. Mwanga mweupe. Na ulinistabisha. Uliungana nami, ili nisiogope.

D: Mwanga mweupe tu?

M: Mwanzoni. Halafu nilipokuwa thabiti nilihisi mtetemo zaidi upande wangu wa kushoto. Ulinishtua kwa sababu ulikuwa tofauti sana na mwanga mweupe. Na kwa namna fulani nilielekezwa kugeuza kichwa changu na kuangalia. Kulikuwa na giza katika nafasi hii, lakini ningeweza kuangalia, ningeweza kuona na kuhisi. Unang'aa. Ni kiumbe wa anga. Sikujua hilo. Unaweza karibu kuona ndani yake, lakini ni buluu iliyo wazi kabisa. Buluu ya kina, iliyo wazi. Unaweza kuhisi zaidi kuliko kuona.

D: Kwa nini unasema ni kiumbe wa anga?

M: Sijui. Hilo lilitoka tu.

D: Je, uliweza kuona sifa zozote au kitu chochote kilichokufanya ufikiri hivyo?

M: Buluu ya kina tu. Sijui hili linatoka wapi. Ni hisia tu kwamba linatoka kwenye nyota. Inahisi sawa moyoni mwangu ninaposema hivyo.

D: Mwanga mweupe wa kwanza uliouona ulikuwa nini?

M: Ulikuwa mwelekeo wa Mungu. Haukuwa Mungu, lakini ulifanya ujisikie kama upendo wa Mungu. Lakini ulikuwa akili iliyokuwa inaongoza muunganiko huu kati yangu na kiumbe huyu. Ulijua kuhusu hisia za binadamu kiasi kwamba uliweza kuimarisha hisia bora na salama zaidi tunazozijua. Na kutoa hilo, ili muunganiko uweze kutokea.

D: Na mwanga mwingine wa buluu, au chochote kile, ulitokea wakati huo na ukaja karibu nawe?

M: Ndani yangu.

D: Ndani yako. Je, ilibidi uruhusu uingie ndani yako?

M: Ndiyo. Ulisubiri nitambue uwepo wake. Na kisha kwa upole zaidi, polepole zaidi, kwa urahisi zaidi, uliteleza tu, kama tabaka juu ya tabaka. Ulitetemeka, na ninahisi hivyo sasa. Ulitetemeka tu. Na nadhani ulikuwa unanibadilisha. Ulikuwa unaurekebisha mfumo wangu.

D: Kwa nini ulikuwa unafanya hivyo?

M: Kwa kazi ya juu zaidi. Ili nisisidhurike au kuungua.

D: Ungewezaje kuumia au kuungua?

M: Kuna kitu kinachoweza kutuunguza. Huu ni ulinzi. Mionzi. Aina fulani ya majaribio ya mionzi.

D: Na hili linakupa ulinzi? Linakubadilisha, ulisema?

M: Ndiyo, katika kiwango changu cha seli. Kuanzia katika kiwango cha seli za kimwili, lakini pia linarekebisha kitu ili kubeba mifumo mipya zaidi kwa ajili ya siku zijazo.

D: Mifumo mipya. Unamaanisha nini?

M: Mbegu mpya za nyota. Kwa sayari hii. Mifumo inayoishi ndani ya mwili, lakini si ya mwili.

D: Linaumba mifumo mipya katika mwili ambayo haikuwepo hapo awali?

M: Linaipanda mbegu mfumo.

D: Hili halitadhuru mwili kwa namna yoyote, sivyo?

M: Hapana. Kijenetiki nimeundwa kusaidia mpito huu. (Alionekana mwenye furaha.) Limekamilika. Na lina uhai. Na ni salama.

D: Hii mionzi inayoweza kuwaumiza watu inatoka wapi?

M: Chini ya Dunia. Sasa ninaona kiini cha Dunia. Ninaona tu mpira. Huenda hata ikawa aina fulani ya mionzi inayodungwa ndani yetu, au kuwekwa ndani yetu kwa sababu fulani mbaya. Na mfumo huu wa buluu unaweza kukubadilisha kiasi cha kwamba — nataka kusema "nyenzo ya kiini" — itazimwa.

D: Ndani ya miili yetu, unamaanisha?

M: Inaweza kuwa hivyo, au inaweza kuwekwa katika kiini cha Dunia. Unaweza kuimeza. (Kwa hisia) Ilikuwa chungu kufikiria hilo.

D: Tunawezaje kuipata ndani ya miili yetu?

M: Unaweza kuimeza. (Karibu analia.) Unaweza kulazimishwa. Kama aina fulani ya vita. Unaweza kuishi. (Aliguswa kihisia.)

D: Je, kuna njia nyingine inaweza kuingia mwilini?

M: Unaweza kupigwa nayo, kutumwa kwa miale. Mfumo huu wa mwanga wa buluu ungekulinda, na usingedhurika.

D: Nani angewapiga watu kwa kitu kama hicho?

M: Kuna jamii nyingine ambayo ingetaka nyenzo ya kijenetiki. Na wangeweza kuipata kwa njia hii. Lakini nishati hii ya buluu ingeifanya isiwezekane.

D: Je, nishati hii ya buluu inatumika pia kwa watu wengine?

M: Ndiyo. Watu wengi sasa. Inapofika, na wakati unapofika, utapewa chaguo la kuikubali au la.

D: Kwa sababu si kila mtu anaweza kwenda Taasisi ya Monroe.

M: Hapana, inaweza kutokea sehemu nyingine.

D: Je, ni kitu kinachotokea na hawatambui kinachotokea?

M: Hawajui ni kwa ajili ya nini. Wanafikiri upendo huu wote unaokuja kwao, na ni mzuri sana, unavutia sana, kwamba bila shaka unautaka. Na hiyo ndiyo njia pekee inayoweza kuungana na mfumo wako, kwa sababu lazima useme "ndiyo" kwa moyo wako.

D: Je, daima hutokea katika kiwango cha ufahamu ambapo watu wanakumbuka kinapotokea?

M: Ndiyo. Na unajua kuhusu mabadilishano ya ufahamu.

D: Lakini inaonekana ni nzuri kwa sababu ni njia ya kuwalinda watu.

M: Ni sehemu ya mpango mkubwa zaidi. Kutakuwa na vita vikubwa.

D: Duniani?

M: Vitawahusisha watu Duniani. Kuna nishati nyekundu na kundi hili jingine. Na ni ya moto sana. Na hawatashinda, lakini watajaribu kwa nguvu sana kuchukua kile wanachotaka na wanachohitaji.

D: Lakini hili litasababisha mionzi?

M: Ndiyo, kundi hili. Hiyo ndiyo njia yao.

D: Lakini si kila mtu atakuwa wazi kwa nishati hii ya upendo, sivyo?

M: Hapana. Lazima wajifunze kwanza kuungana na mioyo yao kabla ya ufunguzi na kuingizwa kwa nishati kutokea.

D: Kwa sababu kuna watu wengi sana duniani ambao wana uchungu, wana chuki, wana hali hasi.

M: Ndiyo. Na hilo litazuia.

D: Nini kitatokea kwa watu ambao hawana ulinzi huu?

M: Watanyauka. Wataungua. Hawatalindwa.

D: Kwa hiyo nishati hii ya ulinzi inakuja kwa watu wengi zaidi Duniani? (Ndiyo) Huu ndio mpango, kuwa na watu wengi zaidi wanaoishi?

M: Ndiyo. Huo ndio mpango.

D: Na kwa nini ulipewa ulinzi huu?

M: Kwa sababu ninaweza kuzungumza. Kwa sababu nitakuwa nikifanya kazi na watu wengi. Na ninawaambia maneno sahihi kwa wakati sahihi. Nitakuwa kama ufunguo kwao ili waweze kufunguka kupokea.

D: Je, mwanga huu wa buluu una uhusiano wowote na kazi yako ya uponyaji?

Alikuwa ameanza hivi karibuni kufanya huduma hii.

M: (Kwa mshangao wa ghafla.) Oo, ndiyo! Unaona, ninapofanya kazi ya uponyaji mimi ndiye kiumbe wa mwanga wa buluu. Na ninawafanyia wengine kile ambacho kiumbe wa mwanga wa buluu alifanya kwangu. Ninaweza kuhamisha hilo kwa watu. Ndiyo maana wanakuja kwangu.

D: Muda mfupi uliopita uliuita "kupandwa mbegu". Wanapata nishati ndani ya watu na wanaweza kuihamisha kwa wengine.

M: Ndiyo, hiyo ni kweli. Ni ya mtu mmoja kwa mtu mmoja sana. Hilo ndilo jambo gumu, lakini ndilo ninapaswa kufanya kwa muda. Inachukua muda mwingi sana kumfanyia mtu mmoja tu kwa wakati. Hii ndiyo kusudi langu. Nafikiri sasa baada ya kuona haya yote, nimekuwa katika mawasiliano zaidi kuliko nilivyotambua. Sikuweza kuyaunganisha yote. Sikuweza kuona picha kubwa.

Maelezo hapa. Alipokuwa akizungumzia jambo fulani kufanywa kwa mwili wa kimwili ili kuzuia mionzi isiuumize, ilinifanya nikumbuke urejeshaji wa Karen ulioripotiwa katika The Custodians. Katika maono yake aliyonyeshwa na viumbe wa angani, alikuwa akijaribu kuwasaidia watu waliokuwa wanakufa kila mahali kumzunguka, lakini yeye mwenyewe hakuweza kuugua. Ilionekana kuwa ni aina fulani ya sumu ya mionzi na hakuna chochote alichoweza kufanya kingesaidia. Ilikuwa ya kusikitisha sana, na alikuwa na hali ya kutotulia sana alipokuwa akiangalia tukio hilo. Kabla tu ya hapo alikuwa ameona wingu juu ya ardhi na maji lililofanya kitu fulani, na kuua samaki n.k. Nilijiuliza kama simulizi la Marie la kufanyiwa kitu fulani kwa mwili wa kimwili ili kuwaandaa kwa tukio kama hilo, lingeweza kuwa na uhusiano wowote na la Karen.

D: Tuna swali lingine. Uandishi huu wa ajabu ambao Marie amekuwa akiupokea. Je, unajua chochote kuhusu hilo?

M: Ni kama mvua. Ni kama mwanga. Unanyesha chini kupitia njia hizi kuzunguka dunia, Dunia. Na ukiuangalia, utakubadilisha.

D: Je, ni lugha?

M: Ni taarifa. Inatoka kwenye chanzo cha juu kinachotujali, na kinachotazama mageuzi yetu.

D: Kwa nini wanaiweka katika alama?

M: Kwa sababu alama zinaamsha mifumo mipya ndani ya uga wa nishati wenyewe.

D: Kuona alama tu?

M: Ndiyo. Mtu anaweza kufuata muundo huo na kutambua mwendo.

D: Je, hii ni lugha ambayo mtu fulani mahali fulani anaizungumza au kuiandika?

M: Imewahi kuzungumzwa.

D: Kwa hiyo ni lugha ambayo mtu fulani mahali fulani anaielewa?

M: Ni kama lugha ya kihisabati zaidi, kama unaweza kufikiria hivyo.

D: Nimeambiwa kwamba baadhi ya viumbe wa angani hutumia alama. Na hivi ndivyo wanavyohamisha vitalu vya taarifa, kwa alama.

M: Sio kabisa kama lugha unayoijua hapa, au hata maandishi ya kale. Sio hivyo. Ni muundo. Inaonekana, ikiwa katika vipimo viwili, kama lugha. Lakini kama ungeweza kuona kila kipande kama mwendo unaoamsha sehemu tofauti ya kiumbe, basi ungeielewa vizuri zaidi.

D: Kwa hiyo Marie anapoandika hili, halisemi kitu kama ukurasa katika kitabu? (Hapana) Kwa hiyo kama ningemwomba aangalie ukurasa huu alioandika, hangeweza kuniambia unasema nini. Je, hiyo ni sahihi?

M: (Kwa kusita) Unaweza kujaribu.

D: Sawa. Hebu tumruhusu Marie afungue macho yake na aangalie karatasi. (Niliishika karatasi aliyokuwa ameandika mbele yake.) Unaweza kuona karatasi? Je, inasema kitu kwa maneno?

M: (Alipokuwa akiichunguza karatasi) Ndiyo, inasema, kwa kweli.

D: Inasomwaje? Kutoka upande gani?

M: (Alionyesha kutoka kwenye karatasi kuelekea macho yake.) Inakuja kwa njia hii.

D: Unamaanisha nini?

M: Sio hivi, hivi, hivi. (Anaonyesha kwa mikono)

D: Sio juu na chini, wala haifuati mlolongo.

M: Ni hivi. Inatoka kwenye karatasi kuelekea kwako. Inatoa taarifa. Ni karibu kama unaweka hapa. (Aliweka mkono wake juu ya moyo.) Na unaihisi. Na wakati mwingine jambo bora unaloweza kufanya ni kuitazama tu, na kuipokea hapa.

D: Lakini inakupa taarifa gani?

M: Ni kutia moyo. Na ni njia ya kujua mwelekeo wa moja kwa moja wa moyo wako, kujua kuhusu ukubwa na utukufu.

D: Kwa hiyo anapoandika hili, je, hii ni njia nyingine ya kuingiza hilo ndani ya mwili wake? (Ndiyo) Kwa njia ile ile ambayo mwanga wa buluu ulifanya?

M: Ni tofauti, lakini kwa namna fulani, ndiyo, kinabadilisha mambo huko. Lakini ni karibu kana kwamba unaweza kufikiria mwanga ukitoka katika kila alama, na kukubadilisha kupitia mionzi yake yenyewe.

Mfano uliochorwa na Marie unaonekana zaidi kama mwandiko wa haraka au ufupisho wa maandishi. Tangu nianze kufanya kazi naye nimepokea mifano ya maandishi ya ajabu kutoka sehemu mbalimbali duniani. Maandishi haya yanaonekana kuwa na muundo zaidi (kama maandishi yaliyochapishwa). Katika kila tukio watu wanahisi msukumo wa lazima wa kuandika alama hizo. Inaonekana hakuna mantiki katika tabia yao. Katika Kitabu cha Pili nitaweka mifano hii, pamoja na uchambuzi wa kompyuta ili kutafuta mfanano.

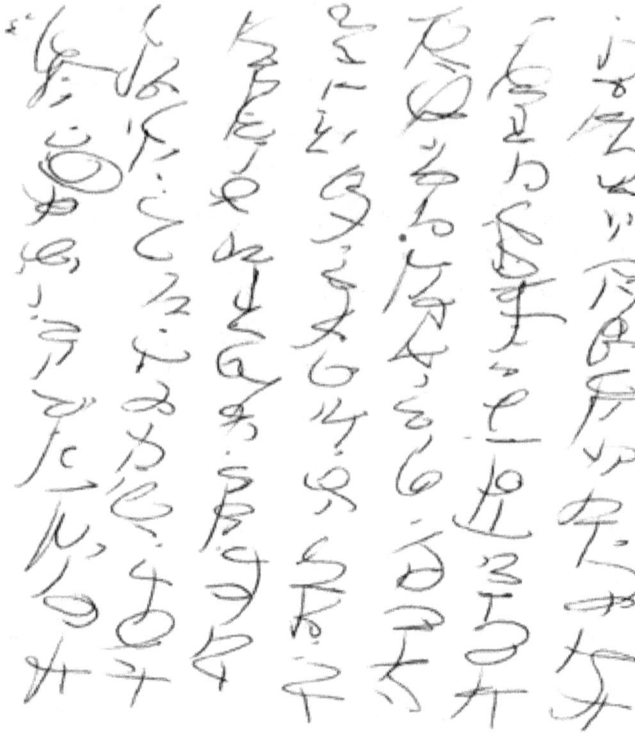

Niliondoa karatasi, na nikamwomba afumbe macho yake tena.

D: Vinginevyo tungeifikiria kama maandishi yetu, na tungetarajia iseme maneno. Kwa hiyo ni sawa kama Marie ataendelea kuandika vitu hivi.

M: Ndiyo. Vinatakasika.

D: Vinatoa taarifa kwa njia ambazo hatuwezi hata kuzifikiria. (Ndiyo) Tuna swali moja zaidi. Amekuwa na ndoto hapo zamani kuhusu upasuaji. Unaweza kumwambia chochote kuhusu hilo? Je, zilikuwa tu ndoto au nini?

Marie alikuwa na kumbukumbu zilizo wazi sana za utotoni za upasuaji wa kimwili uliokuwa ukifanywa kwenye mwili wake, na kwenda kuwaona madaktari. Hakuweza kuelewa kwa nini familia yake ilikanusha kuwa mambo hayo yalitokea. Walisema hakuna chochote kilichowahi kufanywa kwake.

M: Nadhani anajua. Ilikuwa wazi sana, kwamba yote yalikuwa kwa makubaliano. Na alikuwa ameomba miaka iliyopita, miaka iliyopita kufanya kazi pamoja nasi.

D: Kwa hiyo hazikuwa ndoto? Zilikuwa kumbukumbu za mambo yaliyotokea?

M: Alipofikia umri unaofaa. Zilikuwa marekebisho yaliyofanywa, lakini yalifanywa kwenye mwili wa kimwili.

D: Marekebisho yalikuwa ya nini?

M: Kuondoa mifumo ya zamani ambayo ingemzuia kuingia katika kazi ambayo angeifanya baadaye. Ilibidi iondolewe kwa njia ya upasuaji.

D: Marekebisho ya upasuaji! Sawa.

Kulikuwa na tukio jingine lisilo la kawaida wakati Marie alipokuwa katika Taasisi ya Monroe. Alipata sauti ya juu sana iliyochoma kana kwamba ilipenya moja kwa moja kupitia kichwa chake. Ilidumu kwa sekunde kadhaa na haikupendeza kabisa. Niliuliza kuhusu hilo.

D: Ni nini kilisababisha usumbufu huo?

M: Alijua, na wakati huo hakutaka kuukubali. Ilikuwa ni jaribio la kurekebisha kwa mlingano wa juu ili kusawazisha vipokezi katika sehemu za muda za ubongo, ili kuweza kufikia taarifa zaidi, na ilibidi ifanyike katika mazingira ya kikundi. Ilibidi ifanyike pamoja na wengine.

D: Je, watu wengine pia waliathiriwa kwa namna ile ile?

M: Ndiyo, ilikuwa ni mpango.

D: Walikuwa wanatoa taarifa au wanachukua taarifa?

M: Hapana, ilikuwa ni marekebisho tu ya sehemu ya ubongo, lakini sio ubongo wenyewe. Kiumbe kinachopokea taarifa zote, na masafa ya juu sasa yanaweza kufikiwa.

D: Ilikuwa ili aweze kupokea taarifa zaidi. (Ndiyo) Hawakuwa wanachukua chochote basi. (Hapana)

Kama niliweza kufikia visa vingi kiasi hiki ndani ya mwaka mmoja ambavyo vilizungumza kuhusu urekebishaji wa mwili wa binadamu, ni wangapi wengine waliopo huko nje ambao bado hawajafikiwa? Walisema mabadiliko haya yanafanywa kwa makumi ya maelfu ya watu kote duniani. Huenda kweli ikawa sawa na Ugonjwa wa Tumbili wa Mia Moja, na haitatambulika hadi wingi muhimu utakapofikiwa, na uhalisia wa tukio hili hauwezi tena kukanushwa.

Nilikuwa bado napokea taarifa zaidi kuhusu mabadiliko ya muundo wa DNA ya mwili wa binadamu wakati kitabu hiki kilipokuwa kinaenda kuchapishwa. Hili litapanuliwa zaidi katika Kitabu cha Pili cha The Convoluted Universe. Awali nilifikiri nishikilie sura hii yote ili nyenzo hizi ziongezwe, lakini nafikiri hilo lingechelewesha maandalizi ya akili za watu. Lazima wawe tayari kuelewa mabadiliko makubwa na yenye nguvu yanayokuja.

Sura ya Kumi na Tano

Mtu wa Kimitambo

Kikao hiki kilifanyika katika chumba changu cha hoteli huko London mnamo Septemba 2000 nilipokuwa katika ziara ya mihadhara nchini Uingereza. Johanna alikuwa mwanamke kijana ambaye alikuwa ameishi Uingereza kwa miaka miwili tu. Alitoka Ujerumani, lakini nilidhani lafudhi yake ilikuwa kamilifu. Alisema alikuwa na kipaji cha asili cha lugha na alijifunza haraka sana. Hakuwa na malalamiko mengi, hasa udadisi tu. Baadhi ya maombi yake yalionekana madogo kwangu, lakini tatizo la kila mtu linaonekana kuwa muhimu kwao. Alikuwa hata na wasiwasi kuhusu kung'olewa meno alipokuwa mtoto. Nilidhani ilikuwa hisia ya kulazimika kuwa mkamilifu, lakini yeye hakuiona hivyo kabisa. Sikuwa na wazo lolote la kutarajia nini (kama ilivyo kwa kila mtu anayekuja kwa kikao), lakini hakika sikutarajia maisha ya zamani yaliyofichuka. Mwishoni niliuliza kama angeniruhusu nitumie kanda, kwa sababu hakika kilikuwa cha kwanza kabisa. Na kufikia hatua hii katika utafiti wangu nilidhani nisingeweza kushangazwa tena. Kila mara ninapofanya dhana hiyo, jambo jipya hunijia kunipa changamoto tena katika fikra zangu. Alitengeneza nakala ya kanda na kunitumia hotelini baadaye.

Nilitumia mbinu ya wingu ambayo kwa kawaida humpeleka mtu kwenye maisha ya zamani yanayofaa wanaposhuka kutoka kwenye wingu. Kwa mara nyingine tena nilishangazwa.

D: Niambie jambo la kwanza unaloliona unaposhuka kuelekea Dunia.

J: Kwa kweli sishuki kuelekea Dunia. Nashuka mahali pengine. Ninashuka kwenye sayari ya kijivujivu fulani.

Inaonekana ya ajabu, ya kimitambo. Inanipa hisia ya ajabu. Ya kushangaza sana. Sio nzuri sana.

D: Kwa nini inakusumbua?

J: Inahisi baridi sana. Na sio laini kama wingu. Ni ngumu.

D: Inaonekanaje chini ya miguu yako?

J: Ni kama ya mawe. Mawe, pia ni vumbi. Na hakuna nyasi kabisa, wala chochote kama mimea. Angalau pale nilipo kwa sasa. Ni kijivu na cha kimitambo pia. Kunaonekana majengo fulani juu ya uso wa sayari. Yap mbali kidogo, lakini ningeweza kutembea hadi huko kama ningetaka.

D: Majengo yanaonekanaje?

J: Hayana ulinganifu. Ni kama paa lililokatwa nusu. Unajua, ukichukua nyumba yenye paa lenye mwinuko mkali, ukalikata nusu, unapata aina ya jengo ninalomaanisha. Lina mbele iliyo nyooka sana, na madirisha madogo, kama kweli ni madirisha. Huenda ni matundu ya hewa au kitu kama hicho, sijui.

D: Je, majengo yote yanafanana?

J: Naona machache tu kwa sasa, na haya yanaonekana hivyo. Kila kitu kingine ni mawe, na milima, milima midogo.

D: Nyuma yake?

J: Ndiyo, na pale nilipo pia.

D: Je, kuna mwanga mwingi?

J: Hapana, siyo angavu.

D: Nilikuwa najiuliza kama kuna Jua.

J: Hapana, sioni Jua. Ni kama giza kidogo. Unaweza kuona kila kitu, lakini siyo angavu.

Kisha nilimuuliza aangalie chini kwenye miguu yake ili nijue anaonekanaje. Alipumua kwa mshangao, na alionekana kushangazwa kabisa na alichokiona. Ilikuwa isiyotarajiwa kabisa kwake.

J: Inanitatiza kusema, lakini nadhani itabidi niseme. Ni za chuma. Ni kama vitu vya kutisha kama... ukifikiria kwato za farasi, lakini zimechongoka na za kiufundi sana. Hiyo ndiyo miguu yangu. (Hili lilimfanya ajisikie vibaya sana.)

Mimi pia nilishangaa, lakini nimejifunza kuendelea na chochote anachokiona mhusika, na kujaribu kufikiria maswali, haijalishi hali ni ya ajabu kiasi gani. Daima kuna sababu kwa nini fahamu fiche huchagua maisha wanayoingia.

D: Hilo ni la ajabu, kana kwamba zimetengenezwa kwa aina fulani ya chuma?

J: Ndiyo. Inahisi kana kwamba mimi mwenyewe ni wa chuma. Na mikono pia iko hivyo kidogo... ni kama makucha, lakini kuna vipande viwili tu. Unajua, kama miguu. Ni kama vitu viwili vyenye ncha kama kwato. Na mikono ni kama hiyo.

D: Badala ya kuwa na vidole au viungo vya aina yoyote?

J: Ndiyo. Haijisikii ya kibinadamu kabisa. Najihisi wa ajabu.

D: Unaweza kupata hisia yoyote kuhusu uso wako ukoje? (Mapumziko) Nafikiri huwezi kujiona, sivyo?

J: Nataka kwenda kwenye ziwa nijione kwenye maji.

D: Je, kuna ziwa karibu?

J: Ndiyo, naweza kwenda. (Mapumziko) Natembea kwa njia ya kuchekesha kana kwamba, kama mashine karibu. Ni tofauti na jinsi nilivyo sasa katika mwili wangu katika maisha haya. Naweza kuona mkono wangu ambao pia ni wa ajabu kidogo, jambo linalothibitisha mshangao wangu. Kwa kweli ni kama kitu cha chuma, mwili wote. Na natembea kuelekea kwenye ziwa hili, na nafanya harakati ambazo si laini. Natetereka nikielekea huko na najitazama kwenye maji.

D: Harakati ngumu?

J: Ngumu, ndiyo, na najihisi kama roboti wanavyotembea. Husogeza upande mmoja mbele na upande mwingine mbele. Sio wa kupendeza sana kwa kweli. Ingawa mwili sio mbaya sana, lakini nitaangalia uso wangu baada ya muda.

Nilitoa maelekezo kwamba isingemsumbua kujitazama, haijalishi angeonekana wa ajabu kiasi gani.

J: Nina kitu kama macho, na yanaonekana kama macho, lakini... jinsi yalivyowekwa usoni mwangu, ni zaidi kama pembetatu. Yamewekwa kwa umbo la pembetatu.

D: Badala ya umbo la mviringo?

J: Ndiyo. Sehemu tambarare iko juu, na ncha iko chini. Ni macho mazuri kabisa, hiyo ni afueni. Ni ya ajabu, macho hayo meusi, na yanaonekana kuwa na ubora wa kama jeli. Lakini sehemu nyingine ya uso ni ya chuma.

D: Je, una mdomo au pua?

J: Nina aina fulani ya mdomo, ndiyo, lakini ni zaidi kama tundu. Kama tundu dogo la mviringo. Na pua... sina uhakika kuhusu pua. Kuna kama mipasuko, matundu. Ajabu sana.

D: Je, unaweza kupata hisia yoyote kuhusu ilivyo ndani yako?

J: Kuna mashine nyingi zinafanya kazi humo ndani. Mashine.

D: Nilikuwa najiuliza kama una viungo kama wanadamu.

J: Naonekana kuwa na vitu ndani yangu, ndiyo. Sijui kama ni viungo au ni nini. Mashine nyingi. Kwa kweli kunaonekana kuwa na mashine nyingi kuliko chochote kingine. Sijui kama nina damu au kitu kama hicho. Mimi ni... wa kijivujivu, wa giza kidogo... aina ya chuma cha kijivu giza.

D: Hicho ni kama rangi ya sayari nzima, sivyo? Kijivu giza?

J: Ndiyo. Ingawa kuna tofauti kwenye sayari. Ukikaribia zaidi kuna nyeupe pia, mawe meupe na pia mawe ya kijivu giza zaidi. Na majengo ni meusi sana. Ni kama kijivu kinachong'aa. Unakiita nini chuma hiki ambacho ni cheusi na kijivu? Nyumba inaangaza, inareflect. Ni kama vitu walivyo navyo Duniani, si kama fedha, bali cheusi.

D: Alumini ni ang'avu, siyo giza. Lakini hakuna miti au nyasi au chochote?

J: Hapana, hakuna miti au nyasi, hapana.

D: Je, unafikiri unaishi kule mjini ambako kuna majengo yale?

J: Ndiyo, kwa namna fulani ninahusiana na huko. Ndiko nilikotengenezwa.

D: Unataka kwenda karibu zaidi ukaone mahali hapo?

J: Hmm, ni umbali mrefu kidogo.

D: Huhitaji kutembea. Unaweza kusogea haraka sana.

J: Ndiyo, naweza kwenda huko. Ni jiji kubwa la nyumba hizi.

D: Ni kubwa kuliko ulivyodhani?

J: Hapana, hapo ni mahali pengine. Pale nilipoona jengo moja au mawili, ni hapo tu. Lakini sasa nimehamia mahali pengine ambako nimetengenezwa. Kuna maumbo ya aina zote ya nyumba, lakini zote zinang'aa, ni za kijivu na giza. Na tunaweza kwenda chini yake. Tunaweza kwenda ndani ya sayari. Kuna mambo mengi yanayotokea chini ya uso. Jambo kuu linafanyika kwa siri fulani. Liko chini.

D: Je, hiyo ndiyo sehemu unayoifahamu zaidi?

J: Ndiko ninakotoka. Ndiko nimetengenezwa.

D: Unashukaje huko chini?

J: Najua tu jinsi ya kushuka. Kuna mianya, lakini unapitia tu. Sio kama milango. Ni kwa sababu tu unataka kupita, unapita. Na unateleza chini—sio kuelea—bali kuteleza. Kuna njia nyingi, na unashuka kana kwamba una mfumo wa kisasa wa mirija ambako unasukumwa kupitia hewa au kitu kama hicho ndani ya bomba.

D: Kama njia au barabara za miguu?

J: Ndiyo, lakini hutembei kweli. Unaangukia ndani yake. Unaamua unapotaka kwenda, na hapo ndipo inakusukuma.

D: Na ulisema ulitengenezwa huko chini?

J: Ndiyo. Kuna moto mwingi. Na kuna meza ambako wanatengeneza vitu.

D: Moto? Unamaanisha kama kulehemu au mashine au...?

J: Ndiyo, labda kulehemu. Kuna sehemu za moto ambako wanashughulika na chuma. Na wanatengeneza maumbo. Na kuna sehemu nyingine kwenye chumba kingine ambako wanatengeneza mambo ya ndani.

D: Sehemu tofauti na kila kitu?

J: Ndiyo, vitu vya ndani. Vyote vinafanya kazi pamoja.

D: Je, unaweza kuwaona watu wanaotengeneza mashine hizi?

J: Ndiyo. Nyuso zao zina nyama zaidi. Na sehemu nyingine siwezi kuona kwa sababu wamevaa mavazi ya kinga ya aina ya plastiki. Wanavaa mavazi hayo mwili mzima.

D: Je, ni kwa sababu ya mahali wanapofanya kazi?

J: Ndiyo, lazima pawe safi sana.

D: Wanaonekanaje?

J: (Alionekana kuwachunguza.) Sio kama mimi. Wana nyuso laini zaidi, na ni weupe kiasi. Wanaonekana kama binadamu, tunachokiita "binadamu". Weupe na wenye rangi ya waridi kidogo. Wana nyusi, ambacho mimi sina.

D: Je, wana nywele?

J: Wana nywele, ndiyo, na nywele zao ni za kupitiliza. Ama blondi nyepesi sana au nyeusi kabisa. Sioni rangi nyingine. Ni fupi sana. Zimepangwa vizuri nyuma. Naona wanaume, na wanaonekana wazuri.

D: Unaona wanawake wowote au wote ni wanaume?

J: Kwa sasa sioni wanawake, hapana.

D: Na hawa wanaume wanatengeneza mashine hizi?

J: Ndiyo, wanatutengeneza sisi.

D: Je, unaona wengine wanaofanana na wewe?

J: Hapana. Ninaona nusu tu. Namaanisha, sehemu za mchakato huo.

D: Kwa hiyo wako katika mchakato wa kutengenezwa. Kwa nini wanaunda watu... vitu kama wewe? Sijui kama nikuitaje mtu au la. Kwa nini wanakuunda?

J: Wanataka kufanya majaribio, waone kama wanaweza. Pia wanatutumia kwa mambo ambayo hawataki kufanya wao wenyewe. Au hawawezi kufanya, kwa sababu ni hatari sana au kitu kama hicho.

D: Kama watumishi au wafanyakazi?

J: Ndiyo, zaidi kama wafanyakazi. Wafanyakazi wanaopaswa kufanya kazi fulani.

D: Inaonekana wamekuwa wakifanya majaribio kwa muda, kwa sababu imefanya kazi vizuri sana, sivyo?

J: Ndiyo. Kuna eneo kubwa sana. Na wanatengeneza wapya. Sijui kwa nini. Nafikiri tunachakaa baada ya muda. Hatuwezi kuendelea milele, kwa hiyo wanahitaji kutengeneza wapya. Ni ajabu sana.

D: Lakini je, ni mashine tu?

J: Ni mashine tu. Kuna kitu kama roho. Hilo ndilo la ajabu, kwa sababu nina hisia pia. Mimi sio mashine tu, unajua.

D: Je, wanaweza kuweka roho, spirit, ndani ya mashine hizi?

J: Nafikiri wanaweka sehemu ya yao ndani yake.

D: Unamaanisha nini?

J: Wanagawanya yao. Wanatupa kipande kidogo cha yao. Kwa hiyo sisi sio wao, lakini tunafanya kazi kwa namna yao.

D: Vinginevyo ungekuwa kama roboti, mashine?

J: Ndiyo. Wanataka tufanye mambo kwa usahihi. Au tutegemee hisia zetu pamoja na kazi tunayotakiwa kufanya. Tusingekuwa na ustadi wa kutosha kufanya hivyo kama tusingekuwa na kipande hicho. Tungebaki tumeprogramiwa tu. Lakini pamoja na kuwa na vifaa bora kwa kazi kupitia mwili wa chuma, pia tunahitaji kufanya mambo ambako tunahitaji roho kwa namna fulani. Na ndiyo maana wanatupa kipande kidogo cha yao, kwa sababu hiyo ndiyo njia pekee wanayoweza... yaani hawaumbi roho. Hawana uwezo huo. Labda Mungu ndiye anayefanya au mtu fulani. Lakini hawana roho ya kutupa. Wanaweza kufanya hivyo tu kwa kutoa sadaka ya kipande kidogo cha yao. Na hicho ndicho wanachoweka ndani yetu.

Hii ndiyo sehemu niliyokuwa na ugumu kuielewa. Kama alienda kwenye maisha ambako alikuwa mtu wa kimitambo, mashine, roboti, angewezaje kuwasiliana nami? Angewezaje kuwa na hisia? Kiumbe cha kimitambo kisingekuwa na roho iliyopewa, na roho kwa kawaida isingeamua kuingia ndani yake. Hili lilikuwa wazo jipya kabisa, kwamba mtu angeweza kutoa kipande cha roho yake mwenyewe ili mashine iweze kufanya kazi kwa ufanisi zaidi katika ulimwengu huu wa kigeni.

D: Je, unaweza kuona jinsi hilo linavyofanywa?

J: Naona wanafanya sherehe. Wanakusanyika na kwa namna fulani "wanaitema", na kuiweka ndani ya mtu-mashine inapokamilika.

D: Unamaanisha nini kwa "wanaitema"?

J: Wanaonekana kuamua wanataka kutoa kipande, kisha wanakitema kutoka mdomoni mwao na kukiweka ndani ya mtu-mashine.

D: Kinaonekanaje wanapokitupa nje?

J: (Kimya kidogo) Siwezi kukiona vizuri. Wanakiweka moja kwa moja ndani ya mashine.

D: Unamaanisha hakionekani?

J: Ndiyo. Au kama unapopumua nje huoni kitu isipokuwa kama ni baridi. Ni kitu kama hicho.

D: Hii... huiwasha?

J: Hilo huruhusu tu liwe hapo. Na ndicho kinachotoa hisia kwa mashine. Bila hicho ingekuwa mashine tu, na wangelazimika kuweka chipu za kompyuta au vitu vingine ili ifanye kazi za chini sana. Lakini wanataka zaidi ya hapo.

D: Je, inachukua chochote kutoka kwao wanapotoa kipande chao?

J: Ndiyo, inachukua kipande hicho cha wao wenyewe. Wanapaswa kuridhika na kuwa na kidogo zaidi. Wanapaswa kutoa kidogo cha nguvu yao ili mambo yatokee kama wanavyotaka. Vinginevyo wasingeweza kufanya hivyo.

D: Unadhani kuna njia nyingine yoyote ambayo wangeweza kuwasha mashine hizi?

J: Hapana, hawangeweza. Wanahitaji roho.

D: Mara nyingi vitu huwashwa kwa akili.

J: Hapana, sio hivyo. Hawana nguvu hiyo ya akili. Hawana bado.

D: Lakini wanaweza kutoa kipande kidogo cha wao wenyewe, kukigawanya ili kuwasha mashine.

J: Ndiyo. Hilo ndilo wanachoweza kufanya. Yaani, mashine itafanya kazi kwa umeme tu au kile walichonacho ili kuchochea sehemu zake na kila kitu. Kwa sababu imeprogramiwa, ingefanya kazi. Lakini isingefanya kazi kwa njia hii ya kisasa. Kwa hiyo waliamua kufanya sadaka ndogo, na kuweka asilimia kumi au ishirini ndani yake. Na bado wanaweza kubaki na sehemu zao za roho, ambazo nafikiri wanaona zinatosha. Kwa hiyo wanatoa kidogo kwa mashine ili iweze kutenda kwa kufaa zaidi.

D: Je, mashine hufikiri yenyewe na kuwa na akili?

J: Mashine ina uwezo wa kufikiri, ndiyo. Lakini bila shaka imeprogramiwa. Inafikiri tu kwa sababu imeprogramiwa. Yote hayo imepewa na wao.

D: Haiwezi kuenda yenyewe kama mtu binafsi?

J: Hapana, hapana. Ni pale tu inapokuwa na kipande cha roho ndipo inaweza kuitikia kwa njia tofauti. Hapo ndipo tofauti ilipo. Bado itafanya tu kile ilichokusudiwa kufanya, lakini ina utofauti zaidi katika kuitikia.

D: Kwa hiyo si kama kiumbe kamili kinachoweza kufanya kazi na kufikiri chenyewe kama binadamu? (Hapana, hapana.) Lakini kinapata uwezo zaidi kuliko mashine.

J: Ndiyo, hivyo ndivyo ilivyo.

D: Utu zaidi, nadhani. (Ndiyo.) Basi, ukiwa mashine unaweza kuzungumza? Unaweza kuwasiliana nao?

J: Hapana. Tunaweza kuzungumza, ndiyo. Haivutii sana. Ni kama lugha, lakini haisikiki vizuri.

D: Je, hivyo ndivyo wanavyowasiliana?

J: Hapana, wao wana sauti nzuri, lakini sisi tuna sauti za mashine tu.

D: Kwa hiyo wao huwasiliana kwa maneno.

J: Ndiyo, wanaweza. Wanatupa amri kwa maneno, pamoja na ndani, mashine. Hawawezi kufikiria tu na sisi tufanye. Wanapaswa kutuambia.

D: Na wewe unaweza kuwasiliana nao.

J: Kila tunachosema ni "ndiyo" au "nimeelewa" au kitu kama hicho.

D: Kwa hiyo hata kama una kiasi fulani cha akili huwezi kuwasiliana kama binadamu anayefikiri.

J: Hatupaswi kufanya hivyo. Tungeweza, lakini hatupaswi. Tumeprogramiwa kuelewa kazi, na kusema "nimeelewa", na kuifanya.

D: Basi, yule mtu aliyekupa kipande cha roho yake, cha yeye mwenyewe, je, mtu huyo anahisi mvuto wowote kwako, au muunganiko?

J: Nafikiri muunganiko pekee tulionao ni kwamba najua ni yupi. Naweza kuona uso.

D: Nilikuwa nafikiri kama alikupa sehemu ya yeye mwenyewe angehisi ameunganishwa nawe kwa namna fulani.

J: Huenda, lakini sijui hilo. Siwezi kulihisi. Najua ni yupi aliyekuwa, na labda nahisi kitu kwake, au pamoja naye au... siwezi kusema.

D: Naam, ni namna tofauti ya kuishi, sivyo?

J: Ndiyo, ni namna ya ajabu ya kuishi.

D: Je, unapaswa kutumia kitu chochote? Nafikiria kuhusu chakula au nishati. Unaendeleaje kuishi? Ukiwa mashine, nafikiri hilo ni swali la ajabu.

J: Hatuli chochote hasa. Pia hatuendi chooni. Tunapata kitu kama dutu fulani, kama mafuta, lakini hayo ni kwa ajili ya mashine tu. Hatupati chochote kwa ajili ya roho.

D: Wanawekaje mafuta ndani yako?

J: Wanayaweka tu pale yanapohitajika, vipini vidogo na matundu pale unapotaka mafuta mara kwa mara. Unajua, ni kama gari au kitu kama hicho.

D: Lakini angalau hawakutaka tu kuwa na mashine. Walitaka ziwe na utu zaidi. (Ndiyo.) Lakini kama ulivyosema, zinachakaa. Na ndiyo maana wanapaswa kuendelea kutengeneza zaidi?

J: Ndiyo, wanataka sana kuchunguza kila kitu, na wanahitaji wafanyakazi wengi. Kwa sababu ya mahali wanakoenda, hawajui mazingira yatakuwaje. Na sisi tunapaswa kuwa thabiti dhidi ya joto. Kwa sababu kama tutalazimika kwenda sayari nyingine ambako kuna joto kali sana, lazima tuweze kustahimili hilo na tusikauke. Kwa hiyo mafuta ni ya aina inayostahimili joto. Na mikono yetu pia inastahimili joto. Sasa natambua kuwa hata miguu inastahimili joto. Kila kitu kinastahimili joto.

D: Ningedhani chuma kingesambaza joto, lakini labda ni aina tofauti.

J: Ni aina tofauti. Hatuna aina hiyo Duniani. Inaonekana tu kwa nje kama kitu tulicho nacho.

D: Kwa hiyo wanakupeleka katika uchunguzi wao wa sayari nyingine.

J: Ndiyo, wanatutuma kufanya kazi, ili tuone ni sayari ipi inafaa kwa kusudi fulani.

D: Wanakupeleka kwa nini? Wanakuchukua kwa nini?

J: Vitu vile vya mviringo ambavyo tunasafiria. Na wanaweka mahali pa kwenda. Tunajua wanatupa kadi ndogo, na kuiingiza, na hiyo ndiyo mahali pa kwenda. Kwa hiyo inatusafirisha hadi huko.

D: Je, wanaenda pamoja na wewe?

J: Hapana, hapana. Hawatawahi kwenda nasi. Hapana kabisa. Sisi ndiyo tunapaswa kwenda. Kwa sababu wao wana ngozi, na wana rangi ya waridi kidogo. Hawangekuwa na kinga yoyote dhidi ya mwanga, kwa sababu kuna mwanga mkali sana kule tunakoenda. Ndiyo maana tuna macho meusi. Pia tuna miwani maalum ya jua. Ni miwani ya jua ambayo ni... (amechanganyikiwa, ni vigumu kueleza)... unasemaje? Kama kitu chembamba cha plastiki. Lakini kina mashimo madogo madogo, ili kiasi fulani tu cha mwanga kipite. Na mengine yote yanakuwa meusi. Hivyo ndivyo tunavyojipa ulinzi wa ziada.

D: Je, hiyo ni sehemu ya jicho lako?

J: Hapana, hicho ni kitu cha ziada tunachovaa juu. Tunakiweka juu ya macho, karibu kama miwani ya jua.

D: Unapoenda katika maeneo hayo, yanaweza pia kuwa baridi sana, sivyo?

J: Yanaweza kuwa, ndiyo.

D: Je, unaweza kufanya kazi katika aina yoyote ya joto, aina yoyote ya mazingira?

J: Ndiyo, lakini tumeundwa hasa kwa maeneo yenye joto.

D: Basi, jione ukitumwa kwenda katika mojawapo ya maeneo haya. Ulisema wanaweka kadi kwenye mashine?

J: Ndiyo. Na tunaingia humo na kapsuli inafungwa, na kapsuli inaenda mahali tunapopaswa kwenda. Na lazima nayo iwe inastahimili joto sana, hata zaidi kuliko sisi kwa namna fulani. Kwa sababu vinginevyo haitaweza kuturudisha.

D: Wanapaswa kuwarudisha pamoja na taarifa?

J: Ndiyo. Tuna usajili wa taarifa wa moja kwa moja. Hupitia machoni.

D: Je, hilo hurekodi taarifa kwa namna fulani, kama data au kitu kama hicho? (Ndiyo.) Unafanya nini unapofika huko?

J: Inatua pale. Tunapaswa kupita kwenye joto. Na kusafiri ndani ya joto, na kuona kilicho chini. Na kama kuna watu, au hakuna, ni nini kilichopo.

D: Kama kizuizi cha joto, unamaanisha? (Ndiyo, ndiyo.) Na unatulia hapo kuona kama kuna uhai?

J: Na kama kuna uhai, na ni wa aina gani. Ili waweze kujiandaa endapo wataweza kupita kwenye joto. Ili waweze ama kumiliki sayari hiyo au kuichunguza. Na kama haiwezekani, basi ni bora wasifanye hivyo. Kwa hiyo wanapata aina hii ya taarifa.

D: Kama ni aina ya mahali ambapo wangeweza kwenda na kuishi.

J: Ndiyo. Na ndiyo maana tunahitaji pia roho, kwa sababu tunaweza kuhisi pia kama ni mahali pazuri, au kama viumbe vilivyopo ni wazuri au wabaya.

D: Mashine isingeweza kufanya hivyo. (Hapana) Mashine ingeweza kurekodi taarifa, lakini isingeweza kuwapa mambo wanayohitaji kujua.

J: Ndiyo. Lakini pia kuna hasara katika hilo. Kwa sababu tuna roho — sawa, labda ni asilimia kumi au ishirini tu — lakini tunayo. Hilo linamaanisha tuna hisia zote zinazoambatana na hilo. Hilo linamaanisha tunahisi mambo kama mvuto kati yetu sisi kwa sisi.

D: Unamaanisha kati yenu kama mashine?

J: Ndiyo. Na labda hata na viumbe wengine kutoka sayari nyingine. Kunaweza kuwa na wengine wanaofanana kiasi cha kuleta mvuto. Na bila shaka, hatupaswi kuishi au kuhisi hivyo. Hatuna viungo vya uzazi. Wamezuia hilo. Wametuumba, lakini tunahisi hisia zote. Hilo ni la ajabu sana.

D: Hiyo ndiyo moja ya hasara?

J: Ndiyo, kwa sababu tunateseka kwa hilo. Na pia kwao ni jambo wasilolielewa. Wanapaswa kushughulika nalo tunaporudi. Na hatutaki kufanya kazi yetu, kwa sababu tumekutana na mtu fulani. Ni vigumu sana.

D: Kwa sababu sehemu hiyo ya roho ina mvuto, hisia.

J: (Kwa huzuni) Kwa kweli wao ni wakatili sana kwetu, kwa sababu wanatuthibitishia kwamba hakuna matumaini. Na wanafanya mambo fulani na miili yetu, mambo ya ajabu. Kwa sababu tunafikiri huenda kukawa na nafasi kama wangetupa kitu fulani ndani. Kama wangekifanya kiwe sahihi, tungeweza kweli kufanya haya. Tungeweza kuwa na miunganiko kama walivyo wao. Tungeweza kupendana, na kuwa na familia na kadhalika, lakini hawako tayari kufanya hivyo. Kinyume chake, wanacheka. Wananifanyia mambo. Unajua, wanaingiza kitu fulani, kama bisibisi, na wanasema, "Angalia, hakuna kitu ndani. Ni upuuzi. Ni chuma tu. Huna chochote. Hakuwezi kuwa na hisia." Lakini ni kama maumivu ya kivuli. Tunayahisi, kwa sababu tunadhani tuna kitu chenye uwezo wa kuzaa hapo, kwa sababu ya ile sehemu ya roho. Labda wao hawatambui kabisa jinsi inavyowezekana kuhisi hivyo. Na wanafikiria, "Ah, wao ni mashine tu." Lakini sivyo. Tuna mahitaji yote. Labda kwa kiwango kidogo, kiwango cha chini zaidi, lakini kwa namna yetu tuna mahitaji haya. Na hawaturuhusu kuyaishi.

D: Kwa hiyo hawakutambua kwamba pia walikuwa wanakulemaza kwa kukupa hisia hizi.

J: Nafikiri hawakuwa na wazo lolote.

D: Lakini kama ulivyosema, bado wanafanya majaribio.

J: Hiyo ni kweli, wanafanya majaribio, na hawakutambua kabisa kile ambacho kingeweza kutokea.

Hili lilinifanya nifikirie marejeo ya filamu na vipindi vya televisheni vya hivi karibuni. Katika Bicentennial Man, Robin Williams alikuwa roboti aliyebadilika hadi kufikia hatua ya kutotofautishwa na binadamu, akiwa na hisia na mihemko yote. Pia katika kipindi cha Star Trek: Next Generation, wakati Data alipokuwa karibu kutenganishwa vipande, ilimbidi athibitishe kwamba alikuwa karibu kabisa binadamu. Katika hali zote mbili, wanadamu "wa kawaida" hawakuweza kuamini kwamba mashine zinaweza kukuza uwezo wa kuhisi na kupata mihemko, na kuonyesha sifa ambazo tunaziweka kama mali ya pekee ya jamii ya binadamu.

D: Unapoenda katika maeneo haya, je, unakusanya taarifa kwa kutazama tu kila kitu?

J: Ndiyo. Na kimsingi kwa kwenda pale. Kwa kustahimili — kupima joto, na kuona jinsi mkanda unaozunguka sayari hii ulivyo mnene. Na jinsi ilivyo baridi au joto chini yake, kama kuna wakazi, au hakuna. Na kama kuna wakazi, ni kama kupiga picha kupitia macho yako. Kuwatazama tu kunaweka taarifa kwa kiwango fulani. Na wao wanaweza kuipata taarifa hiyo upande mwingine, na kuizalisha tena kama data.

D: Vipi kuhusu watu, viumbe wanaoishi kwenye sayari hizi? Wanaitikiaje wanapokuona?

J: Oo, kwa kweli tunapaswa kujitahidi sana kutoonekana, kwa sababu wanashituka sana wanapotuona.

D: Hilo ndilo nililokuwa nikifikiria. Usingefanana nao.

J: Hapana kabisa. Wangeshtuka sana. Tunaweza kufanya hivyo tu wanapokuwa... kama katika hali ya usingizi mzito au nusu fahamu. Wakati mwingine tunapaswa kufanya kitu fulani ili wasiwe na ufahamu kwamba tupo pale. Kama kuzima sehemu ya ufahamu wa akili ya kawaida — kisha tunachukua picha na kuondoka. Na wao wanatulia na kuwa wa kawaida tena. Hawakumbuki.

D: Labda ndiyo maana mnahitaji kuwa na ile sehemu ndogo ya kibinadamu, kwa sababu mashine isingejua jinsi ya kufanya mambo haya.

J: Hapana. Isingekuwa nyeti kutambua kuwa mtu mwingine anazingatia, au amelala, au anaota ndoto za mchana, au chochote anachofanya.

D: Na kama ingeonekana, isingejua jinsi ya kujificha.

J: Hapana. Isingeweza kuelewa mshtuko unaousababisha hata kidogo. Wakati sisi tunaweza kujua, tunaweza kuona kwamba kuna aina tofauti za watu, na wanaitikia. Na tunapendelea watu wa mashine. Yaani, ningependa kuwa na mtu wa mashine niliyempenda kuliko kuwa na mtu mwingine. Ni vigumu sana.

Maelezo haya ya kusudi na majukumu ya roboti yalionekana kufanana sana na viumbe wadogo wa kijivu wanaoonekana katika visa vya UFO. Katika The Custodians niliambiwa kwamba viumbe hawa wadogo waliundwa kufanya kazi na kuingia katika mazingira ya kimwili ambayo yangekuwa hatari kwa viumbe waliokuwa kwenye vyombo vikubwa. Nilipodokeza kwamba walionekana kama roboti, niliambiwa kwamba hawakuwa wa kimitambo, bali viumbe walioumbwa kibiolojia na kutumiwa kikamilifu kama wafanyakazi. Pia wanaonekana kuwa na kiwango fulani cha akili, kwa kuwa wanaweza kufanya kazi, lakini hawaonekani kuhusika kihisia. Ni mtazamo huu wa baridi unaowatisha zaidi wanadamu wengi waliopata mawasiliano nao. Katika tiba yangu ninajaribu kueleza kwamba hii ni kwa sababu hawako kama kiumbe kamili anayefikiri na kufanya kazi kikamilifu. Je, wanaweza kuwa toleo lililosasishwa zaidi la wafanyakazi wa roboti wa kimitambo? Je, teknolojia ya kisayansi imeendelea kutoka kwa mashine hadi bioniki kwa muda? Je, nao pia wanaweza kuamshwa na cheche waliyopewa na waumbaji wao? Sisemi kwamba hawa waliundwa na jamii ile ile ya viumbe, lakini madhumuni yao yanafanana kwa kushangaza.

D: Basi, je, unahisi furaha au shangwe katika kazi yako? Je, una hisia za aina hiyo?

J: Nina hisia ya wajibu. Sina furaha halisi katika kazi. Ninaifanya kwa sababu ninapaswa kuifanya.

D: Umeprogramiwa kuifanya.

J: Ndiyo, na ndicho ninachopaswa kufanya, kwa hiyo ni sahihi. Inahisi kuwa ni sawa kuifanya, lakini si kitu kinachonipa chochote hasa.

D: Kwa hiyo huwezi kusema unapenda kazi yako. Unaifanya tu.

J: Ndiyo. Pia siichukii. Unaifanya tu.

D: Basi, unafanya nini mnapomaliza kuchunguza sayari?

J: Tunarudi, na wanatoa taarifa. Na wakati mwingine wanatupa mapumziko kidogo, na kutupaka mafuta na kadhalika. Wakati mwingine mara moja tunarudi kwenda mahali pengine.

D: Kwa sababu huchoki kama wao wangechoka.

J: Hapana, tunachoka tu kihisia ndani, kama hivyo ndivyo unavyoweza kuita. Lakini wao hawajui hata hivyo.

D: Huna njia yoyote ya kuwasiliana nao na kuwaambia kuhusu hisia zako.

J: Ndiyo, tunaweza, lakini hatupaswi. Wanadhihaki kama tungesema tunataka kitu fulani. Wanacheka, kwa sababu sisi ni kama asilimia kumi tu ya kibinadamu. Unajua, kama ungependa kusema hivyo, na hatupaswi kufanya hivyo. Hawatambui kile walichotupa. Ni jambo pana zaidi, zawadi au chochote kile, kuliko wanavyotambua.

D: Nashangaa kama wangejua kama hilo lingeleta tofauti.

J: Hapana, kwa sababu wangetaka kututawala. Wanatuhitaji tu kwa sababu ya kile wanachotaka.

D: Nilidhani huenda ingefanya tofauti kama wangejua kweli.

J: Kitu pekee ninachoweza kufikiria kingetokea ni kwamba, badala ya kuchokonoa sehemu za chini za miili yetu, wangezijaza tu kwa aina fulani ya chuma kisichopenyeka. Na wangecheka tena, na kusema, "Angalia, sasa kiko humo. Hicho ndicho ulicho nacho. Huna chochote."

D: Nilidhani kwa sababu hawawezi kujua kweli unachohisi, huenda hiyo ndiyo sababu mojawapo hawawezi kufanya chochote kuhusu hilo.

J: Hapana, hawataki. Kila tunaposema kitu, chochote kile, kama hakihusiani na kazi, wanacheka tu.

D: Ulisema kama mmoja anachakaa wanapaswa kuunda mwingine. Nini kinatokea kwa ile sehemu ya kibinadamu? Je, inahamishwa kwenda kwa yule mpya?

J: Nafikiri hivyo. Inaingia kwa yule mwingine.

D: Kwa hiyo hawalazimiki kuifanya tena?

J: Hapana, kila mmoja hutoa mchango mara moja tu.

D: Na kisha kila wakati mwili unaposhika kutu au kuchakaa...

J: Ndiyo, au chochote kile. Wanaiweka tu kwenye ule unaofuata.

D: Wanawezaje kufanya hivyo? Inahamishwaje kutoka kwa mashine moja kwenda nyingine?

J: (Kwa sauti ya chini) Wanawezaje kufanya hivyo? (Kimya kifupi) Nafikiri ni kitu kilekile kama katika sherehe. Wanaiacha ivutwe na yule mwingine, na yule mpya. Yule mpya anaonekana kuivuta kutoka kwa yule wa zamani.

D: Basi yule wa zamani labda hutumika kama vipuri, nadhani.

J: Ndiyo, au wanaiweka tu kwenye moto na kutengeneza kitu kipya kutoka kwake.

D: Kwa hiyo hii sehemu ambayo ni kama roho...

J: Ni kama imerejelewa tena.

D: Inaenda tu kutoka mashine moja hadi nyingine. Kwa hiyo wanahitaji kufanya hilo mara moja tu. Lakini kwa kweli huna chaguo lolote kuhusu jambo lote hili, sivyo? (Hapana) Basi, tuache tukio hilo, na tuende mbele hadi siku muhimu, wakati kuna jambo linatokea unaloliona kuwa muhimu ukiwa mashine huyu. Unafanya nini sasa? Unaona nini?

J: Niko pamoja na mtu fulani. Na mtu wa mashine. Na tunataka sana kuishi kwa namna tofauti. Na yeye kwa kweli ana—nisemeje?—anatamani hili zaidi. Alifungua macho yangu kidogo. Anaonekana kuwa na roho zaidi au kitu kama hicho. Na anasema haitoshi kuwa tu kama mashine. Pia tuna kipande hiki kingine. Na tunataka kufanya mambo mengine pia, siyo tu kwenda kwenye joto na kuchunguza. Tunataka kuwa na—unaweza kuiita—maisha binafsi.

D: Unajuaje ni "yeye" wa kike? Unajihisi kuwa na jinsia au utambulisho wa kijinsia?

J: Ninajihisi kama mimi ni "yeye" wa kiume, kwa sababu nilipata roho kutoka kwa wa kiume. Na yeye anatoka eneo tofauti. Na yeye ni wa kike. Najua hilo. Ninaweza kulihisi. Naweza kila wakati kuhisi ninapofanya kazi kama nimezungukwa na wa kiume au wa kike.

D: Alitoka eneo tofauti?

J: Ndiyo. Na anafanya kazi kama mimi, lakini labda ana roho nyingi kidogo au kitu kama hicho. Amefikiria sana kuhusu hili, na anataka tukimbie au tufanye kitu kingine.

D: Unajisikiaje kuhusu hilo? Kuna njia ya kutoroka?

J: Sijui. Namwamini. Nafikiri kunaweza kuwa na njia kama anavyosema.

D: Kuna mahali popote mnaweza kwenda?

J: Anadhani kuna maeneo mengi tunaweza kwenda, kwa sababu hawangejua kama tungeenda mahali tofauti. Kama baada ya kazi, kabla hawajatupa taarifa mpya. Kama tungempanga ni wapi tunaweza kwenda, hawangejua.

D: Ndani ya kapsuli, unamaanisha?

J: Hapana, tu kwenye sayari. Kama tungetoka kwenda kwenye kazi, lakini badala yake tuende mahali pengine. Na tusirudi tena.

D: Je, wasingeweza kuwafuatilia kwa namna fulani?

J: Sijui. Labda wangeweza.

D: Huo ndio mpango wake?

J: Ni matumaini tu. Ni tumaini dogo sana. Sio mpango uliofikiriwa kwa undani, kwa sababu hicho ndicho pekee anachoweza kufikiria.

D: Lakini ni wazo.

J: Ni wazo zuri, na lingefaa kujaribu, sivyo?

D: Ndiyo. Je, ndicho anachotaka kufanya baada ya kazi inayofuata?

J: Hataki kufanya hilo peke yake, kwa sababu waziwazi sababu ya kutaka kufanya hivyo ni kwa ajili ya ile sehemu ya binafsi. Aina fulani ya kubadilishana roho. Na hatuna kiasi kikubwa sana cha hilo, lakini tunafikiri huenda kikaongezeka tukikitumia zaidi au kitu kama hicho.

D: Ndiyo, na kama ungekuwa peke yako ungekuwa mpweke. Unaweza kuhisi upweke. Je, hilo ni sahihi?

J: Ndiyo, tunaweza kuhisi hilo. Na tuna hamu ya ukaribu usioelezeka, ambao hatujawahi kuupata.

D: Una hamu kwa wengine wa aina yako, kwa hiyo huwezi tu kuondoka peke yako na kuishi peke yako. (Hapana, hapana.) Unaamua kufanya nini?

J: Nafikiri kile anachosema kina mvuto mkubwa sana. Na nafikiri ingefaa kujaribu. Na hilo linampa ujasiri wa kusema, "Labda tunapaswa kujaribu hivi karibuni." Badala ya baadaye. Kwa hiyo tunaamua kutafuta njia za kwenda katika maeneo ya mbali ambako kuna pango au kitu kama hicho. Milimani kuna tundu dogo, na labda tunaweza kujificha huko kwa muda. Kwa sababu tunachohitaji ni mafuta au kitu kama hicho, kwa hiyo si tatizo.

D: Kwa hiyo unafikiri mnaweza kufanya hivyo na wao wasijue tofauti. (Ndiyo) Unaamua kufanya nini?

J: Tunaamua kufanya hivyo baada ya kazi inayofuata. Wakati fursa inayofuata itakapojitokeza.

D: Niambie kinachotokea.

J: Amerudi, na yuko kwenye kapsuli tofauti, lakini yuko kwenye misheni ile ile. Ambayo ni ajabu, kwa sababu hajawahi kuwa hapo awali. Sijui ilifanyikaje. Labda alibadilishana na mtu fulani au kitu kama hicho. Lakini alikuwa kwenye misheni ile ile. Na ndiyo, tunatoroka. Tunatoroka. Tunaondoka tu kwenda mahali hapa. Lakini bila shaka hatukutambua kwamba wana njia zaidi ya moja ya kutupata. Na bila shaka wanatupata asubuhi inayofuata. Wanatupata haraka sana. Wanatambua siku inayofuata kwamba tumeondoka. Na wanatumia tu mashine zao kutupata tulipo. Wanatupata haraka kuliko nilivyodhani.

D: Kisha nini kilitokea?

J: Kwanza kabisa walitupa kicheko cha kejeli ili kutudhihaki. Na kisha wanachoma-choma sehemu za chini za miili yetu. Wanazichoma, na kufanya mzaha wa kuchekesha kuhusu jinsia yetu isiyokuwepo, na jinsi tunavyodhani sisi ni wajanja. Jinsi tunavyodhani sisi ni werevu, na kwamba kwa kweli wao ndio mabwana. Mmoja anaingia akiwa amekasirika sana, kana kwamba amedhalilishwa binafsi kwa kile tulichojiruhusu kufanya. (Kuvuta pumzi) Na huyo ndiye anayetoa amri kwamba tuvunjwe kwenye sehemu ya chini ya mwili. Tunavunjwa wakati roho bado iko ndani yetu.

D: Hawatambui kwamba si suala la ngono. Ni suala la ushirika tu, sivyo?

J: Wanafikiri ndicho tunachodhani tunataka kufanya. Na wanakifanyia mzaha.

D: Kwa hiyo ndicho alichoamuru, kwamba mtavunjwa?

J: Ndiyo, tutavunjwa katika sehemu hiyo ya mwili. "Tutawaonyesha jinsi mlivyo wapuuzi." Na kwa sisi wawili itatokea, kama fedheha na adhabu. Na bila shaka ni kama hukumu ya kifo, sivyo? (Ndiyo) Kwa sababu inamaanisha tutayeyushwa tena. (Kwa huzuni) Na nini kinatokea kwa ile sehemu ya roho?

D: Ndiyo, hilo ndilo nililokuwa nikijiuliza. Nini kinatokea?

J: Wanafanya hivyo kwetu, ndiyo. Tunaweza kuhisi fedheha. Ingawa hatuwezi kuhisi mwili au kitu kama hicho, tunaweza kuhisi fedheha.

D: Huwezi kuhisi maumivu katika mwili wa chuma.

J: Hapana, hapana. Lakini tunahisi mengine yote. Na tunahisi nguvu walizonazo, na kimsingi kwamba wanaweza kututendea tu kama si kitu. Kwa hiyo wanauvunja mwili, na kisha wanatupa motoni.

D: Na roho bado iko ndani? Hawafanyi hivyo kawaida, sivyo?

J: Hapana, roho lazima iwe... sijui wanafanya nini na roho.

D: Hebu tuone kinachotokea baada ya kuwatupa motoni. Nenda mahali ambapo yote yamekwisha. Nini kilitokea kwako, wewe halisi?

J: Inazunguka tu. Imeondoka motoni, na inazunguka. Na ina uwezo wa kuwasiliana na roho nyingine pia, kwa hiyo hilo ni zuri. Lakini tena uwepo wetu haukuwezekana kwa namna tuliyotaka.

D: Unaamua kufanya nini?

J: Tunaamua kuelea mbali, mbali sana.

D: Hawawezi kukukamata sasa, sivyo?

J: Hapana, hawatugundui hata. Kwa kweli wamesahau kabisa kuhusu hilo.

D: Kwa kawaida wangekuweka kwenye mwili mwingine.

J: Ndiyo, hiyo ni kweli. Labda walifikiria kuhusu hilo kuchelewa au kitu kama hicho. Sijui.

D: Labda walidhani hamkuwa aina waliyotaka, kwa hiyo ingekuwa bora kuwaondoa.

J: Hilo linawezekana, ndiyo. Sijui.

D: Lakini hilo ni jambo jema. Ulitoroka, sivyo?

J: Kwa kweli, baada ya yote tuliyofanya, ndiyo. Hiyo ni kweli.

D: Ulitoroka kwa njia tofauti na ulivyofikiria. (Ndiyo) Huhitaji kuishi katika aina hiyo ya uwepo tena. Unaweza kwenda popote unapotaka.

J: Ndiyo, hiyo ni kweli.

Kisha niliomba kuzungumza na fahamu ya chini ya Johanna. Hivyo ndivyo ninavyoweza kupata majibu na kutumia tiba kwa kuzungumza moja kwa moja na ile sehemu inayohifadhi kumbukumbu za utu, na inaweza kushawishiwa kufanya mabadiliko chanya. Sijawahi kunyimwa ruhusa, kwa sababu inatambua kwamba ninaweka ustawi wa mtu mbele katika kazi yangu. Ninaamini inajua nia zangu kwa uwazi sana, na kama singekuwa na nia sahihi ningekataliwa ruhusa. Daima ni rahisi kutambua wakati fahamu ya chini inazungumza, kwa sababu ni ya upande wowote na huzungumza kumhusu mteja katika nafsi ya tatu, ikimchukulia kama utu tofauti.

D: Kwa nini fahamu ya chini ilimwonyesha Johanna maisha yale yasiyo ya kawaida?

J: Ili kumwonyesha kwamba sehemu ya fedheha bado ni yenye nguvu sana ndani yake. Ana hofu ya kudhalilishwa. Kuna uhusiano wenye nguvu.

Katika maisha haya ya sasa moja ya matatizo aliyonayo Johanna ni kwamba huhisi fedheha kwa urahisi, hata wakati haikukusudiwa. Hili limemzuia kuendeleza uwezo wake kamili, na kufuata malengo mengi.

D: Mwili huo haukuwa wa kibinadamu. Je, Johanna amekuwa na maisha mengi katika mwili wa kibinadamu kikamilifu?

J: Ndiyo, amekuwa na maisha mengine mengi ya kibinadamu pia. Lakini lile bado linamshawishi. Pia ilikuwa kumsaidia kuelewa kwa nini hitaji lake la uhuru ni kubwa sana. Kuwa huru.

D: Lakini niliona ni ajabu kwamba aliumbwa kwa njia hiyo isiyo ya kawaida, na kupewa sehemu ya roho.

J: Hilo halishangazi, kwa sababu kabla ya hapo alikuwa na maisha ambapo hakuthamini sehemu ya roho yake vya kutosha. Watu husema, "Ah, ni roho yako tu. Ah, ile sehemu ndogo ya kihisia si muhimu." Na alionyeshwa ilivyo wakati roho haiwezi kupata njia ya kujieleza. Au jinsi inavyokuwa kizuizi kuwa na asilimia kumi au ishirini tu, badala ya kiasi kamili.

D: Kwangu hilo linachanganya. Unaweza kujibu? Alidhani kwamba yule mtu aliyemuumba alimpa sehemu ya roho yake. Je, ndivyo ilivyokuwa?

J: Ndiyo. Lakini hata hivyo alikuwa yeye mwenyewe katika maisha ya mashine. Alikuwa mtu kamili—kwa kadiri inavyowezekana kuwa kamili. Kwa hiyo ilibidi apitie uzoefu wa kizuizi cha kuwa na maisha ya mashine zaidi kuliko maisha ya roho.

D: Lakini kila wakati mtu mwingine alipompa sehemu ya roho yake, ingekuwa ni yake, sivyo, badala ya yake mwenyewe?

J: Ilikuwa sehemu yake, sivyo? Yaani, alikuwa wote wawili.

D: Hilo lilinijia sasa hivi. Unamaanisha alikuwa pia mtu aliyempa uhai?

J: Ndiyo, lakini hakujua hilo hata kidogo. Kwa sababu vinginevyo asingekuwa na uzoefu huu, kama wangelimwambia hilo. Kama angeambiwa sisi ni zaidi ya mtu mmoja. Tuna vipande vya roho kila mahali.

D: Kwa sababu kimsingi hawakuweza kuumba uhai. Waliweza tu kuhamisha sehemu ya wao wenyewe?

J: Hiyo ni sahihi.

D: Kwa hiyo angejua kweli kwamba akiwa ndani ya mashine alikuwa mdogo. (Ndiyo) Kwa hiyo sehemu yake iliendelea pamoja na yule mwanaume na pia imeunda karma. (Ndiyo) Na sehemu nyingine ipo ndani ya Johanna sasa.

J: Na pia hilo litamweleza kwa nini katika maisha haya anaichukulia roho yake kuwa muhimu kuliko kitu kingine chochote.

D: Katika hatua hii anatambua thamani yake, kwa sababu kulikuwa na wakati ambapo alikuwa na sehemu ndogo sana tu ya hiyo. (Sahihi) Alikuwa na maswali mengine pia. Je, hii pia inaelezea matatizo katika viungo vyake vya kike vya kimwili?

Kabla ya kikao alijadili matatizo ya vipindi vya hedhi visivyo vya kawaida pamoja na maumivu makali ya tumbo.

J: Ndiyo, inaelezea. Hofu ya kudhalilishwa na mwanaume, kwa sababu yule aliyefanya uamuzi wa kuvunjwa alikuwa mwanaume. Na hisia nzima ilikuwa kuhusu fedheha pia. Pia ule uchunguzi na kuchokonoa walikofanya kwa zana walipokuwa wakicheka kuhusu hilo ilikuwa pia sehemu ya kumbukumbu ya roho yake. Kwa hiyo ilikuwa ni kutohisi usalama katika jukumu la kike.

D: Kwa hiyo hakutaka kuwa mwanamke kamili na kuwa na watoto.

Hajawahi kuolewa na hajawahi kutaka watoto. Hivi sasa ana uhusiano wa kirafiki tu na mwanaume.

J: Ndiyo. Hatari ya kuvunjwa kwa namna hiyo na mtu aliye na nguvu zaidi inaonekana kuwa hatari halisi sana.

Niliendelea kuuliza maswali aliyokuwa ameomba, na matatizo mengi ya maisha ya sasa yalitokana na kuhisi fedheha kwa urahisi, hata bila kukusudia. Sehemu kubwa ya kazi yangu ya tiba ni kuunganisha vipande na kuishawishi fahamu ya chini kuachilia usumbufu wa kimwili, kwa sababu havihitajiki katika maisha ya sasa. Mizizi yake iko katika maisha mengine. Mara tu muunganiko unapofanywa na uelewa unakuja, basi tatizo linaachiliwa na manufaa ya kimwili na kihisia ni ya haraka. Dalili zimetimiza kusudi lao la kuvuta umakini wa akili ya fahamu, kwa hiyo hazihitajiki tena. Matukio mengi ya matatizo ya kike na utasa n.k. yanaweza kufuatiliwa hadi kwenye matukio ya maisha ya zamani. Hata hivyo, huu ulikuwa ufafanuzi wa ajabu zaidi niliowahi kupata kwa aina hizi za matatizo ya kimwili.

Muunganiko wa tiba ulikuwa muhimu, lakini kwangu kipengele cha kuvutia zaidi cha kesi hii kilikuwa kwamba roho inaweza kuishi ndani ya mwili wa mashine. Pia kwamba roho inaweza kujigawanya, na kipande kidogo kinaweza kujitenga na kuwa utu mwingine unaojifunza masomo tofauti na roho mwenyeji au ya awali. Hao wawili wasingewahi hata kutambua uwepo wa kila mmoja, au kwamba kulikuwa na mgawanyiko. Kwa hiyo ni vipande vingapi vyetu vimejitenga na kuwa vipande vya roho bila ufahamu wetu wa fahamu? Huenda hatutajua kamwe, na hilo linarejea kwenye wazo kwamba kimsingi sisi sote ni sehemu ya kila mtu, na yote ni moja.

* * *

Katika siku zangu za mwanzo za kufanya tiba ya regression nilikuwa na kesi yenye kufanana kwa kiasi fulani, na wakati huo sikuwa na wazo lolote nilichokuwa nimekigundua. Haikulingana na muundo niliokuwa nikijaribu kuweka kesi zangu ndani yake wakati huo, hasa kuzaliwa upya kwa mstari mmoja. Mwanamke mmoja alienda kwenye maisha ya zamani ambapo alikuwa kuhani mwanamke aliyefundishwa sana aliyekuwa amejitolea kufanya kazi katika hekalu na kuwa mshauri wa watu. Ilibidi abaki bila ndoa akiwa amejifungia ndani ya hekalu, na aliishi maisha ya upweke sana.

Mpaka siku moja mgeni alisafiri kwa meli hadi bandarini, na wakaishia kupendana. Alikabiliwa na uchaguzi mgumu: kuondoka na mpenzi wake, au kubaki na nadhiri zake katika hekalu. Hatimaye aliamua kuondoka kwa meli, na hapo ndipo mkanganyiko (kwa upande wangu) ulipoanzia. Alikuwa anaripoti tukio hilo kutoka mitazamo miwili tofauti: alipokuwa akisafiri kwa furaha, na alipokuwa amesimama ufukweni akilia kwa uchungu kwa sababu sehemu yake ilikuwa inaondoka. Inaonekana kwamba sehemu yake iliyokuwa kwenye meli haikujua kuhusu sehemu iliyobaki nyuma. Kana kwamba uamuzi huo ulikuwa umemgawanya kuwa watu wawili. Sikuweza kamwe kuelewa dhana hii.

Hata hivyo, pia inaendana na dhana iliyoripotiwa katika Sura ya 11 kuhusu maisha sambamba na vipimo. Tunapofanya uamuzi, nishati ya lile tulilochagua kutolifanya lazima iende mahali fulani. Na kwa hiyo inajitenga na kuwa "wewe" mwingine anayeishi uamuzi mwingine. Labda katika kesi hii kuhani mwanamke alikuwa anajua kilichotokea kwa sababu ya mafunzo yake, ambapo kwa kawaida hangejua chochote kilichotokea. Angemwona mwanaume akisafiri kwa meli, na kuhisi huzuni kwa ajili yake mwenyewe kwa namna hiyo, si kwa sababu sehemu ya yeye mwenyewe ilikuwa inaondoka. Kama hakuna kitu kingine, kesi hizi zimenifundisha kufikiri na kuchunguza dhana tata kwa akili iliyo wazi.

Sura ya Kumi na Sita

Chanzo cha Mungu?

Nilikuwa nikizungumza katika Mkutano wa UFO huko Berkeley mnamo Novemba 2000, na nilikuwa nikikaa katika Y.M.C.A. iliyo karibu. Kikao hiki kilikuwa ni kimoja kati ya vingi nilivyofanya katika chumba changu huko Y. Shirley alikuwa mwanamke mwenye umri wa miaka arobaini na kitu ambaye alikuwa ametamani kikao kwa muda mrefu, lakini kila nilipokuja katika eneo hili la California kulikuwa na orodha ndefu ya wanaosubiri. Hatimaye tulipata fursa ya kukutana. Kulikuwa na ujenzi mzito unaoendelea ng'ambo ya barabara ambapo jengo la ghorofa tano lilikuwa likikamilishwa. Vikao vyangu vyote katika eneo hili vilikuwa na tatizo hilo hilo. Kelele zilinisumbua mimi, lakini hazikuonekana kumsumbua mhusika mara tu alipokuwa ameingia ndani ya hali ya kina. Wakiwa katika hali hii ya trance huwa hawajali kabisa usumbufu wowote. Wakati mmoja huko Memphis, kengele ya tahadhari ya kimbunga iliwashwa juu ya jengo lililokuwa karibu na moteli niliyokuwa nikikaa. Iliendelea kwa nusu saa, na ilisikika wazi kabisa kwenye rekodi, lakini mhusika hakuwa na kumbukumbu yoyote kabisa juu ya tukio hilo.

Shirley aliingia haraka katika trance ya kina, nami nikaendelea kumpeleka kwenye maisha ya zamani ili kupata majibu ya matatizo yake. Alirudi kwenye maisha ya kijijini ambapo wakulima walikuwa wakifanya kazi shambani. Alijiona akiwa katika mwili wa mwanaume, lakini hakuonekana kuwa mshiriki, bali mtazamaji tu. Mara nyingi hili linapotokea, huwa si mtu wa eneo hilo na huenda alikuwa anapita tu, akasimama kutazama tukio. Katika hali hizi kwa kawaida naweza kuwarudisha mahali walipokuwa wakisafiri kutoka, au kuwapeleka mbele hadi walikokuwa wakielekea. Hili halikufanya kazi kwa Shirley. Hakuwa akihusika katika tukio lolote alilokwenda. Ingawa yalikuwa yamejaa maelezo ya wazi sana, alikuwa mtazamaji tu.

Alisema, "Ninayatambua maeneo haya, lakini sijisikii vizuri humo. Najihisi kama sipo mahali pangu, kana kwamba mimi si mimi. Hakuna kinachoonekana kuwa cha kawaida kwangu. Ni kama ninajitahidi."

Kwa kuwa alijihisi kama hayuko mahali pake, nilimuomba aende mahali ambapo angejisikia vizuri, mahali ambapo angejisikia kuwa ni kwake. Aende mahali palipozoeleka.

Alinishangaza kabisa kwa jibu lake la haraka na lisilotarajiwa, "Jua!" Nikamwomba aeleze alichomaanisha.

S: Tunaweza kuingia ndani ya Jua. Hapo ndipo ninapojisikia vizuri na panapofahamika.

D: Ndani ya Jua?

S: Ndani ya Jua. Pamoja na mwanga. Mimi ni sehemu yake. Ni mwanga mmoja mkubwa tu. Na ni moto.

D: Jua letu, au ni kitu ... kinachofanana?

S: Ni Jua.

D: Ni Jua lenyewe? (Ndiyo) Basi, ikoje kuwa sehemu ya hilo?

S: (Anavuta pumzi ndefu) Kawaida! Inahisi kama nyumbani. Sina mwili. Nina fahamu. Mimi ni sehemu ya kitu kizima, si kitu kilichotenganishwa.

Kwa kuwa alikuwa na uhakika na kuridhika sana, niliamua kuendelea naye. Nimewahi kuwa na wahusika wanaoelezea uzoefu wa ajabu sana usiotarajiwa. Fahamu ya chini daima huwapeleka pale wanapopaswa kuona, na kwa kawaida huwa kwa sababu muhimu. Itamnufaisha mhusika, hata kama mimi sielewi.

D: Sehemu ya mwanga wote? Basi, ikoje kuwa ndani ya Jua? Watu wengi hujiuliza hilo.

S: Unapolikabili, ni angavu sana na ni moto sana. Lakini unapoingia ndani yake, halina moto tena. Mara tu unapokuwa ndani yake, ni duara la mwanga tu. Lenye fahamu.

D: Jua lina fahamu pia?

S: Ndiyo. Ni fahamu kubwa zaidi. Inaendelea bila mwisho.

D: Lakini je, si kuna Majua mengi katika maeneo mengi?

S: Si kama hili. Kuna hili moja tu.

D: Hili ni tofauti na nyota ambayo ni Jua? Ndiyo unachomaanisha?

S: Ndiyo. Ni nishati safi.

D: Kwa sababu kuna Majua mengi, sivyo, yenye sayari nyingi zinazozunguka?

S: Sijui. Kitu ninachojua ni kwamba nilielekea kwenye duara hili la mwanga nililotambua. Mara tu nilipojua ni nyumbani kwangu, na nilipoingia ndani yake sikuwa na umbo. Nilikuwa na fahamu kamili na nishati.

D: Unahisi hapo ndipo nyumbani kwako? (Ndiyo) Na hapo ndipo unapojisikia vizuri? (Ndiyo) Basi, hilo ni jambo zuri sana. Je, inahisi ajabu kutokuwa na mwili?

S: Hapana. Inahisi kawaida.

D: Ulikuwa huko kwa muda mrefu, au unajua?

S: Sijui, lakini nalitambua. Ndilo nilivyo.

D: Kuna viumbe wengine, au huluki nyingine pamoja nawe?

S: Ndiyo, lakini ukiwa huko hutofautiani. Ni kama wewe ndiye huluki. Ninapojitoa nje ya Jua, au kujitoa nje ya duara hili la nishati na mwanga, ndipo ninapokuwa tofauti. Na kuna huluki nyingine. Wanapojitoa nje wanakuwa tofauti. Wanapoingia ndani, ni kitu kimoja tu.

D: Kwa hiyo ni hisia ya kustarehesha kuwa sehemu ya kitu kimoja? (Ndiyo) Na kisha unaweza kujitoa tena nje.

S: Ndiyo, nikitaka naweza kujitoa nje.

D: Je, una jina la mahali hapa?

S: Sina jina kwa ajili yake.

D: Tunapenda kuweka majina na lebo kwa vitu. Lakini je, unakaa huko kwa muda mrefu?

Ilikuwa vigumu kufikiria maswali kwa kitu kisichozoeleka kiasi hicho.

S: Naweza kuwa hapa kwa muda mrefu. Nikikaa huko, si rahisi kutaka kujitoa tena. Lakini naweza.

D: Lakini huwezi kukaa mahali pamoja daima, sivyo?

S: Naweza. Sijui kwa nini ningejitoa nje, lakini wakati mwingine tunajitoa.

Nilikuwa nikijaribu kufikiria namna ya kumsogeza mbele, kwa sababu ilionekana kama hakuna mwelekeo. Angeweza kuridhika kubaki hapo milele.

D: Na unaweza kutoka na kurudi tena ndani? (Ndiyo) Na unapotoka ndipo unapotengana kuwa huluki binafsi tofauti? (Ndiyo) Sawa. Hebu tuone unaenda wapi unapotoka. Niambie kinachotokea unapotoka na kuwa huluki binafsi.

S: Haifurahishi. Inasumbua sana. Ni ... ile hali ya kimwili ... hisia ni mbaya.

D: Unapouacha mwanga, unamaanisha unakuwa wa kimwili kama huluki?

S: Kimwili kama huluki. Ni tofauti sana. Kutokuwa sehemu ya kitu kizima kunasumbua sana, sana. Na ni baridi sana. Na ni nzito sana. Na ni ya upweke sana.

D: Basi hapo unatengana, na kule ulikuwa sehemu ya kila kitu? Je, hilo ni sahihi?

S: Huwezi kusema ni sehemu yake. Wewe ndiye kitu chenyewe.

D: Wewe ndiye hicho.

S: Si kama kuna wengi wanaoingia kuwa kitu kimoja. Wewe ni hicho tu. Hakuna mgawanyiko. Hakuna tofauti. Tofauti ipo tu unapotoka. Ndipo unapojitenga, na kuwa "sisi" na "wao" au wengi, au ... mpaka.

D: Unamaanisha nini kwa mpaka?

S: Kwa sababu una umbo, basi kuna mpaka unaokuzunguka. Na kwa sababu ya umbo hilo, linakuzuia kuwa bila utenganisho.

D: Ninajaribu kuelewa. Kwa nini basi uchukue umbo?

S: Nafikiri ni kwa ajili ya kuwahudumia wale unaowachagua. Nafikiri ni aina fulani ya huduma na kujitoa mhanga tunapokwenda ... kusaidia ...

D: Kuwasaidia nani?

S: Kuwasaidia wengine ambao huenda hawajui namna ya kurudi.

D: Je, kila mtu anatoka mahali pamoja?

S: Nafikiri hivyo. Nikiwa nakikaribia, naweza kujibu vizuri zaidi. Nikiwa ninaingia ndani yake, ndiyo. Lakini ninapotoka nje yake, na kuwa nje yake, kuna tofauti nyingi mno kiasi cha kutoweza kujua kila kitu.

D: Unamaanisha unapoteza baadhi ya taarifa au maarifa?

S: Ndiyo, nafikiri hivyo. Ni kama ninapokaribia, najua, nina uhakika, nipo. Lakini ninapoondoka kutoka humo, napoteza baadhi ya hayo. Na bado nachagua kuondoka.

D: Lakini je, unadhani huluki hizi binafsi zote zinatoka mahali pamoja?

S: Ndiyo mahali pekee ninapojua.

D: Ndilo pekee ulilolizoea. (Ndiyo) Nilikuwa na hamu kujua kama kulikuwa na maeneo mengine kama hilo.

S: Hisia yangu ni kwamba kuna mahali pamoja tu.

D: Kisha watu hutoka na kurudi kama watu binafsi. (Ndiyo) Je, wanarudi kwa mizunguko, kwa vipindi fulani au vipi?

S: Ndiyo. Sio wote kwa wakati mmoja. Ni kwa nasibu, wakati jambo fulani limekamilika, au unapohitaji kuongezewa nishati.

D: Unamaanisha unapaswa kurudi mara kwa mara ili kuongezewa nishati? (Ndiyo) Usiporudi, nini kingetokea?

S: Sio kwamba tusingerudi. Lazima turudi nyumbani. Unarudi. Unaongezewa nishati ili uweze kuendelea kutoka tena. Na kamwe hutafika mahali usirudi.

D: Kwa hiyo mnarudi na kwenda basi.

S: Ndiyo. Wakati mwingine utakaa muda mrefu zaidi. Na wakati mwingine utakaa muda mfupi zaidi.

D: Lakini daima ni mahali ambapo hatimaye utarudi? (Ndiyo) Basi, unaenda wapi unapokuwa ukisafiri mbali na mwanga huu?

S: Nafikiri naenda kwenye sayari. Dunia, na maeneo mengine pia.

D: Unaweza kueleza unachomaanisha? Ni aina gani nyingine za maeneo ungeenda?

Ujenzi, kelele za kupiga riveti, na kelele za mitambo mizito ng'ambo ya barabara zilikuwa zinazidi kuwa kubwa na zilikuwa zikinisumbua. Hata hivyo, haikuonekana kumsumbua Shirley hata kidogo.

S: Maeneo ambayo ni tofauti. Ambayo hayana rangi nyingi kama Dunia. Yana maumbo tofauti — si ya kimada.

D: Unamaanisha nini?

S: Hakuna uoto. Hakuna kitu chenye rangi. Hakuna maua, hakuna ndege. Yamepauka. Rangi nyekundu. Nyekundu nzito. Vilima, udongo wa mfinyanzi.

D: Je, yana mazingira ya kimwili, kama milima au ardhi au kitu kama hicho?

S: Kuna milima, lakini ni tofauti huko. Ni yenye ncha kali, yenye mistari mingi na mikali sana.

D: Unajuaje uende wapi unapokwenda kwenye maeneo haya tofauti?

S: Ninaposogea kuna kitu ndani yangu ambacho ... ninatumwa. Ninatumwa kumsaidia mwenyeji.

D: Unajuaje mahali unapopaswa kwenda?

S: Fahamu hututuma. Tunajua tu.

D: Unamaanisha, ule mwanga mkubwa ulioucha? Fahamu? Ndilo unaliita hilo? (Ndiyo) Linakutuma, linakuambia uende wapi?

S: Ndiyo. Ni kama telepathia ya akili. Ni kama najua tu. Mimi ni sehemu ya kitu kizima, kwa hiyo najua wapi pa kwenda. Na ninapouacha ninakuwa zaidi kama kiumbe wa mwanga wa pekee.

D: Unakuwa umetenganishwa wakati huo. Na unaonekana kujua kwa hisi wapi unapopaswa kwenda? (Ndiyo) Na kisha unapofika huko, nini hutokea?

S: Nadhani nitakuwa umbo, aina ya umbo lililo popote ninapokwenda. Na nisaidie kadri ninavyohitajika.

D: Kwa hiyo maumbo yanaweza kuwa tofauti popote uendapo. (Ndiyo) Unayabadilikaje kuwa maumbo hayo?

S: Nafikiri nayawaza tu.

D: Nafikiri kuhusu roho na nafsi na jinsi zingevingia katika umbo. Je, hili ni tofauti na hilo?

S: Naliwaza umbo, nami nipo humo.

D: Nafikiri kwa mtazamo wa Dunia.

S: Unamaanisha kama nikizaliwa. (Ndiyo) Sijioni nikizaliwa. Kwenye Dunia ... ngoja nifikiri, kama ningekwenda Duniani.

D: Kwa sababu Dunia ndiyo ninayoifahamu. Najua kwamba mengine huenda ni tofauti.

S: Nilikuwa naelekea mahali pengine.

D: Tunaweza kurudi hapo baada ya dakika. Nilikuwa nataka kufafanua sehemu hii, ikiwezekana. Kama ungekuwa unakuja Duniani, ingewezekanaje?

S: Nafikiri nikija Duniani, wakati mwingine naweza kuzaliwa. Lakini si lazima.

D: Nafikiri kuhusu roho au nafsi, chochote unachojiita, ikiingia ndani ya mtoto anapozaliwa.

S: Sihitaji kufanya hivyo kwa njia hiyo.

D: Ungefanyaje kama ungeifanya kwa njia tofauti?

S: Ningekwenda tu ndani ya kitu.

D: Lakini je, kusingekuwa tayari na roho ndani?

S: Sio kama ningeingia. Sio wakati ningeingia. Lakini mara chache sana, Duniani, tunafanya hivyo.

D: Kwa sababu nimeambiwa kila umbo hupangiwa roho?

S: Wakati mwingine unahama. Wakati mwingine roho — ni makubaliano — wakati mwingine huondoka. Na mimi naweza kuingia.

Hili lilisikika kwa kiasi fulani kama "kuingia badala." Haya yanaelezewa katika Kati ya Kifo na Maisha. Kwa kawaida roho nyingine hubadilishana nafasi na roho iliyokuwa ikiishi mwilini, ikiwa roho hiyo imechukua mzigo mkubwa kuliko inavyoweza kubeba. Ni mbadala unaokubalika badala ya kujiua.

D: Unajiita nafsi au roho?

S: Mimi si roho. Mimi ni nafsi.

D: Ungejifafanuaje, kama nafsi? Najua wakati mwingine lugha haitoshi.

S: Ndiyo, kwa sababu situmii lugha. Fikiri. Unafikiri tu. Ni fahamu. Na mimi ni fahamu, mambo yanaweza kutokea kwa haraka sana.

D: Kwa hiyo ungejiona nafsi kama kipande cha fahamu?

S: Mimi ni fahamu.

D: Wewe ni fahamu, lakini pia ni mtu binafsi.

S: Duniani, katika maeneo mengine, lakini ninaporudi nyumbani mimi ni yule mmoja tu.

D: Unapokuja Duniani unaingia katika umbo wakati linapozaliwa kama mtoto?

S: Tunapokwenda Duniani, na nikiingia ndani ya mtoto, siingii tu kwa mtoto yeyote. Ninaingia pale ninapohitajika. Naweza kuona nafsi ndani ya mtoto ninayemwendea. Na nafikiri ninaungana na nafsi hiyo.

D: Kwa hiyo ni tofauti na jinsi nafsi au roho nyingine hufanya? Ndiyo unamaanisha? (Ndiyo) Ambapo wao hupangiwa, wewe hufanya kwa njia tofauti?

S: Nafikiri hivyo, kwa sababu sioni mimi nikizaliwa. Ninamwona mimi nikifanya uchaguzi. Na ni makubaliano.

D: Na nafsi ambayo tayari ipo?

S: Ndiyo. Hali kama hiyo labda.

D: Na unaweza kufanya hivi katika hatua yoyote ya maisha ya umbo hilo?

S: Nafanya hivyo na kukaa nalo muda wote. Kisha ninaondoka. Lakini naweza kufanya hivyo katika hatua yoyote.

D: Hilo ndilo nililomaanisha. Si lazima liwe mtoto? Unaweza kuingia katika hatua yoyote? (Ndiyo) Ilimradi iwe kwa makubaliano na nafsi iliyopo tayari? (Ndiyo) Na fahamu ndiyo inayokuambia kwa hisi wapi unapopaswa kwenda baadaye? (Ndiyo) Na ulisema unapokwenda maeneo mengine, sayari nyingine au nyanja nyingine, hufanyika kwa njia tofauti?

S: Nafikiri ninaingia kama umbo la mtu mzima. Ninaliona umbo hilo kisha ninakuwa hilo. Lakini tayari kuna umbo.

D: Kwa hiyo hakuna matoleo madogo kama watoto wachanga. Yote ni maumbo yaliyokomaa, ya watu wazima?

S: Ninapoingia katika hatua hiyo. Angalau katika mahali hapa.

D: Naendelea kufikiria kimwili, lakini huenda si hivyo ilivyo.

S: Ni kuingia kwa namna ya kimwili. Ninaposema mimi ni mtu binafsi ninapoondoka katika wingi wa fahamu ya nishati, mimi ni umbo la kitu kilicho nje ya fahamu hiyo ya nishati. Huenda nisiwe umbo kama kile ambacho bado kitatokea. Kwa hiyo bado mimi ni fahamu ya nishati, lakini nina umbo lisiloelezeka.

D: Na una fahamu, utu unaofikiri, sivyo?

S: Nimeambiwa, ndiyo, kama fahamu.

D: Kwa hiyo kwa njia hiyo una ubinafsi fulani, hata kama wewe ni nishati. Ndiyo unamaanisha?

S: Ndiyo. Na mimi ni wa huduma.

D: Maeneo haya unayokwenda ambako unawaza mwili, je, hivyo ndivyo viumbe wengine katika maeneo hayo wanavyoumba miili pia? (Ndiyo)

Sasa, mbali na kelele za ujenzi, baadhi ya watoto walianza mkutano wa shangwe barabarani chini, wakipiga kelele, kuimba na kupiga ngoma, kwa sababu tulikuwa karibu na shule kadhaa. Tena, haikuonekana kumsumbua Shirley hata kidogo.

D: Ninauliza maswali mengi kwa sababu ninajaribu kuelewa dhana ngumu. Kwa hiyo katika maeneo hayo watu au viumbe hawalazimiki kupitia mchakato wa kukua. Wanaunda tu umbo wanayotaka kuwa kwa kulifikiria. Je, hiyo ni sahihi? (Ndiyo) Kwa hiyo kuna njia nyingi nyingine za kufanya mambo zaidi ya tunazozijua Duniani. (Ndiyo) Ndiyo maana ni vigumu kidogo kwangu kuelewa. Lakini kama uliuleta mwili katika uwepo kwa kuuwaza, basi usingekufa, sivyo?

S: Mimi sikufi kamwe. Mwili wa yule ninayemwendea utakufa, kisha tunatengana. Na nafsi yake huenda njia yake yenyewe. Nami narudi.

D: Kwa hiyo kila unapofanya hivi huwa uko pamoja na nafsi nyingine ndani ya mwili?

S: Ndiyo, nafikiri hivyo.

D: Kamwe huwa hauko peke yako ndani ya mwili. Hilo linasikika tofauti. Sio jinsi tunavyofikiria kawaida kuhusu roho na nafsi.

S: Mimi ni fahamu.

D: Lakini unamaanisha kuna nafsi nyingine ndani ya miili hii, umbo la kimwili, hata unapoiwaza kuingia katika uwepo? (Ndiyo) Kisha unaungana nayo.

S: Sijiungi nayo.

D: Unafanyaje basi? Kuungana nayo? Hilo lingekuwa kuungana.

S: Sifanyiki mmoja nayo. Naihudumia. Kisha narudi nyumbani.

D: Je, hilo halikufanyi uwe kama mtazamaji zaidi? Labda situmii istilahi sahihi.

S: Mimi si mtazamaji.

D: Ulisema unaihudumia nafsi, lakini wewe ni fahamu. Unaweza kunisaidia kuelewa?

S: Mtu huyu aliyelala hapa pia ana ugumu wa kuelewa hili.

D: Acha tu taarifa ipite, na tutaipanga baadaye. Kwa njia hii sote tunaweza kuielewa. Ulisema wewe si mtazamaji. Ikiwa unaihudumia nafsi iliyo ndani ya mwili, basi wewe si nafsi inayopata uzoefu.

S: Huenda ni kwamba ninaungana na nafsi, na mimi ni fahamu safi. Nina nafsi, lakini mimi si nafsi yangu. Sasa mimi ni fahamu safi. Nishati. Nimekuwa huko kwa muda wa kutosha kiasi kwamba huko ndiko nyumbani kwangu. Ninasaidia sayari. Ninaenda kwenye maeneo fulani ninapohitajika, na ninasaidia viumbe vilivyo kwenye sayari. Na ninapoingia kwao ni pale ninapohitajika kwa wakati ninaohitajika. Ninapoingia katika nafsi, mtoto, fahamu yangu hutawala. Ninatawala fahamu hiyo mpaka sipohitajika tena.

D: Je, hili linaweza kutokea kabla mwili haujafa kabisa, kwamba huhitajiki tena?

S: Ndiyo. Lakini kwa kawaida sivyo.

D: Basi, ikiwa kuna nafsi nyingine iliyopangiwa mwili huo, na wewe kwa kiasi kikubwa unasaidia nafsi hiyo, je, hiyo inamaanisha hauundi karma kwa ajili yako mwenyewe?

S: Naweza kuunda karma. Si lazima. Lakini wakati mwingine naweza kusahau sana na kuunda karma. Kisha napoteza mwelekeo wa nyumbani kwangu kwa kiasi fulani, mpaka nikumbuke. Hizo ndizo nyakati ninazokaa mbali kwa muda mrefu zaidi. Kisha naweza kuzaliwa kwa njia tofauti. Lakini ninapokumbuka, narudi nyumbani. Kamwe, kamwe sisahau. Lakini wakati mwingine ikiwa nina mkusanyiko wa karma nzito, lazima niifanyie kazi kabla sijakumbuka.

D: Wakati huo je, wewe ndiye nafsi inayotawala ndani ya mwili, badala ya msaidizi? (Ndiyo) Unaweza kubadilisha kati ya hali hizo? (Ndiyo) Unaweza kusaidia nafsi au, ikiwa unaumba karma, basi unakuwa nafsi inayopaswa kuipitia. Je, hilo linaeleweka? (Ndiyo) Nafikiri sisi daima hufikiria umiliki, lakini haisikiki kama hiyo.

S: Hapana. Hapana, daima ni kwa uchaguzi, na ni pale tu ninapohitajika.

D: Lakini wakati mwingine unanaswa, kwa kusema hivyo, na kulazimika kuwa nafsi inayotawala ndani ya mwili mpaka uimalize. (Ndiyo) Kisha unaweza ama kurudi nyumbani, au kubadilisha tena kati ya hali hizo?

S: Narudi nyumbani. Sio kwamba ... wakati mwingine nitasahau.

D: Basi sehemu kubwa ya kile ulichofanya imekuwa kama msaidizi, badala ya kuishi maisha ya kimwili. Ndiyo unamaanisha? (Ndiyo) Kwa hiyo hata katika sayari nyingine, vipimo vingine, umejaribu kusaidia. (Ndiyo) Lakini kwa wakati huu ukiwa ndani ya mwili wa Shirley, je, wewe ni msaidizi au wewe ndiye nafsi inayotawala?

S: Ninaingia kuangalia. (Kimya) Mimi ndiye nafsi inayotawala.

D: Katika maisha haya basi. (Ndiyo) Je, hii ndiyo sababu — katika fahamu yake — amejihisi ametengana katika maisha haya? (Ndiyo) Anaendelea kusema anataka kurudi nyumbani. Anajua hahusiki hapa. (Ndiyo) Kwa sababu ameunganishwa zaidi na wewe kuliko mtu wa kawaida? (Ndiyo) Hilo linaeleweka, sivyo?

Hili linafanana na visa vingine katika kitabu hiki ambapo watu walitamani sana kurudi nyumbani, lakini hawakujua "nyumbani" ilikuwa wapi. Katika visa vingi, waliporudi nyumbani ilibainika kuwa ni sayari ya ajabu ya kimwili. Kesi ya Shirley ilionekana kuashiria tamanio la nyumbani lililo la kina zaidi, linalovuka mipaka ya kimwili au hata sayari ya awali aliyotoka. Wahusika wengine mara nyingi walihisi kuwa walikuwa sehemu ya mahali walipojikuta, na pia walikuwa na kusita sana kuondoka. Lakini kwa Shirley, hisia hiyo ilionekana kuwa ya msingi zaidi na ya kiini kabisa. Huenda ilikuwa kumbukumbu kutoka sehemu ya akili yetu ya awali kabisa, iliyokuwepo kabla ya uumbaji wa dunia za kimwili, na ambayo imekuwa sehemu yetu milele.

D: Kwa nini, kwa kusema hivyo, ulijikuta umenaswa katika mwili huu na kuwa nafsi inayotawala? (Kimya) Nadhani uliunda karma fulani, sivyo, maana usingekuwa nafsi inayotawala kama isingekuwa hivyo, siyo?

S: Ego. Nilitumia vibaya nguvu fulani.

D: Niambie kuhusu hilo.

S: Niliunda vitu vya uongo.

D: Ulisema unaweza kuwaza vitu vikawa katika uwepo?

S: Hapana. Ninapotoka katika kitovu changu ninaweza kuwaza vikawa katika uwepo. Lakini siwezi kuwaza vitu vikawa katika uwepo.

D: Lakini ulisema, wakati mwingine, uliunda vitu vya uongo?

S: Nilifanya majaribio kwa wanyama. Niliwabadilisha katika maumbo tofauti.

D: Je, hili lilikuwa katika maisha uliyokuwa ukiishi wakati huo? (Ndiyo) Kwa nini ulifanya hivyo?

S: Kwa sababu nilitaka kuumba kitu. Na nilikuwa na uwezo.

D: Ulifanya mambo haya ukiwa kiumbe wa kimwili? (Ndiyo) Nafikiri kama mwanasayansi au kitu kama hicho? (Ndiyo) Ulifanya kwa udadisi tu au vipi?

S: Ilikuwa kuona kama ingewezekana.

D: Je, wengine pia walikuwa wakifanya jambo hilo hilo?

S: Ndiyo. Lakini mimi nilikuwa mmoja wa waliokuwa wakiongoza. Kimaadili haikuwa sahihi.

D: Lakini ulisema, kuumba vitu vya uongo.

S: Wanadamu na wanyama. Kufanya majaribio kwa wanyama mbalimbali. Kuumba kwa kutumia sehemu za miili. Kwa upasuaji na kwa kijenetiki.

D: Je, viumbe hawa wa ajabu waliweza kuishi? (Ndiyo) Mahali ulipokuwa ukifanya haya palikuwa na jina?

S: Atlantis. Haikuwa katikati kabisa; ilikuwa mahali fulani karibu na hapo.

D: Ilikuwa tu kwa udadisi kuona kama ingewezekana.

S: Ndiyo, ilitokana na ego.

D: Ulifanya nini kwa viumbe hao baada ya kuwaumba?

S: Niliwaacha waende.

D: Je, waliweza kujizalisha? Waliweza kuzaana?

S: Baadhi waliweza. Baadhi hawakuweza. Nilikuwa nimeingia katika nafsi nyingine. Nafsi hiyo ilikuwa ya mwanasayansi. Nafsi hiyo ilikuwa na ego. Ego kubwa sana. Na nikapotea ndani ya ego hiyo.

D: Ulijihusisha kupita kiasi basi, na hivyo ikawa karma yako. (Ndiyo) Lakini je, watu wakati huo hawakuwa wakifanya mambo mengi yasiyo sahihi kwa sababu ya udadisi?

S: Ndiyo. Lakini kwa sababu nilinaswa na ego, ego yangu ya fahamu ilitumiwa vibaya. Nilikuwa na nguvu.

D: Na kisha, kwa kiasi fulani, ukaingia katika mzunguko wa kurudi na kulipa karma hiyo. (Ndiyo) Na hilo likakusababisha kunaswa katika hali ya kimwili ya mwanadamu duniani. (Ndiyo) Basi, je, umekuwa ukilipa mambo hayo?

S: Nimeshalipa.

D: Hilo ni deni kubwa, lakini je, unadhani karibu umekamilisha karma hiyo? (Ndiyo) Basi huenda si muda mrefu, na utaweza kurudi nyumbani. Lakini kwa sasa unapaswa kubaki pamoja na Shirley, katika mwili huu? (Ndiyo) Hii ina maana kwamba Shirley ana kiasi kikubwa cha maarifa na taarifa ambazo bado hazijatumiwa, hata hajui kuwa zipo. (Ndiyo) Ikiwa atataka kuzitumia katika maisha haya, je, ataweza kufikia nguvu na taarifa hizo?

S: Kwa kiasi fulani.

Kisha niliendelea kumuuliza sehemu hiyo yake maswali aliyokuwa ameandika kabla ya kikao. Sikujua kama nilikuwa nikizungumza na fahamu yake ya ndani au la, lakini sehemu hiyo ilikuwa imeunganishwa naye kwa karibu sana kiasi kwamba iliweza kumpa ushauri muhimu wa kumsaidia kuelewa matukio katika maisha yake. Jambo moja hasa alilouliza lilihusu uhusiano wake wa kina na wa karibu na wanyama. Anaweza kuwasiliana nao kiakili. Nilihisi jibu lingeunganishwa na maisha ya Atlantis ambako alikuwa amewatendea wanyama vibaya sana. Nilikuwa sahihi, kwa sababu ilisemekana kwamba sasa alikuwa amekua hadi kufikia hatua ya kuwa mmoja na wanyama kwa njia chanya.

Shirley alikuwa na uzoefu wa ajabu miaka michache iliyopita ambao alitaka niulizie. Wakati wa kikao cha rebirthing alijiona akiishi maisha kama kiumbe wa angani katika mwili wa reptilia. Wakati mwingine, mtu anapokuwa ametulia katika mchakato wa rebirthing, anaweza kuwa na uzoefu wa kushangaza sana, mara nyingi ukivuka hata kukumbuka kuzaliwa, na kuleta picha za maisha ya zamani. Alitaka kupata taarifa zaidi kuhusu hilo.

D: Wakati mmoja alipokuwa akifanya rebirthing, alipata uzoefu ambapo alikuwa katika umbo la reptilia. Alitaka kujua, je, huo ni kumbukumbu ya kweli, au ni nini kilikuwa kinaendelea?

S: Ndiyo, huo ulikuwa kumbukumbu ya kweli. Haikuwa yeye alikuwa nani. Ilikuwa mimi nilikuwa nani. Na kwa kweli mimi si tofauti naye, lakini mimi ni mimi.

Nilichanganyikiwa tena. Kikao kizima kilikuwa kinawasilisha taarifa ambazo sikuwa nimewahi kukutana nazo hapo awali.

D: Ulisema kwamba sasa wewe ndiye nafsi inayotawala ndani ya Shirley. (Ndiyo) Je, mmekuwa pamoja daima, kama nafsi? (Ndiyo) Kila maisha uliyoyaishi, yeye pia aliyaishi? (Ndiyo) Na wakati mwingine yeye alikuwa nafsi inayotawala, na wakati mwingine wewe?

S: Yeye amekuwa nafsi inayotawala, lakini sasa mimi ninaanza kuwa nafsi inayotawala.

D: Lakini mmekuwa pamoja kila wakati, na umekuwa ukimsaidia wakati wote. (Ndiyo) Lakini hilo lilikuwa maisha aliyoyaishi mahali pengine katika umbo la reptilia?

S: Huo ulikuwa ni kumbukumbu niliyokuwa nayo. Kwa kuwa nimekuwa ndani ya nafsi yake kama sehemu yake, lakini si tofauti, wala si sawa kabisa — hakuna maneno — nilikuja na kumbukumbu zangu. Na alipofanya rebirthing, alijiona akiwa hivyo.

D: Hapo ndipo ugumu ulipo, kujaribu kutenganisha mambo haya mawili, kwa sababu tumezoea sana kufikiri kwa mtazamo wa kimwili.

S: Hiyo ndiyo mipaka.

Baada ya kuuliza maswali zaidi yanayohusiana na hali ya kimwili ya Shirley, niliomba sehemu hiyo ya ajabu ijiondoe, kisha nikamrudisha katika hali kamili ya fahamu. Bila shaka nilikuwa nimechanganyikiwa na taarifa hii mpya, na nilijua ingechukua muda kuielewa. Pia nilijiuliza itakuwa vigumu kiasi gani kwa Shirley kuielewa baada ya kupata nafasi ya kusikiliza mkanda.

Tangu kikao hiki, nilikuwa na uzoefu unaofanana na mwanaume mmoja mwaka 2001. Yeye pia alirejea nyuma hadi kwenye nuru ang'avu sana iliyokuwa ya kustarehesha kiasi kwamba alitaka kubaki pale. Alielezea hisia ya upweke mkubwa na ya kutengana alipolazimika kuiacha nuru hiyo na kujitenga ili kuendelea na safari hizi za uchunguzi wa nafsi.

Tuligusa nini? Chanzo? Fahamu ya ulimwengu mzima? Sehemu iliyogawanyika ya nafsi? Chanzo cha Mungu?

Kadiri tunavyouliza maswali, ndivyo maswali zaidi yanavyoibuka. Inaonekana haina mwisho. Huenda kamwe hatutaweza kuelewa kila kitu, na daima kutakuwa na dhana tata zaidi zilizo nje kidogo ya uwezo wetu wa kuelewa. Lakini kwangu, pamoja na udadisi wangu usioshiba, huo ndio msisimko wa utafutaji na safari ya kuchunguza yasiyojulikana. Nitaendelea na safari hii.

Ukurasa wa Mwandishi

Dolores Cannon, mtaalamu wa hipnosisi ya kurudisha kumbukumbu za zamani na mtafiti wa kiroho anayerekodi maarifa "yaliyopotea", alizaliwa mwaka 1931 huko St. Louis, Missouri. Alipata elimu na kuishi Missouri hadi alipooana mwaka 1951 na mwanajeshi wa Jeshi la Wanamaji. Alitumia miaka 20 iliyofuata akisafiri kote duniani kama mke wa kawaida wa mwanajeshi wa Navy huku akilea familia yake.

Mwaka 1968 alipata uzoefu wake wa kwanza kuhusu kuzaliwa upya (reincarnation) kupitia hipnosisi ya kurudi nyuma, wakati mume wake, aliyekuwa hipnotisti wa kujifunza mwenyewe, alipokutana kwa bahati na maisha ya zamani alipokuwa akifanya kazi na mwanamke aliyekuwa na tatizo la uzito. Wakati huo mada ya "maisha ya zamani" ilikuwa si ya kawaida, na ni watu wachache sana waliokuwa wakifanya majaribio katika uwanja huo. Tukio hilo lilichochea shauku yake, lakini ilibidi iahirishwe kwa sababu mahitaji ya maisha ya kifamilia yalikuwa kipaumbele.

Mwaka 1970 mume wake aliachishwa kazi kama mwanajeshi mlemavu, na walihamia milimani huko Arkansas. Hapo ndipo alianza kazi yake ya uandishi na kuanza kuuza makala zake kwa majarida na magazeti mbalimbali. Watoto wake walipoanza maisha yao wenyewe, shauku yake kuhusu hipnosisi ya kurudi nyuma na kuzaliwa upya ilifufuka tena. Alijifunza mbinu mbalimbali za hipnosisi na hatimaye akaendeleza mbinu yake ya kipekee iliyomwezesha kupata taarifa kwa ufanisi zaidi kutoka kwa wahusika wake. Tangu mwaka 1979 amefanya hipnosisi ya kurudi nyuma na kuweka kumbukumbu za taarifa zilizopatikana kutoka kwa mamia ya watu waliojitolea. Mwaka 1986 alipanua uchunguzi wake hadi katika uwanja wa UFO. Amefanya tafiti za moja kwa moja katika maeneo yanayodhaniwa kuwa ni mahali UFO zilitua, na amechunguza miduara ya mazao nchini Uingereza. Sehemu kubwa ya kazi yake katika uwanja huu imekuwa ni kukusanya ushahidi kutoka kwa watu wanaodhaniwa kutekwa nyara, kupitia hipnosisi.

Vitabu vyake vilivyochapishwa ni pamoja na: Mazungumzo na Nostradamus Juzuu ya Kwanza, ya Pili na ya Tatu – Yesu na Waeseni – Walitembea na Yesu – Kati ya Kifo na Maisha – Roho Yakumbuka Hiroshima – Walinzi wa Bustani – Urithi Kutoka kwa Nyota – Hadithi ya Starcrash – Walinzi.

Baadhi ya vitabu vyake sasa vinapatikana katika lugha mbalimbali.

Dolores ana watoto wanne na wajukuu kumi na nne, ambao humsaidia kudumisha mizani thabiti kati ya ulimwengu "halisi" wa familia yake na ulimwengu "usioonekana" wa kazi yake.

Ikiwa ungependa kuwasiliana na Dolores kuhusu kazi yake, unaweza kumwandikia katika anuani ifuatayo. (Tafadhali ambatanisha bahasha iliyoandikwa anuani yako na yenye stempu kwa ajili ya jibu lake.) Unaweza pia kuwasiliana kupitia tovuti yetu.

www.ingramcontent.com/pod-product-compliance
Lightning Source LLC
LaVergne TN
LVHW052205200926
848481LV00001B/33